NENO

BIBLIA TAKATIFU

AGANO JIPYA

THE INTERNATIONAL BIBLE SOCIETY

19 20 21 22 23 24 25 26 / 12 11 10 9 8 7 6 5 4 3 2 1

Biblica, THE INTERNATIONAL BIBLE SOCIETY, inawapa watu Neno la Mungu kupitia kutafsiri na kuchapisha Biblia, na mipango ya kushirikisha watu kusoma Biblia katika Afrika, Asia ya Mashariki na Pasifiki, Ulaya, Amerika ya Kilatini, Mashariki ya Kati, Amerika ya Kaskazini, na Asia ya Kusini. Kupitia mpango wake wa kufikia dunia nzima, Biblica inahusisha watu na Neno la Mungu ili maisha yao yapate kubadilishwa kupitia uhusiano wao na Yesu Kristo.

DIBAJI

Hii ni tafsiri mpya ya Neno la Mungu katika lugha ya Kiswahili. Tafsiri hii ya *Neno: Biblia Takatifu* imetafsiriwa na Wakristo kutoka Tanzania na Kenya wa madhehebu mbalimbali. Imefanywa kwa ajili ya kutumiwa na Wakristo wa Kanisa la Mungu katika nchi zote ambako Kiswahili hutumika kama lugha ya mawasiliano.

Ziko tafsiri mbalimbali zilizotangulia kufanywa za Agano la Kale na Agano Jipya. Tunawashukuru sana wale waliofanya tafsiri hizi ambazo zimekuwa baraka kubwa kiroho. Basi kama ilivyo ada, lugha hukua. Kutokana na kukua huku, maneno mapya, misamiati, na hata matumizi hubadilika. Kadri mabadiliko yanavyotokea, watu wanajipata wakihitaji kupata ufahamu wa kiroho katika lugha itakayoeleweka kwa wepesi, bila kupoteza ile maana ya asili, usahihi, na uwazi ambavyo vitamwezesha msomaji kuelewa vyema yale anayoyasoma. Kutokana na hayo, imeonekana ni vyema kuwa na tafsiri hii ambayo itaeleweka kwa urahisi, na hatimaye kujenga umoja wa kiroho katika Kanisa la Mungu.

Tafsiri hii ya *Neno: Biblia Takatifu* ni toleo la kwanza ambalo limezingatia tafsiri za lugha za awali ili kupata maana zilizokusudiwa, na kuhakikisha kwamba kila neno limehakikiwa kwa ajili ya kuondoa utata wowote ambao ungeweza kujitokeza. Tafsiri hii ilipoanza kufanywa, ilipasa kutumia tafsiri mbalimbali za zamani au zilizotangulia ili kuweza kupata tafsiri ambayo itakidhi haja, njaa na kiu ya msomaji. Tulijitahidi kuepuka kila neno ambalo lingepunguza nguvu na mamlaka ya Neno la Mungu. Hivyo tulimwomba Roho Mtakatifu atupe neno au maneno yatakayobeba ujumbe alioukusudia. Kwa msingi huo, isidhaniwe kwamba kwenye tafsiri hii kuna mageuzi yoyote yaliyofanywa kwa Neno la Mungu. Jambo hilo kamwe halikufanyika.

Inatubidi tujue na tukumbuke kwamba Neno la Mungu halikuandikwa kwanza kwa Kiingereza wala Kiswahili. Roho Mtakatifu aliwavuvia watu watakatifu wa kale, yaani, Wayahudi na Wakristo, ili kuudhihirisha na kuutangaza ujumbe wa Mungu. Wayahudi waliandika ujumbe huo kwa Kiebrania na Kiaramu (iliyokuwa lugha ya biashara) na mahali pengine Kikaldayo katika Agano la Kale. Wakristo ambao idadi yao kubwa walikuwa watu wenye asili ya Kiyahudi waliandika Agano Jipya kwa Kiyunani, iliyokuwa lugha rasmi ya mawasiliano na biashara wakati huo. Kiaramu pia kimetumika sehemu mbalimbali.

Hivyo basi, watu wanaotafsiri Biblia katika lugha za kisasa kwanza huwa waangilifu sana ili kuhifadhi maana na maneno ya asili ya lugha za awali, kisha hujitahidi kuandika tafsiri iliyo halisi. Haiwezekani kupata maana, mtiririko na ufahamu ikiwa ni tafsiri sisisi, yaani tafsiri ya neno kwa neno. Hivyo, watafsiri wa toleo hili wamezingatia umuhimu na kueleweka kwa neno husika. Wameepuka kutumia fafanusi na fasiri ambazo zingeadhiri maana za asili. Basi katika tafsiri hii, tumejitahidi kutumia maneno yanayoleta maana iliyokusudiwa na waandishi.

Watafsiri wamejaribu kuepuka mgongano wowote ambao ungeweza kujitokeza katika matumizi ya majina. Kwa mfano, Jina la Mungu katika Agano la Kale "Yеhova," yaani, "Yhwh" kwa Kiebrania, limeandikwa Bwana, ikiwa na maana Yеhova. Majina ya watu imebidi yafikiriwe na kuwekwa katika asili yake, kwa mfano Eva, Noa, Abrahamu, Yosefu, Mose, Maria, na kadhalika. Kwa hivyo majina ya watu na ya mahali imebidi yarekebishwe, jambo ambalo limeifanya kazi kuwa kubwa sana, kwani lilihitaji hadhari kubwa. Pale ambapo ilionekana neno halijulikani sana na hapatakuwa na budi kulitumia, neno hilo limewekwa kwenye rejeo chini ya ukurasa, au orodha ya maneno magumu mwishoni mwa kitabu, ili kumsaidia msomaji kupata maana.

Wakristo wote wanafahamu matumizi ya neno "Amin" au "Amen" kwa sababu yametumika kwa muda mrefu. Neno "Amin" linapotumika mwanzo wa usemi lina maana "Ni kweli." Neno "Amen" linapotumika mwisho wa usemi lina maana "Iwe hivyo."

Toleo hili limezingatia kuweka vidokezo mbalimbali vya kumsaidia msomaji kutumia na kuweza kuelewa vizuri anaposoma Biblia. Baadhi ya vidokezo hivi ni: Utangulizi wa kila kitabu, kuweka vichwa vikuu na vidogo, kuweka maelezo ya neno au maneno ya Biblia ya asili chini ya ukurasa (rejeo), sura na aya zilizokolezwa, Itifaki, orodha ya maneno magumu, ramani na vielelezo, tabia za wanafunzi wa Yesu, uoanisho wa Injili, na utimilizo wa unabii wa Masiya katika Agano Jipya.

Tunawasihi mtuombee sisi tulioshirikiana katika kazi hii, ili Mungu atubariki sisi, na matunda ya kazi hii yawe mengi, tena yatakayompa Mungu utukufu. Maombi yetu ni kwamba Neno la Mungu litakuwa nuru kwa wengi, na litasababisha waijue kweli ya Mungu. Pia Neno la Mungu lilete umoja wa imani katika Kanisa la Mungu.

Nasi tunawaombea ninyi mtakaosoma Biblia hii, kwamba Roho Mtakatifu awape ufunuo wa kweli, na hili Neno liwe halisi katika maisha yenu ya kila siku. Mwisho, ombeni ili Roho Mtakatifu aiangazie mioyo ya wote wasomao na kutumia hili Neno, waweze kudumisha na kuendeleza utukufu Wake na kulijenga Kanisa la Yesu Kristo Bwana wetu.

Ni sisi,
Wenye kutafsiri.

UTANGULIZI

Tafsiri ya *Neno: Biblia Takatifu* katika lugha ya Kiswahili imefanywa na Biblica, ambayo awali ilitambulika kama International Bible Society. Hili ni shirika la Biblia ambalo ndilo lenye hakimiliki ya *New International Version* (NIV). Tafsiri uliyo nayo sasa ni matokeo ya maono kutoka kwa Mungu Aliye Juu. Yaliyomo katika tafsiri hii ni sawa na yaliyomo katika tafsiri za kwanza za Biblia katika lugha za Kiebrania, Kiaramu na Kiyunani. Hii tafsiri imepangwa kwa makini ili kuhifadhi yaliyomo katika lugha hizi. Tunamwomba Mungu akubariki unaposoma tafsiri hii.

"Majani hunyauka na maua huanguka,
lakini neno la Mungu wetu ladumu milele."

Isaya 40:8

Shauku na kusudi la Biblica ni kutafsiri kwa uaminifu, kuchapisha na kusambaza Neno la Mungu, ili watu dunia nzima wafanyike wanafunzi wa Yesu Kristo na viungo katika Mwili wake.

SHUKRANI

Shirika la Biblica linatoa shukrani za dhati kwa wote walioshiriki katika kazi hii kwa njia mbalimbali.

Kwanza tunamshukuru Mungu aliyeanzisha na kuikamilisha kazi hii ya tafsiri ya Neno la Mungu iitwayo *Neno: Biblia Takatifu*. Kwa Roho wake Mtakatifu, aliwavuvia wale walioifanya kazi hii, akawaongoza na kuwatia nguvu na uvumilivu. Kazi ya kutafsiri Biblia sio rahisi, lakini tumeweza kufanya mambo yote katika yeye atutiaye nguvu.

Tungependa kuwashukuru wote waliojitolea ili tupate toleo hili la *Neno: Biblia Takatifu*. Tunawashukuru watafsiri waliolitendea kazi wazo hili na kuhakikisha kwamba halikufa, bali limepata sura iliyokusudiwa na Mungu. Walitoa muda wao mwingi kumsikiliza Roho Mtakatifu, na kutafsiri bila kuchoka wala kukata tamaa.

Tunawashukuru waliojitoa kwa maombi, na wengine hata kwa kufunga. Pia tunawashukuru waliotoa fedha za kugharimia kazi hii ili kuhakikisha imefanikiwa, na waliopiga chapa na kupanga maandiko haya.

Neema, furaha na amani viwe nanyi nyote, sasa na daima. Amen.

MPANGO WA WOKOVU

Nawezaje Kuokoka?

Hadithi ya Biblia

Tuanze pale mwanzo: *Hapo mwanzo Mungu aliumba mbingu na dunia.* Mungu hujaza ulimwengu na umaridadi na mambo tofautitofauti, kutoka mandhari nzuri hadi viumbe vya kushangaza hadi uumbaji wake wa hali ya juu zaidi: yaani wanadamu. Yeye huwatenga watu ili wamsaidie kutawala uumbaji wake kwa hekima. Mapema katika hadithi hii, wawakilishi wake wanamsaliti. Wanaanza kutawala viumbe vya Mungu kivyao, huku wakiharibu uhusiano wao na Muuumba wao, na pia uumbaji wenyewe.

Hii ndiyo hadithi ya Biblia. Je, Mungu hurejeshaje viumbe vyake, haswa wanadamu, ambao anawapenda sana? Anaanza kwa kumwita mtu mmoja, aitwaye Abrahamu, ili kuongoza jamii itakayoleta baraka kwa viumbe vyote. Kupitia mjukuu wa Abrahamu, Yakobo, taifa la Israeli linapokea ahadi kwamba watawaalika watu wote kumrudia Mungu.

Sehemu kubwa ya Biblia inaelezea jinsi wakilishi wa Mungu, ambao wakati huu ni taifa la Israeli, kwa jumla walivyo na tabia mbovu, na pia wanavyofanya maamuzi mabaya. Hata mfalme mkuu sana wa Israeli, Daudi, anaua mtu ili amchukue mke wake, naye mwanawe mmoja anamuua nduguye na anajaribu kunyang'anya Daudi kiti chake. Watu wa Mungu wanachagua kuabudu sanamu za miungu ya uongo, huku wakizitumaini ziwalinde na kukithi mahitaji yao, kinyume moja kwa moja na amri ya Mungu. Hatimaye dhambi ya watu inakuwa mbaya hivi kwamba wanafukuzwa kutoka nchini mwao hadi uhamishoni.

Wakati uzao wa Abrahamu, yaani Israeli, wanaporudi nchini mwao baada ya karibu miaka sabini, wanasubiri uwepo wa Mungu uwarudie. Wanamsubiri mtu awaokoe kutokana na uvamizi wa mara kwa mara na ukandamizi, njaa na kifo. Manabii wa Mungu wameahidi tumaini kwa Israeli na pia ulimwengu, lakini takribani karne nne zinapita bila ishara yoyote ya Mungu. Hatimaye wajumbe wa Mungu, yaaani malaika, wanaanza kutokea kwa watu, wakiahidi kwamba Mungu yu tayari kufanya jambo la kustaajabisha. Maria anasikia kwamba atachukuliwa mimba kwa uwezo wa Roho Mtakatifu, na atamzaa mwana, Yesu. Mchumba wake, Yosefu, anasikia kwamba Yesu *atawaokoa watu wake kutoka kwa dhambi zao.*

Yesu anaishi kama yeye aliye mwanadamu halisi, jinsi wanadamu wa kwanza walivyopaswa kuishi. Anaishi kama Israeli ya kweli, akimtii Mungu na kuuonyesha ulimwengu baraka zilizoahidiwa kupitia kwa Abrahamu. Yeye ndiye Mfalme aliyeahidiwa na Mungu katika utawala wa nasaba ya Daudi. Lakini viongozi wa dini wa Israeli hawapendezewi kwamba Yesu pia anasamehe dhambi, kwa sababu machoni pao, hiyo ni kazi ya Mungu, na zaidi ya hayo, kazi hiyo hufanyika tu katika hekalu huko Yerusalemu. Wanaona wivu wa Yesu wa kuponya na kuwatia watu moyo. Viongozi hawa wana uhakika kwamba njia yao itawaokoa watu na kuwaletea uzima. Hivyo wanamuua Yesu.

Siku tatu baadaye, Yesu anafufuka kutoka kwa wafu! Hii inageuza hukumu ya "Mwenye kosa!" ambayo ilitangazwa kotini na viongozi wa dini. Inaonyesha kwamba Yesu ni Mwana wa Mungu aliyeahidiwa, Mfalme wa kweli wa nchi ya Israeli na ulimwengu. Wafuasi wote wa Yesu sasa huenda duniani kote wakihubiri Habari Njema, kwamba Yesu ni Mfalme, na yeye hutuokoa kutoka kwa chochote ambacho ni makosa ndani yetu. Yeye huwafanya watu wake kuwa viumbe vipya na huwapa jamii maisha mapya kupitia kwa Roho wake Mtakatifu. Yeye ndiye Mwokozi wa kweli.

Mmoja wa wafuasi wa Yesu wa kwanza, ambaye ni Petro, anasema kwamba, *"Lakini kwa njia hii Mungu alitimiza kile ambacho alikuwa ametabiri kwa vinywa vya manabii wake wote, kwamba Kristo (yaani Masiya, Aliyetiwa mafuta wa Mungu) atateswa. Tubuni basi mkamgeukie Mungu, dhambi zenu zifutwe, ili zipate kuja nyakati za kuburudishwa kwa kuwepo kwake Bwana, naye apate kumtuma Kristo, ambaye ameteuliwa kwa ajili yenu, yaani Yesu. Ilimpasa mbingu zimpokee mpaka wakati wa kufanywa upya kila kitu, kama Mungu alivyoahidi zamani kupitia kwa vinywa vya manabii wake watakatifu."*

Tunamgoja Yesu arudi ili afanye mambo yote yawe mapya, zikiwemo mbingu mpya na nchi mpya. Lakini kuna waasi dhidi ya Mfalme kila mahali, wanaojaribu kutawala ulimwengu wao kwa njia zao wenyewe. Kwa kawaida, jambo hili huleta maafa.

Hadithi hii inanihusu vipi?

Maisha yako mwenyewe huenda yakawa ni kama maafa tu, au pengine unajihisi ukiwa tupu, au mwenye majuto kwa sababu ya mambo uliyoyafanya. Unawezaje kuokolewa kutokana na dhambi na mauti? Utaunganaje na watu wa Mungu, huku ukileta utawala wake kwa unyenyekevu na neema kwa viumbe vyake vyote? Sharti utangaze utiifu kwa Mfalme Yesu, ukiamini kwamba yeye ni Mwana wa Mungu, anaye kuokoa kutokana na dhambi yako na kukufanya mpya. Unaweza kumuomba Yesu moyoni mwako au kwa sauti na umwambie hivi. Huku kunaitwa "kukiri". Unapokiri kwamba Yesu ni Mfalme wako na kisha kugeuka kutoka kwa dhambi zako, Mungu atamtuma Roho wake aishi ndani yako. Yesu atakusamehe dhambi zako zote.

Ikiwa umemkiri Yesu kama Mfalme wako, karibu katika familia yake! Mungu ni Baba yako, na ijapokuwa Yesu ni Mfalme wako, ni ndugu yako pia. Anakualika utawale uumbaji pamoja naye, kwa njia yake. Ili kuanza maisha yako mapya, soma na ujifunze kutoka kwa Biblia kila siku, yatoe maisha yako kwake Kristo, na umuombe aendelee na kazi yake ya kukufanya upya. Ni muhimu kwako kuungana na wengine walio sehemu ya Ufalme wa Kristo. Hawa ni wale watangazao kwamba Yesu ni Bwana na Mfalme, na ambao mara kwa mara hufundisha Biblia, na pia humuabudu Mungu pekee – Baba, Mwana, na Roho – na ambao huwahudumia wengine kwa upendo. Unaweza kuwapata watu hawa katika kanisa au wakijifundisha Biblia. Sasa nenda ukawaambie wengine habari njema kuhusu wewe na Mfalme wako, Yesu.

Huu ni muhtasari wa jinsi unavyoweza kuokolewa:

1. Tambua shida: Kwamba ulimwengu hauko jinsi unapaswa uwe, na kwamba wanadamu wote hutenda dhambi dhidi ya Mungu.

2. Uliza Mungu akusaidie: Mwana wa Mungu, ambaye ni Yesu, ambaye ndiye Mfalme halisi wa ulimwengu wote, husamehe dhambi zetu zote na kutufanya tuwe wapya. Anaweza kukomboa chochote kilichovunjika.

3. Ishi kwa ajili ya ufalme wa Mungu: Roho Mtakatifu hutugeuza kuwa raia wa ufalme wa Mungu hapa duniani tunapojifunza Biblia, kuishi katika jamii ya wafuasi wa Yesu, na kutumikia wengine kwa upendo. Tutatawala na Yesu milele wakati Mungu atakaporejesha uumbaji wote.

MAJINA NA TARATIBU YA VITABU VYOTE VYA

AGANO LA KALE

MATHAYO

1 Habari za ukoo wa Yesu Kristo mwana wa Daudi, mwana wa Abrahamu:

[2] Abrahamu akamzaa Isaki,
Isaki akamzaa Yakobo,
Yakobo akawazaa Yuda na ndugu zake,
[3] Yuda akawazaa Peresi na Zera, ambao mama yao alikuwa Tamari,
Peresi akamzaa Hesroni,
Hesroni akamzaa Aramu,
[4] Aramu akamzaa Aminadabu,
Aminadabu akamzaa Nashoni,
Nashoni akamzaa Salmoni,
[5] Salmoni akamzaa Boazi, na mama yake Boazi alikuwa Rahabu,
Boazi akamzaa Obedi, ambaye mama yake alikuwa Ruthu,
Obedi akamzaa Yese,
[6] Yese akamzaa Daudi ambaye alikuwa mfalme.

Daudi akamzaa Solomoni, ambaye mama yake ni yule aliyekuwa mke wa Uria.
[7] Solomoni akamzaa Rehoboamu,
Rehoboamu akamzaa Abiya,
Abiya akamzaa Asa,
[8] Asa akamzaa Yehoshafati,
Yehoshafati akamzaa Yoramu,[a]
Yoramu akamzaa Uzia,
[9] Uzia akamzaa Yothamu,
Yothamu akamzaa Ahazi,
Ahazi akamzaa Hezekia,
[10] Hezekia akamzaa Manase,
Manase akamzaa Amoni,
Amoni akamzaa Yosia,
[11] wakati wa uhamisho wa Babeli, Yosia alimzaa Yekonia na ndugu zake.

[12] Baada ya uhamisho wa Babeli:
Yekonia alimzaa Shealtieli,
Shealtieli akamzaa Zerubabeli,
[13] Zerubabeli akamzaa Abiudi,
Abiudi akamzaa Eliakimu,
Eliakimu akamzaa Azori,
[14] Azori akamzaa Sadoki,
Sadoki akamzaa Akimu,
Akimu akamzaa Eliudi,
[15] Eliudi akamzaa Eleazari,
Eleazari akamzaa Matani,
Matani akamzaa Yakobo,
[16] naye Yakobo akamzaa Yosefu ambaye alikuwa mumewe Maria, mama yake Yesu, aitwaye Kristo.[b]

[17] Hivyo, kulikuwepo na jumla ya vizazi kumi na vinne tangu Abrahamu mpaka Daudi, vizazi kumi na vinne tangu Daudi hadi wakati wa uhamisho kwenda utumwani Babeli, na vizazi kumi na vinne tangu wakati wa uhamisho kwenda utumwani Babeli hadi Kristo.

Kuzaliwa Kwa Yesu Kristo

[18] Basi Kuzaliwa kwake Yesu Kristo kulikuwa hivi: Maria mama yake alikuwa ameposwa na Yosefu, lakini kabla hawajakutana kimwili, Maria alionekana kuwa na mimba kwa uweza wa Roho Mtakatifu. [19] Kwa kuwa Yosefu, mwanaume aliyekuwa amemposa alikuwa mtu mwadilifu, hakutaka kumwaibisha Maria hadharani, aliazimu kumwacha kwa siri. [20] Lakini mara alipoazimu kufanya jambo hili, malaika wa Bwana akamtokea katika ndoto na kusema, "Yosefu mwana wa Daudi, usiogope kumchukua Maria awe mke wako, kwa maana mimba aliyo nayo ni kwa uweza wa Roho Mtakatifu. [21] Naye atamzaa mwana, nawe utamwita Jina lake Yesu,[c] kwa maana yeye ndiye atakayewaokoa watu wake kutoka dhambi zao." [22] Haya yote yalitukia ili litimie lile Bwana alilokuwa amenena kupitia nabii, akisema: [23] "Tazama, bikira atachukua mimba, naye atamzaa mwana, nao watamwita Jina lake Imanueli": maana yake, "Mungu pamoja nasi." [24] Yosefu alipoamka kutoka usingizini, akafanya kama vile alivyoagizwa na malaika wa Bwana, akamchukua Maria kuwa mke wake. [25] Lakini hawakukutana kimwili mpaka Maria alipojifungua mwanawe kifungua mimba akamwita Jina lake Yesu.

Wataalamu Wa Nyota Wafika Kumwona Mtoto Yesu

2 Baada ya Yesu kuzaliwa katika mji wa Bethlehemu huko Uyahudi, wakati wa utawala wa Mfalme Herode, wataalamu wa mambo ya nyota kutoka mashariki walifika Yerusalemu [2] wakiuliza, "Yuko wapi huyo aliyezaliwa mfalme wa Wayahudi? Kwa maana tumeona nyota yake ikitokea mashariki, nasi tumekuja kumwabudu." [3] Mfalme Herode aliposikia jambo hili aliingiwa na hofu sana pamoja na watu wote wa Yerusalemu. [4] Herode akawaita pamoja viongozi wa makuhani na walimu wa sheria, akawauliza ni mahali gani ambapo Kristo[d] angezaliwa. [5] Nao wakamwambia, "Katika Bethlehemu ya Uyahudi, kwa maana hivyo ndivyo ilivyoandikwa na nabii:

[6] " 'Nawe, Bethlehemu, katika nchi ya Yuda, wewe si mdogo miongoni mwa watawala wa Yuda;

---

[a]8 *Yoramu ndiye Yehoramu, maana yake ni Yehova yu juu.*
[b]16 *Kristo maana yake ni Masiya, yaani Aliyetiwa mafuta.*
[c]21 *Yesu ni Iesous kwa Kiyunani, na kwa Kiebrania ni Yoshua au Yeshua. Maana yake ni Yehova ni wokovu.*
[d]4 *Kristo maana yake ni Masiya, yaani Aliyetiwa mafuta.*

kwa maana kutoka kwako atakuja mtawala atakayekuwa mchungaji wa watu wangu Israeli.' "

[7] Ndipo Herode akawaita wale wataalamu wa nyota kwa siri na kutaka kujua kutoka kwao uhakika kamili wa wakati ile nyota ilionekana. [8] Kisha akawatuma waende Bethlehemu akiwaambia, "Nendeni mkamtafute kwa bidii huyo mtoto. Nanyi mara mtakapomwona, mniletee habari ili na mimi niweze kwenda kumwabudu."

[9] Baada ya kumsikia mfalme, wale wataalamu wa nyota wakaenda zao, nayo ile nyota waliyoiona mashariki ikawatangulia, nao wakaifuata mpaka iliposimama mahali pale alipokuwa mtoto. [10] Walipoiona ile nyota wakajawa na furaha kubwa mno. [11] Walipoingia ndani ya ile nyumba, wakamwona mtoto pamoja na Maria mama yake, wakamsujudu na kumwabudu yule mtoto Yesu. Ndipo wakafungua hazina zao, wakamtolea zawadi za dhahabu, uvumba na manemane. [12] Nao wakiisha kuonywa katika ndoto wasirudi kwa Herode, wakarudi kwenda katika nchi yao kwa njia nyingine.

Yosefu, Maria Na Mtoto Yesu Wakimbilia Misri

[13] Walipokwisha kwenda zao, malaika wa Bwana akamtokea Yosefu katika ndoto akamwambia, "Ondoka, mchukue mtoto na mama yake mkimbilie Misri. Kaeni huko mpaka nitakapowaambia, kwa maana Herode anataka kumtafuta huyu mtoto ili amuue."

[14] Kisha Yosefu akaondoka, akamchukua mtoto pamoja na mama yake wakati wa usiku, nao wakaenda Misri [15] ambako walikaa mpaka Herode alipofariki. Hili lilifanyika ili litimie lile lililonenwa na Bwana kwa kinywa cha nabii kusema: "Nilimwita mwanangu kutoka Misri."

[16] Herode alipong'amua kwamba wale wataalamu wa nyota wamemshinda kwa akili, alikasirika sana, naye akatoa amri ya kuwaua watoto wote wa kiume wenye umri wa miaka miwili kurudi chini katika mji wa Bethlehemu na sehemu zote za jirani, kufuatana na ule muda alioambiwa na wale wataalamu wa nyota. [17] Ndipo lilipotimia neno lililonenwa na nabii Yeremia.

[18] "Sauti ilisikika huko Rama,
     maombolezo na kilio kikubwa,
Raheli akilia kwa ajili ya wanawe,
     akikataa kufarijiwa,
kwa sababu hawako tena."

Kurudi Kutoka Misri

[19] Baada ya Herode kufa, malaika wa Bwana akamtokea Yosefu katika ndoto huko Misri [20] na kusema, "Ondoka, mchukue mtoto na mama yake mwende, mrudi katika nchi ya Israeli kwa sababu wale waliokuwa wanatafuta uhai wa mtoto wamekufa."

[21] Basi Yosefu, akaondoka akamchukua mtoto na mama yake wakaenda mpaka nchi ya Israeli. [22] Lakini aliposikia kwamba Arkelao alikuwa anatawala huko Uyahudi mahali pa Herode baba yake, aliogopa kwenda huko. Naye akiisha kuonywa

katika ndoto, akaenda zake sehemu za Galilaya, [23] akaenda akaishi katika mji ulioitwa Nazareti. Hivyo likawa limetimia neno lililonenwa na manabii, "Ataitwa Mnazarayo."

Yohana Mbatizaji Atayarisha Njia

3 Siku hizo Yohana Mbatizaji alikuja akihubiri katika nyika ya Uyahudi, akisema, [2] "Tubuni, kwa maana Ufalme wa Mbinguni umekaribia." [3] Huyu ndiye yule aliyenenwa habari zake na nabii Isaya aliposema:

"Sauti ya mtu aliaye huko nyikani,
'Tayarisheni njia kwa ajili ya Bwana,
     yanyoosheni mapito yake.' "

[4] Basi Yohana alivaa mavazi yaliyotengenezwa kwa singa za ngamia, akiwa na mkanda wa ngozi kiunoni mwake. Chakula chake kilikuwa nzige na asali ya mwitu. [5] Watu walikuwa wakimwendea kutoka Yerusalemu, Uyahudi yote na nchi zote za kandokando ya Mto Yordani. [6] Nao wakaziungama dhambi zao, akawabatiza katika Mto Yordani.

[7] Lakini alipowaona Mafarisayo na Masadukayo wengi wakija ili kubatizwa, aliwaambia: "Ninyi watoto wa nyoka! Ni nani aliyewaonya kuikimbia ghadhabu inayokuja? [8] Basi zaeni matunda yastahiliyo toba. [9] Wala msidhani mnaweza kusema mioyoni mwenu kuwa, 'Sisi tunaye Abrahamu, baba yetu.' Nawaambia kuwa Mungu anaweza kumwinulia Abrahamu watoto kutoka kwa mawe haya. [10] Hata sasa shoka limeshawekwa tayari kwenye shina la kila mti, basi kila mti usiozaa matunda mazuri, hukatwa na kutupwa motoni. [11] "Mimi nawabatiza kwa maji kwa ajili ya toba. Lakini nyuma yangu anakuja yeye aliye na uwezo kuliko mimi, ambaye sistahili hata kuvichukua viatu vyake. Yeye atawabatiza kwa Roho Mtakatifu[a] na kwa moto. [12] Pepeto lake liko mkononi mwake, naye atasafisha sakafu yake ya kupuria, na kuikusanya ngano ghalani na kuyateketeza makapi kwa moto usiozimika."

Yesu Abatizwa

[13] Kisha Yesu akaja kutoka Galilaya mpaka Mto Yordani ili Yohana ambatize. [14] Lakini Yohana akajitahidi kumzuia, akimwambia, "Mimi ninahitaji kubatizwa na wewe, nawe waja kwangu nikubatize?" [15] Lakini Yesu akamjibu, "Kubali hivi sasa, kwa maana ndivyo itupasavyo kwa njia hii kuitimiza haki yote." Hivyo Yohana akakubali. [16] Naye Yesu alipokwisha kubatizwa, mara alipotoka ndani ya maji, ghafula mbingu zikafunguka, akamwona Roho wa Mungu akishuka kama hua na kutulia juu yake. [17] Nayo sauti kutoka mbinguni ikasema, "Huyu ni Mwanangu mpendwa, ambaye ninapendezwa sana naye."

Kujaribiwa Kwa Yesu

4 Kisha Yesu akaongozwa na Roho Mtakatifu kwenda nyikani ili akajaribiwe na ibilisi. [2] Baada ya kufunga siku arobaini usiku na mchana, hatimaye

---

[a]11 ...kwa Roho Mtakatifu hapa ina maana ya katika Roho Mtakatifu.

akaona njaa. [3] Mjaribu akamjia na kumwambia, "Ikiwa wewe ndiye Mwana wa Mungu, amuru mawe haya yawe mikate."

[4] Lakini Yesu akajibu, "Imeandikwa: 'Mtu haishi kwa mkate tu, ila kwa kila neno litokalo katika kinywa cha Mungu.' "

[5] Ndipo ibilisi akamchukua Yesu mpaka mji mtakatifu na kumweka juu ya mnara mrefu wa Hekalu, [6] akamwambia, "Kama wewe ndiwe Mwana wa Mungu jitupe chini. Kwa kuwa imeandikwa:

" 'Atakuagiza malaika zake,
    nao watakuchukua mikononi mwao
ili usije ukajikwaa mguu wako katika jiwe.' "

[7] Yesu akamjibu, "Pia imeandikwa: 'Usimjaribu Bwana Mungu wako.' "

[8] Kwa mara nyingine, ibilisi akamchukua Yesu mpaka kwenye kilele cha mlima mrefu na kumwonyesha falme zote za dunia na fahari zake, [9] kisha akamwambia, "Nitakupa hivi vyote kama ukinisujudia na kuniabudu."

[10] Yesu akamwambia, "Ondoka mbele yangu, Shetani! Kwa maana imeandikwa, 'Mwabudu Bwana Mungu wako, na umtumikie yeye peke yake.' "

[11] Ndipo ibilisi akamwacha, nao malaika wakaja na kumhudumia.

Yesu Aanza Kuhubiri

[12] Yesu aliposikia kwamba Yohana Mbatizaji alikuwa ametiwa gerezani, alirudi Galilaya. [13] Akaondoka Nazareti akaenda kuishi Kapernaumu, mji ulioko karibu na bahari, katika mipaka ya nchi ya Zabuloni na Naftali, [14] ili kutimiza unabii wa nabii Isaya, kama alivyosema:

[15] "Nchi ya Zabuloni na nchi ya Naftali,
    kwenye njia ya kuelekea baharini,
    ng'ambo ya Yordani,
    Galilaya ya watu wa Mataifa:
[16] watu wale waliokaa gizani
    wameona nuru kuu;
nao wale walioishi katika nchi ya uvuli wa mauti,
    nuru imewazukia."

[17] Tangu wakati huo, Yesu alianza kuhubiri akisema: "Tubuni, kwa maana Ufalme wa Mbinguni umekaribia."

Yesu Awaita Wanafunzi Wake Wa Kwanza

[18] Yesu alipokuwa anatembea kando ya Bahari ya Galilaya, aliwaona ndugu wawili, Simoni aitwaye Petro, na Andrea ndugu yake. Walikuwa wakizitupa nyavu zao baharini kwa kuwa wao walikuwa wavuvi. [19] Yesu akawaambia, "Njooni, nifuateni nami nitawafanya mwe wavuvi wa watu." [20] Mara wakaziacha nyavu zao, wakamfuata.

[21] Alipoendelea mbele kutoka pale, akawaona ndugu wengine wawili, Yakobo mwana wa Zebedayo na Yohana nduguye, wakiwa wamekaa kwenye mashua pamoja na baba yao Zebedayo, wakizitengeneza nyavu zao. Yesu akawaita. [22] Nao mara wakaiacha mashua yao, pamoja na baba yao, wakamfuata.

Yesu Ahubiri Na Kuponya Wagonjwa

[23] Yesu akapita katika Galilaya yote, akifundisha katika masinagogi yao, akihubiri habari njema za Ufalme, na akiponya kila ugonjwa na kila aina ya maradhi miongoni mwa watu. [24] Kwa hiyo sifa zake zikaenea sehemu zote za Shamu, nao watu wakamletea wote waliokuwa na magonjwa mbalimbali na maumivu, waliopagawa na pepo wachafu, wenye kifafa na waliopooza, naye akawaponya. [25] Makutano makubwa ya watu yakawa yanamjia kutoka Galilaya, Dekapoli,[a] Yerusalemu, Uyahudi na kutoka ng'ambo ya Mto Yordani.

Mahubiri Ya Yesu Kwenye Mlima

Sifa Za Aliyebarikiwa

[1] Basi Yesu alipoona makutano, alipanda mlimani akaketi chini, nao wanafunzi wake wakamjia. [2] Ndipo akaanza kuwafundisha, akisema:

[3] "Heri walio maskini wa roho,
    maana Ufalme wa Mbinguni ni wao.
[4] Heri wale wanaohuzunika,
    maana hao watafarijiwa.
[5] Heri walio wapole,
    maana hao watairithi nchi.
[6] Heri wenye njaa na kiu ya haki,
    maana hao watatoshelezwa.
[7] Heri wenye huruma,
    maana hao watapata rehema.
[8] Heri walio na moyo safi,
    maana hao watamwona Mungu.
[9] Heri walio wapatanishi,
    maana hao wataitwa wana wa Mungu.
[10] Heri wanaoteswa kwa sababu ya haki,
    maana Ufalme wa Mbinguni ni wao.

[11] "Heri ninyi watu watakapowashutumu, na kuwatesa na kunena dhidi yenu mabaya ya aina zote kwa uongo kwa ajili yangu. [12] Furahini na kushangilia kwa maana thawabu yenu ni kubwa mbinguni, kwa kuwa hivyo ndivyo walivyowatesa manabii waliokuwa kabla yenu.

Chumvi Na Nuru

[13] "Ninyi ni chumvi ya ulimwengu. Lakini chumvi ikipoteza ladha yake, yawezaje kurudishiwa ladha yake tena? Haifai tena kwa kitu chochote, ila kutupwa nje ikanyagwe na watu. [14] "Ninyi ni nuru ya ulimwengu. Mji uliojengwa kilimani hauwezi kufichika. [15] Wala watu hawawashi taa na kuifunika kwa bakuli. Badala yake, huiweka kwenye kinara chake, nayo hutoa mwanga kwa mtu aliyemo ndani ya ile nyumba. [16] Vivyo hivyo, nuru yenu iangaze mbele ya watu, ili wapate kuona matendo yenu mema wamtukuze Baba yenu aliye mbinguni.

Kutimiza Sheria

[17] "Msidhani kwamba nimekuja kufuta Sheria au Manabii; sikuja kuondoa bali kutimiza. [18] Kwa

---

[a] 25 Yaani Miji Kumi.

maana, amin nawaambia, mpaka mbingu na dunia zitakapopita, hakuna hata herufi moja ndogo wala nukta itakayopotea kwa namna yoyote kutoka kwenye Sheria, mpaka kila kitu kiwe kimetimia.

[19] Kwa hiyo, yeyote atakayevunja mojawapo ya amri ndogo kuliko zote ya amri hizi, naye akawafundisha wengine kufanya hivyo, ataitwa mdogo kabisa katika Ufalme wa Mbinguni, lakini yeyote azitendaye na kuzifundisha hizi amri ataitwa mkuu katika Ufalme wa Mbinguni. [20] Kwa maana nawaambia, haki yenu isipozidi haki ya Mafarisayo na walimu wa sheria, kamwe hamtaingia katika Ufalme wa Mbinguni.

Kuhusu Hasira

[21] "Mmesikia walivyoambiwa watu wa zamani kwamba, 'Usiue. Yeyote atakayeua atapaswa hukumu.' [22] Lakini mimi nawaambia kwamba, yeyote atakayemkasirikia ndugu yake, atapaswa hukumu. Tena, yeyote atakayemwambia ndugu yake, 'Raka,'[a] atapaswa kujibu kwa Baraza la Wayahudi.[b] Lakini yeyote atakayesema 'Wewe mpumbavu!' atapaswa hukumu ya moto wa jehanamu.

[23] "Kwa hiyo, kama unatoa sadaka yako madhabahuni, ukakumbuka kuwa ndugu yako ana kitu dhidi yako, [24] iache sadaka yako hapo mbele ya madhabahu. Enda kwanza ukapatane na ndugu yako; kisha urudi na ukatoe sadaka yako.

[25] "Patana na mshtaki wako upesi wakati uwapo njiani pamoja naye kwenda mahakamani, ili mshtaki wako asije akakutia mikononi mwa hakimu, naye hakimu akakutia mikononi mwa askari, nawe ukatupwa gerezani. [26] Amin, nakuambia, hautatoka humo hadi uwe umelipa senti ya mwisho.

Kuhusu Uzinzi

[27] "Mmesikia kwamba ilinenwa, 'Usizini.' [28] Lakini mimi nawaambia kwamba, yeyote amtazamaye mwanamke kwa kumtamani, amekwisha kuzini naye moyoni mwake. [29] Jicho lako la kuume likikusababisha kutenda dhambi, ling'oe ulitupe mbali. Ni afadhali kwako kupoteza kiungo kimoja cha mwili wako kuliko mwili wako mzima ukatupwa jehanamu. [30] Kama mkono wako wa kuume ukikusababisha kutenda dhambi, ukate, uutupe mbali. Ni afadhali kwako kupoteza kiungo kimoja cha mwili wako kuliko mwili wako mzima utupwe jehanamu.

Kuhusu Talaka

[31] "Pia ilinenwa kwamba, 'Mtu yeyote amwachaye mkewe sharti ampe hati ya talaka.' [32] Lakini mimi nawaambia, yeyote amwachaye mkewe isipokuwa kwa kosa la uasherati, amfanya mkewe kuwa mzinzi. Na yeyote amwoaye yule mwanamke aliyeachwa, anazini.

Kuhusu Kuapa

[33] "Tena mmesikia walivyoambiwa watu wa zamani kwamba, 'Usiape kwa uongo, bali timiza kiapo kile ulichofanya kwa Bwana.' [34] Lakini mimi nawaambia, msiape kabisa: iwe kwa mbingu, kwa kuwa ni kiti cha enzi cha Mungu; [35] au kwa dunia, kwa kuwa ndipo mahali pake pa kuwekea miguu; au kwa Yerusalemu, kwa kuwa ndio mji wa Mfalme Mkuu. [36] Nanyi msiape kwa vichwa vyenu, kwa kuwa hamwezi kuufanya hata unywele mmoja kuwa mweupe au mweusi. [37] 'Ndiyo' yenu iwe 'Ndiyo,' na 'Hapana' yenu iwe 'Hapana.' Lolote zaidi ya hili latoka kwa yule mwovu.

Kuhusu Kulipiza Kisasi

[38] "Mmesikia kwamba ilinenwa, 'Jicho kwa jicho na jino kwa jino.' [39] Lakini mimi nawaambia, msishindane na mtu mwovu. Lakini kama mtu akikupiga kwenye shavu la kuume, mgeuzie na la pili pia. [40] Kama mtu akitaka kukushtaki na kuchukua joho lako, mwachie achukue na koti pia. [41] Kama mtu akikulazimisha kwenda maili moja, nenda naye maili mbili. [42] Mpe yeye akuombaye, wala usimgeuzie kisogo yeye atakaye kukukopa.

Upendo Kwa Adui

[43] "Mmesikia kwamba ilinenwa, 'Mpende jirani yako na umchukie adui yako.' [44] Lakini ninawaambia: Wapendeni adui zenu na waombeeni wanaowatesa ninyi, [45] ili mpate kuwa watoto wa Baba yenu aliye mbinguni. Kwa maana yeye huwaangazia jua lake watu waovu na watu wema, naye huwanyeshea mvua wenye haki na wasio haki. [46] Kama mkiwapenda tu wale wanaowapenda, mtapata thawabu gani? Je, hata watoza ushuru hawafanyi hivyo? [47] Nanyi kama mkiwasalimu ndugu zenu tu, je, mnafanya nini zaidi ya wengine? Je, hata watu wasiomjua Mungu, hawafanyi hivyo? [48] Kwa hiyo kuweni wakamilifu kama Baba yenu wa mbinguni alivyo mkamilifu.

Kuwapa Wahitaji

6 "Angalieni msitende wema wenu mbele ya watu ili wawaone. Kwa maana mkifanya hivyo, hamna thawabu kutoka kwa Baba yenu aliye mbinguni.

[2] "Hivyo mnapowapa wahitaji, msipige panda mbele yenu kama wafanyavyo wanafiki katika masinagogi na mitaani, ili wasifiwe na watu. Amin nawaambia wao wamekwisha kupokea thawabu yao. [3] Lakini ninyi mtoapo sadaka, fanyeni kwa siri, hata mkono wako wa kushoto usijue mkono wako wa kuume unachofanya, [4] ili sadaka yako iwe ni siri. Ndipo Baba yako wa mbinguni, yeye aonaye sirini atakupa thawabu kwa wazi.

Kuhusu Maombi

[5] "Nanyi msalipo, msiwe kama wanafiki, maana wao hupenda kusali wakiwa wamesimama katika masinagogi na kando ya barabara ili waonekane na watu. Amin nawaambia, wao wamekwisha kupata thawabu yao. [6] Lakini wewe unaposali, ingia chumbani mwako, funga mlango na umwombe Baba yako aliye sirini. Naye Baba yako aonaye

---

[a]22   Raka ni neno la Kiaramu ambalo maana yake ni dharau au dhihaka ya hali ya juu.
[b]22   *Baraza la Wayahudi* lilikuwa kundi kuu kabisa la utawala wa Wayahudi lililoundwa na wazee 70 pamoja na kuhani mkuu.

sirini atakupa thawabu yako. ⁷ Nanyi mnaposali msiseme maneno kama wafanyavyo watu wasiomjua Mungu. Kwa maana wao hudhani kwamba watasikiwa kwa sababu ya wingi wa maneno yao. ⁸ Msiwe kama wao, kwa sababu Baba yenu anajua kile mnachohitaji kabla hamjamwomba.

⁹ "Hivi basi, ndivyo iwapasavyo kuomba:

" 'Baba yetu uliye mbinguni,
   Jina lako litukuzwe.
¹⁰ Ufalme wako uje.
   Mapenzi yako yafanyike
   hapa duniani kama huko mbinguni.
¹¹ Utupatie riziki yetu
   ya kila siku.
¹² Utusamehe deni zetu,
   kama sisi nasi tulivyokwisha
   kuwasamehe wadeni wetu.
¹³ Usitutie majaribuni,
   bali utuokoe kutoka kwa yule mwovu
   [kwa kuwa Ufalme ni wako, na nguvu,
   na utukufu, hata milele. Amen].'

¹⁴ Kwa kuwa kama mkiwasamehe watu wengine wanapowakosea, Baba yenu wa mbinguni atawasamehe ninyi pia. ¹⁵ Lakini msipowasamehe watu wengine makosa yao, naye Baba yenu hatawasamehe ninyi makosa yenu.

Kuhusu Kufunga

¹⁶ "Mnapofunga, msiwe wenye huzuni kama wafanyavyo wanafiki. Maana wao hukunja nyuso zao ili kuwaonyesha wengine kwamba wamefunga. Amin, amin nawaambia wao wamekwisha kupata thawabu yao kamilifu. ¹⁷ Lakini mnapofunga, jipakeni mafuta kichwani na kunawa nyuso zenu ¹⁸ ili kufunga kwenu kusionekane na watu wengine ila Baba yenu aketiye mahali pa siri; naye Baba yenu aonaye sirini atawapa thawabu yenu kwa wazi.

Akiba Ya Mbinguni

¹⁹ "Msijiwekee hazina duniani, mahali ambapo nondo na kutu huharibu, nao wevi huvunja na kuiba. ²⁰ Lakini jiwekeeni hazina mbinguni, mahali ambapo nondo na kutu haviharibu, wala wevi hawavunji na kuiba. ²¹ Kwa sababu mahali hazina yako ilipo, hapo ndipo pia moyo wako utakapokuwa.

Jicho Ni Taa Ya Mwili

²² "Jicho ni taa ya mwili. Kama jicho lako ni nyofu, mwili wako wote utajaa nuru. ²³ Lakini kama jicho lako ni ovu, mwili wako wote utajawa na giza. Kwa hiyo basi, kama nuru iliyomo ndani yako ni giza, hilo ni giza kuu namna gani!

Mungu Na Mali

²⁴ "Hakuna mtu awezaye kuwatumikia mabwana wawili. Kwa kuwa atamchukia huyu na kumpenda yule mwingine, au atashikamana sana na huyu na kumdharau yule mwingine. Hamwezi kumtumikia Mungu pamoja na Mali.ᵃ

ᵃ24 Mali (au Utajiri) hapa inatoka neno Mamoni kwa Kiaramu au Mamona kwa Kiyunani.

Msiwe Na Wasiwasi

²⁵ "Kwa hiyo nawaambia, msisumbukie maisha yenu kwamba mtakula nini au mtakunywa nini; au msumbukie miili yenu kwamba mtavaa nini. Je, maisha si zaidi ya chakula, na mwili zaidi ya mavazi? ²⁶ Waangalieni ndege wa angani; wao hawapandi wala hawavuni au kuweka ghalani, lakini Baba yenu wa mbinguni huwalisha. Je, ninyi si wa thamani zaidi kuliko hao ndege? ²⁷ Ni nani miongoni mwenu ambaye kwa kujitaabisha kwake anaweza kujiongezea hata saa moja zaidi katika maisha yake? ²⁸ "Nanyi kwa nini mnajitaabisha kwa ajili ya mavazi? Fikirini maua ya shambani yameavyo. Hayafanyi kazi wala hayafumi. ²⁹ Lakini nawaambia, hata Solomoni katika fahari yake yote hakuvikwa vizuri kama mojawapo ya hayo maua. ³⁰ Basi ikiwa Mungu huyavika hivi majani ya shambani, ambayo leo yapo na kesho yanatupwa motoni, je, hatawavika ninyi vizuri zaidi, enyi wa imani haba? ³¹ Kwa hiyo msiwe na wasiwasi, mkisema, 'Tutakula nini?' Au 'Tutakunywa nini?' Au 'Tutavaa nini?' ³² Watu wasiomjua Mungu ndio wanaoshindania hayo, lakini Baba yenu wa mbinguni anafahamu kuwa mnahitaji haya yote. ³³ Lakini utafuteni kwanza Ufalme wa Mungu na haki yake, na haya yote atawapa pia. ³⁴ Kwa hiyo msiwe na wasiwasi kuhusu kesho, kwa sababu kesho itajitaabikia yenyewe. Yatosha kwa siku masumbufu yake.

Kuwahukumu Wengine

7 "Usihukumu ili usije ukahukumiwa. ² Kwa maana jinsi unavyowahukumu wengine, ndivyo utakavyohukumiwa, na kwa kipimo kile upimiacho, ndicho utakachopimiwa. ³ "Mbona unatazama kibanzi kilicho ndani ya jicho la ndugu yako, na wala huoni boriti iliyo ndani ya jicho lako mwenyewe? ⁴ Au unawezaje kumwambia ndugu yako, 'Acha nitoe kibanzi kwenye jicho lako,' wakati kuna boriti kwenye jicho lako mwenyewe? ⁵ Ewe mnafiki, ondoa boriti ndani ya jicho lako kwanza, ndipo utaweza kuona dhahiri jinsi ya kuondoa kibanzi kilicho ndani ya jicho la ndugu yako.

⁶ "Msiwape mbwa vitu vilivyo vitakatifu; wala msitupie nguruwe lulu zenu. Kama mkifanya hivyo, watazikanyagakanyaga na kisha watawageukia na kuwararua vipande vipande.

Omba, Tafuta, Bisha

⁷ "Ombeni nanyi mtapewa; tafuteni nanyi mtapata; bisheni nanyi mtafunguliwa mlango. ⁸ Kwa kuwa kila aombaye hupewa; naye kila atafutaye hupata; na kila abishaye hufunguliwa mlango. ⁹ "Au ni nani miongoni mwenu ambaye mwanawe akimwomba mkate atampa jiwe? ¹⁰ Au mwanawe akimwomba samaki atampa nyoka? ¹¹ Ikiwa ninyi basi mlio waovu mnajua kuwapa watoto wenu vitu vizuri, si zaidi sana Baba yenu aliye mbinguni atawapa vitu vizuri wale wamwombao? ¹² Kwa hiyo chochote mnachotaka mtendewe na watu, ninyi nanyi watendeeni vivyo hivyo. Kwa kuwa hii ndiyo Sheria na Manabii.

Njia Nyembamba Na Njia Pana

¹³ "Ingieni kupitia mlango mwembamba, kwa maana lango ni pana na njia ni pana ielekeayo upotevuni, nao ni wengi waingiao kwa kupitia lango hilo. ¹⁴ Lakini mlango ni mwembamba na njia ni finyu ielekeayo kwenye uzima, nao ni wachache tu waionao.

Mti Na Tunda Lake

¹⁵ "Jihadharini na manabii wa uongo, wanaowajia wakiwa wamevaa mavazi ya kondoo, lakini ndani ni mbwa mwitu wakali. ¹⁶ Mtawatambua kwa matunda yao. Je, watu huchuma zabibu kwenye miiba, au tini kwenye michongoma? ¹⁷ Vivyo hivyo, mti mwema huzaa matunda mazuri, na mti mbaya huzaa matunda mabaya. ¹⁸ Mti mwema hauwezi kuzaa matunda mabaya, wala mti mbaya hauwezi kuzaa matunda mazuri. ¹⁹ Kila mti usiozaa matunda mazuri hukatwa na kutupwa motoni. ²⁰ Hivyo, mtawatambua kwa matunda yao.

Mwanafunzi Wa Kweli

²¹ "Si kila mtu aniambiaye, 'Bwana, Bwana,' atakayeingia katika Ufalme wa Mbinguni, bali ni yeye afanyaye mapenzi ya Baba yangu aliye mbinguni. ²² Wengi wataniambia siku ile, 'Bwana, Bwana, hatukutoa unabii kwa jina lako, na kwa jina lako kutoa pepo wachafu na kufanya miujiza mingi?' ²³ Ndipo nitakapowaambia wazi, 'Sikuwajua kamwe. Ondokeni kwangu, ninyi watenda maovu!'

Msikiaji Na Mtendaji

²⁴ "Kwa hiyo kila mtu ayasikiaye haya maneno yangu na kuyatenda, ni kama mtu mwenye busara aliyejenga nyumba yake kwenye mwamba. ²⁵ Mvua ikanyesha, mafuriko yakaja, na upepo ukavuma ukaipiga hiyo nyumba. Lakini haikuanguka; kwa sababu msingi wake ulikuwa kwenye mwamba. ²⁶ Naye kila anayesikia haya maneno yangu wala asiyatende, ni kama mtu mjinga aliyejenga nyumba yake kwenye mchanga. ²⁷ Mvua ikanyesha, mafuriko yakaja, nao upepo ukavuma ukaipiga hiyo nyumba, nayo ikaanguka kwa kishindo kikubwa."

²⁸ Yesu alipomaliza kusema maneno haya, makutano ya watu wakashangazwa sana na mafundisho yake, ²⁹ kwa sababu alifundisha kama yeye aliye na mamlaka, wala si kama walimu wao wa sheria.

Yesu Amtakasa Mwenye Ukoma

8 Yesu aliposhuka kutoka mlimani, makutano makubwa ya watu yakamfuata. ² Mtu mmoja mwenye ukoma akaja na kupiga magoti mbele yake, akasema, "Bwana, kama ukitaka, unaweza kunitakasa."

³ Yesu akanyoosha mkono wake akamgusa yule mtu, akamwambia, "Nataka. Takasika!" Mara yule mtu akatakasika ukoma wake. ⁴ Kisha Yesu akamwambia, "Hakikisha humwambii mtu yeyote. Lakini nenda ukajionyeshe kwa kuhani, na utoe sadaka aliyoamuru Mose, ili kuwa ushuhuda kwao."

Yesu Amponya Mtumishi Wa Jemadari

⁵ Yesu alipoingia Kapernaumu, jemadari mmoja alimjia, kumwomba msaada, ⁶ akisema, "Bwana, mtumishi wangu amelala nyumbani na amepooza, tena ana maumivu makali ya kutisha."

⁷ Yesu akamwambia, "Nitakuja na kumponya."

⁸ Lakini yule jemadari akamwambia, "Bwana, mimi sistahili wewe kuingia chini ya dari yangu. Lakini sema neno tu, naye mtumishi wangu atapona. ⁹ Kwa kuwa mimi mwenyewe ni mtu niliyewekwa chini ya mamlaka, nikiwa na askari chini yangu. Nikimwambia huyu, 'Nenda,' yeye huenda; na mwingine nikimwambia, 'Njoo,' yeye huja. Nikimwambia mtumishi wangu, 'Fanya hivi,' yeye hufanya."

¹⁰ Yesu aliposikia maneno haya, alishangaa, akawaambia wale waliomfuata, "Amin, nawaambia, hata katika Israeli sijapata kuona yeyote mwenye imani kubwa namna hii. ¹¹ Ninawaambia kwamba wengi watatoka mashariki na magharibi, nao watakети karamuni pamoja na Abrahamu, Isaki na Yakobo katika Ufalme wa Mbinguni. ¹² Lakini warithi wa Ufalme watatupwa katika giza la nje, ambako kutakuwako kilio na kusaga meno."

¹³ Kisha Yesu akamwambia yule jemadari, "Nenda na iwe kwako sawasawa na imani yako." Naye yule mtumishi akapona saa ile ile.

Yesu Aponya Wengi

¹⁴ Yesu alipoingia nyumbani kwa Petro, alimkuta mama mkwe wa Petro amelala kitandani, akiwa ana homa. ¹⁵ Akamgusa mkono wake na homa ikamwacha, naye akainuka na kuanza kumhudumia. ¹⁶ Jioni ile, wakamletea watu wengi waliopagawa na pepo wachafu, naye akawatoa wale pepo wachafu kwa neno lake, na kuwaponya wagonjwa wote. ¹⁷ Haya yalifanyika ili litimie lile lililonenwa kwa kinywa cha nabii Isaya kwamba:

> "Mwenyewe alitwaa udhaifu wetu
> na alichukua magonjwa yetu."

Gharama Ya Kumfuata Yesu

¹⁸ Yesu alipoona makutano mengi wamemzunguka, aliwaamuru wanafunzi wake wavuke mpaka ng'ambo ya ziwa. ¹⁹ Kisha mwalimu mmoja wa sheria akamjia Yesu na kumwambia, "Mwalimu, nitakufuata kokote uendako."

²⁰ Naye Yesu akamjibu, "Mbweha wana mapango, nao ndege wa angani wana viota, lakini Mwana wa Adamu hana mahali pa kulaza kichwa chake."

²¹ Mwanafunzi mwingine akamwambia, "Bwana, niruhusu kwanza nikamzike baba yangu."

²² Lakini Yesu akamwambia, "Nifuate, uwaache wafu wawazike wafu wao."

Yesu Atuliza Dhoruba

²³ Naye alipoingia kwenye mashua, wanafunzi wake wakamfuata. ²⁴ Ghafula, kukainuka dhoruba kali baharini hata mashua ikaanza kufunikwa na mawimbi, lakini Yesu alikuwa amelala usingizi. ²⁵ Wanafunzi wake wakamwendea na kumwamsha, wakisema, "Bwana, tuokoe! Tunazama!"

26 Naye Yesu akawaambia, "Kwa nini mnaogopa, enyi wa imani haba?" Kisha akaamka na kukemea dhoruba na mawimbi, nako kukawa shwari kabisa. 27 Wale watu wakashangaa, wakisema, "Ni mtu wa namna gani huyu? Hata upepo na mawimbi vinamtii!"

Wawili Wenye Pepo Waponywa

28 Walipofika ng'ambo katika nchi ya Wagerasi, watu wawili waliopagawa na pepo wachafu walitoka makaburini nao wakakutana naye. Watu hawa walikuwa wakali mno kiasi kwamba hakuna mtu aliyeweza kupita njia ile. 29 Wakapiga kelele, "Una nini nasi, Mwana wa Mungu? Umekuja hapa kututesa kabla ya wakati ulioamriwa?" 30 Mbali kidogo kutoka pale walipokuwa, kulikuwa na kundi kubwa la nguruwe wakilisha. 31 Wale pepo wachafu wakamsihi Yesu, "Ukitutoa humu, turuhusu twende kwenye lile kundi la nguruwe." 32 Akawaambia, "Nendeni!" Hivyo wakatoka na kuwaingia wale nguruwe, nalo kundi lote likateremka gengeni kwa kasi, likaingia katika ziwa na kufa ndani ya maji. 33 Wale watu waliokuwa wakiwachunga hao nguruwe wakakimbia wakaingia mjini, wakaeleza yote kuhusu yale yaliyowatokea wale waliokuwa wamepagawa na pepo wachafu. 34 Kisha watu wote wa mji huo wakatoka kwenda kukutana na Yesu. Nao walipomwona wakamsihi aondoke kwenye nchi yao.

Yesu Amponya Mtu Aliyepooza

9 Yesu akaingia kwenye chombo, akavuka na kufika katika mji wa kwao. 2 Wakati huo huo wakamletea mtu aliyepooza, akiwa amelazwa kwenye mkeka. Yesu alipoiona imani yao, alimwambia yule mtu aliyepooza, "Mwanangu, jipe moyo mkuu. Dhambi zako zimesamehewa." 3 Kwa ajili ya jambo hili, baadhi ya walimu wa sheria wakasema mioyoni mwao, "Huyu mtu anakufuru!" 4 Lakini Yesu akiyafahamu mawazo yao, akawaambia, "Kwa nini mnawaza maovu mioyoni mwenu? 5 Je, ni lipi lililo rahisi zaidi: kusema, 'Umesamehewa dhambi zako,' au kusema, 'Inuka, uende'? 6 Lakini, ili mpate kujua kwamba Mwana wa Adamu anayo mamlaka duniani kusamehe dhambi..." Ndipo akamwambia yule aliyepooza, "Inuka, chukua mkeka wako, uende nyumbani kwako." 7 Yule mtu akasimama, akaenda nyumbani kwake. 8 Makutano walipoyaona haya, wakajawa na hofu ya Mungu, wakamtukuza Mungu ambaye alikuwa ametoa mamlaka kama haya kwa wanadamu.

Kuitwa Kwa Mathayo

9 Yesu alipokuwa akienda kutoka huko, alimwona mtu mmoja jina lake Mathayo akiwa ameketi forodhani mahali pa kutoza ushuru. Yesu akamwambia, "Nifuate." Mathayo akaondoka, akamfuata. 10 Yesu alipokuwa akila chakula ndani ya nyumba ya Mathayo, watoza ushuru wengi na "wenye dhambi" wakaja kula pamoja naye na wanafunzi wake. 11 Mafarisayo walipoona mambo haya, wakawauliza wanafunzi wake, "Kwa nini Mwalimu wenu anakula pamoja na watoza ushuru na 'wenye dhambi'?"

12 Lakini Yesu aliposikia hayo, akawaambia, "Watu wenye afya hawahitaji tabibu, lakini wale walio wagonjwa ndio wanaohitaji tabibu. 13 Nendeni mkajifunze maana ya maneno haya: 'Nataka rehema, wala si dhabihu.' Kwa maana sikuja kuwaita wenye haki, bali wenye dhambi."

Yesu Aulizwa Kuhusu Kufunga

14 Wanafunzi wa Yohana Mbatizaji wakaja na kumuuliza Yesu, "Imekuwaje kwamba sisi na Mafarisayo tunafunga, lakini wanafunzi wako hawafungi?" 15 Yesu akawajibu, "Wageni wa bwana arusi wawezaje kuombeleza wakati angali pamoja nao? Wakati utafika ambapo bwana arusi ataondolewa kwao. Hapo ndipo watakapofunga. 16 "Hakuna mtu anayeshonea kiraka kipya kwenye nguo iliyochakaa, kwa maana kile kiraka kitachanika kutoka kwenye hiyo nguo, nayo hiyo nguo itachanika zaidi. 17 Wala watu hawaweki divai mpya kwenye viriba vikuukuu. Kama wakifanya hivyo, viriba vitapasuka nayo divai itamwagika, navyo viriba vitaharibika. Lakini divai mpya huwekwa kwenye viriba vipya, na hivyo divai na viriba huwa salama."

Mwanamke Aponywa

18 Yesu alipokuwa akiwaambia mambo haya, mara akaingia kiongozi wa sinagogi akapiga magoti mbele yake, akamwambia, "Binti yangu amekufa sasa hivi. Lakini njoo uweke mkono wako juu yake, naye atakuwa hai." 19 Yesu akaondoka akafuatana naye, nao wanafunzi wake pia wakaandamana naye. 20 Wakati huo huo, mwanamke mmoja, ambaye alikuwa na ugonjwa wa kutokwa damu kwa muda wa miaka kumi na miwili, akaja nyuma ya Yesu, akagusa upindo wa vazi lake, 21 kwa maana alisema moyoni mwake, "Kama nikigusa tu vazi lake, nitaponywa." 22 Yesu akageuka, naye alipomwona akamwambia, "Binti, jipe moyo mkuu, imani yako imekuponya." Naye yule mwanamke akapona kuanzia saa ile ile.

Yesu Amfufua Binti Wa Kiongozi Wa Sinagogi

23 Yesu alipofika nyumbani kwa yule kiongozi wa sinagogi na kuwaona waombolezaji wakipiga filimbi za maombolezo na watu wengi wakipiga kelele, 24 akawaambia, "Ondokeni! Kwa maana binti huyu hakufa, bali amelala." Wakamcheka kwa dhihaka. 25 Lakini watu walipokwisha kutolewa nje, akaingia mle ndani na kumshika yule binti mkono, naye akaamka. 26 Habari hizi zikaenea katika maeneo yale yote.

Yesu Awaponya Vipofu

27 Yesu alipokuwa akiondoka mahali pale, vipofu wawili wakamfuata wakipiga kelele kwa nguvu na kusema, "Mwana wa Daudi, tuhurumie!" 28 Alipoingia mle nyumbani wale vipofu wakamjia. Naye Yesu akawauliza, "Mnaamini kwamba ninaweza kufanya jambo hili?" Wakamjibu, "Ndiyo, Bwana." 29 Ndipo Yesu akagusa macho yao na kusema,

"Iwe kwenu sawasawa na imani yenu." [30] Macho yao yakafunguka. Yesu akawaonya vikali, akisema, "Angalieni mtu yeyote asijue kuhusu jambo hili." [31] Lakini wao wakaenda na kueneza habari zake katika eneo lile lote.

Yesu Amponya Mtu Bubu

[32] Walipokuwa wanatoka, mtu mmoja aliyekuwa amepagawa na pepo mchafu na ambaye hakuweza kuongea aliletwa kwa Yesu. [33] Yule pepo mchafu alipotolewa, yule mtu aliyekuwa bubu akaongea. Ule umati wa watu ukastaajabu na kusema, "Jambo kama hili kamwe halijapata kuonekana katika Israeli." [34] Lakini Mafarisayo wakasema, "Huyo anatoa pepo wachafu kwa uwezo wa mkuu wa pepo wachafu."

Watendakazi Ni Wachache

[35] Yesu akazunguka katika miji yote na vijiji vyote, akifundisha katika masinagogi yao, akihubiri habari njema za Ufalme, na akiponya kila ugonjwa na kila aina ya maradhi. [36] Alipoona makutano, aliwahurumia kwa sababu walikuwa wanasumbuka bila msaada, kama kondoo wasiokuwa na mchungaji. [37] Ndipo akawaambia wanafunzi wake, "Mavuno ni mengi lakini watendakazi ni wachache. [38] Kwa hiyo mwombeni Bwana wa mavuno, ili apeleke watendakazi katika shamba lake la mavuno."

Yesu Awatuma Wale Kumi Na Wawili

10 Ndipo Yesu akawaita wanafunzi wake kumi na wawili, naye akawapa mamlaka juu ya pepo wachafu, ili waweze kuwatoa na kuponya kila ugonjwa na maradhi ya kila aina.

[2] Haya ndiyo majina ya hao mitume kumi na wawili: wa kwanza, Simoni aitwaye Petro, na Andrea nduguye; Yakobo mwana wa Zebedayo, na Yohana nduguye; [3] Filipo, na Bartholomayo; Tomaso, na Mathayo mtoza ushuru; Yakobo mwana wa Alfayo, na Thadayo; [4] Simoni Mkananayo, na Yuda Iskariote aliyemsaliti Yesu.

[5] Hawa kumi na wawili, Yesu aliwatuma akawaagiza: "Msiende miongoni mwa watu wa Mataifa, wala msiingie mji wowote wa Wasamaria. [6] Lakini afadhali mshike njia kuwaendea kondoo wa nyumba ya Israeli waliopotea. [7] Wakati mnapokwenda, hubirini mkisema, 'Ufalme wa Mbinguni umekaribia.' [8] Ponyeni wagonjwa, fufueni wafu, takaseni wenye ukoma, toeni pepo wachafu. Mmepata bure, toeni bure. [9] Msichukue dhahabu, wala fedha, wala shaba kwenye vifuko vyenu. [10] Msichukue mkoba wa safari, wala kanzu mbili, wala jozi ya pili ya viatu, wala fimbo, kwa maana mtendakazi anastahili posho yake.

[11] "Mji wowote au kijiji chochote mtakapoingia, tafuteni humo mtu anayestahili, nanyi kaeni kwake mpaka mtakapoondoka. [12] Mkiingia kwenye nyumba, itakieni amani. [13] Kama nyumba hiyo inastahili, amani yenu na iwe juu yake. La sivyo, amani yenu na iwarudie ninyi. [14] Kama mtu yeyote hatawakaribisha ninyi, wala kusikiliza maneno yenu, kung'uteni mavumbi kutoka kwenye miguu

yenu mtakapokuwa mnatoka kwenye nyumba hiyo au mji huo. [15] Amin, nawaambia, itakuwa rahisi zaidi kwa miji ya Sodoma na Gomora kustahimili katika hukumu kuliko mji huo.

Mateso Yanayokuja

[16] "Tazama, ninawatuma kama kondoo katikati ya mbwa mwitu. Kwa hiyo mwe werevu kama nyoka na wapole kama hua. [17] "Jihadharini na wanadamu; kwa maana watawapeleka katika mabaraza yao na kuwapiga kwenye masinagogi yao. [18] Nanyi mtaburutwa mbele ya watawala na wafalme kwa ajili yangu, ili kuwa ushuhuda kwao na kwa watu wa Mataifa. [19] Lakini watakapowapeleka humo, msisumbuke kufikiria mtakalosema, kwa maana mtapewa la kusema wakati huo. [20] Kwa sababu si ninyi mtakaokuwa mkinena, bali ni Roho wa Baba yenu atakayekuwa akinena kupitia kwenu. [21] "Ndugu atamsaliti ndugu yake ili auawe, naye baba atamsaliti mtoto wake. Watoto nao wataasi dhidi ya wazazi wao na kusababisha wauawe. [22] Watu wote watawachukia kwa ajili ya Jina langu. Lakini yule atakayevumilia hadi mwisho ataokolewa. [23] Wakiwatesa katika mji mmoja, kimbilieni mji mwingine. Amin, amin nawaambia, hamtamaliza miji yote ya Israeli kabla Mwana wa Adamu kuja.

[24] "Mwanafunzi hawezi kumzidi mwalimu wake, wala mtumishi hamzidi bwana wake. [25] Yatosha mwanafunzi kuwa kama mwalimu wake, na mtumishi kuwa kama bwana wake. Ikiwa mkuu wa nyumba ameitwa Beelzebuli,[a] je, si watawaita zaidi wale wa nyumbani mwake!

Anayestahili Kuogopwa

[26] "Kwa hiyo msiwaogope hao, kwa maana hakuna kilichofichika ambacho hakitafunuliwa, wala hakuna siri ambayo haitajulikana. [27] Ninalowaambia gizani, ninyi lisemeni mchana peupe. Na lile mnalosikia likinong'onwa masikioni mwenu, lihubirini juu ya nyumba. [28] Msiwaogope wale wauao mwili lakini hawawezi kuua roho. Afadhali mwogopeni yeye awezaye kuiangamiza roho na mwili katika jehanamu.[b] [29] Je, shomoro wawili hawauzwi kwa senti moja tu? Lakini hakuna hata mmoja wao atakayeanguka chini pasipo Baba yenu kujua. [30] Hata nywele za vichwa vyenu zote zimehesabiwa. [31] Hivyo msiogope; kwa maana ninyi ni wa thamani kubwa kuliko shomoro wengi. [32] "Kila mtu atakayenikiri mbele za watu, mimi nami nitamkiri yeye mbele za Baba yangu aliye mbinguni. [33] Lakini yeyote atakayenikana mimi mbele ya watu, mimi nami nitamkana mbele za Baba yangu aliye mbinguni.

Sikuleta Amani, Bali Upanga

[34] "Msidhani kwamba nimekuja kuleta amani duniani. Sikuja kuleta amani bali upanga. [35] Kwa maana nimekuja kumfitini

---

[a]25 Beelzebuli kwa Kiyunani ni Beelzebubu, yaani mkuu wa pepo wachafu.
[b]28 Jehanamu kwa Kiyunani ni Gehena, maana yake ni Kuzimu, yaani motoni.

" 'mtu na babaye,
    binti na mamaye,
    mkwe na mama mkwe wake;
[36] nao adui za mtu watakuwa
    ni wale watu wa nyumbani kwake.'

[37] "Yeyote ampendaye baba yake au mama yake kuliko anavyonipenda mimi, hastahili kuwa wangu. Yeyote ampendaye mwanawe au binti yake kuliko anavyonipenda mimi, hastahili kuwa wangu. [38] Tena yeyote asiyeuchukua msalaba wake na kunifuata, hastahili kuwa wangu. [39] Kwa maana yeyote anayetaka kuyaokoa maisha yake atayapoteza, lakini yeyote atakayeyapoteza maisha yake kwa ajili yangu atayapata.

Watakaopokea Thawabu

[40] "Mtu yeyote atakayewapokea ninyi atakuwa amenipokea mimi, na yeyote atakayenipokea mimi atakuwa amempokea yeye aliyenituma. [41] Mtu yeyote anayempokea nabii kwa kuwa ni nabii atapokea thawabu ya nabii, naye mtu anayempokea mwenye haki kwa kuwa ni mwenye haki atapokea thawabu ya mwenye haki. [42] Kama yeyote akimpa hata kikombe cha maji baridi mmoja wa hawa wadogo kwa kuwa ni mwanafunzi wangu, amin, nawaambia, hataikosa thawabu yake."

Yesu Na Yohana Mbatizaji

11 Baada ya Yesu kumaliza kutoa maagizo kwa wanafunzi wake kumi na wawili, aliondoka hapo akaenda kufundisha na kuhubiri katika miji yao.

[2] Yohana aliposikia akiwa gerezani mambo ambayo Kristo[a] alikuwa akiyafanya, aliwatuma wanafunzi wake [3] ili wakamuulize, "Wewe ndiye yule aliyekuwa aje, au tumngojee mwingine?" [4] Yesu akajibu, "Rudini mkamwambie Yohana yale mnayosikia na kuyaona: [5] Vipofu wanapata kuona, viwete wanatembea, wenye ukoma wanatakaswa, viziwi wanasikia, wafu wanafufuliwa, na maskini wanahubiriwa habari njema. [6] Amebarikiwa mtu yule asiyechukizwa na mimi."

[7] Wale wanafunzi wa Yohana walipokuwa wanaondoka, Yesu akaanza kusema na makutano kuhusu Yohana Mbatizaji. Akawauliza, "Mlipokwenda kule nyikani, mlikwenda kuona nini? Je, ni unyasi ukipepeushwa na upepo? [8] Kama sivyo, mlikwenda kuona nini basi? Mtu aliyevaa mavazi ya kifahari? La hasha, watu wanaovaa mavazi ya kifahari wako katika majumba ya wafalme. [9] Basi mlikwenda kuona nini? Mlikwenda kumwona nabii? Naam, nawaambia, yeye ni zaidi ya nabii. [10] Huyu ndiye ambaye habari zake zimeandikwa:

" 'Tazama nitamtuma mjumbe wangu
    mbele yako,
    atakayetengeneza njia mbele yako.'

[11] Amin, nawaambia, miongoni mwa wale waliozaliwa na wanawake, hajatokea mtu aliye mkuu kuliko Yohana Mbatizaji. Lakini aliye mdogo kabisa katika Ufalme wa Mbinguni ni mkuu kuliko Yohana. [12] Tangu siku za Yohana Mbatizaji hadi sasa, Ufalme wa Mbinguni hupatikana kwa nguvu, nao wenye nguvu wanauteka. [13] Kwa maana manabii wote na Sheria walitabiri mpaka wakati wa Yohana. [14] Ikiwa mko tayari kukubali hilo, yeye ndiye yule Eliya ambaye manabii walikuwa wamesema angekuja. [15] Yeye aliye na masikio, na asikie. [16] "Lakini kizazi hiki nikifananishe na nini? Kinafanana na watoto waliokaa sokoni wakiwaita wenzao na kuwaambia,

[17] " 'Tuliwapigia filimbi,
    lakini hamkucheza;
    tuliwaimbia nyimbo za maombolezo,
    lakini hamkuomboleza.'

[18] Kwa maana Yohana Mbatizaji alikuja, alikuwa hali wala hanywi, nao wanasema, 'Yeye ana pepo mchafu.' [19] Mwana wa Adamu alikuja akila na kunywa, nao wanasema, 'Tazameni huyu mlafi na mlevi, rafiki wa watoza ushuru na "wenye dhambi." ' Lakini hekima huthibitishwa kuwa kweli kwa matendo yake.

Onyo Kwa Miji Isiyotubu

[20] Ndipo Yesu akaanza kushutumu miji ambamo alifanya miujiza yake mingi kuliko kwingine, kwa maana watu wake hawakutubu. [21] "Ole wako, Korazini! Ole wako Bethsaida! Kwa maana kama miujiza iliyofanyika kwenu, ingefanyika Tiro na Sidoni, miji hiyo ingekuwa imetubu zamani kwa kuvaa magunia na kujipaka majivu. [22] Lakini nawaambia, itakuwa rahisi zaidi kwa Tiro na Sidoni kustahimili katika siku ya hukumu, kuliko ninyi. [23] Nawe Kapernaumu, je, utainuliwa hadi mbinguni? La hasha, utashushwa mpaka kuzimu.[b] Miujiza iliyofanyika kwako ingefanyika huko Sodoma, mji huo ungalikuwepo hadi leo. [24] Lakini nakuambia kwamba, itakuwa rahisi zaidi kwa Sodoma kustahimili katika siku ya hukumu kuliko wewe.

Hakuna Amjuaye Baba Ila Mwana

[25] Wakati huo Yesu alisema, "Nakuhimidi Baba, Bwana wa mbingu na nchi, kwa kuwa umewaficha mambo haya wenye hekima na wenye elimu, nawe ukawafunulia watoto wadogo. [26] Naam, Baba, kwa kuwa hivyo ndivyo ilivyokupendeza. [27] "Nimekabidhiwa vitu vyote na Baba yangu: Hakuna mtu amjuaye Mwana ila Baba, wala hakuna amjuaye Baba ila Mwana na yeyote ambaye Mwana anapenda kumfunulia.

Yesu Awaita Waliolemewa Na Mizigo

[28] "Njooni kwangu, ninyi nyote mnaotaabika na kulemewa na mizigo, nami nitawapumzisha. [29] Jifungeni nira yangu, mjifunze kutoka kwangu, kwa maana mimi ni mpole na mnyenyekevu wa moyo, nanyi mtapata raha nafsini mwenu. [30] Kwa maana nira yangu ni laini na mzigo wangu ni mwepesi."

---

[a] 2 *Kristo* maana yake ni *Masiya,* yaani *Aliyetiwa mafuta.*   [b] 23 *Kuzimu* ni *Mahali pa wafu.*

Bwana Wa Sabato

12 Wakati huo Yesu alipitia kwenye mashamba ya nafaka siku ya Sabato. Wanafunzi wake walikuwa na njaa, nao wakaanza kuvunja masuke ya nafaka na kuyala. ² Lakini Mafarisayo walipoona jambo hili, wakamwambia, "Tazama! Wanafunzi wako wanafanya jambo lisilo halali kufanywa siku ya Sabato."

³ Yesu akawajibu, "Je, hamjasoma alichofanya Daudi na wenzake walipokuwa na njaa? ⁴ Aliingia katika nyumba ya Mungu, akala mikate iliyowekwa wakfu, yeye na wenzake, jambo ambalo halikuwa halali kwao kufanya, isipokuwa makuhani peke yao. ⁵ Au hamjasoma katika Sheria kwamba siku ya Sabato makuhani huvunja sheria ya Sabato Hekaluni lakini hawahesabiwi kuwa na hatia? ⁶ Nawaambia wazi kwamba, yeye aliye mkuu kuliko Hekalu yupo hapa. ⁷ Kama mngekuwa mmejua maana ya maneno haya, 'Nataka rehema, wala si dhabihu,' msingewalaumu watu wasio na hatia, ⁸ kwa maana Mwana wa Adamu ndiye Bwana wa Sabato."

Yesu Anamponya Mtu Aliyepooza Mkono

⁹ Yesu akaondoka mahali hapo, akaingia ndani ya sinagogi lao, ¹⁰ na huko alikuwepo mtu aliyepooza mkono. Wakitafuta sababu ya kumshtaki Yesu, wakamuuliza, "Je, ni halali kuponya siku ya Sabato?"

¹¹ Yesu akawaambia, "Ni nani miongoni mwenu, mwenye kondoo wake ambaye huyo kondoo akitumbukia shimoni siku ya Sabato hatamtoa? ¹² Mtu ana thamani kubwa kuliko kondoo. Kwa hiyo ni halali kutenda mema siku ya Sabato."

¹³ Ndipo akamwambia yule mtu, "Nyoosha mkono wako." Akaunyoosha, nao ukaponywa ukawa mzima kama ule mwingine. ¹⁴ Lakini Mafarisayo wakatoka nje, wakafanya shauri baya juu ya Yesu jinsi watakavyoweza kumuua.

Mtumishi Aliyechaguliwa Na Mungu

¹⁵ Lakini Yesu alipoyatambua mawazo yao, akaondoka mahali hapo. Watu wengi wakamfuata, naye akawaponya wagonjwa wao wote, ¹⁶ akiwakataza wasiseme yeye ni nani. ¹⁷ Hii ilikuwa ili litimie lile neno lililonenwa kwa kinywa cha nabii Isaya kusema:

¹⁸ "Tazama mtumishi wangu niliyemchagua,
    mpendwa wangu, ninayependezwa naye.
Nitaweka Roho wangu juu yake,
    naye atatangaza haki kwa mataifa.
¹⁹ Hatagombana wala hatapiga kelele,
    wala hakuna atakayesikia sauti yake njiani.
²⁰ Mwanzi uliopondeka hatauvunja,
    na utambi unaofuka moshi hatauzima,
    mpaka atakapoifanya haki ishinde.
²¹ Katika Jina lake mataifa
    watakweka tumaini lao."

Yesu Na Beelzebuli

²² Kisha wakamletea mtu aliyekuwa amepagawa na pepo mchafu, na alikuwa kipofu na bubu. Yesu akamponya, hata akaweza kusema na kuona. ²³ Watu wote wakashangaa na kusema, "Je, yawezekana huyu ndiye Mwana wa Daudi?"

²⁴ Lakini Mafarisayo waliposikia jambo hili wakasema, "Mtu huyu anatoa pepo wachafu kwa uwezo wa Beelzebuli,ᵃ mkuu wa pepo wachafu."

²⁵ Yesu alijua walichokuwa wakiwaza, hivyo akawaambia, "Kila ufalme ukigawanyika dhidi yake wenyewe huangamia. Hali kadhalika kila mji au watu wa nyumba moja waliogawanyika dhidi yao wenyewe hawawezi kusimama. ²⁶ Kama Shetani akimtoa Shetani, atakuwa amegawanyika yeye mwenyewe. Basi ufalme wake utawezaje kusimama? ²⁷ Nami kama natoa pepo wachafu kwa nguvu za Beelzebuli, watu wenu je, wao hutoa pepo wachafu kwa uwezo wa nani? Hivyo basi, wao ndio watakaowahukumu. ²⁸ Lakini kama mimi ninatoa pepo wachafu kwa Roho wa Mungu, basi Ufalme wa Mungu umekuja juu yenu.

²⁹ "Au tena, mtu awezaje kuingia katika nyumba ya mtu mwenye nguvu na kuteka nyara mali zake asipomfunga kwanza yule mwenye nguvu? Akishamfunga, ndipo hakika anaweza kuteka nyara mali zake.

³⁰ "Mtu asiyekuwa pamoja nami yu kinyume nami, na mtu ambaye hakusanyi pamoja nami, hutawanya. ³¹ Kwa hiyo nawaambia, kila dhambi na kufuru watu watasamehewa, lakini mtu atakayekufuru Roho Mtakatifu hatasamehewa. ³² Mtu yeyote atakayesema neno dhidi ya Mwana wa Adamu atasamehewa, lakini yeyote anenaye neno dhidi ya Roho Mtakatifu hatasamehewa, iwe katika ulimwengu huu au katika ulimwengu ujao.

Mti Na Matunda Yake

³³ "Ufanye mti kuwa mzuri, nayo matunda yake yatakuwa mazuri. Au ufanye mti kuwa mbaya, na matunda yake yatakuwa mabaya. Kwa maana mti hutambulika kwa matunda yake. ³⁴ Enyi uzao wa nyoka! Mnawezaje kunena mambo mema, wakati ninyi ni waovu? Kwa maana kinywa cha mtu huyanena yale yaliyoujaza moyo wake. ³⁵ Mtu mwema hutoa yaliyo mema kutoka hazina ya mambo mema yaliyohifadhiwa ndani yake, naye mtu mwovu hutoa yaliyo maovu kutoka hazina ya mambo maovu yaliyohifadhiwa ndani yake. ³⁶ Lakini nawaambia, katika siku ya hukumu watatoa hesabu kuhusu kila neno lisilo maana walilonena. ³⁷ Kwa maana kwa maneno yako utahesabiwa haki, na kwa maneno yako utahukumiwa."

Ishara Ya Yona

³⁸ Kisha baadhi ya Mafarisayo na walimu wa sheria wakamwambia, "Mwalimu, tunataka kuona ishara kutoka kwako."

³⁹ Lakini yeye akawajibu, "Kizazi kiovu na cha uzinzi kinaomba ishara! Lakini hakitapewa ishara yoyote isipokuwa ile ishara ya nabii Yona. ⁴⁰ Kwa maana kama vile Yona alivyokuwa ndani ya tumbo la nyangumiᵇ kwa siku tatu, usiku na mchana, vivyo hivyo Mwana wa Adamu atakuwa katika

---

ᵃ24 Beelzebuli au Beelzebubu; pia 12:27.
ᵇ40 Nyangumi ni samaki mkubwa sana.

moyo wa nchi siku tatu, usiku na mchana. ⁴¹ Siku ya hukumu watu wa Ninawi watasimama pamoja na kizazi hiki na kukihukumu; kwa maana wao walitubu waliposikia mahubiri ya Yona. Na tazama, hapa yupo yeye aliye mkuu kuliko Yona. ⁴² Malkia wa Kusini atasimama wakati wa hukumu na kuki-hukumu kizazi hiki. Kwa kuwa yeye alikuja kutoka miisho ya dunia ili kuisikiliza hekima ya Solomoni. Na hapa yupo aliye mkuu kuliko Solomoni."

Mafundisho Kuhusu Pepo Mchafu

⁴³ "Pepo mchafu amtokapo mtu, hutangatanga katika sehemu zisizo na maji akitafuta mahali pa kupumzika, lakini hapati. ⁴⁴ Ndipo husema, 'Nitarudi kwenye nyumba yangu nilikotoka.' Naye arudipo huikuta ile nyumba ikiwa tupu, imefagiliwa na kupangwa vizuri. ⁴⁵ Kisha huenda na kuwaleta pepo wachafu wengine saba wabaya kuliko yeye mwenyewe, nao huingia na kukaa humo. Nayo hali ya mwisho ya yule mtu huwa ni mbaya kuliko ile ya kwanza. Ndivyo itakavyokuwa kwa kizazi hiki kiovu."

Mama Na Ndugu Zake Yesu

⁴⁶ Wakati alikuwa angali anazungumza na maku-tano, mama yake na ndugu zake wakasimama nje wakitaka kuongea naye. ⁴⁷ Ndipo mtu mmoja aka-mwambia, "Tazama, mama yako na ndugu zako wamesimama nje, wanataka kuongea na wewe." ⁴⁸ Lakini yeye akamjibu na kumwambia yule mtu, "Mama yangu ni nani, nao ndugu zangu ni nani?" ⁴⁹ Akawanyooshea mkono wanafunzi wake, akasema, "Hawa hapa ndio mama yangu na ndugu zangu! ⁵⁰ Kwa maana yeyote afanyaye mapenzi ya Baba yangu wa mbinguni, huyo ndiye ndugu yangu, na dada yangu na mama yangu."

Mfano Wa Mpanzi

13 Siku iyo hiyo Yesu akatoka nje ya nyumba, akaketi kando ya bahari. ² Umati mkubwa mno wa watu ukakusanyika kumzunguka, hata ikabidi aingie katika chombo na kuketi humo, nao watu wote wakawa wamesimama ukingoni mwa bahari. ³ Ndipo akawaambia mambo mengi kwa mifano, akisema: "Mpanzi alitoka kwenda kupa-nda mbegu zake. ⁴ Alipokuwa akitawanya mbegu, nyingine zilianguka kando ya njia, nao ndege wakaja na kuzila. ⁵ Nyingine zilianguka kwenye ardhi yenye mwamba isiyo na udongo wa kuto-sha. Zikaota haraka, kwa kuwa udongo ulikuwa haba. ⁶ Lakini jua lilipozidi, mimea ikanyauka na kukauka kwa kuwa mizizi yake haikuwa na kina. ⁷ Mbegu nyingine zilianguka kwenye miiba, nayo miiba hiyo ikakua, ikaisonga hiyo mimea. ⁸ Mbegu nyingine zilianguka kwenye udongo mzuri ambapo zilitoa mazao, nyingine mara mia moja, nyingine mara sitini, na nyingine mara thelathini. ⁹ Mwenye masikio ya kusikia, na asikie."

Sababu Ya Kufundisha Kwa Mifano

¹⁰ Wanafunzi wake wakamwendea, wakamuu-liza, "Kwa nini unasema na watu kwa mifano?" ¹¹ Akawajibu, "Ninyi mmepewa kuzifahamu siri za Ufalme wa Mbinguni, lakini wao hawajapewa.

¹² Kwa maana yule aliye na kitu atapewa zaidi, naye atakuwa navyo tele. Lakini yule asiye na kitu, hata kile alicho nacho atanyang'anywa. ¹³ Hii ndiyo sababu nasema nao kwa mifano:

"Ingawa wanatazama, hawaoni;
    wanasikiliza, lakini hawasikii,
    wala hawaelewi.

¹⁴ Kwao unatimia ule unabii wa Isaya aliposema:

" 'Hakika mtasikiliza lakini hamtaelewa;
    na pia mtatazama lakini hamtaona.
¹⁵ Kwa kuwa mioyo ya watu hawa imekuwa
      migumu;
    hawasikii kwa masikio yao,
    na wamefumba macho yao.
Wasije wakaona kwa macho yao,
    na wakasikiliza kwa masikio yao,
    wakaelewa kwa mioyo yao,
    na kugeuka nami nikawaponya.'

¹⁶ Lakini heri macho yenu kwa sababu yanaona, na heri masikio yenu kwa sababu yanasikia. ¹⁷ Amin, nawaambia, manabii wengi na wenye haki walita-mani kuona yale mnayoyaona lakini hawakuyaona, na walitamani kusikia yale mnayoyasikia lakini hawakuyasikia.

Maelezo Ya Mfano Wa Mbegu

¹⁸ "Sikilizeni basi maana ya ule mfano wa mpanzi: ¹⁹ Mtu yeyote anaposikia neno la Ufalme naye asilielewe, yule mwovu huja na kunyakua kile kilichopandwa moyoni mwake. Hii ndiyo ile mbegu iliyopandwa kando ya njia. ²⁰ Ile mbegu iliyopandwa kwenye sehemu yenye mawe ni mtu yule ambaye hulisikia neno na mara hulipokea kwa furaha. ²¹ Lakini kwa kuwa hana mizizi yenye kina ndani yake, lile neno hudumu kwa muda mfupi tu. Kisha dhiki au mateso yanapoinuka kwa ajili ya lile neno, yeye mara huchukizwa. ²² Ile mbegu iliyo-pandwa katika miiba ni yule mtu alisikiaye neno, lakini masumbufu ya maisha haya na udanganyifu wa mali hulisonga lile neno na kulifanya lisizae matunda. ²³ Lakini ile mbegu iliyopandwa kwenye udongo mzuri ni yule mtu ambaye hulisikia neno na kulielewa. Naye hakika huzaa matunda, akizaa mara mia, au mara sitini, au mara thelathini ya mbegu iliyopandwa."

Mfano Wa Magugu

²⁴ Yesu akawaambia mfano mwingine, akasema: "Ufalme wa Mbinguni unaweza kufananishwa na mtu aliyepanda mbegu nzuri katika shamba lake. ²⁵ Lakini wakati kila mtu alipokuwa amelala, adui yake akaja na kupanda magugu katikati ya ngano, akaenda zake. ²⁶ Ngano ilipoota na kutoa masuke, magugu nayo yakatokea. ²⁷ Watumishi wa yule mwenye shamba wakamjia na kumwambia, 'Bwana, si tulipanda mbegu nzuri shambani mwako? Basi, magugu yametoka wapi?' ²⁸ "Akawajibu, 'Adui ndiye alifanya jambo hili.' "Wale watumishi wakamuuliza, 'Je, unataka twende tukayang'oe?'

²⁹ "Lakini akasema, 'Hapana, msiyang'oe, kwa maana wakati mking'oa magugu mnaweza mkang'oa na ngano pamoja nayo. ³⁰ Acheni ngano na magugu vikue vyote pamoja mpaka wakati wa mavuno. Wakati huo nitawaambia wavunaji wayakusanye magugu kwanza, wayafunge matita matita ili yachomwe moto; kisha wakusanye ngano na kuileta ghalani mwangu.' "

Mfano Wa Mbegu Ya Haradali

³¹ Akawaambia mfano mwingine, akasema, "Ufalme wa Mbinguni ni kama punje ya haradali, ambayo mtu aliichukua, akaipanda shambani mwake. ³² Ingawa mbegu hiyo ni ndogo kuliko mbegu zote, lakini inapokua ni mmea mkubwa kuliko yote ya bustanini, nao huwa mti mkubwa, hadi ndege wa angani wanakuja na kutengeneza viota katika matawi yake."

Mfano Wa Chachu

³³ Akawaambia mfano mwingine, "Ufalme wa Mbinguni unafanana na chachu ambayo mwanamke aliichukua akaichanganya katika kiasi kikubwa cha unga mpaka wote ukaumuka."

Sababu Ya Yesu Kutumia Mifano

³⁴ Yesu alinena mambo haya yote kwa makutano kwa mifano. Wala hakuwaambia lolote pasipo mfano. ³⁵ Hii ilikuwa ili kutimiza lile lililonenwa kwa kinywa cha nabii alipoposema:

"Nitafungua kinywa changu niseme
    nao kwa mifano;
nitahubiri mambo yaliyofichika
    tangu kuumbwa kwa misingi
    ya ulimwengu."

Ufafanuzi Wa Mfano Wa Magugu

³⁶ Kisha Yesu akaagana na makutano, akaingia nyumbani. Wanafunzi wake wakamjia wakamwambia, "Tueleze maana ya ule mfano wa magugu shambani." ³⁷ Akawaambia, "Aliyepanda mbegu nzuri ni Mwana wa Adamu. ³⁸ Shamba ni ulimwengu na mbegu nzuri ni wana wa Ufalme. Magugu ni wana wa yule mwovu. ³⁹ Yule adui aliyepanda magugu ni ibilisi. Mavuno ni mwisho wa dunia, nao wavunaji ni malaika. ⁴⁰ "Kama vile magugu yang'olewavyo na kuchomwa motoni, ndivyo itakavyokuwa wakati wa mwisho wa dunia. ⁴¹ Mwana wa Adamu atawatuma malaika zake, nao watakusanya kutoka Ufalme wake kila kitu kinachosababisha dhambi na watenda maovu wote. ⁴² Nao watawatupa katika tanuru la moto ambako kutakuwa na kilio na kusaga meno. ⁴³ Ndipo wenye haki watang'aa kama jua katika Ufalme wa Baba yao. Yeye aliye na masikio, na asikie.

Mfano Wa Hazina Iliyofichwa Na Lulu

⁴⁴ "Ufalme wa Mbinguni unafanana na hazina iliyofichwa shambani, ambayo mtu mmoja alipoiona akaificha tena. Kisha katika furaha yake, akaenda akauza vyote alivyokuwa navyo, akalinunua lile shamba."

⁴⁵ "Tena, Ufalme wa Mbinguni unafanana na mfanyabiashara aliyekuwa akitafuta lulu safi. ⁴⁶ Alipoipata lulu moja ya thamani kubwa, alikwenda akauza vyote alivyokuwa navyo akainunua."

Mfano Wa Wavu

⁴⁷ "Tena, Ufalme wa Mbinguni ni kama wavu wa kuvua samaki uliotupwa baharini ukavua samaki wa kila aina. ⁴⁸ Ulipojaa, wavuvi wakavuta pwani, wakaketi na kukusanya samaki wazuri kuwaweka kwenye vyombo safi, lakini wale samaki wabaya wakawatupa. ⁴⁹ Hivi ndivyo itakavyokuwa wakati wa mwisho wa dunia. Malaika watakuja na kuwatenganisha watu waovu na watu wenye haki. ⁵⁰ Nao watawatupa hao waovu katika tanuru la moto ambako kutakuwa na kilio na kusaga meno." ⁵¹ Yesu akauliza, "Je, mmeyaelewa haya yote?" Wakamjibu, "Ndiyo." ⁵² Akawaambia, "Basi kila mwalimu wa sheria aliyefundishwa elimu ya Ufalme wa Mbinguni ni kama mwenye nyumba anayetoa kutoka ghala yake mali mpya na mali ya zamani."

Yesu Akataliwa Nazareti

⁵³ Yesu alipomaliza kutoa mifano hii, akaondoka. ⁵⁴ Alipofika mji wa kwao, akawafundisha watu katika sinagogi lao. Nao wakastaajabu, wakauliza, "Mtu huyu amepata wapi hekima hii na uwezo huu wa kufanya miujiza?" ⁵⁵ "Huyu si yule mwana wa seremala? Mama yake si yeye aitwaye Maria, nao ndugu zake si Yakobo, Yosefu, Simoni na Yuda? ⁵⁶ Nao dada zake wote, hawako hapa pamoja nasi? Mtu huyu amepata wapi basi mambo haya yote?" ⁵⁷ Wakachukizwa naye.
Lakini Yesu akawaambia, "Nabii hakosi heshima, isipokuwa katika nchi yake na nyumbani kwake." ⁵⁸ Naye hakufanya miujiza mingi huko kwa sababu ya kutokuamini kwao.

Yohana Mbatizaji Akatwa Kichwa

14 Wakati huo, Mfalme Herode, mtawala wa Galilaya, alisikia habari za Yesu, ² akawaambia watumishi wake, "Huyu ni Yohana Mbatizaji; amefufuka kutoka kwa wafu! Hii ndiyo sababu nguvu za kutenda miujiza zinafanya kazi ndani yake."
³ Herode alikuwa amemkamata Yohana, akamfunga na kumweka gerezani kwa sababu ya Herodia, mke wa Filipo, ndugu yake, ⁴ kwa kuwa Yohana alikuwa amemwambia Herode: "Si halali kwako kuwa na huyo mwanamke." ⁵ Herode alitaka sana kumuua Yohana, lakini akaogopa watu, kwa maana walimtambua kuwa ni nabii.
⁶ Katika siku za kuadhimisha sikukuu ya kuzaliwa kwa Herode, binti wa Herodia alicheza mbele ya watu waliohudhuria, akamfurahisha sana Herode, ⁷ kiasi kwamba aliahidi kwa kiapo kumpa huyo binti chochote angeomba. ⁸ Huyo binti, akiwa amechochewa na mama yake, akasema, "Nipe kichwa cha Yohana Mbatizaji kwenye sinia." ⁹ Mfalme akasikitika, lakini kwa sababu ya viapo alivyoapa mbele ya wageni, akaamuru kumba apatiwe ombi lake. ¹⁰ Hivyo akaagiza Yohana Mbatizaji akatwe kichwa mle gerezani. ¹¹ Kichwa chake kikaletwa kwenye sinia, akapewa yule binti,

naye akampelekea mama yake. [12] Wanafunzi wa Yohana wakaja na kuuchukua mwili wake kwenda kuuzika. Kisha wakaenda wakamwambia Yesu.

Yesu Alisha Wanaume 5,000

[13] Yesu aliposikia yaliyokuwa yametukia, aliondoka kwa chombo akaenda mahali pasipo na watu ili awe peke yake. Lakini watu walipopata habari, wakamfuata kwa miguu kupitia nchi kavu kutoka miji. [14] Yesu alipofika kando ya bahari, aliona makutano makubwa ya watu, akawahurumia na akawaponya wagonjwa wao.

[15] Ilipofika jioni, wanafunzi wake walienda kwake, wakamwambia, "Mahali hapa ni nyikani, na muda sasa umekwisha. Waage makutano ili waende zao vijijini wakajinunulie chakula." [16] Yesu akawaambia, "Hakuna sababu ya wao kuondoka. Ninyi wapeni chakula." [17] Wakamjibu, "Tuna mikate mitano na samaki wawili tu." [18] Akawaambia, "Nileteeni hivyo vitu hapa." [19] Yesu akaagiza makutano wakae chini kwenye nyasi. Akaichukua ile mikate mitano na wale samaki wawili, akainua macho yake akatazama mbinguni, akavibariki na kuimega ile mikate. Kisha akawapa wanafunzi, nao wanafunzi wakawagawia makutano. [20] Wote wakala, wakashiba. Nao wanafunzi wakakusanya vipande vilivyosalia, wakajaza vikapu kumi na viwili. [21] Idadi ya watu waliokula walikuwa wanaume wapatao 5,000, bila kuhesabu wanawake na watoto.

Yesu Atembea Juu Ya Maji

[22] Mara Yesu akawaambia wanafunzi wake waingie kwenye mashua watangulie kwenda ng'ambo ya bahari, wakati yeye alikuwa akiwaaga wale makutano. [23] Baada ya kuwaaga, akaenda zake mlimani peke yake kuomba. Jioni ilipofika, Yesu alikuwa huko peke yake. [24] Wakati huo ile mashua ilikuwa mbali kutoka nchi kavu ikisukwasukwa na mawimbi, kwa sababu upepo ulikuwa wa mbisho. [25] Wakati wa zamu ya nne ya usiku,ᵃ Yesu akawaendea wanafunzi wake akiwa anatembea juu ya maji. [26] Wanafunzi wake walipomwona akitembea juu ya maji, waliingiwa na hofu kuu, wakasema, "Ni mzimu." Wakapiga yowe kwa uoogopa. [27] Lakini mara Yesu akasema nao, akawaambia, "Jipeni moyo! Ni mimi. Msiogope." [28] Petro akamjibu, "Bwana, ikiwa ni wewe, niambie nije kwako nikitembea juu ya maji." [29] Yesu akamwambia, "Njoo."

Basi Petro akatoka kwenye chombo, akatembea juu ya maji kumwelekea Yesu. [30] Lakini alipoona upepo mkali aliingiwa na hofu, naye akaanza kuzama, huku akipiga kelele, "Bwana, niokoe!" [31] Mara Yesu akaunyoosha mkono wake na kumshika, akamwambia, "Wewe mwenye imani haba, kwa nini uliona shaka?" [32] Nao walipoingia ndani ya mashua, upepo ukakoma. [33] Ndipo wote waliokuwa ndani ya ile mashua wakamwabudu Yesu, wakisema, "Hakika, wewe ndiwe Mwana wa Mungu."

Yesu Awaponya Wagonjwa Genesareti

[34] Walipokwisha kuvuka, wakafika nchi ya Genesareti. [35] Watu wa eneo lile walipomtambua Yesu, walipeleka habari sehemu zote za jirani. Watu wakamletea wagonjwa wao wote, [36] wakamsihi awaruhusu wagonjwa waguse tu pindo la vazi lake, nao wote waliomgusa, wakaponywa.

Mapokeo Ya Wazee

15 Ndipo baadhi ya Mafarisayo na walimu wa sheria wakamjia Yesu kutoka Yerusalemu na kumuuliza, [2] "Mbona wanafunzi wako wanakiuka mapokeo ya wazee? Kwa maana wao hawanawi mikono yao kabla ya kula!"

[3] Yesu akawajibu, "Mbona ninyi mnavunja amri ya Mungu kwa ajili ya mapokeo yenu? [4] Kwa maana Mungu alisema, 'Waheshimu baba yako na mama yako,' na, 'Yeyote amtukanaye baba yake au mama yake, na auawe.' [5] Lakini ninyi mwafundisha kwamba mtu akimwambia baba yake au mama yake, 'Kile ambacho ningeweza kukusaidia kimewekwa wakfu kwa Mungu,' [6] basi hana tena sababu ya kumheshimu baba yake nacho. Basi kwa ajili ya mafundisho yenu mnavunja amri ya Mungu. [7] Ninyi wanafiki! Isaya alikuwa sawa alipotabiri juu yenu kwamba:

[8] " 'Watu hawa huniheshimu kwa midomo yao,
lakini mioyo yao iko mbali nami.
[9] Huniabudu bure;
nayo mafundisho yao
ni maagizo ya wanadamu tu.' "

Vitu Vitiavyo Unajisi

[10] Yesu akaita ule umati wa watu, akawaambia, "Sikilizeni na mwelewe: [11] kinachomfanya mtu kuwa najisi mbele za Mungu si kile kiingiacho kinywani mwake, bali ni kile kitokacho kinywani mwake."

[12] Kisha wanafunzi wake wakamjia na kumuuliza, "Je, unajua kwamba Mafarisayo walichukizwa sana waliposikia yale uliyosema?"

[13] Akawajibu, "Kila pando ambalo Baba yangu wa mbinguni hakulipanda, litang'olewa. [14] Waacheni; wao ni viongozi vipofu, wanaoongoza vipofu. Kama kipofu akimwongoza kipofu mwenzake, wote wawili watatumbukia shimoni."

[15] Petro akasema, "Tueleze maana ya huu mfano." [16] Yesu akawauliza, "Je, bado ninyi hamfahamu? [17] Je, hamwelewi kwamba chochote kiingiacho kinywani huenda tumboni, na hatimaye hutolewa nje kikiwa uchafu? [18] Lakini kitokacho kinywani hutoka moyoni, na hiki ndicho kimtiacho mtu unajisi. [19] Kwa maana ndani ya moyo hutoka mawazo mabaya, uuaji, uzinzi, uasherati, wizi, ushahidi wa uongo na masingizio. [20] Haya ndiyo yamtiayo mtu unajisi; lakini kula bila kunawa mikono hakumtii mtu unajisi.

Imani Ya Mwanamke Mkanaani

[21] Yesu aliondoka mahali pale, akaenda sehemu za Tiro na Sidoni. [22] Mwanamke mmoja Mkanaani aliyeishi sehemu jirani na hizo akaja kwake akilia,

---
ᵃ25 Zamu ya nne ya usiku ni kati ya saa tisa na saa kumi na mbili asubuhi.

akasema, "Nihurumie, Ee Bwana, Mwana wa Daudi! Binti yangu amepagawa na pepo mchafu, na anateseka sana."

²³ Lakini Yesu hakumjibu neno. Hivyo wanafunzi wake wakamwendea na kumsihi sana, wakisema, "Mwambie aende zake, kwa maana anaendelea kutupigia kelele."

²⁴ Yesu akajibu, "Nimetumwa tu kwa ajili ya kondoo wa Israeli waliopotea."

²⁵ Lakini yule mwanamke akaja, akapiga magoti mbele ya Yesu, akasema, "Bwana, nisaidie!"

²⁶ Yesu akajibu, "Si haki kuchukua chakula cha watoto na kuwatupia mbwa."

²⁷ Yule mwanamke akajibu, "Ndiyo, Bwana, lakini hata mbwa hula makombo yanayoanguka kutoka kwenye meza za bwana zao."

²⁸ Ndipo Yesu akamwambia, "Mwanamke, imani yako ni kubwa! Iwe kwako kama unavyotaka." Naye binti yake akapona tangu saa ile.

Yesu Aponya Watu Wengi

²⁹ Yesu akaondoka na kwenda kando ya Bahari ya Galilaya. Kisha akapanda mlimani, akaketi huko. ³⁰ Umati mkubwa wa watu ukamjia, wakiwaleta vilema, vipofu, viwete, bubu na wengine wengi, wakawaweka miguuni pake; naye akawaponya. ³¹ Hao watu wakashangaa walipoona bubu wakisema, vilema wakipona, viwete wakitembea na vipofu wakiona, wakamtukuza Mungu wa Israeli.

Yesu Alisha Watu Elfu Nne

³² Kisha Yesu akawaita wanafunzi wake, akawaambia, "Ninauhurumia huu umati wa watu, kwa sababu sasa wamekuwa pamoja nami kwa muda wa siku tatu, na hawana chakula chochote. Nami sipendi kuwaaga wakiwa na njaa, wasije wakazimia njiani."

³³ Wanafunzi wake wakasema, "Tutapata wapi mikate ya kutosha kuwalisha umati huu wa watu mkubwa namna hii, nasi tuko nyikani?"

³⁴ Yesu akawauliza, "Mnayo mikate mingapi?" Wakamjibu, "Tunayo mikate saba na visamaki vichache."

³⁵ Yesu akawaambia ule umati wa watu waketi chini. ³⁶ Kisha akachukua ile mikate saba na wale samaki, naye akiisha kumshukuru Mungu, akavimega na kuwapa wanafunzi wake, nao wakawapa ule umati wa watu. ³⁷ Wote wakala na kushiba. Baadaye wanafunzi wakakusanya vipande vilivyosalia, wakajaza vikapu saba. ³⁸ Idadi ya watu walikuwa wanaume 4,000, bila kuhesabu wanawake na watoto. ³⁹ Baada ya kuaga ule umati wa watu, Yesu aliingia katika mashua, akaenda sehemu za Magadani.ᵃ

Mafarisayo Wadai Ishara

16 Mafarisayo na Masadukayo wakamjia Yesu na kumjaribu kwa kumwomba awaonyeshe ishara kutoka mbinguni.

² Yesu akawajibu, "Ifikapo jioni, mnasema, 'Hali ya hewa itakuwa nzuri, kwa kuwa anga ni nyekundu.' ³ Nanyi wakati wa asubuhi mnasema, 'Leo kutakuwa na dhoruba, kwa sababu anga ni nyekundu na mawingu yametanda.' Mnajua jinsi ya kupambanua kule kuonekana kwa anga, lakini hamwezi kupambanua dalili za nyakati. ⁴ Kizazi kiovu na cha uzinzi kinatafuta ishara, lakini hakitapewa ishara yoyote isipokuwa ishara ya Yona." Yesu akawaacha, akaenda zake.

Chachu Ya Mafarisayo Na Masadukayo

⁵ Wanafunzi wake walipofika ng'ambo ya bahari, walikuwa wamesahau kuchukua mikate. ⁶ Yesu akawaambia, "Jihadharini. Jilindeni na chachu ya Mafarisayo na ya Masadukayo."

⁷ Wakajadiliana wao kwa wao, wakisema, "Ni kwa sababu hatukuleta mikate."

⁸ Yesu, akifahamu majadiliano yao, akauliza, "Enyi wa imani haba! Mbona mnajadiliana miongoni mwenu kuhusu kutokuwa na mikate? ⁹ Je, bado hamwelewi? Je, hamkumbuki ile mikate mitano iliyolisha watu 5,000 na idadi ya vikapu vingapi vya mabaki mlivyokusanya? ¹⁰ Au ile mikate saba iliyolisha watu 4,000 na idadi ya vikapu vingapi vya mabaki mlivyokusanya? ¹¹ Inakuwaje mnashindwa kuelewa kwamba nilikuwa sisemi nanyi habari za mikate? Jilindeni na chachu ya Mafarisayo na Masadukayo." ¹² Ndipo wakaelewa kwamba alikuwa hasemi juu ya chachu ya kutengeneza mikate, bali juu ya mafundisho ya Mafarisayo na Masadukayo.

Petro Amkiri Yesu Kuwa Ni Mwana Wa Mungu

¹³ Basi Yesu alipofika katika eneo la Kaisaria-Filipi, akawauliza wanafunzi wake, "Watu husema kwamba mimi Mwana wa Adamu ni nani?"

¹⁴ Wakamjibu, "Baadhi husema ni Yohana Mbatizaji; wengine husema ni Eliya; na bado wengine husema ni Yeremia au mmojawapo wa manabii."

¹⁵ Akawauliza, "Je, ninyi mnasema mimi ni nani?"

¹⁶ Simoni Petro akamjibu, "Wewe ndiwe Kristo,ᵇ Mwana wa Mungu aliye hai."

¹⁷ Naye Yesu akamwambia, "Heri wewe, Simoni Bar-Yona,ᶜ kwa maana hili halikufunuliwa kwako na mwanadamu, bali na Baba yangu aliye mbinguni. ¹⁸ Nami nakuambia, wewe ndiwe Petro na juu ya mwamba huu nitalijenga kanisa langu, hata malango ya Kuzimu hayataweza kulishinda. ¹⁹ Nitakupa funguo za Ufalme wa mbinguni, na lolote utakalolifunga duniani litakuwa limefungwa Mbinguni, nalo lolote utakalofungua duniani litakuwa limefunguliwa mbinguni." ²⁰ Kisha akawakataza wanafunzi wake wasimwambie mtu yeyote kwamba yeye ndiye Kristo.

Yesu Anatabiri Juu Ya Kifo Chake

²¹ Tangu wakati huo, Yesu alianza kuwaeleza wanafunzi wake kwamba hana budi kwenda Yerusalemu na kupata mateso mengi mikononi mwa wazee, viongozi na makuhani, na walimu wa sheria, na kwamba itampasa auawe lakini siku ya tatu kufufuliwa.

ᵃ39 Magadani ni Magdala, mji wa Galilaya, kama kilomita 16 kusini mwa Kapernaumu.

ᵇ16 Kristo maana yake ni Masiya, yaani Aliyetiwa mafuta.
ᶜ17 Bar-Yona ni neno la Kiaramu, maana yake ni Mwana wa Yona.

²²Petro akamchukua kando, akaanza kumkemea akisema, "Haiwezekani, Bwana! Jambo hili kamwe halitakupata!"

²³Lakini Yesu akageuka na kumwambia Petro, "Rudi nyuma yangu, Shetani! Wewe ni kikwazo kwangu. Moyo wako hauwazi yaliyo ya Mungu, bali ya wanadamu."

²⁴Ndipo Yesu akawaambia wanafunzi wake, "Mtu yeyote akitaka kunifuata, ni lazima ajikane mwenyewe, auchukue msalaba wake, anifuate.

²⁵Kwa maana yeyote anayetaka kuyaokoa maisha yake atayapoteza, lakini yeyote atakayeyapoteza maisha yake kwa ajili yangu atayapata. ²⁶Kwa maana, je, itamfaidi nini mtu kuupata ulimwengu wote, lakini akayapoteza maisha yake? Au mtu atatoa nini badala ya nafsi yake? ²⁷Kwa maana Mwana wa Adamu atakuja katika utukufu wa Baba yake pamoja na malaika zake, naye ndipo atakapomlipa kila mtu kwa kadiri ya matendo yake.

²⁸Nawaambia kweli, baadhi yenu hapa hawataonja mauti kabla ya kumwona Mwana wa Adamu akija katika Ufalme wake."

Yesu Abadilika Sura Mlimani

17 Siku sita baada ya jambo hili, Yesu akawachukua Petro, Yakobo na Yohana ndugu yake Yakobo, akawapeleka juu ya mlima mrefu peke yao. ²Wakiwa huko, Yesu alibadilika sura mbele yao. Uso wake ukang'aa kama jua na nguo zake zikawa na weupe wa kuumiza macho. ³Ghafula wakawatokea mbele yao Mose na Eliya, wakizungumza na Yesu.

⁴Ndipo Petro akamwambia Yesu, "Bwana, ni vyema sisi tukae hapa. Ukitaka, nitafanya vibanda vitatu: kimoja chako, kingine cha Mose na kingine cha Eliya."

⁵Petro alipokuwa angali ananena, ghafula wingu lililong'aa likawafunika, na sauti ikatoka kwenye hilo wingu ikisema, "Huyu ni Mwanangu mpendwa. Ninapendezwa naye sana. Msikieni yeye."

⁶Wanafunzi waliposikia haya, wakaanguka chini kifudifudi, wakajawa na hofu. ⁷Lakini Yesu akaja na kuwagusa, akawaambia, "Inukeni na wala msiogope." ⁸Walipoinua macho yao, hawakumwona mtu mwingine yeyote isipokuwa Yesu.

⁹Walipokuwa wakishuka kutoka mlimani, Yesu akawaagiza, "Msimwambie mtu yeyote mambo mliyoyaona hapa, mpaka Mwana wa Adamu atakapofufuliwa kutoka kwa wafu."

¹⁰Wale wanafunzi wakamuuliza, "Kwa nini basi walimu wa sheria husema kwamba ni lazima Eliya aje kwanza?"

¹¹Yesu akawajibu, "Ni kweli, Eliya lazima aje kwanza, naye atatengeneza mambo yote. ¹²Lakini nawaambia, Eliya amekwisha kuja, nao hawakumtambua, bali walimtendea kila kitu walichotaka. Vivyo hivyo Mwana wa Adamu pia ateswa mikononi mwao." ¹³Ndipo wale wanafunzi wakaelewa kuwa alikuwa anazungumza nao habari za Yohana Mbatizaji.

Yesu Amponya Kijana Mwenye Pepo

¹⁴Walipofika penye umati wa watu, mtu mmoja akamjia Yesu na kupiga magoti mbele yake, akasema, ¹⁵"Bwana, mhurumie mwanangu. Yeye ana kifafa na anateseka sana. Mara kwa mara huanguka kwenye moto au kwenye maji. ¹⁶Nilimleta kwa wanafunzi wako, lakini hawakuweza kumponya."

¹⁷Yesu akajibu, "Enyi kizazi kisichoamini na kilichopotoka! Nitakaa nanyi mpaka lini? Nitawavumilia mpaka lini? Mleteni mvulana hapa kwangu." ¹⁸Yesu akamkemea yule pepo mchafu, akamtoka yule kijana, naye akapona saa ile ile.

¹⁹Kisha wanafunzi wakamwendea Yesu wakiwa peke yao, wakamuuliza, "Kwa nini sisi hatukuweza kumtoa?"

²⁰Akawajibu, "Kwa sababu ya imani yenu ndogo. Ninawaambia kweli, mkiwa na imani ndogo kama punje ya haradali, mtauambia mlima huu, 'Ondoka hapa uende pale,' nao utaondoka. Wala hakutakuwa na jambo lisilowezekana kwenu. [²¹Lakini hali kama hii haitoki ila kwa kuomba na kufunga.]"

²²Siku moja walipokuwa pamoja huko Galilaya, Yesu akawaambia, "Mwana wa Adamu atasalitiwa na kutiwa mikononi mwa watu. ²³Nao watamuua, lakini siku ya tatu atafufuliwa." Wanafunzi wakahuzunika sana.

Yesu Na Petro Watoa Kodi Ya Hekalu

²⁴Baada ya Yesu na wanafunzi wake kufika Kapernaumu, wakusanya kodi ya Hekaluᵃ wakamjia Petro na kumuuliza, "Je, Mwalimu wenu halipi kodi ya Hekalu?"

²⁵Petro akajibu, "Ndiyo, yeye hulipa." Petro aliporudi nyumbani, Yesu akawa wa kwanza kulizungumzia, akamuuliza, "Unaonaje Simoni? Wafalme wa dunia hupokea ushuru na kodi kutoka kwa nani? Je, ni kutoka kwa watoto wao au kutoka kwa watu wengine?"

²⁶Petro akamjibu, "Kutoka kwa watu wengine." Yesu akamwambia, "Kwa hiyo watoto wao wamesamehewa. ²⁷Lakini ili tusije tukawaudhi, nenda baharini ukatupe ndoana. Mchukue samaki wa kwanza utakayemvua. Fungua kinywa chake nawe utakuta humo fedha, ichukue ukalipe kodi yako na yangu."

Aliye Mkuu Katika Ufalme Wa Mbinguni

18 Wakati huo, wanafunzi wakamjia Yesu na kumuuliza, "Je, nani aliye mkuu kuliko wote katika Ufalme wa Mbinguni?"

²Yesu akamwita mtoto mdogo na kumsimamisha katikati yao. ³Naye akasema: "Amin, nawaambia, msipookoka na kuwa kama watoto wadogo, kamwe hamtaingia katika Ufalme wa Mbinguni. ⁴Kwa hiyo mtu yeyote anyenyekeaye kama huyu mtoto, ndiye aliye mkuu kuliko wote katika Ufalme wa Mbinguni.

⁵"Yeyote amkaribishaye mtoto mdogo kama huyu kwa Jina langu, anikaribisha mimi. ⁶Lakini kama mtu yeyote akimsababisha mmojawapo wa hawa wadogo wanaoniamini kutenda dhambi, ingekuwa bora kwake afungiwe jiwe kubwa la kusagia shingoni mwake, na kutoswa katika kilindi cha bahari.

ᵃ24 Kodi ya Hekalu ilikuwa didrachms, yaani drakma mbili, ambazo ni sawa na nusu shekeli.

Kujaribiwa Ili Kutenda Dhambi

7 "Ole kwa ulimwengu kwa sababu ya yale mambo yanayosababisha watu kutenda dhambi! Mambo hayo lazima yawepo, lakini ole wake mtu yule ambaye huyasababisha. 8 Ikiwa mkono wako au mguu wako unakusababisha utende dhambi, ukate na uutupe mbali. Ni afadhali kwako kuingia katika uzima ukiwa huna mkono mmoja au mguu mmoja, kuliko kuwa na mikono miwili au miguu miwili, na kutupwa katika moto wa milele. 9 Nalo jicho lako likikusababisha kutenda dhambi, ling'oe, ulitupe mbali. Ni afadhali kwako kuingia katika uzima ukiwa na jicho moja, kuliko kuwa na macho mawili lakini ukatupwa katika moto wa jehanamu.

Mfano Wa Kondoo Aliyepotea

10 "Angalia ili usimdharau mmojawapo wa hawa wadogo, kwa maana nawaambia, malaika wao mbinguni daima wanaona uso wa Baba yangu aliye mbinguni. [11 Kwa maana Mwana wa Adamu alikuja kuokoa kile kilichopotea.] 12 "Mwaonaje? Ikiwa mtu ana kondoo mia moja, na mmoja wao akapotea, je, hatawaacha wale tisini na tisa vilimani na kwenda kumtafuta huyo mmoja aliyepotea? 13 Naye akishampata, amin, nawaambia, hufurahi zaidi kwa ajili ya huyo kondoo mmoja kuliko wale tisini na tisa ambao hawakupotea. 14 Vivyo hivyo, Baba yenu wa mbinguni hapendi hata mmojawapo wa hawa wadogo apotee.

Ndugu Yako Akikukosea

15 "Kama ndugu yako akikukosea, nenda ukamwonyeshe kosa lake, kati yenu ninyi wawili peke yenu. Kama akikusikiliza, utakuwa umempata tena ndugu yako. 16 Lakini kama hatakusikiliza, nenda na mtu mwingine mmoja au wawili ili kila neno lithibitishwe kwa ushahidi wa mashahidi wawili au watatu. 17 Kama akikataa kuwasikiliza hao, liambie kanisa. Naye kama akikataa hata kulisikiliza kanisa, basi awe kwenu kama mtu asiyeamini au mtoza ushuru. 18 "Amin, nawaambia, lolote mtakalolifunga duniani litakuwa limefungwa mbinguni, na lolote mtakalolifungua duniani litakuwa limefunguliwa mbinguni. 19 "Tena nawaambia, ikiwa wawili wenu watakubaliana duniani kuhusu jambo lolote watakaloomba, watafanyiwa na Baba yangu aliye mbinguni. 20 Kwa kuwa wanapokusanyika pamoja watu wawili au watatu kwa Jina langu, mimi niko papo hapo pamoja nao."

Kusamehe

21 Ndipo Petro akamjia Yesu na kumuuliza, "Bwana, ndugu yangu anikose mara ngapi nami nimsamehe? Je, hata mara saba?" 22 Yesu akamjibu, "Sikuambii hata mara saba, bali hata saba mara sabini.

Mfano Wa Mtumishi Asiyesamehe

23 "Kwa hiyo Ufalme wa Mbinguni unaweza kufananishwa na mfalme aliyetaka kufanya hesabu zake za fedha na watumishi wake. 24 Alipoanza kufanya hesabu zake, mtu mmoja aliyekuwa anadaiwa talanta[a] 10,000, aliletwa kwake. 25 Kwa kuwa alikuwa hawezi kulipa deni hilo, bwana wake akaamuru kwamba auzwe, yeye, mkewe, watoto wake na vyote alivyokuwa navyo, ili lile deni lipate kulipwa. 26 "Yule mtumishi akampiga magoti, akamsihi yule bwana akisema, 'Naomba univumilie, nami nitakulipa deni lako lote.' 27 Yule bwana wa huyo mtumishi akamwonea huruma, akafuta deni lake lote, akamwacha aende zake. 28 "Lakini yule mtumishi alipokuwa anatoka nje, akakutana na mtumishi mwenzake aliyekuwa amemkopesha dinari[b] mia moja. Akamkamata, akamkaba koo akimwambia, 'Nilipe kile ninachokudai!' 29 "Yule mtumishi mwenzake akapiga magoti akamsihi akisema, 'Naomba univumilie, nami nitakulipa deni lako lote.' 30 "Lakini akakataa. Badala yake, alienda akamtupa gerezani hata atakapolipa hilo deni. 31 Watumishi wenzake walipoona haya yaliyotukia wakaudhika sana, nao wakaenda na kumwambia bwana wao kila kitu kilichokuwa kimetukia. 32 "Yule bwana akamwita yule mtumishi akamwambia, 'Wewe mtumishi mwovu! Mimi nilikusamehe deni lako lote uliponisihi. 33 Je, haikupakusa kumhurumia mtumishi mwenzako kama mimi nilivyokuhurumia wewe?' 34 Kwa hasira, yule bwana wake akamtia yule mtumishi mikononi mwa askari wa gereza ili ateswe mpaka atakapolipa yote aliyokuwa anadaiwa. 35 "Hivi ndivyo Baba yangu wa mbinguni atakavyomfanyia kila mmoja wenu ikiwa hatamsamehe ndugu yake kutoka moyoni mwake."

Yesu Afundisha Kuhusu Talaka

19 Yesu alipomaliza kusema maneno haya, aliondoka Galilaya, akaenda sehemu za Uyahudi, ng'ambo ya Mto Yordani. 2 Umati mkubwa wa watu ukamfuata, naye akawaponya huko. 3 Baadhi ya Mafarisayo wakamjia ili kumjaribu, wakamuuliza, "Ni halali mtu kumwacha mke wake kwa sababu yoyote?" 4 Akawajibu, "Je, hamkusoma kwamba hapo mwanzo Muumba aliwaumba mwanaume na mwanamke, 5 naye akasema, 'Kwa sababu hii mwanaume atamwacha baba yake na mama yake, naye ataambatana na mkewe, na hao wawili watakuwa mwili mmoja'? 6 Hivyo si wawili tena, bali mwili mmoja. Kwa hiyo alichokiunganisha Mungu, mwanadamu asikitenganishe." 7 Wakamuuliza, "Kwa nini basi Mose aliagiza mtu kumpa mkewe hati ya talaka na kumwacha?" 8 Yesu akawajibu, "Mose aliwaruhusu kuwaacha wake zenu kwa sababu ya ugumu wa mioyo yenu. Lakini tangu mwanzo haikuwa hivyo. 9 Mimi nawaambia, yeyote amwachaye mkewe isipokuwa kwa sababu ya uasherati wake akaoa mke mwingine, anazini. Naye amwoaye yule mwanamke aliyeachwa pia anazini."

---

[a]24 Talanta moja ni sawa na mshahara wa kibarua wa miaka 15.
[b]28 Dinari moja ilikuwa kama mshahara wa kibarua wa siku moja.

[10] Wanafunzi wake wakamwambia, "Kama hali ndiyo hii kati ya mume na mke, ni afadhali mtu asioe!" [11] Yesu akawaambia, "Si watu wote wanaoweza kupokea neno hili, isipokuwa wale tu waliojaliwa na Mungu. [12] Kwa maana wengine ni matowashi kwa sababu wamezaliwa hivyo; wengine wamefanywa matowashi na wanadamu; na wengine wamejifanya matowashi kwa ajili ya Ufalme wa Mbinguni. Yeye awezaye kulipokea neno hili na alipokee."

Yesu Awabariki Watoto Wadogo

[13] Kisha watoto wadogo wakaletwa kwa Yesu ili aweke mikono yake juu yao na awaombee. Lakini wanafunzi wake wakawakemea wale waliowaleta. [14] Yesu akasema, "Waacheni watoto wadogo waje kwangu, wala msiwazuie, kwa maana Ufalme wa Mbinguni ni wa wale walio kama hawa." [15] Naye akaweka mikono yake juu yao, na akaondoka huko.

Kijana Tajiri

[16] Mtu mmoja akamjia Yesu na kumuuliza, "Mwalimu mwema, nifanye jambo gani jema ili nipate uzima wa milele?" [17] Yesu akamjibu, "Mbona unaniuliza habari ya mema? Aliye mwema ni Mmoja tu. Lakini ukitaka kuingia uzimani, zitii amri." [18] Yule mtu akamuuliza, "Amri zipi?"

Yesu akamjibu, "Usiue, usizini, usiibe, usishuhudie uongo, [19] waheshimu baba yako na mama yako, na umpende jirani yako kama nafsi yako." [20] Yule kijana akasema, "Hizi zote nimezishika. Je, bado nimepungukiwa na nini?" [21] Yesu akamwambia, "Kama ukitaka kuwa mkamilifu, nenda, ukauze vitu vyote ulivyo navyo, na hizo fedha uwape maskini, nawe utakuwa na hazina mbinguni. Kisha njoo, unifuate." [22] Yule kijana aliposikia hayo, akaenda zake kwa huzuni, kwa sababu alikuwa na mali nyingi.

Hatari Za Utajiri

[23] Ndipo Yesu akawaambia wanafunzi wake, "Amin, nawaambia, itakuwa vigumu kwa mtu tajiri kuingia katika Ufalme wa Mbinguni. [24] Tena nawaambia, ni rahisi zaidi kwa ngamia kupita kwenye tundu la sindano kuliko mtu tajiri kuingia katika Ufalme wa Mungu." [25] Wanafunzi wake waliposikia haya, walishangaa sana na kuuliza, "Ni nani basi awezaye kuokoka?" [26] Lakini Yesu akawatazama, akawaambia, "Kwa mwanadamu jambo hili haliwezekani, lakini mambo yote yanawezekana kwa Mungu." [27] Ndipo Petro akamjibu, "Tazama, sisi tumeacha kila kitu na kukufuata! Tutapata nini basi?" [28] Yesu akawaambia, "Amin, nawaambia, wakati wa kufanywa upya vitu vyote, Mwana wa Adamu atakapoketi kwenye kiti chake kitukufu cha enzi, ninyi mlionifuata pia mtaketi katika viti vya enzi kumi na viwili, mkiyahukumu makabila kumi na mawili ya Israeli. [29] Kila mtu aliyeacha nyumba, au ndugu zake wa kiume au wa kike, baba au mama, watoto au mashamba kwa ajili yangu, atapokea mara mia zaidi ya hayo, na atarithi uzima wa milele. [30] Lakini wengi walio wa kwanza watakuwa wa mwisho, na walio wa mwisho watakuwa wa kwanza.

Mfano Wa Wafanyakazi Katika Shamba La Mizabibu

[20] "Kwa maana Ufalme wa Mbinguni unafanana na mtu mwenye shamba aliyetoka alfajiri ili kwenda kuajiri vibarua kufanya kazi katika shamba lake la mizabibu. [2] Baada ya kukubaliana na hao vibarua kuwalipa ujira wa dinari[a] moja kwa siku, akawapeleka kwenye shamba lake la mizabibu. [3] "Mnamo saa tatu akatoka tena, akawakuta wengine wamesimama sokoni bila kazi. [4] Akawaambia, 'Ninyi nanyi nendeni mkafanye kazi katika shamba langu la mizabibu, nami nitawalipa chochote kilicho haki yenu.' [5] Nao hiyo wakaenda.

"Akatoka tena mnamo saa sita na pia saa tisa akafanya vivyo hivyo. [6] Mnamo saa kumi na moja akatoka tena akawakuta wengine bado wamesimama bila kazi. Akawauliza, 'Kwa nini mmesimama hapa kutwa nzima pasipo kufanya kazi?' [7] "Wakamjibu, 'Ni kwa sababu hakuna yeyote aliyetuajiri.'

"Akawaambia, 'Ninyi nanyi nendeni mkafanye kazi katika shamba langu la mizabibu.'

[8] "Ilipofika jioni, yule mwenye shamba la mizabibu akamwambia msimamizi, 'Waite hao vibarua na uwalipe ujira wao, ukianzia na wale walioajiriwa mwisho na kuishia na wale walioajiriwa kwanza.' [9] "Wale vibarua walioajiriwa mnamo saa kumi na moja, wakaja na kila mmoja wao akapokea dinari moja. [10] Hivyo wale walioajiriwa kwanza walipofika, walidhani watalipwa zaidi. Lakini kila mmoja wao pia alipokea dinari moja. [11] Walipoipokea, wakaanza kulalamika dhidi ya yule mwenye shamba, [12] wakisema, 'Hawa watu walioajiriwa mwisho wamefanya kazi kwa muda wa saa moja tu, nawe umewafanya sawa na sisi ambao tumestahimili taabu na joto lote la mchana kutwa?'

[13] "Yule mwenye shamba akamjibu mmoja wao, 'Rafiki, sijakudhulumu. Je, hukukubaliana nami kwa ujira wa kawaida wa dinari moja? [14] Chukua ujira wako na uende. Mimi nimeamua kumlipa huyu mtu aliyeajiriwa mwisho kama nilivyokupa wewe. [15] Je, sina haki yangu kufanya kile nitakacho na mali yangu mwenyewe? Au unaona wivu kwa kuwa nimekuwa mkarimu?'

[16] "Vivyo hivyo, wa mwisho watakuwa wa kwanza, na wa kwanza watakuwa wa mwisho."

Yesu Atabiri Tena Kuhusu Kifo Chake

[17] Basi Yesu alipokuwa anapanda kwenda Yerusalemu, aliwachukua kando wale wanafunzi wake kumi na wawili na kuwaambia, [18] "Tunapanda kwenda Yerusalemu, na Mwana wa Adamu atatiwa mikononi mwa viongozi na makuhani na walimu wa sheria. Nao watamhukumu kifo [19] na kumtia mikononi mwa watu wa Mataifa ili wamdhihaki na kumpiga mijeledi na kumsulubisha msalabani. Naye atafufuliwa siku ya tatu!"

---

[a] 2 Dinari moja ilikuwa kama mshahara wa kibarua wa siku moja.

Ombi La Mama Yake Yakobo Na Yohana

²⁰ Kisha mama yao wana wa Zebedayo akamjia Yesu pamoja na wanawe, naye akapiga magoti mbele yake, akamwomba Yesu amfanyie jambo fulani. ²¹ Yesu akamuuliza, "Unataka nini?" Akajibu, "Tafadhali, wajalie wanangu hawa ili mmoja aketi upande wako wa kuume, na mwingine upande wako wa kushoto katika Ufalme wako." ²² Yesu akawaambia, "Ninyi hamjui mnaloliomba. Je, mnaweza kukinywea kikombe nitakachonywea mimi?"

Wakajibu, "Tunaweza."

²³ Yesu akawaambia, "Kwa kweli kikombe changu mtakinywea, lakini kuketi upande wangu wa kuume au wa kushoto si langu mimi kuwapa. Nafasi hizo ni za wale ambao wameandaliwa na Baba yangu." ²⁴ Wale wanafunzi wengine kumi waliposikia haya, waliwakasirikia hao ndugu wawili. ²⁵ Lakini Yesu akawaita wote pamoja na kuwaambia, "Mnafahamu kuwa watawala wa watu wa Mataifa huwatawala kwa nguvu, nao wenye vyeo huonyesha mamlaka yao. ²⁶ Isiwe hivyo kwenu. Badala yake, yeyote anayetaka kuwa mkuu miongoni mwenu hana budi kuwa mtumishi wenu, ²⁷ naye anayetaka kuwa wa kwanza miongoni mwenu hana budi kuwa mtumwa wenu: ²⁸ kama vile ambavyo Mwana wa Adamu hakuja ili kutumikiwa, bali kutumika na kuutoa uhai wake uwe fidia kwa ajili ya wengi."

Yesu Awaponya Vipofu Wawili

²⁹ Yesu na wanafunzi wake walipokuwa wakiondoka Yeriko, umati mkubwa wa watu ulimfuata. ³⁰ Vipofu wawili walikuwa wameketi kando ya barabara. Waliposikia kwamba Yesu alikuwa anapita, wakapiga kelele wakisema, "Bwana, Mwana wa Daudi, tuhurumie!" ³¹ Ule umati wa watu ukawakemea na kuwaambia wanyamaze, lakini wao wakazidi kupaza sauti, wakisema, "Bwana, Mwana wa Daudi, tuhurumie." ³² Yesu akasimama na kuwaita, akawauliza, "Mnataka niwafanyie nini?" ³³ Wakamjibu, "Bwana, tunataka kuona." ³⁴ Yesu akawahurumia na kuwagusa macho yao. Mara macho yao yakapata kuona, nao wakamfuata.

Yesu Anaingia Yerusalemu Kwa Shangwe

21 Walipokaribia Yerusalemu, wakafika Bethfage katika Mlima wa Mizeituni. Ndipo Yesu akawatuma wanafunzi wake wawili, ² akawaambia, "Nendeni katika kijiji kilichoko mbele yenu, nanyi mtamkuta punda amefungwa hapo, na mwana-punda pamoja naye. Wafungueni na mniletee. ³ Kama mtu yeyote akiwasemesha lolote, mwambieni kwamba Bwana ana haja nao, naye atawaruhusu mwalete mara."

⁴ Haya yalitukia ili litimie lile lililonenwa na nabii, akisema:

⁵ "Mwambieni Binti Sayuni,
'Tazama, mfalme wako anakuja kwako,

ni mnyenyekevu, naye amepanda punda,
juu ya mwana-punda, mtoto wa punda.' "

⁶ Wale wanafunzi wakaenda, wakafanya kama Yesu alivyokuwa amewaagiza. ⁷ Wakamleta yule punda na mwana-punda, nao wakatandika mavazi yao juu ya hao punda, naye Yesu akaketi juu yake. ⁸ Umati mkubwa wa watu ukatandaza mavazi yao barabarani, na wengine wakakata matawi kutoka kwenye miti, wakayatandaza barabarani. ⁹ Ule umati wa watu uliomtangulia na ule uliomfuata ukapiga kelele ukisema,

"Hosana,ᵃ Mwana wa Daudi!"

"Amebarikiwa yeye ajaye kwa Jina la Bwana!"

"Hosana juu mbinguni!"

¹⁰ Yesu alipoingia Yerusalemu, mji wote ukataharuki, watu wakauliza, "Huyu ni nani?" ¹¹ Ule umati wa watu ukajibu, "Huyu ni Yesu, yule nabii kutoka Nazareti katika Galilaya."

Yesu Atakasa Hekalu

¹² Yesu akaingia katika eneo la Hekalu na kuwafukuza wote waliokuwa wakinunua na kuuza vitu Hekaluni. Akazipindua meza za wale waliokuwa wakibadilisha fedha, na pia viti vya wale waliokuwa wakiuza njiwa. ¹³ Akawaambia, "Imeandikwa, 'Nyumba yangu itaitwa nyumba ya sala,' lakini ninyi mmeifanya kuwa pango la wanyang'anyi." ¹⁴ Vipofu na vilema wakamwendea kule Hekaluni, naye akawaponya. ¹⁵ Lakini viongozi wa makuhani na walimu wa sheria walipoona mambo ya ajabu aliyofanya na kuwasikia watoto wakishangilia katika eneo la Hekalu wakisema, "Hosana Mwana wa Daudi," walikasirika. ¹⁶ Wakamuuliza Yesu, "Je, unasikia hayo hawa wanayosema?"

Akawajibu, "Naam; kwani hamkusoma,

" 'Midomoni mwa watoto wachanga na wanyonyao
umeamuru sifa'?"

¹⁷ Akawaacha, akatoka nje ya mji, akaenda hadi Bethania, akalala huko.

Mtini Wanyauka

¹⁸ Asubuhi na mapema, Yesu alipokuwa akirudi mjini, alikuwa na njaa. ¹⁹ Akauona mtini kando ya barabara, naye akaukaribia, lakini hakupata tunda lolote ila majani. Ndipo akauambia, "Wewe usizae matunda tena kamwe!" Papo hapo ule mtini ukanyauka.

²⁰ Wanafunzi wake walipoona jambo hili, wakashangaa, wakamuuliza, "Imekuwaje mtini huu kunyauka ghafula?"

²¹ Yesu akawajibu, "Amin, nawaambia, kama mkiwa na imani wala msiwe na shaka, si kwamba mtaweza kufanya tu yale yaliyofanyika kwa huu

---

ᵃ9 Kiebrania kusema Okoa, basi likawa neno la shangwe.

mtini, bali hata mkiuambia huu mlima, 'Ng'oka, ukatupwe baharini,' litafanyika. ²² Yoyote mtakayoyaomba mkisali na mkiamini, mtayapokea."

Wahoji Kuhusu Mamlaka Ya Yesu

²³ Yesu alipoingia Hekaluni, viongozi wa makuhani na wazee wa watu wakamjia alipokuwa anafundisha na kusema, "Unafanya mambo haya kwa mamlaka gani? Na ni nani aliyekupa mamlaka hayo?" ²⁴ Yesu akawajibu, "Nami nitawauliza swali moja. Kama mkinijibu, nami nitawaambia ni kwa mamlaka gani ninafanya mambo haya. ²⁵ Ubatizo wa Yohana, ulitoka wapi? Je, ulitoka mbinguni au kwa wanadamu?"

Wakahojiana wao kwa wao na kusema, "Tukisema ulitoka mbinguni atatuuliza, 'Mbona basi hamkumwamini?' ²⁶ Lakini tukisema, 'Ulitoka kwa wanadamu,' tunawaogopa hawa watu, maana wote wanamtambua Yohana kuwa ni nabii." ²⁷ Kwa hiyo wakamjibu Yesu, "Sisi hatujui." Naye akawaambia, "Wala mimi sitawaambia ni kwa mamlaka gani ninatenda mambo haya."

Mfano Wa Wana Wawili

²⁸ "Lakini mwaonaje? Mtu mmoja alikuwa na wana wawili. Akamwendea yule wa kwanza akamwambia, 'Mwanangu, nenda ukafanye kazi kwenye shamba la mizabibu leo.'

²⁹ "Yule mwanawe akamjibu 'Mimi sitakwenda.' Baadaye akabadili mawazo yake akaenda.

³⁰ "Kisha yule baba akamwendea yule mwanawe mwingine akamwambia vilevile. Yeye akajibu, 'Nitakwenda, bwana,' lakini hakwenda.

³¹ "Ni yupi kati yao hao wawili aliyetimiza kile alichotaka baba yake?"

Wakamjibu, "Ni yule wa kwanza."

Yesu akawaambia, "Amin, amin nawaambia, watoza ushuru na makahaba wanawatangulia kuingia katika Ufalme wa Mungu. ³² Kwa maana Yohana alikuja kwenu kuwaonyesha njia ya haki, lakini hamkumsadiki, lakini watoza ushuru na makahaba wakamsadiki. Nanyi hata mlipoona hayo, baadaye hamkutubu na kumsadiki."

Mfano Wa Wapangaji Waovu

³³ "Sikilizeni mfano mwingine: Kulikuwa na mtu mmoja mwenye shamba ambaye alipanda shamba la mizabibu. Akajenga ukuta kulizunguka, akatengeneza shinikizo ndani yake na akajenga mnara wa ulinzi. Kisha akalikodisha hilo shamba la mizabibu kwa wakulima fulani, naye akaondoka, akasafiri kwenda nchi nyingine. ³⁴ Wakati wa mavuno ulipokaribia, akawatuma watumishi wake kwa hao wapangaji ili kukusanya matunda yake.

³⁵ "Wale wapangaji wakawakamata wale watumishi, wakampiga mmoja, wakamuua mwingine, na yule wa tatu wakampiga mawe. ³⁶ Kisha akawatuma kwao watumishi wengine, wengi kuliko wale wa kwanza, nao wale wapangaji wakawatendea vilevile. ³⁷ Mwisho wa yote, akamtuma mwanawe kwao, akisema, 'Watamheshimu mwanangu.'

³⁸ "Lakini wale wapangaji walipomwona mwanawe, wakasemezana wao kwa wao, 'Huyu ndiye

mrithi. Njooni tumuue, ili tuchukue urithi wake.' ³⁹ Hivyo wakamchukua, wakamtupa nje ya shamba la mizabibu, wakamuua.

⁴⁰ "Kwa hiyo, huyo mwenye shamba la mizabibu atakapokuja, atawafanya nini hao wakulima?"

⁴¹ Wakamjibu, "Kwa huzuni kuu atawaangamiza kabisa hao wadhalimu na kulipangisha shamba lake la mizabibu kwa wakulima wengine ambao watampatia fungu lake la matunda wakati wa mavuno."

⁴² Yesu akawaambia, "Je, hamjasoma katika Maandiko kwamba:

" 'Jiwe walilolikataa waashi
limekuwa jiwe kuu la pembeni.
Bwana ndiye alitenda jambo hili,
nalo ni la ajabu machoni petu'?

⁴³ "Kwa hiyo ninawaambia, Ufalme wa Mungu utaondolewa kwenu na kupewa watu wengine wawezao kuzaa matunda yake. ⁴⁴ Yeye aangukaye juu ya jiwe hili atavunjika vipande vipande, lakini yule litakayemwangukia atasagwa kabisa."

⁴⁵ Viongozi wa Makuhani na Mafarisayo waliposikia mifano ya Yesu, walitambua kuwa alikuwa akiwasema wao. ⁴⁶ Wakatafuta njia ya kumkamata, lakini wakaogopa umati wa watu, kwa kuwa watu walimwona Yesu kuwa ni nabii.

Mfano Wa Karamu Ya Arusi

22 Yesu akasema nao tena kwa mifano, akawaambia, ² "Ufalme wa Mbinguni unaweza kufananishwa na mfalme mmoja aliyemwandalia mwanawe karamu ya arusi. ³ Akawatuma watumishi wake kuwaita wale waliokuwa wamealikwa karamuni, lakini wakakataa kuja.

⁴ "Kisha akawatuma watumishi wengine akisema, 'Waambieni wale walioalikwa kwamba nimeandaa chakula. Nimekwisha kuchinja mafahali wangu na vinono, karamu iko tayari. Karibuni kwa karamu ya arusi.'

⁵ "Lakini hawakuzingatia, wakaenda zao: huyu shambani mwake na mwingine kwenye biashara zake. ⁶ Wengine wao wakawakamata wale watumishi wake, wakawatesa na kuwaua. ⁷ Yule mfalme akakasirika sana, akapeleka jeshi lake likawaangamiza wale wauaji na kuuteketeza mji wao kwa moto.

⁸ "Kisha akawaambia watumishi wake, 'Karamu ya arusi imeshakuwa tayari, lakini wale niliowaalika hawakustahili kuja. ⁹ Kwa hiyo nendeni katika njia panda mkamwalike karamuni yeyote mtakayemwona.' ¹⁰ Wale watumishi wakaenda barabarani, wakawakusanya watu wote waliowaona, wema na wabaya. Ukumbi wa arusi ukajaa wageni.

¹¹ "Lakini mfalme alipoingia ndani ili kuwaona wageni, akamwona mle mtu mmoja ambaye hakuwa amevaa vazi la arusi. ¹² Mfalme akamuuliza, 'Rafiki, uliingiaje humu bila vazi la arusi?' Yule mtu hakuwa na la kusema.

¹³ "Ndipo mfalme akawaambia watumishi wake, 'Mfungeni mikono na miguu mkamtupe nje, kwenye giza. Huko kutakuwa na kilio na kusaga meno.'

¹⁴ "Kwa maana walioitwa ni wengi, lakini walioteuliwa ni wachache."

Kulipa Kodi Kwa Kaisari

[15] Ndipo Mafarisayo wakatoka nje wakaandaa mpango wa kumtega Yesu katika maneno yake. [16] Wakatuma wanafunzi wao kwake pamoja na Maherode. Nao wakasema, "Mwalimu, tunajua kwamba wewe ni mtu mwadilifu na unafundisha njia ya Mungu katika kweli bila kuyumbishwa na mtu wala kuonyesha upendeleo. [17] Tuambie basi, wewe unaonaje? Je, ni halali kulipa kodi kwa Kaisari, au la?" [18] Lakini Yesu, akijua makusudi yao mabaya, akawaambia, "Enyi wanafiki, kwa nini mnajaribu kunitega? [19] Nionyesheni hiyo sarafu inayotumika kwa kulipia kodi." Wakamletea dinari. [20] Naye akawauliza, "Sura hii ni ya nani? Na maandishi haya ni ya nani?"

[21] Wakamjibu, "Ni vya Kaisari."

Basi Yesu akawaambia, "Mpeni Kaisari kilicho cha Kaisari, naye Mungu mpeni kilicho cha Mungu." [22] Waliposikia hili, wakashangaa. Hivyo wakamwacha, wakaenda zao.

Ndoa Na Ufufuo

[23] Siku hiyo hiyo Masadukayo, wale wasemao kwamba hakuna ufufuo wa wafu, wakamjia Yesu na kumuuliza swali, wakisema, [24] "Mwalimu, Mose alisema, 'Kama mtu akifa bila kuwa na watoto, ndugu yake inampasa amwoe huyo mjane ili ampatie watoto huyo nduguye aliyekufa.' [25] Basi palikuwa na ndugu saba miongoni mwetu. Yule wa kwanza akaoa mke, naye akafa, na kwa kuwa hakuwa na watoto, akamwachia nduguye yule mjane. [26] Ikatokea vivyo hivyo kwa yule ndugu wa pili, na wa tatu, hadi wote saba. [27] Hatimaye, yule mwanamke naye akafa. [28] Sasa basi, siku ya ufufuo, yeye atakuwa mke wa nani miongoni mwa wale ndugu saba, kwa kuwa wote walikuwa wamemwoa huyo mwanamke?"

[29] Yesu akawajibu, "Mwapotoka kwa sababu hamjui Maandiko wala uweza wa Mungu. [30] Wakati wa ufufuo, watu hawataoa wala kuolewa, bali watakuwa kama malaika wa mbinguni. [31] Lakini kuhusu ufufuo wa wafu, hamjasoma kile Mungu alichowaambia, kwamba, [32] 'Mimi ni Mungu wa Abrahamu, Mungu wa Isaki, na Mungu wa Yakobo'? Yeye si Mungu wa wafu, bali ni Mungu wa walio hai." [33] Ule umati wa watu uliposikia hayo, ulishangaa sana kwa mafundisho yake.

Amri Kuu Kuliko Zote

[34] Mafarisayo waliposikia kwamba Yesu alikuwa amewanyamazisha Masadukayo, Mafarisayo wakakusanyika pamoja. [35] Mmoja wao, mtaalamu wa sheria, akamuuliza swali ili kumjaribu, akisema, [36] "Mwalimu, ni amri ipi katika Sheria iliyo kuu kuliko zote?"

[37] Yesu akamjibu, " 'Mpende Bwana Mungu wako kwa moyo wako wote na kwa roho yako yote na kwa akili zako zote.' [38] Hii ndiyo amri iliyo kuu, tena ni ya kwanza. [39] Nayo ya pili ni kama hiyo, nayo ni hii: 'Mpende jirani yako kama nafsi yako.' [40] Amri hizi mbili ndizo msingi wa Sheria na Manabii."

Swali Kuhusu Mwana Wa Daudi

[41] Wakati Mafarisayo walikuwa wamekusanyika pamoja, Yesu akawauliza, [42] "Mnaonaje kuhusu Kristo?[a] Yeye ni mwana wa nani?"

Wakamjibu, "Yeye ni mwana wa Daudi."

[43] Akawaambia, "Inakuwaje basi kwamba Daudi, akinena kwa kuongozwa na Roho, anamwita Kristo 'Bwana'? Kwa maana asema,

[44] " 'Bwana alimwambia Bwana wangu:
"Keti mkono wangu wa kuume,
hadi nitakapowaweka adui zako
chini ya miguu yako." '

[45] Kama basi Daudi anamwita yeye 'Bwana,' awezaje kuwa mwanawe?" [46] Hakuna mtu aliyeweza kumjibu Yesu neno. Tena tangu siku hiyo hakuna aliyethubutu kumuuliza tena maswali.

Yesu Awashutumu Walimu Wa Sheria Na Mafarisayo

23 Kisha Yesu akauambia umati wa watu pamoja na wanafunzi wake: [2] "Walimu wa sheria na Mafarisayo wameketi katika kiti cha Mose, [3] hivyo inawapasa kuwatii na kufanya kila kitu wanachowaambia. Lakini msifuate yale wanayotenda, kwa sababu hawatendi yale wanayohubiri. [4] Wao hufunga mizigo mikubwa na kuiweka mabegani mwa watu, lakini wao wenyewe hawako radhi hata kuinua kidole ili kuisogeza.

[5] "Wao hutenda mambo yao yote ili waonekane na watu. Hupanua vikasha vyao vyenye maandiko ya sheria na kurefusha matamvua ya mavazi yao. [6] Wanapenda kukalia viti vya heshima katika karamu, na vile viti maalum sana katika masinagogi. [7] Hupenda kusalimiwa masokoni na kutaka watu wawaite 'Rabi.'[b]

[8] "Lakini ninyi msiitwe 'Rabi,' kwa sababu mnaye Bwana mmoja na ninyi nyote ni ndugu. [9] Nanyi msimwite mtu yeyote 'Baba,' hapa duniani, kwa maana mnaye Baba mmoja, naye yuko mbinguni. [10] Wala msiitwe 'Mwalimu,' kwa maana mnaye mwalimu mmoja tu, ndiye Kristo.[c] [11] Yeye aliye mkuu kuliko ninyi nyote miongoni mwenu atakuwa mtumishi wenu. [12] Kwa kuwa yeyote anayejikweza atashushwa, na yeyote anayejinyenyekeza atakwezwa.

[13] "Lakini ole wenu, walimu wa sheria na Mafarisayo, enyi wanafiki! Kwa maana mnawafungia watu milango ya Ufalme wa Mbinguni. Ninyi wenyewe hamuingii humo, nao wale wanaotaka kuingia mnawazuia. [[14] Ole wenu walimu wa sheria na Mafarisayo, enyi wanafiki! Mnaula katika nyumba za wajane, nanyi kwa kujifanya kuwa wema, mnasali sala ndefu. Kwa hiyo hukumu yenu itakuwa kuu zaidi.]

[15] "Ole wenu walimu wa sheria na Mafarisayo, enyi wanafiki! Ninyi mnasafiri baharini na nchi kavu ili kumfanya mtu mmoja mwongofu, lakini baada ya kumpata, mnamfanya awe na jehanamu mara mbili kuliko ninyi!

---

[a] 42 Kristo maana yake ni Masiya, yaani Aliyetiwa mafuta.
[b] 7 Rabi maana yake Bwana, Mwalimu.
[c] 10 Kristo maana yake ni Masiya, yaani Aliyetiwa mafuta.

¹⁶ "Ole wenu, viongozi vipofu! Ninyi mwasema, 'Mtu akiapa kwa Hekalu, kiapo hicho si kitu; lakini mtu akiapa kwa dhahabu ya Hekalu, amefungwa kwa kiapo chake.' ¹⁷ Ninyi vipofu wapumbavu! Ni kipi kilicho kikuu zaidi: ni ile dhahabu, au ni lile Hekalu linaloifanya hiyo dhahabu kuwa takatifu? ¹⁸ Pia mnasema, 'Mtu akiapa kwa madhabahu, si kitu; lakini mtu akiapa kwa sadaka iliyo juu ya madhabahu, amefungwa kwa kiapo chake' ¹⁹ Ninyi vipofu! Ni kipi kikuu zaidi: ni sadaka, au ni madhabahu yanayoifanya hiyo sadaka kuwa takatifu? ²⁰ Kwa hiyo, mtu aapaye kwa madhabahu, huapa kwa hayo madhabahu na vitu vyote vilivyo juu yake. ²¹ Naye mtu aapaye kwa Hekalu, huapa kwa hilo Hekalu na kwa huyo akaaye ndani yake. ²² Naye aapaye kwa mbingu, huapa kwa kiti cha enzi cha Mungu na kwa yeye aketiye juu ya kiti hicho.

²³ "Ole wenu walimu wa sheria na Mafarisayo, ninyi wanafiki! Kwa maana mnatoa zaka ya mnanaa, bizari na jira, lakini mmeacha mambo makuu zaidi ya sheria, yaani haki, huruma na uaminifu. Iliwapasa kufanya haya makuu ya sheria bila kupuuza hayo matoleo. ²⁴ Ninyi viongozi vipofu, mnachuja kiroboto lakini mnameza ngamia! ²⁵ "Ole wenu, walimu wa sheria na Mafarisayo, ninyi wanafiki! Kwa maana mnasafisha kikombe na sahani kwa nje, lakini ndani mmejaa unyang'anyi na kutokuwa na kiasi. ²⁶ Ewe Farisayo kipofu! Safisha ndani ya kikombe na sahani kwanza, ndipo nje itakuwa safi pia. ²⁷ "Ole wenu, walimu wa sheria na Mafarisayo, ninyi wanafiki! Mnafanana na makaburi yaliyopakwa chokaa, ambayo yanapendeza kwa nje, lakini ndani yamejaa mifupa ya wafu na kila aina ya uchafu. ²⁸ Vivyo hivyo, kwa nje ninyi mnaonekana kwa watu kuwa wenye haki, lakini kwa ndani mmejaa unafiki na uovu. ²⁹ "Ole wenu, walimu wa sheria na Mafarisayo, ninyi wanafiki! Mnajenga makaburi ya manabii na kuyapamba makaburi ya wenye haki. ³⁰ Nanyi mwasema, 'Kama tungaliishi wakati wa baba zetu, tusingalikuwa tumeshiriki katika kumwaga damu ya manabii!' ³¹ Hivyo mnajishuhudia wenyewe kwamba ninyi ni wana wa wale waliowaua manabii. ³² Haya basi, kijazeni kipimo cha dhambi ya baba zenu!

³³ "Ninyi nyoka, ninyi uzao wa nyoka wenye sumu! Mtaiepukaje hukumu ya jehanamu? ³⁴ Kwa sababu hii, tazameni, natuma kwenu manabii na wenye hekima na walimu. Baadhi yao mtawaua na kuwasulubisha, na wengine wao mtawapiga mijeledi katika masinagogi yenu na kuwafuatia kutoka mji mmoja hadi mji mwingine. ³⁵ Hivyo ile damu ya wenye haki wote iliyomwagwa hapa duniani, tangu damu ya Abeli, ambaye alikuwa hana hatia, hadi damu ya Zekaria mwana wa Barakia, mliyemuua kati ya patakatifu na madhabahu, itawajia juu yenu. ³⁶ Amin, nawaambia, haya yote yatakuja juu ya kizazi hiki.

Yesu Aililia Yerusalemu

³⁷ "Ee Yerusalemu, Yerusalemu, uwauaye manabii na kuwapiga mawe wale waliotumwa kwako! Mara ngapi nimetamani kuwakusanya watoto wako pamoja, kama vile kuku akusanyavyo vifaranga wake chini ya mabawa yake, lakini hukutaka! ³⁸ Tazama nyumba yenu imeachwa ukiwa. ³⁹ Kwa maana nawaambia, hamtaniona tena tangu sasa mpaka mtakaposema, 'Amebarikiwa yeye ajaye kwa Jina la Bwana.' "

Kubomolewa Kwa Hekalu Kwatabiriwa

24 Yesu akatoka Hekaluni na alipokuwa akienda zake, wanafunzi wake wakamwendea ili kumwonyesha majengo ya Hekalu. ² Ndipo Yesu akawauliza, "Je, mnayaona haya yote? Amin, nawaambia, hakuna hata jiwe moja hapa litakalobaki juu ya jingine, bali kila moja litabomolewa."

Ishara Za Nyakati Za Mwisho

³ Yesu alipokuwa ameketi kwenye Mlima wa Mizeituni, wanafunzi wake wakamjia faraghani, wakamuuliza, "Tuambie, mambo haya yatatukia lini, nayo dalili ya kuja kwako na ya mwisho wa dunia ni gani?"

⁴ Yesu akawajibu, "Jihadharini, mtu yeyote asiwadanganye. ⁵ Kwa maana wengi watakuja kwa Jina langu, wakidai, 'Mimi ndiye Kristo,'ᵃ nao watawadanganya wengi. ⁶ Mtasikia habari za vita na matetesi ya vita. Angalieni msitishike, kwa maana haya hayana budi kutukia. Lakini ule mwisho bado. ⁷ Taifa litainuka dhidi ya taifa, na ufalme dhidi ya ufalme. Kutakuwa na njaa na mitetemeko ya ardhi sehemu mbalimbali. ⁸ Haya yote yatakuwa ndio mwanzo wa utungu.

⁹ "Ndipo mtasalitiwa, ili mteswe na kuuawa, nanyi mtachukiwa na mataifa yote kwa ajili yangu. ¹⁰ Wakati huo, wengi wataacha imani yao, nao watasalitiana kila mmoja na mwenzake na kuchukiana. ¹¹ Watatokea manabii wengi wa uongo, nao watawadanganya watu wengi. ¹² Kwa sababu ya kuongezeka kwa uovu upendo wa watu wengi utapoa, ¹³ lakini yule atakayevumilia hadi mwisho ataokolewa. ¹⁴ Injili ya Ufalme itahubiriwa ulimwenguni kote kuwa ushuhuda kwa mataifa yote. Ndipo mwisho utakapokuja.

¹⁵ "Hivyo mtakapoona lile 'chukizo la uharibifu' lililonenwa na nabii Danieli limesimama mahali patakatifu (asomaye na afahamu), ¹⁶ basi wale walioko Uyahudi wakimbilie milimani. ¹⁷ Yeyote aliye juu ya dari ya nyumba asishuke ili kuchukua chochote kutoka ndani ya nyumba. ¹⁸ Aliye shambani asirudi nyumbani kuchukua vazi lake. ¹⁹ Ole wao wenye mimba na wale wanaonyonyesha watoto siku hizo! ²⁰ Ombeni ili kukimbia kwenu kusiwe wakati wa baridi au siku ya Sabato. ²¹ Kwa maana wakati huo kutakuwa na dhiki kuu ambayo haijapata kuwako tangu mwanzo wa dunia mpaka sasa; wala haitakuwako tena kamwe. ²² Kama siku hizo zisingefupishwa, hakuna hata mtu mmoja ambaye angeokoka. Lakini kwa ajili ya wateule, siku hizo zitafupizwa. ²³ Wakati huo kama mtu yeyote akiwaambia, 'Tazama, Kristo huyu hapa!' Au, 'Kristo yuko kule,' msisadiki. ²⁴ Kwa maana watatokea makristo wa uongo na manabii wa uongo, nao watafanya ishara kubwa na maajabu mengi ili kuwapotosha,

_____
ᵃ5 *Kristo* maana yake ni *Masiya,* yaani *Aliyetiwa mafuta.*

ikiwezekana, hata wale wateule hasa. [25] Angalieni, nimekwisha kuwaambia mapema. [26] "Kwa hiyo mtu yeyote akiwaambia, 'Yule kule nyikani,' msiende huko. Au akisema, 'Yuko kwenye chumba,' msisadiki. [27] Kwa maana kama vile umeme utokeavyo mashariki na kuonekana hata magharibi, ndivyo itakavyokuwa kuja kwake Mwana wa Adamu. [28] Kwa maana popote ulipo mzoga, huko ndiko wakusanyikapo tai.

Kuja Kwa Mwana Wa Adamu

[29] "Mara baada ya dhiki ya siku zile,

" 'jua litatiwa giza,
    nao mwezi hautatoa nuru yake;
nazo nyota zitaanguka kutoka angani,
    na nguvu za anga zitatikisika.'

[30] "Ndipo itakapotokea ishara ya Mwana wa Adamu angani, na makabila yote ya dunia yataomboleza. Nao watamwona Mwana wa Adamu akija juu ya mawingu ya angani, katika uwezo na utukufu mkuu. [31] Naye atawatuma malaika zake kwa sauti kuu ya tarumbeta, nao watawakusanya wateule wake kutoka pande zote nne za dunia, kutoka mwisho mmoja wa mbingu hadi mwisho mwingine.

[32] "Basi jifunzeni somo hili kutokana na mtini: Matawi yake yanapoanza kuchipua na kutoa majani, mnatambua kwamba wakati wa kiangazi umekaribia. [33] Vivyo hivyo, myaonapo mambo haya yote, mnatambua kwamba wakati u karibu, hata malangoni. [34] Amin, nawaambia, kizazi hiki hakitapita hadi mambo haya yote yawe yametimia. [35] Mbingu na nchi zitapita, lakini maneno yangu hayatapita kamwe.

Hakuna Ajuaye Siku Wala Saa

[36] "Kwa habari ya siku ile na saa, hakuna ajuaye, hata malaika walio mbinguni wala Mwana, ila Baba peke yake. [37] Kama ilivyokuwa wakati wa Noa, ndivyo itakavyokuwa kuja kwake Mwana wa Adamu. [38] Kwa maana siku zile kabla ya gharika, watu walikuwa wakila na kunywa, wakioa na kuolewa, mpaka siku ile Noa alipoingia katika safina. [39] Nao hawakujua lolote mpaka gharika ilipokuja ikawakumba wote. Hivyo ndivyo itakavyokuwa atakapokuja Mwana wa Adamu. [40] Watu wawili watakuwa shambani, naye mmoja atatwaliwa na mwingine ataachwa. [41] Wanawake wawili watakuwa wanasaga pamoja, naye mmoja atatwaliwa na mwingine ataachwa.

[42] "Basi kesheni, kwa sababu hamjui ni siku gani atakapokuja Bwana wenu. [43] Lakini fahamuni jambo hili: Kama mwenye nyumba angejua ni wakati gani wa usiku ambao mwizi atakuja, angekesha na hangekubali nyumba yake kuvunjwa. [44] Kwa hiyo ninyi pia hamna budi kuwa tayari, kwa sababu Mwana wa Adamu atakuja saa msiyotazamia.

Mfano Wa Mtumishi Mwaminifu

[45] "Ni nani basi aliye mtumishi mwaminifu na mwenye busara, ambaye bwana wake amemweka kusimamia watumishi wengine katika nyumba

yake, ili awape chakula chao kwa wakati unaofaa? [46] Heri mtumishi yule ambaye bwana wake atakaporudi atamkuta akifanya hivyo. [47] Amin, nawaambia, atamweka mtumishi huyo kuwa msimamizi wa mali yake yote. [48] Lakini kama huyo mtumishi ni mwovu, naye akasema moyoni mwake, 'Bwana wangu atakawia muda mrefu,' [49] kisha akaanza kuwapiga watumishi wenzake, na kula na kunywa pamoja na walevi. [50] Basi bwana wa mtumishi huyo atakuja siku asiyodhani na saa asiyoijua. [51] Atamkata vipande vipande na kumweka katika sehemu moja pamoja na wanafiki, mahali ambako kutakuwa ni kulia na kusaga meno.

Mfano Wa Wanawali Kumi

25 "Wakati huo, Ufalme wa Mbinguni utakuwa kama wanawali kumi waliochukua taa zao na kwenda kumlaki bwana arusi. [2] Watano wao walikuwa wapumbavu na watano walikuwa wenye busara. [3] Wale wapumbavu walichukua taa zao lakini hawakuchukua mafuta ya akiba, [4] lakini wale wenye busara walichukua taa zao na mafuta ya akiba kwenye vyombo. [5] Bwana arusi alipokawia kuja wale wanawali wote wakasinzia na kulala.

[6] "Usiku wa manane pakawa na kelele: 'Tazameni, huyu hapa bwana arusi! Tokeni nje mkamlaki!'

[7] "Ndipo wale wanawali wote wakaamka na kuzitengeneza taa zao. [8] Wale wapumbavu wakawaambia wale wenye busara, 'Tupatieni mafuta yenu kidogo; taa zetu zinazimika.'

[9] "Lakini wale wenye busara wakawajibu, 'Sivyo, hayatutoshi sisi na ninyi pia. Afadhali mwende kwa wauzao mkajinunulie mafuta yenu.'

[10] "Nao walipokuwa wakienda kununua mafuta, bwana arusi akafika. Wale wanawali waliokuwa tayari wakaingia ndani pamoja naye kwenye karamu ya arusi na mlango ukafungwa.

[11] "Baadaye wale wanawali wengine nao wakaja, wakaita, 'Bwana! Bwana! Tufungulie mlango!'

[12] "Lakini yeye bwana arusi akawajibu, 'Amin, amin nawaambia, siwajui ninyi!'

[13] "Kwa hiyo kesheni, kwa sababu hamjui siku wala saa.

Mfano Wa Watumishi Watatu Na Talanta

[14] "Tena, Ufalme wa Mbinguni ni kama mtu aliyetaka kusafiri, naye akawaita watumishi wake na kuweka mali yake kwenye uangalizi wao. [15] Mmoja akampa talanta[a] tano, mwingine talanta mbili, na mwingine talanta moja. Kila mmoja alipewa kwa kadiri ya uwezo wake. Kisha yeye akasafiri. [16] Yule aliyepewa talanta tano akaenda mara moja akafanya nazo biashara akapata talanta nyingine tano zaidi. [17] Yule aliyepewa talanta mbili akafanya vivyo hivyo, akapata nyingine mbili zaidi. [18] Lakini yule mtumishi aliyekuwa amepokea talanta moja, alikwenda akachimba shimo ardhini na kuificha ile fedha ya bwana wake.

[19] "Baada ya muda mrefu, yule bwana wa wale watumishi akarudi na kufanya hesabu nao. [20] Yule mtumishi aliyepokea talanta tano akaja, akaleta

---

[a] 15 Talanta moja ilikuwa sawa na mshahara wa kibarua wa miaka 15.

nyingine tano zaidi. Akasema, 'Bwana uliweka kwenye uangalizi wangu talanta tano. Tazama, nimepata faida ya talanta tano zaidi.' ²¹ "Bwana wake akamwambia, 'Umefanya vizuri sana, mtumishi mwema na mwaminifu! Umekuwa mwaminifu kwa vitu vichache; nami nitakuweka kuwa msimamizi wa vitu vingi. Njoo ushiriki katika furaha ya bwana wako!' ²² "Yule mwenye talanta mbili naye akaja. Akasema, 'Bwana, uliweka kwenye uangalizi wangu talanta mbili. Tazama nimepata hapa talanta mbili zaidi.' ²³ "Bwana wake akajibu, 'Umefanya vizuri sana, mtumishi mwema na mwaminifu. Umekuwa mwaminifu kwa vitu vichache; nami nitakuweka kuwa msimamizi wa vitu vingi. Njoo ushiriki katika furaha ya bwana wako!' ²⁴ "Kisha yule mtumishi aliyepokea talanta moja akaja, akasema, 'Bwana, nilijua kwamba wewe ni mtu mgumu, unayevuna mahali usipopanda na kukusanya mahali usipotawanya mbegu. ²⁵ Kwa hiyo niliogopa, nikaenda, nikaificha talanta yako ardhini. Tazama, hii hapa ile iliyo mali yako.' ²⁶ "Bwana wake akajibu, 'Wewe mtumishi mwovu na mvivu! Ulijua kwamba ninavuna mahali nisipopanda na kukusanya mahali nisipotawanya mbegu. ²⁷ Vyema basi, ingekupasa kuweka fedha yangu kwa watoa riba, ili nirudipo, nichukue ile iliyo yangu na faida yake. ²⁸ " 'Basi mnyang'anyeni hiyo talanta, mkampe yule mwenye talanta kumi. ²⁹ Kwa maana kila mtu aliye na kitu atapewa zaidi, naye atakuwa navyo tele. Lakini yule asiye na kitu, hata kile alicho nacho atanyang'anywa. ³⁰ Nanyi mtupeni huyo mtumishi asiyefaa nje, kwenye giza, mahali ambako kutakuwa na kilio na kusaga meno.'

Kondoo Na Mbuzi

³¹ "Mwana wa Adamu atakapokuja katika utukufu wake na malaika wote watakatifu pamoja naye, ndipo atakapoketi juu ya kiti cha enzi cha utukufu wake. ³² Mataifa yote watakusanyika mbele zake, naye atawatenga kama mchungaji anavyotenga kondoo na mbuzi. ³³ Atawaweka kondoo upande wake wa kuume, na mbuzi upande wake wa kushoto.

³⁴ "Ndipo Mfalme atawaambia wale walioko upande wake wa kuume, 'Njooni, ninyi mliobarikiwa na Baba yangu; urithini Ufalme ulioandaliwa kwa ajili yenu tangu kuumbwa kwa ulimwengu. ³⁵ Kwa maana nilikuwa na njaa mkanipa chakula, nilikuwa na kiu mkaninywesha, nilikuwa mgeni mkanikaribisha, ³⁶ nilikuwa uchi mkanivika, nilikuwa mgonjwa mkanitunza, nami nilikuwa kifungoni mkaja kunitembelea.'

³⁷ "Ndipo wale wenye haki watakapomjibu, 'Bwana, ni lini tulikuona ukiwa na njaa tukakulisha, au ukiwa na kiu tukakunywesha? ³⁸ Lini tulikuona ukiwa mgeni tukakukaribisha, au ukiwa uchi tukakuvika? ³⁹ Tena ni lini tulikuona ukiwa mgonjwa tukakutunza, au ukiwa kifungoni tukakutembelea?'

⁴⁰ "Naye Mfalme atawajibu, 'Amin nawaambia, kwa jinsi mlivyomtendea mmojawapo wa hawa ndugu zangu walio wadogo, mlinitendea mimi.'

⁴¹ "Kisha atawaambia wale walio upande wake wa kushoto, 'Ondokeni kwangu, ninyi mliolaaniwa, nendeni kwenye moto wa milele ulioandaliwa kwa ajili ya ibilisi na malaika zake. ⁴² Kwa maana nilikuwa na njaa hamkunipa chakula, nilikuwa na kiu hamkuninywesha, ⁴³ nilikuwa mgeni nanyi hamkunikaribisha, nilikuwa uchi hamkunivika, nilikuwa mgonjwa hamkunitunza, na nilikuwa gerezani nanyi hamkuja kunitembelea.'

⁴⁴ "Ndipo wao pia watajibu, 'Bwana ni lini tulikuona ukiwa na njaa au kiu, au ukiwa mgeni au uchi, au ukiwa mgonjwa na kifungoni na hatukukuhudumia?'

⁴⁵ "Naye atawajibu, 'Amin nawaambia, kwa jinsi ambavyo hamkumtendea mmojawapo wa hawa ndugu zangu walio wadogo, hamkunitendea mimi.'

⁴⁶ "Ndipo hawa watakapoingia kwenye adhabu ya milele, lakini wale wenye haki wataingia katika uzima wa milele."

Shauri Baya La Kumuua Yesu

26 Yesu alipomaliza kusema hayo yote, akawaambia wanafunzi wake, ² "Kama mnavyojua, baada ya siku mbili itakuwa Pasaka, naye Mwana wa Adamu atasalitiwa ili asulubiwe."

³ Basi viongozi wa makuhani na wazee wa watu wakakusanyika katika jumba la utawala la kuhani mkuu, jina lake Kayafa. ⁴ Wakafanya shauri ili kumkamata Yesu kwa siri na kumuua. ⁵ Lakini wakasema, "Isiwe wakati wa Sikukuu, kusitokee ghasia miongoni mwa watu."

Yesu Anapakwa Mafuta Huko Bethania

⁶ Yesu alikuwa Bethania nyumbani mwa Simoni aliyekuwa na ukoma, ⁷ naye mwanamke mmoja akamjia akiwa na chupa ya marhamu yenye manukato ya thamani kubwa; akayamimina kichwani mwa Yesu alipokuwa ameketi mezani kula chakula.

⁸ Lakini wanafunzi wake walipoona hayo wakakasirika, wakasema, "Upotevu huu wote ni wa nini? ⁹ Manukato haya yangeuzwa kwa bei kubwa, na fedha hizo wakapewa maskini."

¹⁰ Yesu, akijua jambo hili, akawaambia, "Mbona mnamsumbua huyu mwanamke? Yeye amenitendea jambo zuri sana. ¹¹ Maskini mtakuwa nao siku zote, lakini mimi hamtakuwa nami siku zote. ¹² Alipomimina haya manukato kwenye mwili wangu, amefanya hivyo ili kuniandaa kwa ajili ya maziko yangu. ¹³ Amin, nawaambia, mahali popote ulimwenguni ambapo hii Injili itahubiriwa, jambo hili alilolitenda huyu mwanamke litatajwa pia kwa ukumbusho wake."

Yuda Akubali Kumsaliti Yesu

¹⁴ Kisha mmojawapo wa wale kumi na wawili, aitwaye Yuda Iskariote, alikwenda kwa viongozi wa makuhani ¹⁵ na kuuliza, "Mtanipa nini nikimtia Yesu mikononi mwenu?" Wakamlipa vipande thelathini vya fedha. ¹⁶ Tangu wakati huo Yuda akawa anatafuta wakati uliofaa wa kumsaliti Yesu.

Yesu Ala Pasaka Pamoja Na Wanafunzi

¹⁷ Siku ya kwanza ya Sikukuu ya Mikate Isiyotiwa Chachu, wanafunzi walimjia Yesu wakamuuliza,

"Unataka twende wapi ili tukuandalie mahali pa kula Pasaka?"

[18] Akajibu, "Nendeni kwa mtu fulani huko mjini, mkamwambie, 'Mwalimu asema hivi: Saa yangu imekaribia. Nitaiadhimisha Pasaka pamoja na wanafunzi wangu katika nyumba yako.' " [19] Hivyo wanafunzi wakafanya kama vile Yesu alivyokuwa amewaelekeza, nao wakaandaa Pasaka.

[20] Ilipofika jioni, Yesu alikuwa ameketi mezani pamoja na wale wanafunzi wake kumi na wawili. [21] Nao walipokuwa wakila, Yesu akasema, "Amin, nawaambia, mmoja wenu atanisaliti."

[22] Wakahuzunika sana, wakaanza kumuuliza mmoja baada ya mwingine, "Je, ni mimi Bwana?" [23] Yesu akawaambia, "Yule aliyechovya mkono wake katika bakuli pamoja nami ndiye atakayenisaliti. [24] Mwana wa Adamu anaenda zake kama vile alivyoandikiwa. Lakini ole wake mtu yule amsalitiye Mwana wa Adamu. Ingekuwa heri kwake mtu huyo kama hangezaliwa!" [25] Kisha Yuda, yule mwenye kumsaliti, akasema, "Je, ni mimi Rabi?"

Yesu akajibu, "Naam, wewe mwenyewe umesema."

Kuanzishwa Kwa Meza Ya Bwana

[26] Walipokuwa wanakula, Yesu akachukua mkate, akashukuru, akaumega, na kuwapa wanafunzi wake, akisema, "Twaeni, mle; huu ndio mwili wangu." [27] Kisha akakitwaa kikombe, akashukuru, akawapa, akisema, "Nyweni nyote katika kikombe hiki. [28] Hii ndiyo damu yangu ya Agano, imwagikayo kwa ajili ya wengi kwa ondoleo la dhambi. [29] Lakini ninawaambia, tangu sasa sitakunywa tena katika uzao huu wa mzabibu, hadi siku ile nitakapounywa mpya pamoja nanyi katika Ufalme wa Baba yangu." [30] Walipokwisha kuimba wimbo, wakatoka wakaenda Mlima wa Mizeituni.

Yesu Atabiri Petro Kumkana

[31] Kisha Yesu akawaambia, "Usiku huu, ninyi nyote mtaniacha, kwa maana imeandikwa:

" 'Nitampiga mchungaji,
nao kondoo wa hilo kundi watatawanyika.'

[32] Lakini baada ya kufufuka kwangu, nitawatangulia kwenda Galilaya." [33] Petro akajibu, "Hata kama wote watakuacha, kamwe mimi sitakuacha." [34] Yesu akamjibu, "Amin, nakuambia, usiku huu, kabla jogoo hajawika, utanikana mara tatu." [35] Lakini Petro akasisitiza, "Hata kama itabidi kufa pamoja nawe, sitakukana kamwe." Nao wanafunzi wale wengine wote wakasema vivyo hivyo.

Yesu Anaomba Gethsemane

[36] Kisha Yesu akaenda pamoja na wanafunzi wake mpaka kwenye bustani iitwayo Gethsemane, akawaambia, "Kaeni hapa, nami niende kule nikaombe." [37] Akamchukua Petro pamoja na wale wana wawili wa Zebedayo, akaanza kuhuzunika na kufadhaika. [38] Kisha Yesu akawaambia, "Moyo wangu umejawa na huzuni kiasi cha kufa. Kaeni hapa na mkeshe pamoja nami."

[39] Akaenda mbele kidogo, akaanguka kifudifudi, akaomba akisema, "Baba yangu, kama inawezekana, kikombe hiki na kiniondokee. Lakini si kama nipendavyo mimi, bali kama upendavyo wewe." [40] Kisha akarudi kwa wanafunzi wake, akawakuta wamelala. Akamuuliza Petro, "Je, ninyi hamkuweza kukesha pamoja nami hata kwa saa moja? [41] Kesheni na mwombe, msije mkaingia majaribuni. Roho iko radhi, lakini mwili ni mdhaifu." [42] Akaenda tena mara ya pili na kuomba, "Baba yangu, kama haiwezekani kikombe hiki kiniepuke nisikinywe, basi mapenzi yako yafanyike." [43] Aliporudi, akawakuta tena wamelala kwa sababu macho yao yalikuwa mazito. [44] Hivyo akawaacha akaenda zake tena mara ya tatu na kuomba akisema maneno yale yale.

[45] Kisha akarudi kwa wanafunzi wake, akawaambia, "Bado mmelala na kupumzika? Tazameni, saa imefika ambapo Mwana wa Adamu anasalitiwa na kutiwa mikononi mwa wenye dhambi. [46] Inukeni, twende zetu! Tazameni, msaliti wangu yuaja!"

Yesu Akamatwa

[47] Alipokuwa bado anazungumza, Yuda, mmoja wa wale Kumi na Wawili, akafika. Alikuwa amefuatana na umati mkubwa wa watu wenye panga na marungu, walioikuwa wametumwa na viongozi wa makuhani na wazee wa watu. [48] Basi msaliti alikuwa amewapa hao watu ishara, kwamba: "Yule nitakayembusu ndiye. Mkamateni." [49] Mara Yuda akamjia Yesu na kumsalimu, "Salamu, Rabi!" Akambusu. [50] Yesu akamwambia, "Rafiki, fanya kile ulichokuja kufanya hapa."

Kisha wale watu wakasogea mbele, wakamkamata Yesu. [51] Ghafula mmoja wa wale walioikuwa na Yesu alipoona hivyo, akaushika upanga wake, akauchomoa na kumpiga mtumishi wa kuhani mkuu, akamkata sikio. [52] Ndipo Yesu akamwambia, "Rudisha upanga wako mahali pake, kwa maana wote watumiao upanga watakufa kwa upanga. [53] Je, unadhani siwezi kumwomba Baba yangu naye mara moja akaniletea zaidi ya majeshi kumi na mawili ya malaika? [54] Lakini je, yale Maandiko yanayotabiri kwamba ni lazima itendeke hivi yatatimiaje?" [55] Wakati huo, Yesu akawaambia ule umati wa watu, "Je, mmekuja na panga na marungu kunikamata kana kwamba mimi ni mnyang'anyi? Siku kwa siku nilikuti Hekaluni nikifundisha, mbona hamkunikamata? [56] Lakini haya yote yametukia ili maandiko ya manabii yapate kutimia." Ndipo wanafunzi wake wote wakamwacha na kukimbia.

Yesu Mbele Ya Kuhani Mkuu

[57] Wale walioikuwa wamemkamata Yesu wakampeleka kwa Kayafa, kuhani mkuu, mahali ambapo walimu wa sheria pamoja na wazee walikuwa wamekusanyika. [58] Lakini Petro akamfuata kwa mbali hadi uani kwa kuhani mkuu. Akaingia ndani, akaketi pamoja na walinzi ili aone litakalotukia. [59] Viongozi wa makuhani na Baraza la Wayahudi lote wakatafuta ushahidi wa uongo dhidi ya Yesu ili

wapate kumuua. [60] Lakini hawakupata jambo lolote, ingawa mashahidi wengi wa uongo walijitokeza.

Hatimaye wakajitokeza mashahidi wawili wa uongo [61] na kusema, "Huyu mtu alisema, 'Ninaweza kulivunja Hekalu la Mungu na kulijenga tena kwa siku tatu.' "

[62] Kisha kuhani mkuu akasimama na kumwambia Yesu, "Je, wewe hutajibu? Ni ushahidi gani hawa watu wanauleta dhidi yako?" [63] Lakini Yesu akakaa kimya.

Ndipo kuhani mkuu akamwambia, "Nakuapisha mbele za Mungu aliye hai. Tuambie kama wewe ndiwe Kristo,[a] Mwana wa Mungu."

[64] Yesu akajibu, "Wewe umenena. Lakini ninawaambia nyote: Siku za baadaye, mtamwona Mwana wa Adamu akiwa ameketi mkono wa kuume wa Mwenye Nguvu, na akija juu ya mawingu ya mbinguni."

[65] Ndipo kuhani mkuu akararua mavazi yake na kusema, "Amekufuru! Tuna haja gani tena ya mashahidi zaidi? Tazama, sasa ninyi mmesikia hayo makufuru. [66] Uamuzi wenu ni gani?"

Wakajibu, "Anastahili kufa."

[67] Kisha wakamtemea mate usoni na wengine wakampiga ngumi. Wengine wakampiga makofi [68] na kusema, "Tutabirie, wewe Kristo! Ni nani aliyekupiga?"

Petro Amkana Bwana Yesu

[69] Wakati huu Petro alikuwa amekaa nje uani. Mtumishi mmoja wa kike akamjia na kumwambia, "Wewe pia ulikuwa pamoja na Yesu wa Galilaya."

[70] Lakini Petro akakana mbele yao wote akisema, "Sijui hilo usemalo."

[71] Alipotoka nje kufika kwenye lango, mtumishi mwingine wa kike alimwona, akawaambia watu waliokuwepo, "Huyu mtu alikuwa pamoja na Yesu, Mnazareti."

[72] Akakana tena kwa kiapo akisema, "Mimi simjui huyo!"

[73] Baada ya muda mfupi, wale waliokuwa wamesimama pale wakamwendea Petro, wakamwambia, "Hakika wewe ni mmoja wao, kwa maana usemi wako ni kama wao."

[74] Ndipo Petro akaanza kujilaani na kuwaapia, "Mimi simjui mtu huyo!"

Papo hapo jogoo akawika. [75] Ndipo Petro akakumbuka lile neno Yesu alilokuwa amesema: "Kabla jogoo hajawika, utanikana mara tatu." Naye akaenda nje, akalia kwa majonzi.

Yesu Aletwa Mbele Ya Pilato

27 Asubuhi na mapema, viongozi wa makuhani wote na wazee wa watu wakafanya shauri pamoja dhidi ya Yesu ili kumuua. [2] Wakamfunga, wakampeleka na kumkabidhi kwa Pilato, ambaye alikuwa mtawala wa Kirumi.

Yuda Ajinyonga

[3] Yuda, ambaye alikuwa amemsaliti Yesu, alipoona kuwa Yesu amehukumiwa, akajuta na akarudisha vile vipande thelathini vya fedha alivyopewa na viongozi wa makuhani na wazee wa watu. [4] Akasema, "Nimetenda dhambi, kwa maana nimeisaliti damu isiyo na hatia."

Wakamjibu, "Hilo latuhusu nini sisi? Ni shauri yako."

[5] Basi Yuda akavitupa vile vipande vya fedha ndani ya Hekalu akaondoka akaenda kujinyonga.

[6] Wale viongozi wa makuhani wakazichukua zile fedha wakasema, "Si halali kuchanganya fedha hizi na sadaka kwa sababu hizi ni fedha zenye damu." [7] Kwa hiyo baada ya kushauriana, waliamua kuzitumia kununulia shamba la mfinyanzi, liwe mahali pa kuzikia wageni. [8] Hii ndiyo sababu lile shamba likaitwa Shamba la Damu hadi leo. [9] Ndipo likatimia lile lililonenwa na nabii Yeremia, kwamba, "Walichukua vile vipande thelathini vya fedha, thamani aliyopangiwa na watu wa Israeli, [10] wakanunulia shamba la mfinyanzi, kama vile Bwana alivyoniagiza."

Yesu Mbele Ya Pilato

[11] Wakati huo Yesu akiwa amesimama mbele ya mtawala, mtawala akamuuliza, "Wewe ndiye mfalme wa Wayahudi?"

Yesu akasema, "Wewe wasema hivyo."

[12] Lakini viongozi wa makuhani na wazee walipomshtaki, hakujibu neno. [13] Ndipo Pilato akamuuliza, "Je, husikii ni mambo mangapi wanayokushtaki nayo?" [14] Lakini Yesu hakumjibu hata kwa shtaka moja, kiasi kwamba mtawala alishangaa sana.

[15] Basi ilikuwa ni desturi ya mtawala kumfungua mfungwa mmoja aliyechaguliwa na umati wa watu wakati sikukuu. [16] Wakati huo alikuwepo mfungwa mmoja mwenye sifa mbaya, aliyeitwa Baraba. [17] Hivyo umati na watu walipokusanyika, Pilato akawauliza, "Mnataka niwafungulie nani, Baraba au Yesu yeye aitwaye Kristo?" [18] Kwa kuwa alitambua Yesu alikuwa amekabidhiwa kwake kwa ajili ya wivu.

[19] Pilato akiwa ameketi kwenye kiti cha hukumu, mkewe akampelekea ujumbe huu: "Usiwe na jambo lolote juu ya mtu huyu asiye na hatia, kwa kuwa leo nimeteseka sana katika ndoto kwa sababu yake."

[20] Lakini viongozi wa makuhani na wazee wakaushawishi ule umati wa watu wakamba waombe Baraba afunguliwe, naye Yesu auawe.

[21] Mtawala akawauliza tena, "Ni yupi kati ya hawa wawili mnayetaka niwafungulie?"

Wakajibu, "Baraba."

[22] Pilato akawaambia, "Basi nifanye nini na huyu Yesu aitwaye Kristo?"

Wakajibu wote, "Msulubishe!"

[23] Pilato akauliza, "Kwa nini? Amefanya kosa gani?"

Lakini wao wakazidi kupiga kelele, wakisema, "Msulubishe!"

[24] Pilato alipoona kwamba hawezi kufanya lolote, lakini badala yake ghasia zilikuwa zinaanza, akachukua maji, akanawa mikono yake mbele ya ule umati wa watu, akasema, "Sina hatia juu ya damu ya mtu huyu, hili ni jukumu lenu!"

[25] Watu wote wakajibu, "Damu yake na iwe juu yetu na juu ya watoto wetu!"

---

[a]63 Kristo maana yake ni Masiya, yaani Aliyetiwa mafuta.

²⁶ Basi akawafungulia Baraba. Lakini baada ya kuamuru Yesu achapwe mijeledi, akamtoa ili asulubishwe.

Askari Wamdhihaki Yesu

²⁷ Kisha askari wa mtawala wakampeleka Yesu kwenye Praitorio*ᵃ* na wakakusanya kikosi kizima cha askari kumzunguka. ²⁸ Wakamvua nguo zake na kumvika vazi la rangi nyekundu, kisha ²⁹ wakasokota taji ya miiba, wakaiweka kichwani pake. Wakamwekea fimbo katika mkono wake wa kuume, na wakapiga magoti mbele zake na kumdhihaki, wakisema, "Salamu, mfalme wa Wayahudi!" ³⁰ Wakamtemea mate, wakachukua ile fimbo wakampiga kichwani tena na tena. ³¹ Baada ya kumdhihaki, wakamvua lile joho, wakamvika tena nguo zake. Kisha wakampeleka ili wakamsulubishe.

Yesu Asulubishwa

³² Walipokuwa wakienda, wakakutana na mtu mmoja kutoka Kirene, jina lake Simoni, nao wakamlazimisha kuubeba ule msalaba. ³³ Wakafika mahali palipoitwa Golgotha (maana yake ni Mahali pa Fuvu la Kichwa). ³⁴ Hapo wakampa Yesu divai iliyochanganywa na nyongo ili anywe; lakini alipoionja, akakataa kuinywa. ³⁵ Walipokwisha kumsulubisha wakagawana mavazi yake kwa kuyapigia kura. [Hili lilifanyika ili litimie lile neno lililonenwa na nabii, "Waligawa nguo zangu miongoni mwao na vazi langu wakalipigia kura."] ³⁶ Kisha wakaketi, wakamchunga. ³⁷ Juu ya kichwa chake, kwenye msalaba, wakaandika shtaka lake hivi: Huyu ni Yesu, Mfalme wa Wayahudi. ³⁸ Wanyang'anyi wawili walisulubiwa pamoja naye, mmoja upande wake wa kuume na mwingine upande wa kushoto. ³⁹ Watu waliokuwa wakipita njiani wakamtukana huku wakitikisa vichwa vyao ⁴⁰ na kusema, "Wewe ambaye utalivunja Hekalu na kulijenga kwa siku tatu, jiokoe mwenyewe basi! Kama wewe ni Mwana wa Mungu, shuka kutoka msalabani." ⁴¹ Vivyo hivyo, viongozi wa makuhani, walimu wa sheria pamoja na wazee wakamdhihaki wakisema, ⁴² "Aliwaokoa wengine, lakini hawezi kujiokoa mwenyewe! Yeye ni Mfalme wa Israeli! Ashuke sasa kutoka msalabani, nasi tutamwamini. ⁴³ Anamwamini Mungu, basi Mungu na amwokoe sasa kama anamtaka, kwa maana alisema, 'Mimi ni Mwana wa Mungu.' " ⁴⁴ Hata wale wanyang'anyi waliosulubiwa pamoja naye wakamtukana vivyo hivyo.

Kifo Cha Yesu

⁴⁵ Tangu saa sita hadi saa tisa giza liliifunika nchi yote. ⁴⁶ Ilipofika saa tisa, Yesu akapaza sauti akalia, *"Eloi, Eloi, lama sabakthani?"* Maana yake, "Mungu wangu, Mungu wangu, mbona umeniacha?" ⁴⁷ Baadhi ya watu waliokuwa wamesimama pale waliposikia hayo, wakasema, "Anamwita Eliya." ⁴⁸ Ghafula mmoja wao akaenda mbio na kuleta

sifongo, akaichovya kwenye siki, akaiweka kwenye mwanzi na akampa Yesu ili anywe. ⁴⁹ Wengine wakasema, "Basi mwacheni. Hebu tuone kama Eliya atakuja kumwokoa."

⁵⁰ Yesu alipolia tena kwa sauti kuu, akaitoa roho yake.

⁵¹ Wakati huo huo pazia la Hekalu likachanika vipande viwili, kuanzia juu hadi chini. Dunia ikatetemeka na miamba ikapasuka. ⁵² Makaburi yakafunguka na miili ya watakatifu waliokuwa wamekufa ikafufuliwa. ⁵³ Wakatoka makaburini, na baada ya Yesu kufufuka, waliingia kwenye Mji Mtakatifu na kuwatokea watu wengi.

⁵⁴ Basi yule jemadari na wale waliokuwa pamoja naye wakimlinda Yesu walipoona lile tetemeko na yale yote yaliyokuwa yametukia, waliogopa, wakasema, "Hakika huyu alikuwa Mwana wa Mungu!" ⁵⁵ Walikuwako wanawake huko wakiangalia kwa mbali. Hawa walikuwa wamemfuata Yesu tangu Galilaya ili kushughulikia mahitaji yake. ⁵⁶ Miongoni mwao walikuwepo Maria Magdalene, na Maria mama yao Yakobo na Yosefu, na mama yao wana wa Zebedayo.

Maziko Ya Yesu

⁵⁷ Ilipofika jioni, alifika mtu mmoja tajiri kutoka Arimathaya aitwaye Yosefu, ambaye pia alikuwa mwanafunzi wa Yesu. ⁵⁸ Akamwendea Pilato ili kumwomba mwili wa Yesu. Pilato akaamuru apewe. ⁵⁹ Yosefu akauchukua mwili wa Yesu, akaufunga katika kitambaa cha kitani safi, ⁶⁰ na kuuweka katika kaburi lake mwenyewe jipya, alilokuwa amelichonga kwenye mwamba. Kisha akavingirisha ile jiwe kubwa katika ingilio la kaburi, akaenda zake. ⁶¹ Maria Magdalene na yule Maria mwingine walikuwepo mahali pale, wakiwa wameketi mkabala na kaburi.

Walinzi Pale Kaburini

⁶² Kesho yake, yaani siku iliyofuata ile ya Maandalizi ya Sabato, viongozi wa makuhani na Mafarisayo wakamwendea Pilato ⁶³ na kusema, "Bwana, tumekumbuka kwamba yule mdanganyifu wakati alikuwa bado hai alisema, 'Baada ya siku tatu nitafufuka.' ⁶⁴ Kwa hiyo uamuru kaburi lilindwe kwa uthabiti mpaka baada ya siku tatu. La sivyo, wanafunzi wake wanaweza kuja kuuiba mwili wake na kuwaambia watu kwamba amefufuliwa kutoka kwa wafu. Udanganyifu huu wa mwisho utakuwa mbaya kuliko ule wa kwanza."

⁶⁵ Pilato akawaambia, "Ninyi mnao askari walinzi. Nendeni, liwekeeni ulinzi kadri mwezavyo." ⁶⁶ Kwa hiyo wakaenda na walinzi ili kulilinda kaburi kwa uthabiti, wakatia muhuri kwenye lile jiwe na kuweka ulinzi.

Yesu Afufuka

28 Baada ya Sabato, alfajiri mapema siku ya kwanza ya juma, Maria Magdalene na yule Maria mwingine walikwenda kulitazama kaburi. ² Ghafula, pakawa na tetemeko kubwa la ardhi, kwa sababu malaika wa Bwana alishuka kutoka mbinguni, akaenda penye kaburi, akalivingirisha lile jiwe na kulikalia. ³ Sura ya huyo malaika ilikuwa

---

ᵃ 27 Praitorio maana yake ni makao makuu ya mtawala, jumba la kifalme lililokuwa linakaliwa na Pontio Pilato huko Yerusalemu, palipokuwa na kiti cha hukumu.

kama umeme, na mavazi yake yalikuwa meupe kama theluji. [4] Wale walinzi wa kaburi walimwogopa sana, wakatetemeka hata wakawa kama wafu. [5] Yule malaika akawaambia wale wanawake, "Msiogope, kwa maana ninajua kuwa mnamtafuta Yesu aliyesulubiwa. [6] Hayupo hapa, kwa kuwa amefufuka, kama vile alivyosema. Njooni mpatazame mahali alipokuwa amelazwa. [7] Kisha nendeni upesi mkawaambie wanafunzi wake kwamba, 'Amefufuka kutoka kwa wafu, naye awatangulia kwenda Galilaya. Huko ndiko mtamwona. Sasa nimekwisha kuwaambia.' "

[8] Hivyo wale wanawake wakaondoka pale kaburini wakiwa wamejawa na hofu, bali wakiwa na furaha nyingi. Wakaenda mbio kuwaeleza wanafunzi wake habari hizo. [9] Ghafula, Yesu akakutana nao, akasema, "Salamu!" Wale wanawake wakamkaribia, wakaishika miguu yake, wakamwabudu. [10] Ndipo Yesu akawaambia, "Msiogope. Nendeni mkawaambie ndugu zangu waende Galilaya, ndiko watakakoniona."

Taarifa Ya Walinzi

[11] Wakati wale wanawake walikuwa njiani wakienda, baadhi ya wale askari waliokuwa wakilinda kaburi walienda mjini na kuwaeleza viongozi wa makuhani kila kitu kilichokuwa kimetukia. [12] Baada ya viongozi wa makuhani kukutana na wazee na kutunga hila, waliwapa wale askari kiasi kikubwa cha fedha [13] wakiwaambia, "Inawapasa mseme, 'Wanafunzi wake walikuja wakati wa usiku na kumwiba sisi tulipokuwa tumelala.' [14] Kama habari hizi zikimfikia mtawala, sisi tutamwondolea mashaka nanyi hamtapata tatizo lolote." [15] Kwa hiyo wale askari wakazipokea hizo fedha nao wakafanya kama walivyoelekezwa. Habari hii imeenea miongoni mwa Wayahudi mpaka leo.

Yesu Awatuma Wanafunzi Wake

[16] Basi wale wanafunzi kumi na mmoja wakaenda hadi Galilaya kwenye ule mlima ambao Yesu alikuwa amewaagiza. [17] Walipomwona, wakamwabudu; lakini baadhi yao wakaona shaka. [18] Yesu akawajia na kusema, "Nimepewa mamlaka yote mbinguni na duniani. [19] Kwa sababu hii, enendeni mkawafanye mataifa yote kuwa wanafunzi, mkiwabatiza kwa Jina la Baba na la Mwana na la Roho Mtakatifu, [20] nanyi wafundisheni kuyashika mambo yote niliyowaamuru ninyi. Hakika mimi niko pamoja nanyi siku zote, hadi mwisho wa nyakati."

MARKO

1 Mwanzo wa Injili ya Yesu Kristo, Mwana wa Mungu. [2] Kama ilivyoandikwa katika kitabu cha nabii Isaya:

"Tazama, nitamtuma mjumbe wangu
mbele yako,
atakayetengeneza njia mbele yako":
[3] "sauti ya mtu aliaye nyikani.
'Itengenezeni njia ya Bwana,
yanyoosheni mapito yake.' "

[4] Yohana alikuja, akibatiza huko nyikani, akihubiri ubatizo wa toba kwa ajili ya msamaha wa dhambi. [5] Watu kutoka Uyahudi wote na sehemu zote za Yerusalemu walikuwa wakimwendea. Nao wakaziungama dhambi zao, akawabatiza katika Mto Yordani. [6] Yohana alivaa mavazi yaliyotengenezwa kwa singa za ngamia na mkanda wa ngozi kiunoni mwake. Chakula chake kilikuwa nzige na asali ya mwitu. [7] Naye alihubiri akisema, "Baada yangu atakuja yeye aliye na uwezo kuniliko mimi, ambaye sistahili hata kuinama na kulegeza kamba za viatu vyake. [8] Mimi nawabatiza kwa maji, lakini yeye atawabatiza kwa Roho Mtakatifu."

Ubatizo Wa Yesu

[9] Wakati huo Yesu akaja kutoka Nazareti ya Galilaya, naye akabatizwa na Yohana katika Mto Yordani. [10] Yesu alipokuwa akitoka ndani ya maji, aliona mbingu zikifunguka na Roho akishuka juu yake kama hua. [11] Nayo sauti kutoka mbinguni ikasema, "Wewe ni Mwanangu mpendwa; nami nimependezwa nawe sana."

Majaribu Ya Yesu

[12] Wakati huo huo, Roho akamwongoza Yesu kwenda nyikani, [13] naye akawa huko nyikani kwa muda wa siku arobaini, akijaribiwa na Shetani. Alikaa na wanyama wa mwituni, nao malaika wakamhudumia.

Yesu Aanza Kuhubiri

[14] Baada ya Yohana kukamatwa na kutiwa gerezani, Yesu aliingia Galilaya akaanza kuhubiri habari njema ya Mungu, [15] akisema, "Wakati umewadia, Ufalme wa Mungu umekaribia. Tubuni na kuiamini Habari Njema."

Yesu Awaita Wanafunzi Wanne

[16] Yesu alipokuwa akitembea kando ya Bahari ya Galilaya, aliwaona Simoni na Andrea nduguye wakizitupa nyavu zao baharini, kwa kuwa wao walikuwa wavuvi. [17] Yesu akawaambia, "Njooni, nifuateni nami nitawafanya mwe wavuvi wa watu." [18] Mara wakaacha nyavu zao, wakamfuata.

[19] Alipokwenda mbele kidogo, akamwona Yakobo mwana wa Zebedayo na Yohana nduguye, wakiwa kwenye mashua yao wakizitengeneza nyavu zao. [20] Papo hapo akawaita, nao wakamwacha Zebedayo baba yao kwenye mashua pamoja na watumishi wa kuajiriwa, nao wakamfuata Yesu.

Yesu Amtoa Pepo Mchafu

[21] Wakaenda mpaka Kapernaumu. Ilipofika siku ya Sabato, mara Yesu akaingia sinagogi, akaanza kufundisha. [22] Watu wakashangaa sana kwa mafundisho yake, kwa maana aliwafundisha kama yeye aliye na mamlaka, wala si kama walimu wa sheria. [23] Wakati huo huo katika sinagogi lao palikuwa na mtu aliyekuwa amepagawa na pepo mchafu, [24] naye akapiga kelele akisema, "Tuna nini nawe, Yesu wa Nazareti? Je, umekuja kutuangamiza? Ninakujua wewe ni nani. Wewe ndiwe Aliye Mtakatifu wa Mungu!" [25] Lakini Yesu akamkemea, akamwambia, "Nyamaza kimya! Nawe umtoke!" [26] Yule pepo mchafu akamtikisatikisa huyo mtu kwa nguvu, kisha akamtoka akipiga kelele kwa sauti kubwa. [27] Watu wote wakashangaa, hata wakauliza wao kwa wao, "Haya ni mambo gani? Ni mafundisho mapya, tena yenye mamlaka! Anaamuru hata pepo wachafu, nao wanamtii!" [28] Sifa zake zikaanza kuenea haraka katika eneo lote la karibu na Galilaya.

Yesu Amponya Mama Mkwe Wa Simoni

[29] Mara walipotoka katika sinagogi, walikwenda pamoja na Yakobo na Yohana hadi nyumbani kwa Simoni na Andrea. [30] Mama mkwe wa Simoni alikuwa kitandani, ana homa, nao wakamweleza Yesu habari zake. [31] Hivyo Yesu akamwendea, akamshika mkono na kumwinua. Kisha homa ikamwacha, naye akaanza kuwahudumia.

Yesu Aponya Wengi

[32] Jioni ile baada ya jua kutua, watu wakamletea Yesu wagonjwa wote na waliopagawa na pepo wachafu. [33] Mji wote ukakusanyika mbele ya nyumba hiyo. [34] Yesu akawaponya watu wengi waliokuwa na magonjwa ya aina mbalimbali. Akawatoa pepo wachafu wengi, lakini hakuwaacha hao pepo wachafu waseme, kwa sababu walimjua yeye ni nani.

Yesu Aenda Galilaya

[35] Alfajiri na mapema sana kulipokuwa bado kuna giza, Yesu akaamka, akaondoka, akaenda mahali pa faragha ili kuomba. [36] Simoni na wenzake wakaenda kumtafuta, [37] nao walipomwona, wakamwambia, "Kila mtu anakutafuta!" [38] Yesu akawajibu, "Twendeni mahali pengine kwenye vijiji jirani, ili niweze kuhubiri huko pia, kwa sababu hicho ndicho nilichokuja kukifanya." [39] Kwa hiyo akazunguka Galilaya kote, akihubiri katika masinagogi yao na kutoa pepo wachafu.

Yesu Amtakasa Mwenye Ukoma

⁴⁰ Mtu mmoja mwenye ukoma alimjia Yesu, akamwomba akipiga magoti, akamwambia, "Ukitaka, waweza kunitakasa." ⁴¹ Yesu, akiwa amejawa na huruma, akanyoosha mkono wake akamgusa, akamwambia, "Nataka. Takasika!" ⁴² Mara ukoma ukamtoka, naye akatakasika. ⁴³ Baada ya Yesu kumwonya vikali, akamruhusu aende zake ⁴⁴ akimwambia, "Hakikisha humwambii mtu yeyote habari hizi, bali nenda ukajionyeshe kwa kuhani, na ukatoe sadaka alizoagiza Mose kwa utakaso wako, ili kuwa ushuhuda kwao." ⁴⁵ Lakini yule mtu akaenda akaanza kutangaza habari za kuponywa kwake waziwazi. Kwa hiyo, Yesu hakuweza tena kuingia katika miji waziwazi lakini alikaa sehemu zisizo na watu. Hata hivyo watu wakamfuata huko kutoka kila upande.

Yesu Amponya Mtu Aliyepooza

2 Baada ya siku kadhaa Yesu alirudi Kapernaumu, watu wakasikia kwamba amerudi nyumbani. ² Hivyo watu wengi wakakusanyika kiasi kwamba hapakubaki nafasi yoyote hata mlangoni! Naye akawahubiria Neno. ³ Ndipo baadhi ya watu wakaja wakamletea Yesu mtu aliyepooza, akiwa amebebwa na watu wanne. ⁴ Kwa kuwa walikuwa hawawezi kumfikisha kwa Yesu kwa ajili ya umati wa watu, walitoboa tundu kwenye paa mahali pale alipokuwa Yesu, wakamshusha yule aliyepooza kwa kitanda alichokuwa amelalia. ⁵ Yesu alipoiona imani yao, alimwambia yule mtu aliyepooza, "Mwanangu, dhambi zako zimesamehewa." ⁶ Basi baadhi ya walimu wa sheria waliokuwa wameketi huko wakawaza mioyoni mwao, ⁷ "Kwa nini mtu huyu anasema hivi? Huyu anakufuru! Ni nani awezaye kusamehe dhambi isipokuwa Mungu peke yake?" ⁸ Mara moja Yesu akatambua rohoni mwake kile walichokuwa wanawaza mioyoni mwao, naye akawaambia, "Kwa nini mnawaza hivyo mioyoni mwenu? ⁹ Je, ni lipi lililo rahisi zaidi: kumwambia huyu aliyepooza, 'Umesamehewa dhambi zako,' au kusema, 'Inuka, uchukue mkeka wako, uende'? ¹⁰ Lakini ili mpate kujua ya kwamba Mwana wa Adamu anayo mamlaka duniani kusamehe dhambi…" Yesu akamwambia yule aliyepooza, ¹¹ "Nakuambia, inuka, chukua mkeka wako, uende nyumbani kwako." ¹² Yule mtu aliyekuwa amepooza akasimama, akachukua mkeka wake, akatembea machoni pao wote! Jambo hili likawashangaza wote, wakamtukuza Mungu, wakisema, "Hatujapata kuona jambo kama hili kamwe!"

Yesu Amwita Lawi

¹³ Yesu akaenda tena kandokando ya Bahari ya Galilaya. Umati mkubwa wa watu ukamfuata, naye akaanza kuwafundisha. ¹⁴ Alipokuwa akitembea, akamwona Lawi mwana wa Alfayo ameketi forodhani mahali pa kutoza ushuru, akamwambia, "Nifuate." Lawi akaondoka, akamfuata Yesu. ¹⁵ Yesu alipokuwa akila chakula nyumbani mwa Lawi, watoza ushuru wengi pamoja na "wenye dhambi" walikuwa wakila pamoja naye na wanafunzi

wake, kwa maana kulikuwa na watu wengi waliokuwa wakimfuata. ¹⁶ Baadhi ya walimu wa sheria waliokuwa Mafarisayo walipomwona akila pamoja na watoza ushuru na "wenye dhambi," wakawauliza wanafunzi wake: "Mbona Yesu anakula pamoja na watoza ushuru na 'wenye dhambi'?" ¹⁷ Yesu aliposikia haya akawaambia, "Watu wenye afya hawahitaji tabibu, bali walio wagonjwa. Sikuja kuwaita wenye haki, bali wenye dhambi."

Yesu Aulizwa Kuhusu Kufunga

¹⁸ Basi wanafunzi wa Yohana pamoja na Mafarisayo walikuwa wakifunga. Baadhi ya watu wakamjia Yesu na kumuuliza, "Mbona wanafunzi wa Yohana na wa Mafarisayo hufunga lakini wanafunzi wako hawafungi?" ¹⁹ Yesu akawajibu, "Wageni wa bwana arusi wawezaje kufunga wakati angali pamoja nao? Wakati bwana arusi bado yuko pamoja nao, hawawezi kufunga. ²⁰ Lakini wakati utafika ambapo bwana arusi ataondolewa kwao. Siku hiyo ndipo watakapofunga. ²¹ "Hakuna mtu ashoneaye kiraka cha nguo mpya kwenye nguo iliyochakaa. Akifanya hivyo, kile kiraka kipya kitachanika kutoka ile nguo iliyochakaa, nayo itachanika zaidi. ²² Wala hakuna mtu awekaye divai mpya kwenye viriba vikuukuu. Akifanya hivyo, ile divai mpya itavipasua hivyo viriba, nayo hiyo divai itamwagika na viriba vitaharibika. Lakini divai mpya huwekwa kwenye viriba vipya."

Bwana Wa Sabato

²³ Siku moja ya Sabato, Yesu pamoja na wanafunzi wake walikuwa wakipita katikati ya mashamba ya nafaka. Walipokuwa wakitembea, wanafunzi wake wakaanza kuvunja masuke. ²⁴ Mafarisayo wakamwambia, "Tazama, mbona wanafanya jambo lisilo halali kufanywa siku ya Sabato?" ²⁵ Yesu akawajibu, "Je, hamjasoma kamwe alivyofanya Daudi wakati yeye na wenzake walikuwa na njaa, wakahitaji chakula? ²⁶ Daudi aliingia katika nyumba ya Mungu, wakati Abiathari alikuwa kuhani mkuu, akaila ile mikate iliyowekwa wakfu, ambayo ni halali kuliwa na makuhani peke yao. Naye pia akawapa wenzake." ²⁷ Kisha Yesu akawaambia, "Sabato ilifanyika kwa ajili ya mwanadamu, lakini si mwanadamu kwa ajili ya Sabato. ²⁸ Hivyo, Mwana wa Adamu ndiye Bwana wa Sabato."

Mtu Aliyepooza Mkono Aponywa

3 Yesu akaingia tena ndani ya sinagogi, na huko palikuwa na mtu aliyepooza mkono. ² Wakawa wanamwangalia waone kama atamponya siku ya Sabato, ili wapate sababu ya kumshtaki. ³ Yesu akamwambia yule mwenye mkono uliopooza, "Njoo hapa mbele ya watu wote." ⁴ Kisha Yesu akawauliza, "Je, ni lipi lililo halali siku ya Sabato: Ni kutenda mema au kutenda mabaya? Ni kuokoa maisha au kuua?" Lakini wao wakanyamaza kimya. ⁵ Yesu akawatazama pande zote kwa hasira, akahuzunika sana kwa ajili ya ugumu wa mioyo yao. Akamwambia yule mtu mwenye mkono uliopooza,

"Nyoosha mkono wako." Akaunyoosha, nao ukaponywa kabisa! [6] Kisha Mafarisayo wakatoka nje, nao wakaanza kufanya shauri la kumuua Yesu wakiwa na Maherode.

Umati Wa Watu Wamfuata Yesu

[7] Yesu pamoja na wanafunzi wake wakaondoka huko wakaenda baharini, nao umati mkubwa wa watu kutoka Galilaya ukamfuata. [8] Waliposikia mambo yote aliyokuwa akiyafanya, umati mkubwa wa watu ukamjia kutoka Uyahudi, Yerusalemu, Idumaya, na ng'ambo ya Yordani, pamoja na wale wa sehemu za karibu na Tiro na Sidoni. [9] Kwa sababu ya umati mkubwa wa watu, aliwaambia wanafunzi wake waweke tayari mashua ndogo kwa ajili yake, ili kuwazuia watu kumsonga. [10] Kwa kuwa alikuwa amewaponya wagonjwa wengi, wale wenye magonjwa walikuwa wanasukumana ili wapate kumgusa. [11] Kila mara pepo wachafu walipomwona, walianguka chini mbele yake na kupiga kelele wakisema, "Wewe ndiwe Mwana wa Mungu." [12] Lakini aliwaonya wasimseme yeye ni nani.

Yesu Achagua Mitume Kumi Na Wawili

[13] Yesu akapanda mlimani na kuwaita wale aliowataka, nao wakamjia. [14] Akawachagua kumi na wawili, ambao aliwaita mitume, ili wapate kuwa pamoja naye, na awatume kwenda kuhubiri [15] na kuwa na mamlaka ya kutoa pepo wachafu. [16] Hawa ndio wale kumi na wawili aliowachagua: Simoni (ambaye alimwita Petro); [17] Yakobo mwana wa Zebedayo, na Yohana nduguye (ambao aliwaita Boanerge, maana yake Wana wa Ngurumo); [18] Andrea, Filipo, Bartholomayo, Mathayo, Tomaso, Yakobo mwana wa Alfayo, Thadayo, Simoni Mkananayo, [19] na Yuda Iskariote aliyemsaliti Yesu.

Yesu Na Beelzebuli

[20] Kisha Yesu aliporudi nyumbani, umati wa watu ukakusanyika tena, kiasi kwamba yeye na wanafunzi wake hawakuweza kula chakula. [21] Ndugu zake walipopata habari wakaja ili kumchukua kwa maana watu walikuwa wakisema, "Amerukwa na akili." [22] Walimu wa sheria walioteremka kutoka Yerusalemu walisema, "Amepagawa na Beelzebuli!ᵃ Anatoa pepo wachafu kwa kutumia mkuu wa pepo wachafu!" [23] Basi Yesu akawaita na kuzungumza nao kwa mifano akasema: "Shetani awezaje kumtoa Shetani? [24] Kama ufalme ukigawanyika dhidi yake wenyewe, ufalme huo hauwezi kusimama. [25] Nayo nyumba kama ikigawanyika dhidi yake yenyewe, nyumba hiyo haiwezi kusimama. [26] Naye Shetani kama akijipinga mwenyewe na awe amegawanyika, hawezi kusimama bali mwisho wake umewadia. [27] Hakuna mtu yeyote awezaye kuingia kwenye nyumba ya mtu mwenye nguvu na kuteka nyara mali zake asipomfunga kwanza yule mwenye nguvu. Ndipo atawęza kuteka nyara mali zake. [28] Amin, nawaambia, dhambi zote na makufuru

---

ᵃ22 Beelzebuli kwa Kiyunani ni Beelzebubu, yaani mkuu wa pepo wachafu.

---

yote ya wanadamu watasamehewa. [29] Lakini yeyote anayemkufuru Roho Mtakatifu hatasamehewa kamwe, atakuwa na hatia ya dhambi ya milele." [30] Yesu alisema hivi kwa sababu walikuwa wanasema, "Ana pepo mchafu."

Mama Na Ndugu Zake Yesu

[31] Kisha wakaja ndugu zake Yesu pamoja na mama yake. Wakasimama nje, wakamtuma mtu kumwita. [32] Umati wa watu ulikuwa umeketi kumzunguka, nao wakamwambia, "Mama yako na ndugu zako wako nje, wanakutafuta." [33] Akawauliza, "Mama yangu na ndugu zangu ni nani?" [34] Kisha akawatazama wale watu waliokuwa wameketi kumzunguka pande zote, akasema, "Hawa ndio mama yangu na ndugu zangu. [35] Mtu yeyote anayetenda mapenzi ya Mungu, huyo ndiye ndugu yangu, na dada yangu na mama yangu."

Mfano Wa Mpanzi

4 Yesu akaanza kufundisha tena kando ya bahari. Umati wa watu uliokuwa umekusanyika kumzunguka ulikuwa mkubwa, kiasi kwamba ilimbidi Yesu aingie kwenye mashua iliyokuwa baharini na kuketi humo, nao watu wote walikuwa ufuoni mwa bahari. [2] Akawafundisha mambo mengi kwa mifano, naye katika mafundisho yake akasema: [3] "Sikilizeni! Mpanzi alitoka kwenda kupanda mbegu zake. [4] Alipokuwa akitawanya mbegu, nyingine zilianguka kando ya njia, nao ndege wakaja na kuzila. [5] Nyingine zilianguka kwenye ardhi yenye mwamba isiyo na udongo wa kutosha. Zikaota haraka, kwa kuwa udongo ulikuwa haba. [6] Lakini jua lilipozidi, mimea ikanyauka na kukauka kwa kuwa mizizi yake haikuwa na kina. [7] Mbegu nyingine zilianguka kwenye miiba, nayo miiba hiyo ikakua, ikaisonga hiyo mimea, hivyo haikutoa mazao. [8] Mbegu nyingine zilianguka kwenye udongo mzuri, zikaota vizuri na kukua, zikatoa mazao, moja mara thelathini, nyingine mara sitini, na nyingine mara mia moja." [9] Kisha Yesu akasema, "Mwenye masikio ya kusikia, na asikie."

Sababu Za Mifano

[10] Alipokuwa peke yake, watu waliokuwepo naye pamoja na wanafunzi wake kumi na wawili wakamuuliza kuhusu mifano yake. [11] Naye akawaambia, "Ninyi mmepewa kujua siri ya Ufalme wa Mungu. Lakini kwa wale walioko nje, kila kitu husemwa kwao kwa mifano, [12] ili,

" 'daima waone lakini wasitambue,
    daima wasikie lakini wasielewe;
wasije wakageuka, wakatubu na
    kusamehewa!' "

Yesu Afafanua Maana Ya Mfano Wa Mbegu

[13] Kisha Yesu akawauliza, "Hamwelewi maana ya mfano huu? Basi mtaelewaje mifano mingine? [14] Yule mpanzi hupanda neno. [15] Hawa ndio wale walio kando ya njia ambako neno lilipandwa. Walisikiapo neno, Shetani huja mara na kulinyakua lile

neno lililopandwa ndani yao. ¹⁶ Nazo zile mbegu zilizoanguka kwenye udongo wenye miamba, ni wale wanaolisikia neno, na mara hulipokea kwa furaha. ¹⁷ Lakini kwa kuwa hawana mizizi, wao hudumu kwa muda mfupi tu. Kisha dhiki au mateso yanapoinuka kwa ajili ya lile neno, mara wao huiacha imani. ¹⁸ Lakini wengine, kama mbegu iliyopandwa kwenye miiba, hulisikia lile neno; ¹⁹ lakini masumbufu ya maisha haya, na udanganyifu wa mali na tamaa ya mambo mengine huja na kulisonga lile neno na kulifanya lisizae. ²⁰ Wengine, kama mbegu iliyopandwa kwenye udongo mzuri, hulisikia lile neno, wakalipokea na kuzaa mazao. Wao huzaa mara thelathini, au mara sitini, au mara mia ya mbegu iliyopandwa."

Mfano Wa Taa

²¹ Akawaambia, "Je, taa huwashwa na kufunikwa chini ya kikapu au mvunguni mwa kitanda? Je, haiwashwi na kuwekwa juu ya kinara chake? ²² Kwa kuwa hakuna kilichofichika ambacho hakitafunuliwa, wala hakuna jambo lolote la siri ambalo halitaletwa nuruni. ²³ Mwenye masikio ya kusikia, na asikie."

²⁴ Naye akawaambia, "Kuweni waangalifu na yale mnayosikia. Kipimo kile mpimacho, ndicho mtakachopimiwa ninyi, hata na zaidi. ²⁵ Kwa maana kila mtu aliye na kitu atapewa zaidi, naye atakuwa navyo tele. Lakini yule asiye na kitu, hata kile alicho nacho atanyang'anywa."

Mfano Wa Mbegu Inayoota

²⁶ Pia akawaambia, "Ufalme wa Mungu unafanana na mtu apandaye mbegu shambani. ²⁷ Akiisha kuzipanda, usiku na mchana, akiwa amelala au ameamka, mbegu huota na kukua pasipo yeye kujua ikuavyo. ²⁸ Udongo huifanya iote kuwa mche, halafu suke, kisha nafaka kamili kwenye suke. ²⁹ Lakini nafaka inapokuwa imekomaa, mara mkulima huingia shambani na mundu wa kuvunia, maana mavuno yamekuwa tayari."

Mfano Wa Mbegu Ya Haradali

³⁰ Akawaambia tena, "Tuufananishe Ufalme wa Mungu na nini? Au tutumie mfano gani ili kuueleza? ³¹ Ni kama punje ya haradali, ambayo ni mbegu ndogo sana kuliko mbegu zote zinazopandwa ardhini. ³² Lakini ikishaota, hukua ikawa mmea mkubwa kuliko yote ya bustanini, ikawa na matawi makubwa hata ndege wa angani wanaweza kujenga viota kwenye matawi yake."

³³ Kwa mifano mingine mingi kama hii Yesu alinena nao neno lake, kwa kadiri walivyoweza kulielewa. ³⁴ Hakusema nao neno lolote pasipo mfano. Lakini alipokuwa na wanafunzi wake, aliwafafanulia kila kitu.

Yesu Atuliza Dhoruba

³⁵ Siku hiyo ilipokaribia jioni, aliwaambia wanafunzi wake, "Tuvukeni twende mpaka ng'ambo." ³⁶ Wakauacha ule umati wa watu, na wakamchukua vile alivyokuwa kwenye mashua. Palikuwa pia na mashua nyingine nyingi pamoja naye. ³⁷ Kukawa na dhoruba kali, nayo mawimbi yakaipiga ile mashua hata ikawa karibu kujaa maji. ³⁸ Yesu alikuwa katika shetri, akiwa analala juu ya mto. Wanafunzi wake wakamwamsha, wakamwambia, "Mwalimu, hujali kama tunazama?"

³⁹ Akaamka, akaukemea ule upepo, akayaambia yale mawimbi, "Uwe kimya! Tulia!" Ule upepo ukatulia, kukawa shwari kabisa.

⁴⁰ Yesu akawaambia wanafunzi wake, "Kwa nini mnaogopa hivyo? Je, bado hamna imani?"

⁴¹ Nao wakawa wameogopa sana, wakaulizana, "Ni nani huyu ambaye hata upepo na mawimbi vinamtii?"

Yesu Amponya Mtu Mwenye Pepo

5 Wakafika upande wa pili wa ziwa wakaingia katika nchi ya Wagerasi. ² Yesu alipotoka kwenye mchafu akatoka makaburini akakutana naye. ³ Mtu huyu aliishi makaburini, wala hakuna aliyeweza kumzuia hata kwa kumfunga minyororo. ⁴ Kwa kuwa mara kwa mara alikuwa amefungwa minyororo mikononi na miguuni, lakini akaikata hiyo minyororo na kuzivunja zile pingu miguuni mwake. Hapakuwa na mtu yeyote aliyekuwa na nguvu za kumzuia. ⁵ Usiku na mchana alikuwa makaburini na milimani, akipiga kelele na kujikatakata kwa mawe.

⁶ Alipomwona Yesu kwa mbali, alimkimbilia, akapiga magoti mbele yake. ⁷ Akapiga kelele kwa nguvu akisema, "Una nini nami, Yesu, Mwana wa Mungu Aliye Juu Sana? Ninakusihi kwa jina la Mungu, usinitese!" ⁸ Kwa kuwa Yesu alikuwa amemwambia, "Mtoke mtu huyu, wewe pepo mchafu!" ⁹ Yesu akamuuliza, "Jina lako ni nani?" Akamjibu, "Jina langu ni Legioni,ᵃ kwa kuwa tuko wengi." ¹⁰ Akamsihi Yesu sana asiwapeleke nje ya nchi ile.

¹¹ Palikuwa na kundi kubwa la nguruwe lililokuwa likilisha karibu kando ya kilima. ¹² Wale pepo wachafu wakamsihi Yesu wakisema, "Tuamuru twende kwenye wale nguruwe. Turuhusu tuwaingie." ¹³ Basi Yesu akawaruhusu, nao wale pepo wachafu wakatoka, wakawaingia hao nguruwe. Lile kundi lilikuwa na nguruwe wapatao 2,000, nao wote wakateremkia gengeni kwa kasi, nao wakatumbukia ziwani na kuzama.

¹⁴ Wale watu waliokuwa wakichunga hao nguruwe wakakimbilia mjini na vijijini kueleza yaliyotukia. Watu wakatoka kwenda kuona hayo yaliyokuwa yametukia. ¹⁵ Walipofika kwa Yesu, wakamwona yule mtu aliyekuwa amepagawa na pepo wachafu legioni akiwa ameketi hapo, amevaa nguo na mwenye akili timamu. Wakaogopa. ¹⁶ Wale walioyaona mambo hayo wakawaeleza watu wengine yaliyomtokea yule mtu aliyekuwa amepagawa na pepo wachafu, na habari za lile kundi la nguruwe pia. ¹⁷ Basi watu wakaanza kumwomba Yesu aondoke katika nchi yao.

¹⁸ Yesu alipokuwa anaingia kwenye mashua, yule mtu aliyekuwa amepagawa na pepo wachafu akamsihi Yesu waende pamoja. ¹⁹ Yesu hakumruhusu, bali alimwambia, "Nenda nyumbani kwa jamaa

---

ᵃ9 Legioni maana yake ni Jeshi.

yako ukawaeleze mambo makuu aliyokutendea Bwana, na jinsi alivyokuhurumia." [20] Yule mtu akaenda zake, akaanza kutangaza katika Dekapoli mambo makuu Yesu aliyomtendea. Nao watu wote wakastaajabu.

Mwanamke Aponywa

[21] Yesu alipokwisha kuvuka tena na kufika ng'ambo, umati mkubwa wa watu ukamzunguka yeye akiwa hapo kando ya bahari. [22] Kisha mmoja wa viongozi wa sinagogi aliyeitwa Yairo akafika pale. Naye alipomwona Yesu, akapiga magoti miguuni pake, [23] akamsihi akisema, "Binti yangu mdogo ni mgonjwa mahututi. Tafadhali nakusihi, njoo uweke mikono yako juu yake ili apate kupona, naye atakuwa hai." [24] Hivyo Yesu akaenda pamoja naye. Umati mkubwa wa watu ukamfuata, nao watu wakawa wanamsonga. [25] Hapo palikuwa na mwanamke aliyekuwa amesumbuliwa na tatizo la kutokwa damu kwa miaka kumi na miwili. [26] Mwanamke huyu alikuwa ameteseka sana kwa mikono ya matabibu wengi, na kutumia kila kitu alichokuwa nacho. Lakini badala ya kupona, hali yake ilizidi kuwa mbaya. [27] Alikuwa amesikia habari za Yesu, naye akaja kwa nyuma yake kwenye umati wa watu, akaligusa vazi lake, [28] kwa maana alisema moyoni mwake, "Kama nikiweza kuligusa vazi lake tu, nitaponywa." [29] Mara kutoka damu kwake kukakoma, naye akajisikia mwilini mwake amepona kabisa. [30] Ghafula Yesu akatambua kuwa nguvu zimemtoka. Akaugeukia ule umati wa watu na kuuliza, "Ni nani aliyegusa mavazi yangu?" [31] Wanafunzi wake wakamjibu, "Unaona jinsi umati wa watu unavyokusonga. Wawezaje kuuliza, 'Ni nani aliyenigusa?' " [32] Lakini Yesu akaangalia pande zote ili aone ni nani aliyemgusa. [33] Yule mwanamke, akijua kilichomtokea, akaja, akaanguka miguuni pake akitetemeka kwa hofu, akamweleza ukweli wote. [34] Yesu akamwambia, "Binti, imani yako imekuponya. Nenda kwa amani, upone kabisa ugonjwa wako."

Yesu Amfufua Binti Yairo

[35] Alipokuwa bado anaongea, watu wakafika kutoka nyumbani kwa Yairo. Wakamwambia, "Binti yako amekufa. Kwa nini kuendelea kumsumbua Mwalimu?" [36] Aliposikia hayo waliyosema, Yesu akamwambia huyo kiongozi wa sinagogi, "Usiogope. Amini tu." [37] Hakumruhusu mtu mwingine yeyote amfuate isipokuwa Petro, Yakobo na Yohana, nduguye Yakobo. [38] Walipofika nyumbani kwa yule kiongozi wa sinagogi, Yesu akaona ghasia, watu wakilia na kuomboleza kwa sauti kubwa. [39] Alipokwisha kuingia ndani, akawaambia, "Kwa nini mnafanya ghasia na kulia? Mtoto hajafa, bali amelala tu." [40] Wale watu wakamcheka kwa dharau.

Lakini yeye akawatoa wote nje, akawachukua baba na mama wa yule mtoto, pamoja na wale wanafunzi aliokuwa nao. Wakaingia ndani mpaka pale alipokuwa yule mtoto. [41] Akamshika mtoto

mkono, akamwambia, "Talitha koum!"[a] (maana yake ni, "Msichana, nakuambia: amka!") [42] Mara yule msichana akasimama, akaanza kutembea (alikuwa na umri wa miaka kumi na miwili). Walipoona haya, wakastaajabu sana. [43] Yesu akawaagiza kwa ukali wasimweleze mtu yeyote jambo hilo, naye akawaambia wampe yule msichana chakula.

Nabii Hana Heshima Kwao

6 Yesu akaondoka huko na kwenda mji wa kwao, akiwa amefuatana na wanafunzi wake. [2] Ilipofika siku ya Sabato, akaanza kufundisha katika sinagogi, na wengi waliomsikia wakashangaa.

Nao wakauliza, "Mtu huyu ameyapata wapi mambo haya yote? Tazama ni hekima ya namna gani hii aliyopewa? Tazama matendo ya miujiza ayafanyayo kwa mikono yake! [3] Huyu si yule seremala, mwana wa Maria? Na ndugu zake si Yakobo, Yose,[b] Yuda na Simoni? Dada zake wote si tuko nao hapa kwetu?" Nao wakachukizwa sana kwa ajili yake, wakakataa kumwamini.

[4] Yesu akawaambia, "Nabii hakosi heshima isipokuwa katika mji wake mwenyewe, na miongoni mwa jamaa na ndugu zake, na nyumbani kwake." [5] Hakufanya miujiza yoyote huko isipokuwa kuweka mikono yake juu ya wagonjwa wachache na kuwaponya. [6] Naye akashangazwa sana kwa jinsi wasivyokuwa na imani.

Yesu Awatuma Wale Kumi Na Wawili

Kisha Yesu akawa anakwenda kutoka kijiji kimoja hadi kingine akifundisha. [7] Akawaita wale kumi na wawili, akawatuma wawili wawili, na kuwapa mamlaka kutoa pepo wachafu. [8] Akawaagiza akisema, "Msichukue chochote kwa ajili ya safari isipokuwa fimbo tu. Msichukue mkate, wala mkoba, wala fedha kwenye mikanda yenu. [9] Vaeni viatu, lakini msivae nguo ya ziada." [10] Akawaambia, "Mkiingia kwenye nyumba yoyote, kaeni humo hadi mtakapoondoka katika mji huo. [11] Kama mahali popote hawatawakaribisha wala kuwasikiliza, mtakapoondoka huko, kung'uteni mavumbi kutoka kwenye miguu yenu ili kuwa ushuhuda dhidi yao." [12] Kwa hiyo wakatoka na kuhubiri kwamba inawapasa watu kutubu na kuacha dhambi. [13] Wakatoa pepo wachafu wengi, wakawapaka wagonjwa wengi mafuta na kuwaponya.

Yohana Mbatizaji Akatwa Kichwa

[14] Mfalme Herode akasikia habari hizi, kwa maana jina la Yesu lilikuwa limejulikana sana. Watu wengine walikuwa wakisema, "Yohana Mbatizaji amefufuliwa kutoka kwa wafu, ndiyo sababu nguvu za kutenda miujiza zinafanya kazi ndani yake." [15] Wengine wakasema, "Yeye ni Eliya." Nao wengine wakasema, "Yeye ni nabii, kama mmojawapo wa wale manabii wa zamani." [16] Lakini Herode aliposikia habari hizi, akasema,

---

[a]41 *Talitha koum* ni lugha ya Kiaramu.
[b]3 Yosefu kwa Kiyunani ni Joses.

"Huyo ni Yohana Mbatizaji, niliyemkata kichwa, amefufuliwa kutoka kwa wafu!"

[17] Kwa kuwa Herode alikuwa ameagiza kwamba Yohana Mbatizaji akamatwe, afungwe na kutiwa gerezani. Alifanya hivi kwa sababu ya Herodia, mke wa Filipo, ndugu yake, ambaye Herode alikuwa amemwoa. [18] Yohana alikuwa amemwambia Herode, "Si halali kwako kuwa na mke wa ndugu yako." [19] Kwa hiyo Herodia alikuwa amemwekea Yohana kinyongo akataka kumuua. Lakini hakuweza, [20] kwa sababu Herode alimwogopa Yohana akijua kwamba ni mtu mwenye haki na mtakatifu, hivyo akamlinda. Herode alifadhaika sana alipomsikia Yohana, lakini bado alipenda kumsikiliza.

[21] Mfalme Herode alifanya karamu kubwa wakati wa sikukuu ya kuzaliwa kwake. Akawaalika maafisa wake wakuu, majemadari wa jeshi na watu mashuhuri wa Galilaya. Hatimaye Herodia alipata wasaa aliokuwa akiutafuta. [22] Binti yake Herodia alipoingia na kucheza, akamfurahisha Herode pamoja na wageni wake walioalikwa chakulani. Mfalme Herode akamwambia yule binti, "Niombe kitu chochote utakacho, nami nitakupa." [23] Tena akamwahidi kwa kiapo, akamwambia, "Chochote utakachoomba nitakupa, hata kama ni nusu ya ufalme wangu." [24] Yule binti akatoka nje, akaenda kumuuliza mama yake, "Niombe nini?" Mama yake akamjibu, "Omba kichwa cha Yohana Mbatizaji." [25] Yule binti akarudi haraka kwa mfalme, akamwambia, "Nataka unipe sasa hivi kichwa cha Yohana Mbatizaji kwenye sinia." [26] Mfalme akasikitika sana, lakini kwa sababu alikuwa ameapa viapo mbele ya wageni wake, hakutaka kumkatalia. [27] Mara mfalme akatuma askari mmojawapo wa walinzi wake kukileta kichwa cha Yohana. Akaenda na kumkata Yohana kichwa humo gerezani, [28] akakileta kichwa chake kwenye sinia na kumpa yule msichana, naye yule msichana akampa mama yake. [29] Wanafunzi wa Yohana walipopata habari hizi, wakaja na kuuchukua mwili wake, wakauzika kaburini.

Yesu Awalisha Wanaume 5,000

[30] Wale mitume wakakusanyika kwa Yesu na kumpa taarifa ya mambo yote waliyokuwa wamefanya na kufundisha. [31] Basi kwa kuwa watu wengi mno walikuwa wakija na kutoka, hata wakawa hawana nafasi ya kula, Yesu akawaambia wanafunzi wake, "Twendeni peke yetu mahali pa faragha, mpate kupumzika." [32] Hivyo wakaondoka kwa mashua peke yao, wakaenda mahali pasipo na watu. [33] Lakini watu wengi waliowaona wakiondoka, wakawatambua, nao wakaenda haraka kwa miguu kutoka miji yote, nao wakatangulia kufika. [34] Yesu alipofika kando ya bahari, aliona makutano makubwa ya watu, akawahurumia kwa maana walikuwa kama kondoo wasiokuwa na mchungaji. Kwa hiyo akaanza kuwafundisha mambo mengi.

[35] Mchana ulipokuwa umeendelea sana, wanafunzi wake walienda kwake, wakamwambia, "Mahali hapa ni nyikani, nazo saa zimekwenda sana. [36] Waage watu ili waende mashambani na vijijini jirani, wakajinunulie chakula." [37] Lakini Yesu akawajibu, "Ninyi wapeni chakula."

Wakamwambia, "Je, twende tukanunue mikate ya dinari 200[a] ili tuwape watu hawa wale?" [38] Akawauliza, "Kuna mikate mingapi? Nendeni mkaangalie."

Walipokwisha kujua wakarudi, wakamwambia, "Kuna mikate mitano na samaki wawili." [39] Kisha Yesu akawaamuru wawaketishe watu makundi makundi kwenye majani, [40] nao wakaketi kwenye makundi ya watu mia mia na wengine hamsini hamsini. [41] Yesu akaichukua ile mikate mitano na wale samaki wawili, akainua macho yake akatazama mbinguni, akavibariki na kuimega ile mikate. Kisha akawapa wanafunzi wake ili wawagawie wale watu wote. Pia akawagawia wote wale samaki wawili. [42] Watu wote wakala, wakashiba. [43] Nao wanafunzi wake wakakusanya vipande vilivyosalia vya mikate na samaki, wakajaza vikapu kumi na viwili. [44] Idadi ya wanaume waliokula walikuwa 5,000.

Yesu Atembea Juu Ya Maji

[45] Mara Yesu akawaambia wanafunzi wake waingie kwenye mashua watangulie kwenda Bethsaida, wakati yeye alikuwa akiwaaga wale makutano. [46] Baada ya kuwaaga wale watu, akaenda mlimani kuomba.

[47] Ilipofika jioni, ile mashua ilikuwa imefika katikati ya bahari, na Yesu alikuwa peke yake katika nchi kavu. [48] Akawaona wanafunzi wake wanahangaika na kupiga makasia kwa nguvu, kwa sababu upepo ulikuwa wa mbisho. Wakati wa zamu ya nne ya usiku, Yesu akawaendea wanafunzi wake, akiwa anatembea juu ya maji. Alikuwa karibu kuwapita, [49] lakini walipomwona akitembea juu ya maji, wakadhani ni mzimu. Wakapiga yowe, [50] kwa sababu wote walipomwona waliogopa.

Mara Yesu akasema nao, akawaambia, "Jipeni moyo! Ni mimi. Msiogope!" [51] Akapanda ndani ya mashua nao, na ule upepo ukakoma! Wakashangaa kabisa, [52] kwa kuwa walikuwa hawajaelewa kuhusu ile mikate. Mioyo yao ilikuwa migumu.

[53] Walipokwisha kuvuka, wakafika nchi ya Genesareti, wakatia nanga. [54] Mara waliposhuka kutoka mashua yao, watu wakamtambua Yesu. [55] Wakaenda katika vijiji vyote upesi, wakawabeba wagonjwa kwenye mikeka ili kuwapeleka mahali popote waliposikia kuwa Yesu yupo. [56] Kila mahali Yesu alipokwenda, iwe vijijini, mijini au mashambani, watu waliwaweka wagonjwa wao masokoni. Wakamwomba awaruhusu hao wagonjwa waguse japo upindo wa vazi lake. Nao wote waliomgusa waliponywa.

Kilicho Safi Na Kilicho Najisi

7 Mafarisayo na baadhi ya walimu wa sheria waliokuwa wametoka Yerusalemu wakakusanyika mbele ya Yesu. [2] Wakawaona baadhi ya wanafunzi

---

[a]37 Dinari moja ilikuwa kama mshahara wa kibarua wa siku moja; hivyo dinari 200 ni sawa na mshahara wa siku 200.

wake wakila chakula kwa mikono iliyo najisi, yaani, bila kunawa kama ilivyotakiwa na sheria ya dini ya Wayahudi. ³ Kwa kuwa Mafarisayo na Wayahudi wote hawali chakula pasipo kunawa kwa kufuata desturi za wazee wao. ⁴ Wanapotoka sokoni hawawezi kula pasipo kunawa. Pia kuna desturi nyingine nyingi wanazofuata kama vile jinsi ya kuosha vikombe, vyungu na vyombo vya shaba.

⁵ Kwa hiyo wale Mafarisayo na walimu wa sheria wakamuuliza Yesu, "Mbona wanafunzi wako hawafuati desturi za wazee, na badala yake wanakula kwa mikono najisi?"

⁶ Yesu akawajibu, "Nabii Isaya alisema ukweli alipotabiri juu yenu, ninyi wanafiki. Kama ilivyoandikwa:

" 'Watu hawa huniheshimu kwa midomo yao,
    lakini mioyo yao iko mbali nami.
⁷ Huniabudu bure,
    nayo mafundisho yao ni maagizo ya
        wanadamu tu.'

⁸ Ninyi mmeziacha amri za Mungu na kushika desturi za watu."

⁹ Naye akawaambia, "Ninyi mnayo njia nzuri ya kukataa amri za Mungu ili mpate kuyashika mapokeo yenu! ¹⁰ Kwa mfano, Mose alisema, 'Waheshimu baba yako na mama yako,' na, 'Yeyote amtukanaye baba yake au mama yake, na auawe.' ¹¹ Lakini ninyi mwafundisha kwamba mtu akimwambia baba yake au mama yake, 'Kile ambacho ningeweza kukusaidia ni Korbani' (yaani kimewekwa wakfu kwa Mungu), ¹² basi hawajibiki tena kumsaidia baba yake au mama yake. ¹³ Kwa njia hiyo ninyi mnabatilisha neno la Mungu kwa mapokeo yenu mliyojiwekea. Nanyi mnafanya mambo mengi ya aina hiyo."

¹⁴ Yesu akaita tena ule umati wa watu, akawaambia, "Nisikilizeni, kila mmoja wenu na mwelewe jambo hili. ¹⁵ Hakuna kitu kinachomwingia mtu kimtiacho unajisi, lakini kile kimtokacho ndicho kimtiacho unajisi. [¹⁶ Kama mtu yeyote ana masikio ya kusikia na asikie.]"

¹⁷ Akiisha kuuacha ule umati wa watu na kuingia ndani, wanafunzi wake wakamuuliza maana ya mfano ule. ¹⁸ Akawajibu, "Je, hata nanyi hamwelewi? Je, hamfahamu kwamba kitu kimwingiacho mtu hakimtii unajisi? ¹⁹ Mtu akila kitu hakiingii moyoni mwake bali tumboni, na baadaye hutolewa nje ya mwili wake." (Kwa kusema hivi, Yesu alivihalalisha vyakula vyote kuwa ni "safi.")

²⁰ Akaendelea kusema, "Kile kimtokacho mtu ndicho kimtiacho unajisi. ²¹ Kwa maana kutoka ndani ya moyo wa mtu hutoka mawazo mabaya, uasherati, wizi, uuaji, uzinzi, ²² tamaa mbaya, uovu, udanganyifu, ufisadi, wivu, matukano, kiburi na upumbavu. ²³ Maovu haya yote hutoka ndani ya mtu, nayo ndiyo yamtiayo mtu unajisi."

Imani Ya Mwanamke Msirofoinike

²⁴ Ndipo Yesu akaondoka hapo akaenda sehemu za Tiro. Akaingia katika nyumba moja, naye hakutaka mtu yeyote ajue kwamba yuko humo. Lakini hakuweza kujificha. ²⁵ Mara mwanamke mmoja, ambaye binti yake mdogo alikuwa na pepo mchafu, akaja na kumpigia magoti miguuni pake. ²⁶ Basi huyo mwanamke alikuwa Myunani, aliyezaliwa Foinike ya Siria.ᵃ Akamsihi Yesu amtoe binti yake huyo pepo mchafu.

²⁷ Yesu akamwambia, "Waache watoto washibe kwanza, kwa maana si vyema kuchukua chakula cha watoto na kuwatupia mbwa."

²⁸ Lakini yule mwanamke akamjibu, "Bwana, hata mbwa walio chini ya meza hula makombo ya chakula cha watoto."

²⁹ Ndipo Yesu akamjibu, "Kwa sababu ya jibu lako, nenda zako nyumbani; yule pepo mchafu amemtoka binti yako."

³⁰ Akaenda zake nyumbani akamkuta binti yake amelala kitandani, yule pepo mchafu akiwa amemtoka.

Yesu Amponya Mtu Aliyekuwa Kiziwi Na Bubu

³¹ Kisha Yesu akaondoka sehemu za Tiro, akapita katikati ya Sidoni, hadi Bahari ya Galilaya na kuingia eneo la Dekapoli. ³² Huko, watu wakamletea Yesu mtu mmoja kiziwi, ambaye pia alikuwa na kigugumizi, wakamwomba aweke mkono wake juu ya huyo mtu na amponye.

³³ Baadaye Yesu akampeleka yule kiziwi kando mbali na watu, Yesu akatia vidole vyake masikioni mwa yule mtu. Kisha akatema mate na kuugusa ulimi wa yule mtu. ³⁴ Ndipo Yesu akatazama mbinguni, akavuta hewa ndani kwa nguvu akamwambia, "Efatha!" Yaani, "Funguka!" ³⁵ Mara masikio yake yakafunguka na ulimi wake ukaachiliwa, akaanza kuongea sawasawa.

³⁶ Yesu akawaamuru wasimwambie mtu yeyote habari hizi. Lakini kadiri alivyowazuia, ndivyo walivyozidi kutangaza kwa bidii. ³⁷ Walistaajabu mno. Wakasema, "Amefanya mambo yote vizuri mno! Amewawezesha viziwi wasikie na bubu waseme!"

Yesu Alisha Wanaume 4,000

8 Katika siku hizo, umati mkubwa wa watu ulikusanyika tena. Kwa kuwa walikuwa hawana chakula, Yesu akawaita wanafunzi wake akawaambia, ² "Ninauhurumia huu umati wa watu, kwa sababu sasa wamekuwa nami kwa muda wa siku tatu na hawana chakula. ³ Nikiwaaga waende nyumbani bila kula, watazimia njiani kwa sababu baadhi yao wametoka mbali."

⁴ Wanafunzi wake wakamjibu, "Lakini hapa nyikani tutapata wapi mikate ya kutosha kuwalisha?"

⁵ Yesu akawauliza, "Mna mikate mingapi?"

Wakajibu, "Tuna mikate saba."

⁶ Akawaambia watu waketi chini. Akiisha kuichukua mikate saba na kushukuru, akaimega na kuwapa wanafunzi wake ili wawagawie watu. Wanafunzi wake wakafanya hivyo. ⁷ Walikuwa pia na visamaki vichache, Yesu akavibariki, akawaamuru wanafunzi wake wawagawie watu. ⁸ Wale watu walikula na kutosheka. Baadaye wanafunzi wakakusanya vipande vilivyosalia, wakajaza vikapu saba. ⁹ Watu waliokula walikuwa wapata

---

4,000. Akiisha kuwaaga, [10] aliingia kwenye mashua pamoja na wanafunzi wake, akaenda sehemu za Dalmanutha.

Mafarisayo Waomba Ishara

[11] Mafarisayo wakaja, wakaanza kumhoji Yesu. Ili kumtega, wakamwomba awaonyeshe ishara kutoka mbinguni. [12] Akahuzunika moyoni, akawaambia, "Kwa nini kizazi hiki kinataka ishara? Amin nawaambieni, hakitapewa ishara yoyote." [13] Kisha akawaacha, akarudi kwenye mashua, akavuka hadi ng'ambo.

Chachu Ya Mafarisayo Na Ya Herode

[14] Wanafunzi walikuwa wamesahau kuchukua mikate ya kutosha. Walikuwa na mkate mmoja tu kwenye mashua. [15] Yesu akawaonya: "Jihadharini na chachu ya Mafarisayo na ya Herode." [16] Wakajadiliana wao kwa wao, na kusema, "Anasema hivi kwa sababu hatukuleta mikate." [17] Yesu, akifahamu majadiliano yao, akawauliza: "Mbona mnajadiliana kuhusu kutokuwa na mikate? Je, bado hamtambui wala hamwelewi? Je, mbona mioyo yenu ni migumu kiasi hicho? [18] Je, mna macho lakini mnashindwa kuona, na mna masikio lakini mnashindwa kusikia? Je, hamkumbuki? [19] Nilipoimega ile mikate mitano kuwalisha watu 5,000, mlikusanya vikapu vingapi vilivyojaa vya masazo?"

Wakamjibu, "Kumi na viwili."

[20] "Je, nilipoimega ile mikate saba kuwalisha watu 4,000, mlikusanya vikapu vingapi vilivyojaa vya masazo?"

Wakamjibu, "Saba."

[21] Ndipo akawauliza, "Je, bado hamwelewi?"

Yesu Amponya Kipofu Huko Bethsaida

[22] Wakafika Bethsaida na baadhi ya watu wakamleta mtu mmoja kipofu wakamsihi Yesu amguse. [23] Yesu akamshika mkono huyo kipofu akampeleka nje ya kijiji. Baada ya kuyatemea mate macho ya yule kipofu na kumwekea mikono, Yesu akamuuliza, "Unaona chochote?" [24] Yule kipofu akaangalia, akasema, "Ninaona watu, wanaonekana kama miti inayotembea." [25] Yesu akamwekea tena mikono machoni. Kisha macho yake yakafunguka, kuona kwake kukarejea naye akaona kila kitu dhahiri. [26] Yesu akamuaga aende nyumbani kwake, akimwambia, "Hata kijijini usiingie."

Petro Amkiri Yesu Kuwa Ndiye Kristo

[27] Yesu na wanafunzi wake wakaondoka kwenda katika vijiji vya Kaisaria-Filipi. Walipokuwa njiani, Yesu akawauliza, "Watu husema mimi ni nani?" [28] Wakamjibu, "Baadhi husema wewe ni Yohana Mbatizaji, wengine husema ni Eliya, na bado wengine husema wewe ni mmojawapo wa manabii." [29] Akawauliza, "Je, ninyi mnasema mimi ni nani?" Petro akajibu, "Wewe ndiwe Kristo."[a] [30] Yesu akawaonya wasimwambie mtu yeyote habari zake.

_____
[a]29 _Kristo_ maana yake ni _Masiya,_ yaani _Aliyetiwa mafuta._

Yesu Atabiri Kifo Chake

[31] Ndipo akaanza kuwafundisha wanafunzi wake kuwa Mwana wa Adamu lazima atapata mateso mengi na kukataliwa na wazee, viongozi wa makuhani, na walimu wa sheria, na kwamba itampasa auawe lakini baada ya siku tatu afufuke. [32] Aliyasema haya waziwazi, ndipo Petro akamchukua kando na akaanza kumkemea. [33] Lakini Yesu alipogeuka na kuwaangalia wanafunzi wake, akamkemea Petro. Akasema, "Rudi nyuma yangu, Shetani! Moyo wako hauwazi yaliyo ya Mungu, bali ya wanadamu." [34] Ndipo akauita ule umati wa watu pamoja na wanafunzi wake, akasema, "Mtu yeyote akitaka kunifuata, ni lazima ajikane mwenyewe, auchukue msalaba wake, anifuate. [35] Kwa maana yeyote anayetaka kuyaokoa maisha yake atayapoteza, lakini yeyote atakayeyapoteza maisha yake kwa ajili yangu na kwa ajili ya Injili atayaokoa. [36] Je, itamfaidi nini mtu kuupata ulimwengu wote, lakini akayapoteza maisha yake? [37] Au mtu atatoa nini badala ya nafsi yake? [38] Mtu yeyote akinionea aibu mimi na maneno yangu katika kizazi hiki cha uzinzi na dhambi, Mwana wa Adamu naye atamwonea aibu wakati atakapokuja katika utukufu wa Baba yake pamoja na malaika watakatifu."

9 Yesu akaendelea kuwaambia, "Amin, nawaambia, kuna watu waliosimama hapa ambao hawataonja mauti kabla ya kuuona Ufalme wa Mungu ukija kwa nguvu."

Yesu Ageuka Sura

[2] Baada ya siku sita, Yesu akawachukua Petro, Yakobo na Yohana, akawapeleka juu ya mlima mrefu, mahali walipokuwa faraghani. Huko, Yesu akageuka sura mbele yao. [3] Mavazi yake yakawa na weupe wa kuzima macho, meupe kuliko ambavyo mtu yeyote duniani angeliweza kuyang'arisha. [4] Mose na Eliya wakawatokea, wakawa wanazungumza na Yesu. [5] Petro akamwambia Yesu, "Rabi, ni vyema sisi tukae hapa. Turuhusu tujenge vibanda vitatu: kimoja chako, kingine cha Mose na kingine cha Eliya." [6] Petro hakujua aseme nini kwa maana yeye na wenzake walikuwa wameogopa sana. [7] Ndipo pakatokea wingu, likawafunika, nayo sauti kutoka lile wingu ikasema, "Huyu ni Mwanangu mpendwa. Msikieni yeye." [8] Mara walipotazama huku na huku, hawakuona tena mtu mwingine yeyote pamoja nao isipokuwa Yesu. [9] Walipokuwa wakishuka kutoka mlimani, Yesu akawakataza wasimwambie mtu yeyote mambo waliyoyoona, mpaka Mwana wa Adamu atakapokuwa amefufuka kutoka kwa wafu. [10] Wakalihifadhi jambo hilo moja wenyewe, lakini wakawa wanajiuliza, "Huku kufufuka kwa wafu maana yake nini?" [11] Wakamuuliza, "Kwa nini walimu wa sheria husema kwamba ni lazima Eliya aje kwanza?" [12] Yesu akawajibu, "Ni kweli, Eliya yuaja kwanza ili kutengeneza mambo yote. Mbona basi imeandikwa kwamba Mwana wa Adamu ni

lazima ateseke sana na kudharauliwa? [13] Lakini ninawaambia, Eliya amekwisha kuja, nao wakamtendea walivyopenda, kama ilivyoandikwa kumhusu yeye."

Mvulana Mwenye Pepo Mchafu Aponywa

[14] Walipowafikia wale wanafunzi wengine, wakawakuta wamezungukwa na umati mkubwa wa watu na baadhi ya walimu wa sheria wakibishana nao. [15] Mara wale watu walipomwona Yesu, wakastaajabu sana, wakamkimbilia ili kumsalimu. [16] Akawauliza wanafunzi wake, "Mnabishana nao kuhusu nini?"

[17] Mtu mmoja miongoni mwa ule umati wa watu akajibu, "Mwalimu, nilimleta kwako mwanangu ambaye ana pepo mchafu anayemfanya asiweze kuongea. [18] Kila mara huyo pepo mchafu ampagaapo mwanangu, humwangusha chini na kumfanya atokwe povu mdomoni na kusaga meno, kisha mwili wake hukauka. Niliwaomba wanafunzi wako wamtoe huyo pepo mchafu, lakini hawakuweza."

[19] Yesu akawaambia, "Enyi kizazi kisicho na imani! Nitakuwa pamoja nanyi mpaka lini? Nitawavumilia mpaka lini? Mleteni mvulana kwangu."

[20] Nao wakamleta yule mvulana. Yule pepo mchafu alipomwona Yesu, mara akamtia yule mvulana kifafa, akaanguka, akagaagaa chini huku akitokwa na povu kinywani. [21] Yesu akamuuliza baba yake, "Mwanao amekuwa katika hali hii tangu lini?"

Akamjibu, "Tangu utoto wake. [22] Mara kwa mara huyo pepo mchafu amekuwa akimwangusha kwenye moto au kwenye maji ili kumwangamiza. Lakini kama unaweza kufanya jambo lolote, tafadhali tuhurumie utusaidie."

[23] Yesu akamwambia, "Kama ukiweza kuamini, yote yawezekana kwake yeye aaminiye."

[24] Mara baba yake yule mvulana akapiga kelele akisema, "Ninaamini. Nisaidie kutokuamini kwangu!" [25] Yesu alipoona kwamba umati wa watu unakusanyika pamoja mbio, akamkemea yule pepo mchafu, akimwambia, "Wewe pepo bubu na kiziwi, nakuamuru umtoke, wala usimwingie tena!"

[26] Yule pepo mchafu akiisha kupiga kelele, akamtia kifafa kwa nguvu, na akamtoka. Yule mvulana alikuwa kama maiti, hivyo watu wengi wakasema, "Amekufa." [27] Lakini Yesu akamshika mkono, akamwinua, naye akasimama.

[28] Baada ya Yesu kuingia ndani ya nyumba, wanafunzi wake wakamuuliza wakiwa peke yao, "Mbona sisi hatukuweza kumtoa huyo pepo mchafu?"

[29] Yesu akawajibu, "Hali hii haiwezi kutoka isipokuwa kwa kuomba na kufunga."

Yesu Atabiri Tena Kifo Chake Na Ufufuo

[30] Wakaondoka huko, wakapitia Galilaya. Yesu hakutaka mtu yeyote afahamu mahali walipo, [31] kwa maana alikuwa anawafundisha wanafunzi wake. Akawaambia, "Mwana wa Adamu atasalitiwa na kutiwa mikononi mwa watu. Nao watamuua, lakini siku tatu baada ya kuuawa atafufuka."

[32] Lakini wao hawakuelewa kile alimaanisha, nao waliogopa kumuuliza maana yake.

Mabishano Kuhusu Aliye Mkuu Zaidi

[33] Basi wakafika Kapernaumu na baada ya kuingia nyumbani akawauliza, "Mlikuwa mnabishana nini kule njiani?" [34] Lakini hawakumjibu, kwa sababu njiani walikuwa wakibishana kuhusu nani miongoni mwao alikuwa mkuu zaidi ya wote.

[35] Akaketi chini, akawaita wote kumi na wawili, akawaambia: "Kama mtu yeyote akitaka kuwa wa kwanza, hana budi kuwa wa mwisho na mtumishi wa wote."

[36] Kisha akamchukua mtoto mdogo, akamsimamisha katikati yao. Akamkumbatia, akawaambia, [37] "Mtu yeyote amkaribishaye mmoja wa hawa watoto wadogo kwa Jina langu, anikaribisha mimi. Naye anikaribishaye mimi, amkaribisha Baba yangu aliyenituma."

Yeyote Asiye Kinyume Nasi Yuko Upande Wetu

[38] Yohana akamwambia, "Mwalimu, tumemwona mtu akitoa pepo wachafu kwa jina lako, nasi tukamkataza, kwa sababu yeye si mmoja wetu."

[39] Yesu akasema, "Msimkataze, kwa kuwa hakuna yeyote atendaye miujiza kwa Jina langu ambaye baada ya kitambo kidogo aweza kunena lolote baya dhidi yangu. [40] Kwa maana yeyote asiye kinyume chetu, yuko upande wetu. [41] Amin, nawaambia, yeyote awapaye ninyi kikombe cha maji kwa Jina langu kwa sababu ninyi ni mali ya Kristo, hakika hataikosa thawabu yake."

Kusababisha Kutenda Dhambi

[42] "Kama mtu yeyote akimsababisha mmojawapo wa wadogo hawa wanaoniamini kutenda dhambi, ingekuwa bora kwake afungiwe jiwe kubwa la kusagia shingoni mwake, na kutoswa baharini. [43] Kama mkono wako ukikusababisha kutenda dhambi, ukate. Ni afadhali kwako kuingia katika uzima ukiwa na mkono mmoja, kuliko kuwa na mikono miwili lakini ukaingia jehanamu, mahali ambako moto hauzimiki. [[44] Mahali ambako funza wake hawafi wala moto wake hauzimiki.] [45] Kama mguu wako ukikusababisha kutenda dhambi, ukate. Ni afadhali kwako kuingia katika uzima ukiwa kiwete, kuliko kuwa na miguu miwili lakini ukaingia jehanamu. [[46] Mahali ambako funza wake hawafi wala moto wake hauzimiki.] [47] Nalo jicho lako likikusababisha kutenda dhambi, ling'oe. Ni afadhali kwako kuingia katika Ufalme wa Mungu ukiwa na jicho moja, kuliko kuwa na macho mawili lakini ukatupwa jehanamu, [48] mahali ambako

" 'funza wake hawafi,
wala moto wake hauzimiki.'

[49] Kila mmoja atatiwa chumvi kwa moto. [50] "Chumvi ni nzuri, lakini ikipoteza ladha yake utaifanyaje ili iweze kukolea tena? Mwe na chumvi ndani yenu, mkaishi kwa amani, kila mmoja na mwenzake."

Mafundisho Kuhusu Talaka

10 Yesu akaondoka huko, akavuka Mto Yordani, akaenda sehemu za Uyahudi. Umati mkubwa wa watu ukaenda kwake tena, naye kama ilivyokuwa desturi yake, akawafundisha. ²Baadhi ya Mafarisayo wakaja ili kumjaribu kwa kumuuliza, "Je, ni halali mtu kumwacha mke wake?" ³Yesu akawajibu, "Je, Mose aliwaamuru nini?" ⁴Wakajibu, "Mose aliruhusu kwamba mume anaweza kumwandikia mkewe hati ya talaka na kumwacha." ⁵Yesu akawaambia, "Mose aliwaandikia sheria hiyo kwa sababu ya ugumu wa mioyo yenu. ⁶Lakini tangu mwanzo wa uumbaji, 'Mungu aliwaumba mwanaume na mwanamke. ⁷Kwa sababu hii mwanaume atamwacha baba yake na mama yake na kuambatana na mkewe, na hao wawili watakuwa mwili mmoja.' ⁸Kwa hiyo hawatakuwa wawili tena, bali mwili mmoja. ⁹Basi, alichokiunganisha Mungu, mwanadamu asikitenganishe."

¹⁰Walipokuwa tena ndani ya nyumba, wanafunzi wake wakamuuliza kuhusu jambo hili. ¹¹Akawajibu, "Mtu yeyote amwachaye mkewe na kuoa mke mwingine, anazini naye. ¹²Naye mwanamke amwachaye mumewe na kuolewa na mume mwingine, anazini."

Yesu Anawabariki Watoto Wadogo

¹³Watu walikuwa wakimletea Yesu watoto wadogo ili awaguse, lakini wanafunzi wake wakawakemea. ¹⁴Yesu alipoona yaliyokuwa yakitukia, akachukizwa. Akawaambia wanafunzi wake, "Waacheni watoto wadogo waje kwangu, wala msiwazuie, kwa maana Ufalme wa Mungu ni wa wale walio kama hawa. ¹⁵Amin, nawaambia, mtu yeyote asiyeupokea Ufalme wa Mungu kama mtoto mdogo, hatauingia kamwe." ¹⁶Akawachukua watoto mikononi mwake, akawakumbatia, akaweka mikono yake juu yao, akawabariki.

Kijana Tajiri

¹⁷Yesu alipokuwa anaondoka, mtu mmoja akamkimbilia, akapiga magoti mbele yake, akamuuliza, "Mwalimu mwema, nifanye nini ili niurithi uzima wa milele?" ¹⁸Yesu akamwambia, "Mbona unaniita mwema? Hakuna yeyote aliye mwema ila Mungu peke yake. ¹⁹Unazijua amri: 'Usiue, usizini, usiibe, usishuhudie uongo, usidanganye, waheshimu baba yako na mama yako.' " ²⁰Akamjibu, "Mwalimu, amri hizi zote nimezishika tangu nikiwa mtoto." ²¹Yesu akamtazama na kumpenda, akamwambia, "Umepungukiwa na kitu kimoja. Nenda ukauze kila kitu ulicho nacho uwape maskini hizo fedha, nawe utakuwa na hazina mbinguni. Kisha njoo, unifuate." ²²Yule mtu aliposikia hayo, akasikitika sana. Akaondoka kwa huzuni kwa sababu alikuwa na mali nyingi.

²³Yesu akatazama pande zote, akawaambia wanafunzi wake, "Itakuwa vigumu sana kwa wenye mali kuingia katika Ufalme wa Mungu!" ²⁴Wanafunzi wake wakashangazwa sana na maneno hayo. Lakini Yesu akawaambia tena, "Wanangu, tazama jinsi ilivyo vigumu kwa wale wanaotumainia mali kuingia katika Ufalme wa Mungu. ²⁵Ni rahisi zaidi kwa ngamia kupita kwenye tundu la sindano kuliko mtu tajiriᵃ kuingia katika Ufalme wa Mungu." ²⁶Wanafunzi wake wakashangaa sana. Wakaulizana wao kwa wao, "Ni nani basi awezaye kuokoka?" ²⁷Yesu akawatazama, akawaambia, "Kwa mwanadamu jambo hili haliwezekani, lakini kwa Mungu sivyo. Mambo yote yanawezekana kwa Mungu." ²⁸Ndipo Petro akamjibu, "Tazama, tumeacha kila kitu na kukufuata wewe!" ²⁹Yesu akasema, "Amin, nawaambia, hakuna mtu yeyote aliyeacha nyumba, ndugu wa kiume au wa kike, au mama au baba, au watoto au mashamba kwa ajili yangu na kwa ajili ya Injili, ³⁰ambaye hatalipwa mara mia katika ulimwengu huu: nyumba, ndugu wa kiume na wa kike, mama na baba na watoto, mashamba pamoja na mateso, kisha uzima wa milele katika ulimwengu ujao. ³¹Lakini wengi walio wa kwanza watakuwa wa mwisho, na wa mwisho watakuwa wa kwanza."

Yesu Atabiri Mara Ya Tatu Kufa Na Kufufuka Kwake

³²Walikuwa njiani wakipanda kwenda Yerusalemu, na Yesu alikuwa ametangulia. Wanafunzi wake walishangaa, nao wale waliowafuata walijawa na hofu. Yesu akawachukua tena wale wanafunzi wake kumi na wawili kando na kuwaambia yatakayompata. ³³Akasema, "Tunapanda kwenda Yerusalemu, na Mwana wa Adamu atasalitiwa kwa viongozi wa makuhani na walimu wa sheria. Wao watamhukumu kifo na kumtia mikononi mwa watu wa Mataifa, ³⁴ambao watamdhihaki na kumtemea mate, watampiga na kumuua. Siku tatu baadaye atafufuka."

Ombi La Yakobo Na Yohana

³⁵Kisha Yakobo na Yohana, wana wa Zebedayo, wakaja kwake na kumwambia, "Mwalimu, tunataka utufanyie lolote tutakalokuomba." ³⁶Naye akawaambia, "Je, mwataka niwafanyie jambo gani?" ³⁷Wakamwambia, "Tupe kukaa mmoja upande wako wa kuume na mwingine upande wako wa kushoto katika utukufu wako." ³⁸Lakini Yesu akawaambia, "Ninyi hamjui mnaloliomba. Je, mnaweza kukinywea kikombe ninyweacho mimi, au kubatizwa ubatizo nibatizwao mimi?" ³⁹Wakajibu, "Tunaweza." Kisha Yesu akawaambia, "Kikombe nikinyweacho mtakinywea na ubatizo nibatizwao mtabatizwa, ⁴⁰lakini kuketi mkono wangu wa

---

ᵃ 25 Tajiri ina maana wale wanaotumainia mali.

kuume au wa kushoto si juu yangu mimi kuwapa. Nafasi hizi ni kwa ajili ya wale walioandaliwa." ⁴¹ Wale wanafunzi wengine kumi waliposikia hayo, wakaanza kuwakasirikia Yakobo na Yohana. ⁴² Lakini Yesu akawaita wote pamoja na kuwaambia, "Mnafahamu kuwa wale wanaodhaniwa kuwa watawala wa watu wa Mataifa huwatawala watu kwa nguvu, nao wenye vyeo huonyesha mamlaka yao. ⁴³ Lakini isiwe hivyo kwenu. Badala yake, yeyote anayetaka kuwa mkuu miongoni mwenu hana budi kuwa mtumishi wenu, ⁴⁴ na yeyote anayetaka kuwa wa kwanza, hana budi kuwa mtumwa wa wote. ⁴⁵ Kwa kuwa hata Mwana wa Adamu hakuja ili kutumikiwa, bali kutumika na kuutoa uhai wake uwe fidia kwa ajili ya wengi."

Yesu Amponya Kipofu Bartimayo

⁴⁶ Kisha wakafika Yeriko. Yesu alipokuwa akiondoka mjini na wanafunzi wake pamoja na umati mkubwa wa watu, kipofu mmoja, jina lake Bartimayo, mwana wa Timayo, alikuwa ameketi kando ya njia akiomba msaada. ⁴⁷ Aliposikia kuwa ni Yesu wa Nazareti aliyekuwa anapita, akaanza kupaza sauti akisema, "Yesu, Mwana wa Daudi, nihurumie!" ⁴⁸ Watu wengi wakamkemea, wakamwambia akae kimya, lakini yeye akazidi kupaza sauti, akisema, "Mwana wa Daudi, nihurumie!" ⁴⁹ Yesu akasimama na kusema, "Mwiteni." Hivyo wakamwita yule mtu kipofu, wakamwambia, "Jipe moyo! Inuka, anakuita." ⁵⁰ Akiwa analivua lile joho lake, alisimama na kumwendea Yesu. ⁵¹ Yesu akamuuliza, "Unataka nikufanyie nini?" Yule kipofu akajibu, "Mwalimu, nataka kuona." ⁵² Yesu akamwambia, "Nenda zako, imani yako imekuponya." Mara akapata kuona, akamfuata Yesu njiani.

Yesu Aingia Yerusalemu Kwa Shangwe

11 Walipokaribia Yerusalemu, wakafika Bethfage na Bethania katika Mlima wa Mizeituni. Yesu akawatuma wawili wa wanafunzi wake, ² akawaambia, "Nendeni katika kijiji kilichoko mbele yenu. Na hapo mtakapoingia kijijini, mtamkuta mwana-punda amefungwa hapo, ambaye hajapandwa na mtu bado. Mfungueni, mkamlete hapa. ³ Kama mtu yeyote akiwauliza, 'Mbona mnamfungua?' Mwambieni, 'Bwana anamhitaji, na atamrudisha hapa baada ya muda mfupi.' " ⁴ Wakaenda, wakamkuta mwana-punda amefungwa kando ya barabara, karibu na mlango wa nyumba. ⁵ Walipokuwa wanampfungua, watu waliokuwa wamesimama karibu wakawauliza, "Mna maana gani mnapomfungua huyo mwana-punda?" ⁶ Wakawajibu kama vile Yesu alivyokuwa amewaagiza, nao wale watu wakawaruhusu. ⁷ Kisha wakamleta huyo mwana-punda kwa Yesu na kutandika mavazi yao juu yake, naye akapanda. ⁸ Watu wengi wakatandaza mavazi yao barabarani, na wengine wakatandaza matawi waliyokuwa wamekata mashambani. ⁹ Kisha wale waliokuwa wametangulia mbele na wale waliokuwa wakifuata nyuma wakapaza sauti, wakisema,

"Hosana!"ᵃ

"Amebarikiwa yeye ajaye kwa Jina la Bwana!"
¹⁰ "Umebarikiwa Ufalme unaokuja wa baba yetu Daudi!"

"Hosana kwake yeye aliye juu!"

¹¹ Yesu akaingia Yerusalemu na kwenda Hekaluni. Akaangalia kila kitu kilichokuwamo, lakini kwa kuwa ilishakuwa jioni, akaenda zake Bethania pamoja na wale kumi na wawili.

Yesu Alaani Mtini Usiozaa

¹² Kesho yake walipokuwa wakitoka Bethania, Yesu alikuwa na njaa. ¹³ Akaona mtini kwa mbali, naye akaenda ili aone kama ulikuwa na matunda. Alipoufikia, akakuta una majani tu, kwa kuwa hayakuwa majira ya tini. ¹⁴ Akauambia ule mti, "Tangu leo mtu yeyote asile kamwe matunda kutoka kwako." Wanafunzi wake walimsikia akisema hayo.

Yesu Atakasa Hekalu

¹⁵ Walipofika Yerusalemu, Yesu akaingia katika eneo la Hekalu, akaanza kuwafukuza wale waliokuwa wakinunua na kuuza humo ndani. Akazipindua meza za wale waliokuwa wakibadilisha fedha, na pia viti vya wale waliokuwa wakiuza njiwa, ¹⁶ wala hakumruhusu mtu yeyote kuchukua bidhaa kupitia ukumbi wa Hekalu. ¹⁷ Naye alipokuwa akiwafundisha, akasema, "Je, haikuandikwa kuwa:

" 'Nyumba yangu itaitwa
   nyumba ya sala kwa mataifa yote'?

Lakini ninyi mmeifanya kuwa 'pango la wanyang'anyi.' "

¹⁸ Viongozi wa makuhani na walimu wa sheria wakapata habari hizi, nao wakaanza kutafuta njia ya kumuua, kwa kuwa walikuwa wakimwogopa, kwa sababu umati wote ulikuwa unashangazwa na mafundisho yake. ¹⁹ Ilipofika jioni, Yesu na wanafunzi wake wakatoka nje ya mji.

Mtini Ulionyauka

²⁰ Asubuhi yake walipokuwa wakipita, wakauona ule mtini umenyauka kutoka juu hadi kwenye mizizi yake. ²¹ Petro akakumbuka na kumwambia Yesu, "Rabi, tazama! Ule mtini ulioulaani umenyauka!" ²² Yesu akawajibu, "Mwaminini Mungu. ²³ Amin, nawaambia, mtu yeyote atakayeuambia mlima huu, 'Ng'oka ukatupwe baharini,' wala asione shaka moyoni mwake, bali aamini kwamba hayo asemayo yametukia, atatimiziwa. ²⁴ Kwa sababu hiyo nawaambia, yoyote mtakayoyaomba mkisali, aminini ya kwamba mmeyapokea, nayo yatakuwa yenu. ²⁵ Nanyi kila msimamapo kusali, sameheni

ᵃ9 Kiebrania kusema Okoa, basi likawa neno la shangwe.

mkiwa na neno na mtu, ili naye Baba yenu aliye mbinguni awasamehe ninyi makosa yenu. [²⁶ Lakini kama ninyi msiposamehe, wala Baba yenu aliye mbinguni hatawasamehe ninyi makosa yenu.]"

Swali Kuhusu Mamlaka Ya Yesu

²⁷ Wakafika tena Yerusalemu, na Yesu alipokuwa akitembea Hekaluni, viongozi wa makuhani, walimu wa sheria pamoja na wazee wa watu wakamjia. ²⁸ Wakamuuliza, "Unafanya mambo haya kwa mamlaka gani? Na ni nani aliyekupa mamlaka ya kufanya hayo?" ²⁹ Yesu akawajibu, "Nitawauliza swali moja. Nijibuni, nami nitawaambia ni kwa mamlaka gani ninafanya mambo haya. ³⁰ Niambieni, je, ubatizo wa Yohana ulitoka mbinguni au kwa wanadamu?" ³¹ Wakahojiana wao kwa wao, wakisema, "Kama tukisema, 'Ulitoka mbinguni,' atatuuliza, 'Mbona hamkumwamini?' ³² Lakini tukisema, 'Ulitoka kwa wanadamu,'..." (Waliwaogopa watu, kwa sababu kila mtu aliamini kwamba Yohana alikuwa nabii wa kweli.) ³³ Kwa hiyo wakamjibu Yesu, "Hatujui." Naye Yesu akawaambia, "Wala mimi sitawaambia ni kwa mamlaka gani ninatenda mambo haya."

Mfano Wa Wapangaji Waovu

12 Yesu akaanza kusema nao kwa mifano, akawaambia: "Mtu mmoja alipanda shamba la mizabibu. Akajenga ukuta kulizunguka, akachimba shimo ndani yake kwa ajili ya shinikizo la kusindika divai, na akajenga mnara wa ulinzi. Kisha akalikodisha shamba hilo la mizabibu kwa wakulima fulani, kisha akasafiri kwenda nchi nyingine. ² Wakati wa mavuno ulipofika, mwenye shamba akamtuma mtumishi wake kwa hao wapangaji ili kuchukua sehemu yake ya mavuno ya shamba la mizabibu kutoka kwa hao wapangaji. ³ Lakini wale wakulima walimkamata yule mtumishi, wakampiga, wakamfukuza mikono mitupu. ⁴ Kisha yule mwenye shamba akamtuma mtumishi mwingine kwao; nao wale wakulima wakampiga kichwani na kumfanyia mambo ya aibu. ⁵ Kisha akamtuma mtumishi mwingine, naye huyo wakamuua. Akawatuma wengine wengi; baadhi yao wakawapiga, na wengine wakawaua.

⁶ "Mwenye shamba alikuwa bado na mmoja wa kumtuma, mwanawe aliyempenda. Hatimaye akamtuma akisema, 'Watamheshimu mwanangu.' ⁷ "Lakini wale wapangaji wakasemezana pamoja, 'Huyu ndiye mrithi. Njooni tumuue, nao urithi utakuwa wetu.' ⁸ Hivyo wakamchukua na kumuua, wakamtupa nje ya lile shamba la mizabibu.

⁹ "Sasa basi yule mwenye shamba atafanya nini? Atakuja na kuwaua hao wapangaji, kisha atawapa wapangaji wengine hilo shamba la mizabibu. ¹⁰ Je, hamjasoma Andiko hili:

" 'Jiwe walilolikataa waashi
   limekuwa jiwe kuu la pembeni;
¹¹ Bwana ndiye alitenda jambo hili,
   nalo ni ajabu machoni petu'?"

¹² Walipotambua kuwa amesema mfano huo kwa ajili yao, wakataka kumkamata, lakini wakaogopa ule umati wa watu. Wakamwacha, wakaondoka, wakaenda zao.

Swali Kuhusu Kulipa Kodi

¹³ Baadaye wakawatuma baadhi ya Mafarisayo na Maherode ili kwenda kumtega Yesu katika yale anayosema. ¹⁴ Wakamjia, wakamwambia, "Mwalimu, tunajua kwamba wewe ni mtu mwadilifu. Wewe huyumbishwi na wanadamu, kwa kuwa huna upendeleo. Lakini wewe huifundisha njia ya Mungu katika kweli. Je, ni halali kulipa kodi kwa Kaisari, au la? ¹⁵ Je, tulipe kodi au tusilipe?"

Lakini Yesu alijua unafiki wao. Akawauliza "Mbona mnajaribu kunitega? Nileteeni hiyo dinari ⁰ niione." ¹⁶ Wakamletea hiyo sarafu. Naye akawauliza, "Sura hii ni ya nani? Na maandishi haya ni ya nani?"

Wakamjibu, "Ni vya Kaisari."

¹⁷ Ndipo Yesu akawaambia, "Mpeni Kaisari kilicho cha Kaisari, naye Mungu mpeni kilicho cha Mungu."

Nao wakamstaajabia sana.

Ndoa Wakati Wa Ufufuo

¹⁸ Kisha Masadukayo, wale wasemao kuwa hakuna ufufuo wa wafu, wakamjia Yesu, ¹⁹ wakasema, "Mwalimu, Mose alituandikia kuwa kama ndugu wa mtu akifa na kumwacha mkewe bila mtoto, basi huyo mtu anampasa amwoe huyo mjane ili amzalie ndugu yake watoto. ²⁰ Basi palikuwepo ndugu saba. Yule wa kwanza akaoa mke, naye akafa pasipo kuwa na mtoto yeyote. ²¹ Wa pili akamwoa yule mjane, lakini naye akafa bila kuacha mtoto yeyote. Ikawa vivyo hivyo kwa yule wa tatu. ²² Hakuna hata mmojawapo wa hao ndugu wote saba aliyeacha mtoto. Hatimaye yule mwanamke naye akafa. ²³ Kwa hiyo wakati wa ufufuo, yeye atakuwa mke wa nani, maana aliolewa na ndugu wote saba?"

²⁴ Yesu akawajibu, "Je, hampotoki kwa sababu hamfahamu Maandiko wala uweza wa Mungu? ²⁵ Wafu watakapofufuka, hawataoa wala kuolewa, bali watakuwa kama malaika wa mbinguni. ²⁶ Basi kuhusu wafu kufufuliwa, je hamjasoma katika Kitabu cha Mose jinsi Mungu alivyosema na Mose kutoka kile kichaka akisema, 'Mimi ni Mungu wa Abrahamu, na Mungu wa Isaki, na Mungu wa Yakobo?' ²⁷ Yeye si Mungu wa wafu, bali ni Mungu wa walio hai. Kwa hiyo mmekosea kabisa."

Amri Iliyo Kuu

²⁸ Mwalimu mmoja wa sheria akaja, akawasikia wakijadiliana. Akiona kwamba Yesu amewajibu vyema, naye akamuuliza, "Katika amri zote, ni ipi iliyo kuu?"

²⁹ Yesu akajibu, "Amri iliyo kuu ndiyo hii: 'Sikia ee Israeli. Bwana Mungu wetu, Bwana ndiye mmoja. ³⁰ Mpende Bwana Mungu wako kwa moyo wako wote, kwa roho yako yote, kwa akili zako zote, na kwa nguvu zako zote.' Ya pili ndiyo hii: 'Mpende

---

ᵃ15 Dinari moja ilikuwa sawa na mshahara wa kibarua wa siku moja.

jirani yako kama nafsi yako.' Hakuna amri nyingine iliyo kuu kuliko hizi."

[32] Yule mwalimu wa sheria akamwambia Yesu, "Mwalimu, umejibu vyema kwamba Mungu ni mmoja, wala hakuna mwingine ila yeye. [33] Kumpenda Mungu kwa moyo wote na kwa akili zote na kwa nguvu zote, na kumpenda jirani kama mtu anavyojipenda mwenyewe ni bora zaidi kuliko kutoa sadaka za kuteketezwa na dhabihu zote."

[34] Yesu alipoona kwamba amejibu kwa busara, akamwambia, "Wewe hauko mbali na Ufalme wa Mungu." Tangu wakati huo, hakuna mtu yeyote aliyethubutu kumuuliza maswali tena.

Kristo Ni Mwana Wa Nani?

[35] Yesu alipokuwa akifundisha Hekaluni, akauliza, "Imekuwaje walimu wa sheria wanasema kwamba Kristo[a] ni Mwana wa Daudi? [36] Kwa maana Daudi mwenyewe, akinena kwa kuongozwa na Roho Mtakatifu, alisema:

" 'Bwana alimwambia Bwana wangu:
    "Keti mkono wangu wa kuume,
hadi nitakapowaweka adui zako
    chini ya miguu yako." '

[37] Kwa hiyo Daudi mwenyewe anamwita 'Bwana.' Awezaje basi yeye kuwa mwanawe?"

Ule umati wote wa watu wakamsikiliza kwa furaha.

Yesu Awatahadharisha Watu Kuhusu Walimu Wa Sheria

[38] Alipokuwa akifundisha, Yesu alisema, "Jihadharini na walimu wa sheria. Wao hupenda kutembea wakiwa wamevaa mavazi marefu, na kusalimiwa kwa heshima masokoni. [39] Pia wao hupenda kukaa kwenye viti vya mbele katika masinagogi, na kupewa nafasi za heshima katika karamu. [40] Wao hula nyumba za wajane, na ili waonekane kuwa wema wanasali sala ndefu. Watu kama hawa watapata hukumu iliyo kuu sana."

Sadaka Ya Mjane

[41] Kisha Yesu akaketi mkabala na sehemu ambapo sadaka zilikuwa zinawekwa na kuangalia umati wa watu wakiweka fedha zao kwenye sanduku la hazina ya Hekalu. Matajiri wengi wakaweka kiasi kikubwa cha fedha. [42] Lakini mjane mmoja maskini akaja na kuweka sarafu mbili ndogo za shaba zenye thamani ya senti mbili.

[43] Yesu akawaita wanafunzi wake, akawaambia, "Amin, nawaambia, huyu mjane maskini ameweka katika sanduku la hazina zaidi ya watu wengine wote. [44] Wengine wote wametoa kutokana na ziada ya mali zao. Lakini huyu mjane ametoa kutokana na umaskini wake, akaweka kila kitu alichokuwa nacho, hata kile alichohitaji ili kuishi."

Dalili Za Siku Za Mwisho

13 Yesu alipokuwa akitoka Hekaluni, mmojawapo wa wanafunzi wake akamwambia, "Mwalimu!

Tazama jinsi mawe haya yalivyo makubwa, na majengo haya yalivyo mazuri!"

[2] Ndipo Yesu akajibu akasema, "Je, unayaona majengo haya yalivyo makubwa? Hakuna hata jiwe moja litakalobaki juu ya jingine, bali yote yatabomolewa."

Mateso Yatabiriwa

[3] Yesu alipokuwa ameketi kwenye Mlima wa Mizeituni mkabala na Hekalu, Petro, Yakobo, Yohana na Andrea wakamuuliza faraghani, [4] "Tafadhali tuambie, mambo haya yatatukia lini? Nayo dalili ya kuwa hayo yote yanakaribia kutimia itakuwa gani?"

[5] Yesu akawaambia: "Jihadharini mtu yeyote asiwadanganye. [6] Wengi watakuja kwa Jina langu wakidai, 'Mimi ndiye,' nao watawadanganya wengi. [7] Msikiapo habari za vita na uvumi wa vita, msiwe na hofu. Mambo haya hayana budi kutukia, lakini ule mwisho bado. [8] Taifa litainuka dhidi ya taifa na ufalme dhidi ya ufalme. Kutakuwa na mitetemeko sehemu mbalimbali na njaa. Haya yatakuwa ndio mwanzo wa utungu. [9] Lakini ninyi jihadharini. Kwa maana watawapeleka katika mabaraza yao na kupigwa mijeledi katika masinagogi. Mtashtakiwa mbele ya watawala na wafalme kwa ajili yangu, ili kuwa ushuhuda kwao. [10] Nayo habari njema lazima ihubiriwe kwanza kwa mataifa yote kabla ule mwisho haujawadia. [11] Mtakapokamatwa na kushtakiwa, msisumbuke awali kuhusu mtakalosema. Semeni tu lolote mtakalopewa wakati huo, kwa kuwa si ninyi mtakaokuwa mkinena, bali ni Roho Mtakatifu. [12] Ndugu atamsaliti ndugu yake ili auawe, naye baba atamsaliti mtoto wake. Watoto nao wataasi dhidi ya wazazi wao na kusababisha wauawe. [13] Watu wote watawachukia kwa ajili ya Jina langu. Lakini yule atakayevumilia hadi mwisho ataokolewa.

Chukizo La Uharibifu

[14] "Mtakapoona 'chukizo la uharibifu' limesimama mahali pasipolipasa (asomaye na afahamu), basi wale walioko Uyahudi wakimbilie milimani. [15] Yeyote aliye juu ya dari ya nyumba asishuke au kuingia ndani ili kuchukua chochote. [16] Aliye shambani asirudi nyumbani kuchukua vazi lake. [17] Ole wao wenye mimba na wale wanaonyonyesha watoto siku hizo! [18] Ombeni mambo haya yasitokee wakati wa baridi. [19] Kwa maana siku hizo zitakuwa za dhiki kuu ambayo haijapata kuwako tangu mwanzo, hapo Mungu alipoumba ulimwengu, mpaka leo, na kila haitakuwako tena kamwe. [20] Kama Bwana asingelifupisha siku hizo, kamwe asingeliokoka mtu yeyote. Lakini kwa ajili ya wateule, wale aliowachagua, amezifupisha siku hizo. [21] Wakati huo mtu yeyote akiwaambia, 'Tazama, Kristo[b] huyu hapa!' au, 'Tazama, yuko kule,' msisadiki. [22] Kwa maana watatokea makristo wa uongo na manabii wa uongo, nao watafanya ishara na maajabu ili kuwapotosha, ikiwezekana, hata wale wateule.

---

[a]35 Kristo maana yake ni Masiya, yaani Aliyetiwa mafuta.

[b]21 Kristo maana yake ni Masiya, yaani Aliyetiwa mafuta.

²³ Hivyo jihadharini. Nimekwisha kuwaambia mambo haya yote mapema kabla hayajatukia.

Kuja Kwa Mwana Wa Adamu

²⁴ "Lakini katika siku hizo, baada ya hiyo dhiki,

" 'jua litatiwa giza
nao mwezi hautatoa nuru yake;
²⁵ nazo nyota zitaanguka kutoka angani,
na nguvu za anga zitatikisika.'

²⁶ "Ndipo watu wote watakapomwona Mwana wa Adamu akija mawinguni kwa nguvu nyingi na utukufu. ²⁷ Naye atawatuma malaika wake wawakusanye wateule wake kutoka pande zote nne za dunia, kutoka miisho ya dunia hadi miisho ya mbingu.

Somo Kuhusu Mtini

²⁸ "Basi jifunzeni somo hili kutokana na mtini: Matawi yake yanapoanza kuchipua na kutoa majani, mnatambua kwamba wakati wa kiangazi umekaribia. ²⁹ Vivyo hivyo, myaonapo mambo haya yakitukia, mnatambua kwamba wakati u karibu, hata malangoni. ³⁰ Amin, nawaambia, kizazi hiki hakitapita hadi mambo haya yote yawe yametimia. ³¹ Mbingu na nchi zitapita, lakini maneno yangu hayatapita kamwe.

Hakuna Ajuaye Siku Wala Saa

³² "Kwa habari ya siku ile na saa hakuna yeyote ajuaye, hata malaika walio mbinguni wala Mwana, ila Baba peke yake. ³³ Jihadharini! Kesheni! Kwa maana hamjui wakati ule utakapowadia. ³⁴ Ni kama mtu anayesafiri. Anaiacha nyumba yake na kuwaachia watumishi wake kuiangalia, kila mtu na kazi yake, kisha akamwamuru yule bawabu aliye mlangoni akeshe.

³⁵ "Basi kesheni kwa sababu hamjui ni lini mwenye nyumba atakaporudi: iwapo ni jioni, au ni usiku wa manane, au alfajiri awikapo jogoo, au mapambazuko. ³⁶ Kama akija ghafula, asije akawakuta mmelala. ³⁷ Lile ninalowaambia ninyi, nawaambia watu wote: 'Kesheni!' "

Shauri La Kumuua Yesu

14 Zilikuwa zimebaki siku mbili tu kabla ya Sikukuu ya Pasaka, na Sikukuu ya Mikate Isiyotiwa Chachu. Viongozi wa makuhani na walimu wa sheria walikuwa wakitafuta njia ya kumkamata Yesu kwa hila na kumuua. ² Lakini walisema, "Tusilifanye jambo hili wakati wa Sikukuu, maana watu wanaweza wakafanya ghasia."

Yesu Kupakwa Mafuta Huko Bethania

³ Yesu alikuwa Bethania nyumbani kwa Simoni aliyekuwa na ukoma. Wakati alipokuwa ameketi mezani akila chakula cha jioni, mwanamke mmoja aliingia akiwa na chupa ya marhamu yenye manukato ya nardoᵃ safi ya thamani kubwa. Akaivunja hiyo chupa, akamiminia hayo manukato kichwani mwa Yesu.

⁴ Baadhi ya watu waliokuwepo pale walikuwa wakisemezana wao kwa wao, "Upotevu huu wote ni wa nini? ⁵ Mafuta haya yangeweza kuuzwa kwa zaidi ya dinariᵇ 300, na fedha hizo wakapewa maskini." Wakamkemea vikali huyo mwanamke.

⁶ Lakini Yesu akawaambia, "Mbona mnamsumbua huyu mwanamke? Mwacheni! Yeye amenitendea jambo zuri sana. ⁷ Maskini mtakuwa nao siku zote na mnaweza kuwasaidia wakati wowote mnaotaka. Lakini mimi hamtakuwa nami siku zote. ⁸ Huyu mwanamke amenitendea lile aliloweza. Ameumiminia mwili wangu manukato ili kuniandaa kwa maziko yangu. ⁹ Amin, nawaambia, mahali popote ulimwenguni ambapo Injili itahubiriwa, jambo hili alilolitenda huyu mwanamke litatajwa pia kwa ukumbusho wake."

Yuda Akubali Kumsaliti Yesu

¹⁰ Kisha Yuda Iskariote, mmoja wa wale wanafunzi kumi na wawili, akaenda kwa viongozi wa makuhani ili kumsaliti Yesu kwao. ¹¹ Walifurahi sana kusikia jambo hili na wakaahidi kumpa fedha. Hivyo yeye akawa anatafuta wakati uliofaa wa kumsaliti.

Yesu Ala Pasaka Na Wanafunzi Wake

¹² Siku ya kwanza ya Sikukuu ya Mikate Isiyotiwa Chachu, siku ambayo kwa desturi mwana-kondoo wa Pasaka huchinjwa, wanafunzi wa Yesu wakamuuliza, "Unataka twende wapi ili tukuandalie mahali pa kula Pasaka?"

¹³ Basi akawatuma wawili miongoni mwa wanafunzi wake, akawaambia, "Nendeni mjini. Huko mtakutana na mwanaume amebeba mtungi wa maji. Mfuateni. ¹⁴ Mwambieni mwenye nyumba ile atakayoingia, 'Mwalimu anauliza: Kiko wapi chumba changu cha wageni, ambamo mimi na wanafunzi wangu tutakula Pasaka?' ¹⁵ Atawaonyesha chumba kikubwa ghorofani, kilichopambwa tena kilicho tayari. Tuandalieni humo." ¹⁶ Wale wanafunzi wakaondoka na kwenda mjini, nao wakakuta kila kitu kama Yesu alivyowaambia. Hivyo wakaiandaa Pasaka.

¹⁷ Ilipofika jioni, Yesu akaja pamoja na wale wanafunzi wake kumi na wawili. ¹⁸ Walipoketi mezani wakila, Yesu akawaambia, "Amin, nawaambia, mmoja wenu atanisaliti, mmoja anayekula pamoja nami."

¹⁹ Wakaanza kuhuzunika na kumuuliza mmoja baada ya mwingine, "Je, ni mimi Bwana?"

²⁰ Akawajibu, "Ni mmoja miongoni mwenu ninyi kumi na wawili, yule anayechovya mkate kwenye bakuli pamoja nami. ²¹ Mwana wa Adamu anaenda zake kama vile alivyoandikiwa. Lakini ole wake mtu yule amsalitiye Mwana wa Adamu! Ingekuwa heri kwake mtu huyo kama hangezaliwa."

Kuanzishwa Kwa Meza Ya Bwana

²² Walipokuwa wanakula, Yesu akachukua mkate, akashukuru, akaumega na kuwapa

---

ᵃ3 Nardo ni aina ya manukato yaliyotengenezwa kutokana na mimea yenye mizizi inayotoa harufu nzuri.

ᵇ5 Dinari 300 ni sawa na mshahara wa kibarua wa siku 300.

wanafunzi wake, akisema, "Twaeni mle; huu ndio mwili wangu."

[23] Kisha akakitwaa kikombe, akashukuru, akawapa, nao wote wakanywa kutoka humo.

[24] Akawaambia, "Hii ndiyo damu yangu ya agano, imwagikayo kwa ajili ya wengi. [25] Amin, nawaambia, sitakunywa tena katika uzao wa mzabibu, hadi siku ile nitakapounywa mpya katika Ufalme wa Mungu."

[26] Walipokwisha kuimba wimbo, wakatoka wakaenda Mlima wa Mizeituni.

Yesu Atabiri Kuwa Petro Atamkana

[27] Yesu akawaambia, "Ninyi nyote mtaniacha, kwa maana imeandikwa:

" 'Nitampiga mchungaji,
      nao kondoo watatawanyika.'

[28] Lakini baada ya kufufuka kwangu, nitawatangulia kwenda Galilaya."

[29] Petro akasema, "Hata kama wengine wote watakuacha, mimi sitakuacha."

[30] Yesu akamwambia, "Amin, nakuambia; leo, usiku huu, kabla jogoo hajawika mara mbili, wewe mwenyewe utanikana mara tatu."

[31] Lakini Petro akasisitiza zaidi, "Hata kama itabidi kufa pamoja nawe, sitakukana kamwe." Nao wale wengine wote wakasema vivyo hivyo.

Yesu Aomba Katika Bustani Ya Gethsemane

[32] Wakaenda mahali paitwapo Gethsemane. Yesu akawaambia wanafunzi wake, "Kaeni hapa, nami niende nikaombe." [33] Kisha akawachukua pamoja naye Petro, Yakobo na Yohana. Akaanza kuhuzunika sana na kutaabika. [34] Akawaambia, "Moyo wangu umejawa na huzuni kiasi cha kufa. Kaeni hapa na mkeshe."

[35] Akaenda mbele kidogo, akaanguka kifudifudi, akaomba kwamba kama ingewezekana saa hiyo ya mateso imwondokee. [36] Akasema, "Abba,[a] Baba, mambo yote yawezekana kwako. Niondolee kikombe hiki. Lakini si kama nipendavyo mimi, bali vile upendavyo wewe."

[37] Akarudi kwa wanafunzi wake, akawakuta wamelala. Akamwambia Petro, "Simoni, umelala? Je, hukuweza kukesha hata kwa saa moja? [38] Kesheni na mwombe, msije mkaingia majaribuni. Roho iko radhi, lakini mwili ni mdhaifu." [39] Akaenda tena kuomba, akisema maneno yale yale. [40] Aliporudi, akawakuta tena wamelala kwa sababu macho yao yalikuwa mazito. Nao hawakujua la kumwambia.

[41] Akaja mara ya tatu, akawaambia, "Bado mmelala na kupumzika? Imetosha! Saa imewadia. Tazameni, Mwana wa Adamu anasalitiwa na kutiwa mikononi mwa wenye dhambi. [42] Inukeni, twende zetu! Tazameni, msaliti wangu yuaja!"

Yesu Akamatwa

[43] Yesu alipokuwa bado anazungumza, Yuda, mmoja wa wale wanafunzi Kumi na Wawili,

akatokea. Alikuwa amefuatana na umati wa watu wenye panga na marungu, waliokuwa wametumwa na viongozi wa makuhani, walimu wa sheria, na wazee.

[44] Basi msaliti alikuwa amewapa hao watu ishara, kwamba: "Yule nitakayembusu ndiye. Mkamateni, mkamchukue chini ya ulinzi." [45] Mara Yuda akamjia Yesu na kusema, "Rabi."[b] Akambusu. [46] Wale watu wakamkamata Yesu, wakamweka chini ya ulinzi. [47] Ndipo mmoja wa wale waliokuwa wamesimama karibu aliuchomoa upanga wake na kumpiga mtumishi wa kuhani mkuu, akamkata sikio.

[48] Kisha Yesu akawaambia, "Mmekuja na panga na marungu kunikamata kana kwamba mimi ni mnyang'anyi? [49] Siku kwa siku nilikuwa pamoja nanyi nikifundisha Hekaluni, wala hamkunikamata. Lakini Maandiko sharti yatimie." [50] Ndipo wanafunzi wake wote wakamwacha, wakakimbia. [51] Kijana mmoja, ambaye hakuwa amevaa kitu isipokuwa alijitanda nguo ya kitani, alikuwa akimfuata Yesu. Walipomkamata, [52] alikimbia uchi, akaliacha vazi lake.

Yesu Mbele Ya Baraza La Wayahudi

[53] Wakampeleka Yesu kwa kuhani mkuu, nao viongozi wa makuhani wote, na wazee na walimu wa sheria wote wakakusanyika pamoja. [54] Petro akamfuata kwa mbali, hadi uani kwa kuhani mkuu. Huko akaketi pamoja na walinzi, akiota moto. [55] Viongozi wa makuhani na Baraza la Wayahudi[c] lote wakatafuta ushahidi dhidi ya Yesu ili wapate kumuua. Lakini hawakupata jambo lolote. [56] Wengi walitoa ushahidi wa uongo dhidi yake, lakini maelezo yao hayakukubaliana.

[57] Ndipo wengine wakasimama wakatoa ushahidi wa uongo dhidi yake, wakisema: [58] "Sisi tulimsikia akisema, 'Mimi nitalibomoa Hekalu hili lililojengwa na wanadamu, na katika siku tatu nitajenga jingine ambalo halikujengwa na wanadamu.' " [59] Lakini hata hivyo, ushahidi wao haukukubaliana.

[60] Basi kuhani mkuu akasimama mbele yao, akamuuliza Yesu, "Je, wewe hutajibu? Ni ushahidi gani hawa watu wanauleta dhidi yako?" [61] Lakini Yesu akakaa kimya, hakusema neno lolote.

Kuhani mkuu akamuuliza tena, "Je, wewe ndiwe Kristo,[d] Mwana wa Mungu Aliyebarikiwa?"

[62] Yesu akajibu, "Mimi ndimi. Nanyi mtamwona Mwana wa Adamu akiwa ameketi mkono wa kuume wa Mwenye Nguvu, na akija juu ya mawingu ya mbinguni."

[63] Kuhani mkuu akararua mavazi yake, akasema, "Tuna haja gani tena ya mashahidi zaidi? [64] Ninyi mmesikia hayo makufuru. Uamuzi wenu ni gani?"

Wote wakamhukumu kwamba anastahili kifo.

[65] Kisha baadhi ya watu wakaanza kumtemea mate; wakamfunga kitambaa machoni, wakampiga kwa

---

[b]45 *Rabi* ni neno la Kiebrania ambalo maana yake ni daktari, mwalimu au bwana. Walikuwa na madaraja matatu: La chini kabisa *Rab* (bwana), la pili *Rabi* (bwana wangu), na la juu kabisa *Raboni* (mkuu wangu, bwana wangu mkuu).

[c]55 *Baraza la Wayahudi* hapa ina maana ya *Sanhedrin* ambalo lilikuwa ndilo baraza la juu kabisa la utawala la Kiyahudi, lililoundwa na wazee 70 pamoja na kuhani mkuu.

[d]61 *Kristo* maana yake ni *Masiya*, yaani *Aliyetiwa mafuta*.

---

[a]36 *Abba* ni neno la Kiaramu ambalo maana yake ni *Baba*

ngumi na kumwambia, "Tabiri!" Walinzi waka-mchukua na kumpiga makofi.

Petro Amkana Yesu

[66] Petro alipokuwa bado yuko chini kwenye ua wa jumba la kifalme, tazama akaja mmoja wa watumi-shi wa kike wa kuhani mkuu. [67] Alipomwona Petro akiota moto, akamtazama sana, akamwambia, "Wewe pia ulikuwa pamoja na Yesu, Mnazareti." [68] Lakini Petro akakana, akasema, "Sijui wala sielewi unalosema." Naye akaondoka kuelekea kwenye njia ya kuingilia.

[69] Yule mtumishi wa kike alipomwona mahali pale, akawaambia tena wale waliokuwa wamesi-mama hapo, "Huyu mtu ni mmoja wao." [70] Lakini Petro akakana tena.

Baada ya muda kidogo wale waliokuwa wame-simama hapo karibu na Petro wakamwambia, "Hakika wewe ni mmoja wao, kwa maana wewe pia ni Mgalilaya!" [71] Petro akaanza kujilaani na kuwaapia, "Mimi simjui huyu mtu mnayesema habari zake!" [72] Papo hapo jogoo akawika mara ya pili. Ndipo Petro akakumbuka lile neno Yesu alikuwa ame-mwambia: "Kabla jogoo hajawika mara mbili, utanikana mara tatu." Akavunjika moyo, akalia sana.

Yesu Mbele Ya Pilato

15 Asubuhi na mapema, viongozi wa makuhani, pamoja na wazee, walimu wa sheria na Baraza lote, wakafikia uamuzi. Wakamfunga Yesu, waka-mchukua na kumkabidhi kwa Pilato. [2] Pilato akamuuliza, "Je, wewe ndiye Mfalme wa Wayahudi?"

Yesu akajibu, "Wewe umesema." [3] Viongozi wa makuhani wakamshtaki kwa mambo mengi. [4] Pilato akamuuliza tena, "Je, huna la kujibu? Tazama ni mashtaka mangapi wanaya-leta juu yako." [5] Lakini Yesu hakujibu lolote, hivyo Pilato aka-shangaa.

Pilato Amtoa Yesu Asulubiwe

[6] Ilikuwa desturi wakati wa Sikukuu ya Pasaka kumfungulia mfungwa yeyote ambaye watu wange-mtaka. [7] Wakati huo, mtu aliyeitwa Baraba alikuwa amefungwa gerezani pamoja na waasi wengine waliokuwa wametekeleza uuaji wakati wa maasi. [8] Ule umati wa watu ukamjia Pilato na kumwomba awafanyie kama ilivyokuwa desturi yake. [9] Pilato akawauliza, "Mnataka niwafungulie huyu Mfalme wa Wayahudi?" [10] Kwa maana yeye alitambua kuwa viongozi wa makuhani walikuwa wamemtia Yesu mikononi mwake kwa ajili ya wivu. [11] Lakini viongozi wa makuhani wakauchochea ule umati wa watu wamwombe awafungulie Baraba badala yake. [12] Pilato akawauliza tena, "Basi mnataka nifa-nye nini na huyu mtu mnayemwita Mfalme wa Wayahudi?" [13] Wakapiga kelele wakisema, "Msulubishe!" [14] Pilato akawauliza, "Kwa nini? Amefanya kosa gani?"

Lakini wao wakapiga kelele kwa nguvu zaidi, wakisema, "Msulubishe!" [15] Pilato, akitaka kuuridhisha ule umati wa watu, akawafungulia Baraba. Naye baada ya kuamuru Yesu achapwe mijeledi, akamtoa ili asulubishwe.

Askari Wamdhihaki Yesu

[16] Askari wakampeleka Yesu hadi kwenye uku-mbi wa ndani wa jumba la kifalme, ndio Praitorio,[a] wakakusanya kikosi kizima cha askari. [17] Waka-mvalisha Yesu joho la zambarau, wakasokota taji ya miiba, wakamvika kichwani. [18] Wakaanza kumsalimu kwa dhihaka, "Salamu, mfalme wa Wayahudi!" [19] Wakampiga kwa fimbo ya mwa-nzi tena na tena kichwani na kumtemea mate. Wakampiga magoti mbele yake, wakamsujudia kwa kumdhihaki. [20] Walipokwisha kumdhihaki, waka-mvua lile joho la zambarau, wakamvika tena nguo zake. Kisha wakamtoa nje ili wakamsulubishe.

Kusulubiwa Kwa Yesu

[21] Mtu mmoja kutoka Kirene, jina lake Simoni, baba yao Aleksanda na Rufo, alikuwa anapita zake kuingia mjini kutoka shamba, nao wakamlazimi-sha kuubeba ule msalaba. [22] Kisha wakampeleka Yesu mpaka mahali palipoitwa Golgotha (maana yake ni Mahali pa Fuvu la Kichwa). [23] Nao waka-mpa divai iliyochanganywa na manemane, lakini hakuinywa. [24] Basi wakamsulubisha, nazo nguo zake wakagawana miongoni mwao kwa kuzipigia kura ili kuamua ni gani kila mtu ataichukua. [25] Ilikuwa yapata saa tatu asubuhi walipomsu-lubisha. [26] Tangazo likaandikwa la mashtaka dhidi yake lenye maneno haya: "MFALME WA WAYAHUDI." [27] Pamoja naye walisulubiwa wanyang'anyi wawili, mmoja upande wake wa kuume na mwingine upa-nde wa kushoto. [[28] Nayo maandiko yakatimizwa, yale yasemayo, "Alihesabiwa pamoja na watenda dhambi."] [29] Watu waliokuwa wakipita njiani waka-mtukana huku wakitikisa vichwa vyao na kusema, "Aha! Wewe ambaye utalivunja Hekalu na kulijenga kwa siku tatu, [30] basi shuka kutoka msalabani na ujiokoe mwenyewe!" [31] Vivyo hivyo, viongozi wa makuhani pamoja na walimu wa sheria wakamdhihaki miongoni mwao wakisema, "Aliwaokoa wengine, lakini hawezi kujiokoa mwenyewe! [32] Basi huyu Kristo,[b] huyu Mfalme wa Israeli, ashuke sasa kutoka msalabani, ili tupate kuona na kuamini." Wale waliosulubiwa pamoja naye pia wakamtukana.

Kifo Cha Yesu Msalabani

[33] Ilipofika saa sita, giza liliifunika nchi yote hadi saa tisa. [34] Mnamo saa tisa, Yesu akapaza sauti, akalia, "Eloi, Eloi, lama sabakthani?" Maana yake, "Mungu wangu, Mungu wangu, mbona ume-niacha?"

[35] Baadhi ya watu waliokuwa wamesimama karibu walipsikia hayo, wakasema, "Msikieni anamwita Eliya."

---

[a]16 Praitorio maana yake ni makao makuu ya mtawala; ni jumba la kifalme lililokuwa linakaliwa na Pontio Pilato huko Yerusalemu, palipo-kuwa na kiti cha hukumu.

[b]32 *Kristo* maana yake ni *Masiya*, yaani *Aliyetiwa mafuta.*

³⁶ Mtu mmoja akaenda mbio, akachovya sifongo kwenye siki, akaiweka kwenye mwanzi na akampa Yesu ili anywe, akisema, "Basi mwacheni. Hebu tuone kama Eliya atakuja kumshusha kutoka hapo msalabani." ³⁷ Kisha Yesu akatoa sauti kuu, akakata roho. ³⁸ Pazia la Hekalu likachanika vipande viwili kuanzia juu hadi chini. ³⁹ Basi yule jemadari aliyekuwa amesimama hapo mbele ya msalaba wa Yesu aliposikia ile sauti yake na kuona jinsi alivyokata roho, akasema, "Hakika mtu huyu alikuwa Mwana wa Mungu!" ⁴⁰ Walikuwepo pia wanawake waliokuwa wakiangalia kwa mbali. Miongoni mwao walikuwepo Maria Magdalene, na Maria mama yao Yakobo mdogo na Yose, pia na Salome. ⁴¹ Hawa walifuatana na Yesu na kushughulikia mahitaji yake alipokuwa Galilaya. Pia walikuwepo wanawake wengine wengi waliokuja wamekuja pamoja naye Yerusalemu.

Maziko Ya Yesu

⁴² Ilipofika jioni, kwa kuwa ilikuwa Siku ya Maandalizi, yaani siku moja kabla ya Sabato, ⁴³ Yosefu wa Arimathaya, mtu aliyeheshimiwa katika Baraza, na ambaye alikuwa anautarajia Ufalme wa Mungu, akamwendea Pilato kwa ujasiri na kumwomba mwili wa Yesu. ⁴⁴ Pilato alikuwa akijiuliza kama Yesu alikuwa amekwisha kufa. Hivyo akamwita yule jemadari, akamuuliza iwapo Yesu alikuwa amekwisha kufa. ⁴⁵ Baada ya kupata habari kutoka kwa yule jemadari kwamba kweli amekwisha kufa, Pilato akampa Yosefu ruhusa ya kuuchukua huo mwili. ⁴⁶ Hivyo Yosefu akanunua kitambaa cha kitani safi, akaushusha mwili kutoka msalabani, akaufunga katika kile kitambaa cha kitani, na kuuweka ndani ya kaburi lililochongwa kwenye mwamba. Kisha akavingirisha jiwe kwenye ingilio la kaburi. ⁴⁷ Maria Magdalene na Maria mamaye Yose walipaona mahali pale alipolazwa.

Kufufuka Kwa Yesu

16 Sabato ilipomalizika, Maria Magdalene, Maria mama yake Yakobo, na Salome walinunua manukato ili wakaupake mwili wa Yesu. ² Asubuhi na mapema, siku ya kwanza ya juma, mara tu baada ya kuchomoza jua, walikwenda kaburini. ³ Njiani wakawa wanaulizana wao kwa wao, "Ni nani atakayetuvingirishia lile jiwe kutoka kwenye ingilio la kaburi?" ⁴ Lakini walipotazama, wakaona lile jiwe, ambalo lililikuwa kubwa sana, limekwisha kuvingirishwa kutoka pale penye ingilio la kaburi. ⁵ Walipokuwa wakiingia mle kaburini, wakamwona kijana mmoja aliyevaa joho jeupe akiwa ameketi upande wa kuume, nao wakastaajabu. ⁶ Yule malaika akawaambia, "Msistaajabu. Mnamtafuta Yesu, Mnazareti, aliyesulubiwa. Amefufuka! Hayuko hapa. Tazameni mahali walipomlaza. ⁷ Lakini nendeni mkawaambie wanafunzi wake pamoja na Petro, kwamba, 'Anawatangulia kwenda Galilaya. Huko ndiko mtamwona, kama alivyowaambia.' " ⁸ Hivyo wakatoka, wakakimbia kutoka mle kaburini wakiwa na hofu kuu na mshangao. Nao hawakumwambia mtu yeyote neno lolote, kwa sababu waliogopa.

Yesu Anamtokea Maria Magdalene

⁹ Yesu alipofufuka alfajiri na mapema siku ya kwanza ya juma alimtokea kwanza Maria Magdalene, yule ambaye alikuwa amemtoa pepo wachafu saba. ¹⁰ Maria akaenda, naye akawaambia wale waliokuwa wamefuatana na Yesu, waliokuwa wanaomboleza na kulia. ¹¹ Lakini waliposikia kwamba Yesu yu hai na kwamba Maria alikuwa amemwona, hawakusadiki.

Yesu Awatokea Wanafunzi Wawili

¹² Baadaye Yesu akawatokea wawili miongoni mwa wanafunzi wake walipokuwa wakienda shambani akiwa katika sura nyingine. ¹³ Nao wakarudi na kuwaambia wenzao. Lakini hawakuwasadiki wao pia.

Yesu Awaagiza Wale Wanafunzi Kumi Na Mmoja

¹⁴ Baadaye Yesu akawatokea wale wanafunzi kumi na mmoja walipokuwa wakila chakula. Akawakemea kwa kutoamini kwao na kwa ugumu wa mioyo yao kwa kutosadiki wale waliomwona baada yake kufufuka. ¹⁵ Akawaambia, "Enendeni ulimwenguni kote, mkaihubiri Injili kwa kila kiumbe. ¹⁶ Yeyote aaminiye na kubatizwa ataokoka. Lakini yeyote asiyeamini atahukumiwa. ¹⁷ Nazo ishara hizi zitafuatana na wanaoamini: Kwa Jina langu watatoa pepo wachafu; watasema kwa lugha mpya; ¹⁸ watashika nyoka kwa mikono yao; na hata wakinywa kitu chochote cha kuua, hakitawadhuru kamwe; wataweka mikono yao juu ya wagonjwa, nao watapona."

[Yesu Apaa Kwenda Mbinguni

¹⁹ Baada ya Bwana Yesu kusema nao, alichukuliwa juu mbinguni na kuketi mkono wa kuume wa Mungu. ²⁰ Kisha wanafunzi wake wakatoka, wakahubiri kila mahali, naye Bwana akatenda kazi pamoja nao na kulithibitisha neno lake kwa ishara zilizofuatana nalo.]

LUKA

1 Kwa kuwa watu wengi wamekaa ili kuandika habari za mambo yaliyotukia katikati yetu, [2] kama vile yalivyokabidhiwa kwetu na wale waliokuwa mashahidi walioyaona na watumishi wa Bwana, [3] mimi nami baada ya kuchunguza kila kitu kwa uangalifu kuanzia mwanzo, niliamua kukuandikia habari za mambo hayo, ewe mtukufu Theofilo, [4] ili upate kujua ukweli kuhusu yale uliyofundishwa.

Kuzaliwa Kwa Yohana Mbatizaji Kwatabiriwa

[5] Wakati wa Herode mfalme wa Uyahudi, palikuwa na kuhani mmoja jina lake Zekaria, ambaye alikuwa wa ukoo wa kikuhani wa Abiya. Elizabeti mkewe alikuwa pia mzao wa Aroni. [6] Zekaria na Elizabeti mkewe wote walikuwa watu wanyofu mbele za Mungu, wakizishika amri zote za Bwana na maagizo yote bila lawama. [7] Lakini walikuwa hawana watoto, kwa sababu Elizabeti alikuwa tasa; nao wote wawili walikuwa wazee sana.

[8] Siku moja ilipokuwa zamu ya kikundi cha Zekaria, yeye akifanya kazi ya ukuhani Hekaluni mbele za Mungu, [9] alichaguliwa kwa kura kwa kufuata desturi za ukuhani, kuingia Hekaluni mwa Bwana ili kufukiza uvumba. [10] Nao wakati wa kufukiza uvumba ulipowadia, wale wote waliokuwa wamekusanyika ili kuabudu walikuwa nje wakiomba.

[11] Ndipo malaika wa Bwana, akiwa amesimama upande wa kuume wa madhabahu ya kufukizia uvumba, akamtokea Zekaria. [12] Zekaria alipomwona huyo malaika, akafadhaika sana, akajawa na hofu. [13] Lakini malaika akamwambia, "Usiogope, Zekaria, kwa maana Mungu amesikia maombi yako. Mkeo Elizabeti atakuzalia mtoto wa kiume, nawe utamwita jina lake Yohana. [14] Yeye atakuwa furaha na shangwe kwako, nao watu wengi watashangilia kwa sababu ya kuzaliwa kwake. [15] Kwa kuwa atakuwa mkuu mbele za Bwana, kamwe hataonja mvinyo wala kinywaji chochote cha kulevya, naye atajazwa Roho Mtakatifu hata kabla ya kuzaliwa kwake. [16] Naye atawageuza wengi wa wana wa Israeli warudi kwa Bwana Mungu wao. [17] Naye atatangulia mbele za Bwana katika roho na nguvu ya Eliya, ili kuigeuza mioyo ya baba kuwaelekea watoto wao, na wasiotii warejee katika hekima ya wenye haki, ili kuliweka tayari taifa lililoandaliwa kwa ajili ya Bwana."

[18] Zekaria akamuuliza malaika, "Jambo hilo linawezekanaje? Mimi ni mzee na mke wangu pia ana umri mkubwa."

[19] Malaika akamjibu, akamwambia, "Mimi ni Gabrieli, nisimamaye mbele za Mungu, nami nimetumwa kwako ili nikuambie habari hizi njema. [20] Basi sasa kwa kuwa hujaamini maneno yangu ambayo yatatimizwa kwa wakati wake, utakuwa bubu hadi siku ile mambo haya yatakapotukia." [21] Wakati huo watu walikuwa wanamngojea Zekaria nje huku wakishangaa kukawia kwake

mle Hekaluni. [22] Alipotoka akawa hawezi kusema nao, wao wakatambua kuwa ameona maono ndani ya Hekalu. Lakini kwa kuwa alikuwa bubu, akawa anawaashiria kwa mikono.

[23] Muda wake wa kuhudumu Hekaluni ulipomalizika, akarudi nyumbani kwake. [24] Baada ya muda usio mrefu, Elizabeti mkewe akapata mimba, naye akajitenga kwa miezi mitano. [25] Akasema, "Hili ndilo Bwana alilonitendea aliponiangalia kwa upendeleo na kuniondolea aibu yangu mbele ya watu."

Kuzaliwa Kwa Yesu Kwatabiriwa

[26] Mwezi wa sita baada ya Elizabeti kupata mimba, Mungu alimtuma malaika Gabrieli aende Galilaya katika mji wa Nazareti, [27] kwa mwanamwali bikira aliyekuwa ameposwa na mtu mmoja jina lake Yosefu wa nyumba ya Daudi. Jina la huyu mwanamwali bikira ni Maria. [28] Naye malaika akaja kwake akamwambia: "Salamu, wewe uliyebarikiwa, Bwana yu pamoja nawe!"

[29] Maria akafadhaishwa sana na maneno haya, akajiuliza moyoni, "Salamu hii ni ya namna gani?" [30] Ndipo malaika akamwambia, "Usiogope, Maria, umepata kibali kwa Mungu. [31] Tazama, utachukua mimba, nawe utamzaa mtoto mwanaume na utamwita jina lake Yesu. [32] Yeye atakuwa mkuu, naye ataitwa Mwana wa Aliye Juu Sana. Bwana Mungu atampa kiti cha enzi cha Daudi baba yake. [33] Ataimiliki nyumba ya Yakobo milele, na ufalme wake hautakuwa na mwisho."

[34] Maria akamuuliza huyo malaika, "Maadamu mimi ni bikira, jambo hili litawezekanaje?"

[35] Malaika akamjibu, "Roho Mtakatifu atakujilia juu yako, nazo nguvu zake Yeye Aliye Juu Sana zitakufunika kama kivuli. Kwa hiyo mtoto atakayezaliwa atakuwa mtakatifu, naye ataitwa Mwana wa Mungu. [36] Tazama, jamaa yako Elizabeti amechukua mimba katika uzee wake, na huu ni mwezi wake wa sita, yeye aliyeitwa tasa. [37] Kwa maana kwa Mungu hakuna lisilowezekana."

[38] Maria akasema, "Tazama, mimi ni mtumishi wa Bwana. Na iwe kwangu kama ulivyosema." Kisha malaika akaondoka, akamwacha.

Maria Aenda Kumtembelea Elizabeti

[39] Wakati huo Maria akajiandaa, akaharakisha kwenda katika mji mmoja kwenye vilima vya Uyahudi. [40] Akaingia nyumbani kwa Zekaria na kumsalimu Elizabeti. [41] Naye Elizabeti aliposikia salamu ya Maria, mtoto aliyekuwa tumboni mwake akaruka. Elizabeti akajazwa na Roho Mtakatifu, [42] akapaza sauti kwa nguvu akasema, "Umebarikiwa wewe miongoni mwa wanawake, naye mtoto utakayemzaa amebarikiwa. [43] Lakini ni kwa nini mimi nimepata upendeleo kiasi hiki, hata mama wa Bwana wangu afike kwangu? [44] Mara tu niliposikia sauti ya salamu yako, mtoto aliyeko tumboni

mwangu aliruka kwa furaha. [45] Amebarikiwa yeye aliyeamini kwamba lile Bwana alilomwambia litatimizwa."

Wimbo Wa Maria Wa Sifa

[46] Naye Maria akasema:

"Moyo wangu wamwadhimisha Bwana,
[47]   nayo roho yangu inamfurahia
   Mungu Mwokozi wangu,
[48] kwa kuwa ameangalia kwa fadhili
   unyonge wa mtumishi wake.
Hakika tangu sasa vizazi vyote vitaniita
   aliyebarikiwa,
[49]   kwa maana yeye Mwenye Nguvu
   amenitendea mambo ya ajabu:
   jina lake ni takatifu.
[50] Rehema zake huwaendea wale wamchao,
   kutoka kizazi hadi kizazi.
[51] Kwa kuwa ametenda mambo ya ajabu kwa
   mkono wake;
   amewatawanya wale wenye kiburi
   ndani ya mioyo yao.
[52] Amewashusha watawala toka kwenye viti
   vyao vya enzi,
   lakini amewainua wanyenyekevu.
[53] Amewashibisha wenye njaa kwa vitu vizuri,
   bali matajiri amewafukuza mikono mitupu.
[54] Amemsaidia mtumishi wake Israeli,
   kwa kukumbuka ahadi yake
   ya kumrehemu
[55] Abrahamu na uzao wake milele,
   kama alivyowaahidi baba zetu."

[56] Maria akakaa na Elizabeti karibu miezi mitatu, kisha akarudi nyumbani kwake.

Kuzaliwa Kwa Yohana Mbatizaji

[57] Ulipowadia wakati wa Elizabeti kujifungua, alizaa mtoto mwanaume. [58] Majirani zake na jamii zake wakasikia jinsi Bwana alivyomfanyia rehema kuu, nao wakafurahi pamoja naye.

[59] Siku ya nane wakaja kumtahiri mtoto, wakataka yule mtoto aitwe Zekaria, ambalo ndilo jina la baba yake. [60] Lakini mama yake akakataa na kusema, "Hapana! Jina lake ataitwa Yohana." [61] Wakamwambia, "Hakuna mtu yeyote katika jamaa yako mwenye jina kama hilo."

[62] Basi wakamfanyia Zekaria baba yake ishara ili kujua kwamba yeye angependa kumpa mtoto jina gani. [63] Akaomba wampe kibao cha kuandikia na kwa mshangao wa kila mtu akaandika: "Jina lake ni Yohana." [64] Papo hapo kinywa chake kikafunguliwa na ulimi wake ukaachiwa, akawa anaongea akimsifu Mungu. [65] Majirani wote wakajawa na hofu ya Mungu, na katika nchi yote ya vilima vya Uyahudi watu walikuwa wakinena juu ya mambo haya yote. [66] Kila aliyesikia habari hizi alishangaa akauliza, "Je, mtoto huyu atakuwa mtu wa namna gani?" Maana mkono wa Bwana ulikuwa pamoja naye.

Unabii Wa Zekaria

[67] Zekaria, baba yake, akajazwa na Roho Mtakatifu, naye akatoa unabii, akisema:

[68] "Ahimidiwe Bwana, Mungu wa Israeli,
   kwa kuwa amewajilia watu wake
   na kuwakomboa.
[69] Naye ametusimamishia pembe[a] ya wokovu
   katika nyumba ya Daudi mtumishi wake,
[70] kama alivyonena kwa vinywa vya manabii
   wake watakatifu tangu zamani,
[71] kwamba atatuokoa kutoka kwa adui zetu,
   na kutoka mikononi mwao wote
   watuchukiao:
[72] ili kuonyesha rehema kwa baba zetu
   na kukumbuka Agano lake takatifu,
[73] kiapo alichowapia baba yetu Abrahamu:
[74] kutuokoa kutoka mikononi mwa adui zetu,
   tupate kumtumikia yeye pasipo hofu
[75] katika utakatifu na haki mbele zake,
   siku zetu zote.

[76] "Nawe mtoto wangu, utaitwa nabii
   wa Aliye Juu Sana;
   kwa kuwa utamtangulia Bwana
   na kuandaa njia kwa ajili yake,
[77] kuwajulisha watu wake juu ya wokovu
   utakaopatikana kwa kusamehewa
   dhambi zao,
[78] kwa ajili ya wingi wa rehema za
   Mungu wetu,
   nuru itokayo juu itatuzukia
[79] ili kuwaangazia wale waishio gizani
   na katika uvuli wa mauti,
   kuiongoza miguu yetu katika njia ya amani."

[80] Yule mtoto akakua na kuongezeka nguvu katika roho; akaishi nyikani hadi siku ile alipojionyesha hadharani kwa Waisraeli.

Kuzaliwa Kwa Yesu

2 Siku zile Kaisari Augusto alitoa amri kwamba watu wote waandikishwe katika ulimwengu wa Kirumi. ([2] Orodha hii ndiyo ya kwanza iliyofanyika wakati Krenio alikuwa mtawala wa Shamu[b]). [3] Kila mtu alikwenda kuandikishwa katika mji wake alikozaliwa.

[4] Hivyo Yosefu akapanda kutoka mji wa Nazareti ulioko Galilaya kwenda Uyahudi, mpaka Bethlehemu, mji wa Daudi, kwa sababu yeye alikuwa wa ukoo na wa nyumba ya Daudi. [5] Alikwenda huko kujiandikisha pamoja na Maria, ambaye alikuwa amemposa naye alikuwa mjamzito. [6] Wakiwa Bethlehemu, wakati wa Maria wa kujifungua ukawa umetimia, [7] naye akamzaa mwanawe, kifungua mimba. Akamfunika nguo za kitoto na kumlaza katika hori ya kulia ng'ombe, kwa sababu hapakuwa na nafasi katika nyumba ya wageni.

Wachungaji Na Malaika

[8] Katika eneo lile walikuwako wachungaji waliokuwa wakikaa mashambani, wakilinda makundi yao ya kondoo usiku. [9] Ghafula tazama, malaika wa Bwana akawatokea, nao utukufu wa Bwana ukawang'aria kotekote, wakaingiwa na hofu.

---

[a]69 Pembe hapa inamaanisha nguvu.
[b]2 Shamu inamaanisha Syria.

[10] Lakini malaika akawaambia: "Msiogope. Kwa maana tazama nawaletea habari njema za furaha itakayokuwa kwa watu wote. [11] Leo katika mji wa Daudi kwa ajili yenu amezaliwa Mwokozi, ndiye Kristo[a] Bwana. [12] Hii ndiyo itakayokuwa ishara kwenu: Mtamkuta mtoto mchanga amefunikwa nguo za kitoto na kulazwa katika hori ya kulia ng'ombe."

[13] Ghafula pakawa na jeshi kubwa la mbinguni pamoja na huyo malaika wakimsifu Mungu wakisema,

[14] "Atukuzwe Mungu juu mbinguni,
na duniani iwe amani kwa watu aliowaridhia."

[15] Hao malaika walipokwisha kuondoka na kwenda zao mbinguni, wale wachungaji wakasemezana wao kwa wao, "Twendeni Bethlehemu tukaone mambo haya ya ajabu yaliyotukia, ambayo Bwana ametuambia habari zake."

[16] Hivyo wakaenda haraka Bethlehemu, wakawakuta Maria na Yosefu na yule mtoto mchanga akiwa amelala katika hori la kulia ng'ombe. [17] Walipomwona yule mtoto, wakawaeleza yale waliyokuwa wameambiwa kuhusu huyo mtoto. [18] Nao wote waliosikia habari hizi wakastaajabia yale waliyoambiwa na wale wachungaji wa kondoo. [19] Lakini Maria akayaweka mambo haya yote moyoni mwake na kuyatafakari. [20] Wale wachungaji wakarudi, huku wakimtukuza Mungu na kumsifu kwa ajili ya mambo yote waliyokuwa wameambiwa na kuyaona. [21] Hata zilipotimia siku nane, ulikuwa ndio wakati wa kumtahiri mtoto, akaitwa Yesu, jina alilokuwa amepewa na malaika kabla hajatungwa mimba.

Yesu Apelekwa Hekaluni

[22] Ulipotimia wakati wa utakaso wake Maria kwa mujibu wa Sheria ya Mose, basi Yosefu na Maria walimpeleka mtoto Yerusalemu, ili kumweka wakfu kwa Bwana [23] (kama ilivyoandikwa katika Sheria ya Bwana, kwamba, "Kila mtoto wa kiume kifungua mimba atawekwa wakfu kwa Bwana"), [24] na pia kutoa dhabihu kulingana na yale yaliyonenwa katika Sheria ya Bwana: "Hua wawili au makinda mawili ya njiwa." [25] Basi alikuwako huko Yerusalemu mtu mmoja jina lake Simeoni, ambaye alikuwa mwenye haki na mcha Mungu, akitarajia faraja ya Israeli, na Roho Mtakatifu alikuwa juu yake. [26] Roho Mtakatifu alikuwa amemfunulia kuwa hatakufa kabla hajamwona Kristo wa Bwana. [27] Simeoni, akiwa ameongozwa na Roho Mtakatifu, alikwenda Hekaluni. Wazazi walipomleta mtoto Yesu ili kumfanyia kama ilivyokuwa desturi ya Sheria, [28] ndipo Simeoni akampokea mtoto mikononi mwake na kumsifu Mungu, akisema:

[29] "Bwana Mwenyezi, kama ulivyoahidi,
sasa wamruhusu mtumishi wako
aende zake kwa amani.

[30] Kwa maana macho yangu yameuona
wokovu wako,
[31] ulioweka tayari machoni pa watu wote,
[32] nuru kwa ajili ya ufunuo kwa watu
wa Mataifa
na kwa ajili ya utukufu kwa watu wako
Israeli."

[33] Naye Yosefu na mama yake mtoto wakastaajabu kwa yale yaliyokuwa yamesemwa kumhusu huyo mtoto. [34] Kisha Simeoni akawabariki, akamwambia Maria mama yake, "Mtoto huyu amewekwa kwa makusudi ya kuanguka na kuinuka kwa wengi katika Israeli. Atakuwa ishara ambayo watu watanena dhidi yake, [35] ili mawazo ya mioyo mingi yadhihirike. Nao upanga utauchoma moyo wako."

[36] Tena alikuwako Hekaluni nabii mmoja mwanamke, jina lake Ana binti Fanueli, wa kabila la Asheri. Alikuwa mzee sana; naye alikuwa ameolewa na kuishi na mume kwa miaka saba tu, kisha mumewe akafa. [37] Hivyo alikuwa mjane na umri wake ulikuwa miaka themanini na minne. Yeye hakuondoka humo Hekaluni usiku wala mchana, bali alikuwa akimwabudu Mungu, akifunga na kuomba. [38] Wakati huo huo, Ana alikuja akaanza kusifu, akimshukuru Mungu na kusema habari za huyo mtoto kwa watu wote waliokuwa wakitarajia ukombozi wa Yerusalemu. [39] Yosefu na Maria walipokuwa wamekamilisha mambo yote yaliyotakiwa na Sheria ya Bwana, walirudi mjini kwao Nazareti huko Galilaya. [40] Naye yule mtoto akakua na kuongezeka nguvu, akiwa amejaa hekima, na neema ya Mungu ilikuwa juu yake.

Kijana Yesu Hekaluni

[41] Kila mwaka Yosefu na Maria mama yake Yesu walikuwa na desturi ya kwenda Yerusalemu kwa ajili ya Sikukuu ya Pasaka. [42] Yesu alipokuwa na umri wa miaka kumi na miwili, walipanda kwenda kwenye Sikukuu hiyo kama ilivyokuwa desturi. [43] Baada ya Sikukuu kumalizika, wakati Yosefu na Maria mama yake walipokuwa wakirudi nyumbani, Yesu alibaki Yerusalemu lakini hawakutambua. [44] Wao wakidhani kuwa yuko miongoni mwa wasafiri, walienda mwendo wa kutwa nzima. Ndipo wakaanza kumtafuta miongoni mwa jamaa zao na marafiki. [45] Walipomkosa walirudi Yerusalemu ili kumtafuta. [46] Baada ya siku tatu wakamkuta ndani ya Hekalu, akiwa ameketi katikati ya walimu na sheria, akiwasikiliza na kuwauliza maswali. [47] Wote waliomsikia walistaajabishwa na uwezo wake mkubwa wa kuelewa, na majibu aliyoyatoa. [48] Yosefu na Maria mama yake walipomwona walishangaa. Mama yake akamuuliza, "Mwanangu, mbona umetufanyia hivi? Tazama, mimi na baba yako tumekuwa tukikutafuta kwa wasiwasi mkubwa kila mahali."

[49] Yesu akawaambia, "Kwa nini kunitafuta? Hamkujua kwamba imenipasa kuwa katika nyumba ya Baba yangu?" [50] Lakini wao hawakuelewa maana ya lile alilowaambia.

---

[a] 11 *Kristo* maana yake ni *Masiya,* yaani *Aliyetiwa mafuta.*

[51] Ndipo akashuka pamoja nao hadi Nazareti, naye alikuwa mtiifu kwao. Lakini mama yake akayaweka moyoni mwake mambo haya yote. [52] Naye Yesu akakua katika hekima na kimo, akimpendeza Mungu na wanadamu.

Yohana Mbatizaji Aanza Kuhubiri

3 Katika mwaka wa kumi na tano wa utawala wa Kaisari Tiberio, Pontio Pilato akiwa mtawala wa Uyahudi, Herode akiwa mfalme wa Galilaya, Filipo ndugu yake akiwa mfalme wa Iturea na nchi ya Trakoniti, na Lisania akiwa mfalme wa Abilene, [2] nao Anasi na Kayafa wakiwa makuhani wakuu, neno la Mungu likamjia Yohana, mwana wa Zekaria huko jangwani. [3] Akaenda katika nchi yote kandokando ya Mto Yordani, akihubiri ubatizo wa toba kwa ajili ya msamaha wa dhambi. [4] Kama ilivyoandikwa katika kitabu cha nabii Isaya:

"Sauti ya mtu aliaye nyikani,
'Itengenezeni njia ya Bwana,
   yanyoosheni mapito yake.
[5] Kila bonde litajazwa,
   kila mlima na kilima vitashushwa.
Njia zilizopinda zitanyooshwa,
   na zilizoparuza zitasawazishwa.
[6] Nao watu wote watauona
   wokovu wa Mungu.' "

[7] Yohana akauambia ule umati wa watu uliokuwa unakuja ili kubatizwa naye, "Ninyi watoto wa nyoka! Ni nani aliyewaonya kuikimbia ghadhabu inayokuja? [8] Basi zaeni matunda yastahiliyo toba. Wala msianze kusema mioyoni mwenu kuwa, 'Sisi tunaye Abrahamu, baba yetu.' Kwa maana nawaambia kuwa Mungu anaweza kumwinulia Abrahamu watoto kutoka mawe haya. [9] Hata sasa shoka limeshawekwa tayari kwenye shina la kila mti. Basi kila mti usiozaa matunda mazuri hukatwa na kutupwa motoni."

[10] Ule umati wa watu ukamuuliza, "Inatupasa tufanyeje basi?"

[11] Yohana akawaambia, "Aliye na kanzu mbili amgawie asiye nayo, naye aliye na chakula na afanye vivyo hivyo."

[12] Watoza ushuru nao wakaja ili wabatizwe, wakamuuliza, "Bwana na sisi inatupasa tufanyeje?"

[13] Akawaambia, "Msichukue zaidi ya kiwango mlichopangiwa."

[14] Askari nao wakamuuliza, "Je, nasi inatupasa tufanye nini?"

Akawaambia, "Msimdhulumu mtu wala msimshtaki mtu kwa uongo, bali mridhike na mishahara yenu."

[15] Watu walikuwa na matazamio makubwa. Wakawa wanajiuliza mioyoni mwao iwapo Yohana angeweza kuwa ndiye Kristo.[a] [16] Yohana akawajibu akawaambia, "Mimi nawabatiza kwa maji.[b] Lakini atakuja aliye na nguvu kuniliko mimi, ambaye sistahili hata kufungua kamba za viatu vyake. Yeye atawabatiza kwa Roho Mtakatifu na kwa moto. [17] Pepeto lake liko mkononi, tayari kusafisha sakafu yake ya kupuria na kuikusanya ngano ghalani, lakini makapi atayateketeza kwa moto usiozimika." [18] Basi, kwa maonyo mengine mengi Yohana aliwasihi na kuwahubiria watu Habari Njema.

[19] Lakini Yohana alipomkemea Mfalme Herode kuhusu uhusiano wake na Herodia, mke wa ndugu yake, na maovu mengine aliyokuwa amefanya, [20] Herode aliongezea jambo hili kwa hayo mengine yote: alimfunga Yohana gerezani.

Kubatizwa Kwa Bwana Yesu

[21] Baada ya watu wote kubatizwa, Yesu naye akabatizwa. Naye alipokuwa akiomba, mbingu zilifunguka. [22] Roho Mtakatifu akashuka juu yake kwa umbo kama la hua, nayo sauti kutoka mbinguni ikasema: "Wewe ni Mwanangu mpendwa; nami nimependezwa nawe sana."

Ukoo Wa Bwana Yesu

[23] Yesu alikuwa na umri wa miaka thelathini alipoanza huduma yake. Alikuwa akidhaniwa kuwa mwana wa Yosefu,

Yosefu alikuwa mwana wa Eli,
[24] Eli alikuwa mwana wa Mathati,
Mathati alikuwa mwana wa Lawi,
Lawi alikuwa mwana wa Melki,
Melki alikuwa mwana wa Yanai,
Yanai alikuwa mwana wa Yosefu,
[25] Yosefu alikuwa mwana wa Matathia,
Matathia alikuwa mwana wa Amosi,
Amosi alikuwa mwana wa Nahumu,
Nahumu alikuwa mwana wa Esli,
Esli alikuwa mwana wa Nagai,
[26] Nagai alikuwa mwana wa Maathi,
Maathi alikuwa mwana wa Matathia,
Matathia alikuwa mwana wa Semeini,
Semeini alikuwa mwana wa Yoseki,
Yoseki alikuwa mwana wa Yoda,
[27] Yoda alikuwa mwana wa Yoanani,
Yoanani alikuwa mwana wa Resa,
Resa alikuwa mwana wa Zerubabeli,
Zerubabeli alikuwa mwana wa Shealtieli,
Shealtieli alikuwa mwana wa Neri,
[28] Neri alikuwa mwana wa Melki,
Melki alikuwa mwana wa Adi,
Adi alikuwa mwana wa Kosamu,
Kosamu alikuwa mwana wa Elmadamu,
Elmadamu alikuwa mwana wa Eri,
[29] Eri alikuwa mwana wa Yoshua,
Yoshua alikuwa mwana wa Eliezeri,
Eliezeri alikuwa mwana wa Yorimu,
Yorimu alikuwa mwana wa Mathati,
Mathati alikuwa mwana wa Lawi,
[30] Lawi alikuwa mwana wa Simeoni,
Simeoni alikuwa mwana wa Yuda,
Yuda alikuwa mwana wa Yosefu,
Yosefu alikuwa mwana wa Yonamu,
Yonamu alikuwa mwana wa Eliakimu,
Eliakimu alikuwa mwana wa Melea,
[31] Melea alikuwa mwana wa Mena,

---

[a]15 *Kristo* maana yake ni *Masiya*, yaani *Aliyetiwa mafuta.*
[b]16 Tafsiri nyingine zinasema ndani ya maji.

Mena alikuwa mwana wa Matatha,
Matatha alikuwa mwana wa Nathani,
Nathani alikuwa mwana wa Daudi,
[32] Daudi alikuwa mwana wa Yese,
Yese alikuwa mwana wa Obedi,
Obedi alikuwa mwana wa Boazi,
Boazi alikuwa mwana wa Salmoni,
Salmoni alikuwa mwana wa Nashoni,
[33] Nashoni alikuwa mwana wa Aminadabu,
Aminadabu alikuwa mwana wa Aramu,
Aramu alikuwa mwana wa Hesroni,
Hesroni alikuwa mwana wa Peresi,
Peresi alikuwa mwana wa Yuda,
[34] Yuda alikuwa mwana wa Yakobo,
Yakobo alikuwa mwana wa Isaki,
Isaki alikuwa mwana wa Abrahamu,
Abrahamu alikuwa mwana wa Tera,
Tera alikuwa mwana wa Nahori,
[35] Nahori alikuwa mwana wa Serugi,
Serugi alikuwa mwana wa Reu,
Reu alikuwa mwana wa Pelegi,
Pelegi alikuwa mwana wa Eberi,
Eberi alikuwa mwana wa Sala,
[36] Sala alikuwa mwana wa Kenani,
Kenani alikuwa mwana wa Arfaksadi,
Arfaksadi alikuwa mwana wa Shemu,
Shemu alikuwa mwana wa Noa,
Noa alikuwa mwana wa Lameki,
[37] Lameki alikuwa mwana wa Methusela,
Methusela alikuwa mwana wa Enoki,
Enoki alikuwa mwana wa Yaredi,
Yaredi alikuwa mwana wa Mahalaleli,
Mahalaleli alikuwa mwana wa Kenani,
[38] Kenani alikuwa mwana wa Enoshi,
Enoshi alikuwa mwana wa Sethi,
Sethi alikuwa mwana wa Adamu,
Adamu alikuwa mwana wa Mungu.

Yesu Ajaribiwa Na Shetani

4 Yesu, akiwa amejaa Roho Mtakatifu, akarudi kutoka Yordani. Akaongozwa na Roho Mtakatifu hadi nyikani, [2] mahali ambako kwa siku arobaini alikuwa akijaribiwa na ibilisi. Kwa siku zote hizo hakula chochote, hivyo baada ya muda huo akaona njaa.

[3] Ibilisi akamwambia, "Ikiwa wewe ni Mwana wa Mungu, amuru jiwe hili liwe mkate."

[4] Yesu akajibu akamwambia, "Imeandikwa: 'Mtu haishi kwa mkate tu.' "

[5] Ibilisi akampeleka hadi juu ya mlima mrefu akamwonyesha milki zote za dunia kwa mara moja. [6] Akamwambia, "Nitakupa mamlaka juu ya milki hizi na fahari zake zote, kwa maana zimekabidhiwa mkononi mwangu nami ninaweza kumpa yeyote ninayetaka. [7] Hivyo ikiwa utanisujudia na kuniabudu, vyote vitakuwa vyako."

[8] Yesu akamjibu, "Imeandikwa: 'Mwabudu Bwana Mungu wako na umtumikie yeye peke yake.' "

[9] Kisha ibilisi akampeleka mpaka Yerusalemu, akamweka juu ya mnara mrefu wa Hekalu, akamwambia, "Kama wewe ndiwe Mwana wa Mungu, jitupe chini kutoka hapa, [10] kwa maana imeandikwa:

" 'Atakuagizia malaika zake
ili wakulinde;
[11] nao watakuchukua mikononi mwao,
usije ukajikwaa mguu wako katika jiwe.' "

[12] Yesu akamjibu, "Imesemwa, 'Usimjaribu Bwana Mungu wako.' "

[13] Ibilisi alipomaliza kila jaribu, akamwacha Yesu mpaka wakati mwingine ufaao.

Mwanzo Wa Huduma Ya Galilaya

[14] Kisha Yesu akarudi mpaka Galilaya, akiwa amejaa nguvu za Roho Mtakatifu, nazo habari zake zikaenea katika sehemu zote za nchi za kandokando. [15] Akaanza kufundisha kwenye masinagogi yao, na kila mmoja akamsifu.

Yesu Akataliwa Nazareti

[16] Yesu akaenda Nazareti, alipolelewa, na siku ya Sabato alikwenda katika sinagogi kama ilivyokuwa desturi yake. Akasimama ili asome, [17] naye akapewa kitabu cha nabii Isaya, akakifungua na kukuta mahali palipoandikwa:

[18] "Roho wa Bwana yu juu yangu,
kwa sababu amenitia mafuta
kuwahubiria maskini habari njema.
Amenituma kuwatangazia wafungwa
kufunguliwa kwao,
na vipofu kupata kuona tena,
kuwaweka huru wanaoonewa,
[19]   na kutangaza mwaka wa Bwana
uliokubalika."

[20] Kisha akakifunga kitabu, akamrudishia mtumishi na akaketi. Watu wote waliokuwamo katika sinagogi wakamkazia macho. [21] Ndipo akaanza kwa kuwaambia, "Leo Andiko hili limetimia mkiwa mnasikia."

[22] Wote waliokuwako wakamsifu na kuyastaajabia maneno yake yaliyojaa neema, wakaulizana, "Je, huyu si mwana wa Yosefu?"

[23] Yesu akawaambia, "Bila shaka mtatumia mithali hii: 'Tabibu, jiponye mwenyewe! Mambo yale tuliyosikia kwamba uliyafanya huko Kapernaumu, yafanye na hapa kwenye mji wako.' "

[24] Yesu akasema, "Amin, nawaambia, hakuna nabii anayekubalika katika mji wake mwenyewe. [25] Lakini ukweli ni kwamba palikuwa na wajane wengi katika Israeli wakati wa Eliya, mbingu zilipofungwa kwa miaka mitatu na miezi sita pakawa na njaa kuu katika nchi nzima. [26] Hata hivyo Eliya hakutumwa hata kwa mmoja wao, bali kwa mjane mmoja wa Sarepta katika nchi ya Sidoni. [27] Pia palikuwa na wengi wenye ukoma katika Israeli katika siku za nabii Elisha, lakini hakuna hata mmoja wao aliyetakaswa, isipokuwa Naamani mtu wa Shamu."[a] [28] Watu wote katika sinagogi waliposikia maneno haya, wakakasirika sana. [29] Wakasimama, wakamtoa nje ya mji, wakamchukua hadi kwenye kilele cha mlima mahali ambapo mji huo ulikuwa

---

[a]27 Shamu hapa inamaanisha Syria.

umejengwa, ili wamtupe chini kutoka kwenye mteremko mkali. ³⁰ Lakini yeye akapita papo hapo katikati ya huo umati wa watu akaenda zake.

Yesu Atoa Pepo Mchafu

³¹ Kisha Yesu akashuka kwenda Kapernaumu, mji wa Galilaya, na katika siku ya Sabato akawa anafundisha. ³² Wakashangazwa sana na mafundisho yake, maana maneno yake yalikuwa na mamlaka. ³³ Ndani ya sinagogi palikuwa na mtu aliyekuwa amepagawa na pepo mchafu. Naye akapiga kelele kwa nguvu akisema, ³⁴ "Tuache! Tuna nini nawe, Yesu wa Nazareti? Je, umekuja kutuangamiza? Ninakujua wewe ni nani. Wewe ndiwe Aliye Mtakatifu wa Mungu!" ³⁵ Basi Yesu akamkemea yule pepo mchafu, akisema, "Nyamaza kimya! Nawe umtoke!" Yule pepo mchafu akamwangusha yule mtu chini mbele yao wote, akatoka pasipo kumdhuru. ³⁶ Watu wote wakashangaa, wakaambiana, "Mafundisho haya ni ya namna gani? Anawaamuru pepo wachafu kwa mamlaka na nguvu, nao wanatoka!" ³⁷ Habari zake zikaanza kuenea kila mahali katika sehemu ile.

Yesu Awaponya Wengi

³⁸ Yesu akatoka katika sinagogi, akaenda nyumbani kwa Simoni. Basi huko alimkuta mama mkwe wa Simoni akiwa ameshikwa na homa kali, nao wakamwomba Yesu amsaidie. ³⁹ Hivyo Yesu akamwinamia na kukemea ile homa, nayo ikamwacha. Akaamka saa ile ile, naye akaanza kuwahudumia.

⁴⁰ Jua lilipokuwa linatua, watu wakamletea Yesu watu wote waliokuwa na maradhi mbalimbali, naye akaweka mikono yake juu ya kila mgonjwa, naye akawaponya. ⁴¹ Pepo wachafu pia wakawatoka watu wengi, nao walipokuwa wakitoka wakapiga kelele, wakisema: "Wewe ni Mwana wa Mungu!" Lakini Yesu akawakemea na kuwazuia wasiseme, kwa maana walimjua kuwa yeye ndiye Kristo.ᵃ

⁴² Kesho yake, kulipopambazuka, Yesu alikwenda mahali pa faragha. Watu wengi wakawa wanamtafuta kila mahali, nao walipomwona wakajaribu kumzuia asiondoke. ⁴³ Lakini yeye akawaambia, "Imenipasa kuhubiri habari njema za Ufalme wa Mungu katika miji mingine pia, kwa maana kwa kusudi hili nilitumwa." ⁴⁴ Naye aliendelea kuhubiri katika masinagogi ya Uyahudi.

Kuitwa Kwa Wanafunzi Wa Kwanza

5 Siku moja Yesu alipokuwa amesimama karibu na Ziwa la Genesareti,ᵇ watu wengi wakiwa wanasongana kumzunguka ili wapate kusikia neno la Mungu, ² akaona mashua mbili ukingoni mwa ziwa, zikiwa zimeachwa hapo na wavuvi waliokuwa wanaosha nyavu zao. ³ Akaingia katika mojawapo ya hizo mashua ambayo ilikuwa ya Simoni, akamwomba aisogeze ndani ya maji kidogo kutoka ufuoni. Kisha akaketi na kufundisha watu akiwa mle ndani ya mashua. ⁴ Alipomaliza kunena, akamwambia Simoni,

"Sasa peleka mashua hadi kilindini kisha mshushe nyavu zenu mkavue samaki."

⁵ Simoni akamjibu, "Bwana, tumefanya kazi ya kuchosha usiku kucha na hatukuvua chochote. Lakini, kwa neno lako nitazishusha nyavu." ⁶ Nao walipozishusha nyavu zao, wakavua samaki wengi sana, nyavu zao zikajaa zikaanza kukatika. ⁷ Wakawaashiria wavuvi wenzao kwenye ile mashua nyingine ili waje kuwasaidia. Wakaja, wakajaza mashua zote mbili samaki hata zikaanza kuzama. ⁸ Simoni Petro alipoona haya yaliyotukia, alianguka miguuni mwa Yesu na kumwambia, "Bwana, ondoka kwangu. Mimi ni mtu mwenye dhambi!" ⁹ Kwa kuwa yeye na wavuvi wenzake walikuwa wameshangazwa sana na wingi wa samaki waliokuwa wamepata. ¹⁰ Vivyo hivyo wenzake Simoni, yaani Yakobo na Yohana, wana wa Zebedayo, walishangazwa pia.

Ndipo Yesu akamwambia Simoni, "Usiogope, tangu sasa utakuwa mvuvi wa watu." ¹¹ Hivyo wakasogeza mashua zao mpaka ufuoni mwa bahari, wakaacha kila kitu na kumfuata.

Yesu Amtakasa Mtu Mwenye Ukoma

¹² Ikawa siku moja Yesu alipokuwa katika mji fulani, mtu mmoja mwenye ukoma mwili mzima akamjia. Alipomwona Yesu, alianguka chini mpaka uso wake ukagusa ardhi, akamsihi akisema, "Bwana, ukitaka, waweza kunitakasa." ¹³ Yesu akanyoosha mkono wake, akamgusa yule mtu, akamwambia, "Nataka. Takasika!" Na mara ukoma wake ukatakasika. ¹⁴ Yesu akamwagiza akisema, "Usimwambie mtu yeyote, bali nenda ukajionyeshe kwa kuhani na ukatoe sadaka alizoagiza Mose kwa utakaso wako, ili kuwa ushuhuda kwao."

¹⁵ Lakini habari zake Yesu zikazidi sana kuenea kotekote kuliko wakati mwingine wowote. Makutano makubwa ya watu yalikuwa yakikusanyika ili kumsikiliza na kuponywa magonjwa yao. ¹⁶ Lakini mara kwa mara Yesu alijitenga nao ili kwenda mahali pa faragha kuomba.

Yesu Amponya Mtu Mwenye Kupooza

¹⁷ Siku moja Yesu alipokuwa akifundisha, Mafarisayo na walimu wa sheria, waliokuwa wametoka kila kijiji cha Galilaya na kutoka Uyahudi na Yerusalemu, walikuwa wameketi huko. Nao uweza wa Bwana ulikuwa juu yake kuponya wagonjwa. ¹⁸ Wakaja watu wamembeba mgonjwa aliyepooza kwenye mkeka. Wakajaribu kumwingiza ndani ili wamweke mbele ya Yesu. ¹⁹ Walipokuwa hawawezi kufanya hivyo kwa sababu ya umati wa watu, wakapanda juu ya paa, wakaondoa baadhi ya matofali, wakamteremsha yule mgonjwa kwa mkeka wake hadi katikati ya ule umati pale mbele ya Yesu. ²⁰ Yesu alipoiona imani yao, akamwambia yule mgonjwa, "Rafiki, dhambi zako zimesamehewa."

²¹ Mafarisayo na wale walimu wa sheria wakaanza kuuliza, "Ni nani mtu huyu anayesema maneno ya kukufuru? Ni nani awezaye kusamehe dhambi isipokuwa Mungu peke yake?"

ᵃ41 *Kristo* maana yake ni *Masiya,* yaani *Aliyetiwa mafuta.*
ᵇ1 Yaani Bahari ya Galilaya.

²² Yesu akijua mawazo yao akawauliza, "Kwa nini mnawaza hivyo mioyoni mwenu? ²³ Je, ni lipi lililo rahisi zaidi, kumwambia, 'Umesamehewa dhambi zako,' au kusema, 'Inuka, uende'? ²⁴ Lakini ili mpate kujua kwamba Mwana wa Adamu anayo mamlaka duniani kusamehe dhambi…" Akamwambia yule aliyepooza, "Nakuambia, inuka, chukua mkeka wako, uende nyumbani kwako." ²⁵ Mara yule mtu aliyekuwa amepooza akasimama mbele yao wote, akachukua mkeka wake, akaenda zake nyumbani, huku akimtukuza Mungu. ²⁶ Kila mmoja akashangaa na kumtukuza Mungu. Wakajawa na hofu ya Mungu, wakasema, "Leo tumeona mambo ya ajabu."

Yesu Amwita Lawi

²⁷ Baada ya haya, Yesu alitoka na kumwona mtoza ushuru mmoja jina lake Lawi akiwa amekaa forodhani, mahali pake pa kutoza ushuru. Akamwambia, "Nifuate." ²⁸ Naye Lawi akaacha kila kitu, akaondoka, akamfuata.

²⁹ Kisha Lawi akamfanyia Yesu karamu kubwa nyumbani kwake, nao umati mkubwa wa watoza ushuru na watu wengine walikuwa wakila pamoja nao. ³⁰ Lakini Mafarisayo na walimu wa sheria waliokuwa wa dhehebu lao wakawalalamikia wanafunzi wa Yesu, wakisema, "Mbona mnakula na kunywa pamoja na watoza ushuru na 'wenye dhambi'? ³¹ Yesu akawajibu, "Wenye afya hawahitaji tabibu, bali walio wagonjwa. ³² Sikuja kuwaita wenye haki, bali wenye dhambi wapate kutubu."

Yesu Aulizwa Kuhusu Kufunga

³³ Wakamwambia Yesu, "Wanafunzi wa Yohana na wa Mafarisayo mara kwa mara hufunga na kuomba, lakini wanafunzi wako wanaendelea kula na kunywa." ³⁴ Yesu akawajibu, "Je, mnaweza kuwafanya wageni wa bwana arusi kufunga wakati yuko pamoja nao? ³⁵ Lakini wakati utafika ambapo bwana arusi ataondolewa kwao. Hapo ndipo watakapofunga."

³⁶ Yesu akawapa mfano huu, akawaambia: "Hakuna mtu achanaye kiraka kutoka kwenye nguo mpya na kukishonea kwenye nguo iliyochakaa. Akifanya hivyo, atakuwa amechana nguo mpya, na kile kiraka hakitalingana na ile nguo iliyochakaa. ³⁷ Hakuna mtu awekaye divai mpya kwenye viriba vikuukuu. Akifanya hivyo, hiyo divai mpya itavipasua hivyo viriba, nayo yote itamwagika. ³⁸ Divai mpya lazima iwekwe kwenye viriba vipya. ³⁹ Wala hakuna mtu anayependelea divai mpya baada ya kunywa divai ya zamani, bali husema, 'Ile ya zamani ni nzuri zaidi.' "

Bwana Wa Sabato

6 Ikawa siku moja ya Sabato Yesu alikuwa akipita katika mashamba ya nafaka, nao wanafunzi wake wakaanza kuvunja masuke ya nafaka, wakayafikicha kwa mikono yao na kula punje zake. ² Baadhi ya Mafarisayo wakawauliza, "Mbona mnafanya mambo yasiyo halali kufanywa siku ya Sabato?"

³ Yesu akawajibu, "Je, ninyi hamjasoma kamwe alivyofanya Daudi wakati yeye na wenzake walikuwa na njaa? ⁴ Aliingia ndani ya nyumba ya Mungu, akaichukua na kuila ile mikate iliyowekwa wakfu, ambayo ni halali kuliwa na makuhani peke yao. Naye pia akawapa wenzake." ⁵ Yesu akawaambia, "Mwana wa Adamu ndiye Bwana wa Sabato."

Mtu Aliyepooza Mkono Aponywa

⁶ Ikawa siku nyingine ya Sabato, Yesu aliingia ndani ya sinagogi na akawa anafundisha. Huko palikuwa na mtu ambaye mkono wake wa kuume ulikuwa umepooza. ⁷ Mafarisayo na walimu wa sheria walikuwa wakitafuta sababu ya kumshtaki Yesu. Kwa hivyo wakawa wanamwangalia sana ili waone kama ataponya katika siku ya Sabato. ⁸ Lakini Yesu alijua mawazo yao, hivyo akamwambia yule mwenye mkono uliopooza, "Inuka usimame mbele ya watu wote." Hivyo yule mtu akainuka, akasimama mbele yao wote.

⁹ Ndipo Yesu akawaambia wale walimu wa sheria na Mafarisayo, "Nawauliza ninyi, ni lipi lililo halali siku ya Sabato? Ni kutenda mema au kutenda mabaya? Ni kuokoa maisha au kuyaangamiza?" ¹⁰ Akawatazama watu wote waliokuwepo, kisha akamwambia yule aliyepooza mkono, "Nyoosha mkono wako!" Akaunyoosha na mkono wake ukaponywa kabisa. ¹¹ Wale wakuu wakakasirika sana, wakashauriana wao kwa wao ni nini watakachomtendea Yesu.

Yesu Achagua Mitume Kumi Na Wawili

¹² Ikawa katika siku hizo Yesu alikwenda mlimani kuomba, akakesha usiku kucha akimwomba Mungu. ¹³ Kulipopambazuka, akawaita wanafunzi wake, naye akachagua kumi na wawili, ambao pia aliwaita mitume: ¹⁴ Simoni aliyemwita Petro, Andrea nduguye, Yakobo, Yohana, Filipo, Bartholomayo, ¹⁵ Mathayo, Tomaso, Yakobo mwana wa Alfayo, Simoni aliyeitwa Zelote, ¹⁶ Yuda mwana wa Yakobo, na Yuda Iskariote ambaye alikuwa msaliti.

Yesu Aponya Wengi

¹⁷ Akashuka pamoja nao, akasimama mahali penye uwanja tambarare. Hapo palikuwa na idadi kubwa ya wanafunzi wake na umati mkubwa wa watu kutoka sehemu zote za Uyahudi, kutoka Yerusalemu, na kutoka pwani ya Tiro na Sidoni. ¹⁸ Walikuwa wamekuja kumsikiliza na kuponywa magonjwa yao. Wale waliokuwa wakiteswa na pepo wachafu akawaponya. ¹⁹ Watu wote walikuwa wanajitahidi kumgusa kwa sababu nguvu zilikuwa zikimtoka na kuwaponya wote.

Baraka Na Ole

²⁰ Akawatazama wanafunzi wake, akasema:

"Mmebarikiwa ninyi mlio maskini,
   kwa sababu Ufalme wa Mungu ni wenu.
²¹ Mmebarikiwa ninyi mlio na njaa sasa,
   kwa sababu mtashibishwa.
Mmebarikiwa ninyi mnaolia sasa,
   kwa sababu mtacheka.

²² Mmebarikiwa ninyi, watu watakapowachukia,
watakapowatenga na kuwatukana
na kulikataa jina lenu kama neno ovu,
kwa ajili ya Mwana wa Adamu.

²³ "Furahini na kurukaruka kwa shangwe, kwa
sababu thawabu yenu ni kubwa mbinguni, kwa
kuwa hivyo ndivyo baba zao walivyowatenda
manabii.

²⁴ "Lakini ole wenu ninyi mlio matajiri,
kwa sababu mmekwisha kupokea
faraja yenu.
²⁵ Ole wenu ninyi mlioshiba sasa,
maana mtaona njaa.
Ole wenu ninyi mnaocheka sasa,
maana mtaomboleza na kulia.
²⁶ Ole wenu watu watakapowasifu,
kwani ndivyo baba zao walivyowasifu
manabii wa uongo.

Wapendeni Adui Zenu

²⁷ "Lakini nawaambia ninyi mnaonisikia:
Wapendeni adui zenu. Watendeeni mema wanao-
wachukia. ²⁸ Wabarikini wale wanaowalaani,
waombeeni wale wanaowatendea mabaya. ²⁹ Kama
mtu akikupiga shavu moja, mgeuzie na la pili pia.
Mtu akikunyang'anya koti lako, usimzuie kuchu-
kua joho pia. ³⁰ Mpe kila akuombaye, na kama
mtu akichukua mali yako usitake akurudishie.
³¹ Watendeeni wengine kama ambavyo mngetaka
wawatendee ninyi.
³² "Kama mkiwapenda tu wale wanaowapenda,
mwapata sifa gani? Hata 'wenye dhambi' huwape-
nda wale wawapendao. ³³ Tena mkiwatendea mema
wale tu wanaowatendea ninyi mema, mwapata sifa
gani? Hata 'wenye dhambi' hufanya vivyo hivyo.
³⁴ Tena mnapowakopesha wale tu mnaotegemea
wawalipe, mwapata sifa gani? Hata 'wenye dhambi'
huwakopesha 'wenye dhambi' wenzao wakitarajia
kulipwa mali yao yote. ³⁵ Lakini wapendeni adui
zenu, watendeeni mema, wakopesheni bila kutege-
mea kurudishiwa mlichokopesha. Ndipo thawabu
yenu itakapokuwa kubwa, nanyi mtakuwa wana
wa Aliye Juu Sana, kwa sababu yeye ni mwema
kwa watu wasio na shukrani na kwa wale waovu.
³⁶ Kuweni na huruma, kama Baba yenu alivyo na
huruma.

Kuwahukumu Wengine

³⁷ "Msihukumu, nanyi hamtahukumiwa.
Msilaumu, nanyi hamtalaumiwa. Sameheni,
nanyi mtasamehewa. ³⁸ Wapeni watu vitu, nanyi
mtapewa. Kipimo cha kujaa na kushindiliwa na
kusukwasukwa hata kumwagika, ndicho watu
watakachowapa vifuani mwenu. Kwa kuwa kipimo
kile mpimacho, ndicho mtakachopimiwa."
³⁹ Pia akawapa mfano akasema, "Je, kipofu aweza
kumwongoza kipofu? Je, wote wawili hawatatu-
mbukia shimoni? ⁴⁰ Mwanafunzi hawezi kumzidi
mwalimu wake, ila yule aliyehitimu aweza kuwa
kama mwalimu wake.
⁴¹ "Mbona unatazama kibanzi kilicho ndani ya
jicho la ndugu yako, wala huoni boriti iliyo ndani

ya jicho lako mwenyewe? ⁴² Utawezaje kumwambia
ndugu yako, 'Ndugu yangu, acha nitoe kibanzi kili-
cho ndani ya jicho lako,' wakati wewe mwenyewe
huoni boriti iliyo ndani ya jicho lako? Ewe mnafiki,
ondoa boriti ndani ya jicho lako kwanza, ndipo
utaweza kuona dhahiri jinsi ya kuondoa kibanzi
kilicho ndani ya jicho la ndugu yako.

Mti Na Mazao Yake

⁴³ "Hakuna mti mzuri uzaao matunda mabaya,
wala hakuna mti mbaya uzaao matunda mazuri.
⁴⁴ Kila mti hujulikana kwa matunda yake. Kwa
maana watu hawachumi tini kwenye miiba, wala
zabibu kwenye michongoma. ⁴⁵ Vivyo hivyo mtu
mwema hutoa mambo mema kutoka kwenye
hazina ya moyo wake, naye mtu mwovu hutoa
mambo maovu kutoka kwenye hazina ya moyo
wake. Kwa kuwa mtu hunena kwa kinywa chake
yale yaliyoujaza moyo wake.

Mjenzi Mwenye Busara Na Mjenzi Mpumbavu

⁴⁶ "Kwa nini mnaniita, 'Bwana, Bwana,' nanyi
hamfanyi ninayowaambia? ⁴⁷ Nitawaonyesha
jinsi alivyo mtu yule anayekuja kwangu na kusi-
kia maneno yangu na kuyatenda. ⁴⁸ Yeye ni kama
mtu aliyejenga nyumba, akachimba chini sana,
na kuweka msingi kwenye mwamba. Mafuriko
yalipokuja, maji ya ghafula yaliipiga ile nyumba,
lakini haikutikisika, kwa sababu ilikuwa imejen-
gwa vizuri. ⁴⁹ Lakini yeye anayesikia maneno
yangu wala asiyatende, ni kama mtu aliyejenga
nyumba juu ya ardhi bila kuweka msingi. Mafu-
riko yalipoikumba nyumba ile, ikaanguka mara
na kubomoka kabisa."

Yesu Amponya Mtumishi Wa Jemadari

7 Baada ya Yesu kumaliza kusema haya yote watu
wakiwa wanamsikiliza, akaingia Kapernaumu.
² Mtumishi wa jemadari mmoja wa Kirumi, ambaye
bwana wake alimthamini sana, alikuwa mgonjwa
sana karibu kufa. ³ Jemadari huyo aliposikia habari
za Yesu, aliwatuma wazee wa Kiyahudi kwake,
wakamwomba aje kumponya mtumishi wa huyo
jemadari. ⁴ Wale wazee walipofika kwa Yesu, waka-
msihi sana amsaidie yule jemadari wakisema, "Mtu
huyu anastahili wewe umfanyie jambo hili, ⁵ kwa
sababu analipenda taifa letu tena ametujengea
sinagogi." ⁶ Hivyo Yesu akaongozana nao, lakini ali-
pokuwa hayuko mbali na nyumbani, yule jemadari
akatuma rafiki zake kumwambia Yesu, "Bwana,
usijisumbue, kwani mimi sistahili wewe kuingia
chini ya dari yangu. ⁷ Ndiyo maana sikujiona hata
ninastahili kuja kwako wewe. Lakini sema neno tu,
naye mtumishi wangu atapona. ⁸ Kwa kuwa mimi
mwenyewe ni mtu niliyewekwa chini ya mamlaka,
nikiwa na askari chini yangu. Nikimwambia huyu,
'Nenda,' yeye huenda; na mwingine nikimwambia,
'Njoo,' yeye huja. Nikimwambia mtumishi wangu,
'Fanya hivi,' yeye hufanya."
⁹ Yesu aliposikia maneno haya, alishangazwa
naye sana. Akaugeukia ule umati wa watu ulio-
kuwa unamfuata, akawaambia, "Sijaona imani
kubwa namna hii hata katika Israeli." ¹⁰ Nao
wale watu waliokuwa wametumwa kwa Yesu

waliporudi nyumbani walimkuta yule mtumishi amepona.

Yesu Amfufua Mwana Wa Mjane

¹¹ Baadaye kidogo, Yesu alikwenda katika mji mmoja ulioitwa Naini. Nao wanafunzi wake na umati mkubwa wa watu walikwenda pamoja naye. ¹² Alipokaribia lango la mji, alikutana na watu waliokuwa wamebeba maiti wakitoka nje ya mji. Huyu aliyekufa alikuwa mwana pekee wa mwanamke mjane. Umati mkubwa wa watu wa mji ule ulikuwa pamoja na huyo mwanamke. ¹³ Bwana Yesu alipomwona yule mjane, moyo wake ulimhurumia, akamwambia, "Usilie."

¹⁴ Kisha akasogea mbele akaligusa lile jeneza na wale waliokuwa wamelibeba wakasimama kimya. Akasema, "Kijana, nakuambia inuka." ¹⁵ Yule aliyekuwa amekufa akaketi akaanza kuongea, naye Yesu akamkabidhi kwa mama yake.

¹⁶ Watu wote wakajawa na hofu ya Mungu, nao wakamtukuza Mungu wakisema, "Nabii mkuu ametokea miongoni mwetu, Mungu amekuja kuwakomboa watu wake." ¹⁷ Habari hizi za mambo aliyoyafanya Yesu zikaenea Uyahudi wote na sehemu zote za jirani.

Yesu Na Yohana Mbatizaji

¹⁸ Wanafunzi wa Yohana Mbatizaji wakamweleza Yohana mambo haya yote. Hivyo Yohana akawaita wanafunzi wake wawili ¹⁹ na kuwatuma kwa Bwana ili kumuuliza, "Wewe ndiye yule aliyekuwa aje, au tumngojee mwingine?"

²⁰ Wale watu walipofika kwa Yesu wakamwambia, "Yohana Mbatizaji ametutuma tukuulize, 'Wewe ndiye yule aliyekuwa aje, au tumngojee mwingine?'"

²¹ Wakati huo huo, Yesu aliwaponya wengi waliokuwa na magonjwa, maradhi na pepo wachafu, na pia akawafungua vipofu wengi macho wakapata kuona. ²² Hivyo akawajibu wale wajumbe, "Rudini mkamwambie Yohana yote mnayoyaona na kuyasikia: Vipofu wanapata kuona, viwete wanatembea, wenye ukoma wanatakaswa, viziwi wanasikia, wafu wanafufuliwa na maskini wanahubiriwa habari njema. ²³ Amebarikiwa mtu yule asiyechukizwa na mimi."

²⁴ Wajumbe wa Yohana walipoondoka, Yesu akaanza kusema na makutano kuhusu Yohana Mbatizaji. Akawauliza, "Mlipokwenda kule nyikani, mlikwenda kuona nini? Je, ni unyasi ukipeperushwa na upepo? ²⁵ Kama sivyo, mlikwenda kuona nini basi? Mtu aliyevaa mavazi ya kifahari? La hasha, watu wanaovaa mavazi ya kifahari na kuishi maisha ya anasa wako katika majumba ya kifalme. ²⁶ Lakini mlikwenda kuona nini? Mlikwenda kumwona nabii? Naam, nawaambia, yeye ni zaidi ya nabii. ²⁷ Huyu ndiye ambaye habari zake zimeandikwa:

" 'Tazama, nitamtuma mjumbe wangu
   mbele yako,
   atakayetengeneza njia mbele yako.'

²⁸ Nawaambia, miongoni mwa wale waliozaliwa na wanawake, hakuna aliye mkuu kuliko Yohana.

Lakini yeye aliye mdogo kabisa katika Ufalme wa Mungu ni mkuu kuliko Yohana." ²⁹ (Watu wote hata watoza ushuru waliposikia maneno ya Yesu, walikubali kwamba mpango wa Mungu ni haki, maana walikuwa wamebatizwa na Yohana. ³⁰ Lakini Mafarisayo na wataalamu wa sheria walikataa mpango wa Mungu kwao kwa kutokubali kubatizwa na Yohana.)

³¹ Yesu akawauliza, "Niwafananishe na nini watu wa kizazi hiki? Wanafanana na nini? ³² Wao ni kama watoto waliokaa sokoni wakiitana wao kwa wao, wakisema:

" 'Tuliwapigia filimbi,
   lakini hamkucheza;
tuliwaimbia nyimbo za maombolezo,
   lakini hamkulia.'

³³ Kwa maana Yohana Mbatizaji alikuja, alikuwa hali mkate wala hanywi divai, nanyi mkasema, 'Yeye ana pepo mchafu.' ³⁴ Mwana wa Adamu alikuja akila na kunywa, nanyi mnasema: 'Tazameni huyu mlafi na mlevi, rafiki wa watoza ushuru na "wenye dhambi." ' ³⁵ Nayo hekima huthibitishwa kuwa kweli na watoto wake wote."

Yesu Apakwa Mafuta Na Mwanamke Mwenye Dhambi

³⁶ Basi Farisayo mmoja alimwalika Yesu nyumbani kwake kwa chakula. Hivyo Yesu akaenda nyumbani mwa yule Farisayo na kukaa katika nafasi yake mezani. ³⁷ Naye mwanamke mmoja kwenye ule mji, ambaye alikuwa mwenye dhambi, alipojua kwamba Yesu alikuwa akila chakula nyumbani kwa yule Farisayo, akaleta chupa ya marhamu yenye manukato. ³⁸ Yule mwanamke akasimama nyuma ya miguu ya Yesu akilia. Akailowanisha miguu yake kwa machozi yake, kisha akaifuta kwa nywele zake, akaibusu na kuimiminia manukato.

³⁹ Yule Farisayo aliyemwalika Yesu alipoona yanayotendeka, akawaza moyoni mwake, "Kama huyu mtu angekuwa nabii, angejua kwamba ni nani anayemgusa, na kwamba yeye ni mwanamke wa namna gani, na ya kuwa huyu mwanamke ni mwenye dhambi."

⁴⁰ Yesu akanena akamwambia, "Simoni, nina jambo la kukuambia."

Simoni akajibu, "Mwalimu, sema."

⁴¹ "Palikuwa na mtu mmoja aliyewakopesha watu wawili fedha: Mmoja alidaiwa dinari 500ᵃ na mwingine dinari hamsini. ⁴² Wote wawili walipokuwa hawawezi kulipa, aliyafuta madeni yao wote wawili. Sasa ni yupi kati yao atakayempenda yule aliyewasamehe zaidi?"

⁴³ Simoni akajibu, "Nadhani ni yule aliyesamehewa deni kubwa zaidi."

Naye Yesu akamwambia, "Umehukumu kwa usahihi."

⁴⁴ Kisha akamgeukia yule mwanamke, akamwambia Simoni, "Je, unamwona mwanamke huyu? Nilipoingia nyumbani mwako, hukunipa maji ya

---

ᵃ41 Dinari 500 ni sawa na mshahara wa kibarua wa siku mia tano.

kunawa miguu yangu, lakini huyu ameninawisha miguu kwa machozi yake, na kunifuta kwa nywele zake. ⁴⁵ Hukunisalimu kwa busu, lakini huyu mwanamke hajaacha kuibusu miguu yangu tangu nilipoingia. ⁴⁶ Hukunipaka mafuta kichwani mwangu, lakini yeye ameipaka miguu yangu manukato. ⁴⁷ Kwa hiyo, nakuambia, dhambi zake zilizokuwa nyingi zimesamehewa, kwani ameonyesha upendo mwingi. Lakini yule aliyesamehewa kidogo, hupenda kidogo.''

⁴⁸ Kisha akamwambia yule mwanamke, "Dhambi zako zimesamehewa.''

⁴⁹ Lakini wale waliokuwa wameketi pamoja naye chakulani wakaanza kusemezana wao kwa wao, "Huyu ni nani ambaye hata anasamehe dhambi?''

⁵⁰ Yesu akamwambia yule mwanamke, "Imani yako imekuokoa; nenda kwa amani.''

Mfano Wa Mpanzi

8 Baada ya haya Yesu alikwenda, akawa anazunguka katika miji na vijiji akihubiri habari njema za Ufalme wa Mungu. Wale wanafunzi wake kumi na wawili walikuwa pamoja naye, ² pia baadhi ya wanawake waliokuwa wametolewa pepo wachafu na kuponywa magonjwa. Miongoni mwao alikuwepo Maria Magdalene, aliyetolewa pepo wachafu saba; ³ Yoana mkewe Kuza, msimamizi wa nyumba ya watu wa nyumbani mwa Herode; Susana; na wengine wengi waliokuwa wakimhudumia kwa mali zao.

⁴ Umati mkubwa wa watu ulipokuwa ukija kwa Yesu kutoka kila mji, akawaambia mfano huu: ⁵ "Mpanzi alitoka kwenda kupanda mbegu zake. Alipokuwa akitawanya mbegu, nyingine zilianguka kando ya njia; zikakanyagwa, nao ndege wa angani wakazila. ⁶ Mbegu nyingine zilianguka penye miamba, nazo zilipoota, hiyo mimea ikakauka kwa kukosa unyevu. ⁷ Nazo mbegu nyingine zilianguka kwenye miiba, nayo ile miiba ikakua pamoja nazo, na kuisonga hiyo mimea. ⁸ Mbegu nyingine zilianguka kwenye udongo mzuri. Zikaota na kuzaa mara mia moja zaidi ya mbegu alizopanda.''

Baada ya kusema haya, Yesu akapaza sauti, akasema, "Mwenye masikio ya kusikia, na asikie.''

⁹ Wanafunzi wake wakamuuliza maana ya mfano huo. ¹⁰ Naye akasema, "Ninyi mmepewa kufahamu siri za Ufalme wa Mungu, lakini kwa wengine nazungumza kwa mifano, ili,

" 'ingawa wanatazama, wasione;
ingawa wanasikiliza, wasielewe.'

¹¹ "Maana ya mfano huu ni hii: Mbegu ni neno la Mungu. ¹² Zile zilizoanguka kando ya njia ni wale ambao husikia neno, naye ibilisi anakuja na kuliondoa neno kutoka mioyoni mwao, ili wasije wakaamini na kuokoka. ¹³ Zile mbegu zilizoanguka kwenye mwamba ni wale ambao hulipokea neno kwa furaha wanapolisikia, lakini hawana mizizi. Wanaamini kwa muda mfupi, lakini wakati wa kujaribiwa huiacha imani. ¹⁴ Zile mbegu zilizoanguka kwenye miiba ni mfano wa wale wanaosikia, lakini wanapoendelea husongwa na masumbufu

ya maisha haya, utajiri na anasa, nao hawakui. ¹⁵ Lakini zile mbegu zilizoanguka kwenye udongo mzuri ni mfano wa wale ambao hulisikia neno la Mungu na kulishika kwa moyo mnyofu wa utiifu, nao kwa kuvumilia kwingi huzaa matunda.

Mfano Wa Taa

¹⁶ "Hakuna mtu awashaye taa na kuificha ndani ya gudulia au kuiweka mvunguni mwa kitanda. Badala yake, huiweka juu ya kinara, ili wale waingiao ndani waone mwanga. ¹⁷ Kwa maana hakuna jambo lolote lililofichika ambalo halitafichuliwa, wala lolote lililositirika ambalo halitajulikana na kuwekwa wazi. ¹⁸ Kwa hiyo, kuweni waangalifu mnavyosikila. Kwa maana yeyote aliye na kitu atapewa zaidi. Lakini yule asiye na kitu, hata kile anachodhani anacho atanyang'anywa.''

Mama Yake Yesu Na Ndugu Zake

¹⁹ Wakati mmoja mama yake Yesu na ndugu zake walikuja kumwona, lakini hawakuweza kumfikia kwa sababu ya msongamano wa watu. ²⁰ Mtu mmoja akamwambia, "Mama yako na ndugu zako wako nje wanataka kukuona.''

²¹ Yesu akamjibu, "Mama yangu na ndugu zangu ni wale wote wanaolisikia neno la Mungu na kulifanya.''

Yesu Atuliza Dhoruba

²² Siku moja Yesu alipanda ndani ya mashua pamoja na wanafunzi wake, akawaambia, "Tuvukeni twende mpaka ng'ambo ya ziwa.'' Nao wakaondoka. ²³ Hivyo walipokuwa wakienda, akalala usingizi. Dhoruba kali ikatokea mle ziwani, hata mashua ikawa inajaa maji, nao walikuwa katika hatari kubwa.

²⁴ Wanafunzi wake wakamwendea na kumwamsha, wakisema, "Bwana, Bwana, tunaangamia!''

Yeye akaamka, akaukemea ule upepo na yale mawimbi; dhoruba ikakoma, nako kukawa shwari. ²⁵ Akawauliza wanafunzi wake, "Imani yenu iko wapi?''

Kwa woga na mshangao wakaulizana, "Huyu ni nani, ambaye anaamuru hata upepo na maji, navyo vikamtii?''

Yesu Amponya Mtu Mwenye Pepo Mchafu

²⁶ Basi wakafika katika nchi ya Wagerasi, ambayo iko upande wa pili wa ziwa kutoka Galilaya. ²⁷ Yesu aliposhuka kutoka mashua na kukanyaga ufuoni, alikutana na mtu mmoja wa mji ule aliyekuwa amepagawa na pepo mchafu, naye kwa muda mrefu alikuwa havai nguo wala kuishi nyumbani, bali aliishi makaburini. ²⁸ Alipomwona Yesu, alipiga kelele, akajitupa chini mbele yake na kusema kwa sauti kuu, "Una nini nami, Yesu, Mwana wa Mungu Aliye Juu Sana? Nakuomba, usinitese!'' ²⁹ Wakati huo Yesu alikuwa amemwamuru yule pepo mchafu amtoke huyo mtu. Mara nyingi huyo pepo mchafu alimpagaa, na hata alipofungwa kwa minyororo mikono na miguu na kuwekwa chini ya ulinzi, alikata hiyo minyororo na kupelekwa na huyo pepo mchafu kwenda nyikani.

³⁰ Yesu akamuuliza, "Jina lako ni nani?''

Akamjibu, "Legioni,"ᵃ kwa kuwa alikuwa ameingiwa na pepo wachafu wengi mno. ³¹ Wale pepo wachafu wakamsihi sana asiwaamuru kwenda katika Shimo.ᵇ ³² Palikuwa na kundi kubwa la nguruwe hapo likilisha kando ya kilima. Wale pepo wachafu wakamsihi Yesu awaruhusu wawaingie hao nguruwe, naye akawaruhusu. ³³ Wale pepo wachafu walipomtoka yule mtu, wakawaingia wale nguruwe, nalo kundi lote likateremkia gengeni kwa kasi, likatumbukia ziwani na kuzama.

³⁴ Wale watu waliokuwa wakichunga lile kundi la nguruwe walipoona yaliyotukia, wakakimbia, wakaeneza habari hizi mjini na mashambani. ³⁵ Nao watu wakatoka kwenda kujionea wenyewe yaliyotukia. Walipofika hapo alipokuwa Yesu, wakamkuta yule mtu aliyetokwa na pepo wachafu amekaa karibu na Yesu, akiwa amevaa nguo na mwenye akili timamu! Wakaogopa. ³⁶ Wale walioyaona mambo hayo wakawaeleza watu wengine jinsi yule mtu aliyekuwa amepagawa na pepo wachafu alivyoponywa. ³⁷ Ndipo watu wote wa nchi ile ya Wagerasi wakamwomba Yesu aondoke kwao, kwa sababu walikuwa wamejawa na hofu. Basi akaingia katika mashua, akaondoka zake. ³⁸ Yule mtu aliyetokwa na pepo wachafu akamsihi Yesu afuatane naye, lakini Yesu akamuaga, akamwambia: ³⁹ "Rudi nyumbani ukawaeleze mambo makuu Mungu aliyokutendea." Kwa hiyo yule mtu akaenda, akatangaza katika mji wote mambo makuu ambayo Yesu alimtendea.

Msichana Afufuliwa, Na Mwanamke Aponywa

⁴⁰ Basi Yesu aliporudi, umati mkubwa wa watu ukampokea kwa furaha, kwani walikuwa wakimngojea. ⁴¹ Kisha mtu mmoja, jina lake Yairo, aliyekuwa kiongozi wa sinagogi, akaja na kuanguka miguuni mwa Yesu, akimwomba afike nyumbani kwake, ⁴² kwa kuwa binti yake wa pekee, mwenye umri wa miaka kumi na miwili, alikuwa anakufa. Yesu alipokuwa akienda, umati wa watu ukamsonga sana. ⁴³ Katika umati huo palikuwa na mwanamke mmoja aliyekuwa na tatizo la kutokwa damu kwa muda wa miaka kumi na miwili. Tena alikuwa amegharimia yote aliyokuwa nayo kwa ajili ya matibabu, wala hakuna yeyote aliyeweza kumponya. ⁴⁴ Huyo mwanamke akaja kwa nyuma ya Yesu na kugusa upindo wa vazi lake. Mara kutokwa damu kwake kukakoma.

⁴⁵ Yesu akauliza, "Ni nani aliyenigusa?"
Watu wote walipokana, Petro akasema, "Bwana, huu umati wa watu unakusonga na kukusukuma kila upande."

⁴⁶ Lakini Yesu akasema, "Kuna mtu aliyenigusa, kwa maana nimetambua kuwa nguvu zimenitoka."

⁴⁷ Yule mwanamke alipofahamu ya kuwa hawezi kuendelea kujificha, alikuja akitetemeka, akaanguka miguuni mwa Yesu. Akaeleza mbele ya watu wote kwa nini alimgusa na jinsi alivyoponywa mara. ⁴⁸ Basi Yesu akamwambia, "Binti, imani yako imekuponya. Nenda kwa amani."

ᵃ30 Legioni maana yake ni Jeshi.
ᵇ31 Shimo hapa ina maana Abyss (shimo lisilo na mwisho), yaani Kuzimu; kwa Kiebrania ni Sheol.

⁴⁹ Yesu alipokuwa bado anasema, akaja mtumishi kutoka nyumbani kwa Yairo, yule kiongozi wa sinagogi, kumwambia, "Binti yako amekwisha kufa. Usiendelee kumsumbua Mwalimu."

⁵⁰ Yesu aliposikia jambo hili, akamwambia Yairo, "Usiogope. Amini tu, naye binti yako atapona."

⁵¹ Walipofika nyumbani kwa Yairo, hakumruhusu mtu yeyote aingie ndani naye isipokuwa Petro, Yakobo na Yohana, pamoja na baba na mama wa yule binti. ⁵² Wakati ule ule watu wote walikuwa wakilia na kuomboleza kwa ajili ya huyo binti. Yesu akawaambia, "Acheni kulia. Huyu binti hajafa, ila amelala."

⁵³ Wao wakamcheka kwa dharau, wakijua kuwa amekwisha kufa. ⁵⁴ Yesu akamshika yule binti mkono na kuita, "Binti, amka!" ⁵⁵ Roho yake ikamrudia, naye akainuka mara moja. Akaamuru apewe kitu cha kula. ⁵⁶ Wazazi wake wakastaajabu sana, lakini Yesu akawakataza wasimwambie mtu yeyote juu ya yale yaliyotukia.

Yesu Awatuma Wale Kumi Na Wawili

9 Yesu kisha akawaita wale kumi na wawili pamoja, akawapa mamlaka na uwezo wa kutoa pepo wachafu wote na kuponya magonjwa yote, ² kisha akawatuma waende wakahubiri Ufalme wa Mungu na kuponya wagonjwa. ³ Akawaagiza akisema, "Msichukue chochote safarini: sio fimbo, wala mkoba, wala mkate, wala fedha, hata msichukue kanzu ya ziada. ⁴ Katika nyumba yoyote mwingiayo, kaeni humo hadi mtakapoondoka katika mji huo. ⁵ Kama watu wasipowakaribisha, mnapoondoka katika mji wao, kung'uteni mavumbi katika nyayo zenu miguu yenu ili kuwa ushuhuda dhidi yao." ⁶ Hivyo wale wanafunzi wakaondoka wakaenda kutoka kijiji hadi kijiji, wakihubiri habari njema na kuponya wagonjwa kila mahali.

Herode Afadhaika

⁷ Basi Mfalme Herode, mtawala wa Galilaya, alisikia habari za yote yaliyotendeka. Naye akafadhaika, kwa kuwa baadhi ya watu walikuwa wakisema Yohana Mbatizaji amefufuliwa kutoka kwa wafu. ⁸ Wengine wakasema Eliya amewatokea, na wengine wakasema kwamba mmoja wa manabii wa kale amefufuka. ⁹ Herode akasema, "Yohana nilimkata kichwa. Lakini ni nani huyu ambaye ninasikia mambo kama haya kumhusu?" Akatamani sana kumwona.

Yesu Awalisha Wanaume 5,000

¹⁰ Mitume wake waliporudi, wakamweleza Yesu yote waliyofanya. Akawachukua, akaenda nao faraghani mpaka mji uitwao Bethsaida. ¹¹ Lakini umati wa watu ukafahamu alikokwenda, ukamfuata. Akawakaribisha na kunena nao kuhusu Ufalme wa Mungu na kuwaponya wale wote waliokuwa wanahitaji uponyaji.

¹² Ilipokaribia jioni, wale mitume kumi na wawili wakaenda kwa Yesu na kumwambia, "Waage makutano ili waende vijijini jirani na mashambani, ili wapate chakula na mahali pa kulala, kwa maana hapa tuko nyikani."

¹³ Yesu akawajibu, "Ninyi wapeni chakula."

Nao wakajibu, "Hatuna zaidi ya mikate mitano na samaki wawili. Labda twende tukanunue chakula cha kuwatosha watu hawa wote." [14] Walikuwako wanaume wapatao 5,000.

Yesu akawaambia wanafunzi wake, "Waketisheni katika makundi ya watu hamsini hamsini." [15] Wanafunzi wakafanya hivyo, wakawaketisha wote. [16] Yesu akaichukua ile mikate mitano na wale samaki wawili, akatazama mbinguni, akavibariki na kuvimega. Kisha akawapa wanafunzi ili wawagawie watu. [17] Wote wakala, wakashiba. Nao wanafunzi wakakusanya vipande vilivyosalia, wakajaza vikapu kumi na viwili.

Petro Amkiri Yesu Kuwa Ndiye Kristo

[18] Wakati mmoja, Yesu alipokuwa akiomba faraghani, nao wanafunzi wake wakiwa pamoja naye, akawauliza, "Watu husema mimi ni nani?" [19] Wakamjibu, "Baadhi husema wewe ni Yohana Mbatizaji, wengine husema ni Eliya, na bado wengine husema kwamba ni mmoja wa manabii wa kale amefufuka kutoka kwa wafu." [20] Kisha akawauliza, "Je, ninyi mnasema mimi ni nani?"

Petro akajibu, "Wewe ndiwe Kristo[a] wa Mungu." [21] Yesu akawakataza wasimwambie mtu yeyote jambo hilo. [22] Yesu akasema, "Imempasa Mwana wa Adamu kupata mateso mengi na kukataliwa na wazee, viongozi wa makuhani, na walimu wa sheria, na itampasa auawe, lakini siku ya tatu kufufuliwa kutoka mauti."

[23] Kisha akawaambia wote, "Mtu yeyote akitaka kunifuata, ni lazima ajikane mwenyewe, auchukue msalaba wake kila siku, anifuate. [24] Kwa maana yeyote anayetaka kuyaokoa maisha yake atayapoteza, lakini yeyote atakayeyapoteza maisha yake kwa ajili yangu atayaokoa. [25] Je, itamfaidi nini mtu kuupata ulimwengu wote, lakini akapoteza au kuangamiza nafsi yake? [26] Mtu yeyote akinionea aibu mimi na maneno yangu, Mwana wa Adamu naye atamwonea aibu atakapokuja katika utukufu wake na katika utukufu wa Baba, pamoja na malaika watakatifu. [27] Amin, nawaambia, wako baadhi ya watu waliosimama hapa ambao hawataonja mauti kabla ya kuuona Ufalme wa Mungu."

Bwana Yesu Abadilika Sura

[28] Yapata siku nane baada ya Yesu kusema hayo, aliwachukua Petro, Yakobo na Yohana, akaenda nao mlimani kuomba. [29] Alipokuwa akiomba, sura ya uso wake ikabadilika, nayo mavazi yake yakametameta kama mwanga wa umeme wa radi. [30] Ghafula wakawaona watu wawili, ndio Mose na Eliya, wakizungumza naye. [31] Walionekana katika utukufu wakizungumza na Yesu kuhusu kifo chake ambacho kingetokea huko Yerusalemu. [32] Petro na wenzake walikuwa wamelala usingizi mzito. Walipoamka, wakaona utukufu wa Yesu na wale watu wawili waliokuwa wamesimama pamoja naye. [33] Mose na Eliya walipokuwa wanaondoka, Petro akamwambia Yesu, "Bwana, ni vizuri tukae hapa! Tutajenga vibanda vitatu: kimoja chako, kingine

cha Mose na kingine cha Eliya." Lakini Petro alikuwa hajui asemacho.

[34] Alipokuwa bado anazungumza, pakatokea wingu, likawafunika, nao wakaogopa walipoingia mle kwenye wingu. [35] Sauti ikatoka kwenye lile wingu ikisema, "Huyu ni Mwanangu mpendwa, niliyemchagua. Msikieni yeye." [36] Baada ya sauti hiyo kusema, walimkuta Yesu akiwa peke yake. Wale wanafunzi wakalihifadhi jambo hili, wala kwa wakati huo hawakumwambia mtu yeyote yale waliyokuwa wameyaona.

Kuponywa Kwa Kijana Mwenye Pepo Mchafu

[37] Kesho yake waliposhuka kutoka mlimani, alikutana na umati mkubwa wa watu. [38] Mtu mmoja katika ule umati wa watu akapaza sauti, akasema, "Mwalimu, naomba umwangalie mwanangu, kwani ndiye mtoto wangu wa pekee. [39] Mara kwa mara pepo mchafu humpagaa na kumfanya apige kelele, kisha humwangusha na kumtia kifafa hata akatokwa na povu kinywani. Huyo pepo mchafu anamtesa sana, na hamwachi ila mara chache. [40] Niliwaomba wanafunzi wako wamtoe huyo pepo mchafu, lakini hawakuweza." [41] Yesu akawajibu, "Enyi kizazi kisichoamini na kilichopotoka! Nitakaa nanyi na kuwavumilia mpaka lini? Mlete mwanao hapa." [42] Hata yule mtoto alipokuwa akija, yule pepo mchafu akamwangusha, akamtia kifafa. Lakini Yesu akamkemea yule pepo mchafu amtoke, akamponya yule mtoto, na akamrudisha kwa baba yake. [43] Watu wote wakastaajabia uweza mkuu wa Mungu.

Wakati bado watu walikuwa wanastaajabia hayo yote aliyokuwa akiyafanya Yesu, yeye akawaambia wanafunzi wake: [44] "Sikilizeni kwa makini haya nitakayowaambia sasa: Mwana wa Adamu atasalitiwa na kutiwa mikononi mwa watu." [45] Lakini wao hawakuelewa alimaanisha nini. Maana ya maneno hayo ilifichika kwao, hivyo hawakuyaelewa, nao wakaogopa kumuuliza maana yake.

Ni Nani Atakayekuwa Mkubwa Kuliko Wote

[46] Kukazuka mabishano miongoni mwa wanafunzi kuhusu ni nani miongoni mwao atakayekuwa mkuu kuliko wote. [47] Lakini Yesu akayatambua mawazo yao, naye akamchukua mtoto mdogo, akamsimamisha kando yake. [48] Kisha akawaambia, "Yeyote amkaribishaye mtoto huyu mdogo kwa Jina langu, anikaribisha mimi, na yeyote atakayenikaribisha mimi, atakuwa amemkaribisha yeye aliyenituma. Kwa maana yeye aliye mdogo miongoni mwenu, ndiye aliye mkuu kuliko wote." [49] Yohana akasema, "Bwana, tumemwona mtu akitoa pepo wachafu kwa jina lako, nasi tukamzuia, kwa sababu yeye si mmoja wetu." [50] Yesu akasema, "Msimzuie, kwa sababu yeyote ambaye si kinyume nanyi, yu upande wenu."

Yesu Akataliwa Samaria

[51] Wakati ulipokaribia wa yeye kuchukuliwa mbinguni, alikaza uso wake kwenda Yerusalemu. [52] Akatuma watu wamtangulie, nao wakaenda katika kijiji kimoja cha Samaria kumwandalia kila

---

[a] 20 *Kristo* maana yake ni *Masiya*, yaani *Aliyetiwa mafuta*.

kitu; [53] lakini watu wa kijiji kile hawakumkaribisha kwa sababu alikuwa anakwenda zake Yerusalemu. [54] Wanafunzi wake, yaani Yakobo na Yohana, walipoona hayo, wakasema: "Bwana, unataka tuagize moto kutoka mbinguni ili uwaangamize?" [55] Yesu akageuka na kuwakemea, [56] nao wakaenda kijiji kingine.

Gharama Ya Kumfuata Yesu

[57] Walipokuwa njiani wakienda, mtu mmoja akamwambia Yesu, "Nitakufuata kokote uendako." [58] Yesu akamjibu, "Mbweha wana mapango, nao ndege wa angani wana viota, lakini Mwana wa Adamu hana mahali pa kulaza kichwa chake." [59] Yesu akamwambia mtu mwingine, "Nifuate." Mtu huyo akamjibu, "Bwana, niruhusu kwanza nikamzike baba yangu." [60] Yesu akamwambia, "Waache wafu wawazike wafu wao, bali wewe nenda ukautangaze Ufalme wa Mungu." [61] Mtu mwingine akamwambia, "Bwana, nitakufuata lakini naomba kwanza nikawaage jamaa yangu." [62] Yesu akamwambia, "Mtu yeyote atiaye mkono wake kulima, kisha akatazama nyuma, hafai kwa Ufalme wa Mungu."

Yesu Awatuma Wale Sabini Na Wawili

10 Baada ya hayo, Bwana akawachagua wengine sabini na wawili, akawatuma wawili wawili katika kila mji na kila sehemu aliyokusudia kwenda baadaye. [2] Akawaambia, "Mavuno ni mengi, lakini watendakazi ni wachache. Kwa hiyo mwombeni Bwana wa mavuno, ili apeleke watendakazi katika shamba lake la mavuno. [3] Haya! nendeni. Ninawatuma kama wana-kondoo katikati ya mbwa mwitu. [4] Msichukue mkoba, wala mfuko, wala viatu, na msimsalimu mtu yeyote njiani. [5] "Mkiingia katika nyumba yoyote, kwanza semeni, 'Amani iwe kwenu.' [6] Kama kuna mtu wa amani humo, basi amani yenu itakuwa juu yake. La sivyo, itawarudia. [7] Kaeni katika nyumba hiyo, mkila na kunywa kile watakachowapa, kwa sababu kila mtendakazi anastahili malipo yake. Msihamehame kutoka nyumba hadi nyumba. [8] "Mkienda katika mji na watu wake wakawakaribisha, kuleni chochote kiwekwacho mbele yenu, [9] waponyeni wagonjwa waliomo na waambieni: 'Ufalme wa Mungu umekaribia.' [10] Lakini mkiingia katika mji, nao hawakuwakaribisha, tokeni mwende katika barabara zake mkaseme: [11] 'Hata mavumbi ya mji wenu yaliyoshikamana na miguu yetu, tunayakung'uta dhidi yenu. Lakini mjue kwamba Ufalme wa Mungu umekaribia.' [12] Ninawaambia, itakuwa rahisi zaidi kwa Sodoma kustahimili katika siku ile kuliko mji ule.

Onyo Kwa Miji Isiyotubu

[13] "Ole wako Korazini! Ole wako Bethsaida! Kwa kuwa kama miujiza iliyofanyika kwenu ingefanyika Tiro na Sidoni, miji hiyo ingekuwa imetubu zamani, kwa kuvaa magunia na kujipaka majivu. [14] Lakini itakuwa rahisi zaidi kwa Tiro na Sidoni kustahimili katika siku ya hukumu, kuliko

ninyi. [15] Nawe, Kapernaumu, je, utainuliwa hadi mbinguni? La hasha, utashushwa mpaka kuzimu." [16] "Yeye awasikilizaye ninyi anisikiliza mimi; naye awakataaye ninyi amenikataa mimi. Lakini yeye anikataaye mimi amkataa yeye aliyenituma."

[17] Wale sabini na wawili wakarudi kwa furaha, na kusema, "Bwana, hata pepo wachafu wanatutii kwa jina lako." [18] Yesu akawaambia, "Nilimwona Shetani akianguka kutoka mbinguni kama umeme wa radi. [19] Tazama nimewapa mamlaka ya kukanyaga nyoka na nge na juu ya nguvu zote za adui; wala hakuna kitu chochote kitakachowadhuru. [20] Basi, msifurahi kwa kuwa pepo wachafu wanawatii, bali furahini kwa kuwa majina yenu yameandikwa mbinguni."

Yesu Anashangilia

[21] Wakati huo Yesu akashangilia katika Roho Mtakatifu, akasema, "Nakuhimidi Baba, Bwana wa mbingu na nchi, kwa kuwa umewaficha mambo haya wenye hekima na wenye elimu, nawe ukawafunulia watoto wadogo. Naam, Baba, kwa kuwa hivyo ndivyo ilivyokupendeza. [22] "Nimekabidhiwa vitu vyote na Baba yangu. Hakuna mtu amjuaye Mwana ni nani ila Baba, wala hakuna amjuaye Baba ni nani ila Mwana na yeyote ambaye Mwana anapenda kumfunulia."

[23] Basi Yesu akawageukia wanafunzi wake akanena nao faraghani, akawaambia, "Heri macho yanayoona yale mambo mnayoyaona. [24] Kwa maana nawaambia, manabii wengi na wafalme walitamani kuona yale mnayoyaona lakini hawakuyaona, na walitamani kusikia yale mnayoyasikia lakini hawakuyasikia."

Mfano Wa Msamaria Mwema

[25] Wakati huo mtaalamu mmoja wa sheria alisimama ili kumjaribu Yesu, akamuuliza, "Mwalimu, nifanye nini ili niurithi uzima wa milele?" [26] Yesu akauliza, "Imeandikwaje katika Sheria? Kwani unasoma nini humo?" [27] Akajibu, " 'Mpende Bwana Mungu wako kwa moyo wako wote, kwa roho yako yote, kwa nguvu zako zote, na kwa akili zako zote'; tena, 'Mpende jirani yako kama unavyojipenda mwenyewe.' " [28] Yesu akamwambia, "Umejibu vyema. Fanya hivyo nawe utaishi."

[29] Lakini yule mtaalamu wa sheria, akitaka kujionyesha kuwa mwenye haki, akamuuliza Yesu, "Jirani yangu ni nani?" [30] Yesu akajibu akasema, "Mtu mmoja alikuwa akiteremka kutoka Yerusalemu kwenda Yeriko, naye akaangukia mikononi mwa wanyang'anyi. Wakampiga, wakaondoka, wakamwacha akiwa karibu kufa. [31] Kuhani mmoja alikuwa akipitia njia ile, alipomwona huyo mtu, akapita upande mwingine, akamwacha hapo barabarani. [32] Vivyo hivyo, Mlawi mmoja naye alipofika mahali pale, alimwona, akapita upande mwingine, akamwacha hapo barabarani [33] Lakini Msamaria mmoja aliyekuwa akisafiri alipomwona, alimhurumia. [34] Akaenda alipokuwa na akasafisha majeraha yake kwa divai na mafuta, kisha akayafunga. Ndipo

akampandisha kwenye punda wake, akampeleka mpaka kwenye nyumba ya wageni na kumtunza.

[35] Kesho yake, yule Msamaria akachukua dinari mbili[a] akampa yule mwenye nyumba ya wageni na kusema, 'Mtunze, nami nirudipo nitakulipa gharama yoyote ya ziada uliyotumia kwa ajili yake.'

[36] "Ni yupi basi miongoni mwa hawa watatu wewe unadhani ni jirani yake yule mtu aliyeangukia mikononi mwa wanyang'anyi?"

[37] Yule mtaalamu wa sheria akajibu, "Ni yule aliyemhurumia."

Ndipo Yesu akamwambia, "Nenda, ukafanye vivyo hivyo."

Yesu Awatembelea Martha Na Maria

[38] Ikawa Yesu na wanafunzi wake walipokuwa wakienda Yerusalemu, akaingia kwenye kijiji kimoja ambapo mwanamke mmoja aliyeitwa Martha alimkaribisha nyumbani kwake. [39] Martha alikuwa na mdogo wake aliyeitwa Maria, ambaye aliketi chini miguuni mwa Bwana akisikiliza yale aliyokuwa akisema. [40] Lakini Martha alikuwa akihangaika na maandalizi yote yaliyokuwa yafanyike. Martha akaja kwa Yesu na kumuuliza, "Bwana, hujali kwamba ndugu yangu ameniachia kazi zote mwenyewe? Basi mwambie anisaidie."

[41] Lakini Bwana akamjibu, "Martha, Martha, mbona unasumbuka na kuhangaika na mengi? [42] Lakini kunahitajika kitu kimoja tu. Maria amechagua kile kilicho bora, wala hakuna mtu atakayemwondolea."

Yesu Afundisha Wanafunzi Wake Kuomba

11 Siku moja, Yesu alikuwa mahali fulani akiomba. Alipomaliza kuomba, mmoja wa wanafunzi wake akamwambia, "Bwana, tufundishe kuomba, kama vile Yohana alivyowafundisha wanafunzi wake."

[2] Akawaambia, "Mnapoomba, semeni:

" 'Baba yetu (uliye mbinguni),
jina lako litukuzwe,
ufalme wako uje.
(Mapenzi yako yafanyike
hapa duniani kama huko mbinguni.)
[3] Utupatie kila siku riziki yetu.
[4] Utusamehe dhambi zetu,
kwa kuwa na sisi huwasamehe wote
wanaotukosea.
Wala usitutie majaribuni
(bali utuokoe kutoka kwa yule mwovu).' "

[5] Kisha akawaambia, "Ni nani miongoni mwenu mwenye rafiki yake, naye akamwendea usiku wa manane na kumwambia, 'Rafiki, nikopeshe mikate mitatu. [6] Kwa sababu rafiki yangu amekuja kutoka safarini, nami sina kitu cha kumpa.'

[7] "Kisha yule aliyeko ndani amjibu, 'Usinisumbue. Mlango umefungwa, nami na watoto wangu tumelala. Siwezi kuamka nikupe chochote.' [8] Nawaambia, ingawa huyo mtu hataamka na kumpa hiyo mikate kwa sababu ni rafiki yake, lakini kwa sababu ya kuendelea kwake kuomba, ataamka na kumpa kiasi anachohitaji.

[9] "Kwa hiyo nawaambia: Ombeni nanyi mtapewa; tafuteni nanyi mtapata; bisheni nanyi mtafunguliwa mlango. [10] Kwa kuwa kila aombaye hupewa; naye kila atafutaye hupata; na kila abishaye hufunguliwa mlango.

[11] "Je, kuna yeyote miongoni mwenu ambaye mtoto wake akimwomba samaki, atampa nyoka badala yake? [12] Au mtoto akimwomba yai atampa nge? [13] Basi ikiwa ninyi mlio waovu, mnajua kuwapa watoto wenu vitu vizuri, si zaidi sana Baba yenu aliye mbinguni atawapa Roho Mtakatifu wale wamwombao!"

Yesu Na Beelzebuli

[14] Basi Yesu alikuwa anamtoa pepo mchafu kutoka kwa mtu aliyekuwa bubu. Yule pepo mchafu alipomtoka yule mtu aliyekuwa bubu, akaanza kuongea, nao umati wa watu ukashangaa. [15] Lakini wengine wakasema, "Anatoa pepo wachafu kwa uwezo wa Beelzebuli,[b] yule mkuu wa pepo wachafu wote." [16] Wengine ili kumjaribu wakataka awaonyeshe ishara kutoka mbinguni.

[17] Yesu akajua mawazo yao, naye akawaambia, "Kila ufalme ukigawanyika dhidi yake wenyewe huangamia. Nayo nyumba iliyogawanyika dhidi yake yenyewe itaanguka. [18] Kama Shetani amegawanyika mwenyewe, ufalme wake utasimamaje? Nawaambia haya kwa sababu ninyi mnadai ya kuwa mimi ninatoa pepo wachafu kwa uwezo wa Beelzebuli. [19] Kama mimi natoa pepo wachafu kwa nguvu za Beelzebuli, wafuasi wenu nao je, wao hutoa pepo wachafu kwa uwezo wa nani? Hivyo basi, wao ndio watakaowahukumu. [20] Lakini kama mimi ninatoa pepo wachafu kwa kidole cha Mungu, basi Ufalme wa Mungu umewajia.

[21] "Mtu mwenye nguvu aliyejifunga silaha anapolinda nyumba yake, mali yake iko salama. [22] Lakini mtu mwenye nguvu zaidi kumliko akimshambulia na kumshinda, yeye humnyang'anya silaha zake zote alizozitegemea, na kuchukua nyara.

[23] "Mtu asiyekuwa pamoja nami yu kinyume nami, na mtu ambaye hakusanyi pamoja nami, hutawanya.

Kurudi Kwa Pepo Mchafu

[24] "Pepo mchafu amtokapo mtu, hutangatanga katika sehemu zisizo na maji akitafuta mahali pa kupumzika, lakini hapati. Ndipo husema, 'Nitarudi kwenye nyumba yangu nilikotoka.' [25] Naye arudipo na kuikuta ile nyumba imefagiliwa na kupangwa vizuri, [26] ndipo huenda na kuchukua pepo wachafu wengine saba wabaya kuliko yeye mwenyewe, nao huingia na kukaa humo. Nayo hali ya mwisho ya yule mtu huwa ni mbaya kuliko ile ya kwanza."

[27] Ikawa Yesu alipokuwa akisema hayo, mwanamke mmoja katikati ya ule umati wa watu akapaza sauti akasema, "Limebarikiwa tumbo lililokuzaa na matiti uliyonyonya!"

---

[a]35 Dinari mbili ni sawa na mshahara wa kibarua wa siku mbili.

[b]15 Beelzebubu au Beelzebuli; ni mkuu wa pepo wachafu; pia 18, 19.

²⁸ Yesu akajibu, "Wamebarikiwa zaidi wale wanaolisikia neno la Mungu na kulitii."

Ishara Ya Yona

²⁹ Umati wa watu ulipokuwa unazidi kuongezeka, Yesu akaendelea kusema, "Hiki ni kizazi kiovu. Kinatafuta ishara, lakini hakitapewa ishara yoyote isipokuwa ile ya Yona. ³⁰ Kwa maana kama vile Yona alivyokuwa ishara kwa watu wa Ninawi, ndivyo Mwana wa Adamu atakavyokuwa ishara kwa kizazi hiki. ³¹ Malkia wa Kusini atasimama wakati wa hukumu na kuwahukumu watu wa kizazi hiki. Kwa kuwa yeye alikuja kutoka miisho ya dunia ili kuisikiliza hekima ya Solomoni. Na hapa yupo aliye mkuu kuliko Solomoni. ³² Siku ya hukumu, watu wa Ninawi watasimama pamoja na kizazi hiki na kukihukumu; kwa maana wao walitubu waliposikia mahubiri ya Yona. Na tazama, hapa yupo yeye aliye mkuu kuliko Yona.

Taa Ya Mwili

³³ "Hakuna mtu yeyote awashaye taa na kuiweka mahali palipofichika au kuifunikia chini ya bakuli. Badala yake huiweka juu ya kinara chake, ili watu wote wanaoingia waone nuru. ³⁴ Jicho lako ni taa ya mwili wako. Kama jicho lako ni zima, mwili wako wote pia umejaa nuru. Lakini kama jicho lako ni bovu, mwili wako wote pia umejaa giza. ³⁵ Kwa hiyo, hakikisha kwamba nuru iliyoko ndani yako isiwe giza. ³⁶ Basi ikiwa mwili wako wote umejaa nuru, bila sehemu yake yoyote kuwa gizani, basi utakuwa na nuru kama vile taa ikuangazavyo kwa nuru yake."

Yesu Awashutumu Mafarisayo Na Wanasheria

³⁷ Yesu alipomaliza kuzungumza, Farisayo mmoja alimwalika nyumbani mwake kwa chakula. Yesu akaingia na kuketi katika sehemu yake mezani. ³⁸ Yule Farisayo akashangaa kwamba Yesu hakunawa kwanza kabla ya kula. ³⁹ Ndipo Bwana akamwambia, "Sasa, enyi Mafarisayo, mnasafisha kikombe na sahani kwa nje, lakini ndani mmejaa unyang'anyi na uovu. ⁴⁰ Enyi wapumbavu! Hamjui kuwa yeye aliyetengeneza nje ndiye alitengeneza na ndani pia? ⁴¹ Basi toeni sadaka ya vile mlivyo navyo, na tazama, vitu vyote vitakuwa safi kwenu. ⁴² "Lakini ole wenu, Mafarisayo, kwa maana mnampa Mungu zaka za mnanaa, mchicha na kila aina ya mboga, lakini mnapuuza haki na upendo wa Mungu. Iliwapasa kufanya haya ya pili bila kupuuza hayo ya kwanza. ⁴³ "Ole wenu Mafarisayo, kwa sababu ninyi mnapenda kukalia viti vya mbele katika masinagogi, na kusalimiwa kwa heshima masokoni. ⁴⁴ "Ole wenu, kwa sababu ninyi ni kama makaburi yasiyokuwa na alama, ambayo watu huyakanyaga pasipo kujua."

⁴⁵ Mtaalamu mmoja wa sheria akamjibu, akasema, "Mwalimu, unaposema mambo haya, unatutukana na sisi pia."

⁴⁶ Yesu akamjibu, "Nanyi wataalamu wa sheria, ole wenu, kwa sababu mnawatwika watu mizigo mizito ambayo hawawezi kubeba, wala ninyi wenyewe hamwinui hata kidole kimoja kuwasaidia.

⁴⁷ "Ole wenu, kwa sababu ninyi mnajenga makaburi ya manabii waliouawa na baba zenu. ⁴⁸ Hivyo ninyi mwashuhudia na mnathibitisha kile baba zenu walichofanya. Wao waliwaua manabii, nanyi mnawajengea makaburi. ⁴⁹ Kwa sababu ya jambo hili, Mungu katika hekima yake alisema, 'Tazama, nitatuma kwao manabii na mitume, nao watawaua baadhi yao na wengine watawatesa.' ⁵⁰ Kwa hiyo kizazi hiki kitawajibika kwa ajili ya damu ya manabii iliyomwagwa tangu kuwekwa misingi ya ulimwengu, ⁵¹ tangu damu ya Abeli mpaka damu ya Zekaria, aliyeuawa kati ya madhabahu na mahali patakatifu. Naam, nawaambia, kizazi hiki kitawajibika kwa haya yote.

⁵² "Ole wenu ninyi wataalamu wa sheria, kwa sababu mmeuondoa ufunguo wa maarifa. Ninyi wenyewe hamkuingia, na wale waliokuwa wanaingia mkawazuia."

⁵³ Yesu alipoondoka huko, walimu wa sheria na Mafarisayo wakaanza kumpinga vikali na kumsonga kwa maswali, ⁵⁴ wakivizia kumkamata kwa kitu atakachosema ili wamshtaki.

Maonyo Dhidi Ya Unafiki

12 Wakati huo, umati mkubwa wa watu maelfu, walipokuwa wamekusanyika hata wakawa wanakanyagana, Yesu akaanza kuzungumza kwanza na wanafunzi wake, akawaambia: "Jihadharini na chachu ya Mafarisayo, yaani, unafiki wao. ² Hakuna jambo lolote lililositirika ambalo halitafunuliwa, au lililofichwa ambalo halitajulikana. ³ Kwa hiyo, lolote mlilosema gizani litasikiwa nuruni. Na kile mlichonong'ona masikioni mkiwa kwenye vyumba vya ndani, kitatangazwa juu ya paa.

⁴ "Nawaambieni rafiki zangu, msiwaogope wale wauao mwili, lakini baada ya hilo hawawezi kufanya lolote zaidi. ⁵ Lakini nitawaambia nani wa kumwogopa: Mwogopeni yule ambaye baada ya kuua mwili, ana mamlaka ya kuwatupa motoni. Naam, nawaambia, mwogopeni huyo! ⁶ Mnajua kwamba shomoro watano huuzwa kwa senti mbili? Lakini Mungu hamsahau hata mmoja wao. ⁷ Naam, hata nywele za vichwa vyenu zote zimehesabiwa. Hivyo msiogope, kwa maana ninyi ni wa thamani kubwa kuliko shomoro wengi.

⁸ "Ninawaambia kwamba yeyote atakayenikiri mbele za watu, Mwana wa Adamu naye atamkiri mbele za malaika wa Mungu. ⁹ Lakini yeye atakayenikana mimi mbele za watu, Mwana wa Adamu naye atamkana mbele ya malaika wa Mungu. ¹⁰ Naye kila atakayenena neno baya dhidi ya Mwana wa Adamu atasamehewa, lakini yeyote atakayemkufuru Roho Mtakatifu hatasamehewa. ¹¹ "Watakapowapeleka katika masinagogi, na mbele ya watawala na wenye mamlaka, msiwe na wasiwasi kuhusu namna mtakavyojitetea au mtakavyosema. ¹² Kwa maana Roho Mtakatifu atawafundisha wakati huo huo mnachopaswa kusema."

Mfano Wa Tajiri Mpumbavu

¹³ Mtu mmoja katika umati wa watu akamwambia Yesu, "Mwalimu, mwambie ndugu yangu tugawane naye urithi wetu."

¹⁴ Lakini Yesu akamwambia, "Rafiki, ni nani aliyeniweka mimi kuwa hakimu wenu au msuluhishi juu yenu?" ¹⁵ Ndipo Yesu akawaambia, "Jihadharini! Jilindeni na aina zote za choyo. Kwa maana maisha ya mtu hayatokani na wingi wa mali alizo nazo."

¹⁶ Kisha akawaambia mfano huu: "Shamba la mtu mmoja tajiri lilizaa sana. ¹⁷ Akawaza moyoni mwake, 'Nifanye nini? Sina mahali pa kuhifadhi mavuno yangu.'

¹⁸ "Ndipo huyo tajiri akasema, 'Nitafanya hivi: Nitabomoa ghala zangu za nafaka na kujenga nyingine kubwa zaidi na huko nitayahifadhi mavuno yangu yote na vitu vyangu. ¹⁹ Nami nitaiambia nafsi yangu, "Nafsi, unavyo vitu vingi vizuri ulivyojiwekea akiba kwa miaka mingi. Pumzika; kula, unywe, ufurahi." '

²⁰ "Lakini Mungu akamwambia, 'Mpumbavu wewe! Usiku huu uhai wako unatakiwa. Sasa hivyo vitu ulivyojiwekea akiba vitakuwa vya nani?'

²¹ "Hivyo ndivyo ilivyo kwa wale wanaojiwekea mali lakini hawajitajirishi kwa Mungu."

Msiwe Na Wasiwasi

²² Kisha Yesu akawaambia wanafunzi wake: "Kwa hiyo nawaambia, msisumbukie maisha yenu kwamba mtakula nini; au msumbukie miili yenu kwamba mtavaa nini. ²³ Maisha ni zaidi ya chakula, na mwili ni zaidi ya mavazi. ²⁴ Fikirini ndege! Wao hawapandi wala hawavuni, hawana ghala wala popote pa kuhifadhi nafaka; lakini Mungu huwalisha. Ninyi ni wa thamani zaidi kuliko ndege! ²⁵ Ni nani miongoni mwenu ambaye kwa kujitaabisha kwake anaweza kujiongezea hata saa moja zaidi katika maisha yake? ²⁶ Kama hamwezi kufanya jambo dogo kama hilo, kwa nini basi kuyasumbukia hayo mengine?

²⁷ "Angalieni maua jinsi yameavyo: Hayafanyi kazi wala hayafumi. Lakini nawaambia, hata Solomoni katika fahari yake yote hakuvikwa vizuri kama mojawapo ya hayo maua. ²⁸ Basi ikiwa Mungu huyavika hivi majani ya shambani, ambayo leo yapo, na kesho yanatupwa motoni, si atawavika ninyi vizuri zaidi, enyi wa imani haba! ²⁹ Wala msisumbuke mioyoni mwenu mtakula nini au mtakunywa nini. Msiwe na wasiwasi juu ya haya. ³⁰ Watu wa mataifa ya duniani husumbuka sana kuhusu vitu hivi vyote, lakini Baba yenu anafahamu kuwa mnahitaji haya yote. ³¹ Bali utafuteni Ufalme wa Mungu, na haya yote atawapa pia.

Utajiri Wa Mbinguni

³² "Msiogope enyi kundi dogo, kwa maana Baba yenu ameona vyema kuwapa ninyi Ufalme. ³³ Uzeni mali zenu mkawape maskini. Jifanyieni mifuko isiyochakaa, mkajiwekee hazina mbinguni isiyokwisha, mahali ambapo mwizi hakaribii wala nondo haharibu. ³⁴ Kwa sababu mahali hazina yako ilipo, hapo ndipo moyo wako utakapokuwa pia.

Kukesha

³⁵ "Kuweni tayari mkiwa mmevikwa kwa ajili ya huduma na taa zenu zikiwa zinawaka, ³⁶ kama watumishi wanaomngojea bwana wao arudi kutoka kwenye karamu ya arusi, ili ajapo na kubisha mlango waweze kumfungulia mara. ³⁷ Heri wale watumishi ambao bwana wao atakapokuja atawakuta wakiwa wanakesha. Amin, nawaambia, atajifunga mkanda wake na kuwaketisha ili wale, naye atakuja na kuwahudumia. ³⁸ Itakuwa heri kwa watumwa hao ikiwa bwana wao atakapokuja atawakuta wamekesha hata kama atakuja mnamo usiku wa manane, au karibu na mapambazuko. ³⁹ Lakini fahamuni jambo hili: Kama mwenye nyumba angalijua saa mwizi atakuja, asingaliiacha nyumba yake kuvunjwa. ⁴⁰ Ninyi nanyi hamna budi kuwa tayari, kwa sababu Mwana wa Adamu atakuja saa msiyotazamia."

Mtumishi Mwaminifu Na Yule Asiye Mwaminifu

⁴¹ Ndipo Petro akamuuliza, "Bwana, mfano huu unatuambia sisi peke yetu au watu wote?"

⁴² Yesu akamjibu, "Ni yupi basi wakili mwaminifu na mwenye busara, ambaye bwana wake atamfanya msimamizi juu ya watumishi wake wote, ili awape watumishi wengine chakula chao wakati unaofaa? ⁴³ Heri mtumishi yule ambaye bwana wake atakaporudi atamkuta akifanya hivyo. ⁴⁴ Amin nawaambia, atamweka mtumishi huyo kuwa msimamizi wa mali yake yote. ⁴⁵ Lakini kama yule mtumishi atasema moyoni mwake, 'Bwana wangu anakawia kurudi,' kisha akaanza kuwapiga wale watumishi wa kiume na wa kike, na kula na kunywa na kulewa. ⁴⁶ Basi bwana wa mtumishi huyo atakuja siku asiyodhani na saa asiyoijua. Atamkata vipande vipande na kumweka katika sehemu moja pamoja na wale wasioamini.

⁴⁷ "Yule mtumishi anayefahamu vyema mapenzi ya bwana wake na asijiandae wala kufanya kama apendavyo bwana wake, atapigwa kwa mapigo mengi. ⁴⁸ Lakini yeyote ambaye hakujua naye akafanya yale yastahiliyo kupigwa, atapigwa kidogo. Yeyote aliyepewa vitu vingi, atadaiwa vingi; na yeyote aliyekabidhiwa vingi, kwake vitakiwa vingi.

Yesu Kuleta Mafarakano

⁴⁹ "Nimekuja kuleta moto duniani; laiti kama ungekuwa tayari umewashwa! ⁵⁰ Lakini ninao ubatizo ambao lazima nibatizwe, nayo dhiki yangu ni kuu mpaka ubatizo huo ukamilike! ⁵¹ Mnadhani nimekuja kuleta amani duniani? La, nawaambia sivyo, nimekuja kuleta mafarakano. ⁵² Kuanzia sasa, kutakuwa na watu watano katika nyumba moja, watatu dhidi ya wawili, na wawili dhidi ya watatu. ⁵³ Watafarakana baba dhidi ya mwanawe na mwana dhidi ya babaye, mama dhidi ya bintiye na binti dhidi ya mamaye, naye mama mkwe dhidi ya mkwewe na mkwe dhidi ya mama mkwe wake."

Kutambua Majira

⁵⁴ Pia Yesu akauambia ule umati wa watu, "Mwonapo wingu likitokea magharibi, mara mwasema, 'Mvua itanyesha,' nayo hunyesha. ⁵⁵ Nanyi mwonapo upepo wa kusini ukivuma, ninyi husema, 'Kutakuwa na joto,' na huwa hivyo. ⁵⁶ Enyi wanafiki! Mnajua jinsi ya kutambua kuonekana kwa dunia na anga. Inakuwaje basi kwamba mnashindwa kutambua wakati huu wa sasa?

⁵⁷ "Kwa nini hamwamui wenyewe lililo haki?

⁵⁸ Uwapo njiani na mshtaki wako kwenda kwa hakimu, jitahidi kupatana naye mkiwa njiani. La sivyo, atakupeleka kwa hakimu, naye hakimu atakukabidhi kwa afisa, naye afisa atakutupa gerezani. ⁵⁹ Nakuambia, hautatoka humo hadi uwe umelipa senti ya mwisho."

Tubu, La Sivyo Utaangamia

13 Wakati huo huo, kulikuwa na watu waliomwambia Yesu habari za Wagalilaya ambao Pilato aliwaua, na damu ya hao watu akaichanganya na dhabihu yao waliyokuwa wanatoa. ² Yesu akawauliza, "Mnadhani kwamba hawa Wagalilaya ambao walikufa kifo cha namna hiyo walikuwa na dhambi kuwazidi Wagalilaya wengine wote? ³ La hasha! Ninyi nanyi msipotubu, mtaangamia vivyo hivyo. ⁴ Au wale watu kumi na wanane waliokufa walipoangukiwa na mnara huko Siloamu: mnadhani wao walikuwa waovu kuliko watu wote waliokuwa wanaishi Yerusalemu? ⁵ Nawaambia, la hasha! Ninyi nanyi msipotubu, wote mtaangamia vivyo hivyo."

Mfano Wa Mti Usiozaa Matunda

⁶ Kisha Yesu akawaambia mfano huu: "Mtu mmoja alikuwa na mtini uliopandwa katika shamba lake la mizabibu, akaja ili kutafuta tini kwenye mti huo, lakini hakupata hata moja. ⁷ Hivyo akamwambia mtunza shamba: 'Tazama, kwa muda wa miaka mitatu sasa nimekuwa nikija kutafuta matunda kwenye mtini huu, nami sikupata hata moja. Ukate! Kwa nini uendelee kuharibu ardhi?' ⁸ "Yule mtunza shamba akamjibu, 'Bwana, uache tena kwa mwaka mmoja zaidi, nami nitaupalilia na kuuwekea mbolea. ⁹ Kama ukizaa matunda mwaka ujao, vyema, la sivyo uukate.'"

Yesu Amponya Mwanamke Kilema Siku Ya Sabato

¹⁰ Basi Yesu alikuwa akifundisha katika sinagogi mojawapo siku ya Sabato. ¹¹ Wakati huo huo akaja mwanamke mmoja aliyekuwa na pepo mchafu, naye alikuwa amepinda mgongo kwa muda wa miaka kumi na minane, wala alikuwa hawezi kunyooka wima. ¹² Yesu alipomwona, akamwita, akamwambia, "Mwanamke, uwe huru, umepona ugonjwa wako." ¹³ Yesu alipomwekea mikono yake, mara akasimama wima akaanza kumtukuza Mungu.

¹⁴ Lakini kiongozi wa sinagogi akakasirika kwa sababu Yesu alikuwa ameponya mtu siku ya Sabato. Akaambia ule umati wa watu, "Kuna siku sita ambazo watu wanapaswa kufanya kazi. Katika siku hizo, njooni mponywe, lakini si katika siku ya Sabato."

¹⁵ Lakini Bwana akamjibu, "Enyi wanafiki! Je, kila mmoja wenu hamfungulii ng'ombe wake au punda wake kutoka zizini akampeleka kumnywesha maji siku ya Sabato? ¹⁶ Je, huyu mwanamke, ambaye ni binti wa Abrahamu, aliyeteswa na Shetani akiwa amemfunga kwa miaka yote hii kumi na minane, hakustahili kufunguliwa kutoka kifungo hicho siku ya Sabato?"

¹⁷ Aliposema haya, wapinzani wake wakaaibika, lakini watu wakafurahi kwa ajili ya mambo ya ajabu aliyoyafanya.

Mfano Wa Punje Ya Haradali

¹⁸ Kisha Yesu akauliza, "Ufalme wa Mungu unafanana na nini? Nitaufananisha na nini? ¹⁹ Umefanana na punje ya haradali ambayo mtu aliichukua na kuipanda katika shamba lake. Nayo ikakua, ikawa mti nao ndege wa angani wakatengeneza viota vyao kwenye matawi yake."

Mfano Wa Chachu

²⁰ Yesu akauliza tena, "Nitaufananisha Ufalme wa Mungu na nini? ²¹ Unafanana na chachu ambayo mwanamke aliichukua akaichanganya katika kiasi kikubwa cha unga mpaka wote ukaumuka."

Mlango Mwembamba

²² Yesu akapita katika miji na vijiji, akifundisha wakati alisafiri kwenda Yerusalemu. ²³ Mtu mmoja akamuuliza, "Bwana, ni watu wachache tu watakaookolewa?"

²⁴ Yesu akawaambia, "Jitahidini sana kuingia kupitia mlango mwembamba, kwa maana nawaambia wengi watajaribu kuingia, lakini hawataweza. ²⁵ Wakati mwenye nyumba atakapoondoka na kufunga mlango, mtasimama nje mkibisha mlango na kusema, 'Bwana! Tufungulie mlango!'

"Lakini yeye atawajibu, 'Siwajui ninyi, wala mtokako.'

²⁶ "Ndipo mtamjibu, 'Tulikula na kunywa pamoja nawe, tena ulifundisha katika mitaa yetu.'

²⁷ "Lakini yeye atawajibu, 'Siwajui ninyi, wala mtokako. Ondokeni kwangu, ninyi watenda maovu!'

²⁸ "Ndipo kutakuwako kilio na kusaga meno, mtakapowaona Abrahamu, Isaki, Yakobo na manabii wote wakiwa katika Ufalme wa Mungu, lakini ninyi mkiwa mmetupwa nje. ²⁹ Watu watatoka mashariki na magharibi, kaskazini na kusini, nao watketi kwenye sehemu walizoandaliwa karamuni katika Ufalme wa Mungu. ³⁰ Tazama, kunao walio wa mwisho watakaokuwa wa kwanza, nao wa kwanza watakaokuwa wa mwisho."

Yesu Aomboleza Kwa Ajili Ya Yerusalemu

³¹ Wakati huo huo baadhi ya Mafarisayo wakamwendea Yesu na kumwambia, "Ondoka hapa uende mahali pengine kwa maana Herode anataka kukuua."

³² Yesu akawajibu, "Nendeni mkamwambie yule mbweha, 'Ninafukuza pepo wachafu na kuponya wagonjwa leo na kesho, nami siku ya tatu nitaikamilisha kazi yangu.' ³³ Sina budi kuendelea na safari yangu leo, kesho na keshokutwa: kwa maana haiwezekani nabii kufa mahali pengine isipokuwa Yerusalemu.

³⁴ "Ee Yerusalemu, Yerusalemu, uwauaye manabii na kuwapiga mawe wale waliotumwa kwako! Mara ngapi nimetamani kuwakusanya watoto wako pamoja, kama vile kuku akusanyavyo vifaranga wake chini ya mabawa yake, lakini hukutaka! ³⁵ Tazama nyumba yenu imeachwa ukiwa. Ninawaambia, hamtaniona tena mpaka wakati ule mtakaposema, 'Amebarikiwa yeye ajaye kwa jina la Bwana.'"

Yesu Nyumbani Mwa Farisayo

14 Ikawa siku moja Yesu alipokuwa amekwenda kula chakula kwa mmoja wa viongozi wa Mafarisayo siku ya Sabato, watu walikuwa wakimchunguza kwa bidii. ² Papo hapo mbele yake palikuwa na mtu mmoja mwenye ugonjwa wa kuvimba mwili. ³ Yesu akawauliza wale Mafarisayo na walimu wa sheria, "Je, ni halali kuponya watu siku ya Sabato au la?" ⁴ Wakakaa kimya. Hivyo Yesu akamshika yule mgonjwa mkono na kumponya, akamruhusu aende zake.

⁵ Kisha akawauliza, "Kama mmoja wenu angekuwa na mtoto au ng'ombe wake aliyetumbukia katika kisima siku ya Sabato, je, hamtamvuta mara moja na kumtoa?" ⁶ Nao hawakuwa na la kusema.

Unyenyekevu Na Ukarimu

⁷ Alipoona jinsi wageni walivyokuwa wanachagua mahali pa heshima wakati wa kula, akawaambia mfano huu: ⁸ "Mtu akikualika arusini, usikae mahali pa mgeni wa heshima kwa kuwa inawezekana amealikwa mtu mheshimiwa kuliko wewe. ⁹ Kama mkifanya hivyo yule aliyewaalika ninyi wawili atakuja na kukuambia, 'Mpishe huyu mtu kiti chako.' Ndipo kwa aibu utalazimika kukaa katika nafasi ya chini kabisa. ¹⁰ Badala yake, unapoalikwa, chagua nafasi ya chini, ili yule mwenyeji wako atakapokuona atakuja na kukuambia, 'Rafiki yangu, nenda kwenye nafasi iliyo bora zaidi.' Kwa jinsi hii utakuwa umepewa heshima mbele ya wageni wenzako wote. ¹¹ Kwa maana kila mtu ajikwezaye atashushwa, naye ajishushaye atakwezwa."

¹² Kisha Yesu akamwambia yule aliyewaalika, "Uandaapo karamu ya chakula cha mchana au cha jioni, usialike rafiki zako au ndugu zako au jamaa zako au majirani zako walio matajiri tu. Ukifanya hivyo, wao nao wanaweza kukualika kwao, nawe ukawa umelipwa kile ulichofanya na kupata thawabu yako. ¹³ Bali ufanyapo karamu, waalike maskini, vilema na vipofu, ¹⁴ nawe utabarikiwa kwa sababu hawa hawana uwezo wa kukulipa. Mungu atakulipa wakati wa ufufuo wa wenye haki."

Mfano Wa Karamu Kuu

¹⁵ Mmoja wa wale waliokuwa pamoja naye mezani aliposikia hivi akamwambia Yesu, "Amebarikiwa mtu yule atakayekula katika karamu ya Ufalme wa Mungu!"

¹⁶ Yesu akamjibu, "Mtu mmoja alikuwa anaandaa karamu kubwa, akaalika watu wengi. ¹⁷ Wakati wa karamu ulipofika, akamtuma mtumishi wake akawaambie wale walioalikwa, 'Karibuni, kila kitu ki tayari sasa.'

¹⁸ "Lakini wote, kila mmoja, wakaanza kutoa udhuru: Wa kwanza akasema, 'Nimenunua shamba, lazima niende kuliona. Tafadhali niwie radhi.'

¹⁹ "Mwingine akasema, 'Ndipo tu nimenunua jozi tano za ng'ombe wa kulimia, nami ninakwenda kuwajaribu, tafadhali niwie radhi.' ²⁰ Naye mwingine akasema, 'Nimeoa mke, kwa hiyo siwezi kuja.'

²¹ "Yule mtumishi akarudi, akampa bwana wake taarifa. Ndipo yule mwenye nyumba akakasirika, akamwagiza yule mtumishi wake, akisema, 'Nenda upesi kwenye mitaa na vichochoro vya mjini uwalete maskini, vilema, vipofu na viwete.'

²² "Yule mtumishi akamwambia, 'Bwana, yale uliyoniagiza nimefanya, lakini bado ipo nafasi.'

²³ "Ndipo yule bwana akamwambia mtumishi wake, 'Nenda kwenye barabara na vijia vilivyoko nje ya mji na uwalazimishe watu waingie ili nyumba yangu ipate kujaa. ²⁴ Kwa maana nawaambia, hakuna hata mmoja wa wale walioalikwa atakayeionja karamu yangu.' "

Gharama Ya Kuwa Mwanafunzi

²⁵ Umati mkubwa wa watu ulikuwa ukisafiri pamoja na Yesu, naye akageuka, akawaambia, ²⁶ "Mtu yeyote anayekuja kwangu hawezi kuwa mwanafunzi wangu kama hatanipenda mimi zaidi ya baba yake na mama yake, mke wake na watoto wake, ndugu zake na dada zake, naam, hata maisha yake mwenyewe. ²⁷ Yeyote asiyeuchukua msalaba wake na kunifuata hawezi kuwa mwanafunzi wangu.

²⁸ "Ni nani miongoni mwenu ambaye kama anataka kujenga nyumba, hakai kwanza chini na kufanya makisio ya gharama aone kama ana fedha za kutosha kukamilisha? ²⁹ La sivyo, akiisha kuweka msingi, naye akiwa hana uwezo wa kuikamilisha, wote waionao wataanza kumdhihaki, ³⁰ wakisema, 'Mtu huyu alianza kujenga lakini hakuweza kukamilisha.'

³¹ "Au ni mfalme gani atokaye kwenda kupigana vita na mfalme mwingine, ambaye hakai chini kwanza na kufikiri iwapo akiwa na jeshi la watu 10,000 ataweza kupigana na yule anayekuja na jeshi la watu 20,000? ³² Kama hawezi, basi wakati yule mwingine akiwa bado yuko mbali, yeye hutuma ujumbe wa watu na kuomba masharti ya amani. ³³ Vivyo hivyo, yeyote miongoni mwenu ambaye hawezi kuacha vyote alivyo navyo, hawezi kuwa mwanafunzi wangu.

Chumvi Isiyofaa

³⁴ "Chumvi ni nzuri, lakini chumvi ikiwa imepoteza ladha yake, itafanywaje ili iweze kukolea tena? ³⁵ Haifai ardhi wala kwa lundo la mbolea, bali hutupwa nje.

"Mwenye masikio ya kusikia, na asikie."

Mfano Wa Kondoo Aliyepotea

15 Basi watoza ushuru na wenye dhambi wote walikuwa wanakusanyika ili wapate kumsikiliza Yesu. ² Lakini Mafarisayo na walimu wa sheria wakanung'unika wakisema, "Huyu mtu anawakaribisha wenye dhambi na kula nao."

³ Ndipo Yesu akawaambia mfano huu: ⁴ "Ikiwa mmoja wenu ana kondoo mia moja, naye akapoteza mmoja wao, je, hawaachi wale tisini na tisa nyikani na kwenda kumtafuta huyo aliyepotea mpaka ampate? ⁵ Naye akishampata, humbeba mabegani mwake kwa furaha ⁶ na kwenda nyumbani. Kisha huwaita rafiki zake na majirani, na kuwaambia, 'Furahini pamoja nami; nimempata kondoo wangu aliyepotea.' ⁷ Nawaambieni, vivyo hivyo kutakuwa na furaha zaidi mbinguni kwa sababu ya mwenye

dhambi mmoja atubuye, kuliko kwa wenye haki tisini na tisa ambao hawana haja ya kutubu.'"

Mfano Wa Sarafu Iliyopotea

[8] "Au ikiwa mwanamke ana sarafu za fedha kumi, naye akapoteza moja, je, hawashi taa na kufagia nyumba na kuitafuta kwa bidii mpaka aipate? [9] Naye akiisha kuipata, huwaita rafiki zake na majirani na kuwaambia, 'Furahini pamoja nami; nimeipata ile sarafu yangu ya fedha iliyopotea.' [10] Vivyo hivyo, nawaambia, kuna furaha mbele ya malaika wa Mungu juu ya mwenye dhambi mmoja atubuye."

Mfano Wa Mwana Mpotevu

[11] Yesu akaendelea kusema: "Kulikuwa na mtu mmoja aliyekuwa na wana wawili. [12] Yule mdogo akamwambia baba yake, 'Baba, nipe urithi wangu.' Hivyo akawagawia wanawe mali yake.

[13] "Baada ya muda mfupi, yule mdogo akakusanya vitu vyote alivyokuwa navyo, akaenda nchi ya mbali, na huko akaitapanya mali yake kwa maisha ya anasa. [14] Baada ya kutumia kila kitu alichokuwa nacho, kukawa na njaa kali katika nchi ile yote, naye akawa hana chochote. [15] Kwa hiyo akaenda akaajiriwa na mwenyeji mmoja wa nchi ile ambaye alimpeleka shambani kwake kulisha nguruwe. [16] Akatamani kujishibisha kwa maganda waliyokula wale nguruwe, wala hakuna mtu aliyempa chochote.

[17] "Lakini alipozingatia moyoni mwake, akasema, 'Ni watumishi wangapi walioajiriwa na baba yangu ambao wana chakula cha kuwatosha na kusaza, bali mimi hapa nakufa kwa njaa! [18] Nitaondoka na kurudi kwa baba yangu na kumwambia: Baba, nimetenda dhambi mbele za Mungu na mbele yako. [19] Sistahili tena kuitwa mwanao; nifanye kama mmoja wa watumishi wako.' [20] Basi akaondoka, akaenda kwa baba yake.

"Lakini alipokuwa bado yuko mbali, baba yake akamwona, moyo wake ukajawa na huruma. Akamkimbilia mwanawe, akamkumbatia na kumbusu.

[21] "Yule mwana akamwambia baba yake, 'Baba, nimekosa mbele za Mungu na mbele yako. Sistahili kuitwa mwanao tena.'

[22] "Lakini baba yake akawaambia watumishi, 'Leteni upesi joho lililo bora sana, tieni pete kidoleni mwake na viatu miguuni mwake. [23] Leteni ndama aliyenona, mkamchinje ili tuwe na karamu, tule na kufurahi. [24] Kwa maana huyu mwanangu alikuwa amekufa na sasa yu hai tena; alikuwa amepotea na sasa amepatikana!' Nao wakaanza kufanya tafrija.

[25] "Wakati huo, yule mwana mkubwa alikuwa shambani. Alipokaribia nyumbani, akasikia sauti ya nyimbo na watu wakicheza. [26] Akamwita mmoja wa watumishi na kumuuliza, 'Kuna nini?' [27] Akamwambia, 'Ndugu yako amekuja, naye baba yako amemchinja ndama aliyenona kwa sababu mwanawe amerudi nyumbani akiwa salama na mzima.'

[28] "Yule mwana mkubwa akakasirika, akakataa kuingia ndani. Basi baba yake akatoka nje na kumsihi. [29] Lakini yeye akamjibu baba yake, 'Tazama! Miaka yote hii nimekutumikia na hata siku moja sijaacha kutii amri zako, lakini hujanipa

hata mwana-mbuzi ili nifurahi na rafiki zangu. [30] Lakini huyu mwanao ambaye ametapanya mali yako kwa makahaba aliporudi nyumbani, wewe umemchinjia ndama aliyenona!'

[31] "Baba yake akamjibu, 'Mwanangu, umekuwa nami siku zote na vyote nilivyo navyo ni vyako. [32] Lakini ilitubidi tufurahi na kushangilia kwa sababu huyu ndugu yako alikuwa amekufa na sasa yu hai; alikuwa amepotea naye amepatikana.' "

Mfano Wa Msimamizi Mjanja

16 Yesu akawaambia wanafunzi wake, "Palikuwa na tajiri mmoja na msimamizi wake. Ilisemekana kwamba huyo msimamizi alikuwa anatumia vibaya mali ya tajiri yake. [2] Hivyo huyo tajiri akamwita na kumuuliza, 'Ni mambo gani haya ninayoyasikia kukuhusu? Toa taarifa ya usimamizi wako, kwa sababu huwezi kuendelea kuwa msimamizi.'

[3] "Yule msimamizi akawaza moyoni mwake, 'Nitafanya nini sasa? Bwana wangu ananiondoa katika kazi yangu. Sina nguvu za kulima, nami ninaona aibu kuombaomba. [4] Najua nitakalofanya ili nikiachishwa kazi yangu hapa, watu wanikaribishe nyumbani kwao.'

[5] "Kwa hiyo akawaita wadeni wote wa bwana wake, mmoja mmoja. Akamuuliza wa kwanza, 'Deni lako kwa bwana wangu ni kiasi gani?'

[6] "Akajibu, 'Galoni 800[a] za mafuta ya mizeituni.'

"Msimamizi akamwambia, 'Chukua hati ya deni lako, ibadilishe upesi, uandike galoni 400.'

[7] "Kisha akamuuliza wa pili, 'Wewe deni lako ni kiasi gani?'

"Akajibu, 'Vipimo 1,000[b] vya ngano.'

"Yule msimamizi akamwambia, 'Chukua hati yako, andika vipimo 800!'

[8] "Yule bwana akamsifu yule msimamizi dhalimu kwa jinsi alivyotumia ujanja. Kwa maana watu wa dunia hii wana ujanja zaidi wanapojishughulisha na mambo ya dunia kuliko watu wa nuru. [9] Nawaambia, tumieni mali ya kidunia kujipatia marafiki, ili itakapokwisha, mkaribishwe katika makao ya milele.

[10] "Yeyote aliye mwaminifu katika mambo madogo, pia ni mwaminifu hata katika mambo makubwa, naye mtu ambaye si mwaminifu katika mambo madogo pia si mwaminifu katika mambo makubwa. [11] Ikiwa hamkuwa waaminifu katika mali ya kidunia, ni nani atakayewaaminia mali ya kweli? [12] Nanyi kama hamkuwa waaminifu na mali ya mtu mwingine, ni nani atakayewapa iliyo yenu wenyewe?

[13] "Hakuna mtumishi awezaye kuwatumikia mabwana wawili. Kwa kuwa atamchukia huyu na kumpenda yule mwingine, au atashikamana sana na huyu na kumdharau yule mwingine. Hamwezi kumtumikia Mungu pamoja na Mali."[c]

[14] Mafarisayo, waliokuwa wapenda fedha, waliyasikia hayo yote na wakamcheka kwa dharau. [15] Yesu akawaambia, "Ninyi mnajionyesha kuwa wenye haki

---

[a]6 Galoni 800 ni sawa na lita 4,000.
[b]7 Vipimo 1,000 ni kama magunia 100.
[c]13 Mali (au Utajiri) hapa inatoka neno Mamoni kwa Kiaramu au Mamona kwa Kiyunani.

mbele za wanadamu, lakini Mungu anaijua mioyo yenu. Kwa maana vile vitu ambavyo wanadamu wanavithamini sana, kwa Mungu ni machukizo.

Sheria Na Ufalme Wa Mungu

16 "Sheria na Manabii vilihubiriwa mpaka kuja kwa Yohana Mbatizaji. Tangu wakati huo habari njema za Ufalme wa Mungu zinahubiriwa, na kila mmoja hujiingiza kwa nguvu. 17 Lakini ni rahisi zaidi mbingu na dunia kupita kuliko hata herufi moja kuondoka katika Sheria.

18 "Mtu yeyote amwachaye mkewe na kumwoa mwanamke mwingine anazini, naye mwanaume amwoaye mwanamke aliyetalikiwa anazini.

Tajiri Na Lazaro

19 "Palikuwa na mtu mmoja tajiri aliyevaa nguo za rangi ya zambarau na kitani safi, ambaye aliishi kwa anasa kila siku. 20 Hapo penye mlango wake aliishi maskini mmoja, jina lake Lazaro, mwenye vidonda mwili mzima. 21 Huyo Lazaro alitamani kujishibisha kwa makombo yaliyoanguka kutoka mezani kwa yule tajiri. Hata mbwa walikuwa wakija na kuramba vidonda vyake.

22 "Wakati ukafika yule maskini akafa, nao malaika wakamchukua akae pamoja na Abrahamu. Yule tajiri naye akafa na akazikwa. 23 Kule kuzimu alipokuwa akiteseka, alitazama juu, akamwona Abrahamu kwa mbali, naye Lazaro alikuwa karibu yake. 24 Hivyo yule tajiri akamwita, 'Baba Abrahamu, nihurumie na umtume Lazaro achovye ncha ya kidole chake ndani ya maji aupoze ulimi wangu, kwa sababu nina maumivu makuu kwenye moto huu.' 25 "Lakini Abrahamu akamjibu, 'Mwanangu, kumbuka kwamba wakati wa uhai wako ulipata mambo mazuri, lakini Lazaro alipata mambo mabaya. Lakini sasa anafarijiwa hapa na wewe uko katika maumivu makuu. 26 Zaidi ya hayo, kati yetu na ninyi huko kumewekwa shimo kubwa, ili wale wanaotaka kutoka huku kuja huko wasiweze, wala mtu yeyote asiweze kuvuka kutoka huko kuja kwetu.'

27 "Akasema, 'Basi, nakuomba, umtume Lazaro aende nyumbani kwa baba yangu, 28 maana ninao ndugu watano. Awaonye, ili wasije nao wakafika mahali hapa pa mateso.'

29 "Abrahamu akamjibu, 'Ndugu zako wana Maandiko ya Mose na Manabii, wawasikilize hao.'

30 "Yule tajiri akasema, 'Hapana, baba Abrahamu, lakini mtu kutoka kwa wafu akiwaendea, watatubu.'

31 "Abrahamu akamwambia, 'Kama wasipowasikiliza Mose na Manabii, hawataweza kushawishika hata kama mtu akifufuka kutoka kwa wafu.' "

Yesu Afundisha Kuhusu Majaribu, Dhambi Na Imani

17 Yesu akawaambia wanafunzi wake, "Mambo yanayosababisha watu watende dhambi hayana budi kutukia. Lakini ole wake mtu yule anayeyasababisha. 2 Ingekuwa heri kama mtu huyo angefungwa jiwe la kusagia shingoni na kutoswa baharini, kuliko kumsababisha mmojawapo wa hawa wadogo kutenda dhambi. 3 Kwa hiyo, jilindeni.

"Kama ndugu yako akikukosea mwonye, naye akitubu, msamehe. 4 Kama akikukosea mara saba kwa siku moja na mara saba kwa siku moja akaja kwako akisema, 'Ninatubu,' msamehe."

Imani

5 Mitume wake wakamwambia Bwana, "Tuongezee imani."

6 Bwana akawajibu, "Kama mkiwa na imani ndogo kama punje ya haradali, mngeweza kuuambia mti huu wa mkuyu, 'Ng'oka ukaote baharini,' nao ungewatii.

Wajibu Wa Mtumishi

7 "Ikiwa mmoja wenu ana mtumishi anayelima shambani au anayechunga kondoo, je, mtumishi huyo arudipo atamwambia, 'Karibu hapa keti ule chakula?' 8 Je, badala yake, hatamwambia, 'Niandalie chakula, nile, jifunge unitumikie ninapokula na kunywa; baadaye waweza kula na kunywa?' 9 Je, huyo mtu atamshukuru mtumishi huyo kwa kutimiza yale aliyoamriwa? 10 Vivyo hivyo nanyi mkiisha kufanya mliyoagizwa, semeni, 'Sisi tu watumishi tusiostahili; tumefanya tu yale tuliyopaswa kufanya.' "

Yesu Atakasa Wakoma Kumi

11 Yesu alipokuwa njiani akienda Yerusalemu, alipitia mpakani mwa Samaria na Galilaya. 12 Alipokuwa akiingia kwenye kijiji kimoja, watu kumi waliokuwa na ukoma wakakutana naye. Wakasimama mbali, 13 wakapaza sauti, wakasema, "Yesu, Bwana, tuhurumie!"

14 Alipowaona akawaambia, "Nendeni mkajionyeshe kwa makuhani." Nao walipokuwa njiani wakienda, wakatakasika.

15 Mmoja wao alipoona kwamba amepona, akarudi kwa Yesu, akimsifu Mungu kwa sauti kuu. 16 Akajitupa miguuni mwa Yesu akamshukuru. Yeye alikuwa Msamaria.

17 Yesu akauliza, "Je, hawakutakaswa wote kumi? Wako wapi wale wengine tisa? 18 Hakuna hata mmoja aliyeonekana kurudi ili kumshukuru Mungu isipokuwa huyu mgeni?" 19 Yesu akamwambia, "Inuka na uende zako, imani yako imekuponya."

Kuja Kwa Ufalme Wa Mungu

20 Yesu alipoulizwa na Mafarisayo Ufalme wa Mungu utakuja lini, yeye akawajibu, "Ufalme wa Mungu hauji kwa kuchunguza kwa bidii, 21 wala watu hawatasema, 'Huu hapa,' au 'Ule kule,' kwa maana Ufalme wa Mungu umo ndani yenu."

22 Kisha Yesu akawaambia wanafunzi wake, "Wakati utafika ambapo mtatamani kuiona moja ya siku za Mwana wa Adamu, lakini hamtaiona. 23 Watu watawaambia, 'Yule kule!' Au, 'Huyu hapa!' Msiwakimbilie. 24 Kwa maana kama vile umeme wa radi umulikavyo katika anga kuanzia mwisho mmoja hadi mwingine, ndivyo atakavyokuwa Mwana wa Adamu katika siku yake. 25 Lakini kwanza itampasa kuteseka katika mambo mengi na kukataliwa na kizazi hiki. 26 "Kama ilivyokuwa siku za Noa, ndivyo

itakavyokuwa katika siku za Mwana wa Adamu. [27] Watu walikuwa wakila na kunywa, wakioa na kuolewa, mpaka siku ile Noa alipoingia katika safina. Ndipo gharika ikaja na kuwaangamiza wote. [28] "Ndivyo ilivyokuwa katika siku za Loti: Watu walikuwa wakila na kunywa, wakinunua na kuuza, wakilima na kujenga. [29] Lakini siku ile Loti alipoondoka Sodoma, ikanyesha mvua ya moto na kiberiti kutoka mbinguni ukawaangamiza wote. [30] "Hivyo ndivyo itakavyokuwa siku ile Mwana wa Adamu atakapofunuliwa. [31] Siku hiyo, mtu yeyote aliye juu ya dari ya nyumba yake, hata vitu vyake vikiwa ndani ya hiyo nyumba, asishuke kuvichukua. Vivyo hivyo mtu aliye shambani asirudi nyumbani kuchukua chochote. [32] Mkumbukeni mke wa Loti! [33] Mtu yeyote anayejaribu kuyaokoa maisha yake atayapoteza, na yeyote atakayeyapoteza maisha yake atayaokoa. [34] Nawaambia, usiku huo watu wawili watakuwa wamelala kitanda kimoja; naye mmoja atatwaliwa na mwingine ataachwa. [35] Wanawake wawili watakuwa wanasaga nafaka pamoja; naye mmoja atatwaliwa na mwingine ataachwa. [[36] Wanaume wawili watakuwa wanafanya kazi pamoja shambani; mmoja atachukuliwa na mwingine ataachwa.]" [37] Kisha wakamuuliza, "Haya yatatukia wapi Bwana?"

Akawaambia, "Pale ulipo mzoga, huko ndiko tai watakapokusanyika."

Mfano Wa Mjane Asiyekata Tamaa

18 Kisha Yesu akawapa wanafunzi wake mfano ili kuwaonyesha kuwa yawapasa kuomba pasipo kukata tamaa. [2] Akawaambia, "Katika mji mmoja alikuwepo hakimu ambaye hakumwogopa Mungu wala kumjali mtu. [3] Katika mji huo alikuwako mjane mmoja ambaye alikuwa akija kwake mara kwa mara akimwomba, 'Tafadhali nipatie haki kati yangu na adui yangu.'

[4] "Kwa muda mrefu yule hakimu alikataa. Lakini hatimaye akasema moyoni mwake, 'Ijapokuwa simwogopi Mungu wala simjali mwanadamu, [5] lakini kwa kuwa huyu mjane ananisumbuasumbua, nitahakikisha amepata haki yake ili asiendelee kunichosha kwa kunijia mara kwa mara!' "

[6] Bwana akasema, "Sikilizeni asemavyo huyu hakimu dhalimu. [7] Je, Mungu hatawatendea haki wateule wake wanaomlilia usiku na mchana? Je, atakawia kuwasaidia? [8] Ninawaambia, atawapatia haki upesi. Lakini je, Mwana wa Adamu atakapokuja ataikuta imani duniani?"

Mfano Wa Farisayo Na Mtoza Ushuru

[9] Yesu akatoa mfano huu kwa wale waliojiamini kuwa wao ni wenye haki na kuwadharau wengine: [10] "Watu wawili walikwenda Hekaluni kusali, mmoja wao alikuwa Farisayo na mwingine alikuwa mtoza ushuru. [11] Yule Farisayo, akasimama, akasali hivi na kuomba kwake mwenyewe: 'Mungu, nakushukuru kwa sababu mimi si kama watu wengine ambao ni wanyang'anyi, wadhalimu, na wazinzi, wala kama huyu mtoza ushuru. [12] Mimi nafunga mara mbili kwa juma, na natoa sehemu ya kumi ya mapato yangu.'

[13] "Lakini yule mtoza ushuru akasimama mbali, wala hakuthubutu hata kuinua uso wake kutazama mbinguni, bali alijipigapiga kifuani na kusema: 'Mungu, nihurumie, mimi mwenye dhambi.'

[14] "Nawaambia, huyu mtoza ushuru alirudi nyumbani akiwa amehesabiwa haki mbele za Mungu zaidi ya yule Farisayo. Kwa maana yeyote ajikwezaye atashushwa, na yeyote ajishushaye atakwezwa."

Yesu Awabariki Watoto Wadogo

[15] Pia, watu walikuwa wakimletea Yesu watoto wachanga ili awaguse. Wanafunzi wake walipoona hivyo, wakawakemea. [16] Lakini Yesu akawaita wale watoto waje kwake, akasema, "Waacheni watoto wadogo waje kwangu, wala msiwazuie, kwa maana Ufalme wa Mungu ni wa wale walio kama hawa. [17] Amin, nawaambia, mtu yeyote asiyeupokea Ufalme wa Mungu kama mtoto mdogo, hatauingia kamwe."

Mtawala Tajiri

[18] Mtawala mmoja akamuuliza Yesu, "Mwalimu mwema, nifanye nini ili niurithi uzima wa milele?" [19] Yesu akamjibu, "Mbona unaniita mwema? Hakuna yeyote aliye mwema ila Mungu peke yake. [20] Unazijua amri: 'Usizini, usiue, usiibe, usishuhudie uongo, waheshimu baba yako na mama yako.' "

[21] Akajibu, "Amri hizi zote nimezishika tangu nikiwa mtoto."

[22] Yesu aliposikia haya, akamwambia, "Bado kuna jambo moja ulilopungukiwa. Nenda ukauze kila kitu ulicho nacho, uwape maskini, nawe utakuwa na hazina mbinguni. Kisha njoo, unifuate." [23] Aliposikia jambo hili, alisikitika sana kwa maana alikuwa mtu mwenye mali nyingi. [24] Yesu akamtazama, akasema, "Tazama jinsi ilivyo vigumu kwa tajiri kuingia katika Ufalme wa Mungu! [25] Hakika ni rahisi zaidi kwa ngamia kupita kwenye tundu la sindano kuliko mtu tajiri kuingia katika Ufalme wa Mungu."

[26] Wale waliosikia haya wakauliza, "Ni nani basi awezaye kuokoka?"

[27] Yesu akajibu, "Yasiyowezekana kwa wanadamu yanawezekana kwa Mungu."

[28] Ndipo Petro akajibu, "Tazama, tumeacha vyote tulivyokuwa navyo tukakufuata!"

[29] Yesu akajibu, "Amin, nawaambia, hakuna hata mtu aliyeacha nyumba yake, au mke, au ndugu, au wazazi au watoto kwa ajili ya Ufalme wa Mungu [30] ambaye hatapewa mara nyingi zaidi ya hivyo katika maisha haya, na hatimaye kupata uzima wa milele ujao."

Yesu Atabiri Kifo Chake Mara Ya Tatu

[31] Yesu akawachukua wale wanafunzi wake kumi na wawili kando na kuwaambia, "Tunapanda kwenda Yerusalemu, na kila kitu kilichoandikwa na manabii kumhusu Mwana wa Adamu kitatimizwa. [32] Kwa kuwa atatiwa mikononi mwa watu wasiomjua Mungu, nao watamdhihaki, watamtukana na kumtemea mate, watampiga mijeledi na kumuua. [33] Naye siku ya tatu atafufuka.

34 Wanafunzi wake hawakuelewa mambo haya, kwa kuwa maana yake ilikuwa imefichika kwao, nao hawakujua Yesu alikuwa anazungumzia nini.

Yesu Amponya Kipofu Karibu Na Yeriko

35 Yesu alipokuwa anakaribia Yeriko, kipofu mmoja alikuwa ameketi kando ya njia akiomba msaada. 36 Kipofu huyo aliposikia umati wa watu ukipita, akauliza, "Kuna nini?" 37 Wakamwambia, "Yesu wa Nazareti anapita." 38 Akapaza sauti, akasema, "Yesu, Mwana wa Daudi, nihurumie!" 39 Wale waliokuwa wametangulia mbele wakamkemea, wakamwambia akae kimya. Lakini yeye akapaza sauti zaidi, "Mwana wa Daudi, nihurumie!" 40 Yesu akasimama, akawaamuru wamlete huyo mtu kwake. Alipokaribia, Yesu akamuuliza, 41 "Unataka nikufanyie nini?"

Akajibu, "Bwana, nataka kuona."

42 Yesu akamwambia, "Basi upate kuona. Imani yako imekuponya." 43 Akapata kuona saa ile ile, akamfuata Yesu, huku akimsifu Mungu. Watu wote walipoona mambo hayo, nao wakamsifu Mungu.

Zakayo Mtoza Ushuru

19 Yesu akaingia Yeriko, naye alikuwa anapita katikati ya huo mji. 2 Tazama, palikuwa na mtu mmoja mkuu wa watoza ushuru naye alikuwa tajiri, jina lake Zakayo. 3 Yeye alikuwa akijitahidi kumwona Yesu ni mtu wa namna gani. Lakini kutokana na umati mkubwa wa watu hakuweza kwa sababu alikuwa mfupi wa kimo. 4 Kwa hiyo akatangulia mbio mbele ya umati wa watu akapanda juu ya mkuyu ili amwone Yesu, kwa sababu angeipitia njia ile. 5 Yesu alipofika pale chini ya huo mkuyu, akatazama juu, akamwambia, "Zakayo, shuka upesi, kwa maana leo nitakuwa mgeni nyumbani kwako!" 6 Hivyo Zakayo akashuka upesi, akamkaribisha Yesu nyumbani kwake kwa furaha kubwa. 7 Watu wote walipoona hivyo, wakaanza kunung'unika wakisema, "Amekwenda kuwa mgeni wa 'mtu mwenye dhambi.' " 8 Lakini Zakayo akasimama na kumwambia Bwana, "Tazama, Bwana! Sasa hivi nusu ya mali yangu ninawapa maskini, naini kama nimemdhulumu mtu yeyote kitu chochote, nitamrudishia mara nne ya hicho kiwango." 9 Ndipo Yesu akamwambia, "Leo, wokovu umeingia nyumbani humu, kwa sababu huyu naye ni mwana wa Abrahamu. 10 Kwa maana Mwana wa Adamu amekuja kutafuta na kuokoa kile kilichopotea."

Mfano Wa Fedha

11 Walipokuwa wanasikiliza haya, Yesu akaendelea kuwaambia mfano, kwa sababu alikuwa anakaribia Yerusalemu na kwa sababu walikuwa wakidhani ya kuwa Ufalme wa Mungu ulikuwa unakuja saa iyo hiyo. 12 Hivyo akawaambia: "Mtu mmoja mwenye cheo kikubwa alisafiri kwenda nchi ya mbali ili akapokee madaraka ya kuwa mfalme, kisha arudi. 13 Hivyo akawaita kumi miongoni mwa watumishi wake, na akawapa kila mmoja fungu la fedha. Akawaambia, 'Fanyeni biashara na fedha hizi mpaka nitakaporudi.'

14 "Lakini raiya wa nchi yake walimchukia wakapeleka ujumbe na kusema, 'Hatutaki huyu mtu awe mfalme wetu.'

15 "Hata hivyo alirudi akiwa amekwisha kupokea mamlaka ya ufalme, akawaita wale watumishi wake aliokuwa amewaachia fedha, ili afahamu ni faida kiasi gani kila mmoja wao aliyopata kwa kufanya biashara.

16 "Wa kwanza akaja na kusema, 'Bwana, kutokana na fedha uliyoniachia, nimepata faida mara kumi zaidi.'

17 "Yule bwana akamjibu, 'Umefanya vizuri mtumishi mwema! Kwa sababu umekuwa mwaminifu katika wajibu mdogo sana, nakupa mamlaka juu ya miji kumi.'

18 "Wa pili naye akaja. Akasema, 'Bwana, fedha yako imeleta faida mara tano zaidi.'

19 "Bwana wake akajibu, 'Nakupa mamlaka juu ya miji mitano.'

20 "Kisha akaja yule mtumishi mwingine, akasema, 'Bwana, hii hapa fedha yako. Niliitunza vizuri kwenye kitambaa. 21 Nilikuogopa, kwa sababu wewe ni mtu mgumu. Unachukua ambapo hukuweka kitu, na unavuna mahali ambapo hukupanda kitu.'

22 "Bwana wake akamjibu, 'Nitakuhukumu kwa maneno yako mwenyewe, wewe mtumishi mwovu! Kama ulifahamu kwamba mimi ni mtu mgumu, nichukuaye mahali ambapo sikuweka kitu na kuvuna mahali ambapo sikupanda, 23 kwa nini basi hukuweka fedha zangu kwa watoa riba, ili nitakaporudi nichukue iliyo yangu na riba yake?'

24 "Ndipo akawaambia wale waliokuwa wamesimama karibu, 'Mnyang'anyeni fungu lake la fedha, mkampe yule mwenye kumi.'

25 "Wakamwambia, 'Bwana, mbona; tayari anayo mafungu kumi!'

26 "Akawajibu, 'Nawaambia kwamba kila aliye na kitu, ataongezewa. Lakini yule asiye na kitu, hata alicho nacho atanyang'anywa. 27 Lakini wale adui zangu ambao hawakutaka mimi niwe mfalme juu yao. Waleteni hapa mkawaue mbele yangu.' "

Yesu Aingia Yerusalemu Kwa Ushindi

28 Baada ya Yesu kusema haya, alitangulia kupanda kwenda Yerusalemu. 29 Naye alipokaribia Bethfage na Bethania kwenye mlima uitwao Mlima wa Mizeituni, aliwatuma wanafunzi wake wawili, akawaambia, 30 "Nendeni katika kijiji kilichoko mbele yenu. Na mtakapokuwa mnaingia kijijini, mtamkuta mwana-punda amefungwa hapo, ambaye hajapandwa na mtu bado. Mfungueni, mkamlete hapa. 31 Kama mtu akiwauliza, 'Mbona mnamfungua?' Mwambieni, 'Bwana anamhitaji.' "

32 Wale waliotumwa wakaenda, wakakuta kila kitu kama vile Yesu alivyokuwa amewaambia. 33 Walipokuwa wanamfungua yule mwana-punda, wenyewe wakawauliza, "Mbona mnamfungua huyo mwana-punda?"

34 Wale wanafunzi wakajibu, "Bwana anamhitaji."

³⁵ Wakamleta kwa Yesu, nao baada ya kutandika mavazi yao juu ya huyo mwana-punda, wakampandisha Yesu juu yake. ³⁶ Alipokuwa akienda akiwa amempanda, watu wakatandaza mavazi yao barabarani.

³⁷ Alipokaribia mahali yanapoanzia materemko ya Mlima wa Mizeituni, umati wote wa wafuasi wake wakaanza kumsifu Mungu kwa furaha kwa sauti kuu kwa ajili ya matendo yote ya miujiza waliyoyaona. Wakasema:

³⁸ "Amebarikiwa Mfalme ajaye kwa Jina la Bwana!"
"Amani mbinguni na utukufu huko juu sana."

³⁹ Baadhi ya Mafarisayo waliokuwamo miongoni mwa ule umati wa watu wakamwambia, "Mwalimu, waamuru wanafunzi wako wanyamaze."

⁴⁰ Yesu akawajibu, "Nawaambia ninyi, kama hawa wakinyamaza, mawe yatapiga kelele."

Yesu Anaililia Mji Wa Yerusalemu

⁴¹ Alipokaribia Yerusalemu na kuuona mji, aliililia, ⁴² akisema, "Laiti ungalijua hata wewe leo yale ambayo yangeleta amani, lakini sasa yamefichika machoni pako. ⁴³ Hakika siku zinakujia, ambazo adui zako watakuzingira, nao watakuzunguka pande zote na kukuzuilia ndani. ⁴⁴ Watakuponda chini, wewe na watoto walioko ndani ya kuta zako. Nao hawataacha hata jiwe moja juu ya jingine, kwa sababu hukutambua wakati wa kujiliwa kwako."

Yesu Atakasa Hekaluni

⁴⁵ Ndipo akaingia eneo la Hekalu, akaanza kuwafukuza wale waliokuwa wakiuza vitu humo. ⁴⁶ Naye akawaambia, "Imeandikwa, 'Nyumba yangu itakuwa nyumba ya sala,' lakini ninyi mmeifanya kuwa 'pango la wanyang'anyi.' "

⁴⁷ Kila siku alikuwa akifundisha Hekaluni. Lakini viongozi wa makuhani, walimu wa sheria na viongozi wa watu walikuwa wakitafuta njia ili kumuua. ⁴⁸ Lakini hawakupata nafasi kwa sababu watu wote walimfuata wakiyasikiliza maneno yake kwa usikivu mwingi.

Swali Kuhusu Mamlaka Ya Yesu

20 Siku moja, Yesu alipokuwa akifundisha watu Hekaluni na kuhubiri habari njema, viongozi wa makuhani, walimu wa sheria, pamoja na wazee wa watu wakamjia. ² Wakamuuliza, "Tuambie, unafanya mambo haya kwa mamlaka gani? Ni nani aliyekupa mamlaka haya?"

³ Akawajibu, "Nami nitawauliza swali. ⁴ Je, ubatizo wa Yohana ulitoka mbinguni au kwa wanadamu?"

⁵ Wakahojiana wao kwa wao wakisema, "Kama tukisema, 'Ulitoka mbinguni,' atatuuliza, 'Mbona hamkumwamini?' ⁶ Lakini tukisema, 'Ulitoka kwa wanadamu,' watu wote watatupiga mawe, kwa sababu wanaamini kwamba Yohana alikuwa nabii."

⁷ Basi wakajibu, "Hatujui ulikotoka."

⁸ Yesu akawaambia, "Wala mimi sitawaambia ni kwa mamlaka gani ninatenda mambo haya."

Mfano Wa Wapangaji Waovu

⁹ Akaendelea kuwaambia watu mfano huu: "Mtu mmoja alipanda shamba la mizabibu, akalikodisha kwa wakulima fulani, kisha akasafiri kwa muda mrefu. ¹⁰ Wakati wa mavuno ulipofika, akamtuma mtumishi wake kwa hao wapangaji ili wampe sehemu ya mavuno ya shamba la mizabibu. Lakini wale wakulima wakampiga, wakamfukuza mikono mitupu. ¹¹ Akamtuma mtumishi mwingine, huyo naye wakampiga, wakamfanyia mambo ya aibu na kumfukuza. ¹² Bado akamtuma na mwingine wa tatu, huyu pia wakamjeruhi na kumtupa nje ya shamba.

¹³ "Basi yule mwenye shamba la mizabibu akasema, 'Nifanye nini? Nitamtuma mwanangu mpendwa, huenda yeye watamheshimu.' ¹⁴ "Lakini wale wapangaji walipomwona, wakasemezana wao kwa wao. Wakasema, 'Huyu ndiye mrithi. Basi na tumuue ili urithi uwe wetu.' ¹⁵ Kwa hiyo wakamtupa nje ya shamba la mizabibu, wakamuua.

"Sasa basi yule mwenye shamba la mizabibu atawafanya nini wapangaji hawa? ¹⁶ Atakuja na kuwaua hao wapangaji, na kuwapa wapangaji wengine hilo shamba la mizabibu."

Watu waliposikia hayo wakasema, "Mungu apishie mbali jambo hili lisitokee!"

¹⁷ Lakini Yesu akawakazia macho, akasema, "Basi ni nini maana ya yale yaliyoandikwa:

" 'Jiwe walilolikataa waashi,
limekuwa jiwe kuu la pembeni'?

¹⁸ Kila mtu aangukaye juu ya jiwe hilo atavunjika vipande vipande, lakini yule litakayemwangukia atasagwa kabisa."

¹⁹ Walimu wa sheria na viongozi wa makuhani wakatafuta njia ya kumkamata mara moja, kwa sababu walifahamu kwamba amesema mfano huo kwa ajili yao. Lakini waliwaogopa watu.

Kumlipa Kaisari Kodi

²⁰ Kwa hiyo wakawa wanamchunguza na kutuma wapelelezi waliojifanya kuwa wenye haki ili wapate kumtega kwa maneno asemayo, ili waweze katika uwezo na mamlaka ya mtawala. ²¹ Hivyo wale wapelelezi wakamuuliza, "Mwalimu, tunajua unasema na kufundisha yaliyo kweli wala humpendelei mtu, bali wafundisha njia ya Mungu katika kweli. ²² Je, ni halali sisi kulipa kodi kwa Kaisari, au la?"

²³ Lakini Yesu akatambua hila yao, kwa hiyo akawaambia, ²⁴ "Nionyesheni dinari. Je, sura hii na maandishi haya yaliyoko juu yake ni vya nani?"

²⁵ Wakamjibu, "Ni vya Kaisari."

Akawaambia, "Basi mpeni Kaisari kilicho cha Kaisari, naye Mungu mpeni kilicho cha Mungu."

²⁶ Wakashindwa kumkamata kwa yale aliyokuwa amesema hadharani. Nao wakashangazwa mno na majibu yake, wakanyamaza kimya.

Ufufuo Na Ndoa

²⁷ Baadhi ya Masadukayo, wale wasemao kwamba hakuna ufufuo wa wafu, wakamjia Yesu na

kumuuliza, [28] "Mwalimu, Mose alituandikia kwamba kama ndugu wa mtu akifa na kumwacha mkewe bila mtoto, basi huyo mtu inampasa amwoe huyo mjane ili amzalie ndugu yake watoto. [29] Basi palikuwepo ndugu saba. Yule wa kwanza akaoa, akafa bila kuzaa mtoto. [30] Kisha yule wa pili akamwoa huyo mjane, naye akafa bila mtoto, [31] naye wa tatu pia akamwoa. Vivyo hivyo ndugu wote saba wakawa wamemwoa huyo mwanamke, na wote wakafa pasipo yeyote kupata mtoto. [32] Mwishowe, yule mwanamke naye akafa. [33] Sasa basi, siku ya ufufuo huyo mwanamke atakuwa mke wa nani, maana aliolewa na ndugu wote saba?"

[34] Yesu akawajibu, "Katika maisha haya watu huoa na kuolewa. [35] Lakini wale ambao wamehesabiwa kwamba wanastahili kupata nafasi katika ulimwengu ule na katika ufufuo wa wafu, hawaoi wala hawaolewi. [36] Hawa hawawezi kufa tena, kwa maana wao ni kama malaika. Wao ni watoto wa Mungu, kwa sababu ni watoto wa ufufuo. [37] Hata Mose alidhihirisha kuwa wafu wanafufuka, kwa habari ya kile kichaka kilichokuwa kikiwaka moto bila kuteketea, alipomwita Bwana, 'Mungu wa Abrahamu, Mungu wa Isaki, na Mungu wa Yakobo.' [38] Yeye si Mungu wa wafu, bali wa walio hai, kwa kuwa kwake wote ni hai."

[39] Baadhi ya walimu wa sheria wakasema, "Mwalimu, umesema sawasawa kabisa!"

[40] Baada ya hayo hakuna mtu aliyethubutu kumuuliza maswali tena.

Kristo Ni Mwana Wa Nani?

[41] Kisha Yesu akawaambia, "Imekuwaje basi wao husema Kristo[a] ni Mwana wa Daudi? [42] Daudi mwenyewe anasema katika Kitabu cha Zaburi:

" 'Bwana alimwambia Bwana wangu:
"Keti mkono wangu wa kuume,
[43] hadi nitakapowaweka adui zako
chini ya miguu yako." '

[44] Ikiwa Daudi anamwita yeye 'Bwana,' basi atakuwaje mwanawe?"

Yesu Awashutumu Walimu Wa Sheria

[45] Wakati watu wote walikuwa wanamsikiliza, Yesu akawaambia wanafunzi wake, [46] "Jihadharini na walimu wa sheria. Wao hupenda kutembea wakiwa wamevaa mavazi marefu, na kusalimiwa kwa heshima masokoni. Hupenda kukaa kwenye viti vya mbele katika masinagogi, na kukaa kwenye nafasi za heshima katika karamu. [47] Wao hula nyumba za wajane, na ili waonekane kuwa wema, wanasali sala ndefu. Watu kama hawa watapata hukumu iliyo kuu sana."

Sadaka Ya Mjane

21 Yesu alipoinua macho yake, aliwaona matajiri wakiweka sadaka zao kwenye sanduku la hazina ya Hekalu. [2] Akamwona pia mjane mmoja maskini akiweka humo sarafu mbili ndogo za shaba. [3] Yesu akasema, "Amin, nawaambia, huyu

mjane maskini ameweka humo zaidi ya watu wengine wote. [4] Hawa watu wengine wote wametoa sadaka kutokana na wingi wa mali zao. Lakini huyu mjane ametoa kutokana na umaskini wake vyote alivyokuwa navyo, hata kile alichohitaji ili kuishi."

Dalili Za Siku Za Mwisho

[5] Baadhi ya wanafunzi wake wakawa wanamwonyesha jinsi Hekalu lilivyopambwa kwa mawe mazuri na kwa vitu vilivyotolewa kuwa sadaka kwa Mungu. Lakini Yesu akawaambia, [6] "Kuhusu haya mnayoyaona hapa, wakati utafika ambapo hakuna jiwe moja litakalobaki juu ya jingine, bali kila moja litabomolewa."

Mateso

[7] Wakamuuliza, "Mwalimu, mambo haya yatatukia lini? Ni dalili gani itaonyesha kwamba yanakaribia kutendeka?"

[8] Yesu akawajibu, "Jihadharini msije mkadanganywa. Maana wengi watakuja kwa Jina langu, wakidai, 'Mimi ndiye,' na, 'Wakati umekaribia.' Msiwafuate. [9] Lakini msikiapo habari za vita na machafuko, msiogope. Kwa maana hayo ni lazima yatokee kwanza, ila ule mwisho hautakuja wakati huo."

[10] Kisha akawaambia: "Taifa litainuka dhidi ya taifa jingine, na ufalme mmoja dhidi ya ufalme mwingine. [11] Kutakuwa na mitetemeko mikubwa ya ardhi, na njaa kali, na magonjwa ya kuambukiza katika sehemu mbalimbali. Pia kutakuwa na matukio ya kutisha na ishara kuu kutoka mbinguni.

[12] "Lakini kabla yote hayajatokea, watawakamata ninyi na kuwatesa. Watawatia mikononi mwa wakuu wa masinagogi na kuwafunga magerezani. Nanyi mtapelekwa mbele ya wafalme na watawala kwa ajili ya Jina langu. [13] Hii itawapa nafasi ya kushuhudia. [14] Lakini kusudieni mioyoni mwenu msisumbuke awali kuhusu mtakalosema mbele ya mashtaka. [15] Kwa maana nitawapa maneno na hekima ambayo hakuna hata adui yenu mmoja atakayeweza kushindana nayo wala kuipinga. [16] Mtasalitiwa hata na wazazi, ndugu, jamaa na marafiki, na baadhi yenu watawaua. [17] Mtachukiwa na watu wote kwa ajili ya Jina langu. [18] Lakini hapatakuwa na unywele mmoja wa kichwa chenu utakaoangamia. [19] Kwa kuvumilia mtaokoa roho zenu.

Kuharibiwa Kwa Yerusalemu Kwatabiriwa

[20] "Mtakapoona mji wa Yerusalemu umezungukwa na majeshi, basi fahamuni kwamba kuharibiwa kwake kumekaribia. [21] Wakati huo, wale walio Uyahudi wakimbilie milimani, walio mjini Yerusalemu watoke humo, nao wale walioko mashambani wasiingie mjini. [22] Kwa sababu huu utakuwa ni wakati wa adhabu ili kutimiza yote yaliyoandikwa. [23] Ole wao wenye mimba na wale wanaonyonyesha watoto siku hizo! Kutakuwa na dhiki kuu katika nchi na ghadhabu juu ya hawa watu. [24] Wataanguka kwa makali ya upanga, na wengine watachukuliwa kuwa mateka katika mataifa yote. Nao mji wa Yerusalemu utakanyagwa

---

[a]41 Kristo maana yake ni Masiya, yaani Aliyetiwa mafuta.

na watu wa Mataifa hadi muda wa hao watu wa Mataifa utimie.

Kuja Kwa Mwana Wa Adamu

²⁵ "Kutakuwa na ishara katika jua, mwezi na nyota. Hapa duniani, mataifa yatakuwa katika dhiki na fadhaa kutokana na ngurumo na misukosuko ya bahari. ²⁶ Watu watazimia roho kutokana na hofu kuu na kuyaona yale mambo yanayotokea duniani, kwa maana nguvu za angani zitatikisika. ²⁷ Wakati huo ndipo watakapomwona Mwana wa Adamu akija mawinguni pamoja na uweza na utukufu mkuu. ²⁸ Mambo haya yatakapoanza kutendeka, simameni na mkaviinue vichwa vyenu, kwa sababu ukombozi wenu umekaribia."

²⁹ Akawaambia mfano huu: "Uangalieni mtini na miti mingine yote. ³⁰ Inapochipua majani, ninyi wenyewe mnaweza kuona na kutambua wenyewe ya kuwa wakati wa kiangazi umekaribia. ³¹ Vivyo hivyo, myaonapo mambo haya yakitukia, mnatambua kwamba Ufalme wa Mungu umekaribia. ³² "Amin, nawaambia, kizazi hiki hakitapita hadi mambo haya yote yawe yametimia. ³³ Mbingu na nchi zitapita, lakini maneno yangu hayatapita kamwe."

Siku Ya Mwisho Itakuja Ghafula

³⁴ "Jihadharini mioyo yenu isije ikalemewa na anasa, ulevi na fadhaa za maisha haya, nayo siku ile ikawakuta ninyi bila kutazamia kama vile mtego unasavyo. ³⁵ Kwa maana kama vile mtego unasavyo, ndivyo siku hiyo itakavyowapata wanadamu wote waishio katika uso wa dunia yote. ³⁶ Kesheni daima na mwombe ili mweze kuokoka na yale yote yatakayotokea na kusimama mbele ya Mwana wa Adamu."

³⁷ Kila siku Yesu alikuwa akifundisha Hekaluni, na jioni ilipofika, alikwenda zake kwenye Mlima wa Mizeituni na kukaa huko usiku kucha. ³⁸ Nao watu wote walikuja asubuhi na mapema Hekaluni ili kumsikiliza.

Yuda Akubali Kumsaliti Yesu

22 Wakati huu Sikukuu ya Mikate Isiyotiwa Chachu, iitwayo Pasaka, ilikuwa imekaribia. ² Viongozi wa makuhani na walimu wa sheria walikuwa wanatafuta njia ya kumuua Yesu, kwa sababu waliwaogopa watu. ³ Shetani akamwingia Yuda, aliyeitwa Iskariote, mmoja wa wale Kumi na Wawili. ⁴ Yuda akaenda kwa viongozi wa makuhani na kwa maafisa wa walinzi wa Hekalu, akazungumza nao jinsi ambavyo angeweza kumsaliti Yesu. ⁵ Wakafurahi na wakakubaliana kumpa fedha. ⁶ Naye akakubali, akaanza kutafuta wakati uliofaa wa kumsaliti Yesu kwao, wakati ambapo hakuna umati wa watu.

Maandalizi Ya Pasaka

⁷ Basi ikawadia siku ya Mikate Isiyotiwa Chachu, siku ambayo mwana-kondoo wa Pasaka huchinjwa. ⁸ Hivyo Yesu akawatuma Petro na Yohana, akisema, "Nendeni mkatuandalie chakula cha Pasaka ili tuweze kuila." ⁹ Wakamuuliza, "Unataka tukuandalie wapi?"

¹⁰ Yesu akawaambia, "Tazameni, mtakapokuwa mkiingia mjini, mtakutana na mwanaume amebeba mtungi wa maji. Mfuateni mpaka kwenye nyumba atakayoingia. ¹¹ Nanyi mwambieni mwenye nyumba, 'Mwalimu anauliza: Kiko wapi chumba cha wageni, ambamo mimi na wanafunzi wangu tutakula Pasaka?' ¹² Atawaonyesha chumba kikubwa ghorofani, kikiwa kimepambwa vizuri. Andaeni humo." ¹³ Wakaenda, nao wakakuta kila kitu kama Yesu alivyowaambia. Hivyo wakaiandaa Pasaka.

Kuanzishwa Kwa Meza Ya Bwana

¹⁴ Wakati ulipowadia, Yesu akaketi mezani pamoja na wale mitume wake. ¹⁵ Kisha akawaambia, "Nimetamani sana kuila Pasaka hii pamoja nanyi kabla ya kuteswa kwangu. ¹⁶ Kwa maana, nawaambia, sitaila tena Pasaka mpaka itakapotimizwa katika Ufalme wa Mungu." ¹⁷ Akiisha kukichukua kikombe, akashukuru, akasema, "Chukueni hiki mnywe wote. ¹⁸ Kwa maana nawaambia tangu sasa sitakunywa tena katika uzao wa mzabibu, hadi Ufalme wa Mungu utakapokuja."

¹⁹ Kisha akachukua mkate, akashukuru, akaumega, na kuwapa, akisema, "Huu ni mwili wangu unaotolewa kwa ajili yenu. Fanyeni hivi kwa ukumbusho wangu."

²⁰ Vivyo hivyo baada ya kula, akakitwaa kikombe, akisema, "Kikombe hiki ni agano jipya katika damu yangu, imwagikayo kwa ajili yenu. ²¹ Lakini mkono wake huyo atakayenisaliti uko hapa mezani pamoja nami. ²² Mwana wa Adamu anaenda zake kama ilivyokusudiwa. Lakini ole wake mtu huyo amsalitiye." ²³ Wakaanza kuulizana wenyewe ni nani miongoni mwao angeweza kufanya jambo hilo.

Mabishano Kuhusu Ukuu

²⁴ Pia yakazuka mabishano katikati ya wanafunzi kwamba ni nani aliyeonekana kuwa mkuu kuliko wote miongoni mwao. ²⁵ Yesu akawaambia, "Wafalme na watu wa Mataifa huwatawala watu kwa nguvu. Nao wenye mamlaka juu yao hujiita 'Wafadhili.' ²⁶ Lakini ninyi msifanane nao. Bali yeye aliye mkuu kuliko wote miongoni mwenu, inampasa kuwa kama yeye aliye mdogo wa wote, naye atawalaye na awe kama yeye ahudumuye. ²⁷ Kwani ni nani aliye mkuu? Ni yule aketiye mezani au ni yule ahudumuye? Si ni yule aliyekaa mezani? Lakini mimi niko miongoni mwenu kama yule ahudumuye. ²⁸ Ninyi mmekuwa pamoja nami katika majaribu yangu. ²⁹ Nami kama Baba yangu alivyonipa ufalme, kadhalika mimi nami ninawapa ninyi, ³⁰ ili mpate kula na kunywa mezani pangu katika karamu ya ufalme wangu, na kukaa katika viti vya enzi, mkihukumu makabila kumi na mawili ya Israeli."

Yesu Atabiri Kuwa Petro Atamkana

³¹ Yesu akasema, "Simoni, Simoni, sikiliza, Shetani ameomba kuwapepeta ninyi wote kama ngano. ³² Lakini nimekuombea wewe Simoni ili imani yako isishindwe, nawe ukiisha kunirudia, uwaimarishe ndugu zako."

[33] Petro akajibu, "Bwana, niko tayari kwenda pamoja nawe gerezani na hata kifoni."
[34] Yesu akamjibu, "Ninakuambia Petro, kabla jogoo hajawika usiku wa leo, utakana mara tatu kwamba hunijui mimi."

Mfuko, Mkoba Na Upanga

[35] Kisha Yesu akawauliza, "Nilipowatuma bila mfuko, wala mkoba, wala viatu, mlipungukiwa na kitu chochote?"
Wakajibu, "La, hatukupungukiwa na kitu chochote."
[36] Akawaambia, "Lakini sasa, aliye na mfuko na auchukue, na aliye na mkoba vivyo hivyo. Naye asiye na upanga, auze joho lake anunue mmoja.
[37] Kwa sababu, nawaambia, andiko hili lazima litimizwe juu yangu, kwamba, 'Alihesabiwa pamoja na wakosaji'; kwa kweli yaliyoandikwa kunihusu mimi hayana budi kutimizwa."
[38] Wanafunzi wake wakamwambia, "Bwana, tazama hapa kuna panga mbili."
Akawajibu, "Inatosha."

Yesu Aomba Kwenye Mlima Wa Mizeituni

[39] Yesu akatoka, akaenda kwenye Mlima wa Mizeituni kama ilivyokuwa kawaida yake, nao wanafunzi wake wakamfuata. [40] Walipofika huko, akawaambia wanafunzi wake, "Ombeni, msije mkaingia majaribuni." [41] Akajitenga nao kama umbali wa kutupa jiwe, akapiga magoti, akaomba [42] akisema, "Baba, kama ni mapenzi yako, niondolee kikombe hiki. Lakini si kama nipendavyo, bali mapenzi yako yatendeke." [43] Malaika kutoka mbinguni akamtokea, akamtia nguvu. [44] Naye akiwa katika maumivu makuu, akaomba kwa bidii, nalo jasho lake likawa kama matone ya damu yakidondoka ardhini.
[45] Baada ya kuomba, akawarudia wanafunzi wake akawakuta wamelala, wakiwa wamechoka kutokana na huzuni. [46] Naye akawauliza, "Mbona mmelala? Amkeni, mwombe ili msije mkaingia majaribuni."

Yesu Akamatwa

[47] Yesu alipokuwa bado anazungumza, umati mkubwa wa watu ukaja. Uliongozwa na Yuda, ambaye alikuwa mmoja wa wale wanafunzi Kumi na Wawili. Akamkaribia Yesu ili ambusu. [48] Lakini Yesu akamwambia, "Yuda, je, unamsaliti Mwana wa Adamu kwa busu?"
[49] Wafuasi wa Yesu walipoona yale yaliyokuwa yanakaribia kutokea, wakasema, "Bwana, tuwakatekate kwa panga zetu?" [50] Mmoja wao akampiga mtumishi wa kuhani mkuu kwa upanga, akamkata sikio la kuume.
[51] Lakini Yesu akasema, "Acheni!" Akaligusa lile sikio la yule mtu na kumponya.
[52] Kisha Yesu akawaambia wale viongozi wa makuhani, maafisa wa walinzi wa Hekalu, pamoja na wazee waliokuwa wamekuja kumkamata, "Mmekuja na panga na marungu, kana kwamba mimi ni mnyang'anyi? [53] Siku kwa siku nilikuwa pamoja nanyi Hekaluni lakini hamkunikamata. Lakini hii ni saa yenu, wakati giza linatawala!"

Petro Amkana Yesu

[54] Kisha wakamkamata Yesu, wakamchukua, wakaenda naye mpaka nyumbani kwa kuhani mkuu. Lakini Petro akafuata kwa mbali. [55] Walipokwisha kuwasha moto katikati ya ua na kuketi pamoja, Petro naye akaketi pamoja nao. [56] Mtumishi mmoja wa kike akamwona kwa mwanga wa moto akiwa ameketi pale. Akamtazama sana, akasema, "Huyu mtu pia alikuwa pamoja na Yesu!"
[57] Lakini Petro akakana akasema, "Ewe mwanamke, hata simjui!"
[58] Baadaye kidogo, mtu mwingine alimwona Petro akasema, "Wewe pia ni mmoja wao!" Petro akajibu, "Wewe mtu, mimi sio mmoja wao!"
[59] Baada ya muda wa kama saa moja hivi, mtu mwingine akazidi kusisitiza, "Kwa hakika huyu mtu naye alikuwa pamoja na Yesu, kwa maana yeye pia ni Mgalilaya."
[60] Petro akajibu, "Wewe mtu, mimi sijui unalosema!" Wakati huo huo, akiwa bado anazungumza, jogoo akawika. [61] Naye Bwana akageuka, akamtazama Petro. Ndipo Petro akakumbuka lile neno ambalo Bwana alimwambia: "Kabla jogoo hajawika leo, utanikana mara tatu." [62] Naye akaenda nje, akalia kwa majonzi.

Walinzi Wamdhihaki Yesu Na Kumpiga

[63] Watu waliokuwa wanamlinda Yesu wakaanza kumdhihaki na kumpiga. [64] Wakamfunga kitambaa machoni na kumuuliza, "Tabiri! Tuambie ni nani aliyekupiga?" [65] Wakaendelea kumtukana kwa matusi mengi.

Yesu Apelekwa Mbele Ya Baraza

[66] Kulipopambazuka, baraza la wazee wa watu,[a] yaani viongozi wa makuhani na walimu wa sheria, wakakutana pamoja, naye Yesu akaletwa mbele yao. [67] Wakamwambia, "Kama wewe ndiye Kristo,[b] tuambie."
Yesu akawajibu, "Hata nikiwaambia hamtaamini. [68] Nami nikiwauliza swali, hamtanijibu. [69] Lakini kuanzia sasa, Mwana wa Adamu ataketi mkono wa kuume wa Mungu Mwenye Nguvu."
[70] Wote wakauliza, "Wewe basi ndiwe Mwana wa Mungu?"
Yeye akawajibu, "Ninyi mwasema kwamba mimi ndiye."
[71] Kisha wakasema, "Tuna haja gani tena ya ushahidi zaidi? Tumesikia wenyewe kutoka kinywani mwake."

Yesu Apelekwa Kwa Pilato

23 Kisha umati wote wa watu ukainuka na kumpeleka Yesu kwa Pilato. [2] Nao wakaanza kumshtaki wakisema: "Tumemwona huyu mtu akipotosha taifa letu, akiwazuia watu wasilipe kodi kwa Kaisari na kujiita kuwa yeye ni Kristo,[c] mfalme."

---

[a]66 Baraza la wazee hapa ina maana ya Sanhedrin ambalo lilikuwa ndilo Baraza la juu kabisa la utawala wa Kiyahudi, lililoundwa na wazee 70 pamoja na kuhani mkuu.
[b]67 Kristo maana yake ni Masiya, yaani Aliyetiwa mafuta.
[c]2 Kristo maana yake ni Masiya, yaani Aliyetiwa mafuta.

[3] Basi Pilato akamuuliza Yesu, "Wewe ndiye mfalme wa Wayahudi?"

Yesu akajibu, "Wewe wasema." [4] Pilato akawaambia viongozi wa makuhani na watu wote waliokuwepo, "Sioni sababu ya kutosha kumshtaki mtu huyu!" [5] Lakini wao wakakazana kusema, "Anawachochea watu kwa mafundisho yake katika Uyahudi yote, tangu Galilaya alikoanzia, hadi sehemu hii!"

Yesu Apelekwa Kwa Herode

[6] Pilato aliposikia hayo akauliza, "Huyu mtu ni Mgalilaya?" [7] Alipofahamu kwamba Yesu alikuwa chini ya mamlaka ya Herode, akampeleka kwa Herode, ambaye wakati huo alikuwa pia Yerusalemu.

[8] Herode alipomwona Yesu alifurahi sana, kwa sababu kwa muda mrefu alikuwa amesikia mambo mengi kumhusu yeye. Pia alitarajia kumwona akifanya miujiza kadha wa kadha. [9] Herode akamuuliza maswali mengi, lakini Yesu hakumjibu lolote. [10] Wakati huo viongozi wa makuhani na walimu wa sheria walikuwepo wakitoa mashtaka yao kwa nguvu sana. [11] Herode na askari wake wakamdhihaki Yesu na kumfanyia mzaha. Wakamvika vazi zuri sana, wakamrudisha kwa Pilato. [12] Siku hiyo, Herode na Pilato wakawa marafiki; kabla ya jambo hili walikuwa na uadui kati yao.

Yesu Ahukumiwa Kifo

[13] Basi Pilato akawaita pamoja viongozi wa makuhani, viongozi wengine na watu, [14] akawaambia, "Ninyi mlimleta huyu mtu kwangu kana kwamba ni mtu anayewachochea watu ili waasi. Nimemhoji mbele yenu nami nimeona hakuna msingi wowote wa mashtaka yenu dhidi yake. [15] Wala Herode hakumwona na kosa lolote, ndiyo sababu amemrudisha kwetu. Kama mnavyoona, mtu huyu hakufanya jambo lolote linalostahili kifo. [16] Kwa hiyo nitaamuru apigwe mjeledi na kumwachia." [[17] Kwa kuwa ilikuwa lazima kuwafungulia mfungwa mmoja wakati wa Sikukuu.]

[18] Ndipo watu wote wakapiga kelele kwa pamoja, "Mwondoe mtu huyo! Tufungulie Baraba!" [19] (Baraba alikuwa amefungwa gerezani kwa sababu ya maasi yaliyokuwa yametokea mjini, na kwa ajili ya uuaji).

[20] Pilato, akitaka kumwachia Yesu, akasema nao tena. [21] Lakini wao wakaendelea kupiga kelele wakisema, "Msulubishe! Msulubishe!" [22] Kwa mara ya tatu, Pilato akawauliza, "Kwani amefanya kosa gani huyu mtu? Sikuona kwake sababu yoyote inayostahili adhabu ya kifo. Kwa hiyo nitaamuru apigwe mjeledi, na kisha nitamwachia." [23] Lakini watu wakazidi kupiga kelele kwa nguvu zaidi, wakidai kwamba Yesu asulubiwe. Hivyo, kelele zao zikashinda. [24] Kwa hiyo Pilato akatoa hukumu kwamba madai yao yatimizwe. [25] Akamfungua yule mtu aliyekuwa amefungwa gerezani kwa kuhusika katika uasi dhidi ya serikali na mauaji. Akamkabidhi Yesu mikononi mwao, wamfanyie watakavyo.

Kusulubiwa Kwa Yesu

[26] Walipokuwa wakienda naye, wakamkamata mtu mmoja aitwaye Simoni mwenyeji wa Kirene, aliyekuwa anapita zake kuingia mjini kutoka shambani. Wakambebesha msalaba, wakamlazimisha auchukue nyuma ya Yesu. [27] Idadi kubwa ya watu wakamfuata Yesu, wakiwamo wanawake waliokuwa wakimlilia na kumwombolezea. [28] Yesu akawageukia, akawaambia, "Enyi binti za Yerusalemu, msinililie mimi bali jililieni ninyi wenyewe na watoto wenu. [29] Kwa maana wakati utafika mtakaposema, 'Wamebarikiwa wanawake tasa, ambao matumbo yao hayakuzaa, wala matiti yao hayakunyonyesha!' [30] Ndipo

" 'wataiambia milima, "Tuangukieni!"
na vilima, "Tufunikeni!" ' "

[31] Kwa maana kama wamefanya hivi kwa mti mbichi, kwa mti mkavu itakuwaje?"

[32] Watu wengine wawili wahalifu, walipelekwa pamoja na Yesu ili wakasulubiwe. [33] Walipofika mahali paitwapo Fuvu la Kichwa, hapo ndipo walipomsulubisha Yesu pamoja na hao wahalifu, mmoja upande wake wa kuume na mwingine upande wake wa kushoto. [34] Yesu akasema, "Baba, wasamehe, kwa maana hawajui walitendalo!" Wakagawana nguo zake kwa kupiga kura. [35] Watu wakasimama hapo wakimwangalia, nao viongozi wa Wayahudi wakamdhihaki wakisema, "Aliokoa wengine! Ajiokoe mwenyewe basi, kama yeye ndiye Kristo wa Mungu, Mteule wake." [36] Askari nao wakaja, wakamdhihaki. Wakamletea siki ili anywe, [37] na wakamwambia, "Kama wewe ni Mfalme wa Wayahudi, jiokoe mwenyewe." [38] Kwenye msalaba juu ya kichwa chake, kulikuwa na maandishi haya: HUYU NDIYE MFALME WA WAYAHUDI.

Maandishi haya yalikuwa yameandikwa kwa lugha za Kiyunani, Kilatini na Kiebrania.

[39] Mmoja wa wale wahalifu waliosulubiwa pamoja naye akamtukana, akasema: "Wewe si ndiye Kristo? Jiokoe mwenyewe na utuokoe na sisi." [40] Lakini yule mhalifu mwingine akamkemea mwenzake, akasema, "Je, wewe humwogopi Mungu, wakati uko kwenye adhabu iyo hiyo? [41] Sisi tumehukumiwa kwa haki kwa kuwa tunapata tunayostahili kwa ajili ya matendo yetu. Lakini huyu mtu hajafanya kosa lolote." [42] Kisha akasema, "Yesu, unikumbuke utakapokuja katika Ufalme wako." [43] Yesu akamjibu, "Amin, nakuambia, leo hii utakuwa pamoja nami Paradiso."[a]

Kifo Cha Yesu

[44] Ilikuwa kama saa sita mchana, nalo giza likafunika nchi yote hadi saa tisa, [45] kwa sababu jua liliacha kutoa nuru. Pazia la Hekalu likachanika vipande viwili. [46] Yesu akapaza sauti yake akasema,

---

[a]43 Paradiso maana yake bustani nzuri, hapa ina maana mahali zinapokwenda roho za wacha Mungu, yaani watakatifu.

"Baba, mikononi mwako naikabidhi roho yangu." Baada ya kusema haya, akakata roho. ⁴⁷ Yule jemadari alipoona yaliyotukia, akamsifu Mungu, akasema, "Hakika, mtu huyu alikuwa mwenye haki." ⁴⁸ Watu wote waliokuwa wamekusanyika hapo kushuhudia tukio hili walipoyaona hayo, wakapigapiga vifua vyao kwa huzuni na kwenda zao. ⁴⁹ Lakini wale wote waliomfahamu, pamoja na wale wanawake waliokuwa wamemfuata kutoka Galilaya, walisimama kwa mbali wakiyatazama mambo haya.

Maziko Ya Yesu

⁵⁰ Basi kulikuwa na mtu mmoja mwema na mwenye haki, jina lake Yosefu. Yeye alikuwa mjumbe wa Baraza la Wayahudi,ᵃ ⁵¹ lakini yeye hakuwa amekubaliana na maamuzi na vitendo vya viongozi wenzake. Huyu alikuwa mwenyeji wa Arimathaya huko Uyahudi, naye alikuwa anaungojea Ufalme wa Mungu kwa matarajio makubwa. ⁵² Yosefu alikwenda kwa Pilato, akaomba apewe mwili wa Yesu. ⁵³ Akaushusha kutoka msalabani, akaufunga katika kitambaa cha kitani safi, na kuuweka katika kaburi lililochongwa kwenye mwamba, ambalo halikuwa limezikiwa mtu mwingine bado. ⁵⁴ Ilikuwa Siku ya Maandalizi, nayo Sabato ilikuwa karibu kuanza. ⁵⁵ Wale wanawake waliokuwa wamekuja pamoja na Yesu wakimfuata kutoka Galilaya wakamfuata Yosefu, wakaliona kaburi na jinsi mwili wa Yesu ulivyolazwa. ⁵⁶ Kisha wakarudi nyumbani, wakaandaa manukato na marhamu ya kuupaka huo mwili. Lakini wakapumzika siku ya Sabato kama ilivyoamriwa.

Kufufuka Kwa Yesu

24 Mnamo siku ya kwanza ya juma, alfajiri na mapema, wale wanawake walichukua yale manukato waliyokuwa wameyaandaa, wakaenda kaburini. ² Wakakuta lile jiwe limevingirishwa kutoka kwenye kaburi, ³ lakini walipoingia ndani, hawakuuona mwili wa Bwana Yesu. ⁴ Walipokuwa wanashangaa juu ya jambo hili, ghafula watu wawili waliokuwa wamevaa mavazi yanayong'aa kama umeme wakasimama karibu nao. ⁵ Wale wanawake, wakiwa na hofu, wakainamisha nyuso zao mpaka chini. Lakini wale watu wakawaambia, "Kwa nini mnamtafuta aliye hai miongoni mwa wafu? ⁶ Hayuko hapa; amefufuka! Kumbukeni alivyowaambia alipokuwa bado yuko pamoja nanyi huko Galilaya kwamba: ⁷ 'Ilikuwa lazima Mwana wa Adamu atiwe mikononi mwa watu wenye dhambi na waovu ili asulubiwe, na siku ya tatu afufuke.' " ⁸ Ndipo wakayakumbuka maneno ya Yesu.

⁹ Waliporudi kutoka huko kaburini, wakawaeleza wale wanafunzi kumi na mmoja pamoja na wengine wote mambo haya yote. ¹⁰ Basi Maria Magdalene, Yoana, na Maria mama yake Yakobo, pamoja na wanawake wengine waliofuatana nao ndio waliwaelezea mitume habari hizi. ¹¹ Lakini hawakuwasadiki hao wanawake, kwa sababu maneno yao yalionekana kama upuzi. ¹² Hata hivyo,

Petro akainuka na kukimbia kwenda kule kaburini. Alipoinama kuchungulia, akaona vile vitambaa vya kitani, ila hakuona kitu kingine. Naye akaenda zake akijiuliza nini kilichotokea.

Njiani Kwenda Emau

¹³ Ikawa siku iyo hiyo, wanafunzi wawili wa Yesu walikuwa njiani wakienda kijiji kilichoitwa Emau, yapata maili sabaᵇ kutoka Yerusalemu. ¹⁴ Walikuwa wakizungumza wao kwa wao kuhusu mambo yote yaliyotukia. ¹⁵ Walipokuwa wakizungumza na kujadiliana, Yesu mwenyewe akaja akatembea pamoja nao, ¹⁶ lakini macho yao yakazuiliwa ili wasimtambue.

¹⁷ Akawauliza, "Ni mambo gani haya mnayozungumza wakati mnatembea?"

Wakasimama, nyuso zao zikionyesha huzuni. ¹⁸ Mmoja wao, aliyeitwa Kleopa, akamuuliza, "Je, wewe ndiye peke yako mgeni huku Yerusalemu ambaye hufahamu mambo yaliyotukia humo siku hizi?"

¹⁹ Akawauliza, "Mambo gani?"

Wakamjibu, "Mambo ya Yesu wa Nazareti. Yeye alikuwa nabii, mwenye uwezo mkuu katika maneno yake na matendo yake, mbele za Mungu na mbele ya wanadamu wote. ²⁰ Viongozi wa makuhani na viongozi wetu walimtoa ahukumiwe kufa, nao wakamsulubisha. ²¹ Lakini tulikuwa tumetegemea kwamba yeye ndiye angelikomboa Israeli. Zaidi ya hayo, leo ni siku ya tatu tangu mambo haya yatokee. ²² Isitoshe, baadhi ya wanawake katika kundi letu wametushtusha. Walikwenda kaburini leo alfajiri, ²³ lakini hawakuukuta mwili wake. Walirudi wakasema wameona maono ya malaika ambao waliwaambia kwamba Yesu yu hai. ²⁴ Kisha baadhi ya wenzetu walikwenda kaburini wakalikuta kama vile wale wanawake walivyokuwa wamesema, lakini yeye hawakumwona."

²⁵ Yesu akawaambia, "Ninyi ni wajinga kiasi gani, nanyi ni wazito mioyoni mwenu kuamini mambo yote yaliyonenwa na manabii! ²⁶ Je, haikumpasa Kristoᶜ kuteswa kwa njia hiyo na kisha aingie katika utukufu wake?" ²⁷ Naye akianzia na Sheria ya Mose na Manabii wote, akawafafanulia jinsi Maandiko yalivyosema kumhusu yeye.

²⁸ Nao walipokaribia kile kijiji walichokuwa wakienda, Yesu akawa kama anaendelea mbele. ²⁹ Lakini wao wakamsihi sana akae nao, wakisema, "Kaa hapa nasi, kwa maana sasa ni jioni na usiku unaingia." Basi akaingia ndani kukaa nao.

³⁰ Alipokuwa mezani pamoja nao, akachukua mkate, akashukuru, akaumega, akaanza kuwagawia. ³¹ Ndipo macho yao yakafumbuliwa, nao wakamtambua, naye akatoweka machoni pao. Hawakumwona tena. ³² Wakaulizana wao kwa wao, "Je, mioyo yetu haikuwakawaka kwa furaha ndani yetu alipokuwa anazungumza nasi njiani na kutufafanulia Maandiko?"

³³ Wakaondoka mara, wakarudi Yerusalemu. Wakawakuta wale wanafunzi kumi na mmoja na wale waliokuwa pamoja nao, wamekusanyika

---

ᵃ50 Baraza la Wayahudi hapa ina maana ya Sanhedrin ambalo lilikuwa ndilo baraza la juu kabisa la utawala wa Kiyahudi, lililoundwa na wazee 70 pamoja na kuhani mkuu.

ᵇ13 Maili saba ni kama kilomita 11.2.

ᶜ26 Kristo maana yake ni Masiya, yaani Aliyetiwa mafuta.

³⁴ wakisema, "Ni kweli! Bwana amefufuka, naye amemtokea Simoni." ³⁵ Kisha wale wanafunzi wawili wakaeleza yaliyotukia njiani na jinsi walivyomtambua Yesu alipoumega mkate.

Yesu Awatokea Wanafunzi Wake

³⁶ Walipokuwa bado wanazungumza hayo, Yesu mwenyewe akasimama katikati yao, akasema, "Amani iwe nanyi!" ³⁷ Wakashtuka na kuogopa wakidhani kwamba wameona mzuka. ³⁸ Lakini Yesu akawauliza, "Kwa nini mnaogopa? Kwa nini mna shaka mioyoni mwenu? ³⁹ Tazameni mikono yangu na miguu yangu, mwone kuwa ni mimi hasa. Niguseni mwone; kwa maana mzuka hauna nyama na mifupa, kama mnionavyo kuwa navyo." ⁴⁰ Aliposema haya, akawaonyesha mikono na miguu yake. ⁴¹ Wakashindwa kuamini kwa ajili ya furaha na mshangao waliokuwa nao. Akawauliza, "Mna chakula chochote hapa?" ⁴² Wakampa kipande cha samaki aliyeokwa, ⁴³ naye akakichukua na kukila mbele yao.

⁴⁴ Akawaambia, "Haya ndiyo yale niliyowaambia nilipokuwa bado niko pamoja nanyi, kwamba yote yaliyoandikwa kunihusu mimi katika Sheria ya Mose, Manabii na Zaburi hayana budi kutimizwa." ⁴⁵ Ndipo akafungua fahamu zao ili waweze kuyaelewa Maandiko. ⁴⁶ Akawaambia, "Haya ndiyo yaliyoandikwa: Kristo atateswa na siku ya tatu atafufuka kutoka kwa wafu. ⁴⁷ Toba na msamaha wa dhambi zitatangaziwa mataifa yote kupitia jina lake kuanzia Yerusalemu. ⁴⁸ Ninyi ni mashahidi wa mambo haya.

Kuahidiwa Kwa Roho Mtakatifu

⁴⁹ "Tazama nitawatumia ahadi ya Baba yangu; lakini kaeni humu mjini hadi mtakapovikwa uwezo utokao juu."

Kupaa Kwa Yesu Mbinguni

⁵⁰ Akiisha kuwaongoza mpaka kwenye viunga vya Bethania, akainua mikono yake juu na kuwabariki. ⁵¹ Alipokuwa anawabariki, akawaacha, akachukuliwa mbinguni. ⁵² Kisha wakamwabudu na kurudi Yerusalemu wakiwa wamejawa na furaha kuu. ⁵³ Nao wakadumu ndani ya Hekalu wakimtukuza Mungu. Amen.

YOHANA

Neno Alifanyika Mwili

1 Hapo mwanzo alikuwako Neno, huyo Neno alikuwa pamoja na Mungu, naye Neno alikuwa Mungu. ² Tangu mwanzo huyo Neno alikuwa pamoja na Mungu.

³ Vitu vyote viliumbwa kwa yeye, wala pasipo yeye hakuna chochote kilichoumbwa ambacho kimeumbwa. ⁴ Ndani yake ndimo ulimokuwa uzima na huo uzima ulikuwa nuru ya watu. ⁵ Nuru hung'aa gizani nalo giza halikuishinda.

⁶ Alikuja mtu mmoja aliyetumwa kutoka kwa Mungu, jina lake Yohana. ⁷ Alikuja kama shahidi apate kuishuhudia hiyo nuru, ili kwa kupitia kwake watu wote waweze kuamini. ⁸ Yeye mwenyewe hakuwa ile nuru, bali alikuja kuishuhudia hiyo nuru. ⁹ Kwamba nuru halisi, imwangaziayo kila mtu ilikuwa inakuja ulimwenguni.

¹⁰ Huyo Neno alikuwako ulimwenguni na ingawa ulimwengu uliumbwa kupitia kwake, hakumtambua. ¹¹ Alikuja kwa walio wake, lakini wao hawakumpokea. ¹² Bali wote waliompokea, aliwapa uwezo wa kufanyika watoto wa Mungu, ndio wale waliaminio jina lake. ¹³ Hawa ndio wasiozaliwa kwa damu, wala kwa mapenzi ya mwili au kwa mapenzi ya mtu, bali kwa mapenzi ya Mungu.

¹⁴ Neno alifanyika mwili, akakaa miongoni mwetu, nasi tukauona utukufu wake, utukufu kama wa Mwana pekee atokaye kwa Baba, amejaa neema na kweli.

¹⁵ Yohana alishuhudia habari zake, akapaza sauti, akisema, "Huyu ndiye yule niliyewaambia kwamba, 'Yeye ajaye baada yangu ni mkuu kuniliko mimi, kwa kuwa alikuwepo kabla yangu.'" ¹⁶ Kutokana na ukamilifu wake, sisi sote tumepokea neema juu ya neema. ¹⁷ Kwa kuwa sheria ilitolewa kwa mkono wa Mose, lakini neema na kweli imekuja kupitia Yesu Kristo. ¹⁸ Hakuna mtu yeyote aliyemwona Mungu wakati wowote, ila ni Mungu Mwana pekee, aliye kifuani mwa Baba ndiye ambaye amemdhihirisha.

Ushuhuda Wa Yohana Mbatizaji

¹⁹ Huu ndio ushuhuda wa Yohana wakati Wayahudi walipowatuma makuhani na Walawi kutoka Yerusalemu kumuuliza, "Wewe ni nani?" ²⁰ Yohana alikiri waziwazi pasipo kuficha akasema, "Mimi si Kristo."ᵃ ²¹ Wakamuuliza, "Wewe ni nani basi? Je, wewe ni Eliya?"

Yeye akajibu, "Hapana, mimi siye."

"Je, wewe ni yule Nabii?"

Akajibu, "Hapana."

²² Ndipo wakasema, "Basi tuambie wewe ni nani ili tupate jibu la kuwapelekea wale waliotutuma. Wewe wasemaje juu yako mwenyewe?"

²³ Akawajibu kwa maneno ya nabii Isaya, akisema, "Mimi ni sauti ya mtu aliaye nyikani, 'Yanyaosheni mapito ya Bwana.'"

²⁴ Basi walikuwa wametumwa watu kutoka kwa Mafarisayo ²⁵ wakamuuliza, "Kama wewe si Kristo, wala si Eliya na wala si yule Nabii, kwa nini basi unabatiza?"

²⁶ Yohana akawajibu, "Mimi ninabatiza kwa maji,ᵇ lakini katikati yenu yupo mtu msiyemjua. ²⁷ Yeye ajaye baada yangu, sistahili hata kufungua kamba za viatu vyake." ²⁸ Mambo haya yote yalitukia huko Bethania, ng'ambo ya Mto Yordani, mahali Yohana alipokuwa akibatiza.

Yesu Mwana-Kondoo Wa Mungu

²⁹ Siku iliyofuata, Yohana alimwona Yesu akimjia akasema, "Tazama, Mwana-Kondoo wa Mungu aichukuaye dhambi ya ulimwengu! ³⁰ Huyu ndiye yule niliyewaambia kwamba, 'Mtu anakuja baada yangu ambaye ni mkuu kuniliko mimi, kwa kuwa alikuwepo kabla yangu.' ³¹ Mimi mwenyewe sikumfahamu, lakini sababu ya kuja nikibatiza kwa maji ni ili yeye apate kufunuliwa kwa Israeli." ³² Kisha Yohana akatoa ushuhuda huu: "Nilimwona Roho akishuka kutoka mbinguni kama hua, akakaa juu yake. ³³ Mimi nisingemtambua, lakini yeye aliyenituma nibatize kwa maji alikuwa ameniambia, 'Yule mtu utakayemwona Roho akimshukia na kukaa juu yake, huyo ndiye atakayebatiza kwa Roho Mtakatifu.' ³⁴ Mimi mwenyewe nimeona jambo hili na ninashuhudia kuwa huyu ndiye Mwana wa Mungu."

Wanafunzi Wa Kwanza Wa Yesu

³⁵ Siku iliyofuata, Yohana alikuwa huko tena pamoja na wanafunzi wake wawili. ³⁶ Alipomwona Yesu akipita, akasema, "Tazama, Mwana-Kondoo wa Mungu!"

³⁷ Wale wanafunzi wawili walipomsikia Yohana akisema haya, wakamfuata Yesu. ³⁸ Yesu akageuka, akawaona wakimfuata akawauliza, "Mnataka nini?"

Wakamwambia, "Rabi," (maana yake Mwalimu), "Unaishi wapi?"

³⁹ Yesu akawajibu, "Njooni, nanyi mtapaona!" Hivyo wakaenda na kupaona mahali alipokuwa anaishi, wakakaa naye siku ile, kwa kuwa ilikuwa yapata saa kumi.

⁴⁰ Andrea nduguye Simoni Petro, alikuwa mmoja wa wale wawili waliosikia yale Yohana aliyokuwa amesema, naye ndiye alimfuata Yesu. ⁴¹ Kitu cha kwanza Andrea alichofanya ni kumtafuta Simoni nduguye na kumwambia, "Tumemwona Masiya" (yaani, Kristo). ⁴² Naye akamleta kwa Yesu.

Yesu akamwangalia na kusema, "Wewe ni

ᵃ20 *Kristo* maana yake ni *Masiya*, yaani *Aliyetiwa mafuta.*   ᵇ26 Hapa tafsiri zingine zinasema ndani ya maji.

Simoni mwana wa Yohana. Utaitwa Kefa" (ambalo limetafsiriwa Petro⁹).

Yesu Awaita Filipo Na Nathanaeli

⁴³ Siku iliyofuata Yesu aliamua kwenda Galilaya. Akamkuta Filipo, akamwambia, "Nifuate." ⁴⁴ Basi Filipo alikuwa mwenyeji wa Bethsaida, mji alikotoka Andrea na Petro. ⁴⁵ Filipo naye akamkuta Nathanaeli na kumwambia, "Tumemwona yeye ambaye Mose aliandika habari zake katika Sheria na ambaye pia manabii waliandika kumhusu, yaani, Yesu wa Nazareti, mwana wa Yosefu." ⁴⁶ Nathanaeli akauliza, "Nazareti! Je, kitu chochote chema chaweza kutoka Nazareti?" Filipo akamwambia, "Njoo uone." ⁴⁷ Yesu alipomwona Nathanaeli anakaribia, akanena habari zake akasema, "Tazama huyu ni Mwisraeli kweli kweli, hana hila ndani yake." ⁴⁸ Nathanaeli akamuuliza, "Umenifahamuje?" Yesu akamjibu, "Nilikuona ulipokuwa bado uko chini ya mtini, kabla hata Filipo hajakuita." ⁴⁹ Nathanaeli akamwambia, "Rabi, wewe ni Mwana wa Mungu! Wewe ni Mfalme wa Israeli!" ⁵⁰ Yesu akamwambia, "Unaamini kwa kuwa nilikuambia nilikuona ulipokuwa bado uko chini ya mtini? Basi utaona mambo makuu zaidi kuliko hilo." ⁵¹ Ndipo akawaambia, "Amin, amin nawaambia, ninyi mtaona mbingu ikifunguka na malaika wa Mungu wakipanda na kushuka juu ya Mwana wa Adamu."

Arusi Huko Kana

2 Siku ya tatu kulikuwa na arusi katika mji wa Kana ya Galilaya, naye mama yake Yesu alikuwepo pale. ² Yesu pamoja na wanafunzi wake walikuwa wamealikwa arusini pia. ³ Divai ilipokwisha, mama yake Yesu akamwambia, "Wameishiwa na divai." ⁴ Yesu akamwambia, "Mwanamke, nina nini nawe? Saa yangu haijawadia." ⁵ Mama yake akawaambia wale watumishi, "Lolote atakalowaambia, fanyeni." ⁶ Basi ilikuwepo mitungi sita ya kuhifadhia maji iliyotengenezwa kwa mawe kwa ajili ya kujitakasa kwa desturi ya Kiyahudi; kila mtungi ungeweza kuchukua vipipa viwili au vitatu.ᵇ ⁷ Yesu akawaambia wale watumishi, "Ijazeni hiyo mitungi maji." Nao wakaijaza ile mitungi mpaka juu. ⁸ Kisha akawaambia, "Sasa choteni hayo maji kidogo, mpelekeeni mkuu wa meza." Hivyo wakachota, wakampelekea. ⁹ Yule mkuu wa meza akayaonja yale maji ambayo yalikuwa yamebadilika kuwa divai. Hakujua divai hiyo ilikotoka ingawa wale watumishi waliochota yale maji wao walifahamu. Basi akamwita bwana arusi kando ¹⁰ akamwambia, "Watu wote hutoa kwanza divai nzuri, kisha huleta ile divai hafifu wageni wakisha kunywa vya kutosha, lakini wewe umeiweka ile nzuri kupita zote mpaka sasa."

⁴⁴ 42 Petro kwa Kiyunani au Kefa kwa Kiaramu; maana yake ni Kipande cha mwamba.
ᵇ 6 Kipipa kimoja chenye ujazo wa lita 40; hivyo kila mtungi ulikuwa na ujazo wa lita 80 au 120.

¹¹ Huu, ndio uliokuwa muujiza wa kwanza Yesu aliofanya Kana ya Galilaya. Hivyo Yesu alidhihirisha utukufu wake, nao wanafunzi wake wakamwamini.

Yesu Atakasa Hekalu

¹² Baada ya hayo, Yesu pamoja na mama yake, ndugu zake na wanafunzi wake, walishuka mpaka Kapernaumu, wakakaa huko siku chache. ¹³ Ilipokaribia wakati wa Pasaka ya Wayahudi, Yesu alipanda kwenda Yerusalemu. ¹⁴ Huko Hekaluni aliwakuta watu wakiuza ng'ombe, kondoo na njiwa, nao wengine walikuwa wameketi mezani wakibadili fedha. ¹⁵ Akatengeneza mjeledi kutokana na kamba, akawafukuza wote kutoka kwenye eneo la Hekalu, pamoja na kondoo na ng'ombe. Akazipindua meza za wale wabadili fedha na kuzimwaga fedha zao. ¹⁶ Akawaambia wale waliokuwa wakiuza njiwa, "Waondoeni hapa! Mnathubutuje kuifanya nyumba ya Baba yangu kuwa mahali pa biashara?" ¹⁷ Wanafunzi wake wakakumbuka kuwa imeandikwa: "Wivu wa nyumba yako utanila." ¹⁸ Ndipo Wayahudi wakamuuliza, "Unaweza kutuonyesha ishara gani ili kuthibitisha mamlaka uliyo nayo ya kufanya mambo haya?" ¹⁹ Yesu akawajibu, "Libomoeni hili Hekalu, nami nitalijenga tena kwa siku tatu!" ²⁰ Wale Wayahudi wakamjibu, "Hekalu hili lilijengwa kwa muda wa miaka arobaini na sita, nawe wasema utalijenga kwa siku tatu?" ²¹ Lakini yeye Hekalu alilozungumzia ni mwili wake. ²² Baada ya kufufuliwa kutoka kwa wafu, wanafunzi wake wakakumbuka yale aliyokuwa amesema. Ndipo wakayaamini Maandiko na yale maneno Yesu aliyokuwa amesema. ²³ Ikawa Yesu alipokuwa Yerusalemu kwenye Sikukuu ya Pasaka, watu wengi waliona ishara na miujiza aliyokuwa akifanya, wakaamini katika jina lake. ²⁴ Lakini Yesu hakujiaminisha kwao kwa sababu aliwajua wanadamu wote. ²⁵ Hakuhitaji ushuhuda wa mtu yeyote kuhusu mtu, kwa kuwa alijua yote yaliyokuwa moyoni mwa mtu.

Nikodemo Amwendea Yesu Usiku

3 Basi palikuwa na mtu mmoja Farisayo, jina lake Nikodemo, mmoja wa Baraza la Wayahudiᶜ lililotawala. ² Huyu alimjia Yesu usiku akamwambia, "Rabi, tunajua kuwa wewe ni mwalimu uliyetumwa na Mungu, kwa maana hakuna mtu awezaye kufanya miujiza hii uifanyayo wewe, kama Mungu hayuko pamoja naye." ³ Yesu akamjibu, "Amin, amin nakuambia, mtu asipozaliwa mara ya pili." ⁴ Nikodemo akauliza, "Awezaje mtu kuzaliwa wakati akiwa mzee? Hakika hawezi kuingia mara ya pili kwenye tumbo la mama yake ili azaliwe!" ⁵ Yesu akamwambia, "Amin, amin nakuambia, hakuna mtu yeyote awezaye kuingia Ufalme wa Mungu asipozaliwa kwa maji na kwa Roho. ⁶ Mwili huzaa mwili, lakini Roho huzaa roho.

ᶜ 1 Baraza la Wayahudi hapa ina maana ya Sanhedrin ambalo lilikuwa ndilo Baraza la juu kabisa la utawala wa Kiyahudi, lililoundwa na wazee 70 pamoja na kuhani mkuu.

[7] Kwa hiyo usishangae ninapokuambia huna budi 'kuzaliwa mara ya pili.' [8] Upepo huvuma popote upendapo. Mvumo wake unausikia lakini huwezi ukafahamu utokako wala uendako. Ndivyo ilivyo kwa kila mtu aliyezaliwa na Roho." [9] Nikodemo akamuuliza, "Mambo haya yanawezekanaje?" [10] Yesu akamwambia, "Wewe ni mwalimu mashuhuri wa Waisraeli, nawe huelewi mambo haya? [11] Amin, amin ninakuambia, sisi tunazungumza lile tunalolijua na tunashuhudia lile tuliloliona. Lakini ninyi watu hamkubali ushuhuda wetu. [12] Nimewaambia mambo ya duniani, nanyi hamkuniamini, mtaniaminije basi nitakapowaambia mambo ya mbinguni? [13] Hakuna mtu yeyote aliyekwenda mbinguni isipokuwa yeye aliyeshuka kutoka mbinguni, yaani, Mwana wa Adamu. [14] Kama vile Mose alivyomwinua yule nyoka kule jangwani, vivyo hivyo Mwana wa Adamu hana budi kuinuliwa juu. [15] Ili kila mtu amwaminiye awe na uzima wa milele.

[16] "Kwa maana jinsi hii Mungu aliupenda ulimwengu hata akamtoa Mwanawe wa pekee, ili kila mtu amwaminiye asipotee, bali awe na uzima wa milele. [17] Kwa maana Mungu hakumtuma Mwanawe kuuhukumu ulimwengu, bali kupitia kwake ulimwengu upate kuokolewa. [18] Yeyote amwaminiye hahukumiwi, lakini asiyeamini amekwisha kuhukumiwa, kwa sababu hakuliamini jina la Mwana pekee wa Mungu. [19] Hii ndiyo hukumu kwamba: Nuru imekuja ulimwenguni, nao watu wakapenda giza kuliko nuru kwa sababu matendo yao ni maovu. [20] Kwa kuwa kila atendaye maovu huchukia nuru, wala haji kwenye nuru ili matendo yake maovu yasifichuliwe. [21] Lakini yule aishiye kwa ukweli huja kwenye nuru, ili ionekane wazi kwamba matendo yake yametendeka katika Mungu."

Ushuhuda Wa Yohana Mbatizaji Kuhusu Yesu

[22] Baada ya haya, Yesu na wanafunzi wake walikwenda katika nchi ya Uyahudi, nao wakakaa huko kwa muda na kubatiza. [23] Yohana naye alikuwa akibatiza huko Ainoni karibu na Salimu kwa sababu huko kulikuwa na maji tele. Watu wazima wakamjia huko ili kubatizwa. [24] (Hii ilikuwa kabla Yohana hajatiwa gerezani). [25] Mashindano yakazuka kati ya baadhi ya wanafunzi wa Yohana na Myahudi mmoja kuhusu suala la desturi ya kunawa kwa utakaso. [26] Wakamwendea Yohana wakamwambia, "Rabi, yule mtu aliyekuwa pamoja nawe ng'ambo ya Mto Yordani, yule uliyeshuhudia habari zake, sasa anabatiza na kila mtu anamwendea!" [27] Yohana akawajibu, "Hakuna mtu yeyote awezaye kupata kitu chochote isipokuwa kile tu alichopewa kutoka mbinguni. [28] Ninyi wenyewe ni mashahidi wangu kwamba nilisema, 'Mimi si Kristo,[a] ila nimetumwa nimtangulie.' [29] Bibi arusi ni wa bwana arusi. Lakini rafiki yake bwana arusi anayesimama karibu naye na kusikiliza kutoka kwake, hufurahi sana aisikiapo sauti ya bwana arusi. Kwa sababu hii furaha yangu imekamilika. [30] Yeye hana budi kuwa mkuu zaidi na mimi nizidi kuwa mdogo."

---

[a] 28 *Kristo* maana yake ni *Masiya,* yaani *Aliyetiwa mafuta.*

Yeye Aliyetoka Mbinguni

[31] "Yeye ajaye kutoka juu yu juu ya yote, yeye aliye wa duniani ni wa dunia, naye huzungumza mambo ya duniani. Yeye aliyekuja kutoka mbinguni, yu juu ya yote. [32] Yeye hushuhudia yale aliyoyaona na kuyasikia, lakini hakuna yeyote anayekubali ushuhuda wake. [33] Lakini yeyote anayekubali huo ushuhuda anathibitisha kwamba, Mungu ni kweli. [34] Yeye aliyetumwa na Mungu husema maneno ya Mungu, kwa kuwa Mungu humtoa Roho pasipo kipimo. [35] Baba anampenda Mwana, naye ametia vitu vyote mikononi mwake. [36] Yeyote anayemwamini Mwana ana uzima wa milele, lakini yeye asiyemwamini Mwana hatauona uzima, bali ghadhabu ya Mungu itakuwa juu yake."

Yesu Azungumza Na Mwanamke Msamaria

4 Mafarisayo wakasikia kwamba Yesu alikuwa anapata na kubatiza wanafunzi wengi zaidi kuliko Yohana, [2] ingawa kwa kweli si Yesu mwenyewe aliyekuwa akibatiza, ila ni wanafunzi wake. [3] Bwana alipojua mambo haya, aliondoka Uyahudi akarudi tena Galilaya. [4] Wakati huo ilimlazimu apitie Samaria. [5] Akafika kwenye mji mmoja wa Samaria uitwao Sikari, karibu na lile shamba ambalo Yakobo alimpa mwanawe Yosefu. [6] Huko ndiko kulikokuwa na kile kisima cha Yakobo. Naye Yesu alikuwa amechoka kwa kuwa alikuwa ametoka safarini. Akaketi karibu na hicho kisima. Ilikuwa yapata saa sita mchana. [7] Mwanamke mmoja Msamaria akaja kuteka maji, Yesu akamwambia, "Naomba maji ninywe. [8] (Wakati huo wanafunzi wake walikuwa wamekwenda mjini kununua chakula.) [9] Yule mwanamke Msamaria akamjibu, "Wewe ni Myahudi na mimi ni Msamaria. Yawezekanaje uniombe nikupe maji ya kunywa?" Wayahudi walikuwa hawashirikiani kabisa na Wasamaria. [10] Yesu akajibu akamwambia, "Kama ungelijua karama ya Mungu, naye ni nani anayekuambia, Nipe maji ninywe, wewe ungelimwomba yeye, naye angelikupa maji yaliyo hai." [11] Yule mwanamke akamjibu, "Bwana, wewe huna chombo cha kutekea maji na kisima hiki ni kirefu. Hayo maji ya uzima utayapata wapi? [12] Kwani wewe ni mkuu kuliko baba yetu Yakobo ambaye alitupatia kisima hiki, ambacho yeye pamoja na watoto wake na mifugo yake walikitumia?" [13] Yesu akamjibu, "Kila mtu anayekunywa maji ya kisima hiki, ataona kiu tena. [14] Lakini yeyote anywaye maji nitakayompa, hataona kiu kamwe. Maji nitakayompa yatakuwa ndani yake chemchemi za maji yakibubujika uzima wa milele. [15] Yule mwanamke akamwambia, "Bwana, tafadhali nipe maji hayo ili nisipate kiu tena na wala nisije tena hapa kuteka maji!" [16] Yesu akamjibu, "Nenda ukamwite mumeo, uje naye hapa." [17] Yule mwanamke akajibu, "Sina mume." Yesu akamwambia, "Umesema kweli kuwa huna mume. [18] Kwa maana umeshakuwa na wanaume watano na mwanaume unayeishi naye sasa si mume wako! Umesema ukweli."

[19] Yule mwanamke akasema, "Bwana, naona bila shaka wewe ni nabii. [20] Baba zetu waliabudu kwenye mlima huu, lakini ninyi Wayahudi mnasema ni lazima tukaabudu huko Yerusalemu." [21] Yesu akamjibu, "Mwanamke, niamini, wakati unakuja ambapo hamtamwabudu Baba katika mlima huu, wala huko Yerusalemu. [22] Ninyi Wasamaria mnaabudu msichokijua. Sisi Wayahudi tunamwabudu Mungu tunayemjua kwa sababu wokovu unatoka kwa Wayahudi. [23] Lakini saa yaja, tena ipo, ambapo wale waabuduo halisi, watamwabudu Baba katika roho na kweli. Watu wanaoabudu namna hii, ndio Baba anawatafuta. [24] Mungu ni Roho na wote wanaomwabudu imewapasa kumwabudu katika roho na kweli."

[25] Yule mwanamke akamwambia, "Ninafahamu kwamba Masiya (aitwaye Kristo) anakuja. Yeye akija, atatueleza mambo yote." [26] Yesu akamwambia, "Mimi ninayezungumza nawe, ndiye." [27] Wakati huo wanafunzi wake wakarudi, wakashangaa sana kumwona akizungumza na mwanamke. Lakini hakuna aliyemuuliza, "Unataka nini kwake?" Au "Kwa nini unazungumza naye?" [28] Yule mwanamke akaacha mtungi wake, akarudi mjini akawaambia watu, [29] "Njooni mkamwone mtu aliyeniambia kila kitu nilichotenda! Je, yawezekana huyu ndiye Kristo?"[a] [30] Basi wakamiminika watu kutoka mjini wakamwendea Yesu.

[31] Wakati huo wanafunzi wake walikuwa wakimsihi, "Rabi, kula angalau chochote." [32] Lakini yeye akawajibu, "Mimi ninacho chakula ambacho ninyi hamkifahamu." [33] Basi wanafunzi wakaanza kuulizana, "Kuna mtu ambaye amemletea chakula?" [34] Lakini Yesu akawajibu, "Chakula changu ni kufanya mapenzi ya Mungu ambaye amenituma na kuikamilisha kazi yake. [35] Je, ninyi hamsemi, 'Bado miezi minne tuvune?' Inueni macho yenu myaangalie mashamba jinsi mazao yalivyo tayari kuvunwa! [36] Mvunaji tayari anapokea mshahara wake, naye anakusanya mazao kwa ajili ya uzima wa milele. Ili yeye apandaye na yeye avunaye wafurahi pamoja. [37] Hivyo kule kusema, 'Mmoja hupanda na mwingine huvuna,' ni kweli kabisa. [38] Niliwatuma mkavune mazao ambayo hamkupanda, wengine walifanya kazi ngumu, nanyi mmevuna faida ya taabu yao."

Wasamaria Wengi Waamini

[39] Wasamaria wengi katika mji ule wakamwamini Yesu kwa sababu ya ushuhuda wa yule mwanamke alipowaambia kwamba, "Ameniambia kila kitu nilichotenda." [40] Hivyo wale Wasamaria walipomjia, wakamsihi akae kwao. Naye akakaa huko siku mbili. [41] Kwa sababu ya neno lake, watu wengi wakaamini. [42] Wakamwambia yule mwanamke, "Sasa tunaamini, wala si kwa sababu ya maneno yako tu, bali kwa kuwa tumemsikia sisi wenyewe. Tumejua hakika kweli ya kwamba huyu ndiye Kristo, Mwokozi wa ulimwengu."

Yesu Amponya Mwana Wa Afisa

[43] Baada ya zile siku mbili, Yesu aliondoka kwenda Galilaya. [44] (Basi Yesu mwenyewe alikuwa amesema kwamba nabii hapati heshima katika nchi yake mwenyewe.) [45] Alipofika Galilaya, Wagalilaya walimkaribisha, kwani walikuwa wameona yale aliyoyatenda huko Yerusalemu wakati wa Sikukuu ya Pasaka. Kwa maana wao pia walikuwa wamehudhuria hiyo Sikukuu.

[46] Hivyo Yesu akaja tena mpaka Kana ya Galilaya, kule alikokuwa amebadili maji kuwa divai. Huko kulikuwepo na afisa mmoja wa mfalme, ambaye mwanawe alikuwa mgonjwa huko Kapernaumu. [47] Huyo mtu aliposikia kwamba Yesu alikuwa amewasili Galilaya kutoka Uyahudi, alimwendea na kumwomba ili aje kumponya mwanawe, aliyekuwa mgonjwa karibu ya kufa.

[48] Yesu akamwambia, "Ninyi watu msipoona ishara na miujiza kamwe hamtaamini." [49] Yule afisa wa mfalme akamwambia, "Bwana, tafadhali shuka kabla mwanangu hajafa." [50] Yesu akamjibu, "Enenda zako, mwanao yu hai." Yule afisa akaamini yale maneno Yesu aliyomwambia, akaondoka akaenda zake. [51] Alipokuwa bado yuko njiani, akakutana na watumishi wake wakamwambia kwamba mwanawe yu mzima. [52] Akawauliza saa ambayo alianza kupata nafuu. Wakamwambia, "Jana yapata saa saba, homa ilimwacha." [53] Ndipo baba wa huyo mtoto akakumbuka kuwa huo ndio wakati ambapo Yesu alikuwa amemwambia, "Mwanao yu hai." Kwa hiyo yeye, pamoja na wote wa nyumbani mwake wakamwamini Yesu. [54] Hii ilikuwa ishara ya pili ambayo Yesu alifanya aliporudi Galilaya kutoka Uyahudi.

Yesu Amponya Mtu Kwenye Bwawa La Bethzatha

5 Baada ya haya, kulikuwa na Sikukuu ya Wayahudi, naye Yesu akapanda kwenda Yerusalemu. [2] Huko Yerusalemu, karibu na mlango uitwao Mlango wa Kondoo, palikuwa na bwawa moja lililoitwa kwa Kiebrania Bethzatha,[b] ambalo lilikuwa limezungukwa na kumbi tano. [3] Hapa palikuwa na idadi kubwa ya wasiojiweza, yaani, vipofu, viwete, na waliopooza [wakingojea maji yatibuliwe. [4] Kwa maana malaika alikuwa akishuka wakati fulani, akayatibua maji. Yule aliyekuwa wa kwanza kuingia ndani baada ya maji kutibuliwa alipona ugonjwa wowote aliokuwa nao]. [5] Mtu mmoja alikuwako huko ambaye alikuwa ameugua kwa miaka thelathini na minane. [6] Yesu alipomwona akiwa amelala hapo, naye akijua kuwa amekuwa hapo kwa muda mrefu, akamwambia, "Je, wataka kuponywa?"

[7] Yule mgonjwa akamjibu, "Bwana, mimi sina mtu wa kuniingiza bwawani maji yanapotibuliwa. Nami ninapotaka kutumbukia bwawani, mtu mwingine huingia kabla yangu."

---

[a] 29 *Kristo* maana yake ni *Masiya*, yaani *Aliyetiwa mafuta*.

[b] 2 Bethzatha ni neno la Kiebrania ambalo maana yake ni Nyumba ya mizeituni; mahali pengine limetajwa kama Bethesda kwa Kiaramu, yaani Nyumba ya huruma, na pengine kama Bethsaida, yaani Nyumba ya uvuvi.

⁸ Yesu akamwambia, "Inuka, chukua mkeka wako, uende." ⁹ Mara yule mtu akapona, akachukua mkeka wake, akaanza kutembea.

Basi siku hiyo ilikuwa siku ya Sabato. ¹⁰ Kwa hiyo Wayahudi wakamwambia yule mtu aliyeponywa, "Leo ni Sabato, si halali wewe kubeba mkeka wako."

¹¹ Yeye akawajibu, "Yule mtu aliyeniponya aliniambia, 'Chukua mkeka wako na uende.' "

¹² Wakamuuliza, "Ni mtu gani huyo aliyekuambia uchukue mkeka wako uende?"

¹³ Basi yule mtu aliyeponywa hakufahamu ni nani aliyemponya, kwa sababu Yesu alikuwa amejiondoa katika ule umati wa watu uliokuwa hapo.

¹⁴ Baadaye Yesu akamkuta yule mtu aliyemponya ndani ya Hekalu na kumwambia, "Tazama umeponywa, usitende dhambi tena. La sivyo, lisije likakupata jambo baya zaidi." ¹⁵ Yule mtu akaenda, akawaambia wale Wayahudi kuwa ni Yesu aliyemponya.

Uzima Kupitia Mwana

¹⁶ Kwa hiyo Wayahudi wakaanza kumsumbua Yesu, kwa sababu alikuwa anafanya mambo kama hayo siku ya Sabato. ¹⁷ Yesu akawajibu, "Baba yangu anafanya kazi yake daima hata siku hii ya leo, nami pia ninafanya kazi." ¹⁸ Maneno haya yaliwaudhi sana viongozi wa Wayahudi. Wakajaribu kila njia wapate jinsi ya kumuua, kwani si kwamba alivunja Sabato tu, bali alikuwa akimwita Mungu Baba yake, hivyo kujifanya sawa na Mungu.

Mamlaka Ya Mwana Wa Mungu

¹⁹ Yesu akawaambia, "Amin, amin nawaambia, Mwana hawezi kufanya jambo lolote peke yake, yeye aweza tu kufanya lile analomwona Baba yake akifanya, kwa maana lolote afanyalo Baba, Mwana pia hufanya vivyo hivyo. ²⁰ Baba ampenda Mwana na kumwonyesha yale ambayo yeye Baba mwenyewe anayafanya, naye atamwonyesha kazi kuu kuliko hizi ili mpate kushangaa. ²¹ Hakika kama vile Baba awafufuavyo wafu na kuwapa uzima, vivyo hivyo Mwana huwapa uzima wale anaopenda. ²² Wala Baba hamhukumu mtu yeyote, lakini hukumu yote amempa Mwana, ²³ ili wote wamheshimu Mwana kama vile wanavyomheshimu Baba. Yeyote asiyemheshimu Mwana, hamheshimu Baba aliyemtuma.

²⁴ "Amin, amin nawaambia, yeyote anayesikia maneno yangu na kumwamini yeye aliyenituma, anao uzima wa milele, naye hatahukumiwa, bali amepita kutoka mautini, na kuingia uzimani. ²⁵ Amin, amin nawaambia, saa yaja, nayo saa ipo, wafu watakapoisikia sauti ya Mwana wa Mungu, nao watakaoisikia watakuwa hai. ²⁶ Kama vile Baba alivyo na uzima ndani yake, vivyo hivyo amempa Mwana kuwa na uzima ndani yake. ²⁷ Naye amempa Mwanawe mamlaka ya kuhukumu kwa kuwa yeye ni Mwana wa Adamu.

²⁸ "Msishangae kusikia haya, kwa maana saa inakuja ambapo wale walio makaburini wataisikia sauti yake. ²⁹ Nao watatoka nje, wale waliotenda mema watafufuka wapate uzima na wale waliotenda maovu, watafufuka wahukumiwe.

Shuhuda Kuhusu Yesu

³⁰ "Mimi siwezi kufanya jambo lolote peke yangu. Ninavyosikia ndivyo ninavyohukumu, nayo hukumu yangu ni ya haki kwa kuwa sitafuti kufanya mapenzi yangu mwenyewe, bali mapenzi yake yeye aliyenituma.

³¹ "Kama ningejishuhudia mimi mwenyewe, ushuhuda wangu si kweli. ³² Lakini yuko mwingine anishuhudiaye na ninajua kwamba ushuhuda wake ni wa kweli.

³³ "Mlituma wajumbe kwa Yohana, naye akashuhudia juu ya kweli. ³⁴ Si kwamba naukubali ushuhuda wa mwanadamu, la, bali ninalitaja hili kusudi ninyi mpate kuokolewa. ³⁵ Yohana alikuwa taa iliyowaka na kutoa nuru, nanyi kwa muda mlichagua kuifurahia nuru yake.

³⁶ "Lakini ninao ushuhuda mkuu zaidi kuliko wa Yohana. Kazi zile nizifanyazo, zinashuhudia juu yangu, zile ambazo Baba amenituma nizikamilishe, naam, ishara hizi ninazofanya, zinashuhudia kuwa Baba ndiye alinituma. ³⁷ Naye Baba mwenyewe ameshuhudia juu yangu. Hamjapata kamwe kuisikia sauti yake wala kuona umbo lake, ³⁸ wala hamna neno lake ndani yenu, kwa sababu hamkumwamini yeye aliyetumwa naye. ³⁹ Ninyi mnachunguza Maandiko mkidhani ya kuwa ndani yake mna uzima wa milele, maandiko haya ndiyo yanayonishuhudia Mimi. ⁴⁰ Lakini mnakataa kuja kwangu ili mpate uzima.

⁴¹ "Mimi sitafuti kutukuzwa na wanadamu. ⁴² Lakini ninajua kwamba hamna upendo wa Mungu mioyoni mwenu. ⁴³ Mimi nimekuja kwa jina la Baba yangu, nanyi hamnipokei, lakini mtu mwingine akija kwa jina lake mwenyewe, mtampokea. ⁴⁴ Ninyi mwawezaje kuamini ikiwa mnapeana utukufu ninyi kwa ninyi, lakini hamna bidii kupata utukufu utokao kwa Mungu?

⁴⁵ "Lakini msidhani kuwa mimi nitawashtaki mbele za Baba, mshtaki wenu ni Mose, ambaye mmemwekea tumaini lenu. ⁴⁶ Kama mngelimwamini Mose, mngeliniamini na mimi kwa maana aliandika habari zangu. ⁴⁷ Lakini ikiwa hamwamini aliyoandika Mose, mtaaminije ninayoyasema?"

Yesu Alisha Wanaume 5,000

6 Baada ya haya, Yesu alikwenda ng'ambo ya Bahari ya Galilaya, ambayo pia huitwa Bahari ya Tiberia. ² Umati mkubwa wa watu uliendelea kumfuata, kwa sababu waliona ishara nyingi za miujiza alizofanya kwa wagonjwa. ³ Kisha Yesu akapanda mlimani akaketi huko pamoja na wanafunzi wake. ⁴ Pasaka ya Wayahudi ilikuwa imekaribia.

⁵ Yesu alipotazama na kuuona ule umati mkubwa wa watu ukimjia, akamwambia Filipo, "Tutanunua wapi mikate ili watu hawa wale?" ⁶ Aliuliza swali hili kumpima, kwa maana alishajua la kufanya.

⁷ Filipo akamjibu, "Hata fedha kiasi cha dinari mia mbili,ᵃ hazitoshi kununua mikate ya kuwapa watu hawa ili kila mtu apate kidogo.

⁸ Mmoja wa wanafunzi wake aitwaye Andrea,

ᵃ7 Dinari 200 ni sawa na mshahara wa kibarua wa siku 200; mshahara wa kibarua ulikuwa dinari moja kwa siku.

ndugu yake Simoni Petro, akamwambia, ⁹"Hapa kuna mvulana mmoja mwenye mikate mitano ya shayiri na samaki wawili wadogo. Lakini hivi vitatosha nini kwa umati huu wote?" ¹⁰Yesu akasema, "Waketisheni watu chini." Palikuwa na majani mengi katika eneo lile, nao watu wakaketi. Palikuwa na wanaume wapatao 5,000. ¹¹Ndipo Yesu akachukua ile mikate, akamshukuru Mungu na kuwagawia wale watu waliokuwa wameketi. Akafanya vivyo hivyo na wale samaki. Kila mtu akapata kadiri alivyotaka.

¹²Watu wote walipokwisha kula na kushiba, akawaambia wanafunzi wake, "Kusanyeni vipande vilivyobaki vya ile mikate, kisipotee chochote." ¹³Hivyo wakavikusanya, wakajaza vikapu kumi na viwili kwa vipande vya ile mikate mitano ya shayiri na samaki wale wawili wadogo vilivyobakishwa na waliokula.

¹⁴Baada ya watu kuona muujiza ule Yesu aliofanya, walianza kusema, "Hakika huyu ndiye Nabii ajaye ulimwenguni!" ¹⁵Yesu akijua kwamba walitaka kuja kumfanya awe mfalme wao, kwa nguvu, akajitenga nao akaenda milimani peke yake.

Yesu Atembea Juu Ya Maji

¹⁶Ilipofika jioni, wanafunzi wake waliteremka kwenda baharini. ¹⁷Wakaingia kwenye mashua, wakaanza kuvuka bahari kwenda Kapernaumu. Wakati huu kulikuwa tayari giza na Yesu alikuwa hajajumuika nao. ¹⁸Bahari ikachafuka kwa sababu upepo mkali ulikuwa unavuma. ¹⁹Wanafunzi walipokuwa wamekwenda mwendo wa karibu maili tatu au nne,ᵃ walimwona Yesu akitembea juu ya maji akikaribia mashua, nao wakaogopa sana. ²⁰Lakini Yesu akawaambia, "Ni mimi. Msiogope." ²¹Ndipo wakamkaribisha kwa furaha ndani ya mashua, na mara wakafika ufuoni walikokuwa wakienda.

Watu Wanamtafuta Yesu

²²Siku iliyofuata, wale watu waliokuwa wamebaki ng'ambo waliona kwamba palikuwepo na mashua moja tu na kwamba Yesu hakuwa ameondoka pamoja na wanafunzi wake, ila walikuwa wameondoka peke yao. ²³Lakini zikaja mashua nyingine kutoka Tiberia zikafika karibu na mahali pale walipokula mikate baada ya Bwana kumshukuru Mungu. ²⁴Mara wale watu wakatambua kwamba Yesu hakuwepo hapo, wala wanafunzi wake. Wakaingia kwenye mashua hizo, wakaenda Kapernaumu ili kumtafuta Yesu.

Yesu Ni Mkate Wa Uzima

²⁵Walipomkuta Yesu ng'ambo ya bahari wakamuuliza, "Rabi, umefika lini huku?" ²⁶Yesu akawajibu, "Amin, amin nawaambia, ninyi hamnitafuti kwa kuwa mliona ishara na miujiza, bali kwa sababu mlikula ile mikate mkashiba. ²⁷Msishughulikie chakula kiharibikacho, bali chakula kidumucho hata uzima wa milele, ambacho Mwana wa Adamu atawapa. Yeye ndiye ambaye Mungu Baba amemtia muhuri."

²⁸Ndipo wakamuuliza, "Tufanye nini ili tupate kuitenda kazi ya Mungu?" ²⁹Yesu akawajibu, "Kazi ya Mungu ndiyo hii: Mwaminini yeye aliyetumwa naye." ³⁰Hivyo wakamuuliza, "Utafanya ishara gani ya muujiza, ili tuione tukuamini? Utafanya jambo gani? ³¹Baba zetu walikula mana jangwani, kama ilivyoandikwa, 'Aliwapa mikate kutoka mbinguni ili wale.' "

³²Yesu akawaambia, "Amin, amin nawaambia, si Mose aliyewapa mikate kutoka mbinguni, bali Baba yangu ndiye anawapa mkate wa kweli kutoka mbinguni. ³³Kwa maana mkate wa Mungu ni yule ashukaye kutoka mbinguni na kuupa ulimwengu uzima."

³⁴Wakamwambia, "Bwana, kuanzia sasa tupatie huo mkate siku zote."

³⁵Yesu akawaambia, "Mimi ndimi mkate wa uzima. Yeye ajaye kwangu, hataona njaa kamwe na yeye aniaminiye, hataona kiu kamwe. ³⁶Lakini kama nilivyowaambia, mmeniona lakini bado hamwamini. ³⁷Wale wote anipao Baba watakuja kwangu na yeyote ajaye kwangu, sitamfukuzia nje kamwe. ³⁸Kwa kuwa nimeshuka kutoka mbinguni si ili kufanya mapenzi yangu, bali mapenzi yake yeye aliyenituma. ³⁹Haya ndiyo mapenzi yake yeye aliyenituma, kwamba, nisimpoteze hata mmoja wa wale alionipa, bali niwafufue siku ya mwisho. ⁴⁰Kwa maana mapenzi ya Baba yangu ni kwamba kila mmoja amtazamaye, Mwana na kumwamini awe na uzima wa milele, nami nitawafufua siku ya mwisho."

⁴¹Wayahudi wakaanza kunung'unika kwa kuwa alisema, "Mimi ndimi mkate ulioshuka kutoka mbinguni." ⁴²Wakasema, "Huyu si Yesu, mwana wa Yosefu, ambaye baba yake na mama yake tunawajua? Anaweze basi sasa kusema, 'Nimeshuka kutoka mbinguni'?"

⁴³Hivyo Yesu akawaambia, "Acheni kunung'unikiana ninyi kwa ninyi. ⁴⁴Hakuna mtu awezaye kuja kwangu kama asipovutwa na Baba aliyenituma, nami nitamfufua siku ya mwisho. ⁴⁵Imeandikwa katika Manabii, 'Wote watafundishwa na Mungu.' Yeyote amsikilizaye Baba na kujifunza kutoka kwake, huyo huja kwangu. ⁴⁶Hakuna mtu yeyote aliyemwona Baba isipokuwa yeye atokaye kwa Mungu, yeye ndiye peke yake aliyemwona Baba. ⁴⁷Amin, amin nawaambia, yeye anayeamini anao uzima wa milele. ⁴⁸Mimi ni mkate wa uzima. ⁴⁹Baba zenu walikula mana jangwani, lakini wakafa. ⁵⁰Lakini hapa kuna mkate utokao mbinguni, ambao mtu yeyote akiula, hatakufa. ⁵¹Mimi ni mkate wa uzima ule uliotoka mbinguni. Mtu yeyote akiula mkate huu, ataishi milele. Mkate huu ni mwili wangu, ambao nitautoa kwa ajili ya uzima wa ulimwengu."

⁵²Ndipo Wayahudi wakaanza kuhojiana vikali wao kwa wao wakisema, "Mtu huyu awezaje kutupatia mwili wake tuule?"

⁵³Hivyo Yesu akawaambia, "Amin, amin nawaambia, msipoula mwili wa Mwana wa Adamu na kuinywa damu yake, hamna uzima ndani yenu. ⁵⁴Mtu yeyote aulaye mwili wangu na kunywa damu yangu, anao uzima wa milele. Nami nitamfufua

---

ᵃ19 Maili tatu au nne ni kama kilomita 5 au 6.

siku ya mwisho. ⁵⁵ Kwa maana mwili wangu ni chakula cha kweli na damu yangu ni kinywaji cha kweli. ⁵⁶ Yeyote alaye mwili wangu na kunywa damu yangu, atakaa ndani yangu nami nitakaa ndani yake. ⁵⁷ Kama vile Baba aliye hai alivyonituma mimi, na kama nami ninavyoishi kwa sababu ya Baba, hivyo anilaye mimi ataishi kwa sababu yangu. ⁵⁸ Huu ndio mkate ushukao kutoka mbinguni, si kama ule mkate baba zenu waliokula nao wakafa. Lakini yeye aulaye mkate huu ataishi milele." ⁵⁹ Yesu alisema maneno haya alipokuwa akifundisha katika sinagogi huko Kapernaumu.

Wafuasi Wengi Wamwacha Yesu

⁶⁰ Wengi wa wafuasi wake waliposikia jambo hili wakasema, "Mafundisho haya ni magumu. Ni nani awezaye kuyapokea?"

⁶¹ Yesu alipojua kwamba wafuasi wake wananung'unika kuhusu mafundisho yake, akawaambia, "Je, jambo hili limewaudhi? ⁶² Ingekuwaje basi kama mngemwona Mwana wa Adamu akipaa kwenda zake huko alipokuwa kwanza? ⁶³ Roho ndiye atiaye uzima, mwili haufai kitu. Maneno haya niliyowaambia ni Roho tena ni uzima. ⁶⁴ Lakini baadhi yenu hamwamini." Kwa maana Yesu alifahamu tangu mwanzo wale ambao hawangemwamini miongoni mwao na yule ambaye angemsaliti. ⁶⁵ Akaendelea kusema, "Hii ndiyo sababu niliwaambia kwamba hakuna mtu awezaye kuja kwangu isipokuwa amejaliwa na Baba yangu." ⁶⁶ Tangu wakati huo wafuasi wake wengi wakarejea nyuma wakaacha kumfuata.

⁶⁷ Hivyo Yesu akawauliza wale wanafunzi wake kumi na wawili, "Je, ninyi pia mnataka kuondoka?" ⁶⁸ Simoni Petro akamjibu, "Bwana, tuondoke twende kwa nani? Wewe unayo maneno ya uzima wa milele. ⁶⁹ Tunaamini na kujua kuwa wewe ndiwe Aliye Mtakatifu wa Mungu." ⁷⁰ Ndipo Yesu akajibu, "Je, sikuwachagua ninyi kumi na wawili? Lakini mmoja wenu ni ibilisi." ⁷¹ (Hapa alikuwa anasema juu ya Yuda, mwana wa Simoni Iskariote. Ingawa alikuwa mmoja wa wale kumi na wawili, ndiye ambaye baadaye angemsaliti Yesu.)

Kutokuamini Kwa Ndugu Zake Yesu

7 Baada ya mambo haya, Yesu alikwenda sehemu mbalimbali za Galilaya. Hakutaka kwenda Uyahudi kwa sababu Wayahudi huko walitaka kumuua. ² Sikukuu ya Vibanda ya Wayahudi ilikuwa imekaribia. ³ Hivyo ndugu zake Yesu wakamwambia, "Ondoka hapa uende Uyahudi ili wanafunzi Wako wapate kuona miujiza unayofanya. ⁴ Mtu anayetaka kujulikana hafanyi mambo yake kwa siri. Kama unafanya mambo haya, jionyeshe kwa ulimwengu." ⁵ Hata ndugu zake mwenyewe hawakumwamini. ⁶ Yesu akawaambia, "Wakati wangu bado haujawadia, lakini wakati wenu upo siku zote. ⁷ Ulimwengu hauwezi kuwachukia ninyi, lakini unanichukia mimi kwa sababu ninawashuhudia kwamba matendo yao ni maovu. ⁸ Ninyi nendeni kwenye Sikukuu, lakini mimi sitahudhuria Sikukuu hii kwa sababu wakati wangu haujawadia." ⁹ Akiisha kusema hayo, akabaki Galilaya.

Yesu Kwenye Sikukuu Ya Vibanda

¹⁰ Lakini ndugu zake walipokwisha kuondoka kwenda kwenye Sikukuu, yeye pia alikwenda lakini kwa siri. ¹¹ Wayahudi walikuwa wakimtafuta huko kwenye Sikukuu na kuulizana, "Yuko wapi huyu mtu?"

¹² Kulikuwa na minong'ono iliyoenea kumhusu Yesu katika umati wa watu, wakati wengine wakisema, "Ni mtu mwema."

Wengine walikuwa wakisema, "La, yeye anawadanganya watu." ¹³ Lakini hakuna mtu yeyote aliyemsema waziwazi kumhusu kwa sababu ya kuwaogopa Wayahudi.

Yesu Afundisha Kwenye Sikukuu

¹⁴ Ilipokaribia katikati ya Sikukuu, Yesu alipanda kwenda Hekaluni na kuanza kufundisha. ¹⁵ Wayahudi wakastaajabia mafundisho yake wakasema, "Mtu huyu amepataje kujua mambo haya bila kufundishwa?"

¹⁶ Ndipo Yesu akawajibu, "Mafundisho yangu si yangu mwenyewe, bali yanatoka kwake yeye aliyenituma. ¹⁷ Mtu yeyote akipenda kufanya mapenzi ya Mungu, atajua kama mafundisho yangu yanatoka kwa Mungu au ninasema kwa ajili yangu mwenyewe. ¹⁸ Wale wanenao kwa ajili yao wenyewe hufanya hivyo kwa kutaka utukufu wao wenyewe. Lakini yeye atafutaye utukufu wa yule aliyemtuma ni wa kweli, wala hakuna uongo ndani yake. ¹⁹ Je, Mose hakuwapa ninyi sheria? Lakini hakuna hata mmoja wenu anayeishika hiyo sheria. Kwa nini mnataka kuniua?"

²⁰ Ule umati wa watu ukamjibu, "Wewe una pepo mchafu! Ni nani anayetaka kukuua?"

²¹ Yesu akawajibu, "Nimefanya muujiza mmoja na nyote mkastaajabu. ²² Lakini kwa kuwa Mose aliwaamuru tohara (ingawa kwa kweli haikutoka kwa Mose bali kwa baba zenu wakuu), mnamtahiri mtoto hata siku ya Sabato. ²³ Ikiwa mtoto aweza kutahiriwa siku ya Sabato kusudi sheria ya Mose isivunjwe, kwa nini mnanikasirikia kwa kumponya mtu mwili wake wote siku ya Sabato? ²⁴ Acheni kuhukumu mambo kwa jinsi mnavyoona tu, bali hukumuni kwa haki."

Je, Yesu Ndiye Kristo?

²⁵ Ndipo baadhi ya watu wa Yerusalemu wakawa wanasema, "Tazameni, huyu si yule mtu wanayetaka kumuua? ²⁶ Mbona yuko hapa anazungumza hadharani na wala hawamwambii neno lolote? Je, inawezekana viongozi wanafahamu kuwa huyu ndiye Kristo?ᵃ ²⁷ Tunafahamu huyu mtu anakotoka, lakini Kristo atakapokuja, hakuna yeyote atakayejua atokako."

²⁸ Ndipo Yesu, akaendelea kufundisha Hekaluni, akisema, "Ninyi mnanifahamu na kujua nitokako. Mimi sikuja kwa ajili yangu mwenyewe, bali yeye aliyenituma ni wa kweli na ninyi hammjui. ²⁹ Mimi namjua kwa kuwa nimetoka kwake, naye ndiye alinituma."

³⁰ Ndipo wakatafuta kumkamata, lakini hakuna

ᵃ26 *Kristo* maana yake ni *Masiya*, yaani *Aliyetiwa mafuta.*

mtu yeyote aliyethubutu kumshika kwa sababu saa yake ilikuwa bado haijawadia. ³¹ Nao watu wengi wakamwamini, wakasema, "Je, Kristo atakapokuja, atafanya miujiza mikuu zaidi kuliko aliyoifanya mtu huyu?"

Walinzi Wanatumwa Kumkamata Yesu

³² Mafarisayo wakasikia watu wakinong'ona mambo kama hayo kuhusu Yesu, ndipo wao pamoja na viongozi wa makuhani wakatuma walinzi wa Hekalu waende kumkamata. ³³ Yesu akasema, "Mimi bado niko pamoja nanyi kwa kitambo kidogo, kisha nitarudi kwake yeye aliyenituma. ³⁴ Mtanitafuta lakini hamtaniona, nami niliko ninyi hamwezi kuja." ³⁵ Wayahudi wakaulizana wao kwa wao, "Huyu mtu anataka kwenda wapi ambako hatuwezi kumfuata? Je, anataka kwenda kwa Wayunani ambako baadhi ya watu wetu wametawanyikia, akawafundishe Wayunani? ³⁶ Yeye ana maana gani anaposema, 'Mtanitafuta lakini hamtaniona,' na, 'nami niliko ninyi hamwezi kuja'?"

Mito Ya Maji Ya Uzima

³⁷ Siku ile ya mwisho ya Sikukuu, siku ile kuu, wakati Yesu akiwa amesimama huko, akapaza sauti yake akasema, "Kama mtu yeyote anaona kiu na aje kwangu anywe. ³⁸ Yeyote aniaminiye mimi, kama Maandiko yasemavyo, vijito vya maji ya uzima vitatiririka ndani mwake." ³⁹ Yesu aliposema haya alimaanisha Roho Mtakatifu ambaye wote waliomwamini wangempokea, kwani mpaka wakati huo, Roho alikuwa hajatolewa, kwa kuwa Yesu alikuwa bado hajatukuzwa.

Mgawanyiko Miongoni Mwa Watu

⁴⁰ Waliposikia maneno hayo, baadhi ya watu miongoni mwa ule umati wakasema, "Hakika huyu ndiye yule Nabii." ⁴¹ Wengine wakasema, "Huyu ndiye Kristo!" Lakini wengine wakauliza, "Je, Kristo kwao ni Galilaya? ⁴² Je, Maandiko hayasemi kwamba Kristo atakuja kutoka jamaa ya Daudi na kutoka Bethlehemu, mji alioishi Daudi?" ⁴³ Kwa hiyo watu wakagawanyika kwa ajili ya Yesu. ⁴⁴ Baadhi yao walitaka kumkamata, lakini hakuna aliyethubutu kumgusa.

Kutokuamini Kwa Viongozi Wa Wayahudi

⁴⁵ Hatimaye wale walinzi wa Hekalu wakarudi kwa viongozi wa makuhani na Mafarisayo waliokuwa wamewatuma ili kumkamata Yesu, wakaulizwa, "Mbona hamkumkamata?" ⁴⁶ Wale walinzi wakajibu, "Kamwe hajanena mtu yeyote kama yeye anenavyo." ⁴⁷ Mafarisayo wakajibu, "Je, nanyi pia mmedanganyika? ⁴⁸ Je, kuna kiongozi yeyote au mmoja wa Mafarisayo ambaye amemwamini? ⁴⁹ Lakini huu umati wa watu wasiojua Sheria ya Mose, wamelaaniwa."

⁵⁰ Ndipo Nikodemo, yule aliyekuwa amemwendea Yesu siku moja usiku, ambaye alikuwa mmoja wao akauliza, ⁵¹ "Je, sheria zetu zinaturuhusu kumhukumu mtu kabla ya kumsikiliza na kufahamu alilotenda?"

⁵² Wakamjibu, "Je, wewe pia unatoka Galilaya? Chunguza nawe utaona kwamba hakuna nabii atokae Galilaya!" [⁵³ Kisha wakaondoka, kila mtu akarudi nyumbani kwake.

Mwanamke Aliyefumaniwa Akizini

8 Lakini Yesu akaenda katika Mlima wa Mizeituni. ² Alfajiri na mapema Yesu akaja tena Hekaluni, watu wote wakakusanyika, akakaa akaanza kuwafundisha. ³ Walimu wa sheria na Mafarisayo wakamleta mwanamke mmoja aliyefumaniwa akizini. Wakamsimamisha katikati ya umati wa watu wote. ⁴ Wakawambia Yesu, "Mwalimu, huyu mwanamke amekutwa akizini. ⁵ Katika sheria, Mose alituamuru kuwapiga kwa mawe wanawake wa namna hii, mpaka wafe. Sasa wewe wasemaje?" ⁶ Walimuuliza swali hili kama mtego ili wapate sababu ya kumshtaki.

Lakini Yesu akainama akaanza kuandika ardhini kwa kidole chake. ⁷ Walipoendelea kumuulizauliza akainuka, akawaambia, "Kama kuna mtu yeyote miongoni mwenu ambaye hana dhambi na awe wa kwanza kumtupia jiwe." ⁸ Akainama tena na kuandika ardhini.

⁹ Waliposikia haya, wakaanza kuondoka mmoja mmoja, wakianzia wazee, hadi Yesu akabaki peke yake na yule mwanamke akiwa amesimama mbele yake. ¹⁰ Yesu akainuka na kumwambia, "Wako wapi wale waliokuwa wanakuhukumu kuwa mwenye hatia?"

¹¹ Yule mwanamke akajibu, "Hakuna hata mmoja Bwana."

Yesu akamwambia, "Hata mimi sikuhukumu. Nenda zako, kuanzia sasa usitende dhambi tena."]

Yesu Nuru Ya Ulimwengu

¹² Kisha Yesu akasema nao tena akawaambia, "Mimi ni nuru ya ulimwengu. Mtu yeyote akinifuata hatatembea gizani kamwe, bali atakuwa na nuru ya uzima.

¹³ Mafarisayo wakamwambia, "Ushuhuda wako haukubaliki kwa kuwa unajishuhudia mwenyewe." ¹⁴ Yesu akawajibu, "Hata kama najishuhudia mwenyewe, ushuhuda wangu ni kweli kwa sababu najua nilikotoka na ninakokwenda. Lakini ninyi hamjui nilikotoka wala ninakokwenda. ¹⁵ Ninyi mnahukumu kwa kufuata vipimo vya kibinadamu, mimi simhukumu mtu yeyote. ¹⁶ Lakini hata kama nikihukumu, uamuzi wangu ni sahihi kwa sababu sitoi hukumu yangu peke yangu, bali niko pamoja na Baba, aliyenituma. ¹⁷ Imeandikwa katika Sheria yenu kwamba, ushahidi wa watu wawili ni thabiti. ¹⁸ Mimi najishuhudia mwenyewe, naye Baba aliyenituma hunishuhudia."

¹⁹ Ndipo wakamuuliza, "Huyo Baba yako yuko wapi?"

Yesu akawajibu, "Ninyi hamnifahamu mimi ni nani, wala hammfahamu Baba yangu. Kama mngenifahamu mimi, mngemfahamu na Baba yangu." ²⁰ Yesu alisema maneno haya alipokuwa akifundisha katika chumba cha hazina Hekaluni. Lakini hakuna mtu aliyemkamata kwa kuwa saa yake ilikuwa haijawadia.

Yesu Atabiri Kifo Chake Mwenyewe

²¹ Yesu akawaambia tena, "Ninaenda zangu, nanyi mtanitafuta, lakini mtakufa katika dhambi zenu. Niendako mimi ninyi hamwezi kuja." ²² Ndipo wale Wayahudi wakasema, "Je, atajiua? Je, hii ndiyo sababu amesema, 'Niendako mimi ninyi hamwezi kuja'?" ²³ Akawaambia, "Ninyi mmetoka chini, mimi nimetoka juu. Ninyi ni wa ulimwengu huu, mimi si wa ulimwengu huu. ²⁴ Niliwaambia kuwa mtakufa katika dhambi zenu, kwa maana msipoamini ya kwamba 'Mimi Ndiye,' mtakufa katika dhambi zenu." ²⁵ Wakamuuliza, "Wewe ni nani?" Naye Yesu akawajibu, "Mimi ndiye yule ambaye nimekuwa nikiwaambia tangu mwanzo. ²⁶ Nina mambo mengi ya kusema juu yenu na mengi ya kuwahukumu. Lakini yeye aliyenituma ni wa kweli, nami nanena na ulimwengu niliyoyasikia kutoka kwake." ²⁷ Hawakuelewa kuwa alikuwa akiwaambia juu ya Baba yake wa Mbinguni. ²⁸ Kisha Yesu akawaambia, "Mtakapokwisha kumwinua juu Mwana wa Adamu, ndipo mtakapojua kuwa, 'Mimi ndiye yule niliyesema na kwamba mimi sitendi jambo lolote peke yangu bali ninasema yale tu ambayo Baba yangu amenifundisha. ²⁹ Yeye aliyenituma yu pamoja nami, hajaniacha, kwa kuwa siku zote nafanya mapenzi yake.' " ³⁰ Wengi waliomsikia Yesu akisema maneno haya wakamwamini.

Wanafunzi Wa Kweli

³¹ Kisha Yesu akawaambia wale Wayahudi waliomwamini, "Kama mkidumu katika maneno yangu, mtakuwa wanafunzi wangu kweli kweli. ³² Ndipo mtaijua kweli nayo kweli itawaweka huru." ³³ Wao wakamjibu, "Sisi tu wazao wa Abrahamu, nasi hatujawa watumwa wa mtu yeyote. Wawezaje kusema kwamba tutawekwa huru?" ³⁴ Yesu akajibu, "Amin, amin nawaambia, kila atendaye dhambi ni mtumwa wa dhambi. ³⁵ Mtumwa hakai nyumbani anakotumika siku zote, lakini mwana hukaa nyumbani daima. ³⁶ Hivyo Mwana akiwaweka huru mtakuwa huru kweli kweli. ³⁷ Ninajua ya kuwa ninyi ni wazao wa Abrahamu, lakini mnatafuta wasaa wa kuniua kwa sababu ndani yenu hamna nafasi ya neno langu. ³⁸ Ninasema yale niliyoyaona mbele za Baba yangu, nanyi inawapa kufanya yale mliyosikia kutoka kwa baba yenu."

Yesu Na Abrahamu

³⁹ Wakajibu, "Baba yetu ni Abrahamu." Yesu akawaambia, "Kama mngekuwa wazao wa Abrahamu mngefanya mambo yale aliyofanya Abrahamu. ⁴⁰ Lakini sasa ninyi mnatafuta kuniua, mtu ambaye nimewaambia kweli ile niliyosikia kutoka kwa Mungu, Abrahamu hakufanya jambo la namna hii. ⁴¹ Ninyi mnafanya mambo afanyayo baba yenu." Wakamjibu, "Sisi hatukuzaliwa kwa uzinzi. Tunaye Baba mmoja, Mungu pekee." ⁴² Yesu akawaambia, "Kama Mungu angekuwa Baba yenu, mngenipenda, kwa maana nilitoka kwa Mungu na sasa niko hapa. Sikuja kwa ajili yangu mwenyewe, ila yeye alinituma. ⁴³ Kwa nini hamwelewi ninayoyowaambia? Ni kwa sababu hamwezi kusikia nisemacho. ⁴⁴ Ninyi ni watoto wa baba yenu ibilisi, nanyi mnataka kutimiza matakwa ya baba yenu. Yeye alikuwa muuaji tangu mwanzo, wala hakushikana na kweli maana hamna kweli ndani yake. Asemapo uongo husema yaliyo yake mwenyewe kwa maana yeye ni mwongo na baba wa huo uongo. ⁴⁵ Lakini kwa sababu nimewaambia kweli hamkuniamini! ⁴⁶ Je, kuna yeyote miongoni mwenu awezaye kunithibitisha kuwa mwenye dhambi? Kama nawaambia yaliyo kweli, mbona hamniamini? ⁴⁷ Yeye atokaye kwa Mungu husikia kile Mungu asemacho. Sababu ya ninyi kutosikia ni kwa kuwa hamtokani na Mungu."

Maelezo Ya Yesu Kuhusu Yeye Mwenyewe

⁴⁸ Wayahudi wakamjibu Yesu, "Je, hatuko sahihi tunaposema ya kwamba wewe ni Msamaria na ya kwamba una pepo mchafu?" ⁴⁹ Yesu akawajibu, "Mimi sina pepo mchafu, bali ninamheshimu Baba yangu, nanyi mnanidharau. ⁵⁰ Lakini mimi sitafuti utukufu wangu mwenyewe, bali yuko anayetaka kunitukuza, naye ndiye mwamuzi. ⁵¹ Amin, amin nawaambia, mtu yeyote akilitii neno langu hataona mauti milele." ⁵² Ndipo Wayahudi wakamwambia, "Sasa tumejua kwamba una pepo mchafu. Ikiwa Abrahamu alikufa na vivyo hivyo manabii, nawe unasema 'Mtu akitii neno langu hatakufa milele.' ⁵³ Je, wewe ni mkuu kuliko baba yetu Abrahamu ambaye alikufa na manabii ambao nao pia walikufa? Hivi wewe unajifanya kuwa nani?" ⁵⁴ Yesu akawajibu, "Kama nikijitukuza utukufu wangu hauna maana. Baba yangu, huyo ambaye ninyi mnadai kuwa ni Mungu wenu, ndiye anitukuzaye mimi. ⁵⁵ Ingawa hamkumjua, mimi ninamjua. Kama ningesema simjui, ningekuwa mwongo kama ninyi, lakini mimi ninamjua na ninalitii neno lake. ⁵⁶ Baba yenu Abrahamu alishangilia kwamba angaliiona siku yangu, naye akaiona na akafurahi." ⁵⁷ Wayahudi wakamwambia, "Wewe hujatimiza hata miaka hamsini, wewe wasema umemwona Abrahamu?" ⁵⁸ Yesu akawaambia, "Amin, amin nawaambia, kabla Abrahamu hajakuwako, 'Mimi niko.' " ⁵⁹ Ndipo wakaokota mawe ili kumpiga, lakini Yesu akajificha, naye akatoka Hekaluni.

Yesu Amponya Mtu Aliyezaliwa Kipofu

9 Yesu alipokuwa akipita, akamwona mtu aliyekuwa kipofu tangu kuzaliwa. ² Wanafunzi wake wakamuuliza, "Rabi, ni nani aliyetenda dhambi, ni huyu mtu au wazazi wake hata azaliwe kipofu?" ³ Yesu akawajibu, "Huyu mtu wala wazazi wake hawakutenda dhambi. Alizaliwa kipofu ili kazi za Mungu zidhihirishwe katika maisha yake. ⁴ Yanipasa kuzifanya kazi zake yeye aliyenituma wakati bado ni mchana, kwa kuwa usiku waja ambapo hakuna mtu awezaye kufanya kazi. ⁵ Wakati niko ulimwenguni, mimi ni nuru ya ulimwengu." ⁶ Baada ya kusema haya, akatema mate ardhini,

akatengeneza tope kwa mate na kumpaka yule mtu kipofu machoni. [7] Kisha akamwambia, "Nenda ukanawe katika bwawa la Siloamu." (Siloamu, maana yake ni aliyetumwa.) Ndipo yule kipofu akaenda, akanawa, naye akarudi akiwa anaona.

[8] Majirani zake na wale wote waliokuwa wamemwona hapo awali akiombaomba wakaanza kuuliza, "Je, huyu si yule aliyekuwa akiketi akiombaomba?" [9] Wengine wakasema, "Ndiye." Wengine wakasema, "Siye, bali wamefanana." Lakini yeye akawaambia, "Mimi ndiye."

[10] Wakamuuliza, "Basi macho yako yalifumbuliwaje?"

[11] Yeye akawajibu, "Yule mtu aitwaye Yesu alitengeneza tope, akanipaka machoni mwangu, naye akaniambia nenda ukanawe katika Bwawa la Siloamu, ndipo nikanawa nami nikapata kuona!"

[12] Wale wakamuuliza, "Yeye huyo mtu yuko wapi?"

Akawajibu, "Sijui."

Mafarisayo Wachunguza Kuponywa Kwa Kipofu

[13] Wakamleta kwa Mafarisayo yule mtu aliyekuwa kipofu hapo awali. [14] Basi siku hiyo Yesu alipotengeneza tope na kuyafungua macho ya huyo mtu ilikuwa Sabato. [15] Mafarisayo nao wakaanza kumuuliza alivyopata kuponywa. Naye akawaambia, "Alinipaka tope kwenye macho yangu, nikanawa na sasa ninaona."

[16] Baadhi ya Mafarisayo wakasema, "Huyu mtu hatoki kwa Mungu, kwa sababu hashiki Sabato." Lakini wengine wakasema, "Awezaje mtu mwenye dhambi kufanya miujiza kama hii?" Wakagawanyika.

[17] Hivyo wakamwambia tena yule mtu aliyekuwa kipofu, "Wewe ndiwe uliyefumbuliwa macho, wasemaje kuhusu mtu huyo?" Maana macho yako ndiyo yaliyofumbuliwa.

Yeye akawajibu, "Yeye ni nabii."

[18] Wale Wayahudi hawakuamini ya kuwa mtu huyo alikuwa kipofu, akapata kuona, mpaka walipowaita wazazi wake. [19] Wakawauliza, "Je, huyu ni mtoto wenu, ambaye mnasema alizaliwa kipofu? Imekuwaje basi sasa anaona?"

[20] Wazazi wake wakajibu, "Tunajua ya kuwa huyu ni mtoto wetu na ya kuwa alizaliwa kipofu. [21] Lakini sisi hatujui ni kwa jinsi gani kwamba sasa anaona, wala hatujui ni nani aliyemfungua macho yake. Muulizeni, yeye ni mtu mzima na anaweza kujieleza mwenyewe." [22] Wazazi wake walisema hivi kwa sababu waliwaogopa Wayahudi kwani walikuwa wamekubaliana kuwa mtu yeyote atakayemkiri Yesu kuwa ndiye Kristo[c] atafukuzwa kutoka sinagogi. [23] Kwa hiyo wazazi wake wakasema, "Yeye ni mtu mzima. Muulizeni."

[24] Hivyo kwa mara ya pili wakamwita yule aliyekuwa kipofu, nao wakamwambia, "Mpe Mungu utukufu! Sisi tunafahamu kuwa mtu huyu aliyekuponya ni mwenye dhambi."

[25] Akawajibu, "Mimi sijui kama yeye ni mwenye dhambi. Lakini jambo moja ninalojua, nilikuwa kipofu na sasa ninaona."

[26] Wakamuuliza, "Alikufanya nini? Aliyafumbuaje macho yako?"

[27] Akawajibu, "Tayari nimekwisha kuwaambia, nanyi hamtaki kunisikiliza. Mbona mnataka kusikia tena? Je, ninyi nanyi mnataka kuwa wanafunzi wake?"

[28] Ndipo wakamtukana na kusema, "Wewe ndiwe mwanafunzi wake, Sisi ni wanafunzi wa Mose. [29] Tunajua kwamba Mungu alisema na Mose, lakini kwa habari ya mtu huyu hatujui atokako."

[30] Yule mtu akawajibu, "Hili ni jambo la ajabu! Hamjui anakotoka, naye amenifungua macho yangu. [31] Tunajua ya kuwa Mungu hawasikilizi wenye dhambi, lakini huwasikiliza wote wanaomcha na kumtii. [32] Tangu zamani hatujasikia kwamba mtu amemponya yeyote aliyezaliwa kipofu. [33] Kama huyu mtu hakutoka kwa Mungu, asingeweza kufanya lolote."

[34] Wao wakamjibu, "Wewe ulizaliwa katika dhambi kabisa, nawe unajaribu kutufundisha?" Wakamfukuza atoke nje.

Upofu Wa Kiroho

[35] Yesu aliposikia kuwa wamemfukuzia nje yule mtu aliyemfumbua macho, alimkuta akamuuliza, "Je, unamwamini Mwana wa Adamu?"

[36] Yule mtu akamjibu, "Yeye ni nani, Bwana? Niambie ili nipate kumwamini."

[37] Yesu akamjibu, "Umekwisha kumwona, naye anayezungumza nawe, ndiye."

[38] Yule mtu akasema, "Bwana, naamini." Naye akamwabudu.

[39] Yesu akasema, "Nimekuja ulimwenguni humu kwa ajili ya kuhukumu, ili wale walio vipofu wapate kuona, nao wale wanaoona, wawe vipofu."

[40] Baadhi ya Mafarisayo waliokuwa karibu naye wakamsikia na kumwambia, "Je, kweli sisi ni vipofu?"

[41] Yesu akawajibu, "Kama mngekuwa vipofu kweli, msingekuwa na hatia ya dhambi, lakini kwa kuwa mnasema, 'Tunaona,' basi mna hatia.

Mchungaji Mwema

10 "Amin, amin nawaambia, yeye asiyeingia katika zizi la kondoo kwa kupitia kwenye lango, lakini akwea kuingia ndani kwa njia nyingine, ni mwizi na mnyang'anyi. [2] Yeye anayeingia kwa kupitia kwenye lango ndiye mchungaji wa kondoo. [3] Mlinzi humfungulia lango na kondoo huisikia sauti yake. Huwaita kondoo wake kwa majina yao na kuwatoa nje ya zizi. [4] Akiisha kuwatoa wote nje, hutangulia mbele yao na kondoo humfuata kwa kuwa wanajua sauti yake. [5] Lakini kondoo hawatamfuata mgeni bali watamkimbia, kwa sababu hawaijui sauti ya mgeni." [6] Yesu alitumia mfano huu, lakini wao hawakuelewa hayo aliyokuwa akiwaambia.

[7] Kwa hiyo Yesu akasema nao tena akawaambia, "Amin, amin nawaambia, mimi ndimi lango la kondoo. [8] Wote walionitangulia ni wevi na wanyang'anyi, lakini kondoo hawakuwasikia. [9] Mimi ndimi lango, yeyote anayeingia zizini kwa kupitia kwangu ataokoka, ataingia na kutoka, naye atapata malisho. [10] Mwizi huja ili aibe, kuua

---

[c]22 Kristo maana yake ni Masiya, yaani Aliyetiwa mafuta.

na kuangamiza. Mimi nimekuja ili wapate uzima kisha wawe nao tele. [11] "Mimi ndimi mchungaji mwema. Mchungaji mwema huutoa uhai wake kwa ajili ya kondoo. [12] Mtu wa kuajiriwa sio mchungaji mwenye kondoo. Amwonapo mbwa mwitu akija, yeye hukimbia na kuwaacha kondoo. Naye mbwa mwitu hulishambulia kundi na kulitawanya. [13] Yeye hukimbia kwa sababu ameajiriwa wala hawajali kondoo. [14] "Mimi ndimi mchungaji mwema. Ninawajua kondoo wangu nao kondoo wangu wananijua. [15] Kama vile Baba anavyonijua mimi, nami ninavyomjua Baba, nami nautoa uhai wangu kwa ajili ya kondoo. [16] Ninao kondoo wengine ambao si wa zizi hili, inanipasa kuwaleta, nao wataisikia sauti yangu, hivyo patakuwa na kundi moja na mchungaji mmoja. [17] Baba yangu ananipenda kwa kuwa ninautoa uhai wangu ili niupate tena. [18] Hakuna mtu aniondoleaye uhai wangu, bali ninautoa kwa hiari yangu mwenyewe. Ninao uwezo wa kuutoa uhai wangu na pia ninao uwezo wa kuutwaa tena. Amri hii nimepewa na Baba yangu."

[19] Kwa maneno haya Wayahudi waligawanyika. [20] Wengi wao wakasema, "Huyu amepagawa na pepo mchafu, naye amechanganyikiwa." [21] Wengine wakasema, "Haya si maneno ya mtu aliyepagawa na pepo mchafu. Je, pepo mchafu aweza kufungua macho ya kipofu?"

Yesu Akataliwa Na Wayahudi

[22] Wakati huo ilikuwa Sikukuu ya Kuwekwa wakfu kwa Hekalu[a] huko Yerusalemu, nao ulikuwa wakati wa majira ya baridi. [23] Naye Yesu alikuwa akitembea ndani ya Hekalu katika ukumbi wa Solomoni. [24] Wayahudi wakamkusanyikia wakamuuliza, "Utatuweka katika hali ya mashaka mpaka lini? Kama wewe ndiye Kristo[b] tuambie waziwazi." [25] Yesu akawajibu, "Nimewaambia, lakini hamwamini. Mambo ninayoyatenda kwa jina la Baba yangu yananishuhudia. [26] Lakini hamwamini, kwa sababu ninyi si wa kundi la kondoo wangu. [27] Kondoo wangu huisikia sauti yangu nami nawajua, nao hunifuata, [28] nami ninawapa uzima wa milele, hawataangamia kamwe wala hakuna mtu atakayewapokonya kutoka mikono yangu. [29] Baba yangu aliyenipa hawa ni mkuu kuliko wote na hakuna awezaye kuwapokonya kutoka mikononi mwake. [30] Mimi na Baba yangu tu umoja." [31] Kwa mara nyingine Wayahudi wakainua mawe ili wampige nayo, [32] lakini Yesu akawaambia, "Nimewaonyesha miujiza mingi mikubwa kutoka kwa Baba yangu. Ni ipi katika hiyo mnataka kunipiga mawe?" [33] Wayahudi wakamjibu, "Hatukupigi mawe kwa sababu ya mambo mema uliyotenda, bali ni kwa kuwa umekufuru. Wewe ingawa ni mwanadamu unajifanya kuwa Mungu." [34] Yesu akawajibu, "Je, haikuandikwa katika Sheria ya kwamba, 'Nimesema kuwa, ninyi ni miungu?' [35] Kama aliwaita 'miungu,' wale ambao neno la Mungu liliwafikia, nayo Maandiko hayawezi

kutanguka, [36] je, mwawezaje kusema kwamba yule ambaye Baba amemweka wakfu na kumtuma ulimwenguni anakufuru, kwa sababu nilisema, 'Mimi ni Mwana wa Mungu?' [37] Ikiwa sifanyi kazi za Baba yangu, basi msiniamini, [38] lakini ikiwa nazifanya kazi za Mungu, hata kama hamniamini mimi ziaminini hizo kazi, ili mpate kujua na kuelewa kwamba Baba yu ndani yangu, nami ndani yake." [39] Ndipo wakajaribu kumkamata kwa mara nyingine, lakini akaponyoka kutoka mikononi mwao. [40] Akaenda tena ng'ambo ya Mto Yordani mpaka mahali pale ambapo Yohana alikuwa akibatiza hapo awali, naye akakaa huko. [41] Watu wengi wakamjia, nao wakawa wakisema, "Yohana hakufanya muujiza wowote, lakini kila jambo alilosema kumhusu huyu mtu ni kweli." [42] Nao wengi wakamwamini Yesu huko.

Kifo Cha Lazaro

11 Basi mtu mmoja jina lake Lazaro alikuwa mgonjwa. Yeye alikuwa akiishi Bethania kijiji cha Maria na Martha dada zake. [2] Huyu Maria, ambaye Lazaro kaka yake alikuwa mgonjwa, ndiye yule ambaye alimpaka Bwana mafuta na kuifuta miguu yake kwa nywele zake. [3] Hivyo hawa dada wawili walituma ujumbe kwa Yesu kumwambia, "Bwana, yule umpendaye ni mgonjwa."

[4] Lakini Yesu aliposikia hayo, akasema, "Ugonjwa huu hautaleta mauti bali umetokea ili kudhihirisha utukufu wa Mungu, ili Mwana wa Mungu apate kutukuzwa kutokana na ugonjwa huu." [5] Pamoja na hivyo, ingawa Yesu aliwapenda Martha, Maria na Lazaro ndugu yao, [6] baada ya kusikia kwamba Lazaro ni mgonjwa, aliendelea kukawia huko alikokuwa kwa siku mbili zaidi. [7] Ndipo akawaambia wanafunzi wake, "Haya, turudi Uyahudi." [8] Wanafunzi wake wakamwambia, "Rabi, Wayahudi walikuwa wanataka kukupiga mawe, nawe unataka kurudi huko?" [9] Yesu akawajibu, "Si kuna saa kumi na mbili za mchana katika siku moja? Wala watembeao mchana hawawezi kujikwaa kwa maana wanaona nuru ya ulimwengu huu. [10] Lakini wale watembeao usiku hujikwaa kwa sababu hakuna nuru ndani yao." [11] Baada ya kusema haya, Yesu akawaambia, "Rafiki yetu Lazaro amelala, lakini naenda kumwamsha." [12] Wanafunzi wakamwambia, "Bwana, kama amelala usingizi ataamka." [13] Hata hivyo, Yesu alikuwa anazungumzia kuwa Lazaro amekufa, lakini wanafunzi wake hawakuelewa, walidhani kwamba anasema Lazaro amelala usingizi tu. [14] Kwa hiyo Yesu akawaambia waziwazi, "Lazaro amekufa. [15] Hata hivyo nafurahi kwa kuwa sikuwepo huko kabla ya Lazaro kufa, ili mpate kuamini. Lakini sasa twendeni kwake. [16] Tomaso aliyeitwa Pacha akawaambia wanafunzi wenzake, "Sisi nasi twendeni tukafe pamoja naye."

Yesu Ndiye Ufufuo Na Uzima

[17] Yesu alipowasili huko alikuta Lazaro amekuwa kaburini siku nne. [18] Basi Bethania ulikuwa

---

[a]22 Sikukuu ya Kuwekwa wakfu kwa Hekalu ni Hanukkah kwa Kiebrania.
[b]24 *Kristo* maana yake ni *Masiya*, yaani *Aliyetiwa mafuta*.

karibu na Yerusalemu umbali wa karibu maili mbili,[a] [19] na Wayahudi wengi walikuwa wamekuja kuwafariji Martha na Maria kwa ajili ya kufiwa na ndugu yao. [20] Martha aliposikia kwamba Yesu anakuja, alitoka kwenda kumlaki, ila Maria alibaki nyumbani. [21] Martha akamwambia Yesu, "Bwana, kama ungalikuwa hapa, ndugu yangu hangalikufa. [22] Lakini sasa ninajua kuwa chochote utakachomwomba Mungu, atakupa."

[23] Yesu akamwambia, "Ndugu yako atafufuka." [24] Martha akamjibu, "Ninajua ya kuwa atafufuka wakati wa ufufuo wa wafu siku ya mwisho." [25] Yesu akamwambia, "Mimi ndiye huo ufufuo na uzima. Yeye aniaminiye mimi, hata akifa atakuwa anaishi [26] na yeyote aishiye na kuniamini hatakufa kabisa hata milele. Je, unasadiki haya?" [27] Martha akamwambia, "Ndiyo Bwana, ninaamini ya kuwa wewe ndiwe Kristo,[b] Mwana wa Mungu, yeye ajaye ulimwenguni."

Yesu Alia

[28] Baada ya kusema haya Martha alikwenda, akamwita Maria dada yake faraghani na kumwambia, "Mwalimu yuko hapa anakuita." [29] Maria aliposikia hivyo, akaondoka upesi akaenda mpaka alipokuwa Yesu. [30] Yesu alikuwa hajaingia kijijini, bali alikuwa bado yuko mahali pale alipokutana na Martha. [31] Wale Wayahudi waliokuwa pamoja na Maria nyumbani wakimfariji walipoona ameondoka haraka na kutoka nje, walimfuata wakidhani ya kwamba alikuwa anakwenda kule kaburini kulilia huko.

[32] Maria alipofika mahali pale Yesu alipokuwa, alipiga magoti miguuni Pake na kusema, "Bwana, kama ungalikuwa hapa, ndugu yangu hangalikufa." [33] Yesu alipomwona Maria akilia na wale Wayahudi waliokuja pamoja naye pia wakilia, Yesu alisikia uchungu moyoni, akafadhaika sana. [34] Akauliza, "Mmemweka wapi?"

Wakamwambia, "Bwana, njoo upaone." [35] Yesu akalia machozi.

[36] Ndipo Wayahudi wakasema, "Tazama jinsi alivyompenda Lazaro!" [37] Lakini wengine wakasema, "Je, yule aliyefungua macho ya kipofu, hakuweza kumfanya na huyu asife?"

Yesu Amfufua Lazaro

[38] Yesu kwa mara nyingine akiwa amefadhaika sana, akafika penye kaburi. Hilo kaburi lilikuwa pango ambalo jiwe lilikuwa limewekwa kwenye ingilio lake. [39] Yesu akasema, "Liondoeni hilo jiwe."

Martha ndugu yake yule aliyekuwa amekufa akasema, "Lakini Bwana, wakati huu atakuwa ananuka kwani amekwisha kuwa kaburini siku nne." [40] Yesu akamwambia, "Sikukuambia kwamba kama ukiamini utauona utukufu wa Mungu?" [41] Kwa hiyo wakaliondoa lile jiwe kutoka kaburini. Yesu akainua macho yake juu akasema, "Baba, ninakushukuru kwa kuwa wanisikia. [42] Ninajua ya kuwa wewe hunisikia siku zote, lakini nimesema

haya kwa ajili ya umati huu uliosimama hapa, ili wapate kuamini ya kuwa wewe umenituma." [43] Baada ya kusema haya, Yesu akapaza sauti yake akaita, "Lazaro, njoo huku!" [44] Yule aliyekuwa amekufa akatoka nje, mikono yake na miguu yake ikiwa imeviringishiwa vitambaa vya kitani na leso usoni pake.

Yesu akawaambia, "Mfungueni, mwacheni aende zake."

Shauri La Kumuua Yesu

[45] Hivyo Wayahudi wengi waliokuwa wamekuja kumfariji Maria, walipoona yale Yesu aliyoyatenda wakamwamini. [46] Lakini baadhi yao wakaenda kwa Mafarisayo na kuwaambia mambo Yesu aliyoyafanya. [47] Kwa hiyo viongozi na makuhani na Mafarisayo wakaita mkutano wa baraza.

Wakaulizana, "Tufanyeje? Huyu mtu anafanya ishara nyingi. [48] Kama tukimwacha aendelee hivi, kila mtu atamwamini, nao Warumi watakuja na kupaharibu mahali petu patakatifu na taifa letu." [49] Mmoja wao aliyeitwa Kayafa, ambaye alikuwa kuhani mkuu mwaka huo, akasema, "Ninyi hamjui kitu chochote! [50] Hamjui kwamba ni afadhali mtu mmoja afe kwa ajili ya watu, kuliko taifa lote liangamie?"

[51] Hakusema haya kutokana na mawazo yake mwenyewe bali kama kuhani mkuu mwaka huo, alitabiri kuwa Yesu angelikufa kwa ajili ya taifa la Wayahudi, [52] wala si kwa ajili ya taifa hilo pekee, bali pia kwa ajili ya watoto wa Mungu waliotawanyika, ili kuwaleta pamoja na kuwafanya wawe wamoja. [53] Hivyo tangu siku hiyo wakawa wanafanya mipango ili wamuue Yesu.

[54] Kwa hiyo Yesu akawa hatembei hadharani miongoni mwa Wayahudi, bali alijitenga akaenda sehemu iliyo karibu na jangwa kwenye kijiji kiitwacho Efraimu. Akakaa huko na wanafunzi wake. [55] Basi Pasaka ya Wayahudi ilipokuwa imekaribia, watu wengi walitoka vijijini wakaenda Yerusalemu kabla ya Pasaka ili wakajitakase. [56] Watu wakawa wanamtafuta Yesu, nao waliposimama kwenye eneo la Hekalu waliulizana, Je, mtu huyu hatakuja kamwe kwenye Sikukuu? [57] Viongozi wa makuhani na Mafarisayo walikuwa wametoa amri kuwa yeyote atakayejua mahali Yesu aliko, lazima atoe taarifa ili wapate kumkamata.

Maria Ampaka Yesu Mafuta Huko Bethania

12 Siku sita kabla ya Pasaka, Yesu alikwenda Bethania mahali ambako Lazaro aliyekuwa amefufuliwa na Yesu alikuwa anaishi. [2] Wakaandaa karamu kwa heshima ya Yesu. Martha akawahudumia wakati Lazaro alikuwa miongoni mwa waliokaa mezani pamoja na Yesu. [3] Kisha Maria akachukua chupa ya painti moja[c] yenye manukato ya nardo[d] safi ya thamani kubwa, akayamimina miguuni mwa Yesu na kuifuta kwa nywele zake. Nyumba nzima ikajaa harufu nzuri ya manukato.

[4] Ndipo Yuda Iskariote mwana wa Simoni, mmoja wa wale wanafunzi ambaye ndiye angemsaliti Yesu,

---

[a] 18 Maili mbili ni kama kilomita tatu.
[b] 27 Kristo maana yake ni Masiya, yaani Aliyetiwa mafuta.

[c] 3 Painti moja ni kama nusu lita.
[d] 3 Nardo ni aina ya mafuta yaliyokuwa yanatengenezwa kutokana na mimea yenye mizizi inayotoa harufu nzuri.

akasema, [5] "Kwa nini manukato haya hayakuuzwa kwa dinari 300[a] na fedha hizo wakapewa maskini?"

[6] Yuda alisema hivi si kwa kuwa aliwajali maskini, bali kwa kuwa alikuwa mwizi, kwani ndiye alikuwa akitunza mfuko wa fedha akawa anaiba kile kilichowekwa humo. [7] Yesu akasema, "Mwacheni. Aliyanunua manukato hayo ili ayaweke kwa ajili ya siku ya maziko yangu. [8] Maskini mtakuwa nao siku zote, lakini mimi hamtakuwa nami siku zote."

Shauri La Kumuua Lazaro

[9] Umati mkubwa wa Wayahudi walipojua kwamba Yesu alikuwa huko Bethania, walikuja si tu kwa ajili ya Yesu, lakini pia kumwona Lazaro ambaye Yesu alikuwa amemfufua. [10] Kwa hiyo viongozi wa makuhani wakafanya mpango wa kumuua Lazaro pia, [11] kwa kuwa kutokana na habari za kufufuliwa kwake Wayahudi wengi walikuwa wanamwendea Yesu na kumwamini.

Kuingia Kwa Yesu Yerusalemu Kwa Ushindi

[12] Siku iliyofuata umati mkubwa uliokuwa umekuja kwenye Sikukuu walisikia kwamba Yesu angekuja Yerusalemu. [13] Basi wakachukua matawi ya mitende, wakatoka kwenda kumlaki, huku wakipaza sauti wakisema,

"Hosana!"[b]

"Amebarikiwa yeye ajaye kwa Jina la Bwana!"

"Amebarikiwa Mfalme wa Israeli!"

[14] Yesu akamkuta mwana-punda akampanda, kama ilivyoandikwa,

[15] "Usiogope, Ewe binti Sayuni;
tazama, Mfalme wako anakuja,
amepanda mwana-punda!"

[16] Wanafunzi wake Yesu mwanzoni hawakuelewa mambo haya, lakini Yesu alipotukuzwa, ndipo walipokumbuka kuwa mambo haya yalikuwa yameandikwa kwa ajili yake na alitendewa yeye. [17] Wale waliokuwepo wakati Yesu alipomwita Lazaro kutoka kaburini na kumfufua kutoka kwa wafu, waliendelea kushuhudia. [18] Ni kwa sababu pia walikuwa wamesikia kwamba alikuwa ametenda muujiza huu ndiyo maana umati wa watu ukaenda kumlaki. [19] Hivyo Mafarisayo walipoona hayo wakaambiana, "Mnaona, hamwezi kufanya lolote. Angalieni, ulimwengu wote unamfuata yeye!"

Yesu Anatabiri Kifo Chake

[20] Basi palikuwa Wayunani fulani miongoni mwa wale waliokuwa wamekwenda kuabudu wakati wa Sikukuu. [21] Hawa wakamjia Filipo, ambaye alikuwa mwenyeji wa Bethsaida huko Galilaya, wakiwa na ombi. Wakamwambia, "Tungependa kumwona Yesu." [22] Filipo akaenda akamweleza Andrea, nao wote wawili wakamwambia Yesu.

[23] Yesu akawajibu, "Saa imewadia ya Mwana wa Adamu kutukuzwa. [24] Amin, amin nawaambia, mbegu ya ngano isipoanguka ardhini na kufa, hubakia kama mbegu peke yake. Lakini ikifa huzaa mbegu nyingi. [25] Mtu yeyote anayependa maisha yake atayapoteza, naye ayachukiaye maisha yake katika ulimwengu huu atayaokoa hata kwa uzima wa milele. [26] Mtu yeyote akinitumikia lazima anifuate, nami mahali nilipo ndipo mtumishi wangu atakapokuwa. Mtu akinitumikia, Baba yangu atamheshimu. [27] "Sasa roho yangu imefadhaika sana. Niseme nini? 'Baba, niokoe katika saa hii.' Lakini ni kwa kusudi hili nimeufikia wakati huu. [28] Baba, litukuze jina lako."

Ndipo ikaja sauti kutoka mbinguni, "Nimelitukuza, nami nitalitukuza tena." [29] Ule umati wa watu uliokuwa mahali pale uliisikia nao ukasema, "Hiyo ni sauti ya radi," wengine wakasema, "Malaika ameongea naye."

[30] Yesu akawaambia, "Sauti hii imesikika kwa faida yenu, wala si kwa faida yangu. [31] Sasa ni saa ya hukumu kwa ajili ya ulimwengu huu, sasa mkuu wa ulimwengu huu atatupwa nje. [32] Lakini mimi, nikiinuliwa kutoka nchi, nitawavuta watu wote waje kwangu." [33] Yesu aliyasema haya akionyesha ni kifo gani atakachokufa.

[34] Ule umati wa watu ukapiga kelele ukasema, "Tumesikia kutoka Sheria kwamba 'Kristo[c] adumu milele,' wewe wawezaje kusema, 'Mwana wa Adamu hana budi kuinuliwa juu?' Huyu 'Mwana wa Adamu ni nani?' "

[35] Ndipo Yesu akawaambia, "Bado kitambo kidogo nuru ingalipo pamoja nanyi. Enendeni maadamu mna nuru, msije mkakumbwa na giza. Mtu anayetembea gizani hajui anakokwenda. [36] Wekeni tumaini lenu katika nuru hiyo ili mpate kuwa wana wa nuru." Baada ya kusema haya, Yesu aliondoka, akajificha wasimwone.

Wayahudi Waendelea Kutokuamini

[37] Hata baada ya Yesu kufanya miujiza hii yote mbele yao, bado hawakumwamini. [38] Hili lilikuwa ili kutimiza lile neno la nabii Isaya lililosema:

"Bwana, ni nani aliyeamini ujumbe wetu,
na mkono wa Bwana umefunuliwa
kwa nani?"

[39] Kwa hivyo hawakuamini, kwa sababu Isaya anasema mahali pengine:

[40] "Amewafanya vipofu,
na kuifanya mioyo yao kuwa migumu,
ili wasiweze kuona kwa macho yao,
wala kuelewa kwa mioyo yao,
wasije wakageuka nami nikawaponya."

[41] Isaya alisema haya alipoona utukufu wa Yesu na kunena habari zake.

---

[a]5 Dinari 300 ni sawa na mshahara wa kibarua wa siku 300.
[b]13 Kiebrania kusema Okoa, basi likawa neno la shangwe.
[c]34 Kristo maana yake ni Masiya, yaani Aliyetiwa mafuta.

[42] Lakini wengi miongoni mwa viongozi wa Wayahudi walimwamini, lakini kwa sababu ya Mafarisayo hawakukiri waziwazi kwa maana waliogopa kufukuzwa katika masinagogi. [43] Wao walipenda sifa za wanadamu kuliko sifa zitokazo kwa Mungu.

Amwaminiye Yesu Hatabaki Gizani

[44] Yesu akapaza sauti akasema, "Yeyote aniaminiye, haniamini mimi peke yangu, bali yeye aliyenituma. [45] Yeyote anionaye mimi, amemwona yeye aliyenituma. [46] Mimi nimekuja kama nuru ulimwenguni, ili kwamba kila mtu aniaminiye asibaki gizani.

[47] "Mimi simhukumu mtu yeyote anayesikia maneno yangu na asiyatii, kwa maana sikuja kuuhukumu ulimwengu, bali kuuokoa. [48] Yuko amhukumuye yeye anikataaye mimi na kutokuyapokea maneno yangu, yaani, yale maneno niliyosema yenyewe yatamhukumu siku ya mwisho. [49] Kwa maana sisemi kwa ajili yangu mwenyewe, bali Baba aliyenituma aliniamuru ni nini cha kusema na jinsi ya kukisema. [50] Nami ninajua amri zake huongoza hadi kwenye uzima wa milele. Hivyo lolote nisemalo, ndilo lile Baba aliloniambia niseme."

Yesu Awanawisha Wanafunzi Wake Miguu

13 [1] Ilikuwa mara tu kabla ya Sikukuu ya Pasaka. Yesu alijua ya kuwa wakati wake wa kuondoka ulimwenguni ili kurudi kwa Baba umewadia. Alikuwa amewapenda watu wake waliokuwa ulimwenguni, naam, aliwapenda hadi kipimo cha mwisho.

[2] Wakati alipokuwa akila chakula cha jioni na wanafunzi wake, ibilisi alikuwa amekwisha kutia ndani ya moyo wa Yuda Iskariote, mwana wa Simoni, wazo la kumsaliti Yesu. [3] Yesu akijua ya kwamba Baba ameweka vitu vyote chini ya mamlaka yake na kwamba yeye alitoka kwa Mungu na alikuwa anarudi kwa Mungu, [4] hivyo aliondoka chakulani, akavua vazi lake la nje, akajifunga kitambaa kiunoni. [5] Kisha akamimina maji kwenye sinia na kuanza kuwanawisha wanafunzi wake miguu na kuikausha kwa kile kitambaa alichokuwa amejifunga kiunoni.

[6] Alipomfikia Simoni Petro, Petro akamwambia, "Bwana, je, wewe utaninawisha mimi miguu?" [7] Yesu akamjibu, "Hivi sasa hutambui lile ninalofanya, lakini baadaye utaelewa." [8] Petro akamwambia, "La, wewe hutaninawisha miguu kamwe." Yesu akamjibu, "Kama nisipokunawisha, wewe huna sehemu nami." [9] Ndipo Simoni Petro akajibu, "Usininawishe miguu peke yake, Bwana, bali pamoja na mikono na kichwa pia!" [10] Yesu akamjibu, "Mtu aliyekwisha kuoga anahitaji kunawa miguu tu, kwani mwili wake wote ni safi. Ninyi ni safi, ingawa si kila mmoja wenu." [11] Kwa kuwa yeye alijua ni nani ambaye angemsaliti, ndiyo sababu akasema si kila mmoja aliyekuwa safi. [12] Alipomaliza kuwanawisha miguu yao, alivaa tena mavazi yake, akarudi alikokuwa ameketi,

akawauliza, "Je, mmeelewa nililowafanyia? [13] Ninyi mnaniita mimi 'Mwalimu' na 'Bwana,' hii ni sawa, maana ndivyo nilivyo. [14] Kwa hiyo, ikiwa mimi niliye Bwana wenu na Mwalimu wenu nimewanawisha ninyi miguu, pia hamna budi kunawishana miguu ninyi kwa ninyi. [15] Mimi nimewawekea kielelezo kwamba imewapasa kutenda kama vile nilivyowatendea ninyi. [16] Amin, amin nawaambia, mtumishi si mkuu kuliko bwana wake, wala aliyetumwa si mkuu kuliko yule aliyemtuma. [17] Sasa kwa kuwa mmejua mambo haya, heri yenu ninyi kama mkiyatenda.

[18] "Sisemi hivi kuhusu ninyi nyote. Ninawajua wale niliowachagua. Lakini ni ili Andiko lipate kutimia, kwamba, 'Yeye aliyekula chakula changu, ameinua kisigino chake dhidi yangu.' [19] "Ninawaambia mambo haya kabla hayajatukia, ili yatakapotukia mpate kuamini ya kuwa Mimi ndiye. [20] Amin, amin nawaambia, yeyote anayempokea yule niliyemtuma anipokea mimi, naye anipokeaye mimi ampokea yeye aliyenituma mimi."

Yesu Anatabiri Kusalitiwa Kwake

[21] Baada ya kusema haya, Yesu alifadhaika sana moyoni, akasema, "Amin, amin nawaambia, mmoja wenu atanisaliti." [22] Wanafunzi wake wakatazamana bila kujua kuwa alikuwa anamsema nani. [23] Mmoja wa wanafunzi wake ambaye Yesu alimpenda sana, alikuwa ameegama kifuani mwa Yesu. [24] Simoni Petro akampungia mkono yule mwanafunzi, akamwambia, "Muulize anamaanisha nani." [25] Yule mwanafunzi akamwegemea Yesu, akamuuliza, "Bwana, tuambie, ni nani?" [26] Yesu akajibu, "Ni yule nitakayempa hiki kipande cha mkate baada ya kukichovya kwenye bakuli." Hivyo baada ya kukichovya kile kipande cha mkate, akampa Yuda Iskariote, mwana wa Simoni. [27] Mara tu baada ya kukipokea kile kipande cha mkate, Shetani akamwingia. Yesu akamwambia Yuda, "Lile unalotaka kulitenda litende haraka." [28] Hakuna hata mmoja wa wale waliokuwa wameketi naye mezani aliyeelewa kwa nini Yesu alimwambia hivyo. [29] Kwa kuwa Yuda alikuwa mtunza fedha, wengine walifikiri Yesu alikuwa amemwambia akanunue vitu vilivyohitajika kwa ajili ya Sikukuu, au kuwapa maskini chochote. [30] Mara tu baada ya kupokea ule mkate, Yuda akatoka nje. Wakati huo ulikuwa ni usiku.

Yesu Atabiri Petro Kumkana

[31] Baada ya Yuda kutoka nje, Yesu akasema, "Sasa Mwana wa Adamu ametukuzwa, naye Mungu ametukuzwa ndani yake. [32] Ikiwa Mungu ametukuzwa ndani ya Mwana, Mungu atamtukuza Mwana ndani yake mwenyewe naye atamtukuza mara.

[33] "Watoto wangu, mimi bado niko pamoja nanyi kwa muda kidogo. Mtanitafuta, na kama vile nilivyowaambia Wayahudi, vivyo hivyo sasa nawaambia na ninyi. Niendako, ninyi hamwezi kuja.

[34] "Amri mpya nawapa: Mpendane kama mimi nilivyowapenda ninyi, vivyo hivyo nanyi mpendane. [35] Kama mkipendana ninyi kwa ninyi, kwa

njia hii, watu wote watajua kuwa ninyi ni wanafunzi wangu."

36 Simoni Petro akamuuliza, "Bwana, unakwenda wapi?" 37 Yesu akamjibu, "Ninakokwenda huwezi kunifuata sasa, lakini utanifuata baadaye."

37 Petro akamuuliza tena, "Bwana, kwa nini siwezi kukufuata sasa? Mimi niko tayari kuutoa uhai wangu kwa ajili yako." 38 Yesu akamjibu, "Je, ni kweli uko tayari kuutoa uhai wako kwa ajili yangu? Amin, amin nakuambia, kabla jogoo hajawika, utanikana mara tatu."

Yesu Awatia Moyo Wanafunzi Wake

14 Yesu akawaambia, "Msifadhaike mioyoni mwenu, mnamwamini Mungu, niaminini na mimi pia. 2 Nyumbani kwa Baba yangu kuna makao mengi. Kama sivyo, ningeliwaambia. Naenda kuwaandalia makao. 3 Nami nikienda na kuwaandalia makao, nitarudi tena na kuwachukua mkae pamoja nami, ili mahali nilipo, nanyi mpate kuwepo. 4 Ninyi mnajua njia ya kufika ninakokwenda."

Yesu Ndiye Njia Ya Kwenda Kwa Baba

5 Tomaso akamwambia, "Bwana, sisi hatujui unakokwenda, tutaijuaje njia?" 6 Yesu akawaambia, "Mimi ndimi njia na kweli na uzima. Mtu hawezi kuja kwa Baba isipokuwa kwa kupitia kwangu. 7 Kama mngenijua mimi, mngemjua na Baba pia. Tangu sasa, mnamjua Baba yangu, tena mmemwona." 8 Filipo akamwambia, "Bwana, tuonyeshe Baba yako yatosha." 9 Yesu akamjibu, "Filipo, nimekaa nanyi muda huu wote hata usinijue? Mtu yeyote aliyeniona mimi, amemwona Baba. Sasa wawezaje kusema, 'Tuonyeshe Baba?' 10 Je, huamini ya kuwa mimi niko ndani ya Baba, naye Baba yuko ndani yangu? Maneno ninayowaambia siyasemi kwa ajili yangu mwenyewe, bali Baba akaaye ndani yangu ndiye atendaye hizi kazi. 11 Nisadiki mimi kwamba niko ndani ya Baba na Baba yuko ndani yangu, la sivyo, niaminini kwa sababu ya zile kazi nizitendazo. 12 Amin, amin nawaambia, yeyote aniaminiye mimi, kazi nizifanyazo yeye atazifanya, naam na kubwa kuliko hizi atazifanya, kwa sababu mimi ninakwenda kwa Baba. 13 Nanyi mkiomba lolote kwa Jina langu, hilo nitalifanya, ili Baba apate kutukuzwa katika Mwana. 14 Kama mkiniomba lolote kwa Jina langu nitalifanya.

Yesu Aahidi Roho Mtakatifu

15 "Kama mnanipenda, mtazishika amri zangu. 16 Nami nitamwomba Baba, naye atawapa Msaidizi mwingine akae nanyi milele. 17 Huyo ndiye Roho wa kweli ambaye ulimwengu hauwezi kumpokea, kwa sababu haumwoni wala haumjui. Ninyi mnamjua kwa kuwa yuko pamoja nanyi naye anakaa ndani yenu. 18 Sitawaacha ninyi yatima, naja kwenu. 19 Bado kitambo kidogo ulimwengu hautaniona tena, ila ninyi mtaniona, kwa kuwa mimi ni hai, ninyi nanyi mtakuwa hai. 20 Wakati huo mtajua ya kuwa mimi niko ndani ya Baba na ninyi mko ndani yangu na mimi niko ndani yenu. 21 Yeyote mwenye

amri zangu na kuzishika ndiye anipendaye, naye anipendaye atapendwa na Baba yangu, nami nitampenda na kujidhihirisha kwake." 22 Ndipo Yuda, siyo Iskariote, akamwambia, "Bwana, itakuwaje kwamba utajidhihirisha kwetu na si kwa ulimwengu?" 23 Yesu akamjibu, "Mtu yeyote akinipenda atalishika neno langu na Baba yangu atampenda, nasi tutakuja kwake na kufanya makao yetu kwake. 24 Mtu yeyote asiyenipenda hayashiki maneno yangu na maneno niliyowapa si yangu bali ni ya Baba aliyenituma. 25 "Nimewaambia mambo haya yote wakati bado niko pamoja nanyi. 26 Lakini huyo Msaidizi, yaani, huyo Roho Mtakatifu, ambaye Baba atamtuma kwenu kwa Jina langu, atawafundisha mambo yote na kuwakumbusha yote niliyowaambia. 27 Amani nawaachia, amani yangu nawapa, amani hii niwapayo si kama ile ulimwengu utoayo. Msifadhaike mioyoni mwenu, wala msiogope. 28 "Mlinisikia nikisema, 'Ninakwenda zangu, lakini nitarudi tena.' Kama kweli mngelinipenda mngelifurahi kwa kuwa naenda kwa Baba, kwani Baba ni mkuu kuniliko mimi. 29 Nimewaambia mambo haya kabla hayajatukia, ili yatakapotukia mpate kuamini. 30 Sitasema nanyi zaidi, kwa sababu yule mkuu wa ulimwengu huu anakuja, naye hana kitu kwangu, 31 lakini ulimwengu upate kujua kuwa ninampenda Baba, nami hufanya vile Baba alivyoniamuru.

"Haya inukeni; twendeni zetu.

Yesu Mzabibu Wa Kweli

15 "Mimi ndimi mzabibu wa kweli na Baba yangu ndiye mkulima. 2 Kila tawi ndani yangu lisilozaa matunda, Baba yangu hulikata, nalo kila tawi lizaalo, hulisafisha ili lipate kuzaa matunda zaidi. 3 Ninyi mmekwisha kuwa safi kwa sababu ya lile neno nililonena nanyi. 4 Kaeni ndani yangu, nami nikae ndani yenu. Kama vile tawi lisivyoweza kuzaa matunda lisipokaa ndani ya mzabibu, vivyo hivyo ninyi msipokaa ndani yangu hamwezi kuzaa matunda.

5 "Mimi ni mzabibu, ninyi ni matawi. Akaaye ndani yangu, nami ndani yake, huyo huzaa sana, maana pasipo mimi ninyi hamwezi kufanya jambo lolote. 6 Mtu yeyote asipokaa ndani yangu, hutupwa nje kama tawi na kunyauka. Matawi kama hayo hukusanywa na kutupwa motoni, yakateketea. 7 Ninyi mkikaa ndani yangu na maneno yangu yakikaa ndani yenu, ombeni lolote mtakalo, nanyi mtatendewa. 8 Kwa hiyo Baba yangu hutukuzwa, kwa vile mzaavyo matunda mengi, nanyi mtakuwa wanafunzi wangu.

9 "Kama vile Baba alivyonipenda mimi, hivyo ndivyo mimi nilivyowapenda ninyi. Basi kaeni katika pendo langu. 10 Mkizishika amri zangu mtakaa katika pendo langu, kama mimi nilivyozishika amri za Baba yangu na kukaa katika pendo lake. 11 Nimewaambia mambo haya ili furaha yangu iwe ndani yenu na furaha yenu iwe kamili. 12 Amri yangu ndiyo hii: Mpendane kama mimi nilivyowapenda ninyi. 13 Hakuna mtu mwenye upendo mkuu kuliko huu, mtu kuutoa uhai wake kwa ajili

ya rafiki zake. [14] Ninyi ni rafiki zangu mkifanya ninayowaamuru. [15] Siwaiti ninyi watumishi tena, kwa sababu watumishi hawajui bwana wao analofanya, bali nimewaita ninyi rafiki, kwa maana nimewajulisha mambo yote niliyoyasikia kutoka kwa Baba yangu. [16] Si ninyi mlionichagua, bali mimi ndiye niliyewachagua ninyi na kuwaweka mwende mkazae matunda, na matunda yenu yapate kudumu. Ili nalo lolote mtakalomwomba Baba katika Jina langu, awape ninyi. [17] Amri yangu ndiyo hii: Mpendane.

Ulimwengu Wawachukia Wanafunzi

[18] "Kama ulimwengu ukiwachukia ninyi, kumbukeni kwamba ulinichukia mimi kabla yenu. [19] Kama mngekuwa wa ulimwengu, ulimwengu ungeliwapenda kama vile unavyowapenda walio wake. Kwa sababu ninyi si wa ulimwengu, lakini mimi nimewachagua kutoka ulimwengu, hii ndiyo sababu ulimwengu unawachukia. [20] Kumbukeni lile neno nililowaambia, 'Hakuna mtumishi aliye mkuu kuliko bwana wake.' Kama wamenitesa mimi, nanyi pia watawatesa. Kama wamelishika neno langu, watalishika na neno lenu pia. [21] Watawatendea ninyi haya yote kwa ajili ya Jina langu, kwa sababu hawamjui yeye aliyenituma. [22] Kama sikuja na kusema nao wasingalikuwa na hatia ya dhambi. Lakini sasa hawana udhuru kwa ajili ya dhambi zao. [23] Yeyote anayenichukia mimi, anamchukia pia na Baba yangu. [24] Kama sikuwa nimefanya miujiza ambayo haijapata kufanywa na mtu mwingine yeyote, wasingalikuwa na hatia ya dhambi. Lakini sasa wameiona miujiza hii na bado wakatuchukia mimi na Baba yangu. [25] Lakini hii ni kutimiza lile neno lililoandikwa kwenye Sheria kwamba, 'Walinichukia pasipo sababu.'

[26] "Lakini atakapokuja huyo Msaidizi nitakayemtuma kwenu kutoka kwa Baba, yaani, huyo Roho wa kweli atokaye kwa Baba, yeye atanishuhudia mimi. [27] Ninyi nanyi itawapasa kushuhudia kwa sababu mmekuwa pamoja nami tangu mwanzo.

16 "Nimewaambia mambo haya yote ili msije mkaiacha imani. [2] Watawatenga na masinagogi. Naam, saa yaja ambayo mtu yeyote atakayewaua atadhani kwa kufanya hivyo anamtumikia Mungu. [3] Nao watawatenda haya kwa sababu hawamjui Baba wala mimi. [4] Lakini nimewaambia ninyi mambo haya, ili saa hiyo ikiwadia mpate kukumbuka ya kuwa nilikuwa nimewaambia. Sikuwaambia mambo haya tangu mwanzo kwa sababu nilikuwa pamoja nanyi.

Kazi Ya Roho Mtakatifu

[5] "Sasa mimi ninakwenda kwake yeye aliyenituma, lakini hakuna hata aniulizaye, 'Unakwenda wapi?' [6] Kwa sababu nimewaambia mambo haya, mioyo yenu imejawa na huzuni. [7] Lakini nawaambia kweli, yafaa mimi niondoke, kwa kuwa nisipoondoka, huyo Msaidizi hatakuja kwenu, lakini nikienda nitamtuma kwenu. [8] Naye atakapokuja, atauthibitishia ulimwengu kuhusu dhambi, haki na hukumu. [9] Kwa habari ya dhambi, kwa sababu hawaniamini mimi, [10] kwa habari ya haki, kwa sababu ninakwenda kwa Baba, nanyi

hamtaniona tena, [11] kwa habari ya hukumu, kwa sababu yule mkuu wa ulimwengu huu amekwisha kuhukumiwa.

[12] "Bado ninayo mambo mengi ya kuwaambia, lakini hamwezi kuyastahimili sasa. [13] Atakapokuja huyo Roho wa kweli atawaongoza awatie katika kweli yote. Yeye hatanena kwa ajili yake mwenyewe, bali atanena yale yote atakayosikia, naye atawaonyesha mambo yajayo. [14] Atanitukuza mimi, kwa maana atayachukua yaliyo yangu na kuwajulisha ninyi. [15] Vyote alivyo navyo Baba ni vyangu. Ndiyo maana nimesema Roho atachukua yaliyo yangu na kuwajulisha ninyi.

[16] "Bado kitambo kidogo nanyi hamtaniona na tena bado kitambo kidogo nanyi mtaniona."

Huzuni Itageuka Kuwa Furaha

[17] Baadhi ya wanafunzi wakaulizana, "Ana maana gani asemapo, 'Bado kitambo kidogo nanyi hamtaniona na tena bado kitambo kidogo nanyi mtaniona?' Naye ana maana gani asemapo, 'Kwa sababu ninakwenda kwa Baba?'" [18] Wakaendelea kuulizana, "Ana maana gani asemapo, 'Kitambo kidogo?' Hatuelewi hilo analosema."

[19] Yesu akatambua kuwa walitaka kumuuliza juu ya hilo, hivyo akawaambia, "Je, mnaulizana nina maana gani niliposema, 'Bado kitambo kidogo nanyi hamtaniona na tena bado kitambo kidogo nanyi mtaniona?' [20] Amin, amin nawaambia, ninyi mtalia na kuomboleza, lakini ulimwengu utafurahi. Ninyi mtahuzunika, lakini huzuni yenu itageuka kuwa furaha. [21] Mwanamke anapokuwa na utungu wa kuzaa huwa na maumivu kwa sababu saa yake imewadia. Lakini mtoto akiisha kuzaliwa, yule mwanamke husahau maumivu hayo kwa sababu ya furaha ya kuzaliwa mtoto ulimwenguni. [22] Hivyo ninyi mna maumivu sasa, lakini nitawaona tena, nayo mioyo yenu itafurahi na furaha yenu hakuna awaondoleaye. [23] Katika siku hiyo hamtaniuliza neno lolote. Amin, amin nawaambia, kama mkimwomba Baba jambo lolote kwa jina langu, yeye atawapa. [24] Mpaka sasa hamjaomba jambo lolote kwa Jina langu. Ombeni nanyi mtapewa, ili furaha yenu ipate kuwa kamili.

Amani Kwa Wanafunzi

[25] "Nimewaambia mambo haya kwa mafumbo. Saa yaja ambapo sitazungumza nanyi tena kwa mafumbo bali nitawaeleza waziwazi kuhusu Baba. [26] Siku hiyo mtaomba kwa Jina langu. Wala sitawaambia kwamba nitamwomba Baba kwa ajili yenu, [27] kwa maana Baba mwenyewe anawapenda, kwa sababu mmenipenda mimi na mmeamini nimetoka kwa Mungu. [28] Nilitoka kwa Baba na kuja ulimwenguni, sasa naondoka ulimwenguni na kurudi kwa Baba."

[29] Ndipo wanafunzi wake wakasema, "Sasa unazungumza waziwazi, wala si kwa mafumbo. [30] Sasa tumejua kwamba wewe unajua mambo yote, wala hakuna haja ya mtu kukuuliza maswali. Kwa jambo hili tunaamini kwamba ulitoka kwa Mungu." [31] Yesu akawajibu, "Je, sasa mnaamini? [32] Saa inakuja, naam, imekwisha kuwadia, mtakapotawanyika kila mmoja kwenda nyumbani kwake

na kuniacha peke yangu. Lakini mimi siko peke yangu kwa sababu Baba yu pamoja nami. [33] Nimewaambia mambo haya, ili mpate kuwa na amani mkiwa ndani yangu. Ulimwenguni mtapata dhiki. Lakini jipeni moyo, kwa maana mimi nimeushinda ulimwengu."

Yesu Ajiombea Mwenyewe

1 7 Baada ya Yesu kusema haya, alitazama kuelekea mbinguni akawaombea na kusema:

"Baba, saa imewadia. Umtukuze Mwanao, ili Mwanao apate kukutukuza wewe. [2] Kwa kuwa umempa mamlaka juu ya wote wenye mwili ili awape uzima wa milele wale uliompa. [3] Nao uzima wa milele ndio huu, wakujue wewe uliye Mungu wa pekee, na kweli na Yesu Kristo uliyemtuma. [4] Nimekutukuza wewe duniani kwa kuitimiza ile kazi uliyonipa niifanye. [5] Hivyo sasa, Baba, unitukuze mbele zako kwa ule utukufu niliokuwa nao pamoja na wewe kabla ulimwengu haujakuwepo.

Yesu Awaombea Wanafunzi Wake

[6] "Nimelidhihirisha jina lako kwa wale ulionipa kutoka ulimwengu. Walikuwa wako, nawe ukanipa mimi, nao wamelitii neno lako. [7] Sasa wamejua ya kuwa vyote ulivyonipa vimetoka kwako, [8] kwa kuwa maneno yale ulionipa nimewapa wao, nao wameyapokea na kujua kwamba kweli nimetoka kwako, nao wameamini kuwa wewe ulinituma. [9] Ninawaombea wao. Mimi siuombei ulimwengu, bali nawaombea wale ulionipa kwa sababu wao ni wako. [10] Wote walio wangu ni wako na walio wako ni wangu, nami nimetukuzwa ndani yao. [11] Mimi sasa simo tena ulimwenguni, lakini wao bado wamo ulimwenguni, nami naja kwako. Baba Mtakatifu, uwalinde kwa uweza wa jina lako ulilonipa, ili wawe na umoja kama sisi tulivyo wamoja. [12] Nilipokuwa pamoja nao, niliwalinda, wakawa salama kwa lile jina ulilonipa. Hakuna hata mmoja aliyepotea, isipokuwa yule aliyekusudiwa upotevu, ili Maandiko yapate kutimia. [13] "Lakini sasa naja kwako, nami ninasema mambo haya wakati bado nikiwa ulimwenguni, ili wawe na furaha yangu kamili ndani yao. [14] Nimewapa neno lako, nao ulimwengu umewachukia kwa kuwa wao si wa ulimwengu kama mimi nisivyo wa ulimwengu huu. [15] Siombi kwamba uwaondoe ulimwenguni, bali uwalinde dhidi ya yule mwovu. [16] Wao si wa ulimwengu huu, kama vile mimi nisivyo wa ulimwengu. [17] Uwatakase kwa ile kweli, neno lako ndilo kweli. [18] Kama vile ulivyonituma mimi ulimwenguni, nami nawatuma vivyo hivyo. [19] Kwa ajili yao najiweka wakfu ili wao nao wapate kutakaswa katika ile kweli.

Yesu Awaombea Wote Wamwaminio

[20] "Siwaombei hawa peke yao, bali nawaombea na wale wote watakaoniamini kupitia neno lao [21] ili wawe na umoja kama vile wewe

Baba ulivyo ndani yangu na mimi nilivyo ndani yako, wao nao wawe ndani yetu, ili ulimwengu upate kuamini ya kuwa wewe ndiye uliyenituma mimi. [22] Utukufu ule ulionipa nimewapa wao, ili wawe na umoja kama sisi tulivyo wamoja. [23] Mimi ndani yako na wewe ndani yangu, ili wawe wamekamilika katika umoja na ulimwengu upate kujua ya kuwa umenituma, nami nimewapenda wao kama unavyonipenda mimi. [24] "Baba, shauku yangu ni kwamba, wale ulionipa wawe pamoja nami pale nilipo, ili waweze kuuona utukufu wangu, yaani, utukufu ule ulionipa kwa kuwa ulinipenda hata kabla ya kuwekwa misingi ya ulimwengu. [25] "Baba Mwenye Haki, ingawa ulimwengu haukujui, mimi ninakujua, nao wanajua ya kuwa umenituma. [26] Nimefanya jina lako lijulikane kwao nami nitaendelea kufanya lijulikane, ili kwamba upendo ule unaonipenda mimi uwe ndani yao na mimi mwenyewe nipate kuwa ndani yao."

Yesu Akamatwa

1 8 Yesu alipomaliza kuomba, akaondoka na wanafunzi wake wakavuka Bonde la Kidroni. Upande wa pili palikuwa na bustani, yeye na wanafunzi wake wakaingia humo. [2] Basi Yuda, yule aliyemsaliti alipafahamu mahali hapo kwani Yesu alikuwa akikutana humo na wanafunzi wake mara kwa mara. [3] Hivyo Yuda akaja bustanini. Aliongoza kikosi cha askari wa Kirumi, na baadhi ya maafisa kutoka kwa viongozi wa makuhani na Mafarisayo. Nao walikuwa wamechukua taa, mienge na silaha. [4] Yesu akijua yale yote yatakayompata, akajitokeza mbele yao akawauliza, "Mnamtafuta nani?" [5] Wao wakamjibu, "Yesu wa Nazareti." Yesu akawajibu, "Mimi ndiye." Yuda, yule aliyemsaliti alikuwa amesimama pamoja nao. [6] Yesu alipowaambia, "Mimi ndiye," walirudi nyuma na kuanguka chini! [7] Akawauliza tena, "Mnamtafuta nani?" Nao wakamjibu, "Yesu wa Nazareti." [8] Yesu akawaambia, "Nimekwisha kuwaambia kuwa, mimi ndiye; kwa hiyo kama mnanitafuta mimi, waacheni hawa watu waende zao." [9] Hii ili-kuwa ili litimie lile neno alilosema, "Sikumpoteza hata mmoja miongoni mwa wale ulionipa." [10] Simoni Petro, aliyekuwa na upanga, akaufuta na kumkata sikio la kuume mtumishi wa kuhani mkuu. Jina la mtumishi huyo aliitwa Malko. [11] Yesu akamwambia Petro, "Rudisha upanga wako kwenye ala yake. Je, hainipasi kukinywea kikombe alichonipa Baba?"

Yesu Mbele Ya Kuhani Mkuu

[12] Hivyo wale askari, wakiwa pamoja na majemadari wao na maafisa wa Wayahudi, wakamkamata Yesu na kumfunga. [13] Kwanza wakampeleka kwa Anasi, mkwewe Kayafa, aliyekuwa kuhani mkuu mwaka ule. [14] Kayafa ndiye alikuwa amewashauri Wayahudi kwamba imempasa mtu mmoja kufa kwa ajili ya watu.

Petro Anamkana Yesu

¹⁵ Simoni Petro pamoja na mwanafunzi mwingine walikuwa wakimfuata Yesu. Huyu mwanafunzi mwingine alikuwa anafahamika kwa kuhani mkuu, hivyo aliingia ndani ya ukumbi pamoja na Yesu. ¹⁶ Lakini Petro alisimama nje karibu na lango, ndipo yule mwanafunzi mwingine, aliyejulikana na kuhani mkuu, akazungumza na msichana aliyekuwa analinda lango, akamruhusu Petro aingie ndani.

¹⁷ Yule msichana akamuuliza Petro, "Je, wewe pia si mmoja wa wanafunzi wa mtu huyu?"

Petro akajibu, "Sio mimi."

¹⁸ Wale watumishi na askari walikuwa wamesimama wakiota moto wa makaa kwa sababu palikuwa na baridi, Petro naye alikuwa amesimama pamoja nao akiota moto.

Kuhani Mkuu Amhoji Yesu

¹⁹ Wakati huo kuhani mkuu akawa anamuuliza Yesu kuhusu wanafunzi wake na mafundisho yake. ²⁰ Yesu akamjibu, "Nimekuwa nikizungumza waziwazi mbele ya watu wote. Siku zote nimefundisha katika masinagogi na Hekaluni, mahali ambapo Wayahudi wote hukusanyika. Sikusema jambo lolote kwa siri. ²¹ Mbona unaniuliza mimi maswali? Waulize wale walionisikia yale niliyowaambia. Wao wanajua niliyosema."

²² Alipomaliza kusema hayo, mmoja wa askari aliyekuwa amesimama karibu naye, akampiga Yesu kofi usoni, kisha akasema, "Je, hivyo ndivyo unavyomjibu kuhani mkuu?"

²³ Yesu akamjibu akasema, "Kama nimesema jambo baya, shuhudia huo ubaya niliousema. Lakini kama nimesema yaliyo kweli, mbona umenipiga?" ²⁴ Ndipo Anasi akampeleka Yesu kwa kuhani mkuu Kayafa, akiwa bado amefungwa.

Petro Amkana Yesu Tena

²⁵ Wakati huo Simoni Petro alikuwa amesimama akiota moto. Baadhi ya wale waliokuwepo wakamuuliza, "Je, wewe si mmoja wa wanafunzi wake?"

Petro akakana, akasema, "Sio mimi."

²⁶ Mmoja wa watumishi wa kuhani mkuu, ndugu yake yule mtu ambaye Petro alikuwa amemkata sikio, akamuuliza, "Je, mimi sikukuona kule bustanini ukiwa na Yesu?" ²⁷ Kwa mara nyingine tena Petro akakana, naye jogoo akawika wakati huo huo.

Yesu Apelekwa Kwa Pilato

²⁸ Ndipo Wayahudi wakamchukua Yesu kutoka kwa Kayafa na kumpeleka kwenye jumba la kifalme la mtawala wa Kirumi.ᵃ Wakati huo ilikuwa ni alfajiri, ili kuepuka kuwa najisi kwa taratibu za ibada, Wayahudi hawakuingia ndani kwa sababu ya sheria za Kiyahudi. Wangehesabiwa kuwa najisi kama wangeingia nyumbani mwa mtu asiye Myahudi na wasingeruhusiwa kushiriki katika Sikukuu ya Pasaka. ²⁹ Hivyo Pilato akatoka nje walikokuwa akawauliza, "Mmeleta mashtaka gani kumhusu mtu huyu?"

³⁰ Wao wakamjibu, "Kama huyu mtu hakuwa mhalifu tusingemleta kwako."

³¹ Pilato akawaambia, "Basi mchukueni ninyi mkamhukumu kwa kufuata sheria zenu."

Wayahudi wakamjibu, "Sisi haturuhusiwi kutoa hukumu ya kifo kwa mtu yeyote." ³² Walisema hivyo ili yale maneno aliyosema Yesu kuhusu kifo atakachokufa yapate kutimia.

³³ Kwa hiyo Pilato akaingia ndani ya jumba la kifalme, akamwita Yesu, akamuuliza, "Wewe ndiye mfalme wa Wayahudi?"

³⁴ Yesu akamjibu, "Je, unauliza swali hili kutokana na mawazo yako mwenyewe, au uliambiwa na watu kunihusu mimi?"

³⁵ Pilato akamjibu, "Mimi si Myahudi, ama sivyo? Taifa lako mwenyewe na viongozi wa makuhani wamekukabidhi kwangu. Umefanya kosa gani?"

³⁶ Yesu akajibu, "Ufalme wangu si wa ulimwengu huu. Ufalme wangu ungekuwa wa ulimwengu huu, wafuasi wangu wangenipigania ili nisitiwe mikononi mwa Wayahudi. Lakini kama ilivyo, ufalme wangu hautoki hapa ulimwenguni."

³⁷ Pilato akamuuliza, "Kwa hiyo wewe ni mfalme?" Yesu akajibu, "Wewe wasema kwamba mimi ni mfalme. Kwa kusudi hili nilizaliwa, na kwa ajili ya hili nilikuja ulimwenguni, ili niishuhudie kweli. Mtu yeyote aliye wa kweli husikia sauti yangu."

³⁸ Pilato akamuuliza Yesu, "Kweli ni nini?" Baada ya kusema haya Pilato akaenda nje tena akawaambia wale viongozi wa Wayahudi waliomshtaki Yesu, "Sioni kosa lolote alilotenda mtu huyu. ³⁹ Lakini ninyi mna desturi yenu kwamba wakati wa Pasaka nimwachie huru mfungwa mmoja mnayemtaka. Je, mnataka niwafungulie huyu 'Mfalme wa Wayahudi'?"

⁴⁰ Wao wakapiga kelele wakisema, "Si huyu mtu, bali tufungulie Baraba!" Yule Baraba alikuwa mnyang'anyi.

Yesu Ahukumiwa Kusulubiwa

19 Ndipo Pilato akamtoa Yesu akaamuru apigwe mijeledi. ² Askari wakasokota taji ya miiba, wakamvika Yesu kichwani. Wakamvalisha joho la zambarau. ³ Wakawa wanapanda pale alipo tena na tena, wakisema, "Salamu! Mfalme wa Wayahudi!" Huku wakimpiga makofi usoni.

⁴ Pilato akatoka tena nje akawaambia wale waliokusanyika, "Tazameni, namkabidhi Yesu kwenu kuwajulisha kwamba mimi sikumwona ana hatia." ⁵ Kwa hiyo Yesu akatoka nje akiwa amevaa ile taji ya miiba na lile vazi la zambarau. Pilato akawaambia, "Tazameni, huyu hapa huyo mtu!"

⁶ Wale viongozi wa makuhani na maafisa walipomwona, wakapiga kelele wakisema, "Msulubishe! Msulubishe!"

Pilato akawaambia, "Mchukueni ninyi mkamsulubishe, mimi sioni hatia juu yake."

⁷ Wayahudi wakamjibu, "Sisi tunayo sheria na kutokana na sheria hiyo, hana budi kufa kwa sababu yeye alijiita Mwana wa Mungu."

⁸ Pilato aliposikia haya, akaogopa zaidi. ⁹ Akaingia tena ndani ya jumba la kifalme, akamuuliza Yesu, "Wewe umetoka wapi?" Lakini Yesu hakumjibu. ¹⁰ Pilato akamwambia, "Wewe unakataa

---

ᵃ28 Jumba la mfalme la mtawala wa Kirumi lilikuwa linaitwa Praitorio.

kuongea na mimi? Hujui ya kuwa nina mamlaka ya kukuachia huru au kukusulubisha?"

[11] Ndipo Yesu akamwambia, "Wewe hungekuwa na mamlaka yoyote juu yangu kama hungepewa kutoka juu. Kwa hiyo yeye aliyenitia mikononi mwako ana hatia ya dhambi iliyo kubwa zaidi."

[12] Tangu wakati huo, Pilato akajitahidi kutafuta njia ya kumfungua Yesu, lakini Wayahudi wakazidi kupiga kelele wakisema, "Ukimwachia huyu mtu, wewe si rafiki wa Kaisari. Mtu yeyote anayedai kuwa mfalme anampinga Kaisari."

[13] Pilato aliposikia maneno haya akamtoa Yesu nje tena akaketi katika kiti chake cha hukumu, mahali palipoitwa Sakafu ya Jiwe, kwa Kiebrania paliitwa Gabatha[a] [14] Basi ilikuwa siku ya Maandalio ya Pasaka, yapata kama saa sita hivi.

Pilato akawaambia Wayahudi, "Huyu hapa mfalme wenu!"

[15] Wao wakapiga kelele, "Mwondoe! Mwondoe! Msulubishe!"

Pilato akawauliza, "Je, nimsulubishe mfalme wenu?"

Wale viongozi wa makuhani wakamjibu, "Sisi hatuna mfalme mwingine ila Kaisari."

[16] Ndipo Pilato akamkabidhi Yesu kwao ili wamsulubishe.

Kusulubiwa Kwa Yesu

Kwa hiyo askari wakamchukua Yesu. [17] Yesu, akiwa ameubeba msalaba wake, akatoka kuelekea mahali palipoitwa Fuvu la Kichwa (kwa Kiebrania ni Golgotha). [18] Hapo ndipo walipomsulubisha. Pamoja naye walisulubisha watu wengine wawili, mmoja kila upande wake, naye Yesu katikati.

[19] Pilato akaamuru tangazo liandikwe na liwekwe juu kwenye msalaba wa Yesu, likasema: "YESU WA NAZARETI, MFALME WA WAYAHUDI." [20] Kwa kuwa mahali hapo Yesu aliposulubiwa palikuwa karibu na mjini, Wayahudi wengi walisoma maandishi haya yaliyokuwa yameandikwa kwa lugha za Kiebrania, Kiyunani na Kilatini. [21] Viongozi wa makuhani wa Wayahudi wakapinga, wakamwambia Pilato, "Usiandike 'Mfalme wa Wayahudi,' bali andika kwamba mtu huyu alisema yeye ni mfalme wa Wayahudi."

[22] Pilato akawajibu, "Nilichokwisha kuandika, nimeandika!"

Mavazi Ya Yesu Yagawanywa

[23] Askari walipokwisha kumsulubisha Yesu, walichukua nguo zake wakazigawa mafungu manne, kila askari fungu lake. Ila walikubaliana wasilichane lile vazi lake kwa maana lilikuwa halina mshono bali limefumwa tangu juu hadi chini. [24] Wakaambiana, "Tusilichane ila tulipigie kura ili kuamua ni nani atalichukua."

Hili lilitukia ili Maandiko yapate kutimizwa yale yaliyosema,

"Wanagawana nguo zangu,
na vazi langu wanalipigia kura."

Hayo ndiyo waliyoyafanya wale askari.

[25] Wakati huo huo karibu na msalaba wa Yesu walikuwa wamesimama mama yake, na dada wa mamaye, na Maria mke wa Klopa, na Maria Magdalene. [26] Yesu alipomwona mama yake mahali pale pamoja na yule mwanafunzi aliyempenda wamesimama karibu, akamwambia mama yake, "Mwanamke, huyo hapo ndiye mwanao," [27] Kisha akamwambia yule mwanafunzi, "Nawe huyo hapo ndiye mama yako." Tangu wakati huo yule mwanafunzi akamchukua mama yake Yesu nyumbani kwake.

Kifo Cha Yesu

[28] Baada ya haya, Yesu hali akijua kuwa mambo yote yamemalizika, alisema ili kutimiza Maandiko, "Naona kiu." [29] Hapo palikuwa na bakuli lililojaa siki. Kwa hiyo wakachovya sifongo kwenye hiyo siki, wakaiweka kwenye ufito wa mti wa hisopo, wakampelekea mdomoni. [30] Baada ya kuionja hiyo siki, Yesu akasema, "Imekwisha." Akainamisha kichwa chake, akaitoa roho yake.

Yesu Achomwa Mkuki Ubavuni

[31] Kwa kuwa ilikuwa siku ya Maandalio ya Pasaka, Wayahudi hawakutaka miili ibaki msalabani siku ya Sabato, hasa kwa kuwa hiyo Sabato ingekuwa Sikukuu. Wakamwomba Pilato aamuru miguu ya wale waliosulubiwa ivunjwe ili wafe haraka miili iondolewe kwenye misalaba. [32] Kwa hiyo askari wakaenda wakavunja miguu ya mtu wa kwanza aliyesulubiwa pamoja na Yesu na yule mwingine pia. [33] Lakini walipomkaribia Yesu, wakaona ya kuwa amekwisha kufa, hivyo hawakuvunja miguu yake. [34] Badala yake mmoja wa wale askari akamchoma mkuki ubavuni na mara pakatoka damu na maji. [35] Mtu aliyeona mambo hayo ndiye alitoa ushuhuda, nao ushuhuda wake ni kweli. Anajua kuwa anasema kweli, naye anashuhudia ili pia nanyi mpate kuamini. [36] Kwa maana mambo haya yalitukia ili Maandiko yapate kutimia, yale yasemayo, "Hakuna hata mfupa wake mmoja utakaovunjwa." [37] Tena Andiko lingine lasema, "Watamtazama yeye waliyemchoma."

Maziko Ya Yesu

[38] Baada ya mambo haya, Yosefu wa Arimathaya, aliyekuwa mfuasi wa Yesu, ingawa kwa siri kwa sababu ya kuwaogopa Wayahudi, alimwomba Pilato ruhusa ili kuuchukua mwili wa Yesu. Pilato alimruhusu, hivyo akaja, akauchukua. [39] Naye Nikodemo, yule ambaye kwanza alimwendea Yesu usiku, akaja, akaleta mchanganyiko wa manemane na manukato, yenye uzito wa zaidi ya kilo thelathini[b] [40] Wakauchukua mwili wa Yesu, wakaufunga katika sanda ya kitani safi pamoja na yale manukato, kama ilivyokuwa desturi ya Wayahudi. [41] Basi palikuwa na bustani karibu na mahali pale aliposulubiwa, na pale ndani ya ile bustani palikuwa na kaburi jipya, ambalo halikuwa limezikiwa mtu bado. [42] Kwa hiyo, kwa kuwa ilikuwa

---

[a] 13 Gabatha ni neno la Kiebrania ambalo maana yake ni Sakafu ya jiwe; ni mahali pa wazi palipoinuliwa ambako palitumika kama mahakama.

[b] 39 Zaidi ya kilo 30; tafsiri nyingine zinasema ratili 100, na nyingine ratili 75, ambazo ni kama kilo 34.

siku ya Wayahudi ya Maandalio, nalo kaburi hilo lilikuwa karibu, wakamzika Yesu humo.

Kufufuka Kwa Yesu

20 Alfajiri na mapema siku ya kwanza ya juma, kulipokuwa kungali giza bado, Maria Magdalene alikwenda kaburini na kukuta lile jiwe limeondolewa penye ingilio. [2] Hivyo akaja akikimbia kwa Simoni Petro pamoja na yule mwanafunzi mwingine ambaye Yesu alimpenda, na kusema, "Wamemwondoa Bwana kaburini, na hatujui walikomweka!" [3] Petro na yule mwanafunzi mwingine wakaondoka mara kuelekea kaburini. [4] Wote wawili walikuwa wanakimbia, lakini yule mwanafunzi mwingine akakimbia mbio zaidi kuliko Petro, akatangulia kufika kaburini. [5] Alipofika, akainama na kuchungulia mle kaburini, akaona vile vitambaa vya kitani mle ndani, lakini hakuingia. [6] Ndipo Simoni Petro akaja, akimfuata nyuma akaenda moja kwa moja hadi ndani ya kaburi. Naye akaona vile vitambaa vya ile sanda vikiwa pale chini [7] na kile kitambaa kilichokuwa kichwani mwa Yesu. Kitambaa hicho kilikuwa kimekunjwa mahali pa peke yake, mbali na vile vitambaa vya kitani vya ile sanda. [8] Kisha yule mwanafunzi aliyetangulia kufika kaburini naye akaingia ndani, akaona, akaamini, [9] (kwa kuwa mpaka wakati huo walikuwa bado hawajaelewa kutoka Maandiko kwamba ilikuwa lazima Yesu afufuke kutoka kwa wafu). [10] Kisha hao wanafunzi wakaondoka wakarudi nyumbani kwao.

Yesu Anamtokea Maria Magdalene

[11] Lakini Maria Magdalene akasimama nje ya kaburi akilia. Alipokuwa akilia, akainama, kuchungulia mle kaburini, [12] naye akaona malaika wawili wamevaa mavazi meupe, wameketi pale mwili wa Yesu ulipokuwa umelazwa, mmoja upande wa kichwani na mwingine upande wa miguuni. [13] Wakamuuliza Maria, "Mwanamke, mbona unalia?"

Akawaambia, "Nalia kwa kuwa wamemchukua Bwana wangu na sijui walikomweka." [14] Baada ya kusema hayo, akageuka, akamwona Yesu amesimama, lakini hakumtambua.

[15] Yesu akamwambia, "Mwanamke, mbona unalia? Unamtafuta nani?"

Maria akidhani ya kuwa aliyekuwa anaongea naye ni mtunza bustani, kwa hiyo akamwambia, "Bwana, kama ni wewe umemchukua, tafadhali nionyeshe ulikomweka, nami nitamchukua."

[16] Yesu akamwita, "Maria!"

Ndipo Maria akamgeukia Yesu na kusema naye kwa Kiebrania, "Rabboni!" (Maana yake Mwalimu).

[17] Yesu akamwambia, "Usinishike, kwa maana sijapaa kwenda kwa Baba. Lakini nenda kwa ndugu zangu ukawaambie, 'Ninapaa kwenda kwa Baba yangu ambaye ni Baba yenu, kwa Mungu wangu ambaye ni Mungu wenu.' "

[18] Kwa hiyo Maria Magdalene akaenda kuwatangazia wanafunzi wa Yesu, akisema, "Nimemwona Bwana!" Naye akawaambia kwamba Yesu alikuwa amemweleza mambo hayo yote.

Yesu Awatokea Wanafunzi Wake

[19] Ikawa jioni ya ile siku ya kwanza ya juma, wanafunzi wake walikuwa pamoja, milango ikiwa imefungwa kwa kuwaogopa Wayahudi. Naye Yesu aliwatokea, akasimama katikati yao, akasema, "Amani iwe nanyi!" [20] Baada ya kusema haya, akawaonyesha mikono yake na ubavu wake. Wanafunzi wake wakafurahi sana walipomwona Bwana.

[21] Yesu akawaambia tena, "Amani iwe nanyi! Kama vile Baba alivyonituma mimi, mimi nami nawatuma ninyi." [22] Naye alipokwisha kusema haya, akawavuvia, akawaambia, "Pokeeni Roho Mtakatifu. [23] Mkimwondolea mtu yeyote dhambi zake, zitaondolewa, na yeyote msiyemwondolea dhambi zake, hazitaondolewa."

Yesu Anamtokea Tomaso

[24] Lakini Tomaso, aliyeitwa Didimasi, yaani Pacha, mmoja wa wale kumi na wawili, hakuwa pamoja nao Yesu alipokuja. [25] Hivyo wale wanafunzi wengine wakamwambia, "Tumemwona Bwana."

Lakini yeye akawaambia, "Nisipoona zile alama za misumari mikononi mwake, na kuweka kidole changu kwenye hizo alama za misumari na mkono wangu ubavuni mwake, sitaamini." [26] Baada ya siku nane, wanafunzi wake walikuwa tena pamoja ndani ya nyumba, naye Tomaso alikuwa pamoja nao. Ndipo Yesu akaja milango ikiwa imefungwa na kusimama katikati yao akasema, "Amani iwe nanyi." [27] Kisha akamwambia Tomaso, "Weka kidole chako hapa na uone mikono yangu, nyoosha mkono wako uguse ubavuni mwangu. Usiwe na shaka, bali uamini tu."

[28] Tomaso akamwambia, "Bwana wangu na Mungu wangu!"

[29] Yesu akamwambia, "Umeamini kwa kuwa umeniona? Wamebarikiwa wale ambao hawajaona lakini wameamini."

Kusudi La Kitabu Hiki

[30] Yesu alifanya miujiza mingine mingi mbele za wanafunzi wake, ambayo haikuandikwa katika kitabu hiki. [31] Lakini haya yameandikwa ili mweze kuamini ya kuwa Yesu ndiye Kristo,[a] Mwana wa Mungu, na kwa kumwamini mpate uzima katika jina lake.

Yesu Awatokea Wanafunzi Saba

21 Baada ya haya Yesu akawatokea tena wanafunzi wake kando ya Bahari ya Tiberia.[b] Yeye alijionyesha kwao hivi: [2] Simoni Petro, Tomaso aitwaye Didimasi, yaani Pacha, Nathanaeli wa Kana ya Galilaya, wana wa Zebedayo na wanafunzi wengine wawili walikuwa pamoja. [3] Simoni Petro akawaambia wenzake, "Mimi naenda kuvua samaki." Nao wakamwambia, "Tutakwenda pamoja nawe." Wakatoka, wakaingia ndani ya mashua, lakini usiku ule hawakupata chochote.

---

[a]31 *Kristo* maana yake ni *Masiya*, yaani *Aliyetiwa mafuta.*
[b]1 Yaani Bahari ya Galilaya.

⁴ Mara baada ya kupambazuka, Yesu akasimama ufuoni, lakini wanafunzi hawakumtambua kwamba alikuwa Yesu. ⁵ Yesu akawaambia, "Wanangu, je, mna samaki wowote?"

Wakamjibu, "La."

⁶ Akawaambia, "Shusheni nyavu upande wa kuume wa mashua yenu nanyi mtapata samaki." Wakashusha nyavu na tazama wakapata samaki wengi mno hata wakashindwa kuvutia zile nyavu zilizojaa samaki ndani ya mashua.

⁷ Yule mwanafunzi aliyependwa na Yesu akamwambia Petro, "Huyu ni Bwana!" Simoni Petro aliposikia haya, akajifunga nguo yake kwa kuwa alikuwa uchi, naye akajitosa baharini. ⁸ Wale wanafunzi wengine wakaja kwa ile mashua huku wakikokota ule wavu uliyojaa samaki, maana hawakuwa mbali na nchi kavu, ilikuwa yapata dhiraa 200ᵃ ⁹ Walipofika ufuoni, wakaona moto wa makaa na samaki wakiokwa juu yake na mikate.

¹⁰ Yesu akawaambia, "Leteni baadhi ya hao samaki mliovua sasa hivi."

¹¹ Simoni Petro akapanda kwenye mashua na kuukokota ule wavu pwani. Ulikuwa umejaa samaki wakubwa 153. Ingawa samaki walikuwa wengi kiasi hicho, ule wavu haukuchanika. ¹² Yesu akawaambia, "Njooni mpate kifungua kinywa." Hakuna hata mmoja wa wanafunzi aliyethubutu kumuuliza, "Wewe ni nani?" Kwa sababu walijua ya kuwa ni Bwana. ¹³ Yesu akaja, akachukua ule mkate, akawapa na vivyo hivyo akawagawia pia wale samaki. ¹⁴ Hii ilikuwa mara ya tatu Yesu kuwatokea wanafunzi wake baada yake kufufuliwa kutoka kwa wafu.

Yesu Amuuliza Petro Kama Anampenda

¹⁵ Walipokwisha kula, Yesu akamuuliza Simoni Petro, "Je, Simoni mwana wa Yohana, unanipenda kweli kuliko hawa?"

Yeye akamjibu, "Ndiyo Bwana, wewe unajua ya kuwa ninakupenda."

ᵃ8 Dhiraa 200 ni kama mita 90.

Yesu akamwambia, "Lisha wana-kondoo wangu."

¹⁶ Yesu akamwambia tena, "Simoni, mwana wa Yohana, wanipenda?"

Petro akamjibu, "Ndiyo Bwana, wewe unajua ya kuwa ninakupenda."

Yesu akamwambia, "Chunga kondoo zangu."

¹⁷ Kwa mara ya tatu Yesu akamuuliza Petro, "Simoni mwana wa Yohana, unanipenda?"

Petro akahuzunika sana kwa kuwa Yesu alimuuliza mara ya tatu, "Unanipenda?" Akamjibu, "Bwana, wewe unajua yote, unajua ya kuwa ninakupenda."

Yesu akamwambia, "Lisha kondoo wangu. ¹⁸ Amin, amin nakuambia, ulipokuwa kijana ulivaa na kwenda unakotaka, lakini utakapokuwa mzee utanyoosha mikono yako na mtu mwingine atakuvika na kukupeleka usipotaka kwenda." ¹⁹ Yesu alisema haya ili kuashiria ni kifo cha aina gani Petro atakachomtukuza nacho Mungu. Kisha Yesu akamwambia Petro, "Nifuate!"

²⁰ Petro akageuka, akamwona yule mwanafunzi aliyependwa na Yesu akiwafuata. (Huyu ndiye yule mwanafunzi aliyeegama kifuani mwa Yesu walipokula naye chakula cha mwisho na kuuliza, "Bwana, ni nani atakayekusaliti?") ²¹ Petro alipomwona huyo mwanafunzi, akamuuliza Yesu, "Bwana na huyu je?"

²² Yesu akamjibu, "Ikiwa nataka aishi mpaka nitakaporudi, inakuhusu nini? Wewe inakupasa unifuate!" ²³ Kwa sababu ya maneno haya ya Yesu, uvumi ukaenea miongoni mwa ndugu kwamba huyu mwanafunzi hangekufa. Lakini Yesu hakusema kuwa hangekufa. Yeye alisema tu kwamba, "Ikiwa nataka aishi mpaka nitakaporudi, inakuhusu nini?"

²⁴ Huyu ndiye yule mwanafunzi anayeshuhudia mambo haya na ndiye ambaye ameandika habari hizi. Nasi tunajua ya kuwa ushuhuda wake ni kweli.

²⁵ Lakini kuna mambo mengine mengi ambayo Yesu alifanya. Kama yote yangeliandikwa, nadhani hata ulimwengu wote usingekuwa na nafasi ya kutosha kuweka vitabu vyote ambavyo vingeandikwa. Amen.

MATENDO YA MITUME

Kanisa La Kwanza

Ahadi Ya Roho Mtakatifu

[1] Katika kitabu changu cha kwanza nilikuandikia, mpendwa Theofilo, kuhusu mambo yote Yesu aliyofanya na kufundisha tangu mwanzo, [2] hadi siku ile alipochukuliwa kwenda mbinguni, baada ya kuwapa maagizo kupitia kwa Roho Mtakatifu wale mitume aliowachagua. [3] Baada ya mateso yake, alijionyesha kwao na kuwathibitishia kwa njia nyingi kwamba yeye yu hai. Katika muda wa siku arobaini baada ya kufufuka kwake aliwatokea na kunena kuhusu Ufalme wa Mungu. [4] Wakati mmoja alipokuwa pamoja nao, aliwapa amri hii, "Msitoke Yerusalemu, bali ingojeni ahadi ya Baba, ambayo mmenisikia nikisema habari zake. [5] Yohana aliwabatiza kwa maji, lakini baada ya siku chache mtabatizwa kwa Roho Mtakatifu."

Yesu Apaa Mbinguni

[6] Mitume walipokuwa wamekusanyika pamoja, wakamuuliza Yesu, "Bwana, je, huu ndio wakati wa kuwarudishia Israeli ufalme?"

[7] Yesu akawaambia, "Si juu yenu kujua nyakati na majira ambayo Baba ameyaweka katika mamlaka yake mwenyewe. [8] Lakini mtapokea nguvu akiisha kuwajilia juu yenu Roho Mtakatifu, nanyi mtakuwa mashahidi wangu katika Yerusalemu, Uyahudi kote na Samaria, hadi miisho ya dunia." [9] Baada ya kusema mambo haya, walipokuwa wanatazama, akachukuliwa juu mbinguni mbele ya macho yao na wingu likampokea wasimwone tena. [10] Walipokuwa bado wakikaza macho yao kuelekea juu alipokuwa akienda zake Mbinguni, tazama ghafula, wanaume wawili waliovaa mavazi meupe wakasimama karibu nao, [11] wakasema, "Enyi watu wa Galilaya, mbona mnasimama mkitazama juu angani? Huyu Yesu aliyechukuliwa kutoka kwenu kwenda Mbinguni, atarudi tena jinsi iyo hiyo mlivyomwona akienda zake Mbinguni."

Mathiya Achaguliwa Badala Ya Yuda

[12] Ndipo waliporudi Yerusalemu kutoka Mlima wa Mizeituni, uliokuwa karibu na Yerusalemu, umbali wa mwendo wa Sabato[a] kutoka mjini. [13] Walipowasili mjini Yerusalemu, walikwenda ghorofani kwenye chumba walichokuwa wakiishi. Wale waliokuwepo walikuwa: Petro, Yohana, Yakobo, Andrea, Filipo, Tomaso, Bartholomayo, Mathayo, Yakobo mwana wa Alfayo, Simoni Zelote[b] na Yuda mwana wa Yakobo. [14] Hawa wote waliungana pamoja katika maombi. Pamoja nao walikuwepo wanawake kadha, na Maria mama yake Yesu, pamoja na ndugu zake Yesu.

[15] Katika siku hizo Petro akasimama katikati ya waumini (jumla yao wote walikuwa watu wapatao 120), akasema, [16] "Ndugu zangu, ilibidi Andiko litimie ambalo Roho Mtakatifu alitabiri kupitia kwa Daudi kumhusu Yuda aliyewaongoza wale waliomkamata Yesu. [17] Yuda alikuwa mmoja wetu, kwa maana na yeye alichaguliwa ashiriki katika huduma hii."

[18] (Basi Yuda alinunua shamba kwa zile fedha za uovu alizopata; akiwa huko shambani akaanguka, akapasuka na matumbo yote yakatoka nje. [19] Kila mtu Yerusalemu akasikia habari hizi, kwa hiyo wakapaita mahali hapo kwa lugha yao, Akeldama, yaani Shamba la Damu).

[20] "Kama vile ilivyoandikwa katika kitabu cha Zaburi,

" 'Mahali pake na pawe ukiwa,
  wala asiwepo yeyote atakayeishi humo,'

na,

" 'Mtu mwingine aichukue nafasi yake
  ya uongozi.'

[21] Kwa hiyo inatubidi tumchague mtu mwingine miongoni mwa wale ambao wamekuwa pamoja nasi wakati wote Bwana Yesu alipoingia na kutoka katikati yenu, [22] kuanzia ubatizo wa Yohana mpaka siku aliyochukuliwa kutoka kwetu kwenda Mbinguni. Kwa kuwa mmoja wao inabidi awe shahidi pamoja nasi wa ufufuo wake."

[23] Wakapendekeza majina ya watu wawili: Yosefu, aitwaye Barsaba (ambaye pia alijulikana kama Yusto) na Mathiya. [24] Kisha wakaomba, wakasema, "Bwana, wewe waujua moyo wa kila mtu. Tuonyeshe ni yupi kati ya hawa wawili uliyemchagua [25] ili achukue nafasi ya huduma ya utume ambayo Yuda aliiacha ili aende mahali pake mwenyewe." [26] Kisha wakawapigia kura, nayo kura ikamwangukia Mathiya, naye akaongezwa kwenye wale mitume kumi na mmoja.

Kushuka Kwa Roho Mtakatifu

2 Siku ya Pentekoste ilipowadia, waamini wote walikuwa mahali pamoja. [2] Ghafula sauti kama mvumo mkubwa wa upepo mkali uliotoka mbinguni ukaijaza nyumba yote walimokuwa wameketi. [3] Zikatokea ndimi kama za moto zilizogawanyika na kukaa juu ya kila mmoja wao. [4] Wote wakajazwa na Roho Mtakatifu, wakaanza kunena kwa lugha nyingine, kama Roho alivyowajalia. [5] Basi walikuwepo Yerusalemu Wayahudi wanaomcha Mungu kutoka kila taifa chini ya mbingu. [6] Waliposikia sauti hii, umati wa watu ulikusanyika pamoja wakistaajabu, kwa sababu kila mmoja wao aliwasikia wakisema kwa lugha yake mwenyewe. [7] Wakiwa wameshangaa na kustaajabu wakauliza,

---

[a]12 Mwendo wa Sabato hapa ina maana umbali wa mita 1,100.
[b]13 Zelote hapa ina maana alikuwa mwanachama wa Wazelote, kikundi cha Kiyahudi cha kupinga jeuri ya Warumi.

"Je, hawa wote wanaozungumza si Wagalilaya? [8] Imekuwaje basi kila mmoja wetu anawasikia wakinena kwa lugha yake ya kuzaliwa? [9] Wapathi, Wamedi, Waelami, wakazi wa Mesopotamia, Uyahudi, Kapadokia, Ponto na Asia, [10] Frigia, Pamfilia, Misri na pande za Libya karibu na Kirene na wageni kutoka Rumi, [11] Wayahudi na waongofu, Wakrete na Waarabu, sote tunawasikia watu hawa wakisema mambo makuu ya ajabu ya Mungu katika lugha zetu wenyewe." [12] Wakiwa wameshangaa na kufadhaika wakaulizana, "Ni nini maana ya mambo haya?" [13] Lakini wengine wakawadhihaki wakasema, "Hawa wamelewa divai!"

Petro Ahutubia Umati

[14] Ndipo Petro akasimama pamoja na wale mitume kumi na mmoja, akainua sauti yake na kuhutubia ule umati wa watu, akasema: "Wayahudi wenzangu na ninyi nyote mkaao Yerusalemu, jueni jambo hili mkanisikilize. [15] Hakika watu hawa hawakulewa kama mnavyodhania, kwa kuwa sasa ni saa tatu asubuhi! [16] La, hili ni jambo lililotabiriwa na nabii Yoeli, akisema:

[17] " 'Katika siku za mwisho, asema Mungu,
nitamimina Roho wangu
juu ya wote wenye mwili.
Wana wenu na binti zenu watatabiri,
vijana wenu wataona maono,
na wazee wenu wataota ndoto.
[18] Hata juu ya watumishi wangu, wanaume
kwa wanawake,
katika siku zile nitamimina Roho wangu,
nao watatabiri.
[19] Nami nitaonyesha maajabu juu mbinguni,
na ishara chini duniani:
damu, moto, na mawimbi ya moshi.
[20] Jua litakuwa giza
na mwezi utakuwa mwekundu kama damu,
kabla ya kuja siku ile kuu ya Bwana
iliyo tukufu.
[21] Na kila mtu atakayeliitia
jina la Bwana, ataokolewa.'

[22] "Enyi Waisraeli, sikilizeni maneno haya nisemayo: Yesu wa Nazareti alikuwa mtu aliyethibitishwa kwenu na Mungu kwa miujiza, maajabu na ishara, ambayo Mungu alitenda miongoni mwenu kupitia kwake, kama ninyi wenyewe mjuavyo. [23] Huyu mtu akiisha kutolewa kwa shauri la Mungu lililokusudiwa kwa kujua kwake Mungu tangu zamani, ninyi, kwa mikono ya watu wabaya, mlimuua kwa kumgongomea msalabani. [24] Lakini Mungu alimfufua kutoka kwa wafu akamwondolea uchungu wa mauti, kwa sababu haikuwezekana yeye kushikiliwa na nguvu za mauti. [25] Kwa maana Daudi asema kumhusu yeye:

" 'Nalimwona Bwana mbele yangu daima.
Kwa sababu yuko mkono wangu wa kuume,
sitatikisika.
[26] Kwa hiyo moyo wangu unafurahia,
na ulimi wangu unashangilia;
mwili wangu nao utapumzika kwa tumaini.

[27] Kwa maana hutaniacha kaburini,
wala hutamwacha Aliye Mtakatifu wako
kuona uharibifu.
[28] Umenionyesha njia za uzima,
utanijaza na furaha mbele zako.'

[29] "Ndugu zangu Waisraeli, nataka niwaambie kwa uhakika kwamba baba yetu Daudi alikufa na kuzikwa, nalo kaburi lake lipo hapa mpaka leo. [30] Lakini alikuwa nabii na alijua ya kuwa Mungu alikuwa amemwahidi kwa kiapo kwamba angemweka mmoja wa wazao wake penye kiti chake cha enzi. [31] Daudi, akiona mambo yaliyoko mbele, akanena juu ya kufufuka kwa Kristo,[a] kwamba hakuachwa kaburini, wala mwili wake haukuona uharibifu. [32] Mungu alimfufua huyu Yesu na sisi sote ni mashahidi wa jambo hilo. [33] Basi ikiwa yeye ametukuzwa kwa mkono wa kuume wa Mungu, amepokea kutoka kwa Baba ahadi ya Roho Mtakatifu, naye amemimina kile mnachoona sasa na kusikia. [34] Kwa kuwa Daudi hakupaa kwenda mbinguni, lakini anasema,

" 'Bwana alimwambia Bwana wangu:
"Keti mkono wangu wa kuume,
[35] hadi nitakapowaweka adui zako
chini ya miguu yako." '

[36] "Kwa hiyo Israeli wote na wajue jambo hili kwa uhakika kwamba: Mungu amemfanya huyu Yesu, ambaye ninyi mlimsulubisha, kuwa Bwana na Kristo."

Waumini Waongezeka

[37] Watu waliposikia maneno haya yakawachoma mioyo yao, wakawauliza Petro na wale mitume wengine, "Ndugu zetu tufanye nini?" [38] Petro akawajibu, "Tubuni, mkabatizwe kila mmoja wenu kwa jina la Yesu Kristo, ili mpate kusamehewa dhambi zenu, nanyi mtapokea kipawa cha Roho Mtakatifu. [39] Kwa kuwa ahadi hii ni kwa ajili yenu na watoto wenu, na kwa wote walio mbali, na kila mtu ambaye Bwana Mungu wetu atamwita amjie."

[40] Petro akawaonya kwa maneno mengine mengi na kuwasihi akisema, "Jiepusheni na kizazi hiki kilichopotoka." [41] Wale watu waliopokea ujumbe wa Petro kwa furaha wakabatizwa na siku ile waliongezeka watu wapatao 3,000.

Ushirika Wa Waumini

[42] Nao wakawa wanadumu katika mafundisho ya mitume, katika ushirika, katika kumega mkate na katika kusali. [43] Kila mtu akaingiwa na hofu ya Mungu, nayo miujiza mingi na ishara zikafanywa na mitume. [44] Walioamini wote walikuwa mahali pamoja, nao walikuwa na kila kitu shirika. [45] Waliuza mali zao na vitu walivyokuwa navyo, kila mtu akagawiwa kadiri ya mahitaji yake. [46] Siku zote kwa moyo mmoja walikutana ndani ya ukumbi wa Hekalu, wakimega mkate nyumba kwa nyumba, wakila chakula chao kwa furaha na moyo mweupe,

---

[a]31 Kristo maana yake ni Masiya, yaani Aliyetiwa mafuta.

⁴⁷ wakimsifu Mungu na kuwapendeza watu wote. Kila siku Bwana akaliongeza kanisa wale waliokuwa wakiokolewa.

Petro Amponya Mlemavu Kwa Jina La Yesu

3 Siku moja Petro na Yohana walikuwa wanapanda kwenda Hekaluni kusali yapata saa tisa alasiri. ² Basi palikuwa na mtu mmoja aliyekuwa kiwete tangu kuzaliwa. Alichukuliwa na kuwekwa kwenye lango la Hekalu liitwalo Zuri, kila siku ili aombe msaada kwa watu wanaoingia Hekaluni. ³ Huyu mtu alipowaona Petro na Yohana wakikaribia kuingia Hekaluni, akawaomba wampe sadaka. ⁴ Wakamkazia macho, kisha Petro akamwambia, "Tutazame sisi." ⁵ Hivyo yule mtu akawatazama, akitazamia kupata kitu kutoka kwao. ⁶ Ndipo Petro akamwambia, "Sina fedha wala dhahabu, lakini nilicho nacho ndicho nikupacho. Kwa jina la Yesu Kristo wa Nazareti, tembea!" ⁷ Petro akamshika yule mtu kwa mkono wa kuume akamwinua, mara nyayo zake na vifundo vya miguu yake vikapata nguvu. ⁸ Akaruka juu na kusimama, akaanza kutembea. Kisha akaingia Hekaluni pamoja na Petro na Yohana, huku akitembea na kurukaruka na kumsifu Mungu. ⁹ Watu wote walipomwona akitembea na kumsifu Mungu, ¹⁰ wakamtambua kuwa ni yule mtu aliyekuwa akiketi nje ya Hekalu penye lango liitwalo Zuri akiomba msaada, nao wakajawa na mshangao, wakastaajabu juu ya yale yaliyomtukia.

Petro Anashuhudia Kuwa Yesu Anaponya

¹¹ Aliyeponywa alipokuwa akiambatana na Petro na Yohana, watu wote walishangaa mno, wakaja wakiwakimbilia pale ukumbi wa Solomoni. ¹² Petro alipoona watu wamekusanyika akawaambia, "Enyi Waisraeli, kwa nini mnastaajabu kuhusu jambo hili? Mbona mnatukazia macho kwa mshangao kana kwamba ni kwa uwezo wetu au utakatifu wetu tumemfanya mtu huyu kutembea? ¹³ Mungu wa Abrahamu na Isaki na Yakobo, Mungu wa baba zetu amemtukuza Mwanawe Yesu, ambaye ninyi mlimtoa ahukumiwe kifo na mkamkana mbele ya Pilato, ingawa yeye alikuwa ameamua kumwachia aende zake. ¹⁴ Ninyi mlimkataa huyo Mtakatifu na Mwenye Haki mkaomba mpewe yule muuaji. ¹⁵ Hivyo mkamuua aliye chanzo cha uzima, lakini Mungu akamfufua kutoka kwa wafu. Sisi tu mashahidi wa mambo haya. ¹⁶ Kwa imani katika jina la Yesu, huyu mtu mnayemwona na kumfahamu ametiwa nguvu. Ni kwa jina la Yesu na imani itokayo kwake ambayo imemponya kabisa huyu mtu, kama ninyi wote mnavyoona.

¹⁷ "Sasa ndugu zangu, najua ya kuwa ninyi mlitenda bila kujua, kama walivyofanya viongozi wenu. ¹⁸ Lakini kwa njia hii Mungu alitimiza kile ambacho alikuwa ametabiri kwa vinywa vya manabii wake wote, kwamba Kristoᵃ atateswa. ¹⁹ Tubuni basi mkamgeukie Mungu, dhambi zenu zifutwe, ili zipate kuja nyakati za kuburudishwa kwa kuwepo kwake Bwana, ²⁰ naye apate kumtuma Kristo, ambaye ameteuliwa kwa ajili yenu, yaani Yesu. ²¹ Ilimpasa

---

ᵃ18 *Kristo* maana yake ni *Masiya*, yaani *Aliyetiwa mafuta*.

mbingu zimpokee mpaka wakati wa kufanywa upya kila kitu, kama Mungu alivyoahidi zamani kupitia kwa vinywa vya manabii wake watakatifu. ²² Kwa maana Mose alisema, 'Bwana Mungu wenu atawainulia nabii kama mimi kutoka miongoni mwa ndugu zenu. Itawapasa kumtii huyo kwa kila jambo atakalowaambia. ²³ Mtu yeyote ambaye hatamsikiliza huyo nabii, atatupiliwa mbali kabisa na watu wake.'

²⁴ "Naam, manabii wote tangu Samweli na waliokuja baada yake, wote walitabiri kuhusu siku hizi. ²⁵ Ninyi ndio wana wa manabii na wa Agano ambalo Mungu alifanya na baba zenu, akimwambia Abrahamu, 'Kupitia kwa uzao wako, watu wote wa ulimwengu watabarikiwa.' ²⁶ Mungu alipomfufua Yesu Mwanawe, alimtuma kwenu kwanza, ili awabariki kwa kumgeuza kila mmoja wenu kutoka njia yake mbaya."

Petro Na Yohana Mbele Ya Baraza

4 Wakati Petro na Yohana walipokuwa wakisema na watu, makuhani, mkuu wa walinzi wa Hekalu na Masadukayo wakawajia, ² huku wakiwa wamekasirika sana kwa sababu mitume walikuwa wanawafundisha watu na kuhubiri kwamba kuna ufufuo wa wafu ndani ya Yesu. ³ Wakawakamata Petro na Yohana na kuwatia gerezani mpaka kesho yake kwa kuwa ilikuwa jioni. ⁴ Lakini wengi waliosikia lile neno waliamini, idadi yao ilikuwa yapata wanaume 5,000.

⁵ Kesho yake, viongozi wa Kiyahudi, wazee na walimu wa sheria wakakusanyika Yerusalemu. ⁶ Walikuwepo kuhani mkuu Anasi, Kayafa, Yohana, Iskanda, na wengi wa jamaa ya kuhani mkuu. ⁷ Baada ya kuwasimamisha Petro na Yohana katikati yao, wakawauliza, "Ni kwa uwezo gani au kwa jina la nani mmefanya jambo hili?" ⁸ Petro, akiwa amejaa Roho Mtakatifu, akajibu, "Enyi watawala na wazee wa watu, ⁹ kama leo tukihojiwa kwa habari ya mambo mema aliyotendewa yule kiwete na kuulizwa jinsi alivyoponywa, ¹⁰ ijulikane kwenu nyote na kwa watu wote wa Israeli kwamba: Ni kwa jina la Yesu Kristo wa Nazareti, ambaye ninyi mlimsulubisha lakini Mungu akamfufua kutoka kwa wafu, kwa jina hilo mtu huyu anasimama mbele yenu akiwa mzima kabisa. ¹¹ Huyu ndiye

" 'jiwe ambalo ninyi wajenzi mlilikataa, ambalo limekuwa jiwe kuu la pembeni.'

¹² Wala hakuna wokovu katika mwingine awaye yote, kwa maana hakuna jina jingine chini ya mbingu walilopewa wanadamu litupasalo sisi kuokolewa kwalo."

Ujasiri Wa Petro Na Yohana Washangaza Watu

¹³ Wale viongozi na wazee walipoona ujasiri wa Petro na Yohana na kujua ya kuwa walikuwa watu wa kawaida, wasio na elimu, walishangaa sana, wakatambua kwamba hawa watu walikuwa na Yesu. ¹⁴ Lakini kwa kuwa walikuwa wanamwona yule kiwete aliyeponywa amesimama pale pamoja nao, hawakuweza kusema lolote kuwapinga.

[15] Wakawaamuru watoke nje ya Baraza la Wayahudi[a] wakati wakisemezana jambo hilo wao kwa wao. [16] Wakaulizana, "Tuwafanyie nini watu hawa? Hatuwezi kukanusha muujiza huu mkubwa walioufanya ambao ni dhahiri kwa kila mtu Yerusalemu. [17] Lakini ili kuzuia jambo hili lisiendelee kuenea zaidi kwa watu, ni lazima tuwaonye watu hawa ili wasiseme tena na mtu yeyote kwa jina la Yesu." [18] Kisha wakawaita tena ndani na kuwaamuru wasiseme wala kufundisha kamwe kwa hili jina la Yesu.

Imetupasa Kumtii Mungu Kuliko Wanadamu

[19] Lakini Petro na Yohana wakajibu, "Amueni ninyi wenyewe iwapo ni haki mbele za Mungu kuwatii ninyi kuliko kumtii Mungu. [20] Lakini sisi hatuwezi kuacha kusema yale tuliyoyaona na kuyasikia." [21] Baada ya vitisho vingi, wakawaacha waende zao. Hawakuona njia yoyote ya kuwaadhibu, kwa sababu ya watu, kwa kuwa watu wote walikuwa wakimsifu Mungu kwa kile kilichokuwa kimetukia. [22] Kwa kuwa umri wa yule mtu aliyekuwa ameponywa kwa muujiza ulikuwa zaidi ya miaka arobaini.

Maombi Ya Waumini

[23] Punde Petro na Yohana walipoachiliwa, walirudi kwa waumini wenzao wakawaeleza waliyoambiwa na viongozi wa makuhani na wazee. [24] Watu waliposikia hayo, wakainua sauti zao, wakamwomba Mungu kwa pamoja, wakisema, "Bwana Mwenyezi, uliyeziumba mbingu na nchi na bahari, na vitu vyote vilivyomo. [25] Wewe ulisema kwa Roho Mtakatifu kupitia kwa kinywa cha baba yetu Daudi, mtumishi wako, ukasema:

" 'Mbona mataifa wanaghadhibika,
　　na kabila za watu zinawaza ubatili?
[26] Wafalme wa dunia wamejipanga,
　　na watawala wanakusanyika pamoja
　　dhidi ya Bwana
　　na dhidi ya Mpakwa Mafuta wake.'

[27] Ni kweli Herode na Pontio Pilato pamoja na watu wa Mataifa na Waisraeli, walikusanyika katika mji huu dhidi ya mwanao mtakatifu Yesu uliyemtia mafuta. [28] Wao wakafanya yale ambayo uweza wako na mapenzi yako yalikuwa yamekusudia yatokee tangu zamani. [29] Sasa, Bwana angalia vitisho vyao na utuwezeshe sisi watumishi wako kulinena neno lako kwa ujasiri mkuu. [30] Nyoosha mkono wako ili kuponya wagonjwa na kutenda ishara na miujiza kwa jina la Mwanao mtakatifu Yesu." [31] Walipokwisha kuomba, mahali walipokuwa wamekutanika pakatikiswa, wote wakajazwa na Roho Mtakatifu, wakanena neno la Mungu kwa ujasiri.

Walioamini Washirikiana Mali Zao

[32] Wale walioamini wote walikuwa na moyo mmoja na nia moja. Wala hakuna hata mmoja aliyesema chochote alichokuwa nacho ni mali yake mwenyewe, lakini walishirikiana kila kitu walichokuwa nacho. [33] Mitume wakatoa ushuhuda wa kufufuka kwa Bwana Yesu kwa nguvu nyingi na neema ya Mungu ilikuwa juu yao wote. [34] Wala hapakuwepo mtu yeyote miongoni mwao aliyekuwa mhitaji, kwa sababu mara kwa mara wale waliokuwa na mashamba na nyumba waliviuza, wakaleta thamani ya vitu vilivyouzwa, [35] wakaiweka miguuni pa mitume, kila mtu akagawiwa kadiri ya mahitaji yake. [36] Yosefu, Mlawi kutoka Kipro, ambaye mitume walimwita Barnaba (maana yake Mwana wa Faraja), [37] aliuza shamba alilokuwa nalo, akaleta hizo fedha alizopata na kuziweka miguuni pa mitume.

Anania Na Safira

5 Lakini mtu mmoja jina lake Anania pamoja na mkewe Safira waliuza kiwanja. [2] Huku mkewe akijua kikamilifu, Anania alificha sehemu ya fedha alizopata, akaleta kiasi kilichobaki na kukiweka miguuni pa mitume. [3] Petro akamuuliza, "Anania, mbona Shetani ameujaza moyo wako ili kumwambia uongo Roho Mtakatifu, ukaficha sehemu ya fedha ulizopata kutokana na kiwanja? [4] Je, kabla hujauza hicho kiwanja si kilikuwa mali yako? Hata baada ya kukiuza, fedha ulizopata si zilikuwa kwenye uwezo wako? Kwa nini basi umewaza hila hii moyoni mwako kufanya jambo kama hili? Wewe hukumwambia uongo mwanadamu bali Mungu." [5] Anania aliposikia maneno haya akaanguka chini na kufa. Hofu kuu ikawapata wote waliosikia jambo lililokuwa limetukia. [6] Vijana wakaja, wakaufunga mwili wake sanda, wakamchukua nje kumzika. [7] Saa tatu baadaye mkewe Anania akaingia, naye hana habari ya mambo yaliyotukia. [8] Petro akamuuliza, "Niambie, je, mliuza kiwanja kwa thamani hii?" Akajibu, "Ndiyo, tuliuza kwa thamani hiyo." [9] Ndipo Petro akamwambia, "Imekuwaje mkakubaliana kumjaribu Roho wa Bwana? Tazama! Nyayo za vijana waliomzika mumeo ziko mlangoni, wewe nawe watakuchukua nje." [10] Saa ile ile akaanguka chini miguuni mwake na kufa. Nao wale vijana wakaingia, wakamkuta amekufa, wakamchukua wakamzika kando ya mumewe. [11] Hofu kuu ikalipata kanisa lote pamoja na watu wote waliosikia juu ya matukio haya.

Mitume Waponya Wengi

[12] Mitume wakafanya ishara nyingi na miujiza miongoni mwa watu. Walioamini wote walikuwa wakikusanyika katika ukumbi wa Solomoni. [13] Hakuna mtu mwingine aliyethubutu kuambatana nao ijapokuwa waliheshimiwa sana na watu. [14] Hata hivyo, waliomwamini Bwana wakazidi kuongezeka, wanaume na wanawake. [15] Hata wakawa wanawaleta wagonjwa na kuwalaza kwenye magodoro na kwenye vitanda barabarani ili yamkini Petro akipita kivuli chake kiwaguse baadhi yao. [16] Pia watu wakakusanyika kutoka miji iliyokuwa karibu na Yerusalemu, wakileta wagonjwa na watu walioteswa na pepo wachafu. Hao wote wakaponywa.

---

[a] 15 Baraza la Wayahudi hapa ina maana ya Sanhedrin ambalo lilikuwa ndilo baraza la juu kabisa la utawala wa Kiyahudi, lililoundwa na wazee 70 pamoja na kuhani mkuu.

Mitume Washtakiwa

[17] Kisha kuhani mkuu na wenzake wote walio-
kuwa pamoja naye, waliokuwa wa kundi la
Masadukayo, wakajawa na wivu. [18] Wakawakamata
mitume na kuwatia gerezani. [19] Lakini wakati wa
usiku, malaika wa Bwana akaja, akafungua mila-
ngo ya gereza na akawatoa nje. Akawaambia,
[20] "Nendeni, mkasimame Hekaluni mkawaambie
watu maneno yote ya uzima huu mpya."
[21] Waliposikia haya wakaenda Hekaluni alfajiri
wakaendelea kufundisha watu.

Kuhani mkuu na wale waliokuwa pamoja nao
walipowasili, alikusanya baraza na wazee wote
wa Israeli wakatuma wale mitume waletwe kutoka
gerezani. [22] Lakini wale walinzi wa Hekalu wali-
pokwenda gerezani hawakuwakuta mitume mle.
Kwa hiyo wakarudi na kutoa habari. [23] Wakasema,
"Tumekuta milango ya gereza imefungwa sawa-
sawa na askari wa gereza wamesimama nje ya
mlango, lakini tulipofungua milango hakuwepo
mtu yeyote ndani." [24] Basi mkuu wa walinzi wa
Hekalu na viongozi wa makuhani waliposikia
haya, wakafadhaika na kushangaa sana kwa ajili
yao kwamba jambo hili litakuwaje.

[25] Ndipo mtu mmoja akaja akawaambia, "Taza-
meni watu mliowatia gerezani wako Hekaluni
wakiwafundisha watu." [26] Ndipo yule mkuu wa
walinzi wa Hekalu wakaenda pamoja na askari
wakawaleta wale mitume, lakini bila ghasia kwa
sababu waliogopa kupigwa mawe na watu.

[27] Wakiisha kuwaleta mitume wakawaamuru
kusimama mbele ya baraza ili kuhani mkuu awa-
hoji. [28] "Tuliwaonya kwa nguvu msifundishe kwa
jina hili, lakini ninyi mmejaza Yerusalemu yote
mafundisho yenu na tena mmekusudia kuleta
damu ya mtu huyu juu yetu."

[29] Petro na wale mitume wengine wakajibu, "Ime-
tupasa kumtii Mungu kuliko wanadamu. [30] Mungu
wa baba zetu alimfufua Yesu kutoka kwa wafu,
ambaye ninyi mlimuua kwa kumtundika kwenye
msalaba. [31] Mungu alimtukuza, akamweka mkono
wake wa kuume kuwa Kiongozi na Mwokozi ili
awape Israeli toba na msamaha wa dhambi. [32] Nasi
tu mashahidi wa mambo haya, vivyo hivyo na
Roho Mtakatifu ambaye Mungu amewapa wale
wanaomtii."

[33] Wale wajumbe wa baraza la wazee waliposikia
haya, walijawa na ghadhabu, wakataka kuwaua
mitume. [34] Lakini Farisayo mmoja, jina lake
Gamalieli, aliyekuwa mwalimu wa sheria, aliye-
heshimiwa na watu wote, akasimama mbele ya
baraza akaamuru mitume watolewe nje kwa muda.
[35] Ndipo alipowaambia wajumbe wa baraza, "Enyi
watu wa Israeli, fikirini kwa uangalifu mnayotaka
kuwatendea watu hawa. [36] Kwa maana wakati
uliopita, aliinuka mtu mmoja jina lake Theuda,
alijidai kuwa yeye ni mtu maarufu, akapata wafuasi
wapatao 400 walioambatana naye. Lakini aliuawa,
na wafuasi wake wote wakatawanyika, wakawa si
kitu. [37] Baada yake, alitokea Yuda Mgalilaya wakati
wa kuorodhesha watu, naye akaongoza kundi la
watu kuasi. Yeye pia aliuawa, nao wafuasi wake
wakatawanyika. [38] Kwa hiyo, kwa habari ya jambo

hili nawashauri, jiepusheni na watu hawa. Waa-
cheni waende zao! Kwa maana kama kusudi lao
na shughuli yao imetokana na mwanadamu, hai-
tafanikiwa. [39] Lakini ikiwa imetoka kwa Mungu,
hamtaweza kuwazuia watu hawa. Badala yake
mtajikuta mnapigana na Mungu."
[40] Wakapokea ushauri wa Gamalieli. Wakawaita
mitume ndani, wakaamuru wachapwe mijeledi,
kisha wakawaagiza wasinene tena kwa jina la Yesu,
wakawaachia waende zao.
[41] Nao mitume wakatoka nje ya baraza, wakiwa
wamejaa furaha kwa sababu wamehesabiwa kusta-
hili kupata aibu kwa ajili ya jina la Yesu. [42] Kila siku,
Hekaluni na nyumba kwa nyumba, hawakuacha
kufundisha na kuhubiri habari njema kwamba
Yesu ndiye Kristo.[a]

Mateso Na Kuenea Kwa Injili

Saba Wachaguliwa Kuhudumu

[1] Basi ikawa katika siku hizo, wakati idadi ya
wanafunzi ilipokuwa ikiongezeka sana, palitokea
manung'uniko kati ya Wayahudi wa Kiyunani,
dhidi ya Waebrania kwa sababu wajane wao wali-
sahaulika katika mgawanyo wa chakula wa kila
siku. [2] Wale mitume kumi na wawili wakakusanya
wanafunzi wote pamoja wakasema, "Haitakuwa
vyema sisi kuacha huduma ya neno la Mungu ili
kuhudumu mezani. [3] Kwa hiyo ndugu, chagueni
watu saba miongoni mwenu, watu wenye sifa
njema, waliojawa na Roho Mtakatifu na hekima,
ambao tunaweza kuwakabidhi kazi hii, [4] nasi tuta-
tumia muda wetu kuomba na huduma ya neno."
[5] Yale waliyosema yakawapendeza watu wote,
nao wakamchagua Stefano (mtu aliyejawa na imani
na Roho Mtakatifu) pamoja na Filipo, Prokoro,
Nikanori, Timoni, Parmena na Nikolao, mwongofu
kutoka Antiokia. [6] Wakawaleta watu hawa mbele
ya mitume, nao wakawaombea na kuwawekea
mikono juu yao.
[7] Neno la Mungu likazidi kuenea. Idadi ya wana-
funzi ikazidi kuongezeka sana katika Yerusalemu
hata makuhani wengi wakaitii ile imani.

Kukamatwa Kwa Stefano

[8] Stefano, akiwa amejaa neema na nguvu za
Mungu, alifanya ishara na miujiza mikubwa
miongoni mwa watu. [9] Hata hivyo, ukainuka upi-
nzani wa watu wa Sinagogi la Watu Huru (kama
lilivyokuwa linaitwa), la Wayahudi wa Kirene
na wa Iskanderia, na wengine kutoka Kilikia na
Asia. Watu hawa wakaanza kupingana na Stefano.
[10] Lakini hawakuweza kushindana na hekima yake
wala huyo Roho ambaye alisema kwake.
[11] Ndipo kwa siri wakawashawishi watu fulani
waseme, "Tumemsikia Stefano akisema maneno
ya kufuru dhidi ya Mose na dhidi ya Mungu."

Stefano Afikishwa Mbele Ya Baraza

[12] Wakawachochea watu, wazee na walimu wa
Sheria, nao wakamkamata Stefano wakamfikisha
mbele ya baraza. [13] Wakaweka mashahidi wa uongo

---

[a]42 *Kristo* maana yake ni *Masiya*, yaani *Aliyetiwa mafuta.*

ambao walishuhudia wakisema, "Mtu huyu kamwe haachi kusema dhidi ya mahali hapa patakatifu na dhidi ya Sheria. ¹⁴ Kwa maana tumemsikia akisema kwamba Yesu wa Nazareti atapaharibu mahali patakatifu na kubadili desturi zote tulizopewa na Mose."

¹⁵ Watu wote waliokuwa wameketi katika baraza wakimkazia macho Stefano, wakaona uso wake unang'aa kama uso wa malaika.

Hotuba Ya Stefano

7 Ndipo kuhani mkuu akamuuliza Stefano, "Je, mashtaka haya ni ya kweli?"
² Stefano akajibu, "Ndugu zangu na baba zangu, nisikilizeni! Mungu wa utukufu alimtokea baba yetu Abrahamu, alipokuwa bado yuko Mesopotamia, kabla hajaishi Harani, ³ akamwambia, 'Ondoka kutoka nchi yako na kutoka kwa jamii yako, uende hadi nchi nitakayokuonyesha.'

⁴ "Hivyo aliondoka katika nchi ya Wakaldayo akaenda kukaa Harani. Baada ya kifo cha baba yake, Mungu akamtoa huko akamleta katika nchi hii ambayo mnaishi sasa. ⁵ Mungu hakumpa urithi wowote katika nchi hii, hakumpa hata mahali pa kuweka wayo mmoja. Bali Mungu alimwahidi kuwa yeye na uzao wake baada yake wangeirithi hii nchi, ingawa wakati huo Abrahamu hakuwa na mtoto. ⁶ Mungu akasema naye hivi: 'Wazao wako watakuwa wageni kwenye nchi ambayo si yao, nao watafanywa watumwa na kuteswa kwa miaka mia nne.' ⁷ Mungu akasema, 'Lakini mimi nitaliadhibu taifa watakalolitumikia kama watumwa, na baadaye watatoka katika nchi hiyo na wataniabudu mahali hapa.' ⁸ Ndipo akampa Abrahamu Agano la tohara. Naye Abrahamu akamzaa Isaki na kumtahiri siku ya nane. Baadaye Isaki akamzaa Yakobo, naye Yakobo akawazaa wale wazee wetu kumi na wawili.

⁹ "Kwa sababu wazee wetu walimwonea wivu Yosefu ndugu yao, walimuuza kama mtumwa huko Misri. Lakini Mungu alikuwa pamoja naye. ¹⁰ Akamwokoa kutoka mateso yote yaliyompata, tena akampa kibali na hekima aliposimama mbele ya Farao, mfalme wa Misri, ambaye alimweka kuwa mtawala juu ya Misri na juu ya jumba lote la kifalme.

¹¹ "Basi kukawa na njaa katika nchi yote ya Misri na Kanaani, ikasababisha dhiki kubwa, nao baba zetu wakawa hawana chakula. ¹² Lakini Yakobo aliposikia kwamba kuna nafaka huko Misri, aliwatuma baba zetu, wakaenda huko kwa mara yao ya kwanza. ¹³ Walipokwenda mara ya pili, Yosefu alijitambulisha kwa ndugu zake, nao ndugu zake Yosefu wakajulishwa kwa Farao. ¹⁴ Ndipo Yosefu akawatuma kumleta Yakobo baba yake pamoja na jamaa yake yote, jumla yao walikuwa watu sabini na watano. ¹⁵ Hivyo Yakobo akaenda Misri ambako yeye na baba zetu walifia. ¹⁶ Miili yao ilirudishwa Shekemu na kuzikwa katika kaburi ambalo Abrahamu alinunua kutoka kwa wana wa Hamori kwa kiasi fulani cha fedha.

¹⁷ "Lakini wakati ulipokuwa unakaribia wa kutimizwa kwa ile ahadi ambayo Mungu alikuwa amempa Abrahamu, watu wetu walizidi kuongezeka sana huko Misri. ¹⁸ Ndipo mfalme mwingine ambaye hakujua lolote kuhusu Yosefu akatawala Misri. ¹⁹ Huyu mfalme akawatendea watu wetu hila na kuwatesa baba zetu kwa kuwalazimisha wawatupe watoto wao wachanga ili wafe.

²⁰ "Wakati huo Mose alizaliwa, naye hakuwa mtoto wa kawaida. Akalelewa nyumbani kwa baba yake kwa muda wa miezi mitatu. ²¹ Waliposhindwa kumficha zaidi, wakamweka nje mtoni na binti Farao akamchukua akamtunza kama mtoto wake mwenyewe. ²² Mose akafundishwa hekima yote ya Wamisri, akawa mtu hodari kwa maneno na matendo.

²³ "Mose alipokuwa na umri wa miaka arobaini aliamua kuwatembelea ndugu zake Waisraeli. ²⁴ Aliona mmoja wao akidhulumiwa na Mmisri, akamtetea yule aliyeonewa, akampiga yule Mmisri akamuua kulipiza kisasi. ²⁵ Mose alidhani kuwa ndugu zake wangetambua kwamba Mungu anamtumia ili kuwaokoa, lakini wao hawakuelewa. ²⁶ Siku iliyofuata Mose aliwakuta Waisraeli wawili wakigombana, akajaribu kuwapatanisha kwa kuwaambia, 'Enyi watu, ninyi ni ndugu, mbona mnataka kudhulumiana?'

²⁷ "Lakini yule mtu aliyekuwa akimdhulumu mwenzake akamsukuma Mose kando, akamuuliza, 'Ni nani aliyekufanya mtawala na mwamuzi juu yetu? ²⁸ Je, unataka kuniua kama ulivyomuua yule Mmisri jana?' ²⁹ Mose aliposikia maneno haya, alikimbilia huko Midiani alikokaa kama mgeni, naye akapata watoto wawili wa kiume.

³⁰ "Basi baada ya miaka arobaini kupita, malaika wa Mungu akamtokea Mose jangwani karibu na Mlima Sinai katika kichaka kilichokuwa kinawaka moto. ³¹ Alipoona mambo haya, alishangaa yale maono. Aliposogea ili aangalie kwa karibu, akaisikia sauti ya Bwana, ikisema: ³² 'Mimi ndimi Mungu wa baba zako, Mungu wa Abrahamu, Isaki na Yakobo.' Mose alitetemeka kwa hofu na hakuthubutu kutazama.

³³ "Ndipo Bwana akamwambia, 'Vua viatu vyako kwa maana mahali unaposimama ni patakatifu. ³⁴ Hakika nimeona mateso ya watu wangu huko Misri. Nimesikia kilio chao cha uchungu, nami nimeshuka ili niwaokoe. Basi sasa njoo, nami nitakutuma Misri.'

³⁵ "Huyu ndiye Mose yule waliyemkataa wakisema, 'Ni nani aliyekufanya mtawala na mwamuzi juu yetu?' Alikuwa ametumwa na Mungu mwenyewe kuwa mtawala na mkombozi wao, kwa njia ya yule malaika aliyemtokea katika kile kichaka. ³⁶ Aliwaongoza wana wa Israeli kutoka Misri, baada ya kufanya ishara na maajabu mengi huko Misri, katika Bahari ya Shamu,ᵃ na katika jangwa kwa muda wa miaka arobaini.

³⁷ "Huyu ndiye yule Mose aliyewaambia Waisraeli, 'Mungu atawainulia nabii kama mimi kutoka miongoni mwa ndugu zenu wenyewe.' ³⁸ Huyu ndiye yule Mose aliyekuwa katika kusanyiko huko jangwani, ambaye malaika alisema naye pamoja na baba zetu kwenye Mlima Sinai, naye akapokea maneno yaliyo hai ili atupatie.

ᵃ36 Yaani Bahari ya Mafunjo.

[39] "Lakini baba zetu walikataa kumtii Mose, badala yake wakamkataa na kuielekeza mioyo yao Misri tena. [40] Wakamwambia Aroni, 'Tufanyie miungu watakaotuongoza, kwa maana mtu huyu Mose aliyetutoa nchi ya Misri, hatujui yaliyompata.' [41] Huu ni ule wakati walitengeneza sanamu katika umbo la ndama, wakailetea sadaka kufanya maadhimisho kwa ajili ya kile kitu walichokitengeneza kwa mikono yao wenyewe. [42] Ndipo Mungu akageuka, akawaacha waabudu jeshi lote la mbinguni, kama ilivyoandikwa katika Kitabu cha Manabii:

" 'Je, mlinileta dhabihu na sadaka
kwa miaka arobaini kule jangwani,
ee nyumba ya Israeli?
[43] La, ninyi mliinua madhabahu ya Moleki,
na nyota ya mungu wenu Refani,
vinyago mlivyotengeneza ili kuviabudu.
Kwa hiyo nitawapeleka mbali' kuliko Babeli.

[44] "Baba zetu walikuwa na lile Hema la Ushuhuda huko jangwani. Lilikuwa limetengenezwa kama Mungu alivyokuwa amemwelekeza Mose, kulingana na kielelezo alichoona. [45] Baba zetu wakiisha kulipokea hema kwa kupokezana wakiongozwa na Yoshua katika milki ya nchi kutoka kwa yale mataifa ambayo Mungu aliyafukuza mbele yao, nalo likadumu katika nchi mpaka wakati wa Daudi, [46] ambaye alipata kibali kwa Mungu, naye akaomba kwamba ampatie Mungu wa Yakobo maskani. [47] Lakini alikuwa Solomoni ndiye alimjengea Mungu nyumba.

[48] "Hata hivyo, Yeye Aliye Juu Sana hakai kwenye nyumba zilizojengwa kwa mikono ya wanadamu. Kama nabii alivyosema:

[49] " 'Mbingu ni kiti changu cha enzi,
nayo dunia ni mahali pa kuweka
miguu yangu.
Mtanijengea nyumba ya namna gani?
asema Bwana.
Au mahali pangu pa kupumzikia
patakuwa wapi?
[50] Je, mkono wangu haukufanya vitu
hivi vyote?'

[51] "Enyi watu wenye shingo ngumu, msiotahiriwa mioyo wala masikio, daima hamwachi kumpinga Roho Mtakatifu, kama walivyofanya baba zenu. [52] Je, kuna nabii gani ambaye baba zenu hawakumtesa? Waliwaua wale waliotabiri habari za kuja kwake yule Mwenye Haki. Nanyi sasa mmekuwa wasaliti wake na wauaji. [53] Ninyi ndio mlipokea sheria zilizoletwa kwenu na malaika, lakini hamkuzitii."

Stefano Apigwa Mawe

[54] Waliposikia haya wakaghadhibika, wakamsagia meno. [55] Lakini yeye Stefano, akiwa amejaa Roho Mtakatifu, alikaza macho mbinguni, akaona utukufu wa Mungu, na Yesu akiwa amesimama mkono wa kuume wa Mungu. [56] Akasema, "Tazameni! Naona mbingu zimefunguka, na Mwana wa Adamu amesimama upande wa kuume wa Mungu."

[57] Lakini wao wakapiga kelele kwa sauti kubwa, wakaziba masikio yao, wakamrukia kwa nia moja. [58] Wakamtupa nje ya mji, wakampiga kwa mawe. Nao mashahidi wakaweka mavazi yao miguuni mwa kijana mmoja ambaye jina lake aliitwa Sauli. [59] Walipokuwa wakimpiga mawe, Stefano aliomba, "Bwana Yesu, pokea roho yangu." [60] Kisha akapiga magoti, akalia kwa sauti kubwa akasema, "Bwana usiwahesabie dhambi hii." Baada ya kusema hayo, akalala.

[8] Naye Sauli alikuwepo pale, akiridhia kuuawa kwa Stefano.

Kanisa Lateswa Na Kutawanyika

Siku ile kukatukia mateso makuu dhidi ya kanisa huko Yerusalemu, waumini wote isipokuwa mitume wakatawanyika, wakakimbilia Uyahudi na Samaria. [2] Watu wacha Mungu wakamzika Stefano na kumwombolezea sana. [3] Lakini kwa habari ya Sauli alikuwa analiharibu kanisa, akiingia nyumba kwa nyumba, akiwaburuta wanawake na wanaume na kuwatupa gerezani.

Filipo Ahubiri Injili Samaria

[4] Kwa hiyo wale waliotawanyika wakalihubiri neno la Mungu kila mahali walipokwenda. [5] Filipo akateremkia mji mmoja wa Samaria akawahubiria habari za Kristo[a] [6] Watu walipomsikia Filipo na kuona ishara na miujiza aliyofanya, wakasikiliza kwa bidii yale aliyosema. [7] Pepo wachafu wakawa wakiwatoka watu wengi huku wakipiga kelele na wengi waliopooza na viwete wakaponywa. [8] Hivyo pakawa na furaha kuu katika mji huo.

Simoni Mchawi

[9] Basi mtu mmoja jina lake Simoni alikuwa amefanya uchawi kwa muda mrefu katika mji huo akiwashangaza watu wote wa Samaria. Alijitapa kwamba yeye ni mtu mkuu, [10] nao watu wote wakubwa kwa wadogo wakamsikiliza na kumaka, wakisema "Mtu huyu ndiye uweza wa Mungu ujulikanao kama 'Uweza Mkuu.' " [11] Wakamfuata kwa sababu kwa muda mrefu alikuwa amewashangaza kwa uchawi wake. [12] Lakini watu walipomwamini Filipo alipohubiri habari njema za Ufalme wa Mungu na jina la Yesu Kristo, wakabatizwa wanaume na wanawake. [13] Simoni naye akaamini na akabatizwa. Akamfuata Filipo kila mahali, akistaajabishwa na ishara kuu na miujiza aliyoiona.

[14] Basi mitume waliokuwa Yerusalemu waliposikia kuwa Samaria wamelipokea neno la Mungu, wakawatuma Petro na Yohana waende huko. [15] Nao walipofika wakawaombea ili wampokee Roho Mtakatifu, [16] kwa sababu Roho Mtakatifu alikuwa bado hajawashukia hata mmoja ila wamebatizwa tu katika jina la Bwana Yesu. [17] Ndipo Petro na Yohana wakaweka mikono yao juu ya wale waliobatizwa, nao wakapokea Roho Mtakatifu.

[18] Simoni alipoona kuwa watu wanapokea Roho Mtakatifu mitume walipoweka mikono juu yao, akataka kuwapa fedha [19] akisema, "Nipeni na mimi uwezo huu ili kila mtu nitakayeweka

---

[a] 5 Kristo maana yake ni Masiya, yaani Aliyetiwa mafuta.

mikono yangu juu yake apate kupokea Roho Mtakatifu." ²⁰ Petro akamjibu, "Fedha yako na iangamie pamoja nawe, kwa sababu ulidhani unaweza kununua karama ya Mungu kwa fedha! ²¹ Wewe huna sehemu wala fungu katika huduma hii kwa kuwa moyo wako si mnyofu mbele za Mungu. ²² Kwa hiyo tubu kwa uovu huu wako na umwombe Bwana. Yamkini aweza kukusamehe mawazo uliyo nayo moyoni mwako. ²³ Kwa maana ninaona kwamba wewe umejawa na uchungu na ni mfungwa wa dhambi."

²⁴ Ndipo Simoni akajibu, "Niombeeni kwa Bwana, ili hayo mliyosema lolote yasinitukie."

²⁵ Nao walipokwisha kutoa ushuhuda na kuhubiri neno la Bwana, wakarudi Yerusalemu wakihubiri Injili katika vijiji vingi vya Samaria.

Filipo Na Towashi Wa Kushi

²⁶ Basi malaika wa Bwana akamwambia Filipo, "Nenda upande wa kusini kwenye ile barabara itokayo Yerusalemu kuelekea Gaza ambayo ni jangwa." ²⁷ Hivyo akaondoka. Akiwa njiani akakutana na towashi wa Kushi, aliyekuwa afisa mkuu, mwenye mamlaka juu ya hazina zote za Kandake, Malkia wa Kushi. Huyu towashi alikuwa amekwenda Yerusalemu ili kuabudu, ²⁸ naye akiwa njiani kurudi nyumbani alikuwa ameketi garini mwake akisoma kitabu cha nabii Isaya. ²⁹ Roho Mtakatifu akamwambia Filipo, "Nenda kwenye lile gari ukae karibu nalo."

³⁰ Ndipo Filipo akakimbilia lile gari na kumsikia yule mtu anasoma kitabu cha nabii Isaya. Filipo akamuuliza, "Je, unaelewa hayo usomayo?" ³¹ Yule towashi akasema, "Nitawezaje kuelewa mtu asiponifafanulia?" Hivyo akamkaribisha Filipo ili apande na kuketi pamoja naye.

³² Huyu towashi alikuwa anasoma fungu hili la Maandiko:

"Aliongozwa kama kondoo aendaye machinjoni,
kama mwana-kondoo anyamazavyo mbele yake yule amkataye manyoya,
hivyo hakufungua kinywa chake.
³³ Katika kufedheheshwa kwake alinyimwa haki yake.
Nani awezaye kueleza juu ya kizazi chake?
Kwa maana maisha yake yaliondolewa kutoka duniani."

³⁴ Yule towashi akamuuliza Filipo, "Tafadhali niambie, nabii huyu anena habari zake mwenyewe au habari za mtu mwingine?" ³⁵ Ndipo Filipo akaanza kutumia fungu lile la Maandiko, akamweleza habari njema za Yesu.

³⁶ Walipokuwa wakiendelea na safari wakafika mahali palipokuwa na maji, yule towashi akamuuliza Filipo, "Tazama, hapa kuna maji. Kitu gani kitanizuia nisibatizwe?" [³⁷ Filipo akamwambia, "Kama ukiamini kwa moyo wako wote unaweza kubatizwa." Akajibu, "Naamini kuwa Yesu Kristo ni Mwana wa Mungu."] ³⁸ Naye akaamuru lile gari lisimamishwe. Wakateremka kwenye maji wote wawili,

yule towashi na Filipo, naye Filipo akambatiza. ³⁹ Nao walipopanda kutoka kwenye maji, ghafula Roho wa Bwana akamnyakua Filipo, naye towashi hakumwona tena, lakini akaenda zake akifurahi. ⁴⁰ Filipo akajikuta yuko Azoto, akasafiri akihubiri Injili katika miji yote mpaka alipofika Kaisaria.

Kuokoka Kwa Sauli

9 Wakati ule ule, Sauli alikuwa bado anazidisha vitisho vya kuua wanafunzi wa Bwana, akamwendea kuhani mkuu, ² naye akamwomba kuhani mkuu ampe barua za kwenda kwenye masinagogi huko Dameski, ili akimkuta mtu yeyote wa Njia Ile, akiwa mwanaume au mwanamke, aweze kuwafunga na kuwaleta Yerusalemu. ³ Basi akiwa katika safari yake, alipokaribia Dameski, ghafula nuru kutoka mbinguni ikamwangaza kotekote. ⁴ Akaanguka chini, akasikia sauti ikimwambia, "Sauli, Sauli, mbona unanitesa?"

⁵ Sauli akajibu, "U nani wewe, Bwana?"

Ile sauti ikajibu, "Mimi ni Yesu unayemtesa. ⁶ Sasa inuka uingie mjini, nawe utaambiwa yakupasayo kutenda."

⁷ Watu waliokuwa wakisafiri pamoja na Sauli wakasimama bila kuwa na la kusema, kwa sababu walisikia sauti lakini hawakumwona aliyekuwa akizungumza. ⁸ Sauli akainuka kutoka pale chini na alipojaribu kufungua macho yake hakuweza kuona kitu chochote. Basi wakamshika mkono wakamwongoza mpaka Dameski. ⁹ Naye kwa muda wa siku tatu alikuwa kipofu naye hakula wala kunywa chochote.

¹⁰ Huko Dameski alikuwepo mwanafunzi mmoja jina lake Anania. Bwana alimwita katika maono, "Anania!"

Akajibu, "Mimi hapa Bwana."

¹¹ Bwana akamwambia, "Ondoka uende katika barabara iitwayo Nyofu ukaulize katika nyumba ya Yuda mtu kutoka Tarso, jina lake Sauli, kwa maana wakati huu anaomba, ¹² katika maono amemwona mtu aitwaye Anania akija na kuweka mikono juu yake ili apate kuona tena."

¹³ Anania akajibu, "Bwana, nimesikia kutoka kwa watu wengi habari nyingi kuhusu mtu huyu na madhara yote aliyowatendea watakatifu wako huko Yerusalemu. ¹⁴ Naye amekuja hapa Dameski akiwa na mamlaka kutoka kwa viongozi wa makuhani ili awakamate wote wanaotaja jina lako."

¹⁵ Lakini Bwana akamwambia Anania, "Nenda! Mtu huyu ni chombo changu kiteule nilichokichagua, apate kulichukua Jina langu kwa watu wa Mataifa na wafalme wao na mbele ya watu wa Israeli. ¹⁶ Nami nitamwonyesha jinsi impasavyo kuteseka kwa ajili ya Jina langu."

¹⁷ Kisha Anania akaenda kwenye ile nyumba, akaingia ndani. Akaweka mikono yake juu ya Sauli akasema, "Ndugu Sauli, Bwana Yesu aliyekutokea njiani amenituma kukuwezesha kuona tena na ujazwe Roho Mtakatifu." ¹⁸ Ghafula vitu kama magamba vikaanguka chini, kutoka machoni mwa Sauli, akapata kuona tena. Akasimama, akabatizwa. ¹⁹ Baada ya kula chakula, akapata nguvu tena. Sauli akakaa siku kadhaa pamoja na wanafunzi huko Dameski.

Sauli Ahubiri Dameski

²⁰ Papo hapo akaanza kuhubiri kwenye masinagogi kwamba "Yesu Kristo ni Mwana wa Mungu" ²¹ Watu wote waliomsikia Sauli walishangaa na kuuliza, "Huyu si yule mtu aliyesababisha maangamizi makuu huko Yerusalemu miongoni mwa watu waliolitaja jina hili? Naye si amekuja hapa kwa kusudi la kuwakamata na kuwapeleka wakiwa wafungwa mbele ya viongozi wa makuhani?" ²² Sauli akazidi kuwa hodari na kuwashangaza Wayahudi walioishi Dameski kwa kuthibitisha kuwa Yesu ndiye Kristo.ᵃ ²³ Baada ya siku nyingi kupita, Wayahudi wakafanya shauri kumuua Sauli. ²⁴ Lakini shauri lao likajulikana kwa Sauli. Wayahudi wakawa wanalinda malango yote ya mji, usiku na mchana ili wapate kumuua. ²⁵ Lakini wafuasi wake wakamchukua usiku wakamshusha akiwa ndani ya kapu kupitia mahali penye nafasi ukutani.

Sauli Huko Yerusalemu

²⁶ Sauli alipofika Yerusalemu akajaribu kujiunga na wanafunzi lakini wote walimwogopa, kwa maana hawakuamini kwamba kweli naye alikuwa mwanafunzi. ²⁷ Lakini Barnaba akamchukua, akampeleka kwa wale mitume. Akawaeleza jinsi Sauli akiwa njiani alivyomwona Bwana, jinsi Bwana alivyosema naye na jinsi alivyohubiri kwa ujasiri kwa jina la Yesu huko Dameski. ²⁸ Kwa hiyo Sauli akakaa nao akitembea kwa uhuru kila mahali huko Yerusalemu, akihubiri kwa ujasiri katika jina la Bwana. ²⁹ Alinena na kuhojiana na Wayahudi wenye asili ya Kiyunani lakini wao walijaribu kumuua. ³⁰ Wale ndugu walipopata habari wakampeleka hadi Kaisaria, wakamsafirisha kwenda Tarso. ³¹ Ndipo kanisa katika Uyahudi wote, Galilaya na Samaria likafurahia wakati wa amani. Likatiwa nguvu, na kwa faraja ya Roho Mtakatifu, idadi yake ikazidi kuongezeka, na likaendelea kudumu katika kumcha Bwana.

Matendo Ya Petro

Kuponywa Kwa Ainea

³² Petro alipokuwa akisafiri sehemu mbalimbali, alikwenda kuwatembelea watakatifu walioishi huko Lida. ³³ Huko alimkuta mtu mmoja aitwaye Ainea, ambaye alikuwa amepooza na kwa muda wa miaka minane alikuwa hajaondoka kitandani. ³⁴ Petro akamwambia, "Ainea, Yesu Kristo anakuponya, inuka utandike kitanda chako." Mara Ainea akainuka. ³⁵ Watu wote wa Lida na Sharoni walipomwona Ainea akitembea wakamgeukia Bwana.

Petro Amfufua Dorkasi

³⁶ Huko Yafa palikuwa na mwanafunzi jina lake Tabitha (ambalo kwa Kiyunani ni Dorkasiᵇ). Huyu alikuwa mkarimu sana, akitenda mema na kuwasaidia maskini. ³⁷ Wakati huo akaugua, akafa na wakiisha kuuosha mwili wake wakauweka katika

chumba cha ghorofani. ³⁸ Kwa kuwa Yafa hapakuwa mbali sana na Lida, wanafunzi waliposikia kwamba Petro yuko huko waliwatuma watu wawili kwake ili kumwomba, "Tafadhali njoo huku pasipo kukawia."

³⁹ Kwa hiyo Petro akainuka akaenda nao, naye alipowasili, wakampeleka hadi kwenye chumba cha ghorofani alipokuwa amelazwa. Wajane wengi walisimama karibu naye wakilia na kuonyesha majoho na nguo nyingine ambazo Dorkasi alikuwa amewashonea alipokuwa pamoja nao. ⁴⁰ Petro akawatoa wote nje ya kile chumba, kisha akapiga magoti akaomba, akaugeukia ule mwili akasema, "Tabitha, inuka." Akafumbua macho yake na alipomwona Petro, akaketi. ⁴¹ Petro akamshika mkono akamwinua, ndipo akawaita wale watakatifu na wajane akamkabidhi kwao akiwa hai. ⁴² Habari hizi zikajulikana sehemu zote za Yafa na watu wengi wakamwamini Bwana. ⁴³ Petro akakaa Yafa kwa siku nyingi akiishi na Simoni mtengenezaji ngozi.

Kornelio Amwita Petro

10 Katika mji wa Kaisaria palikuwa na mtu jina lake Kornelio, ambaye alikuwa jemadari wa kile kilichojulikana kama kikosi cha Kiitalia. ² Yeye alikuwa mcha Mungu pamoja na wote wa nyumbani mwake. Aliwapa watu sadaka nyingi na kumwomba Mungu daima. ³ Siku moja alasiri, yapata saa tisa, aliona maono waziwazi, malaika wa Mungu akimjia na kumwambia, "Kornelio!" ⁴ Kornelio akamkazia macho wa hofu akasema, "Kuna nini, Bwana?"

Malaika akamwambia, "Sala zako na sadaka zako kwa maskini zimefika juu na kuwa ukumbusho mbele za Mungu. ⁵ Sasa tuma watu waende Yafa wakamwite mtu mmoja jina lake Simoni aitwaye Petro. ⁶ Yeye anaishi na Simoni mtengenezaji ngozi ambaye nyumba yake iko kando ya bahari." ⁷ Yule malaika aliyekuwa akizungumza naye alipoondoka, Kornelio akawaita watumishi wake wawili pamoja na askari mmoja mcha Mungu aliyekuwa miongoni mwa wale waliomtumikia. ⁸ Akawaambia mambo yote yaliyotukia, kisha akawatuma waende Yafa.

Maono Ya Petro

⁹ Siku ya pili yake, walipokuwa wameukaribia mji, wakati wa adhuhuri, Petro alipanda juu ya nyumba kuomba. ¹⁰ Alipokuwa akiomba akahisi njaa, akatamani kupata chakula. Lakini wakati walikuwa wakiandaa chakula, akalala usingizi mzito sana. ¹¹ Akaona mbingu zimefunguka na kitu kama nguo kubwa kikishushwa duniani kwa ncha zake nne. ¹² Ndani yake walikuwepo aina zote za wanyama wenye miguu minne, nao watambaao nchini, na ndege wa angani. ¹³ Ndipo sauti ikamwambia, "Petro, ondoka, uchinje na ule." ¹⁴ Petro akajibu, "La hasha Bwana! Sijawahi kamwe kula kitu chochote kilicho najisi." ¹⁵ Ile sauti ikasema naye mara ya pili, "Usikiite najisi kitu chochote Mungu alichokitakasa." ¹⁶ Jambo hili lilitokea mara tatu na ghafula ile nguo ikarudishwa mbinguni.

ᵃ22 Kristo maana yake ni Masiya, yaani Aliyetiwa mafuta.
ᵇ36 Tabitha kwa Kiaramu na Dorkasi kwa Kiaramu yote yamaanisha Paa.

[17] Wakati Petro akiwa bado anajiuliza kuhusu maana ya maono haya, wale watu waliokuwa wametumwa na Kornelio wakaipata nyumba ya Simoni mtengenezaji wa ngozi wakawa wamesimama mbele ya lango. [18] Wakabisha hodi na kuuliza kama Simoni aliyeitwa Petro alikuwa anaishi hapo. [19] Wakati Petro akiwa anafikiria juu ya yale maono, Roho Mtakatifu akamwambia, "Simoni, wako watu watatu wanaokutafuta. [20] Inuka na ushuke, usisite kwenda nao kwa kuwa mimi nimewatuma."

[21] Petro akashuka na kuwaambia wale watu waliokuwa wametumwa kutoka kwa Kornelio, "Mimi ndiye mnayenitafuta. Mmekuja kwa sababu gani?" [22] Wale watu wakamjibu, "Tumetumwa na Kornelio yule jemadari. Yeye ni mtu mwema anayemcha Mungu, na anaheshimiwa na Wayahudi wote. Yeye ameagizwa na malaika mtakatifu akukaribishe nyumbani kwake, ili asikilize maneno utakayomwambia." [23] Basi Petro akawakaribisha wakafuatana naye ndani, akawapa pa kulala. Kesho yake akaondoka pamoja nao, na baadhi ya ndugu kutoka Yafa wakafuatana naye.

Petro Nyumbani Mwa Kornelio

[24] Siku iliyofuata wakawasili Kaisaria. Kornelio alikuwa akiwangoja pamoja na jamaa yake na marafiki zake wa karibu. [25] Petro alipokuwa akiingia ndani, Kornelio alikuja kumlaki, akaanguka miguuni pake kwa heshima. [26] Lakini Petro akamwinua akamwambia, "Simama, mimi ni mwanadamu tu." [27] Petro alipokuwa akizungumza naye akaingia ndani na kukuta watu wengi wamekusanyika. [28] Akawaambia, "Mnajua kabisa kwamba ni kinyume cha sheria yetu Myahudi kuchangamana na mtu wa Mataifa au kumtembelea. Lakini Mungu amenionyesha kwamba nisimwite mtu yeyote kuwa najisi au asiye safi. [29] Ndiyo sababu nilipotuma niitwe nilikuja bila kupinga lolote. Basi sasa naomba unieleze kwa nini umeniita?"

[30] Kornelio akajibu, "Siku nne zilizopita, nilikuwa nyumbani nikisali saa kama hii, saa tisa alasiri. Ghafula mtu aliyevaa nguo zilizong'aa akasimama mbele yangu, [31] akasema, 'Kornelio, maombi yako yamesikiwa na sadaka zako kwa maskini zimekumbukwa mbele za Mungu. [32] Basi tuma watu waende Yafa wakaulize mtu mmoja Simoni aitwaye Petro, yeye ni mgeni katika nyumba ya Simoni mtengenezaji ngozi, ambaye nyumba yake iko kando ya bahari.' [33] Nilituma watu kwako mara moja, nawe umefanya vyema kuja. Basi sasa sisi sote tuko hapa mbele za Mungu kuyasikiliza yote ambayo Bwana amekuamuru kutuambia."

Hotuba Ya Petro

[34] Ndipo Petro akafungua kinywa chake akasema, "Mungu hana upendeleo, [35] Lakini katika kila taifa, kila mtu amchaye na kutenda yaliyo haki hukubaliwa naye. [36] Ninyi mnajua ule ujumbe uliotumwa kwa Israeli, ukitangaza habari njema za amani kwa Yesu Kristo. Yeye ni Bwana wa wote. [37] Mnajua yale yaliyotukia katika Uyahudi wote kuanzia Galilaya baada ya mahubiri ya Yohana Mbatizaji: [38] Jinsi Mungu alivyomtia Yesu wa Nazareti mafuta katika Roho Mtakatifu na jinsi alivyokwenda huku na huko akitenda mema na kuponya wote waliokuwa wameonewa na nguvu za ibilisi, kwa sababu Mungu alikuwa pamoja naye.

[39] "Sisi ni mashahidi wa mambo yote aliyoyafanya katika Uyahudi na Yerusalemu. Wakamuua kwa kumtundika msalabani. [40] Lakini Mungu alimfufua kutoka kwa wafu siku ya tatu na akamwezesha kuonekana na watu. [41] Hakuonekana na watu wote, lakini kwetu sisi tuliochaguliwa na Mungu kuwa mashahidi, ambao tulikula na kunywa naye baada ya kufufuka kwake kutoka kwa wafu. [42] Naye alituamuru kuhubiri kwa watu wote na kushuhudia kwamba ndiye alitiwa mafuta na Mungu kuwa hakimu wa walio hai na wafu. [43] Manabii wote walishuhudia juu yake kwamba kila mtu amwaminiye hupokea msamaha wa dhambi katika Jina lake."

Watu Wa Mataifa Wapokea Roho Mtakatifu

[44] Wakati Petro alikuwa akisema maneno haya, Roho Mtakatifu aliwashukia wote waliokuwa wakisikiliza ule ujumbe. [45] Wale wa tohara walioamini waliokuja na Petro walishangaa kwa kuona kuwa kipawa cha Roho Mtakatifu kimemwagwa juu ya watu wa Mataifa. [46] Kwa kuwa waliwasikia wakinena kwa lugha mpya na kumwadhimisha Mungu.

Ndipo Petro akasema, [47] "Je, kuna mtu yeyote anayeweza kuzuia watu hawa wasibatizwe kwa maji? Wamempokea Roho Mtakatifu kama sisi tulivyompokea." [48] Kwa hiyo akaamuru wabatizwe kwa jina la Yesu Kristo. Wakamsihi Petro akae nao kwa siku chache.

Petro Aeleza Alivyotumwa Kwa Watu Wa Mataifa

11 Mitume na ndugu walioamini waliokuwa huko Uyahudi wakasikia kuwa watu wa Mataifa nao wamepokea neno la Mungu. [2] Hivyo Petro alipopanda Yerusalemu, wale wa tohara waliokuwa wameamini wakamshutumu, [3] wakisema, "Ulikwenda kwa watu wasiotahiriwa na kula pamoja nao."

[4] Ndipo Petro akaanza kuwaeleza kuhusu mambo yote yalivyotokea hatua kwa hatua akisema, [5] "Nilikuwa katika mji wa Yafa nikiomba, nami nikapitiwa na usingizi wa ghafula, nikaona maono. Kulikuwa na kitu kama nguo kubwa ikishuka kutoka mbinguni, ikishushwa kwa ncha zake nne, nayo ikanikaribia. [6] Nilipoangalia ndani yake kwa karibu niliona wanyama wenye miguu minne wa nchini, wanyama wa mwitu, watambaao na ndege wa angani. [7] Ndipo nikasikia sauti ikiniambia 'Petro, ondoka uchinje na ule.'

[8] "Nikajibu, 'La hasha Bwana! Kitu chochote kilicho najisi hakijaingia kinywani mwangu.' [9] "Sauti ikasema kutoka mbinguni mara ya pili, 'Usikiite najisi kitu chochote Mungu alichokitakasa.' [10] Jambo hili lilitokea mara tatu, ndipo kile kitu kikavutwa tena mbinguni.

[11] "Wakati ule ule watu watatu, waliokuwa

wametumwa kutoka Kaisaria waliwasili katika nyumba niliyokuwa nikikaa. ¹² Roho Mtakatifu akaniambia niende nao bila kuwa na ubaguzi kati yao na sisi. Hawa ndugu sita pia walifuatana nami, nasi tukaingia nyumbani mwa huyo Kornelio. ¹³ Akatuambia jinsi alivyoona malaika aliyekuwa amesimama katika nyumba yake na kusema, 'Tuma watu waende Yafa wakamlete Simoni aitwaye Petro. ¹⁴ Yeye atakupa ujumbe ambao kwa huo wewe na wa nyumbani mwako wote mtaokoka.'

¹⁵ "Nami nilipoanza kusema, Roho Mtakatifu akashuka juu yao kama vile alivyotushukia sisi hapo mwanzo. ¹⁶ Nami nikakumbuka neno la Bwana alivyosema, 'Yohana alibatiza kwa maji, lakini ninyi mtabatizwa katika Roho Mtakatifu.'

¹⁷ Basi ikiwa Mungu aliwapa hawa watu kipawa kile kile alichotupa sisi tuliomwamini Bwana Yesu Kristo, mimi ni nani hata nifikirie kuwa ningeweza kumpinga Mungu?"

¹⁸ Waliposikia haya hawakuwa na la kupinga zaidi. Nao wakamwadhimisha Mungu wakisema, "Basi, Mungu amewapa hata watu wa Mataifa toba iletayo uzima wa milele."

Kanisa La Antiokia

¹⁹ Basi wale waliotawanyika kwa ajili ya mateso yaliyotokana na kifo cha Stefano, wakasafiri hadi Foinike na Kipro na Antiokia. Nao hawakuhubiri lile Neno kwa mtu yeyote isipokuwa Wayahudi. ²⁰ Lakini baadhi yao walikuwepo watu wa Kipro na Kirene, ambao walipokuja Antiokia walinena na Wayunani pia wakiwahubiria habari njema za Bwana Yesu. ²¹ Mkono wa Bwana ulikuwa pamoja nao, nayo idadi kubwa ya watu wakaamini na kumgeukia Bwana.

²² Habari hizi zilipofika masikioni mwa kanisa huko Yerusalemu, wakamtuma Barnaba aende Antiokia. ²³ Alipofika na kuona madhihirisho ya neema ya Mungu, akafurahi na kuwatia moyo waendelee kuwa waaminifu kwa Bwana kwa mioyo yao yote. ²⁴ Barnaba alikuwa mtu mwema, aliyejaa Roho Mtakatifu, mwenye imani, nayo idadi kubwa ya watu wakaongezeka kwa Bwana.

²⁵ Kisha Barnaba akaenda Tarso kumtafuta Sauli, ²⁶ naye alipompata akamleta Antiokia. Hivyo kwa mwaka mzima Barnaba na Sauli wakakutana na kanisa na kufundisha idadi kubwa ya watu. Ilikuwa ni katika kanisa la Antiokia kwa mara ya kwanza wanafunzi waliitwa Wakristo.

²⁷ Wakati huo manabii walishuka toka Yerusalemu hadi Antiokia. ²⁸ Mmoja wao, jina lake Agabo, akasimama akatabiri kwa uweza wa Roho Mtakatifu kwamba njaa kubwa itaenea ulimwengu mzima. Njaa hiyo ilitokea wakati wa utawala wa Klaudio. ²⁹ Mitume wakaamua kwamba kila mtu, kulingana na uwezo alio nao, atoe msaada kwa ajili ya ndugu wanaoishi Uyahudi. ³⁰ Wakafanya hivyo, misaada yao ikapelekwa kwa wazee kwa mikono ya Barnaba na Sauli.

Yakobo Auawa, Petro Atiwa Gerezani

12 Wakati huo huo Mfalme Herode Agripa aliwakamata baadhi ya watu wa kanisa. ² Akaamuru Yakobo, ndugu yake Yohana, auawe kwa upanga. ³ Alipoona jambo hilo limewapendeza Wayahudi, akaendelea, akamkamata pia Petro. Hii ilitokea wakati wa Sikukuu ya Mikate Isiyotiwa Chachu. ⁴ Baada ya kumkamata alimtia gerezani, chini ya ulinzi wa vikundi vinne vya askari, vyenye askari wanne kila kimoja. Herode alikuwa amekusudia kumtoa na kumfanyia mashtaka mbele ya watu baada ya Pasaka. ⁵ Kwa hiyo Petro akawekwa gerezani, lakini kanisa lilikuwa likimwombea kwa Mungu kwa bidii.

⁶ Usiku ule kabla ya siku ambayo Herode Agripa alikuwa amekusudia kumtoa na kumfanyia mashtaka, Petro alikuwa amelala kati ya askari wawili, akiwa amefungwa kwa minyororo miwili. Nao walinzi wa zamu walikuwa wakilinda penye lango la gereza. ⁷ Ghafula malaika wa Bwana akatokea na nuru ikamulika mle ndani ya gereza. Yule malaika akampiga Petro ubavuni na kumwamsha, akisema, "Ondoka upesi!" Mara ile minyororo ikaanguka kutoka mikononi mwa Petro. ⁸ Yule malaika akamwambia, "Vaa nguo zako na viatu vyako." Petro akafanya hivyo. Kisha akamwambia, "Jifunge vazi lako na unifuate." ⁹ Petro akatoka mle gerezani akiwa amefuatana na yule malaika. Hakujua wakati huo kuwa yaliyokuwa yakitukia yalikuwa kweli. Alidhani kuwa anaona maono. ¹⁰ Wakapita lindo la kwanza na la pili, ndipo wakafika kwenye lango la chuma linaloelekea mjini. Lango likawafungukia lenyewe, nao wakapita hapo wakatoka nje. Baada ya kutembea umbali wa mtaa mmoja, ghafula yule malaika akamwacha Petro.

¹¹ Ndipo Petro akarudiwa na fahamu, akasema, "Sasa ninajua bila shaka yoyote kuwa Bwana amemtuma malaika wake na kuniokoa kutoka makucha ya Herode Agripa na kutoka matazamio yote ya Wayahudi."

¹² Mara Petro alipotambua hili alikwenda nyumbani kwa Maria, mama yake Yohana aliyeitwa pia Marko, ambako watu wengi walikuwa wamekutana kwa maombi. ¹³ Petro alipobisha hodi kwenye lango la nje, mtumishi wa kike jina lake Roda, akaja kumfungulia. ¹⁴ Alipoitambua sauti ya Petro, alifurahi mno akarudi bila kufungua na kuwaeleza kwamba, "Petro yuko langoni!"

¹⁵ Wakamwambia yule mtumishi wa kike, "Umerukwa na akili." Alipozidi kusisitiza kuwa ni kweli, wakasema, "Lazima awe ni malaika wake."

¹⁶ Lakini Petro aliendelea kugonga langoni, nao walipofungua lango na kumwona Petro, walistaajabu sana. ¹⁷ Yeye akawaashiria kwa mkono wake wanyamaze kimya, akawaeleza jinsi Bwana alivyomtoa gerezani. Naye akaongeza kusema, "Waelezeni Yakobo na ndugu wengine habari hizi." Kisha akaondoka akaenda sehemu nyingine.

¹⁸ Kulipokucha kukawa na fadhaa kubwa miongoni mwa wale askari kuhusu yaliyomtukia Petro. ¹⁹ Baada ya Herode kuamuru atafutwe kila mahali na bila kumpata, aliwahoji wale askari walinzi kisha akatoa amri wauawe. Basi Herode Agripa akatoka Uyahudi akaenda Kaisaria, akakaa huko kwa muda.

Kifo Cha Herode Agripa

[20] Basi Herode Agripa alikuwa amekasirishwa sana na watu wa Tiro na Sidoni. Hivyo watu wa miji hiyo miwili wakaungana pamoja wakatafuta kukutana naye. Wakiisha kuungwa mkono na Blasto, mtumishi maalum wa Mfalme Herode Agripa aliyeaminika, wakaomba mapatano ya amani maana nchi zao zilitegemea nchi ya huyo mfalme kwa mahitaji yao ya chakula.

[21] Katika siku iliyochaguliwa Herode Agripa akavaa mavazi yake ya kifalme, akaketi kwenye kiti chake cha enzi na kuwahutubia watu. [22] Watu waliokuwa wamekusanyika wakapiga kelele, wakisema, "Hii si sauti ya mwanadamu, bali ni ya Mungu." [23] Ghafula, kwa kuwa Herode hakumpa Mungu utukufu, malaika wa Bwana akampiga, naye akaliwa na chango, akafa.

[24] Lakini neno la Mungu likaendelea mbele na kuenea, nao wengi wakaambatana nalo.

[25] Barnaba na Sauli walipomaliza ile huduma yao iliyowapeleka, wakarudi Yerusalemu wakiwa pamoja na Yohana aitwaye Marko.

Safari Ya Kwanza Ya Paulo Kueneza Injili

Barnaba Na Sauli Wanatumwa

[1] Katika kanisa huko Antiokia ya Shamu walikuwako manabii na walimu, yaani: Barnaba, Simeoni aitwaye Nigeri, Lukio Mkirene, Manaeni aliyekuwa amelelewa pamoja na Mfalme Herode Agripa, na Sauli. [2] Walipokuwa wakimwabudu Bwana na kufunga, Roho Mtakatifu akasema, "Nitengeeni Sauli na Barnaba kwa kazi ile maalum niliyowaitia." [3] Ndipo baada ya kufunga na kuomba, wakawawekea mikono yao na wakawatuma waende zao.

Barnaba Na Sauli Waenda Kipro

[4] Hivyo, wakiwa wametumwa na Roho Mtakatifu, wakashuka kwenda Seleukia na kutoka huko wakasafiri baharini mpaka kisiwa cha Kipro. [5] Walipowasili katika mji wa Salami, wakahubiri neno la Mungu katika sinagogi la Wayahudi. Pia walikuwa na Yohana Marko kuwa msaidizi wao.

[6] Walipokwisha kupita katika nchi zote hizo wakafika Pafo, ambapo walikutana na Myahudi mmoja mchawi aliyekuwa nabii wa uongo, jina lake Bar-Yesu. [7] Mtu huyu alikuwa pamoja na Sergio Paulo, mtu mwenye hekima aliyekuwa msaidizi wa mwakilishi wa mtawala wa kile kisiwa. Sergio Paulo akawaita Sauli na Barnaba akitaka kusikia neno la Mungu. [8] Lakini Elima yule mchawi (hii ndiyo maana ya jina lake), aliwapinga Barnaba na Sauli na kujaribu kumpotosha yule mkuu wa kile kisiwa aiache imani. [9] Ndipo Sauli, ambaye pia aliitwa Paulo, akiwa amejawa na Roho Mtakatifu, akamkazia macho Elima huyo mchawi, [10] akamwambia, "Ewe mwana wa ibilisi, wewe ni adui wa kila kilicho haki! Umejaa kila aina ya udanganyifu na ulaghai. Je, hutaacha kuzipotosha njia za Bwana zilizonyooka? [11] Nawe sasa sikiliza, mkono wa Bwana u dhidi yako. Utakuwa kipofu, wala hutaona jua kwa muda."

Mara ukungu na giza vikamfunika, naye akaenda huku na huko akitafuta mtu wa kumshika mkono ili amwonyeshe njia. [12] Yule mkuu wa kile kisiwa alipoona yaliyotukia, akaamini kwa sababu alistaajabishwa na mafundisho kuhusu Bwana.

Paulo Na Barnaba Huko Antiokia Ya Pisidia

[13] Kisha Paulo na wenzake wakasafiri toka Pafo wakafika Perga huko Pamfilia. Lakini, Yohana Marko akawaacha huko, akarejea Yerusalemu. [14] Kutoka Perga wakaendelea hadi Antiokia ya Pisidia. Siku ya Sabato wakaingia ndani ya sinagogi, wakaketi. [15] Baada ya Sheria ya Mose na Kitabu cha Manabii kusomwa, viongozi wa sinagogi wakawatumia ujumbe wakisema, "Ndugu, kama mna neno la kuwafariji watu hawa, tafadhali lisemeni." [16] Paulo akasimama, akawapungia mkono na kusema: "Enyi wanaume wa Israeli na ninyi nyote mnaomcha Mungu. [17] Mungu wa watu hawa wa Israeli aliwachagua baba zetu, akawafanya kustawi walipokuwa huko Misri, kwa uwezo mwingi akawaongoza na kuwatoa katika nchi ile. [18] Kwa muda wa miaka arobaini alivumilia matendo yao walipokuwa jangwani. [19] Naye baada ya kuyaangamiza mataifa saba waliokuwa wakiishi katika nchi ya Kanaani, akawapa Waisraeli nchi yao iwe urithi wao. [20] Haya yote yalichukua kama muda wa miaka 450.

"Baada ya haya, Mungu akawapa waamuzi mpaka wakati wa nabii Samweli. [21] Ndipo watu wakaomba wapewe mfalme, naye Mungu akawapa Sauli mwana wa Kishi wa kabila la Benyamini, aliyetawala kwa miaka arobaini. [22] Baada ya kumwondoa Sauli katika ufalme, akawainulia Daudi kuwa mfalme wao. Mungu pia alimshuhudia, akisema, 'Nimemwona Daudi mwana wa Yese, mtu anayeupendeza moyo wangu, atakayetimiza mapenzi yangu yote.'

[23] "Kutoka uzao wa mtu huyu, Mungu amewaletea Israeli Mwokozi Yesu, kama alivyoahidi. [24] Kabla ya kuja kwake Yesu, Yohana alihubiri toba na ubatizo kwa watu wote wa Israeli. [25] Yohana alipokuwa anakamilisha kazi yake, alisema: 'Ninyi mnadhani mimi ni nani? Mimi si yeye. La hasha, lakini yeye yuaja baada yangu, ambaye mimi sistahili kufungua kamba za viatu vya miguu yake.'

[26] "Ndugu zangu, wana wa Abrahamu, nanyi watu wa Mataifa mnaomcha Mungu, ujumbe huu wa wokovu umeletwa kwetu. [27] Kwa sababu wakaao Yerusalemu na viongozi wao hawakumtambua wala kuelewa maneno ya manabii yasomwayo kila Sabato, bali waliyatimiza maneno hayo kwa kumhukumu yeye. [28] Ijapokuwa hawakupata sababu yoyote ya kumhukumu kifo, walimwomba Pilato aamuru auawe. [29] Walipokwisha kufanya yale yote yaliyoandikwa kumhusu, walimshusha kutoka msalabani na kumzika kaburini. [30] Lakini Mungu alimfufua kutoka kwa wafu. [31] Naye kwa siku nyingi akawatokea wale waliokuwa pamoja naye kuanzia Galilaya hadi Yerusalemu. Nao sasa wamekuwa mashahidi wake kwa watu wetu.

[32] "Nasi tunawaletea habari njema, kwamba yale Mungu aliyowaahidi baba zetu [33] sasa ameyatimiza kwetu sisi watoto wao, kwa kumfufua Yesu, kama ilivyoandikwa katika Zaburi ya pili:

" 'Wewe ni Mwanangu;
    leo mimi nimekuzaa.'

³⁴ Kwa kuwa Mungu alimfufua kutoka kwa wafu asioze kamwe, alitamka maneno haya:

" 'Nitakupa wewe baraka takatifu zilizo
    za hakika
    nilizomwahidi Daudi.'

³⁵ Kama ilivyosemwa mahali pengine katika Zaburi,

" 'Hutamwacha Aliye Mtakatifu wako
    kuona uharibifu.'

³⁶ "Kwa maana Daudi akiisha kulitumikia kusudi la Mungu katika kizazi chake, alilala; akazikwa pamoja na baba zake na mwili wake ukaoza. ³⁷ Lakini yule ambaye Mungu alimfufua kutoka kwa wafu hakuona uharibifu. ³⁸ "Kwa hiyo ndugu zangu, nataka ninyi mjue kwamba kwa kupitia huyu Yesu msamaha wa dhambi unatangazwa kwenu. ³⁹ Kwa kupitia yeye, kila mtu amwaminiye anahesabiwa haki kwa kila kitu ambacho asingeweza kuhesabiwa haki kwa sheria ya Mose. ⁴⁰ Kwa hiyo jihadharini ili yale waliyosema manabii yasiwapate:

⁴¹ " 'Angalieni, enyi wenye dhihaka,
    mkastaajabu, mkaangamie,
    kwa maana nitatenda jambo wakati wenu
    ambalo hamtasadiki,
    hata kama mtu akiwaambia.' "

⁴² Paulo na Barnaba walipokuwa wakitoka nje ya sinagogi, watu wakawaomba wazungumze tena mambo hayo Sabato iliyofuata. ⁴³ Baada ya kusanyiko la Sinagogi kutawanyika, wengi wa Wayahudi na waongofu wa dini ya Kiyahudi wakawafuata Paulo na Barnaba, wakazungumza nao na kuwahimiza wadumu katika neema ya Mungu.
⁴⁴ Sabato iliyofuata, karibu watu wote wa mji walikuja kusikiliza neno la Bwana. ⁴⁵ Lakini Wayahudi walipoona ule umati mkubwa wa watu walijawa na wivu, wakayakanusha maneno Paulo aliyokuwa akisema. ⁴⁶ Ndipo Paulo na Barnaba wakawajibu kwa ujasiri, wakisema, "Ilitupasa kunena nanyi neno la Mungu kwanza. Lakini kwa kuwa mmelikataa, mkajihukumu wenyewe kuwa hamstahili uzima wa milele, sasa tunawageukia watu wa Mataifa. ⁴⁷ Kwa maana hili ndilo Bwana alilotuamuru:

" 'Nimewafanya ninyi kuwa nuru kwa watu
    wa Mataifa,
    ili mpate kuuleta wokovu hadi miisho
    ya dunia.' "

⁴⁸ Watu wa Mataifa walipoposikia haya wakafurahi na kulitukuza neno la Bwana; nao wote waliokuwa wamekusudiwa uzima wa milele wakaamini. ⁴⁹ Neno la Bwana likaenea katika eneo lile lote. ⁵⁰ Lakini Wayahudi wakawachochea wanawake wenye kumcha Mungu, wenye vyeo pamoja na watu maarufu katika mji, wakachochea mateso dhidi ya Paulo na Barnaba na kuwafukuza kutoka eneo hilo. ⁵¹ Hivyo Paulo na Barnaba wakakung'uta mavumbi ya miguu yao ili kuwapinga, nao wakaenda Ikonio. ⁵² Wanafunzi wakajawa na furaha na Roho Mtakatifu.

Paulo Na Barnaba Huko Ikonio

14 Huko Ikonio Paulo na Barnaba waliingia pamoja katika sinagogi la Wayahudi kama ilivyokuwa desturi yao. Huko wakahubiri kwa uwezo mkubwa kiasi kwamba Wayahudi pamoja na watu wa Mataifa wakaamini. ² Lakini wale Wayahudi waliokataa kuamini, wakawachochea watu wa Mataifa, wakatia chuki ndani ya mioyo yao dhidi ya wale walioamini. ³ Hivyo Paulo na Barnaba wakakaa huko kwa muda wa kutosha wakihubiri kwa ujasiri juu ya Bwana, ambaye alithibitisha ujumbe wa neema ya yake kwa kuwawezesha kufanya ishara na miujiza. ⁴ Lakini watu wa mji ule waligawanyika, wengine wakakubaliana na Wayahudi na wengine na mitume. ⁵ Watu wa Mataifa na Wayahudi wakajiunga na baadhi ya viongozi, wakafanya mpango wa kuwatendea mitume mabaya na kuwapiga mawe. ⁶ Lakini mitume walipopata habari hizi wakakimbilia Listra na Derbe, miji ya Likaonia na sehemu zilizopakana nayo. ⁷ Huko wakaendelea kuhubiri habari njema.

Paulo Na Barnaba Huko Listra

⁸ Katika mji wa Listra, alikuwako kiwete, ambaye alikuwa amelemaa tangu kuzaliwa na hakuwa ametembea kamwe. ⁹ Alimsikiliza Paulo alipokuwa akihubiri. Paulo alipomtazama akaona ana imani ya kuponywa. ¹⁰ Paulo akapaza sauti, "Simama kwa miguu yako!" Mara yule mtu akasimama upesi akaanza kutembea!
¹¹ Ule umati wa watu ulipoona yaliyokuwa yamefanywa na Paulo, wakapiga kelele kwa lugha yao ya Kilikaonia wakasema, "Miungu imetushukia katika umbo la binadamu!" ¹² Wakamwita Barnaba Zeu na Paulo wakamwita Herme kwa kuwa ndiye alikuwa msemaji mkuu. ¹³ Kuhani wa Zeu, ambaye hekalu lake lilikuwa nje kidogo tu ya mji, akaleta mafahali na mashada ya maua penye lango la mji kwa sababu yeye na ule umati wa watu walitaka kuwatolea dhabihu.
¹⁴ Lakini mitume Paulo na Barnaba waliposikia haya, wakararua nguo zao, wakawaendea wale watu kwa haraka, wakawapigia kelele, wakisema, ¹⁵ "Enyi watu, kwa nini mnafanya mambo haya? Sisi ni wanadamu tu kama ninyi! Tunawaletea habari njema, tukiwaambia kwamba mgeuke mtoke katika mambo haya yasiyofaa, mmwelekee Mungu aliye hai, aliyeziumba mbingu na nchi na bahari na vitu vyote vilivyomo. ¹⁶ Zamani aliwaachia mataifa waishi walivyotaka. ¹⁷ Lakini hakuacha kuwaonyesha watu uwepo wake: Ameonyesha wema kwa kuwanyeshea mvua toka mbinguni na kuwapa mazao kwa majira yake, naye amewapa chakula tele na kuijaza mioyo yenu na furaha." ¹⁸ Hata kwa maneno haya yote, ilikuwa vigumu kuuzuia ule umati wa watu kuwatolea dhabihu.

[19] Ndipo wakaja baadhi ya Wayahudi kutoka Antiokia na Ikonio wakawashawishi wale watu, wakampiga Paulo kwa mawe, wakamburuta hadi nje ya mji, wakidhani amekufa. [20] Lakini baada ya wanafunzi kukusanyika akainuka na kurudi mjini. Kesho yake yeye na Barnaba wakaondoka kwenda Derbe.

Paulo Na Barnaba Warudi Antiokia Huko Syria

[21] Wakahubiri habari njema katika mji huo na kupata wanafunzi wengi. Kisha wakarudi Listra, Ikonio na Antiokia, [22] wakiwaimarisha wanafunzi na kuwatia moyo waendelee kudumu katika imani. Wakawaonya wakisema, "Imetupasa kuingia katika Ufalme wa Mungu kwa kupitia katika taabu nyingi." [23] Nao baada ya kuwateua wazee katika kila kanisa, kwa kufunga na kuomba wakawakabidhi kwa Bwana waliyemwamini. [24] Kisha wakapitia Pisidia wakafika Pamfilia. [25] Baada ya kuhubiri neno la Mungu huko Perga, wakateremkia Atalia.

[26] Kutoka Atalia wakasafiri baharini wakarudi Antiokia, ambako walikuwa wamesifiwa kwa ajili ya neema ya Mungu kutokana na ile huduma waliyokuwa wameikamilisha. [27] Walipowasili Antiokia wakaliita kanisa pamoja na kutoa taarifa ya yale yote Mungu aliyokuwa ametenda kupitia kwao na jinsi alivyokuwa amefungua mlango wa imani kwa ajili ya watu wa Mataifa. [28] Nao wakakaa huko pamoja na wanafunzi kwa muda mrefu.

Baraza La Yerusalemu

15 Baadhi ya watu wakashuka Antiokia kutoka Uyahudi, nao wakawa wanawafundisha wandugu: "Msipotahiriwa kufuatana na desturi aliyofundisha Mose, hamwezi kuokoka." [2] Baada ya Paulo na Barnaba kutokukubaliana nao kukawa na mabishano makali, Paulo na Barnaba na baadhi ya wengine miongoni mwao wakachaguliwa kwenda Yerusalemu ili kujadiliana jambo hili na mitume na wazee. [3] Hivyo wakasafirishwa na kanisa, wakiwa njiani wakapitia nchi ya Foinike na Samaria, wakawaeleza jinsi watu wa Mataifa walivyookoka. Habari hizi zikaleta furaha kubwa kwa ndugu wote. [4] Walipofika Yerusalemu, walipokelewa na kanisa na mitume pamoja na wazee, ndipo Paulo na Barnaba wakawaarifu kila kitu Mungu alichokuwa amefanya kupitia kwao. [5] Ndipo baadhi ya walioamini wa madhehebu ya Mafarisayo wakasimama na kusema, "Hao watu wa Mataifa lazima watahiriwe na waagizwe kutii sheria ya Mose."

[6] Mitume na wazee wakakutana pamoja ili kufikiri jambo hili. [7] Baada ya majadiliano mengi, Petro akasimama na kusema, "Ndugu zangu, mnajua kwamba siku za kwanza Mungu alinichagua ili kwa midomo yangu watu wa Mataifa wapate kusikia ujumbe wa Injili na kuamini. [8] Mungu, yeye ajuaye mioyo, alionyesha kwamba anawakubali kwa kuwapa Roho Mtakatifu kama vile alivyotupa sisi. [9] Mungu hakutofautisha kati yetu na wao, bali alitakasa mioyo yao kwa imani. [10] Sasa basi, mbona mnataka kumjaribu Mungu kwa kuweka kongwa shingoni mwa wanafunzi ambalo baba zetu wala sisi hatukuweza kulibeba? [11] Lakini sisi tunaamini ya kuwa tunaokolewa kwa neema ya Bwana Yesu Kristo, kama wao wanavyookolewa."

[12] Kusanyiko lote likakaa kimya, wakawasikiliza Paulo na Barnaba wakieleza jinsi Mungu alivyowatumia kutenda ishara na maajabu kwa watu wa Mataifa. [13] Walipomaliza kunena, Yakobo akasema, "Ndugu zangu, nisikilizeni. [14] Simoni amekwisha kutueleza jinsi Mungu, kwa mara ya kwanza alivyoonyesha kuhusika kwa kujichagulia watu kutoka watu wa Mataifa kwa ajili ya Jina lake. [15] Maneno ya manabii yanakubaliana na jambo hili, kama ilivyoandikwa:

[16] " 'Baada ya mambo haya nitarudi,
nami nitajenga upya
nyumba ya Daudi iliyoanguka.
Nitajenga tena magofu yake
na kuisimamisha,
[17] ili wanadamu wengine wote
wapate kumtafuta Bwana,
hata wale watu wa Mataifa wote
ambao wanaitwa kwa Jina langu,
asema Bwana, afanyaye mambo haya'
[18] ambayo yamejulikana tangu zamani.

[19] "Kwa hivyo uamuzi wangu ni kwamba, tusiwataabishe watu wa Mataifa wanaomgeukia Mungu. [20] Badala yake, tuwaandikie kwamba wajiepushe na vyakula vilivyonajisiwa kwa kutolewa sanamu, wajiepushe na uasherati, au kula mnyama aliyenyongwa, na damu. [21] Kwa maana katika kila mji kwa vizazi vilivyopita, Mose amekuwa na wale wanaotangaza sheria yake kwa kuwa imekuwa ikisomwa kwa sauti kubwa katika masinagogi kila Sabato."

Barua Kwa Waumini Wa Mataifa

[22] Mitume na wazee pamoja na kanisa lote, wakaamua kuwachagua baadhi ya watu wao na kuwatuma Antiokia pamoja na Paulo na Barnaba. Wakamchagua Yuda aitwaye Barsaba pamoja na Sila, watu wawili waliokuwa viongozi miongoni mwa ndugu. [23] Wakatumwa na barua ifuatayo:

Sisi mitume na wazee, ndugu zenu,

Kwa ndugu Mataifa mlioamini mlioko Antiokia, Shamu na Kilikia:

Salamu.

[24] Tumesikia kwamba kuna baadhi ya watu waliokuja huko kutoka kwetu bila ruhusa yetu na kuwasumbua, wakiyataabisha mawazo yenu. [25] Hivyo tumekubaliana wote kuwachagua baadhi ya watu na kuwatuma kwenu pamoja na wapendwa wetu Barnaba na Paulo, [26] watu ambao wamehatarisha maisha yao kwa ajili ya jina la Bwana wetu Yesu Kristo. [27] Kwa hiyo tunawatuma Yuda na Sila, kuthibitisha kwa maneno ya mdomo mambo haya tunayowaandikia. [28] Kwa maana imempendeza Roho Mtakatifu na sisi tusiwatwike mzigo wowote mkubwa zaidi ya mambo haya yafuatayo

ambayo ni ya lazima: ²⁹ Kwamba mjiepushe na vyakula vilivyotolewa sadaka kwa sanamu, na damu, au kula nyama ya mnyama aliyenyongwa, na mjiepushe na uasherati. Mkiyaepuka mambo haya, mtakuwa mmefanya vyema.

Kwaherini.

³⁰ Hivyo wakaagwa, wakashuka kwenda Antiokia. Baada ya kulikusanya kanisa pamoja, wakawapa ile barua. ³¹ Nao hao watu wakiisha kuisoma, wakafurahishwa sana kwa ujumbe wake wa kutia moyo. ³² Yuda na Sila, ambao wenyewe walikuwa manabii, wakanena maneno mengi ya kuwatia moyo na kuwajenga katika imani wale ndugu walioamini. ³³ Baada ya kukaa huko Antiokia kwa muda, wakaagwa kwa amani na wale ndugu ili waende kwa wale waliowatuma. [³⁴ Lakini Sila bado akaendelea kukaa huko.] ³⁵ Lakini Paulo na Barnaba walibaki Antiokia ambako wao pamoja na wengine wengi walifundisha na kuhubiri neno la Bwana.

Safari Ya Pili Ya Paulo Kueneza Injili

Paulo Na Barnaba Wagawanyika

³⁶ Baada ya muda, Paulo akamwambia Barnaba, "Turudi tukawatembelee ndugu katika miji yote tuliyohubiri neno la Bwana tuone jinsi wanavyoendelea." ³⁷ Barnaba alitaka wamchukue Yohana aitwaye Marko waende naye. ³⁸ Lakini Paulo aliona si vyema kwa sababu aliwahi kuwaacha walipokuwa huko Pamfilia, hakutaka kuendelea kufanya kazi naye. ³⁹ Pakatokea ubishi mkali kati ya Paulo na Barnaba kuhusu jambo hili, hivyo wakagawanyika. Barnaba akamchukua Yohana Marko wakasafiri baharini kwenda Kipro. ⁴⁰ Lakini Paulo akamchagua Sila na akaondoka baada ya ndugu kuwatakia neema ya Bwana. ⁴¹ Akapitia Shamu na Kilikia, akiimarisha makanisa ya huko.

Timotheo Aungana Na Paulo Na Sila

16 Paulo akafika Derbe na kisha Listra, ambako kulikuwa na mwanafunzi mmoja jina lake Timotheo, ambaye mama yake alikuwa Myahudi aliyeamini, lakini baba yake alikuwa Myunani. ² Alikuwa amesifiwa sana na wale ndugu waliokuwa wameamini huko Listra na Ikonio ³ Paulo alitaka Timotheo afuatane naye, hivyo akamchukua na kumtahiri kwa sababu ya Wayahudi waliokuwa wanaishi eneo lile kwa maana wote walimjua baba yake ni Myunani. ⁴ Walipokuwa wakienda mji kwa mji, wakawa wanawapa maamuzi yaliyotolewa na mitume na wazee huko Yerusalemu ili wayafuate. ⁵ Hivyo makanisa yakawa imara katika imani na kuongezeka kiidadi kila siku.

⁶ Paulo pamoja na wenzake wakasafiri sehemu za Frigia na Galatia, kwa kuwa Roho Mtakatifu hakuwaruhusu kulihubiri neno huko Asia. ⁷ Walipofika mpaka wa Misia, wakajaribu kuingia Bithinia lakini Roho wa Yesu hakuwaruhusu. ⁸ Kwa hiyo wakapita Misia, wakafika Troa. ⁹ Wakati wa usiku Paulo akaona maono, mtu wa Makedonia amesimama akimsihi, "Vuka uje huku Makedonia utusaidie."

¹⁰ Baada ya Paulo kuona maono haya, tulijiandaa kwa haraka kuondoka kwenda Makedonia tukiwa tumesadiki kuwa Mungu alikuwa ametuita kuhubiri habari njema huko.

Kuokoka Kwa Lidia

¹¹ Tukasafiri kwa njia ya bahari kutoka Troa na kwenda moja kwa moja hadi Samothrake, kesho yake tukafika Neapoli. ¹² Kutoka huko tukasafiri hadi Filipi, mji mkuu wa jimbo hilo la Makedonia, uliokuwa koloni ya Warumi. Nasi tukakaa huko siku kadhaa. ¹³ Siku ya Sabato tukaenda nje ya lango la mji kando ya mto, mahali ambapo tulitarajia tungepata mahali pa kufanyia maombi. Tukaketi, tukaanza kuongea na baadhi ya wanawake waliokuwa wamekusanyika huko. ¹⁴ Mmoja wa wale wanawake waliotusikiliza aliitwa Lidia, mfanyabiashara wa nguo za zambarau, mwenyeji wa mji wa Thiatira, aliyekuwa mcha Mungu. Bwana akaufungua moyo wake akaupokea ujumbe wa Paulo. ¹⁵ Basi alipokwisha kubatizwa yeye na watu wa nyumba yake, alitukaribisha nyumbani kwake akisema, "Kama mmeona kweli mimi nimemwamini Bwana, karibuni mkae nyumbani mwangu." Naye akatushawishi.

Paulo Na Sila Watiwa Gerezani

¹⁶ Siku moja, tulipokuwa tukienda mahali pa kusali, tulikutana na mtumwa mmoja wa kike ambaye alikuwa na pepo wa uaguzi. Naye alikuwa amewapa mabwana zake mapato makubwa ya fedha kwa ubashiri. ¹⁷ Huyu msichana alikuwa akimfuata Paulo na sisi akipiga kelele, "Watu hawa ni watumishi wa Mungu Aliye Juu Sana, wao wanawatangazieni njia ya wokovu." ¹⁸ Akaendelea kufanya hivi kwa siku nyingi, lakini Paulo akiwa ameudhika sana, akageuka na kumwambia yule pepo mchafu, "Ninakuamuru katika jina la Yesu Kristo, umtoke!" Yule pepo mchafu akamtoka saa ile ile.

¹⁹ Basi mabwana wa yule mtumwa wa kike walipoona kuwa tumaini lao la kuendelea kujipatia fedha limetoweka, wakawakamata Paulo na Sila wakawaburuta mpaka sokoni mbele ya viongozi wa mji. ²⁰ Baada ya kuwafikisha mbele ya mahakimu wakawashtaki wakisema, "Hawa watu wanaleta ghasia katika mji wetu, nao ni Wayahudi, ²¹ Wanafundisha desturi ambazo sisi raiya wa Kirumi hatuwezi kuzikubali au kuzitimiza."

²² Umati wa watu waliokuwepo wakajiunga katika kuwashambulia Paulo na Sila na wale mahakimu wakaamuru wavuliwe nguo zao na wachapwe viboko. ²³ Baada ya kuwachapa sana, wakawatupa gerezani na kumwagiza mkuu wa gereza awalinde kikamilifu. ²⁴ Kufuata maelekezo haya, yule mkuu wa gereza akawaweka katika chumba cha ndani sana mle gerezani, na akawafunga miguu yao kwa minyororo.

²⁵ Ilipokaribia usiku wa manane, Paulo na Sila walikuwa wakiomba na kuimba nyimbo za kumsifu Mungu, nao wafungwa wengine walikuwa wakiwasikiliza. ²⁶ Ghafula pakatokea tetemeko kubwa la ardhi, hata msingi wa gereza ukatikisika. Mara milango ya gereza ikafunguka na ile minyororo

iliyowafunga kila mmoja ikafunguka. [27] Yule mkuu wa gereza alipoamka na kuona milango ya gereza iko wazi, akachomoa upanga wake akataka kujiua, akidhani ya kuwa wafungwa wote wametoroka. [28] Lakini Paulo akapiga kelele kwa sauti kubwa, akasema, "Usijidhuru kwa maana sisi sote tuko hapa!" [29] Yule askari wa gereza akaagiza taa ziletwe, akaingia ndani ya kile chumba cha gereza, akapiga magoti akitetemeka mbele ya Paulo na Sila. [30] Kisha akawaleta nje akisema, "Bwana zangu, nifanye nini nipate kuokoka?" [31] Wakamjibu, "Mwamini Bwana Yesu Kristo, nawe utaokoka, pamoja na watu wa nyumbani mwako." [32] Wakamwambia neno la Bwana yeye pamoja na wote waliokuwako nyumbani mwake. [33] Wakati ule ule, yule mkuu wa gereza akawachukua, akawaosha majeraha yao, kisha akabatizwa yeye pamoja na wote waliokuwa nyumbani mwake bila kuchelewa. [34] Akawapandisha nyumbani mwake akawaandalia chakula, yeye pamoja na nyumba yake yote wakafurahi sana kwa kuwa sasa walikuwa wamemwamini Mungu. [35] Kulipopambazuka wale mahakimu wakawatuma maafisa wao kwa mkuu wa gereza wakiwa na agizo linalosema, "Wafungue wale watu, waache waende zao." [36] Mkuu wa gereza akamwambia Paulo "Mahakimu wameagiza niwaache huru, kwa hiyo tokeni na mwende zenu kwa amani." [37] Lakini Paulo akawaambia wale maafisa, "Wametupiga hadharani bila kutufanyia mashtaka na kutuhoji, nao wakatutupa gerezani, hata ingawa sisi ni raiya wa Rumi. Nao sasa wanataka kututoa gerezani kwa siri? Hapana! Wao na waje wenyewe watutoe humu gerezani." [38] Wale maafisa wakarudi na kuwaambia wale mahakimu maneno haya, wakaogopa sana walipofahamu kuwa Paulo na Sila ni raiya wa Rumi. [39] Kwa hiyo wakaja wakawaomba msamaha, wakawatoa gerezani, wakawaomba waondoke katika ule mji. [40] Baada ya Paulo na Sila kutoka gerezani walikwenda nyumbani kwa Lidia, ambapo walikutana na wale ndugu walioamini, wakawatia moyo, ndipo wakaondoka.

Ghasia Huko Thesalonike

17 Wakasafiri kupitia Amfipoli na Apolonia wakafika Thesalonike, ambako kulikuwa na sinagogi la Wayahudi. [2] Kama desturi yake, Paulo aliingia ndani ya sinagogi, na kwa muda wa Sabato tatu akawa anahojiana nao kutoka kwenye Maandiko, [3] akidhihirisha wazi na kuthibitisha kwamba ilikuwa lazima Kristo[a] ateswe na afufuke kutoka kwa wafu. Akasema, "Huyu Yesu ninayewaambia habari zake, ndiye Kristo." [4] Baadhi ya Wayahudi wakasadiki, wakaungana na Paulo na Sila, wakiwepo idadi kubwa ya Wayunani waliomcha Mungu na wanawake wengi mashuhuri. [5] Lakini Wayahudi ambao hawakuwa wameamini wakawa na wivu, wakawakodi watu waovu kutoka sokoni, wakakutanisha umati wa watu, wakaanzisha ghasia mjini. Wakaenda mbio nyumbani kwa Yasoni wakiwatafuta Paulo na Sila ili kuwaleta nje

penye ule umati wa watu. [6] Lakini walipowakosa wakamburuta Yasoni na ndugu wengine mbele ya maafisa wa mji, wakipiga kelele: "Watu hawa ni wale walioupindua ulimwengu wamekuja huku, [7] naye Yasoni amewakaribisha nyumbani mwake. Hawa wote wanaasi amri za Kaisari wakisema yuko mfalme mwingine aitwaye Yesu." [8] Waliposikia haya, ule umati wa watu na maafisa wa mji wakaongeza ghasia. [9] Nao baada ya kuchukua dhamana kwa ajili ya Yasoni na wenzake wakawaacha waende zao.

Paulo Na Sila Huko Beroya

[10] Usiku ule ule, wale ndugu walioamini wakawapeleka Paulo na Sila waende zao Beroya. Walipowasili huko wakaenda kwenye sinagogi la Wayahudi. [11] Hawa Waberoya walikuwa waungwana zaidi kuliko wale wa Thesalonike, kwa kuwa waliupokea ule ujumbe kwa shauku kubwa na kuyachunguza Maandiko kila siku ili kuona kama yale Paulo aliyosema yalikuwa kweli. [12] Wayahudi wengi wakaamini pamoja na wanawake na wanaume wa Kiyunani na tabaka la juu. [13] Lakini wale Wayahudi wa Thesalonike waliposikia kuwa Paulo anahubiri neno la Mungu huko Beroya, wakaenda huko ili kuwashawishi watu na kuwachochea. [14] Mara hiyo, wale ndugu wakamsafirisha Paulo hadi pwani, lakini Sila na Timotheo wakabaki Beroya. [15] Wale waliomsindikiza Paulo wakaenda naye mpaka Athene, kisha wakarudi Beroya wakiwa na maagizo kutoka kwa Paulo kuhusu Sila na Timotheo kwamba wamfuate upesi iwezekanavyo.

Paulo Huko Athene

[16] Paulo alipokuwa akiwasubiri huko Athene, alisumbuka sana moyoni mwake kuona vile mji huo ulivyojaa sanamu. [17] Hivyo akahojiana kwenye sinagogi na Wayahudi pamoja na Wayunani waliomcha Mungu, na pia sokoni kila siku na watu aliopatana nao huko. [18] Kisha baadhi ya Waepikureo na Wastoiko wenye falsafa wakakutana naye. Baadhi yao wakasema, "Je, huyu mpayukaji anajaribu kusema nini?" Wengine wakasema, "Inaonekana anasema habari za miungu ya kigeni." Walisema haya kwa sababu Paulo alikuwa anahubiri habari njema kuhusu Yesu na ufufuo wa wafu. [19] Hivyo wakamchukua na kumleta kwenye mkutano wa Areopago, walikomwambia, "Je, tunaweza kujua mafundisho haya mapya unayofundisha ni nini? [20] Wewe unaleta mambo mapya masikioni mwetu, hivyo tungetaka kujua maana yake ni nini." [21] (Waathene na wageni wote walioishi humo hawakutumia muda wao kufanya chochote kingine isipokuwa kueleza au kusikia mambo mapya.)

[22] Ndipo Paulo akasimama katikati ya Areopago akasema, "Enyi watu wa Athene! Ninaona kwamba katika kila jambo ninyi ni watu wa dini sana. [23] Kwa kuwa nilipokuwa nikitembea mjini na kuangalia kwa bidii vitu vyenu vya kuabudiwa, niliona huko madhabahu moja iliyoandikwa: KWA MUNGU ASIYEJULIKANA. Basi sasa kile ambacho mmekuwa mkikiabudu kama kisichojulikana, ndicho ninachowahubiria.

---

[a]3 *Kristo* maana yake ni *Masiya*, yaani *Aliyetiwa mafuta.*

²⁴ "Mungu aliyeumba dunia na vyote vilivyomo ndani yake, yeye ndiye Bwana wa mbingu na nchi, hakai katika mahekalu yaliyojengwa kwa mikono ya wanadamu. ²⁵ Wala hatumikiwi na mikono ya wanadamu kana kwamba anahitaji chochote, kwa sababu yeye mwenyewe ndiye awapaye watu wote uhai na pumzi na vitu vyote. ²⁶ Kutoka kwa mtu mmoja, yeye aliumba mataifa yote ya wanadamu ili waikalie dunia yote, naye akaweka nyakati za kuishi. ²⁷ Mungu alifanya hivyo ili wanadamu wamtafute na huenda wakamfikia ingawa kwa kupapasapapasa ijapokuwa kwa kweli hakai mbali na kila mmoja wetu. ²⁸ 'Kwa kuwa katika yeye tunaishi, tunatembea na kuwa na uzima wetu.' Kama baadhi ya watunga mashairi wenu walivyosema, 'Sisi ni watoto wake.'

²⁹ "Kwa kuwa sisi ni watoto wa Mungu, haitupasi kudhani kuwa uungu ni kama sanamu ya dhahabu au ya fedha au ya jiwe, mfano uliotengenezwa kwa ubunifu na ustadi wa mwanadamu. ³⁰ Zamani wakati wa ujinga, Mungu alijifanya kama haoni, lakini sasa anawaamuru watu wote kila mahali watubu. ³¹ Kwa kuwa ameweka siku ambayo atauhukumu ulimwengu kwa haki akimtumia mtu aliyemchagua. Amewahakikishia watu wote mambo haya kwa kumfufua Kristo kutoka kwa wafu."

³² Waliposikia habari za ufufuo wa wafu, baadhi yao wakadhihaki, lakini wengine wakasema, "Tunataka kukusikia tena ukizungumza juu ya jambo hili." ³³ Kwa hiyo Paulo akaondoka katikati yao. ³⁴ Lakini baadhi yao wakaungana naye wakaamini. Kati yao alikuwepo Dionisio, Mwareopago na mwanamke mmoja aliyeitwa Damari na wengine wengi.

Paulo Huko Korintho

18 Baada ya haya, Paulo akaondoka Athene akaenda Korintho. ² Huko akakutana na Myahudi mmoja jina lake Akila, mwenyeji wa Ponto, ambaye alikuwa amewasili karibuni kutoka Italia pamoja na mkewe Prisila, kwa sababu Klaudio alikuwa ameamuru Wayahudi wote waondoke Rumi. Paulo akaenda kuwaona, ³ naye kwa kuwa alikuwa mtengeneza mahema kama wao, akakaa na kufanya kazi pamoja nao. ⁴ Kila Sabato Paulo alikuwa akihojiana nao katika sinagogi, akijitahidi kuwashawishi Wayahudi na Wayunani.

⁵ Sila na Timotheo walipowasili kutoka Makedonia, walimkuta Paulo akiwa amejitolea muda wake wote katika kuhubiri, akiwashuhudia Wayahudi kwamba Yesu ndiye Kristo*ᵃ ⁶ Wayahudi walipompinga Paulo na kukufuru, yeye aliyakung'uta mavazi yake, akawaambia, "Damu yenu na iwe juu ya vichwa vyenu! Mimi sina hatia, nimetimiza wajibu wangu. Kuanzia sasa nitawaendea watu wa Mataifa."

⁷ Kisha akaondoka mle kwenye sinagogi, akaenda nyumbani kwa mtu mmoja jina lake Tito Yusto, aliyekuwa mcha Mungu. Nyumba yake ilikuwa karibu na sinagogi. ⁸ Kiongozi wa hilo sinagogi, aliyeitwa Krispo, akamwamini Bwana, yeye pamoja na watu wote wa nyumbani mwake.

Nao Wakorintho wengi waliomsikia Paulo pia wakaamini na kubatizwa.

⁹ Usiku mmoja Bwana akamwambia Paulo katika maono, "Usiogope, lakini endelea kusema wala usinyamaze, ¹⁰ kwa maana mimi niko pamoja nawe, wala hakuna mtu atakayeweza kukushambulia ili kukudhuru, kwa kuwa ninao watu wengi katika mji huu ambao ni watu wangu." ¹¹ Hivyo Paulo akakaa huko kwa muda wa mwaka mmoja na nusu, akiwafundisha neno la Mungu.

¹² Lakini wakati Galio alipokuwa msaidizi wa mwakilishi wa mtawala huko Akaya, Wayahudi waliungana kumshambulia Paulo, wakamkamata na kumpeleka mahakamani. ¹³ Wakamshtaki wakisema, "Mtu huyu anawashawishi watu wamwabudu Mungu kinyume cha sheria." ¹⁴ Paulo alipotaka kujitetea, Galio akawaambia Wayahudi, "Kama ninyi Wayahudi mlikuwa mkilalamika kuhusu makosa makubwa ya uhalifu ingekuwa haki kwangu kuwasikiliza. ¹⁵ Lakini kwa kuwa linahusu maneno, majina na sheria yenu, amueni ninyi wenyewe. Mimi sitakuwa mwamuzi wa mambo haya." ¹⁶ Akawafukuza kutoka mahakamani. ¹⁷ Ndipo wote wakamkamata Sosthene kiongozi wa sinagogi, wakampiga mbele ya mahakama, lakini Galio hakujali kitendo chao hata kidogo.

Paulo Arudi Antiokia

¹⁸ Baada ya kukaa Korintho kwa muda, Paulo akaagana na wale ndugu walioamini, akasafiri kwa njia ya bahari kwenda Shamu akiwa amefuatana na Prisila na Akila. Walipofika Kenkrea, Paulo alinyoa nywele zake kwa kuwa alikuwa ameweka nadhiri. ¹⁹ Walipofika Efeso, Paulo aliwaacha Prisila na Akila huko, lakini yeye akaingia kwenye sinagogi akawa anajadiliana na Wayahudi. ²⁰ Walipomwomba akae nao kwa muda mrefu zaidi hakukubali. ²¹ Lakini alipokuwa akiondoka, akaahidi, "Nitarudi kama Mungu akipenda." Kisha akasafiri kwa njia ya bahari kutoka Efeso. ²² Alitia nanga Kaisaria, akaenda Yerusalemu na kulisalimu kanisa, kisha akaenda Antiokia.

Safari Ya Tatu Ya Paulo Kueneza Injili

²³ Baada ya kukaa huko kwa muda, akaondoka na kwenda sehemu moja hadi nyingine huko Galatia na Frigia, akiwaimarisha wanafunzi wote.

Huduma Ya Apolo Huko Efeso Na Korintho

²⁴ Basi akaja Efeso Myahudi mmoja, jina lake Apolo, mwenyeji wa Iskanderia. Yeye alikuwa na elimu kubwa, pia alikuwa hodari katika Maandiko. ²⁵ Alikuwa amefundishwa katika njia ya Bwana, naye alikuwa na bidii katika roho, akafundisha kwa usahihi juu ya Yesu, ingawa alijua tu ubatizo wa Yohana. ²⁶ Apolo alianza kunena kwa ujasiri mkubwa katika sinagogi. Lakini Prisila na Akila walipomsikia, walimchukua kando na kumweleza njia ya Mungu kwa ufasaha zaidi. ²⁷ Naye Apolo alipotaka kwenda Akaya, ndugu wa Efeso walimtia moyo, wakawaandikia wanafunzi huko ili wamkaribishe. Alipofika huko, aliwasaidia

---
*5 Kristo maana yake ni Masiya, yaani Aliyetiwa mafuta.

sana wale ambao, kwa neema ya Mungu, walikuwa wameamini. [28] Kwa uwezo mkubwa aliwakanusha hadharani Wayahudi waliokuwa wakipinga, akionyesha kwa njia ya Maandiko kwamba Yesu ndiye Kristo.

Paulo Huko Efeso

19 Apolo alipokuwa huko Korintho, Paulo alisafiri sehemu za bara, akafika Efeso. Huko akawakuta wanafunzi kadhaa, [2] akawauliza, "Je, mlipokea Roho Mtakatifu mlipoamini?" Wakajibu, "Hapana, hata hatukusikia kuwa kuna Roho Mtakatifu." [3] Ndipo Paulo akawauliza, "Je, mlibatizwa kwa ubatizo gani?" Wakajibu, "Kwa ubatizo wa Yohana."

[4] Paulo akasema, "Ubatizo wa Yohana ulikuwa wa toba, aliwaambia watu wamwamini yeye atakayekuja baada yake, yaani, Yesu." [5] Waliposikia haya, wakabatizwa katika jina la Bwana Yesu. [6] Paulo alipoweka mikono yake juu yao, Roho Mtakatifu akawashukia, nao wakanena kwa lugha mpya na kutabiri. [7] Walikuwa kama wanaume kumi na wawili.

[8] Paulo akaingia katika sinagogi na kunena humo kwa ujasiri kwa muda wa miezi mitatu, akijadiliana na watu na kuwashawishi katika mambo ya Ufalme wa Mungu. [9] Lakini baadhi yao walikaidi. Walikataa kuamini, na wakakashifu ujumbe wake mbele ya umati wa watu. Basi Paulo aliachana nao. Akawachukua wanafunzi naye, akahojiana nao kila siku katika darasa la Tirano. [10] Jambo hili likaendelea kwa muda wa miaka miwili, kiasi kwamba Wayahudi na Wayunani wote walioishi huko Asia wakawa wamesikia neno la Bwana.

Wana Wa Skewa Wajaribu Kutoa Pepo Mchafu

[11] Mungu akafanya miujiza mingi isiyo ya kawaida kwa mkono wa Paulo, [12] hivi kwamba leso au vitambaa vilivyokuwa vimegusa mwili wa Paulo viliwekwa juu ya wagonjwa, nao wakapona magonjwa yao, na pepo wachafu wakawatoka. [13] Basi baadhi ya Wayahudi wenye kutangatanga huku na huko wakitoa pepo wachafu wakajaribu kutumia jina la Bwana Yesu wale wenye pepo wakisema, "Kwa jina la Yesu, yule anayehubiriwa na Paulo, nakuamuru utoke." [14] Wana saba wa Skewa, Myahudi aliyekuwa kiongozi wa makuhani, walikuwa wanafanya hivyo. [15] Lakini pepo mchafu akawajibu, "Yesu namjua na Paulo pia namjua, lakini ninyi ni nani?" [16] Kisha yule mtu aliyekuwa na pepo mchafu akawarukia, akawashambulia vikali, akawashinda nguvu zote, wakatoka ndani ya ile nyumba wakikimbia wakiwa uchi na wenye majeraha.

[17] Habari hii ikajulikana kwa Wayahudi wote na Wayunani waliokaa Efeso, hofu ikawajaa wote, nalo jina la Bwana Yesu likaheshimiwa sana. [18] Wengi wa wale waliokuwa wameamini wakati huu wakaja na kutubu waziwazi kuhusu matendo yao maovu. [19] Idadi kubwa ya wale waliofanya mambo ya uganga wakaleta vitabu vyao na kuviteketeza kwa moto hadharani. Walipofanya hesabu na thamani ya vitabu vilivyoteketezwa ilikuwa drakma 50,000[a]

---

[a]19 Drakma ilikuwa ni sarafu ya fedha, thamani yake ni sawa na mshahara wa kibarua wa siku moja.

za fedha. [20] Hivyo neno la Bwana likaenea sana na kuwa na nguvu.

[21] Baada ya mambo haya kutukia, Paulo akakusudia rohoni kwenda Yerusalemu kupitia Makedonia na Akaya. Akasema, "Baada ya kufika huko, yanipasa pia kwenda Rumi." [22] Hivyo akatuma wasaidizi wake wawili, Timotheo na Erasto, waende Makedonia, wakati yeye mwenyewe alibaki kwa muda kidogo huko Asia.

Ghasia Huko Efeso

[23] Wakati huo huo pakatokea dhiki kubwa kwa sababu ya Njia ile ya Bwana. [24] Mtu mmoja jina lake Demetrio mfua fedha aliyekuwa akitengeneza vinyago vya fedha vya Artemi na kuwapatia mafundi wake biashara kubwa, [25] aliwaita pamoja watu wengine waliofanya kazi ya ufundi kama yake na kusema, "Enyi watu, mnajua ya kuwa utajiri wetu unatokana na biashara hii! [26] Pia ninyi mmeona na kusikia jinsi ambavyo si huku Efeso peke yake lakini ni karibu Asia yote, huyu Paulo amewashawishi na kuvuta idadi kubwa ya watu kwa kusema kuwa miungu iliyotengenezwa na watu si miungu. [27] Kwa hiyo kuna hatari si kwa kazi yetu kudharauliwa tu, bali pia hata hekalu la mungu mke Artemi, aliye mkuu, anayeabudiwa Asia yote na ulimwengu wote, litakuwa limepokonywa fahari yake ya kiungu."

[28] Waliposikia maneno haya, wakaghadhibika, wakaanza kupiga kelele, "Artemi wa Waefeso ni mkuu!" [29] Mara mji wote ukajaa ghasia. Wakawakamata Gayo na Aristarko, watu wa Makedonia waliokuwa wakisafiri pamoja na Paulo, na watu wakakimbilia katika ukumbi wa michezo kama mtu mmoja. [30] Paulo akataka kuingia katikati ya umati huo, lakini wanafunzi hawakumruhusu. [31] Hata baadhi ya viongozi na sehemu ile, waliokuwa rafiki zake Paulo, wakatuma watu wakitamani asiingie katika ule ukumbi.

[32] Ule umati ulikuwa na taharuki. Wengine walikuwa wakipiga kelele, hawa wakisema hili na wengine lile. Idadi kubwa ya watu hawakujua hata ni kwa nini walikuwa wamekusanyika huko. [33] Wayahudi wakamsukumia Aleksanda mbele na baadhi ya watu kwenye ule umati wakampa maelekezo. Akawaashiria kwa mkono ili watulie aweze kujitetea mbele ya watu. [34] Lakini walipotambua kwamba alikuwa Myahudi, wote wakapiga kelele kwa sauti moja kwa karibu muda wa saa mbili, wakisema, "Artemi wa Efeso ni mkuu!"

[35] Baadaye karani wa mji akaunyamazisha ule umati na watu na kusema, "Enyi watu wa Efeso, je, ulimwengu wote haujui ya kuwa mji wa Efeso ndio unaotunza hekalu la Artemi aliye mkuu na ile sanamu yake iliyoanguka kutoka mbinguni? [36] Kwa hiyo, kwa kuwa mambo haya hayakanushiki, inawapasa mnyamaze na wala msifanye lolote kwa haraka. [37] Kwa kuwa mmewaleta hawa watu hapa, ingawa hawajaiba hekaluni wala kumkufuru huyu mungu wetu wa kike. [38] Basi, ikiwa Demetrio na mafundi wenzake wana jambo zito dhidi ya mtu yeyote, mahakama ziko wazi na wasaidizi wa mwakilishi wa mtawala. Wanaweza kufungua mashtaka. [39] Lakini kama kuna jambo jingine lolote zaidi mnalotaka kulileta, itabidi lisuluhishwe

katika kusanyiko halali. ⁴⁰ Kama ilivyo sasa, tuko hatarini kushtakiwa kwa kufanya ghasia kwa sababu ya tukio la leo. Kwa kuwa hakuna sababu tutakayoweza kutoa kuhalalisha msukosuko huu." ⁴¹ Baada ya kusema haya akavunja mkutano.

Paulo Apita Makedonia Na Uyunani

20 Baada ya zile ghasia kumalizika, Paulo aliwaita wanafunzi pamoja akawatia moyo, akawaaga, akaanza safari kwenda Makedonia. ² Alipita katika sehemu zile, akinena na watu maneno mengi ya kuwatia moyo. Ndipo hatimaye akawasili Uyunani, ³ ambako alikaa kwa muda wa miezi mitatu. Alipokuwa anakaribia kuanza safari kwa njia ya bahari kwenda Shamu, kwa sababu Wayahudi walikuwa wamefanya shauri baya dhidi yake, aliamua kurudi kupitia njia ya Makedonia. ⁴ Paulo alikuwa amefuatana na Sopatro mwana wa Piro, Mberoya, Aristarko na Sekundo kutoka Thesalonike na Gayo, mtu wa Derbe, Timotheo pamoja na Tikiko na Trofimo kutoka sehemu ya Asia. ⁵ Hawa watu walitutangulia wakaenda kutungojea Troa. ⁶ Lakini sisi tukasafiri kwa njia ya bahari kwa siku tano kutoka Filipi baada ya siku za Sikukuu ya Mikate Isiyotiwa Chachu, nasi tukaungana na wengine huko Troa, ambako tulikaa kwa siku saba.

Eutiko Afufuliwa Huko Troa

⁷ Siku ya kwanza ya juma tulikutana pamoja kwa ajili ya kumega mkate. Paulo akaongea na watu, naye kwa kuwa alikuwa amekusudia kuondoka kesho yake, aliendelea kuongea mpaka usiku wa manane. ⁸ Kwenye chumba cha ghorofani walimokuwa wamekutania kulikuwa na taa nyingi. ⁹ Kijana mmoja jina lake Eutiko, alikuwa amekaa dirishani, wakati Paulo alipokuwa akihubiri kwa muda mrefu, alipatwa na usingizi mzito, akaanguka kutoka ghorofa ya tatu, wakamwinua akiwa amekufa. ¹⁰ Paulo akashuka chini, akajitupa juu yake na kumkumbatia, akasema, "Msishtuke, uzima wake bado umo ndani yake." ¹¹ Kisha Paulo akapanda tena ghorofani, akamega mkate na kula. Baada ya kuongea mpaka mapambazuko, akaondoka. ¹² Watu wakamrudisha yule kijana nyumbani akiwa hai nao wakafarijika sana.

Paulo Awaaga Wazee Wa Efeso

¹³ Tukatangulia melini tukasafiri mpaka Aso ambako tungempakia Paulo. Alikuwa amepanga hivyo kwa maana alitaka kufika kwa miguu. ¹⁴ Alipotukuta huko Aso, tulimpakia melini, tukasafiri wote mpaka Mitilene. ¹⁵ Kutoka huko tuliendelea kwa njia ya bahari, na kesho yake tukafika mahali panapokabili Kio. Siku iliyofuata tukavuka kwenda Samo, na kesho yake tukawasili Mileto. ¹⁶ Paulo alikuwa ameamua tusipitie Efeso ili asitumie muda mwingi huko sehemu za Asia, kwa sababu alikuwa anatamani kama ikiwezekana kufika Yerusalemu kabla ya siku ya Pentekoste.

¹⁷ Paulo akiwa Mileto, alituma mjumbe kwenda Efeso kuwaita wazee wa kanisa waje wakutane naye. ¹⁸ Walipofika akawaambia, "Ninyi wenyewe mnajua jinsi nilivyoishi katikati yenu muda wote tangu siku ya kwanza nilipokanyaga hapa Asia.

¹⁹ Nilimtumikia Bwana kwa unyenyekevu wote na kwa machozi nikivumilia taabu na mapingamizi yaliyonipata kutokana na hila za Wayahudi. ²⁰ Mnajua kwamba sikusita kuhubiri jambo lolote ambalo lingekuwa la kuwafaa ninyi, lakini nilifundisha hadharani na nyumba kwa nyumba. ²¹ Nimewashuhudia Wayahudi na Wayunani kwamba inawapasa kumgeukia Mungu kwa kutubu dhambi na kumwamini Bwana wetu Yesu Kristo.

²² "Nami sasa nimesukumwa na Roho, ninakwenda Yerusalemu wala sijui ni nini kitakachonipata huko. ²³ Ila ninachojua tu ni kwamba Roho Mtakatifu amenionya kuwa vifungo na mateso vinaningoja. ²⁴ Lakini siyahesabu maisha yangu kuwa ya thamani kwangu, kama kuyamaliza mashindano na kukamilisha ile kazi Bwana Yesu aliyonipa, yaani, kazi ya kuishuhudia Injili ya neema ya Mungu.

²⁵ "Nami sasa najua ya kuwa hakuna hata mmoja miongoni mwenu ambaye nimemhubiria Ufalme wa Mungu katika kwenda kwangu huku na huko, atakayeniona uso tena. ²⁶ Kwa hiyo nawatangazia leo, sina hatia ya damu ya mtu awaye yote. ²⁷ Kwa kuwa sikusita kuwatangazia mapenzi yote ya Mungu. ²⁸ Jilindeni nafsi zenu na mlilinde lile kundi lote ambalo Roho Mtakatifu amewaweka ninyi kuwa waangalizi wake. Lichungeni kanisa lake Mungu alilolinunua kwa damu yake mwenyewe. ²⁹ Najua kwamba baada yangu kuondoka, mbwa mwitu wakali watakuja katikati yenu ambao hawatalihurumia kundi. ³⁰ Hata kutoka miongoni mwenu watainuka watu na kuupotosha ukweli ili wawavute wanafunzi wawafuate. ³¹ Hivyo jilindeni! Kumbukeni kwamba kwa miaka mitatu sikuacha kamwe kuwaonya kila mmoja wenu kwa machozi usiku na mchana.

³² "Sasa nawakabidhi kwa Mungu na kwa neno la neema yake, linaloweza kuwajenga na kuwapa ninyi urithi miongoni mwa wote ambao wametakaswa. ³³ Sikutamani fedha wala dhahabu wala vazi la mtu yeyote. ³⁴ Ninyi wenyewe mnajua kwamba mikono yangu hii imetumika kwa mahitaji yangu na ya wale waliokuwa pamoja nami. ³⁵ Katika kila jambo nimewaonyesha kwamba kwa njia hii ya kufanya kazi kwa bidii imetupasa kuwasaidia wadhaifu, mkikumbuka maneno ya Bwana Yesu mwenyewe jinsi alivyosema, 'Ni heri kutoa kuliko kupokea.' "

³⁶ Paulo alipomaliza kusema haya akapiga magoti pamoja nao wote akaomba. ³⁷ Wote wakalia, wakamkumbatia Paulo na kumbusu, ³⁸ Kilichowahuzunisha zaidi ni kwa sababu ya yale maneno aliyosema kwamba kamwe hawataona uso wake tena. Wakaenda naye mpaka kwenye meli.

Paulo Aenda Yerusalemu

21 Tulipokwisha kujitenga nao, tukaanza safari kwa njia ya bahari moja kwa moja mpaka Kosi. Siku ya pili yake tukafika Rodo na kutoka huko tukaenda Patara. ² Hapo tukapata meli iliyokuwa inavuka kwenda Foinike tukapanda tukasafiri nayo. ³ Tulipokiona kisiwa cha Kipro, tukakizunguka tukakiacha upande wetu wa kushoto, tukasafiri mpaka Shamu, tukatia nanga katika bandari ya Tiro ambapo meli yetu ilikuwa ipakue

shehena yake. ⁴Baada ya kuwatafuta wanafunzi wa huko, tukakaa nao kwa siku saba. Wale wanafunzi wakiongozwa na Roho wakamwambia Paulo asiende Yerusalemu. ⁵Lakini muda wetu ulipokwisha, tukaondoka tukaendelea na safari yetu. Wale wanafunzi pamoja na wake zao na watoto wakatusindikiza hadi nje ya mji. Wote tukapiga magoti pale pwani tukaomba. ⁶Baada ya kuagana, tukapanda melini, nao wakarudi majumbani mwao.

⁷Tukaendelea na safari yetu toka Tiro tukafika Tolemai, tukawasalimu ndugu wa huko, tukakaa nao kwa siku moja. ⁸Siku iliyofuata tukaondoka, tukafika Kaisaria. Huko tukaenda nyumbani kwa mwinjilisti mmoja jina lake Filipo, aliyekuwa mmoja wa wale Saba, tukakaa kwake. ⁹Filipo alikuwa na binti wanne mabikira waliokuwa wanatoa unabii. ¹⁰Baada ya kukaa kwa siku kadhaa, akateremka nabii mmoja kutoka Uyahudi jina lake Agabo. ¹¹Alipotufikia akachukua mshipi wa Paulo akajifunga, akautumia kufunga mikono na miguu yake mwenyewe akasema, "Roho Mtakatifu anasema: 'Hivi ndivyo Wayahudi wa Yerusalemu watakavyomfunga mwenye mshipi huu na kumkabidhi kwa watu wa Mataifa.' " ¹²Tuliposikia maneno haya sisi na ndugu wengine tukamsihi Paulo asiende Yerusalemu. ¹³Lakini Paulo akajibu, "Kwa nini mnalia na kunivunja moyo? Mimi niko tayari si kufungwa tu, bali hata kufa huko Yerusalemu kwa ajili ya jina la Bwana Yesu." ¹⁴Alipokuwa hashawishiki, tukaacha kumsihi, tukasema, "Mapenzi ya Bwana na yatendeke."

¹⁵Baada ya haya, tukajiandaa, tukaondoka kwenda Yerusalemu. ¹⁶Baadhi ya wanafunzi kutoka Kaisaria wakafuatana nasi na kutupeleka nyumbani kwa Mnasoni, ambaye tungekaa kwake. Yeye alikuwa mtu wa Kipro, mmoja wa wanafunzi wa zamani.

Kukamatwa Kwa Paulo, Na Safari Yake Kwenda Rumi

Paulo Awasili Yerusalemu

¹⁷Tulipofika Yerusalemu ndugu wakatukaribisha kwa furaha. ¹⁸Kesho yake Paulo pamoja na wengine wetu tulikwenda kumwona Yakobo, na wazee wote walikuwepo. ¹⁹Baada ya kuwasalimu, Paulo akatoa taarifa kamili ya mambo yote ambayo Mungu alikuwa amefanya miongoni mwa watu wa Mataifa kupitia huduma yake. ²⁰Baada ya kusikia mambo haya wakamwadhimisha Mungu. Ndipo wakamwambia Paulo, "Ndugu, unaona kulivyo na maelfu ya Wayahudi walioamini, nao wote wana juhudi kwa ajili ya sheria. ²¹Lakini wameambiwa habari zako kwamba unafundisha Wayahudi wote waishio miongoni mwa watu wa Mataifa kumkataa Mose, na kwamba unawaambia wasiwatahiri watoto wao wala kufuata desturi zetu. ²²Sasa tufanyeje? Bila shaka watasikia kwamba umekuja Yerusalemu. ²³Kwa hiyo fanya lile tunalokuambia. Tunao watu wanne hapa ambao wameweka nadhiri. ²⁴Jiunge na watu hawa, mfanye utaratibu wa ibada ya kujitakasa pamoja nao, na ulipe gharama ili wanyoe nywele

zao. Kwa njia hii kila mtu atafahamu ya kuwa mambo waliyosikia si ya kweli na kwamba wewe unaishika sheria. ²⁵Lakini kuhusu wale watu wa Mataifa walioamini, tumewaandikia uamuzi wetu: kwamba wajitenge na vyakula vilivyotolewa sadaka kwa sanamu, na damu, au kula nyama ya mnyama aliyenyongwa, na wajiepushe na uasherati."

²⁶Ndipo kesho yake Paulo akawachukua wale watu na akajitakasa pamoja nao. Akaingia ndani ya hekalu ili atoe taarifa ya tarehe ambayo siku zao za utakaso zingemalizika na sadaka ingetolewa kwa ajili ya kila mmoja wao.

Paulo Akamatwa

²⁷Zile siku saba zilipokaribia kumalizika, baadhi ya Wayahudi kutoka sehemu za Asia waliokuwa wamemwona Paulo ndani ya Hekalu, wakachochea umati wote wa watu, nao wakamkamata. ²⁸Wakapiga kelele wakisema, "Waisraeli wenzetu, tusaidieni! Huyu ndiye yule mtu anayefundisha kila mtu na kila mahali, kinyume na watu wetu, sheria zetu na hata Hekalu hili. Zaidi ya hayo amewaleta Wayunani ndani ya Hekalu na kupanajisi mahali hapa patakatifu." ²⁹(Walikuwa wamemwona Trofimo, mwenyeji wa Efeso, akiwa mjini pamoja na Paulo wakadhani kuwa Paulo alikuwa amemwingiza Hekaluni.)

³⁰Mji wote ukataharuki, watu wakaja wakikimbia kutoka pande zote wakamkamata Paulo, wakamburuta kutoka Hekaluni. Milango ya Hekalu ikafungwa. ³¹Walipokuwa wakitaka kumuua, habari zikamfikia jemadari wa jeshi la askari wa Kirumi kwamba mji wa Yerusalemu wote ulikuwa katika machafuko. ³²Mara yule jemadari akachukua maafisa wengine na jeshi pamoja na askari akakimbia kwenye ile ghasia, wale watu waliokuwa wakifanya ghasia walipomwona yule jemadari na askari wakija, wakaacha kumpiga Paulo.

³³Yule jemadari akaja, akamkamata Paulo akaamuru afungwe kwa minyororo miwili. Akauliza yeye ni nani, na alikuwa amefanya nini. ³⁴Baadhi ya watu katika ule umati wakapiga kelele, hawa wakisema hili na wengine lile. Yule jemadari alipoona kuwa hawezi kupata hakika ya habari kwa sababu ya zile kelele, akaamuru Paulo apelekwe katika ngome ya jeshi. ³⁵Paulo alipofika penye ngazi, ilibidi askari wambebe juu juu kwa sababu fujo za ule umati wa watu zilikuwa kubwa. ³⁶Umati wa watu ulikuwa ukifuata ukiendelea kupiga kelele ukisema, "Mwondoe huyu!"

Paulo Anajitetea

³⁷Mara tu Paulo alipokaribia kuingizwa kwenye ngome ya jeshi, akamwambia yule jemadari, "Je, naweza kukuambia jambo moja?"

Yule jemadari akamjibu, "Je, unajua Kiyunani? ³⁸Je, wewe si yule Mmisri ambaye siku hizi za karibuni alianzisha uasi akaongoza kundi la magaidi 4,000 wenye silaha jangwani?"

³⁹Paulo akajibu, "Mimi ni Myahudi, mzaliwa wa Tarso, huko Kilikia, raia wa mji maarufu. Tafadhali niruhusu nizungumze na hawa watu."

⁴⁰Akiisha kupata ruhusa ya yule jemadari, Paulo akasimama penye ngazi akawapungia watu mkono

ili wanyamaze. Wote waliponyamaza kimya, Paulo akazungumza nao kwa lugha ya Kiebrania, akasema:

Ushuhuda Wa Paulo Kwa Wayahudi Wa Yerusalemu

22 "Ndugu zangu na baba zangu, sikilizeni utetezi wangu."

[2] Waliposikia akisema kwa lugha ya Kiebrania, wakanyamaza kimya kabisa.

Ndipo Paulo akasema, [3] "Mimi ni Myahudi, niliyezaliwa Tarso huko Kilikia, lakini nimelelewa katika mji huu. Miguuni mwa Gamalieli, nilifundishwa kikamilifu katika sheria ya baba zetu, na nikawa mwenye juhudi kwa ajili ya Mungu kama kila mmoja wenu alivyo leo. [4] Niliwatesa watu wa Njia hii hadi kufa, nikiwakamata waume kwa wake na kuwatupa gerezani, [5] kama kuhani mkuu na baraza zima la wazee wanavyoweza kushuhudia kunihusu. Hata nilipokea barua kutoka kwao kwenda kwa ndugu wale wa Dameski, nami nikaenda huko ili kuwaleta watu hawa Yerusalemu kama wafungwa ili waadhibiwe.

Paulo Aeleza Juu Ya Kuokoka Kwake

[6] "Nilipokuwa njiani kuelekea Dameski, yapata saa sita mchana, ghafula nuru kubwa kutoka mbinguni ikanimulika kotekote. [7] Nikaanguka chini, nikasikia sauti ikiniambia, 'Sauli, Sauli, Mbona unanitesa?'

[8] "Nikajibu, 'Wewe ni nani Bwana?'

"Naye akaniambia, 'Mimi ni Yesu wa Nazareti unayemtesa.' [9] Basi wale watu waliokuwa pamoja nami waliiona ile nuru, lakini hawakuisikia sauti ya yule aliyekuwa akisema nami.

[10] "Nikauliza, 'Nifanye nini Bwana?'

"Naye Bwana akaniambia, 'Inuka uingie Dameski, huko utaambiwa yote yakupasayo kufanya.' [11] Kwa kuwa nilikuwa siwezi kuona kwa ajili ya mng'ao wa ile nuru, wenzangu wakanishika mkono wakaniongoza kuingia Dameski.

[12] "Mtu mmoja mcha Mungu, jina lake Anania, alikuja kuniona. Alizishika sana sheria zetu, na aliheshimiwa sana na Wayahudi waliokuwa wakiishi huko Dameski. [13] Akasimama karibu nami, akasema, 'Ndugu Sauli, pata kuona tena!' Saa ile ile nikapata kuona tena, nami nikaweza kumwona.

[14] "Akasema, 'Mungu wa baba zetu amekuchagua wewe ili ujue mapenzi yake, umwone yeye Aliye Mwenye Haki na upate kusikia maneno kutoka kinywani mwake. [15] Kwa kuwa utakuwa shahidi wake kwa watu kuhusu kile ulichokiona na kukisikia. [16] Sasa basi, mbona unakawia? Inuka, ukabatizwe na dhambi zako zikasafishwe, ukiliita Jina lake.'

Paulo Atumwa Kwa Watu Wa Mataifa

[17] "Baada ya kurudi Yerusalemu, nilipokuwa ninaomba Hekaluni, nilipitiwa na usingizi wa ghafula [18] nikamwona Bwana akiniambia, 'Harakisha utoke Yerusalemu upesi, maana hawataukubali ushuhuda wako kunihusu mimi.'

[19] "Nami nikasema, 'Bwana, wao wenyewe wanajua jinsi nilivyokwenda kwenye kila sinagogi ili kuwatupa gerezani na kuwapiga wale waliokuamini. [20] Wakati damu ya shahidi wako Stefano ilipomwagwa, mimi mwenyewe nilikuwa nimesimama kando, nikikubaliana na kitendo hicho na kutunza mavazi ya wale waliomuua.'

[21] "Ndipo Bwana akaniambia, 'Nenda, kwa maana nitakutuma mbali, kwa watu wa Mataifa.' "

Paulo Na Jemadari Wa Kirumi

[22] Ule umati wa watu wakamsikiliza Paulo mpaka aliposema neno hilo, ndipo wakapaza sauti zao na kupiga kelele wakisema, "Mwondoeni duniani, hafai kuishi!"

[23] Walipokuwa wakipiga kelele na kutoa mavazi yao huku wakirusha mavumbi juu hewani, [24] yule jemadari akaamuru Paulo aingizwe kwenye ngome. Akaeleza kwamba achapwe viboko na aulizwe ili kujua kwa nini watu walikuwa wanampigia kelele namna hiyo. [25] Lakini walipokwisha kumfunga kwa kamba za ngozi ili wamchape viboko, Paulo akamwambia kiongozi wa askari aliyekuwa amesimama pale karibu naye, "Je, ni halali kwenu kwa mujibu wa sheria kumchapa mtu ambaye ni raiya wa Rumi hata kabla hajapatikana na hatia?"

[26] Yule kiongozi aliposikia maneno haya, alimwendea yule jemadari na kumwambia, "Unataka kufanya nini? Kwa maana huyu mtu ni raiya wa Rumi!"

[27] Yule jemadari akaja akamuuliza Paulo, "Niambie, wewe ni raiya wa Rumi?"

Paulo akajibu, "Naam, hakika ndiyo."

[28] Ndipo yule jemadari akasema, "Mimi ilinigharimu kiasi kikubwa cha fedha kupata uraia wangu."

Paulo akasema "Lakini mimi ni raiya wa Rumi kwa kuzaliwa."

[29] Mara wale waliokuwa wanataka kumhoji wakajiondoa haraka, naye yule jemadari akaingiwa na hofu alipotambua ya kuwa amemfunga Paulo, ambaye ni raiya wa Rumi, kwa minyororo.

Paulo Apelekwa Mbele Ya Baraza

[30] Kesho yake, kwa kuwa yule jemadari alitaka kujua hakika kwa nini Paulo alikuwa anashutumiwa na Wayahudi, alimfungua, na akawaagiza viongozi wa makuhani na baraza lote likutane. Kisha akamleta Paulo, akamsimamisha mbele yao.

23 Paulo akawakazia macho wale wajumbe wa baraza, akasema, "Ndugu zangu, nimetimiza wajibu wangu kwa Mungu kwa dhamiri safi kabisa hadi leo. [2] Kwa ajili ya jambo hili kuhani mkuu Anania akaamuru wale waliokuwa karibu na Paulo wampige kofi kinywani. [3] Ndipo Paulo akamwambia, "Mungu atakupiga wewe, ewe ukuta uliopakwa chokaa! Wewe umeketi hapo ili kunihukumu kwa mujibu wa sheria, lakini wewe mwenyewe unakiuka sheria kwa kuamuru kwamba nipigwe kinyume cha sheria!"

[4] Wale watu waliokuwa wamesimama karibu na Paulo wakamwambia, "Je, wewe wathubutu kumtukana kuhani mkuu wa Mungu?"

[5] Paulo akajibu, "Ndugu zangu, sikujua kwamba yeye alikuwa kuhani mkuu. Kwa maana imeandikwa, 'Usimnenee mabaya kiongozi wa watu wako.' "

⁶ Paulo alipotambua ya kuwa baadhi yao wali-kuwa Masadukayo na wengine ni Mafarisayo, akapaza sauti kwenye baraza, "Ndugu zangu, mimi ni Farisayo, mwana Farisayo. Hapa nimeshtakiwa kuhusu tumaini langu katika ufufuo wa wafu." ⁷ Aliposema haya, farakano likaanza kati ya Mafarisayo na Masadukayo na baraza lote likagawanyika. ⁸ (Kwa maana Masadukayo wanasema kwamba hakuna ufufuo, wala hakuna malaika au roho, lakini Mafarisayo wanaamini haya yote.) ⁹ Kukawa na ghasia kubwa, nao baadhi ya walimu wa sheria ambao ni Mafarisayo, wakasimama wakapinga kwa nguvu wakisema, "Hatuoni kosa lolote la mtu huyu! Huenda ikawa roho au malaika amezungumza naye" ¹⁰ Ugomvi ukawa mkubwa kiasi kwamba yule jemadari akahofu kuwa wange-mrarua Paulo vipande vipande, akaamuru vikosi vya askari vishuke na kumwondoa Paulo katikati yao kwa nguvu na kumleta ndani ya ngome ya jeshi. ¹¹ Usiku uliofuata, Bwana akasimama karibu naye akamwambia, "Jipe moyo! Kama vile ulivyo-nishuhudia hapa Yerusalemu, hivyo imekupasa kunishuhudia huko Rumi pia."

Hila Za Kumuua Paulo

¹² Kulipopambazuka Wayahudi wakafanya shauri pamoja na kujifunga kwa kiapo kwamba hawatakula wala kunywa mpaka wawe wamemuua Paulo. ¹³ Waliofanya mpango huo walikuwa zaidi ya watu arobaini. ¹⁴ Wakawaendea viongozi wa makuhani na wazee na kusema, "Tumejifunga pamoja kwa kiapo kwamba hatutakula wala kunywa mpaka tuwe tumemuua Paulo. ¹⁵ Hivyo basi, wewe na pamoja na baraza, inawapasa mka-mjulishe jemadari ili amteremshe Paulo kwenu, mjifanye kama mnataka kufanya uchunguzi wa kina zaidi wa shauri lake. Nasi tuko tayari kumuua kabla hajafika hapa."

¹⁶ Lakini mtoto wa dada yake Paulo aliposikia juu ya shauri hilo baya, alikwenda kule kwenye ngome ya askari na kumweleza Paulo.

¹⁷ Ndipo Paulo akamwita mmoja wa viongozi wa askari, akamwambia, "Mpeleke huyu kijana kwa jemadari, analo jambo la kumweleza." ¹⁸ Hivyo yule kiongozi wa askari akampeleka yule kijana kwa jemadari, akamwambia, "Paulo yule mfungwa aliniita na kuniomba nimlete huyu kijana kwako, kwa sababu ana neno la kukueleza." ¹⁹ Yule jemadari akamshika yule kijana mkono, akampeleka kando na kumuuliza, "Unataka kunia-mbia nini?"

²⁰ Yule kijana akasema, "Wayahudi wamekuba-liana wakuombe umpeleke Paulo kwenye baraza lao kesho kwa kisingizio kwamba wanataka kufa-nya uchunguzi wa kina wa shauri lake. ²¹ Lakini usishawishiwe nao kwa maana zaidi ya watu arobaini wanamvizia. Wamejifunga kwa kiapo kwamba hawatakula wala kunywa mpaka wawe wamemuua Paulo. Sasa wako tayari, wanangoja idhini yako kwa ajili ya ombi lao." ²² Yule jemadari akamruhusu yule kijana aende na akamwonya, akisema, "Usimwambie mtu yeyote kwamba umenieleza habari hizi."

Paulo Ahamishiwa Kaisaria

²³ Kisha yule jemadari akawaita viongozi wake wawili wa askari akawaambia, "Jiandaeni kuondoka saa tatu usiku huu kuelekea Kaisaria pamoja na askari 200, wapanda farasi sabini na watu 200 wenye mikuki. ²⁴ Pia tayarisheni na farasi watakaotumiwa na Paulo, mkampeleke salama kwa mtawala Feliksi." ²⁵ Kisha akaandika barua kwa Feliksi kama ifuatavyo:

²⁶ Klaudio Lisia,

Kwa Mtawala, Mtukufu Feliksi:

Salamu.

²⁷ Mtu huyu alikamatwa na Wayahudi wakakaribia kumuua, lakini nikaja na vikosi vyangu vya askari nikamwokoa, kwa kuwa nilipata habari kwamba yeye ni raiya wa Rumi. ²⁸ Nilitaka kujua kwa nini walikuwa wanamshutumu, hivyo nikamleta mbele ya baraza lao. ²⁹ Ndipo nikaona kuwa alikuwa anashutumiwa kwa mambo yanayohusu sheria yao, lakini hakuwa ameshtakiwa kwa jambo lolote linalostahili kifo au kifungo. ³⁰ Nilipoarifiwa kuwa kulikuwa na shauri baya dhidi ya mtu huyu, nilimtuma kwako mara moja. Niliwaagiza washtaki wake pia waeleze mashtaka yao dhidi yake mbele yako.

³¹ Hivyo askari, kwa kufuata maelekezo wali-yopewa, wakamchukua Paulo wakati wa usiku na kumleta mpaka Antipatri. ³² Kesho yake waka-waacha wale wapanda farasi waendelee na safari wakiwa na Paulo, wao wakarudi kwenye ngome ya askari. ³³ Askari walipofika Kaisaria, walimpa mtawala ile barua, na kumkabidhi Paulo kwake. ³⁴ Mtawala alipokwisha kuisoma ile barua alimuu-liza Paulo alikuwa mtu wa jimbo gani. Alipojua kuwa anatoka Kilikia, ³⁵ alisema, "Nitasikiliza shauri lako washtaki wako watakapofika hapa." Kisha akaamuru Paulo awekwe chini ya ulinzi kwenye jumba la kifalme la Herode.

Mbele Ya Feliksi Huko Kaisaria

24 Baada ya siku tano, kuhani mkuu Anania aka-shuka akiwa amefuatana na baadhi ya wazee pamoja na mwanasheria mmoja aitwaye Tertulo, nao wakaleta mashtaka yao dhidi ya Paulo mbele ya mtawala. ² Paulo alipoitwa aingie ndani, Tertulo akaanza kutoa mashtaka akisema, "Mtukufu Feliksi, kwa muda mrefu tumefurahia amani na matengenezo mengi mazuri yamefanywa kwa ajili ya watu hawa kwa sababu ya upeo wako wa kuona mambo ya mbele. ³ Wakati wote na kila mahali, kwa namna yoyote, mtukufu sana Feliksi, tume-yapokea mambo haya yote kwa shukrani nyingi. ⁴ Lakini nisije nikakuchosha zaidi, ningekuomba kwa hisani yako utusikilize kwa kifupi.

⁵ "Tumemwona mtu huyu kuwa ni msumbufu, anayechochea ghasia miongoni mwa Wayahudi

duniani pote. Yeye ndiye kiongozi wa dhehebu la Wanazarayo, [6] na hata amejaribu kulinajisi Hekalu, hivyo tukamkamata; [tukataka kumhukumu kufuatana na sheria zetu. [7] Lakini jemadari Lisia alitujia na nguvu nyingi, akamwondoa mikononi mwetu, [8] akiwaamuru washtaki wake waje mbele yako: ili] kwa kumchunguza wewe mwenyewe unaweza kujua kutoka kwake mambo yote tunayomshtaki kwayo."

[9] Pia wale Wayahudi wakaunga mkono wakithibitisha kuwa mashtaka yote haya ni kweli.

Paulo Ajitetea Mbele Ya Feliksi

[10] Mtawala Feliksi alipompungia Paulo mkono ili ajitetee, yeye akajibu, "Najua kwamba wewe umekuwa hakimu katika taifa hili kwa miaka mingi, hivyo natoa utetezi wangu kwa furaha. [11] Unaweza kuhakikisha kwa urahisi kuwa hazijapita zaidi ya siku kumi na mbili tangu nilipopanda kwenda Yerusalemu kuabudu. [12] Hawa wanaonishtaki hawakunikuta nikibishana na mtu yeyote Hekaluni au kuchochea umati wa watu katika sinagogi au mahali pengine popote mjini. [13] Wala hawawezi kabisa kukuthibitishia mashtaka haya wanayonishtaki kwayo. [14] Lakini, ninakubali kwamba mimi namwabudu Mungu wa baba zetu, mfuasi wa Njia, ile ambayo wao wanaiita dhehebu. Ninaamini kila kitu kinachokubaliana na Sheria na kile kilichoandikwa katika Manabii, [15] nami ninalo tumaini kwa Mungu, ambalo hata wao wenyewe wanalikubali kwamba kutakuwa na ufufuo wa wafu, kwa wenye haki na wasio na haki. [16] Kwa hiyo ninajitahidi siku zote kuwa na dhamiri safi mbele za Mungu na mbele za wanadamu.

[17] "Basi, baada ya kutokuwepo kwa miaka mingi nilikuja Yerusalemu ili kuwaletea watu wangu msaada kwa ajili ya maskini na kutoa dhabihu. [18] Nilikuwa nimeshatakaswa kwa taratibu za kiibada waliponikuta Hekaluni nikifanya mambo haya. Hapakuwa na umati wa watu, panoja nami wala aliyehusika kwenye fujo yoyote. [19] Lakini kulikuwa na baadhi ya Wayahudi kutoka Asia, ambao wangelazimika wawepo hapa mbele yako ili watoe mashtaka kama wanalo jambo lolote dhidi yangu. [20] Au, watu hawa walioko hapa waseme ni uhalifu gani waliouniona nao waliponisimamisha mbele ya baraza, [21] isipokuwa ni kuhusu jambo hili moja nililopiga kelele mbele yao kwamba, 'Mimi nashtakiwa mbele yenu leo kwa sababu ya ufufuo wa wafu.' "

[22] Basi Feliksi ambaye alikuwa anafahamu vizuri habari za Njia ile, akaahirisha shauri lile kwa maelezo yale akisema, "Wakati jemadari Lisia atakapoteremka huku, nitaamua shauri lako." [23] Ndipo akaamuru kiongozi wa askari amweke chini ya ulinzi lakini ampe uhuru na kuwaruhusu rafiki zake wamhudumie.

[24] Baada ya siku kadhaa, Feliksi alikuja pamoja na Drusila mkewe, ambaye alikuwa Myahudi. Alituma aitwe Paulo, naye akamsikiliza alipokuwa akinena juu ya imani katika Kristo Yesu. [25] Naye Paulo alipokuwa akinena juu ya haki, kuwa na kiasi na juu ya hukumu ijayo, Feliksi aliingiwa na hofu na kusema, "Hiyo yatosha sasa! Waweza kuondoka. Nitakapokuwa na wasaa nitakuita." [26] Wakati huo

Feliksi alitazamia kwamba Paulo angempa rushwa. Hivyo akawa anamwita mara kwa mara na kuzungumza naye. [27] Baada ya miaka miwili kupita, Porkio Festo akaingia kwenye utawala mahali pa Feliksi, lakini kwa kuwa Feliksi alitaka kuwapendeza Wayahudi, akamwacha Paulo gerezani.

Paulo Mbele Ya Festo

25 Siku tatu baada ya Festo kuwasili Kaisaria kuchukua wajibu wake mpya, alipanda kwenda Yerusalemu, [2] ambako viongozi wa makuhani na viongozi wa Wayahudi walikuja mbele yake na kuleta mashtaka yao dhidi ya Paulo. [3] Wakamsihi sana Festo, kama upendeleo kwao, aamuru Paulo ahamishiwe Yerusalemu, kwa kuwa walikuwa wanaandaa kumvizia ili wamuue akiwa njiani. [4] Festo akawajibu, "Paulo amezuiliwa huko Kaisaria, nami mwenyewe ninakwenda huko hivi karibuni. [5] Baadhi ya viongozi wenu wafuatane nami na kutoa mashtaka dhidi ya mtu huyo huko, kama amekosa jambo lolote."

[6] Baada ya Festo kukaa miongoni mwao kwa karibu siku nane au kumi, akashuka kwenda Kaisaria na siku iliyofuata akaitisha mahakama, akaketi penye kiti chake cha hukumu, akaamuru Paulo aletwe mbele yake. [7] Paulo alipotokea, wale Wayahudi waliokuwa wameteremka toka Yerusalemu wakasimama wakiwa wamemzunguka, wakileta mashtaka mengi mazito dhidi yake ambayo hawakuweza kuyathibitisha.

[8] Ndipo Paulo akajitetea, akasema, "Mimi sikufanya jambo lolote kinyume cha sheria ya Wayahudi au dhidi ya Hekalu au kinyume cha Kaisari."

[9] Festo, akitaka kuwapendeza Wayahudi, akamuuliza Paulo, "Je, ungependa kwenda Yerusalemu na kukabili mashtaka mbele yangu huko?"

[10] Paulo akasema, "Mimi sasa nimesimama mbele ya mahakama ya Kaisari, ambako ndiko ninakostahili kushtakiwa. Kama vile wewe mwenyewe ujuavyo vyema kabisa sijawatendea Wayahudi kosa lolote. [11] Basi kama mimi nina hatia ya kutenda kosa lolote linalostahili kifo, sikatai kufa. Lakini kama mashtaka yaliyoletwa dhidi yangu na hawa Wayahudi si kweli, hakuna yeyote aliye na haki ya kunikabidhi mikononi mwao. Naomba rufaa kwa Kaisari!"

[12] Baada ya Festo kufanya shauri pamoja na baraza lake, akatangaza, "Wewe umeomba rufaa kwa Kaisari, nako kwa Kaisari utakwenda!"

Festo Aomba Ushauri Kwa Agripa

[13] Baada ya siku kadhaa Mfalme Agripa na Bernike wakapanda kuja Kaisaria kumsalimu Festo. [14] Kwa kuwa walikuwa wakae huko Kaisaria kwa siku nyingi, Festo alijadili shauri la Paulo na mfalme, akisema, "Kuna mtu mmoja hapa ambaye Feliksi alimwacha gerezani. [15] Nilipokuwa huko Yerusalemu, viongozi wa makuhani na wazee wa Wayahudi walinijulisha habari zake na wakaomba hukumu dhidi yake.

[16] "Lakini mimi nikawaambia kwamba si desturi ya Kirumi kumtoa mtu yeyote auawe kabla mshtakiwa kuonana uso kwa uso na washtaki wake, naye

awe amepewa nafasi ya kujitetea kuhusu mashtaka anayoshutumiwa. [17] Hivyo walipokutana hapa, sikukawia, kesho yake niliitisha baraza, nikaketi penye kiti changu cha hukumu, nikaagiza huyo mtu aletwe. [18] Washtaki wake waliposimama, hawakushtaki kwa uhalifu wowote niliokuwa ninatarajia. [19] Badala yake walikuwa na vipengele fulani vya kutokukubaliana naye kuhusu dini yao na juu ya mtu mmoja aitwaye Yesu, ambaye alikufa, lakini yeye Paulo alidai kwamba yu hai. [20] Kwa kuwa sikujua jinsi ya kupeleleza jambo hili, nilimuuliza kama angependa kwenda Yerusalemu na kuhojiwa huko kuhusu mashtaka haya. [21] Lakini Paulo alipoomba afadhiliwe ili rufaa yake isikilizwe na Mfalme Agusto, nilimwamuru alindwe mpaka nitakapoweza kumpeleka kwa Kaisari."

[22] Ndipo Agripa akamwambia Festo, "Ningependa kumsikiliza mtu huyo mimi mwenyewe."

Yeye akajibu, "Kesho utamsikia."

Paulo Aletwa Mbele Ya Agripa

[23] Siku iliyofuata Agripa na Bernike walifika kwa fahari kubwa wakaingia katika ukumbi wa mahakama, pamoja na majemadari wa jeshi na watu mashuhuri wa mji. Ndipo kwa amri ya Festo, Paulo akaletwa ndani. [24] Festo akasema, "Mfalme Agripa, nanyi nyote mlio hapa pamoja nasi, mnamwona mtu huyu! Jumuiya yote ya Kiyahudi wamenilalamikia kuhusu mtu huyu huko Yerusalemu na hapa Kaisaria, wakipiga kelele kwamba haimpasi kuendelea kuishi. [25] Sikuona kwamba ametenda jambo lolote linalostahili kifo, ila kwa kuwa alikuwa ameomba rufaa yake kwa mfalme, niliamua kumpeleka Rumi. [26] Lakini mimi sina kitu maalum cha kumwandikia Bwana Mtukufu kumhusu mtu huyu. Kwa hiyo nimemleta mbele yenu ninyi nyote, hasa mbele yako, Mfalme Agripa, ili kutokana na matokeo ya uchunguzi huu, niweze kupata kitu cha kuandika. [27] Kwa kuwa naona hakuna sababu ya kumpeleka mfungwa bila kuainisha mashtaka dhidi yake."

Paulo Ajitetea Mbele Ya Agripa

26 Ndipo Agripa akamwambia Paulo, "Unayo ruhusa kujitetea."

Hivyo Paulo akawaashiria kwa mkono wake, akaanza kujitetea, akasema: [2] "Mfalme Agripa, najiona kuwa na heri kusimama mbele yako leo ninapojitetea kuhusu mashtaka yote ya Wayahudi, [3] hasa kwa sababu unajua vyema desturi zote za Kiyahudi na ya kuwa wewe unajua kwa undani mila na masuala ya mabishano. Kwa hiyo, nakusihi unisikilize kwa uvumilivu.

[4] "Wayahudi wote wanajua jinsi nilivyoishi tangu nilipokuwa mtoto, kuanzia mwanzo wa maisha yangu katika nchi yangu na pia huko Yerusalemu. [5] Wao wamefahamu kwa muda mrefu na wanaweza kushuhudia kama wakipenda, ya kwamba kutokana na misimamo mikali sana ya dhehebu letu kwenye dini yetu, niliishi nikiwa Farisayo. [6] Nami sasa ni kwa sababu ya tumaini langu katika kile ambacho Mungu aliwaahidi baba zetu, ninashtakiwa leo. [7] Hii ndiyo ahadi ambayo makabila yetu kumi na mawili yanatarajia kuiona ikitimizwa wanapomtumikia Mungu kwa bidii usiku na

mchana. Ee mfalme, ninashtakiwa na Wayahudi kwa ajili ya tumaini hili. [8] Kwa nini yeyote miongoni mwenu afikiri kwamba ni jambo lisilosadikika Mungu kufufua wafu?

[9] "Mimi pia nilikuwa nimeshawishika kwamba imenipasa kufanya yote yale yaliyowezekana kupinga Jina la Yesu wa Nazareti. [10] Nami hayo ndiyo niliyoyafanya huko Yerusalemu. Kwa mamlaka ya viongozi wa makuhani, niliwatia wengi wa watakatifu gerezani na walipokuwa wakiuawa, nilipiga kura yangu kuunga mkono. [11] Mara nyingi nilikwenda kutoka sinagogi moja hadi ingine nikiamuru waadhibiwe, nami nilijaribu kuwalazimisha wakufuru. Katika shauku yangu dhidi yao, hata nilikwenda miji ya kigeni ili kuwatesa.

Paulo Aeleza Kuhusu Kuokoka Kwake

[12] "Siku moja nilipokuwa katika mojawapo ya safari hizi nikiwa ninakwenda Dameski, nilikuwa na mamlaka na agizo kutoka kwa kiongozi wa makuhani. [13] Ilikuwa yapata adhuhuri, ee mfalme, nilipokuwa njiani, niliona nuru kutoka mbinguni kali kuliko jua, iking'aa kunizunguka pande zote mimi na wale niliokuwa pamoja nao. [14] Wote tulipokuwa tumeanguka chini, nikasikia sauti ikisema nami kwa lugha ya Kiebrania, 'Sauli, Sauli, mbona unanitesa? Ni vigumu kwako kuupiga teke mchokoo.'

[15] "Nikauliza, 'Ni nani wewe, Bwana?'

"Naye Bwana akajibu, 'Ni Mimi Yesu unayemtesa. [16] Sasa inuka usimame kwa miguu yako. Nimekutokea ili nikuteue uwe mtumishi na shahidi wa mambo ambayo umeyaona, na yale nitakayokuonyesha. [17] Nitakuokoa kutoka kwa watu wako na watu wa Mataifa ambao ninakutuma kwao, [18] uyafumbue macho yao ili wageuke kutoka gizani waingie nuruni, na kutoka kwenye nguvu za Shetani wamgeukie Mungu, ili wapate msamaha wa dhambi na sehemu miongoni mwa wale waliotakaswa kwa kuniamini mimi.'

[19] "Hivyo basi, Mfalme Agripa, sikuacha kuyatii yale maono yaliyotoka mbinguni, [20] bali niliyatangaza kwanza kwa wale wa Dameski, kisha Yerusalemu na katika vijiji vyote vya Uyahudi na pia kwa watu wa Mataifa, kwamba inawapasa kutubu na kumgeukia Mungu na kuthibitisha toba yao kwa matendo yao. [21] Ni kwa sababu hii Wayahudi walinikamata nilipokuwa Hekaluni, wakataka kuniua. [22] Hadi leo nimepata msaada kutoka kwa Mungu, na hivyo nasimama hapa nikishuhudia kwa wakubwa na wadogo. Sisemi chochote zaidi ya yale ambayo manabii na Mose walisema yatatukia: [23] kwamba Kristo[a] atateswa, na kwamba yeye atakuwa wa kwanza kufufuka kutoka kwa wafu, na atatangaza nuru kwa watu wake na kwa watu wa Mataifa."

Paulo Aeleza Juu Ya Kuhubiri Kwake

[24] Paulo alipokuwa akifanya utetezi huu, Festo akasema kwa sauti kubwa, "Paulo, wewe umerukwa na akili! Kusoma kwingi kunakufanya uwe kichaa!"

---

[a] 23 *Kristo* maana yake ni *Masiya*, yaani *Aliyetiwa mafuta.*

²⁵ Lakini Paulo akajibu, "Mimi sijarukwa na akili, mtukufu sana Festo, bali nanena kweli nikiwa na akili zangu timamu. ²⁶ Naam, Mfalme anajua kuhusu mambo haya yote, nami nasema naye kwa uhuru. Kwa sababu nina hakika kwamba hakuna hata mojawapo ya mambo haya asilolijua, kwa kuwa hayakufanyika mafichoni. ²⁷ Mfalme Agripa, je, unaamini manabii? Najua kuwa unaamini." ²⁸ Agripa akamwambia Paulo, "Je, unanishawishi kwa haraka namna hii niwe Mkristo?" ²⁹ Paulo akasema, "Ikiwa ni kwa haraka au la, namwomba Mungu, si wewe peke yako bali pia wale wote wanaonisikiliza leo, wawe kama mimi nilivyo, kasoro minyororo hii." ³⁰ Baada ya kusema hayo, mfalme akainuka pamoja na mtawala na Bernike na wale waliokuwa wameketi pamoja nao. ³¹ Walipokuwa wakiondoka, wakaambiana, "Mtu huyu hafanyi jambo lolote linalostahili kufa au kufungwa." ³² Agripa akamwambia Festo, "Mtu huyu angeachwa huru kama hangekuwa amekata rufaa kwa Kaisari."

Paulo Asafiri Kwenda Rumi

27 Ilipoamuliwa kwamba tungesafiri kwa njia ya bahari kwenda Italia, Paulo na wafungwa wengine wakakabidhiwa kwa kiongozi mmoja wa askari aliyeitwa Juliasi, aliyekuwa wa Kikosi cha Walinzi wa Kaisari. ² Tulipanda meli iliyotoka Adramitio, iliyokuwa inakaribia kusafiri kwenda kwenye bandari zilizopo pwani ya Asia, tukaanza safari yetu tukiwa pamoja na Aristarko, Mmakedonia kutoka Thesalonike. ³ Kesho yake tukatia nanga Sidoni, naye Juliasi akamfanyia wema Paulo, akamruhusu aende kwa rafiki zake ili wamtimizie mahitaji yake. ⁴ Kutoka huko tukaingia baharini tena na tukapita upande wa chini wa kisiwa cha Kipro kwa sababu upepo ulikuwa wa mbisho. ⁵ Baada ya sisi kuvuka bahari iliyoko upande wa Kilikia na Pamfilia, tukafika Mira huko Likia. ⁶ Huko yule kiongozi wa askari akapata meli ya Iskanderia ikielekea Italia, akatupandisha humo. ⁷ Tukasafiri polepole kwa siku nyingi na kwa shida, hatimaye tukafika karibu na Nido. Kwa kuwa upepo wa mbisho ulituzuia tusiweze kushika mwelekeo tuliokusudia, tukapita chini ya Krete mkabala na Salmone. ⁸ Tukaambaa na pwani kwa shida, tukafika sehemu iitwayo Bandari Nzuri, karibu na mji wa Lasea. ⁹ Muda mwingi ulikuwa umepotea na kusafiri baharini kulikuwa hatari kwa sababu wakati huu ulikuwa baada ya siku za kufunga. Hivyo Paulo akawaonya akasema, ¹⁰ "Mabwana, naona kuwa hii safari ni yenye maafa na ya kuleta hasara kubwa kwa meli na shehena, pia kwa maisha yetu." ¹¹ Lakini badala ya yule kiongozi wa askari kusikiliza yale Paulo aliyosema, akafuata zaidi ushauri wa nahodha na mwenye meli. ¹² Kwa kuwa ile bandari ilikuwa haifai kukaa wakati wa majira ya baridi, wengi wakashauri kwamba tuendelee na safari wakitarajia kufika Foinike na kukaa huko kwa majira ya baridi. Hii ilikuwa bandari iliyoko katika kisiwa cha Krete ikikabili upande wa kusini-magharibi na kaskazini-magharibi.

Dhoruba Baharini

¹³ Upepo mtulivu ulipoanza kuvuma toka kusini, wakadhani kuwa wangeweza kufikia lengo lao, hivyo wakang'oa nanga na kusafiri wakipita kandokando ya pwani ya kisiwa cha Krete. ¹⁴ Lakini baada ya muda mfupi ikavuma tufani kubwa iitwayo "Eurakilo" toka kisiwa cha Krete. ¹⁵ Meli ikapigwa na dhoruba na haikuweza kushindana na ule upepo, tukarudishwa baharini upepo ulikokuwa unaelekea. ¹⁶ Hatimaye tukisafiri kupita chini ya kisiwa kidogo kiitwacho Kauda, ambapo kwa kuwa tulikuwa tumekingwa upepo na hicho kisiwa, tuliweza kwa shida kuifunga mashua ya kuokolea watu. ¹⁷ Watu walipokwisha kuivuta mashua hiyo na kuiingiza katika meli, waliifunga kwa kamba chini ya meli yenyewe ili kuzishikanisha pamoja. Wakiogopa kupelekwa kwenye mchanga karibu na pwani ya Sirti, wakashusha matanga wakaiacha meli isukumwe na huo upepo. ¹⁸ Tulikuwa tunapigwa na dhoruba kwa nguvu, kiasi kwamba kesho yake walianza kutupa shehena toka melini. ¹⁹ Siku ya tatu, wakatupa vyombo vya meli baharini kwa mikono yao wenyewe. ²⁰ Kulipokuwa hakuna kuonekana kwa jua wala nyota kwa siku nyingi, nayo dhoruba ikiwa inaendelea kuwa kali, hatimaye tulikata kabisa tamaa ya kuokoka. ²¹ Baada ya watu kukaa siku nyingi bila kula chakula, Paulo akasimama katikati yao akasema, "Enyi watu, iliwapasa kunisikiliza na kuacha kusafiri baharini kutoka Krete, ndipo ninyi mngekuwa mmejinusuru na uharibifu huu na hasara hii. ²² Sasa ninawasihi sana, jipeni moyo mkuu kwa kuwa hakuna hata mmoja wenu atakayepoteza maisha yake, ila meli itaangamia. ²³ Jana usiku, malaika wa Mungu yule ambaye mimi ni wake na ambaye ninamwabudu alisimama karibu nami, ²⁴ naye akasema, 'Paulo usiogope, kwa kuwa ni lazima usimame mbele ya Kaisari, naye Mungu amekupa kwa neema uhai wa wote wanaosafiri pamoja nawe. ²⁵ Hivyo jipeni moyo, enyi watu, kwa kuwa ninamwamini Mungu kwamba yatakuwa kama vile alivyoniambia.' ²⁶ Lakini hata hivyo meli yetu itakwama kwenye kisiwa fulani."

Maangamizi Ya Meli

²⁷ Usiku wa kumi na nne ulipofika, tulikuwa bado tunasukumwa na upepo katika Bahari ya Adria. Ilipokuwa yapata usiku wa manane, mabaharia wakahisi kwamba walikuwa wanakaribia nchi kavu. ²⁸ Kwa hiyo wakapima kina cha maji na kukuta kilikuwa pima ishirini,ᵃ baada ya kuendelea mbele kidogo wakapima tena wakapata kina cha pima kumi na tano.ᵇ ²⁹ Wakiogopa kwamba meli yetu ingegonga kwenye miamba, wakashusha nanga nne za nyuma ya meli, wakawa wanaomba kupambazuke. ³⁰ Katika jaribio la kutoroka kwenye meli, mabaharia wakashusha mashua ya kuokolea watu baharini, wakijifanya kwamba wanakwenda kushusha nanga za omo.ᶜ

ᵃ28 Pima 20 ni kama mita 40.
ᵇ28 Pima 15 ni kama mita 30.
ᶜ30 Omo hapa maana yake ni sehemu ya mbele ya meli, yaani gubeti.

[31] Ndipo Paulo akamwambia yule jemadari na askari, "Hawa watu wasipobaki katika meli, hamtaweza kuokoka." [32] Hivyo basi wale askari wakakata kamba zilizoshikilia ile mashua ya kuokolea watu kwenye meli, wakaiacha ianguke humo baharini.

[33] Kabla ya mapambazuko, Paulo akawasihi watu wote wale chakula akisema, "Leo ni siku ya kumi na nne mmekuwa katika wasiwasi mkiwa mmefunga na bila kula chochote. [34] Kwa hiyo nawasihi mle chakula, kwa maana itawasaidia ili mweze kuishi. Kwa kuwa hakuna hata mmoja wenu atakayepoteza unywele hata mmoja kutoka kichwani mwake." [35] Baada ya kusema maneno haya, Paulo akachukua mkate, akamshukuru Mungu mbele yao wote, akaumega akaanza kula. [36] Ndipo wote wakatiwa moyo, wakaanza kula chakula. [37] Ndani ya meli tulikuwa jumla ya watu 276. [38] Baada ya watu wote kula chakula cha kutosha, wakapunguza uzito wa meli kwa kutupa ngano baharini.

[39] Kulipopambazuka, mabaharia hawakuitambua ile nchi, lakini waliona ghuba yenye ufuko wa mchanga, ambako waliamua kuipweleza meli kama ingewezekana. [40] Kwa hiyo wakatupa nanga zote na kuziacha baharini, na wakati huo huo wakalegeza kamba zilizokuwa zikishikilia usukani wa meli. Kisha wakatweka tanga la mbele lishike upepo na kuisukuma meli kuelekea pwani. [41] Lakini wakafika mahali ambapo bahari mbili zinakutana, wakaipweleza meli ufuoni, omo ikakwama sana, ikawa haiwezi kuondolewa, lakini sehemu ya shetri[a] ikavunjika vipande vipande kwa kule kupiga kwa mawimbi yenye nguvu.

[42] Wale askari wakapanga kuwaua wale wafungwa ili kuzuia mtu mmoja wao asiogelee na kutoroka. [43] Lakini yule jemadari alitaka kuokoa maisha ya Paulo, basi akawazuia askari wasitekeleze mpango wao. Akaamuru wale wanaoweza kuogelea wajitupe baharini kwanza, waogelee mpaka nchi kavu. [44] Waliosalia wangefika nchi kavu kwa kutumia mbao au vipande vya meli iliyovunjika, hivyo ikatimia kwamba wote wakaokoka na kufika nchi kavu salama.

Paulo Kisiwani Malta

28 Baada ya kufika nchi kavu salama, ndipo tukafahamu kwamba jina la kile kisiwa ni Malta. [2] Wenyeji wa kile kisiwa wakatufanyia ukarimu usio wa kawaida. Waliwasha moto na kutukaribisha sisi sote kwa sababu mvua ilikuwa inanyesha na kulikuwa na baridi. [3] Paulo alikuwa amekusanya mzigo wa kuni na alipokuwa anaweka kwenye moto kwa ajili ya joto, nyoka mwenye sumu akatoka humo na kujisokotea mkononi mwake. [4] Wale wenyeji wa kile kisiwa walipomwona yule nyoka akining'inia mkononi mwa Paulo, wakaambiana, "Huyu mtu lazima awe ni muuaji, ingawa ameokoka kutoka baharini, haki haijamwacha aishi." [5] Lakini Paulo akamkung'utia yule nyoka ndani ya moto wala yeye hakupata madhara yoyote. [6] Watu walikuwa wanangoja avimbe au aangueke ghafula na kufa. Lakini baada

<hr>

[a] 41 Shetri ni sehemu ya nyuma ya meli ambayo pia huitwa tezi.

ya kungoja kwa muda mrefu na kuona kwamba hakuna chochote kisicho cha kawaida kilichomtokea, wakabadili mawazo yao na kuanza kusema kwamba yeye ni mungu.

[7] Basi karibu na sehemu ile, palikuwa na shamba kubwa la mtu mmoja kiongozi wa kile kisiwa, aliyeitwa Publio. Alitupokea na akatuhudumia kwa ukarimu mkubwa kwa muda wa siku tatu. [8] Baba yake Publio alikuwa mgonjwa kitandani, akiwa anaumwa homa na kuhara damu. Paulo akaingia ndani ili kumwona na baada ya maombi, akaweka mikono juu yake na kumponya. [9] Jambo hili lilipotukia, watu wote wa kisiwa kile waliokuwa wagonjwa wakaja, nao wakaponywa. [10] Wakatupa heshima nyingi, nasi tulipokuwa tayari kusafiri kwa njia ya bahari, wakapakia melini vitu vyote tulivyokuwa tunavihitaji.

Paulo Awasili Rumi

[11] Miezi mitatu baadaye tukaanza safari kwa meli iliyokuwa imetia nanga kwenye kisiwa hicho kwa ajili ya majira ya baridi. Hii ilikuwa meli ya Iskanderia yenye alama ya miungu pacha waitwao Kasta na Poluksi. [12] Kituo chetu cha kwanza kilikuwa Sirakusa na tukakaa huko siku tatu. [13] Kisha tukang'oa nanga, tukafika Regio. Siku iliyofuata, upepo mkali wa kusi ukavuma, na siku ya pili yake tukafika Puteoli. [14] Huko tukawakuta ndugu, nasi tukakaribishwa tukae nao kwa siku saba. Hivyo tukaendelea na safari mpaka Rumi. [15] Ndugu wa huko Rumi waliposikia habari zetu, walikuja mpaka Soko la Apio na mahali paitwapo Mikahawa Mitatu kutulaki. Paulo alipowaona, alimshukuru Mungu akatiwa moyo. [16] Tulipofika Rumi, Paulo aliruhusiwa kuishi peke yake akiwa na askari wa kumlinda.

Paulo Ahubiri Rumi Chini Ya Ulinzi

[17] Siku tatu baadaye Paulo akawaita pamoja viongozi wa Kiyahudi. Walipokwisha kukusanyika akawaambia, "Ndugu zangu, ingawa sikufanya jambo lolote dhidi ya watu wetu au dhidi ya desturi za baba zetu, lakini nilikamatwa huko Yerusalemu nikakabidhiwa kwa Warumi. [18] Wao walipokwisha kunihoji, wakataka kuniachia huru kwa sababu hawakuona kosa lolote nililostahili adhabu ya kifo. [19] Lakini Wayahudi walipopinga uamuzi huo, nililazimika kukata rufaa kwa Kaisari, ingawa sikuwa na lalamiko lolote juu ya taifa langu. [20] Basi hii ndiyo sababu nimewatumania, ili niseme nanyi. Kwa kuwa ni kwa ajili ya tumaini la Israeli nimefungwa kwa minyororo."

[21] Wakamjibu, "Hatujapokea barua zozote kutoka Uyahudi zinazokuhusu, wala hapana ndugu yeyote aliyekuja hapa ambaye ametoa taarifa au kuzungumza jambo lolote baya juu yako. [22] Lakini tungependa kusikia kutoka kwako unafikiri kwa sababu tunajua kwamba kila mahali watu wanazungumza mabaya kuhusu jamii hii."

[23] Baada ya kupanga siku ya kuonana naye, watu wengi wakaja kuanzia asubuhi hadi jioni akawaeleza na kutangaza kuhusu Ufalme wa Mungu

akijaribu kuwahadithia juu ya Yesu kutoka Sheria ya Mose na kutoka Manabii. [24] Baadhi wakasadiki yale aliyosema, lakini wengine hawakuamini. [25] Hivyo hawakukubaliana, nao walipokuwa wanaondoka, Paulo akatoa kauli moja zaidi: "Roho Mtakatifu alinena kweli na baba zenu aliposema mambo yale yaliyomhusu Bwana Yesu kwa kinywa cha nabii Isaya kwamba:

[26] " 'Nenda kwa watu hawa na useme,
"Hakika mtasikiliza lakini hamtaelewa;
na pia mtatazama, lakini hamtaona."
[27] Kwa kuwa mioyo ya watu hawa
imekuwa migumu;
hawasikii kwa masikio yao,
na wamefumba macho yao.

Wasije wakaona kwa macho yao,
na wakasikiliza kwa masikio yao,
wakaelewa kwa mioyo yao,
na kugeuka nami nikawaponya.'

[28] "Basi na ijulikane kwenu kwamba, huu wokovu wa Mungu umepelekwa kwa watu wa Mataifa, nao watasikiliza." [[29] Naye akiisha kusema maneno haya, Wayahudi wakaondoka wakiwa na hoja nyingi miongoni mwao.] [30] Kwa miaka miwili mizima Paulo alikaa huko kwa nyumba aliyokuwa amepanga. Akawakaribisha wote waliokwenda kumwona. [31] Akahubiri Ufalme wa Mungu na kufundisha mambo yale yaliyomhusu Bwana Yesu Kristo, kwa ujasiri wote na bila kizuizi chochote.

WARUMI

1 Paulo, mtumishi wa Kristo Yesu, aliyeitwa kuwa mtume na kutengwa kwa ajili ya Injili ya Mungu, [2] Injili ambayo Mungu alitangulia kuiahidi kwa vinywa vya manabii wake katika Maandiko Matakatifu, [3] yaani, Injili inayomhusu Mwanawe, yeye ambaye kwa uzao wa mwili alikuwa mzao wa Daudi, [4] na ambaye kwa uwezo wa Roho wa utakatifu alidhihirishwa kuwa Mwana wa Mungu kwa ufufuo wake kutoka kwa wafu, yaani, Yesu Kristo, Bwana wetu. [5] Kwa kupitia kwake na kwa ajili ya Jina lake, tumepokea neema na utume ili kuwaita watu miongoni mwa watu wa mataifa yote, waje kwenye utii utokanao na imani. [6] Ninyi nyote pia mko miongoni mwa watu walioitwa ili mpate kuwa mali ya Yesu Kristo.

[7] Kwa wote walioko Rumi wapendwao na Mungu na kuitwa kuwa watakatifu:

Neema na amani itokayo kwa Mungu Baba yetu na kwa Bwana wetu Yesu Kristo iwe nanyi.

Maombi Na Shukrani

[8] Kwanza kabisa, namshukuru Mungu wangu kwa njia ya Yesu Kristo kwa ajili yenu nyote, kwa sababu imani yenu inatangazwa duniani kote. [9] Kwa maana Mungu ninayemtumikia kwa moyo wangu wote katika kuhubiri Injili ya Mwanawe, ni shahidi wangu jinsi ninavyowakumbuka [10] katika maombi yangu siku zote, nami ninaomba kwamba hatimaye sasa kwa mapenzi ya Mungu, njia ipate kufunguliwa kwa ajili yangu ili nije kwenu. [11] Ninatamani sana kuwaona ili nipate kuweka juu yenu karama za rohoni ili mwe imara, [12] au zaidi, ninyi pamoja nami tuweze kutiana moyo katika imani sisi kwa sisi. [13] Ndugu zangu, napenda mfahamu kwamba mara nyingi nimekusudia kuja kwenu (ingawa mpaka sasa nimezuiliwa), ili nipate kuvuna mavuno miongoni mwenu kama nilivyovuna miongoni mwa wengine ambao ni watu wa Mataifa wasiomjua Mungu. [14] Mimi ni mdeni kwa Wayunani na kwa wasio Wayunani, kwa wenye hekima na kwa wasio na hekima. [15] Ndiyo sababu ninatamani sana kuihubiri Injili kwenu pia ninyi mlioko Rumi.

[16] Mimi sioonei haya Injili ya Kristo kwa maana ni uweza wa Mungu uletao wokovu kwa kila aaminiye, kwanza kwa Myahudi na kwa Myunani pia. [17] Kwa maana katika Injili haki itokayo kwa Mungu imedhihirishwa, haki ile iliyo kwa njia ya imani hadi imani. Kama ilivyoandikwa: "Mwenye haki ataishi kwa imani."

Ghadhabu Ya Mungu Kwa Wanadamu

[18] Ghadhabu ya Mungu imedhihirishwa kutoka mbinguni dhidi ya uasi wote na uovu wa wanadamu ambao huipinga kweli kwa uovu wao, [19] kwa maana yote yanayoweza kujulikana kumhusu Mungu ni dhahiri kwao, kwa sababu Mungu mwenyewe ameyadhihirisha kwao. [20] Kwa maana tangu kuumbwa kwa ulimwengu, asili ya Mungu asiyeonekana kwa macho, yaani, uweza wake wa milele na asili yake ya Uungu, imeonekana waziwazi, ikitambuliwa kutokana na yale aliyoyafanya ili wanadamu wasiwe na udhuru.

[21] Kwa maana ingawa walimjua Mungu, hawakumtukuza yeye kama ndiye Mungu wala hawakumshukuru, bali fikira zao zimekuwa batili na mioyo yao ya ujinga ikatiwa giza. [22] Ingawa walijidai kuwa wenye hekima, wakawa wajinga [23] na kubadili utukufu wa Mungu aishiye milele kwa sanamu zilizofanywa zifanane na mwanadamu ambaye hufa, na mfano wa ndege, wanyama na viumbe vitambaavyo.

[24] Kwa hiyo, Mungu akawaacha wazifuate tamaa mbaya za mioyo yao katika uasherati, hata wakavunjiana heshima miili yao wao kwa wao. [25] Kwa sababu waliibadili kweli ya Mungu kuwa uongo, wakaabudu na kutumikia kiumbe badala ya Muumba, ahimidiwaye milele! Amen.

[26] Kwa sababu hii, Mungu aliwaacha wavunjiane heshima kwa kufuata tamaa zao za aibu. Hata wanawake wao wakabadili matumizi ya asili ya miili yao wakaitumia isivyokusudiwa. [27] Vivyo hivyo wanaume pia wakiacha matumizi ya asili ya wanawake wakawakiana tamaa wao kwa wao. Wanaume wakafanyiana matendo ya aibu na wanaume wengine na wakapata katika maisha yao adhabu iliyowastahili kwa ajili ya upotovu wao. [28] Nao kwa kuwa hawakuona umuhimu wa kudumisha ufahamu wa Mungu, yeye akawaachilia wafuate akili za upotovu, watende mambo yale yasiyostahili kutendwa. [29] Wakiwa wamejawa na udhalimu wa kila namna, uasherati, uovu, tamaa mbaya na hila. Wamejawa na husuda, uuaji, ugomvi, udanganyifu, hadaa na nia mbaya. Wao pia ni wasengenyaji, [30] wasingiziaji, wanaomchukia Mungu, wajeuri, wenye kiburi na majivuno, wenye hila, wasiotii wazazi wao, [31] wajinga, wasioamini, wasio na huruma na wakatili. [32] Ingawa wanafahamu sheria za haki ya Mungu kwamba watu wanaofanya mambo kama hayo wanastahili mauti, si kwamba wanaendelea kutenda hayo tu, bali pia wanakubaliana na wale wanaoyatenda.

Hukumu Ya Mungu

2 Kwa hiyo huna udhuru wowote, wewe utoaye hukumu kwa mwingine, kwa maana katika jambo lolote unalowahukumu wengine, unajihukumu wewe mwenyewe kwa sababu wewe unayehukumu unafanya mambo hayo hayo. [2] Basi tunajua kwamba hukumu ya Mungu dhidi ya wale wafanyao mambo kama hayo ni ya kweli. [3] Hivyo wewe mwanadamu, utoapo hukumu juu yao na bado unafanya mambo yale yale, unadhani utaepuka hukumu ya Mungu? [4] Au waudharau wingi wa wema, ustahimili na uvumilivu wake, bila kujua kuwa wema wa Mungu wakuelekeza kwenye toba?

5 Lakini kwa sababu ya ukaidi wenu na mioyo yenu isiyotaka kutubu, mnajiwekea akiba ya ghadhabu dhidi yenu wenyewe kwa siku ile ya ghadhabu ya Mungu, wakati hukumu yake ya haki itakapodhihirishwa. 6 Kwa maana Mungu atamlipa kila mtu sawasawa na matendo yake. 7 Wale ambao kwa kuvumilia katika kutenda mema hutafuta utukufu, heshima na maisha yasiyoharibika, Mungu atawapa uzima wa milele. 8 Lakini kwa wale watafutao mambo yao wenyewe na wale wanaokataa kweli na kuzifuata njia mbaya, kutakuwa na ghadhabu na hasira ya Mungu. 9 Kutakuwa na taabu na dhiki kwa kila mmoja atendaye maovu, Myahudi kwanza na mtu wa Mataifa pia, 10 bali utukufu, heshima na amani kwa ajili ya kila mmoja atendaye mema, kwa Myahudi kwanza, kisha kwa mtu wa Mataifa. 11 Kwa maana Mungu hana upendeleo.

12 Watu wote waliotenda dhambi pasipo sheria wataangamia pasipo sheria, nao wote wale waliotenda dhambi chini ya sheria watahukumiwa kwa sheria. 13 Kwa maana si wale wanaoisikia sheria ambao ni wenye haki mbele za Mungu, bali ni wale wanaoitii sheria ndio watakaohesabiwa haki. 14 (Naam, wakati wa watu wa Mataifa, ambao hawana sheria, wanapofanya kwa asili mambo yatakiwayo na sheria, wao ni sheria kwa nafsi zao wenyewe, hata ingawa hawana sheria. 15 Wao wanaonyesha kwamba lile linalotakiwa na sheria limeandikwa kwenye mioyo yao, ambayo pia dhamiri zao zikiwashuhudia, nayo mawazo yao yenye kupingana yatawashtaki au kuwatetea.) 16 Hili litatukia siku hiyo Mungu atakapozihukumu siri za wanadamu kwa njia ya Yesu Kristo, kama isemavyo Injili yangu.

Wayahudi Na Sheria

17 Tazama, wewe ukiwa unaitwa Myahudi na kuitegemea sheria na kujisifia uhusiano wako na Mungu, 18 kama unajua mapenzi ya Mungu na kukubali lililo bora kwa sababu umefundishwa na hiyo sheria, 19 kama unatambua kuwa wewe ni kiongozi wa vipofu, na mwanga kwa wale walio gizani, 20 mkufunzi wa wajinga na mwalimu wa watoto wachanga, kwa kuwa una maarifa ya kweli katika hiyo sheria, 21 basi wewe, uwafundishaye wengine, mbona hujifunzi mwenyewe? Wewe uhubiriye kwamba mtu asiibe, wewe mwenyewe waiba? 22 Wewe usemaye mtu asizini, wewe mwenyewe wazini? Wewe uchukiaye miungu ya sanamu, wafanya jambo la kumchukiza katika mahekalu? 23 Wewe ujivuniaye sheria, wamwaibisha Mungu kwa kuvunja sheria? 24 Kama ilivyoandikwa, "Kwa ajili yenu ninyi, Jina la Mungu linatukanwa miongoni mwa watu wa Mataifa."

25 Kutahiriwa kuna thamani ikiwa unatii sheria, lakini kama unavunja sheria, kutahiriwa kwako kumekuwa kutokutahiriwa. 26 Hivyo, ikiwa wale wasiotahiriwa wanatimiza mambo ambayo sheria inataka, je, kutokutahiriwa kwao hakutahesabiwa kuwa sawa na kutahiriwa? 27 Ndipo wale ambao hawakutahiriwa kimwili lakini wanaitii sheria watawahukumu ninyi, ambao ingawa mmetahiriwa na kuijua sana sheria ya Mungu iliyoandikwa, lakini mwaivunja.

28 Kwa maana mtu si Myahudi kwa vile alivyo kwa nje, wala tohara ya kweli si kitu cha nje au cha kimwili. 29 Lakini mtu ni Myahudi alivyo ndani, nayo tohara ya kweli ni jambo la moyoni, ni la Roho, wala si la sheria iliyoandikwa. Mtu wa namna hiyo hapokei sifa kutoka kwa wanadamu bali kwa Mungu.

Uaminifu Wa Mungu

3 Basi kuna faida gani kuwa Myahudi? Au kuna thamani gani katika tohara? 2 Kuna faida kubwa kwa kila namna! Kwanza kabisa, Wayahudi wamekabidhiwa lile Neno halisi la Mungu. 3 Ingekuwaje kama wengine hawakuwa na imani? Je, kutokuamini kwao kungebatilisha uaminifu wa Mungu? 4 La hasha! Mungu na aonekane mwenye haki, na kila mwanadamu kuwa mwongo, kama ilivyoandikwa:

"Ili uthibitike kuwa wa kweli unaponena,
na ukashinde utoapo hukumu."

5 Ikiwa uovu wetu unathibitisha haki ya Mungu waziwazi, tuseme nini basi? Je, Mungu kuileta ghadhabu yake juu yetu ni kwamba yeye si mwenye haki? (Nanena kibinadamu.) 6 La hasha! Kama hivyo ndivyo ilivyo, Mungu angehukumuje ulimwengu? 7 Mtu aweza kuuliza, "Kama uongo wangu unasaidia kuonyesha kweli ya Mungu na kuzidisha utukufu wake, kwa nini basi mimi nahukumiwa kuwa mwenye dhambi?" 8 Nasi kwa nini tusiseme, kama wengine wanavyotusingizia kuwa tunasema, "Tutende maovu ili mema yapate kuja?" Wao wanastahili hukumu yao.

Wote Wametenda Dhambi

9 Tuseme je basi? Je, sisi ni bora kuwaliko wao? La hasha! Kwa maana tumekwisha kuhakikisha kwa vyovyote kwamba Wayahudi na watu wa Mataifa wote wako chini ya nguvu ya dhambi. 10 Kama ilivyoandikwa:

"Hakuna mwenye haki, hakuna
    hata mmoja.
11   Hakuna hata mmoja mwenye ufahamu,
    hakuna hata mmoja amtafutaye Mungu.
12 Wote wamepotoka,
    wote wameoza pamoja;
hakuna atendaye mema,
    naam, hakuna hata mmoja."
13 "Makoo yao ni makaburi wazi;
    kwa ndimi zao wao hufanya
    udanganyifu."
"Sumu ya nyoka iko midomoni mwao."
14 "Vinywa vyao vimejaa laana na uchungu."
15 "Miguu yao ina haraka kumwaga damu;
16   maangamizi na taabu viko katika njia zao,
17 wala njia ya amani hawaijui."
18 "Hakuna hofu ya Mungu machoni pao."

19 Basi tunajua ya kwamba chochote sheria inachosema, inawaambia wale walio chini ya sheria ili kila kinywa kinyamazishwe na ulimwengu wote uwajibike kwa Mungu. 20 Kwa hiyo hakuna

binadamu hata mmoja atakayehesabiwa haki mbele za Mungu kwa matendo ya sheria, kwa maana sheria hutufanya tuitambue dhambi.

Haki Kwa Njia Ya Imani

[21] Lakini sasa, haki itokayo kwa Mungu imedhihirishwa pasipo sheria, ambayo Sheria na Manabii wanaishuhudia. [22] Haki hii itokayo kwa Mungu hupatikana kwa Yesu Kristo kwa wote wamwaminio. [23] Kwa maana hapo hakuna tofauti, [23] kwa kuwa wote wametenda dhambi na kupungukiwa na utukufu wa Mungu, [24] wanahesabiwa haki bure kwa neema yake kwa njia ya ukombozi ulio katika Kristo Yesu. [25] Yeye ambaye Mungu alimtoa awe dhabihu ya upatanisho kwa njia ya imani katika damu yake. Alifanya hivi ili kuonyesha haki yake, kwa sababu kwa ustahimili wake aliziachilia zile dhambi zilizotangulia kufanywa. [26] Alifanya hivyo ili kuonyesha haki yake wakati huu, ili yeye awe mwenye haki na mwenye kumhesabia haki yule anayemwamini Yesu.

Umuhimu Wa Kuwa Na Imani

[27] Basi, kujivuna kuko wapi? Kumewekwa mbali. Kwa sheria gani? Je, ni kwa ile ya matendo? La hasha, bali kwa ile sheria ya imani. [28] Kwa maana twaona kwamba mwanadamu huhesabiwa haki kwa njia ya imani wala si kwa matendo ya sheria. [29] Je, Mungu ni Mungu wa Wayahudi peke yao? Je, yeye si Mungu wa watu wa Mataifa pia? Naam, yeye ni Mungu wa watu wa Mataifa pia. [30] Basi kwa kuwa tuna Mungu mmoja tu, atawahesabia haki wale waliotahiriwa kwa imani na wale wasiotahiriwa kwa imani iyo hiyo. [31] Je, basi ni kwamba tunaibatilisha sheria kwa imani hii? La, hasha! Badala yake tunaithibitisha sheria.

Abrahamu Alihesabiwa Haki Kwa Imani

4 Tuseme nini basi, kuhusu Abrahamu baba yetu kwa jinsi ya mwili: yeye alipataje kujua jambo hili? [2] Kwa maana ikiwa Abrahamu alihesabiwa haki kwa matendo, basi, anacho kitu cha kujivunia, lakini si mbele za Mungu. [3] Kwa maana Maandiko yasemaje? "Abrahamu alimwamini Mungu na ikahesabiwa kwake kuwa haki."

[4] Basi mtu afanyapo kazi, mshahara wake hauhesabiwi kwake kuwa ni zawadi, bali ni haki yake anayostahili. [5] Lakini kwa mtu ambaye hafanyi kazi na anamtumaini Mungu, yeye ambaye huwahesabia waovu haki, imani yake inahesabiwa kuwa haki. [6] Daudi pia alisema vivyo hivyo aliponena juu ya baraka za mtu ambaye Mungu humhesabia haki pasipo matendo:

[7] "Wamebarikiwa wale
ambao wamesamehewa makosa yao,
ambao dhambi zao zimefunikwa.
[8] Heri mtu yule
Bwana hamhesabii dhambi zake."

Haki Kabla Ya Tohara

[9] Je, huku kubarikiwa ni kwa wale waliotahiriwa peke yao, au pia na kwa wale wasiotahiriwa? Tunasema, "Imani ya Abrahamu ilihesabiwa kwake

kuwa haki." [10] Je, ni lini basi ilipohesabiwa kwake kuwa haki? Je, ilikuwa kabla au baada ya kutahiriwa kwake? Haikuwa baada, ila kabla hajatahiriwa. [11] Alipewa ishara ya tohara kuwa muhuri wa haki aliyokuwa nayo kwa imani hata alipokuwa bado hajatahiriwa. Kusudi lilikuwa kumfanya baba wa wote wale waaminio pasipo kutahiriwa na ambao wamehesabiwa haki. [12] Vivyo hivyo awe baba wa wale waliotahiriwa ambao si kwamba wametahiriwa tu, bali pia wanafuata mfano wa imani ambayo Baba yetu Abrahamu alikuwa nayo kabla ya kutahiriwa.

Ahadi Ya Mungu Hufahamika Kwa Imani

[13] Kwa maana ile ahadi kwamba angeurithi ulimwengu haikuja kwa Abrahamu au kwa wazao wake kwa njia ya sheria bali kwa njia ya haki ipatikanayo kwa imani. [14] Kwa maana ikiwa wale waishio kwa sheria ndio warithi, imani haina thamani na ahadi haifai kitu, [15] kwa sababu sheria huleta ghadhabu. Mahali ambapo hakuna sheria hakuna makosa.

[16] Kwa hiyo, ahadi huja kwa njia ya imani, ili iwe ni kwa neema, na itolewe kwa wazao wa Abrahamu, si kwa wale walio wa sheria peke yao, bali pia kwa wale walio wa imani ya Abrahamu. Yeye ndiye baba yetu sisi sote. [17] Kama ilivyoandikwa: "Nimekufanya wewe kuwa baba wa mataifa mengi." Yeye ni baba yetu mbele za Mungu, ambaye yeye alimwamini, yule Mungu anaye fufua waliokufa, na kuvitaja vile vitu ambavyo haviko kana kwamba vimekwisha kuwako.

Mfano Wa Imani Ya Abrahamu

[18] Akitaraji yasiyoweza kutarajiwa, Abrahamu akaamini, akawa baba wa mataifa mengi, kama alivyoahidiwa kwamba, "Uzao wako utakuwa mwingi mno." [19] Abrahamu hakuwa dhaifu katika imani hata alipofikiri juu ya mwili wake, ambao ulikuwa kama uliokufa, kwani umri wake ulikuwa unakaribia miaka mia moja, au alipofikiri juu ya ufu wa tumbo la Sara. [20] Lakini Abrahamu hakusitasita kwa kutokuamini ahadi ya Mungu, bali alitiwa nguvu katika imani yake na kumpa Mungu utukufu, [21] akiwa na hakika kabisa kwamba Mungu alikuwa na uwezo wa kutimiza lile aliloahidi. [22] Hii ndio sababu, "ilihesabiwa kwake kuwa haki." [23] Maneno haya "ilihesabiwa kwake kuwa haki," hayakuandikwa kwa ajili yake peke yake, [24] bali kwa ajili yetu sisi pia ambao Mungu atatupa haki, sisi tunaomwamini yeye aliyemfufua Yesu Bwana wetu kutoka kwa wafu. [25] Alitolewa afe kwa ajili ya dhambi zetu, naye alifufuliwa kutoka mauti ili tuhesabiwe haki.

Matokeo Ya Kuhesabiwa Haki

5 Kwa hiyo, kwa kuwa tumekwisha kuhesabiwa haki kwa imani, tuna amani na Mungu kwa njia ya Bwana wetu Yesu Kristo, [2] ambaye kwa kupitia kwake tumepata kwa njia ya imani kuifikia neema hii ambayo ndani yake sasa tunasimama, nasi twafurahia katika tumaini letu la kushiriki utukufu wa Mungu. [3] Si hivyo tu, bali twafurahi pia katika mateso, kwa sababu tunajua kuwa mateso huleta

saburi, ⁴nayo saburi huleta uthabiti wa moyo, na uthabiti wa moyo huleta tumaini, ⁵wala tumaini halitukatishi tamaa, kwa sababu Mungu amekwisha kumimina pendo lake mioyoni mwetu kwa njia ya Roho Mtakatifu ambaye ametupatia.

⁶Kwa maana hata tulipokuwa dhaifu, wakati ulipowadia, Kristo alikufa kwa ajili yetu sisi wenye dhambi. ⁷Hakika, ni vigumu mtu yeyote kufa kwa ajili ya mwenye haki, ingawa inawezekana mtu akathubutu kufa kwa ajili ya mtu mwema. ⁸Lakini Mungu anaudhihirisha upendo wake kwetu kwamba: Tulipokuwa tungali wenye dhambi, Kristo alikufa kwa ajili yetu.

⁹Basi, kwa kuwa sasa tumehesabiwa haki kwa damu yake, si zaidi sana tutaokolewa kutoka ghadhabu ya Mungu kupitia kwake! ¹⁰Kwa kuwa kama tulipokuwa adui wa Mungu tulipatanishwa naye kwa njia ya kifo cha Mwanawe, si zaidi sana tukiisha kupatanishwa, tutaokolewa kwa uzima wake. ¹¹Lakini zaidi ya hayo, pia tunafurahi katika Mungu kwa njia ya Bwana wetu Yesu Kristo, ambaye kupitia kwake tumepata upatanisho.

Adamu Alileta Kifo, Yesu Ameleta Uzima

¹²Kwa hiyo kama vile dhambi ilivyoingia ulimwenguni kupitia kwa mtu mmoja, na kupitia dhambi hii mauti ikawafikia watu wote, kwa sababu wote wamefanya dhambi: ¹³kwa maana kabla sheria haijatolewa, dhambi ilikuwepo ulimwenguni. Lakini dhambi haihesabiwi wakati hakuna sheria. ¹⁴Hata hivyo, tangu wakati wa Adamu hadi wakati wa Mose, mauti ilitawala watu wote, hata wale ambao hawakutenda dhambi kwa kuvunja amri, kama alivyofanya Adamu, ambaye alikuwa mfano wa yule atakayekuja.

¹⁵Lakini ile karama iliyotolewa haikuwa kama lile kosa. Kwa maana ikiwa watu wengi walikufa kwa sababu ya kosa la mtu mmoja, zaidi sana neema ya Mungu na ile karama iliyokuja kwa neema ya mtu mmoja, yaani, Yesu Kristo, imezidi kuwa nyingi kwa ajili ya wengi. ¹⁶Tena, ile karama ya Mungu si kama matokeo ya ile dhambi. Hukumu ilikuja kwa njia ya mtu mmoja, ikaleta adhabu, bali karama ya neema ya Mungu ilikuja kwa njia ya makosa mengi, ikaleta kuhesabiwa haki. ¹⁷Kwa maana ikiwa kutokana na kosa la mtu mmoja, mauti ilitawala kupitia huyo mtu mmoja, zaidi sana wale wanaopokea wingi wa neema ya Mungu na karama yake ya kuhesabiwa haki, watatawala katika uzima kwa njia ya huyo mtu mmoja, yaani, Yesu Kristo.

¹⁸Kwa hiyo, kama vile kosa la mtu mmoja lilivyoleta adhabu kwa watu wote, vivyo hivyo pia kwa tendo la haki la mtu mmoja lilileta kuhesabiwa haki ambako huleta uzima kwa wote. ¹⁹Kwa maana kama vile kwa kutokutii kwa yule mtu mmoja wengi walifanywa wenye dhambi, vivyo hivyo kwa kutii kwa mtu mmoja wengi watafanywa wenye haki.

²⁰Zaidi ya hayo, sheria ilikuja, ili uvunjaji wa sheria uongezeke. Lakini dhambi ilipoongezeka, neema iliongezeka zaidi, ²¹ili kwamba kama vile dhambi ilivyotawala kwa njia ya mauti, vivyo hivyo neema iweze kutawala kwa njia ya kuhesabiwa

haki hata kuleta uzima wa milele katika Yesu Kristo Bwana wetu.

Kufa Na Kufufuka Pamoja Na Kristo

6 Tuseme nini basi? Je, tuendelee kutenda dhambi ili neema ipate kuongezeka? ²La hasha! Sisi tulioifia dhambi, tutawezaje kuendelea kuishi tena katika dhambi? ³Au hamjui ya kuwa sisi sote tuliobatizwa katika Kristo Yesu tulibatizwa katika mauti yake? ⁴Kwa hiyo tulizikwa pamoja naye kwa njia ya ubatizo katika mauti, ili kama vile Kristo alivyofufuliwa kutoka kwa wafu kwa utukufu wa Baba, vivyo hivyo sisi nasi pia tupate kuenenda katika upya wa uzima.

⁵Kwa maana ikiwa tumeungana naye katika mauti yake, bila shaka tutaungana naye katika ufufuo wake. ⁶Kwa maana twajua kwamba utu wetu wa kale ulisulubiwa pamoja naye ili ule mwili wa dhambi upate kuangamizwa, nasi tusiendelee kuwa tena watumwa wa dhambi. ⁷Kwa maana mtu yeyote aliyekufa amehesabiwa haki mbali na dhambi.

⁸Basi ikiwa tulikufa pamoja na Kristo, tunaamini kwamba pia tutaishi pamoja naye. ⁹Kwa maana tunajua kwamba Kristo, kwa sababu alifufuliwa kutoka kwa wafu, hawezi kufa tena; mauti haina tena mamlaka juu yake. ¹⁰Kifo alichokufa, aliifia dhambi mara moja tu, lakini uzima alio nao anamwishia Mungu.

¹¹Vivyo hivyo, jihesabuni wafu katika dhambi lakini mlio hai kwa Mungu katika Kristo Yesu. ¹²Kwa hiyo, msiruhusu dhambi itawale ndani ya miili yenu, ipatikanayo na kufa, ili kuwafanya mzitii tamaa mbaya. ¹³Wala msivitoe viungo vya miili yenu vitumike kama vyombo vya uovu vya kutenda dhambi, bali jitoeni kwa Mungu, kama watu waliotolewa kutoka mautini kuingia uzimani. Nanyi vitoeni viungo vya miili yenu kwake kama vyombo vya haki. ¹⁴Kwa maana dhambi haitakuwa na mamlaka juu yenu, kwa sababu hampo chini ya sheria, bali chini ya neema.

Watumwa Wa Haki

¹⁵Ni nini basi? Je, tutende dhambi kwa kuwa hatuko chini ya sheria bali chini ya neema? La, hasha! ¹⁶Je, hamjui kwamba mnapojitoa kwa mtu yeyote kama watumwa watiifu, ninyi ni watumwa wa yule mnayemtii, aidha watumwa wa dhambi, ambayo matokeo yake ni mauti, au watumwa wa utii ambao matokeo yake ni haki? ¹⁷Lakini Mungu ashukuriwe kwa kuwa ninyi ambao kwanza mlikuwa watumwa wa dhambi, mmekuwa watii kutoka moyoni kwa mafundisho mliyopewa. ¹⁸Nanyi, mkiisha kuwekwa huru mbali na dhambi, mmekuwa watumwa wa haki.

¹⁹Ninasema kwa namna ya kibinadamu kwa sababu ya udhaifu wenu wa hali ya asili. Kama vile mlivyokuwa mkivitoa viungo vya miili yenu kama watumwa wa mambo machafu na uovu uliokuwa ukiongezeka zaidi, hivyo sasa vitoeni viungo vyenu kama watumwa wa haki inayowaelekeza mpate kutakaswa. ²⁰Mlipokuwa watumwa wa dhambi, mlikuwa hamtawaliwi na haki. ²¹Lakini mlipata faida gani kwa mambo hayo ambayo

sasa mnayaona aibu? Mwisho wa mambo hayo ni mauti. ²² Lakini sasa kwa kuwa mmewekwa huru mbali na dhambi na mmekuwa watumwa wa Mungu, faida mnayopata ni utakatifu, ambao mwisho wake ni uzima wa milele. ²³ Kwa maana mshahara wa dhambi ni mauti, bali karama ya Mungu ni uzima wa milele katika Kristo Yesu Bwana wetu.

Hatufungwi Tena Na Sheria

7 Ndugu zangu (sasa ninasema na wale wanaoijua sheria), je, hamjui ya kwamba sheria ina mamlaka tu juu ya mtu wakati akiwa hai? ² Kwa mfano, mwanamke aliyeolewa amefungwa kwa mumewe wakati akiwa hai, lakini yule mume akifa, yule mwanamke amefunguliwa kutoka sheria ya ndoa. ³ Hivyo basi, kama huyo mwanamke ataolewa na mwanaume mwingine wakati mumewe akiwa bado yuko hai, ataitwa mzinzi. Lakini kama mumewe akifa, mwanamke huyo hafungwi tena na sheria ya ndoa, naye akiolewa na mtu mwingine haitwi mzinzi.

⁴ Vivyo hivyo, ndugu zangu, ninyi mmeifia sheria kwa njia ya mwili wa Kristo, ili mweze kuwa mali ya mwingine, yeye ambaye alifufuliwa kutoka kwa wafu, ili tupate kuzaa matunda kwa Mungu. ⁵ Kwa maana tulipokuwa tunatawaliwa na asili ya dhambi, tamaa za dhambi zilizochochewa na sheria zilikuwa zikitenda kazi katika miili yetu, hivyo tulizaa matunda ya mauti. ⁶ Lakini sasa, kwa kufia kile kilichokuwa kimetufunga kwanza, tumewekwa huru kutokana na sheria ili tutumike katika njia mpya ya Roho, wala si katika njia ya zamani ya sheria iliyoandikwa.

Sheria Na Dhambi

⁷ Tuseme nini basi? Kwamba sheria ni dhambi? La, hasha! Lakini, isingekuwa kwa sababu ya sheria, nisingalijua dhambi. Nisingalijua kutamani ni nini kama sheria haikusema, "Usitamani." ⁸ Lakini dhambi kwa kupata nafasi katika amri, hii ikazaa ndani yangu kila aina ya tamaa. Kwa maana pasipo sheria, dhambi imekufa. ⁹ Wakati fulani nilikuwa hai pasipo sheria, lakini amri ilipokuja, dhambi ikawa hai, nami nikafa. ¹⁰ Nikaona kwamba ile amri iliyokusudiwa kuleta uzima, ilileta mauti. ¹¹ Kwa maana dhambi kwa kupata nafasi katika amri, ilinidanganya, na kupitia katika hiyo amri, ikaniua. ¹² Hivyo basi, sheria yenyewe ni takatifu, na amri ni takatifu na ya haki, tena ni njema. ¹³ Je, kile kilicho chema basi kilikuwa mauti kwangu? La, hasha! Lakini ili dhambi itambuliwe kuwa ni dhambi, ilileta mauti ndani yangu kupitia kile kilichokuwa chema, ili kwa njia ya amri dhambi izidi kuwa mbaya kupita kiasi.

Mgongano Wa Ndani

¹⁴ Kwa maana tunajua kwamba sheria ni ya kiroho, lakini mimi ni wa kimwili nikiwa nimeuzwa kwenye utumwa wa dhambi. ¹⁵ Sielewi nitendalo, kwa maana lile ninalotaka kulitenda, silitendi, lakini ninatenda lile ninalolichukia. ¹⁶ Basi kama ninatenda lile nisilotaka kutenda, ni kwamba ninakubali kuwa sheria ni njema. ¹⁷ Lakini, kwa

kweli si mimi tena nitendaye lile nisilotaka bali ni ile dhambi ikaayo ndani yangu. ¹⁸ Kwa maana ninafahamu kwamba hakuna jema lolote likaalo ndani yangu, yaani, katika asili yangu ya dhambi. Kwa kuwa nina shauku ya kutenda lililo jema, lakini siwezi kulitenda. ¹⁹ Sitendi lile jema nitakalo kutenda, bali lile baya nisilolitaka, ndilo nitendalo. ²⁰ Basi kama ninatenda lile nisilotaka kutenda, si mimi tena nifanyaye hivyo, bali ni ile dhambi ikaayo ndani yangu. ²¹ Hivyo naiona sheria ikitenda kazi. Ninapotaka kutenda jema, jambo baya liko papo hapo. ²² Kwa maana katika utu wangu wa ndani naifurahia sheria ya Mungu. ²³ Lakini ninaona kuna sheria nyingine inayotenda kazi katika viungo vya mwili wangu inayopigana vita dhidi ya ile sheria ya akili yangu. Sheria hii inanifanya mateka wa ile sheria ya dhambi inayofanya kazi katika viungo vya mwili wangu. ²⁴ Ole wangu mimi maskini! Ni nani atakayeniokoa na mwili huu wa mauti? ²⁵ Ashukuriwe Mungu kwa njia ya Yesu Kristo Bwana wetu! Hivyo basi, mimi mwenyewe kwa akili zangu ni mtumwa wa sheria ya Mungu, lakini katika asili ya dhambi ni mtumwa wa sheria ya dhambi.

Maisha Katika Roho

8 Kwa hiyo, sasa hakuna hukumu ya adhabu kwa wale walio ndani ya Kristo Yesu, wale ambao hawaenendi kwa kuufuata mwili bali kwa kufuata Roho. ² Kwa sababu sheria ya Roho wa uzima katika Kristo Yesu imeniweka huru mbali na sheria ya dhambi na mauti. ³ Kwa maana kile ambacho sheria haikuwa na uwezo wa kufanya, kwa vile ilivyokuwa dhaifu katika mwili, Mungu kwa kumtuma Mwanawe mwenyewe kwa mfano wa mwanadamu mwenye mwili ulio wa dhambi na kwa ajili ya dhambi, yeye aliihukumu dhambi katika mwili, ⁴ ili kwamba haki ipatikanayo kwa sheria itimizwe ndani yetu sisi, ambao hatuenendi kwa kuufuata mwili bali kwa kufuata Roho. ⁵ Kwa maana wale wanaoishi kwa kuufuata mwili huziweka nia zao katika vitu vya mwili, lakini wale wanaoishi kwa kufuata Roho, huziweka nia zao katika mambo ya Roho. ⁶ Kwa maana kuwa na nia ya mwili ni mauti, bali kuwa na nia inayoongozwa na Roho ni uzima na amani. ⁷ Kwa kuwa ile nia ya mwili ni uadui na Mungu, kwa maana haitii sheria ya Mungu, wala haiwezi kuitii. ⁸ Wale wanaotawaliwa na mwili, hawawezi kumpendeza Mungu. ⁹ Lakini ninyi, hamtawaliwi na mwili, bali na Roho, ikiwa Roho wa Mungu anakaa ndani yenu. Mtu yeyote ambaye hana Roho wa Kristo, yeye si wa Kristo. ¹⁰ Lakini kama Kristo anakaa ndani yenu, miili yenu imekufa kwa sababu ya dhambi, lakini roho zenu zi hai kwa sababu ya haki. ¹¹ Nanyi ikiwa Roho wa Mungu aliyemfufua Yesu kutoka kwa wafu anakaa ndani yenu, yeye aliyemfufua Kristo Yesu kutoka kwa wafu ataihuisha pia miili yenu ambayo hufa, kwa njia ya Roho wake akaaye ndani yenu.

¹² Kwa hiyo ndugu zangu, sisi tu wadeni, si wa mwili, ili tuishi kwa kuufuata mwili, ¹³ kwa maana

mkiishi kwa kuufuata mwili, mtakufa, lakini kama mkiyaua matendo ya mwili kwa Roho, mtaishi. [14] Kwa kuwa wote wanaoongozwa na Roho wa Mungu, hao ndio watoto wa Mungu. [15] Kwa maana hamkupokea roho ya utumwa iwaleteayo tena hofu, bali mlipokea roho ya kufanywa wana, ambaye kwa yeye twalia, "Abba,ᵃ yaani, Baba," [16] Roho mwenyewe hushuhudia pamoja na roho zetu ya kwamba sisi tu watoto wa Mungu. [17] Hivyo, ikiwa sisi ni watoto, basi tu warithi, warithi wa Mungu, warithio pamoja na Kristo, naam, tukiteswa pamoja naye tupate pia kutukuzwa pamoja naye.

Utukufu Ujao

[18] Nayahesabu mateso yetu ya wakati huu kuwa si kitu kulinganisha na utukufu utakaodhihirishwa kwetu. [19] Kwa maana viumbe vyote vinangoja kwa shauku kudhihirishwa kwa watoto wa Mungu. [20] Kwa kuwa viumbe vyote viliwekwa chini ya ubatili, si kwa chaguo lao, bali kwa mapenzi yake yeye aliyevitiisha katika tumaini, [21] ili kwamba viumbe vyote vipate kuwekwa huru kutoka kwa utumwa wa kuharibika na kupewa uhuru wa utukufu wa watoto wa Mungu. [22] Kwa maana twajua ya kuwa hata sasa viumbe vyote vimekuwa vikilia kwa maumivu kama utungu wa mwanamke wakati wa kuzaa. [23] Wala si hivyo viumbe peke yao, bali hata sisi ambao ndio matunda ya kwanza ya Roho, kwa ndani tunalia kwa uchungu tukisubiri kwa shauku kufanywa wana wa Mungu, yaani, ukombozi wa miili yetu. [24] Kwa kuwa tuliokolewa kwa tumaini hili. Lakini kama kinachotumainiwa kikionekana hakiwi tumaini tena. Je, kuna mtu anayetumaini kupata kitu alicho nacho tayari? [25] Lakini tunapotumaini kupata kitu ambacho hatuna, basi twakingojea kwa saburi. [26] Vivyo hivyo, Roho hutusaidia katika udhaifu wetu, kwa sababu hatujui kuomba ipasavyo. Lakini Roho mwenyewe hutuombea kwa uchungu usioweza kutamkwa. [27] Naye Mungu aichunguzaye mioyo, anaijua nia ya Roho, kwa sababu Roho huwaombea watakatifu sawasawa na mapenzi ya Mungu.

Tunashinda Na Zaidi Ya Kushinda

[28] Nasi tunajua ya kuwa katika mambo yote Mungu hutenda kazi pamoja na wote wampendao, katika kuwapatia mema, yaani, wale walioitwa kwa kusudi lake. [29] Maana wale Mungu aliowajua tangu mwanzo, pia aliwachagua tangu mwanzo, wapate kufanana na mfano wa Mwanawe, ili yeye awe mzaliwa wa kwanza miongoni mwa ndugu wengi. [30] Nao wale Mungu aliotangulia kuwachagua, akawaita, wale aliowaita pia akawahesabia haki, nao wale aliowahesabia haki, pia akawatukuza.

Upendo Wa Mungu

[31] Tuseme nini basi kuhusu haya? Ikiwa Mungu yuko upande wetu, ni nani awezaye kuwa kinyume

chetu? [32] Ikiwa Mungu hakumhurumia Mwanawe, bali alimtoa kwa ajili yetu sote, atakosaje basi kutupatia vitu vyote kwa ukarimu pamoja naye? [33] Ni nani atakayewashtaki wale ambao Mungu amewateua? Ni Mungu mwenyewe ndiye mwenye kuwahesabia haki. [34] Ni nani basi atakayewahukumia adhabu? Kristo Yesu aliyekufa, naam, zaidi ya hayo, aliyefufuliwa kutoka kwa wafu, yuko mkono wa kuume wa Mungu, naye pia anatuombea. [35] Ni nani atakayetutenga na upendo wa Kristo? Je, ni shida au taabu au mateso au njaa au uchi au hatari au upanga? [36] Kama ilivyoandikwa:

> "Kwa ajili yako tunauawa mchana kutwa;
> tumehesabiwa kama kondoo
> wa kuchinjwa."

[37] Lakini katika mambo haya yote tunashinda, naam na zaidi ya kushinda, kwa yeye aliyetupenda. [38] Kwa maana nimekwisha kujua kwa hakika ya kuwa sio mauti, wala uzima, wala malaika, wala wenye mamlaka, wala yaliyopo, wala yatakayokuja, wala wenye uwezo, [39] wala yaliyo juu, wala yaliyo chini, wala kiumbe kingine chochote zitaweza kututenga na upendo wa Mungu ulio katika Kristo Yesu, Bwana wetu.

Kuteuliwa Kwa Israeli Na Mungu

9 Ninasema kweli katika Kristo, wala sisemi uongo, dhamiri yangu inanishuhudia katika Roho Mtakatifu. [2] Nina huzuni kuu na uchungu usiokoma moyoni mwangu. [3] Kwa maana ningetamani hata mimi nilaaniwe na kutengwa na Kristo kwa ajili ya ndugu zangu hasa, wale walio wa kabila langu kwa jinsi ya mwili, [4] yaani, watu wa Israeli, ambao ndio wenye kule kufanywa wana, ule utukufu wa Mungu, yale maagano, kule kupokea sheria, ibada ya kwenye Hekalu na zile ahadi. [5] Wao ni wa uzao wa mababa wakuu wa kwanza, ambao kutoka kwao Kristo alikuja kwa jinsi ya mwili kama mwanadamu, yeye ambaye ni Mungu aliye juu ya vyote, mwenye kuhimidiwa milele! Amen.

[6] Si kwamba Neno la Mungu limeshindwa. Kwa maana si kila Mwisraeli ambaye ni wa uzao utokanao na Israeli ni Mwisraeli halisi. [7] Wala hawakuwi wazao wa Abrahamu kwa sababu wao ni watoto wake, lakini: "Uzao wako utahesabiwa kupitia kwake Isaki." [8] Hii ina maana kwamba, si watoto waliozaliwa kimwili walio watoto wa Mungu, bali ni watoto wa ahadi wanaohesabiwa kuwa uzao wa Abrahamu. [9] Kwa maana ahadi yenyewe ilisema, "Nitakurudia tena wakati kama huu, naye Sara atapata mtoto wa kiume."

[10] Wala si hivyo tu, bali pia watoto aliowazaa Rebeka walikuwa na baba huyo huyo mmoja, yaani, baba yetu Isaki. [11] Lakini, hata kabla hao mapacha hawajazaliwa au kufanya jambo lolote jema au baya, ili kwamba kusudi la Mungu la kuchagua lipate kusimama, [12] si kwa matendo, bali kwa yeye mwenye kuita, Rebeka aliambiwa, "Yule mkubwa atamtumikia yule mdogo." [13] Kama vile ilivyoandikwa, "Nimempenda Yakobo, lakini nimemchukia Esau."

ᵃ15 Abba ni neno la Kiaramu ambalo maana yake ni Baba; ni neno ambalo lingetumiwa na mtoto kwa yule ambaye amemzaa.

Mungu Hana Upendeleo

[14] Tuseme nini basi? Je, Mungu ni dhalimu? La, hasha! [15] Kwa maana Mungu alimwambia Mose,

"Nitamrehemu yeye nimrehemuye,
na pia nitamhurumia yeye nimhurumiaye."

[16] Kwa hiyo haitegemei kutaka kwa mwanadamu au jitihada, bali hutegemea huruma ya Mungu. [17] Kwa maana Maandiko yamwambia Farao, "Nilikuinua kwa kusudi hili hasa, ili nipate kuonyesha uweza wangu juu yako, na ili Jina langu lipate kutangazwa duniani yote." [18] Kwa hiyo basi, Mungu humhurumia yeye atakaye kumhurumia na humfanya mgumu yeye atakaye kumfanya mgumu.

[19] Basi mtaniambia, "Kama ni hivyo, kwa nini basi bado Mungu anatulaumu? Kwa maana ni nani awezaye kupinga mapenzi yake?" [20] Lakini, ewe mwanadamu, u nani wewe ushindane na Mungu? "Je, kilichoumbwa chaweza kumwambia yeye aliyekiumba, 'Kwa nini umeniumba hivi?' " [21] Je, mfinyanzi hana haki ya kufinyanga kutoka bonge moja vyombo vya udongo, vingine kwa matumizi ya heshima na vingine kwa matumizi ya kawaida? [22] Iweje basi, kama Mungu kwa kutaka kuonyesha ghadhabu yake na kufanya uweza wake ujulikane, amevumilia kwa uvumilivu mwingi vile vyombo vya ghadhabu vilivyoandaliwa kwa uharibifu? [23] Iweje basi, kama yeye alitenda hivi ili kufanya wingi wa utukufu wake ujulikane kwa vile vyombo vya rehema yake, alivyotangulia kuvitengeneza kwa ajili ya utukufu wake, [24] yaani pamoja na sisi, ambao pia alituita, si kutoka kwa Wayahudi peke yao, bali pia kutoka kwa watu wa Mataifa?

Yote Yalitabiriwa Katika Maandiko

[25] Kama vile Mungu asemavyo katika Hosea:

"Nitawaita 'watu wangu'
wale ambao si watu wangu;
nami nitamwita 'mpenzi wangu'
yeye ambaye si mpenzi wangu,"

[26] tena,

"Itakuwa hasa mahali pale walipoambiwa,
'Ninyi si watu wangu,'
wao wataitwa 'wana wa Mungu aliye hai.' "

[27] Isaya anapiga kelele kuhusu Israeli:

"Ingawa idadi ya wana wa Israeli
ni wengi kama mchanga wa pwani,
ni mabaki yao tu watakaookolewa.
[28] Kwa kuwa Bwana ataitekeleza
hukumu yake duniani kwa haraka
na kwa ukamilifu."

[29] Ni kama vile alivyotabiri Isaya akisema:

"Kama Bwana Mwenye Nguvu Zote
asingelituachia uzao,

tungelikuwa kama Sodoma,
tungelifanana na Gomora."

Kutokuamini Kwa Israeli

[30] Kwa hiyo tuseme nini basi? Kwamba watu wa Mataifa ambao hawakutafuta haki, wamepata haki ile iliyo kwa njia ya imani. [31] Lakini Israeli, ambao walijitahidi kupata haki kwa njia ya sheria, hawakuipata. [32] Kwa nini? Kwa sababu hawakuitafuta kwa njia ya imani bali kwa njia ya matendo. Wakajikwaa kwenye lile "jiwe la kukwaza." [33] Kama ilivyoandikwa:

"Tazama naweka katika Sayuni jiwe la
kukwaza watu
na mwamba wa kuwaangusha.
Yeyote atakayemwamini
hataaibika kamwe."

10 Ndugu zangu, shauku ya moyo wangu na maombi yangu kwa Mungu ni kwa ajili ya Waisraeli, kwamba waokolewe. [2] Kwa maana ninaweza nikashuhudia wazi kwamba wao wana juhudi kubwa kwa ajili ya Mungu, lakini juhudi yao haina maarifa. [3] Kwa kuwa hawakuijua haki itokayo kwa Mungu, wakatafuta kuweka haki yao wenyewe, hawakujitia chini ya haki ya Mungu. [4] Kwa maana Kristo ni ukomo wa sheria ili kuwe na haki kwa kila mtu aaminiye.

Wokovu Ni Kwa Ajili Ya Wote

[5] Mose anaandika kuhusu haki ile itokanayo na sheria, kwamba, "Mtu atendaye matendo hayo ataishi kwa hayo." [6] Lakini ile haki itokanayo na imani husema hivi: "Usiseme moyoni mwako, 'Ni nani atakayepanda mbinguni?' " (yaani ili kumleta Kristo chini) [7] "au 'Ni nani atashuka kwenda kuzimu?' " (yaani ili kumleta Kristo kutoka kwa wafu.) [8] Lakini andiko lasemaje? "Lile neno liko karibu nawe, liko kinywani mwako na moyoni mwako," yaani, lile neno la imani tunalolihubiri. [9] Kwa sababu kama ukikiri kwa kinywa chako kwamba "Yesu ni Bwana," na kuamini moyoni mwako kwamba Mungu alimfufua kutoka kwa wafu, utaokoka. [10] Kwa maana kwa moyo mtu huamini na hivyo kuhesabiwa haki, tena kwa kinywa mtu hukiri na hivyo kupata wokovu. [11] Kama yasemavyo Maandiko, "Yeyote amwaminiye hataaibika kamwe." [12] Kwa maana hakuna tofauti kati ya Myahudi na Myunani, yeye ni Bwana wa wote, mwenye utajiri kwa wote wamwitao. [13] Kwa maana, "Kila mtu atakayeliitia Jina la Bwana, ataokolewa." [14] Lakini watamwitije yeye ambaye hawajamwamini? Nao watawezaje kumwamini yeye ambaye hawajamsikia? Tena watamsikiaje bila mtu kuwahubiria? [15] Nao watahubirije wasipopelekwa? Kama ilivyoandikwa, "Tazama jinsi ilivyo mizuri miguu yao wale wanaohubiri habari njema!" [16] Lakini si wote waliotii Habari Njema. Kwa maana Isaya asema, "Bwana, ni nani aliyeamini ujumbe wetu?" [17] Basi, imani chanzo chake ni kusikia, na kusikia huja kwa neno la Kristo. [18] Lakini nauliza: Je, wao hawakusikia? Naam, wamesikia, kwa maana:

"Sauti yao imeenea duniani pote,
nayo maneno yao yameenea
hadi miisho ya ulimwengu."

[19] Nami nauliza tena: Je, Waisraeli hawakuelewa? Kwanza, Mose asema,

"Nitawafanya mwe na wivu
kwa watu wale ambao si taifa.
Nitawakasirisha kwa taifa
lile lisilo na ufahamu."

[20] Naye Isaya kwa ujasiri mwingi anasema,

"Nimeonekana na watu wale ambao
hawakunitafuta.
Nilijifunua kwa watu
wale ambao hawakunitafuta."

[21] Lakini kuhusu Israeli anasema,

"Mchana kutwa nimewanyooshea
watu wakaidi na wasiotii mikono yangu."

Mabaki Ya Israeli

11 Basi nauliza: Je, Mungu amewakataa watu wake? La, hasha! Mimi mwenyewe ni Mwisraeli, tena uzao wa Abrahamu kutoka kabila la Benyamini. [2] Mungu hajawakataa watu wake, ambao yeye aliwajua tangu mwanzo. Je, hamjui yale Maandiko yasemayo kuhusu Eliya, jinsi alivyomlalamikia Mungu kuhusu Israeli? [3] Alisema, "Bwana, wamewaua manabii wako na kuzibomoa madhabahu zako, nimebaki mimi peke yangu, nao wanataka kuniua?" [4] Je, Mungu alimjibuje? "Nimejibakizia watu elfu saba ambao hawajapiga magoti kumwabudu Baali." [5] Vivyo hivyo pia, sasa wapo mabaki waliochaguliwa kwa neema ya Mungu. [6] Lakini ikiwa wamechaguliwa kwa neema, si tena kwa msingi wa matendo. Kama ingekuwa kwa matendo, neema isingekuwa neema tena.

[7] Tuseme nini basi? Kile kitu ambacho Israeli alikitafuta kwa bidii hakukipata. Lakini waliochaguliwa walikipata. Waliobaki walifanywa wagumu, [8] kama ilivyoandikwa:

"Mungu aliwapa bumbuazi la mioyo,
macho ili wasiweze kuona,
na masikio ili wasiweze kusikia,
hadi leo."

[9] Naye Daudi anasema:

"Karamu zao na ziwe tanzi na mtego
wa kuwanasa,
kitu cha kuwakwaza waanguke,
na adhabu kwao.
[10] Macho yao yatiwe giza ili wasiweze kuona,
nayo migongo yao iinamishwe daima."

Matawi Yaliyopandikizwa

[11] Hivyo nauliza tena: Je, Waisraeli walijikwaa ili waanguke na kuangamia kabisa? La, hasha! Lakini kwa sababu ya makosa yao, wokovu umewafikia watu wa Mataifa, ili kuwafanya Waisraeli waone wivu. [12] Basi ikiwa kukosa kwao kumekuwa utajiri mkubwa kwa ulimwengu, tena kama kuangamia kwao kumeleta utajiri kwa watu wa Mataifa, kurudishwa kwao kutaleta utajiri mkuu zaidi.

[13] Sasa ninasema nanyi watu wa Mataifa. Maadamu mimi ni mtume kwa watu wa Mataifa, naitukuza huduma yangu [14] ili kuwafanya watu wangu waone wivu na hivyo kuwaokoa baadhi yao. [15] Kwa kuwa ikiwa kukataliwa kwao ni kupatanishwa kwa ulimwengu, kukubaliwa kwao si kutakuwa ni uhai baada ya kufa? [16] Kama sehemu ya donge la unga uliotolewa kuwa limbuko ni mtakatifu, basi unga wote ni mtakatifu, nalo shina ni takatifu, vivyo hivyo na matawi nayo.

[17] Lakini kama baadhi ya matawi yalikatwa, nawe chipukizi la mzeituni mwitu ukapandikizwa mahali pao ili kushiriki unono pamoja na matawi mengine kutoka shina la mzeituni, [18] basi usijivune juu ya hayo matawi. Kama ukijivuna, kumbuka jambo hili: si wewe unayelishikilia shina, bali ni shina linalokushikilia wewe. [19] Basi utasema, "Matawi yale yalikatwa ili nipate kupandikizwa katika hilo shina." [20] Hii ni kweli. Matawi hayo yalikatwa kwa sababu ya kutokuamini kwake, lakini wewe umesimama tu kwa sababu ya imani. Kwa hiyo usijivune, bali simama kwa kuogopa. [21] Kwa maana kama Mungu hakuyahurumia matawi ya asili, wala hatakuhurumia wewe.

[22] Angalia basi wema na ukali wa Mungu: Kwa wale walioanguka, ukali, bali kwako wewe wema wa Mungu, kama utadumu katika wema wake. La sivyo, nawe utakatiliwa mbali. [23] Wao nao wasipodumu katika kutokuamini kwao, watapandikizwa tena kwenye shina, kwa maana Mungu anao uwezo wa kuwapandikiza tena kwenye hilo shina. [24] Ikiwa wewe ulikatwa kutoka kile ambacho kwa asili ni mzeituni mwitu na kupandikizwa kinyume cha asili kwenye mzeituni uliopandwa, si rahisi zaidi matawi haya ya asili kupandikizwa tena kwenye shina lake la mzeituni!

Israeli Wote Wataokolewa

[25] Ndugu zangu, ili msije mkajidai kuwa wenye hekima kuliko mlivyo, nataka mfahamu siri hii: Ugumu umewapata Israeli kwa sehemu hadi idadi ya watu wa Mataifa watakaoingia itimie. [26] Hivyo Israeli wote wataokolewa. Kama ilivyoandikwa:

"Mkombozi atakuja kutoka Sayuni;
ataondoa kutokumcha Mungu katika
Yakobo.
[27] Hili ndilo agano langu nao
nitakapoziondoa dhambi zao."

[28] Kwa habari ya Injili, wao ni adui wa Mungu kwa ajili yenu, lakini kuhusu kule kuteuliwa kwao ni wapendwa, kwa ajili ya mababa zao wa zamani, [29] kwa maana akishawapa watu karama, Mungu haziondoi, wala wito wake. [30] Kama vile ninyi wakati fulani mlivyokuwa waasi kwa Mungu lakini sasa mmepata rehema kwa sababu ya kutokutii kwao, [31] hivyo nao Waisraeli wamekuwa waasi ili kwamba wao nao sasa waweze kupata rehema

kwa ajili ya rehema za Mungu kwenu. ³²Kwa maana Mungu amewafunga wanadamu wote kwenye kuasi ili apate kuwarehemu wote.

Wimbo Wa Shukrani

³³Tazama jinsi kilivyo kina cha utajiri
wa hekima na maarifa ya Mungu!
Tazama jinsi ambavyo hukumu zake
hazichunguziki,
na ambavyo njia zake zisivyotafutikana!
³⁴"Ni nani aliyeyafahamu mawazo ya Bwana?
Au ni nani ambaye amekuwa
mshauri wake?"
³⁵"Au ni nani aliyempa chochote
ili arudishiwe?"
³⁶Kwa maana vitu vyote vyatoka kwake, viko
kwake na kwa ajili yake.
Utukufu ni wake milele! Amen.

Maisha Mapya Katika Kristo

12 Kwa hiyo, ndugu zangu, nawasihi kwa rehema zake Mungu, itoeni miili yenu iwe dhabihu iliyo hai, takatifu na inayompendeza Mungu, hii ndiyo ibada yenu yenye maana. ²Msifuatishe tena mfano wa ulimwengu huu, bali mgeuzwe kwa kufanywa upya nia zenu. Ndipo mtaweza kuonja na kuhakikisha ni nini mapenzi ya Mungu yaliyo mema, yanayopendeza machoni pake na ukamilifu.

³Kwa ajili ya neema niliyopewa nawaambia kila mmoja miongoni mwenu, asijidhanie kuwa bora kuliko impasvyo, bali afikiri kwa busara kwa kulingana na kipimo cha imani Mungu aliyompa. ⁴Kama vile katika mwili mmoja tulivyo na viungo vingi, navyo viungo vyote havina kazi moja, ⁵vivyo hivyo na sisi tulio wengi, tu mwili mmoja katika Kristo, nasi kila mmoja ni kiungo cha mwenzake. ⁶Tuna karama zilizotofautiana kila mmoja kutokana na neema tuliyopewa. Kama ni unabii na tutoe unabii kwa kadiri ya imani. ⁷Kama ni kuhudumu na tuhudumu, mwenye kufundisha na afundishe, ⁸kama ni kutia moyo na atie moyo, kama ni kuchangia kwa ajili ya mahitaji ya wengine na atoe kwa ukarimu, kama ni uongozi na aongoze kwa bidii, kama ni kuhurumia wengine na afanye hivyo kwa furaha.

Alama Za Mkristo Wa Kweli

⁹Upendo lazima usiwe na unafiki. Chukieni lililo ovu, shikamaneni na lililo jema. ¹⁰Pendaneni ninyi kwa ninyi kwa upendo wa ndugu. Waheshimuni na kuwatanguliza wengine. ¹¹Msiwe wavivu, bali mwe na bidii katika roho mkimtumikia Bwana. ¹²Kuweni na furaha katika tumaini, katika dhiki kuweni na saburi, dumuni katika maombi. ¹³Changieni katika mahitaji ya watakatifu, wakaribisheni wageni.

¹⁴Wabarikini wale wanaowatesa, barikini wala msilaani. ¹⁵Furahini pamoja na wenye kufurahi, lieni pamoja na wale waliao. ¹⁶Kaeni kwa amani ninyi kwa ninyi. Msijivune, bali mwe tayari kushirikiana na wanyonge. Wala msiwe watu wenye kujivuna kwamba mnajua kila kitu.

¹⁷Msimlipe mtu yeyote ovu kwa ovu. Jitahidini ili mtende yaliyo mema machoni pa watu wote. ¹⁸Kama ikiwezekana, kwa upande wenu kaeni kwa amani na watu wote. ¹⁹Wapendwa, msilipize kisasi, bali ipisheni ghadhabu ya Mungu, maana imeandikwa: "Ni juu yangu kulipiza kisasi, nitalipiza," asema Bwana. ²⁰Badala yake:

"Kama adui yako ana njaa, mlishe;
kama ana kiu, mpe kinywaji.
Kwa kufanya hivyo,
unaweka makaa ya moto yanayowaka
kichwani pake."

²¹Usishindwe na ubaya, bali uushinde ubaya kwa wema.

Kutii Mamlaka

13 Kila mtu na atii mamlaka inayotawala, kwa maana hakuna mamlaka isiyotoka kwa Mungu, nazo mamlaka zilizopo zimewekwa na Mungu. ²Kwa hiyo yeye anayeasi dhidi ya mamlaka inayotawala anaasi dhidi ya kile kilichowekwa na Mungu, nao wale wafanyao hivyo watajiletea hukumu juu yao wenyewe. ³Kwa kuwa watawala hawawatishi watu wale wanaotenda mema bali wale wanaotenda mabaya. Je, wataka usimwogope mwenye mamlaka? Basi tenda lile lililo jema naye atakusifu. ⁴Kwa maana mwenye mamlaka ni mtumishi wa Mungu kwa ajili ya mema. Lakini kama ukitenda mabaya, basi ogopa, kwa kuwa hauinui upanga bila sababu. Yeye ni mtumishi wa Mungu, mjumbe wa Mungu wa kutekeleza adhabu juu ya watenda mabaya. ⁵Kwa hiyo ni lazima kutii wenye mamlaka, si kwa sababu ya kuogopa adhabu iwezayo kutolewa, bali pia kwa ajili ya dhamiri.

⁶Kwa sababu hii mnalipa kodi, kwa maana watawala ni watumishi wa Mungu, ambao hutumia muda wao wote kutawala. ⁷Mlipeni kila mtu kile mnachodaiwa. Kama mnadaiwa kodi lipeni kodi, kama ni ushuru, lipeni ushuru, astahiliye hofu, mhofu, astahiliye heshima, mheshimu.

Kupendana Kila Mmoja Na Mwingine

⁸Msidaiwe kitu na mtu yeyote, isipokuwa kupendana, kwa maana yeye ampendaye mwenzake, ameitimiza sheria. ⁹Kwa kuwa amri hizi zisemazo, "Usizini," "Usiue," "Usiibe," "Usitamani," na amri nyingine zote, zinajumlishwa katika amri hii moja: "Mpende jirani yako kama nafsi yako." ¹⁰Upendo haumfanyii jirani jambo baya. Kwa hiyo upendo ndio utimilifu wa sheria.

¹¹Nanyi fanyeni hivi, mkiutambua wakati tulio nao. Saa ya kuamka kutoka usingizini imewadia, kwa maana sasa wokovu wetu umekaribia zaidi kuliko hapo kwanza tulipoamini. ¹²Usiku umeendelea sana, mapambazuko yamekaribia. Kwa hiyo tuyaweke kando matendo ya giza na tuvae silaha za nuru. ¹³Basi na tuenende kwa adabu kama inavyopasa wakati wa mchana, si kwa kufanya karamu za ulafi na ulevi, si kwa ufisadi na uasherati, si kwa ugomvi na wivu. ¹⁴Bali jivikeni Bwana Yesu Kristo, wala msifikiri jinsi mtakavyotimiza tamaa za miili yenu yenye asili ya dhambi.

Msiwahukumu Wengine

14 Mkaribisheni yeye ambaye imani yake ni dhaifu, lakini si kwa kugombana na kubishana juu ya mawazo yake. [2] Mtu mmoja imani yake inamruhusu kula kila kitu, lakini mwingine ambaye imani yake ni dhaifu, hula mboga tu. [3] Yeye alaye kila kitu asimdharau yeye asiyekula. Wala yeye asiyekula kila kitu asimhukumu yule alaye kila kitu, kwa maana Mungu amemkubali. [4] Wewe ni nani hata umhukumu mtumishi wa mtu mwingine? Kwa bwana wake tu anasimama au kuanguka. Naye atasimama kwa sababu Bwana anaweza kumsimamisha.

[5] Mtu mmoja anaitukuza siku fulani kuwa ni bora kuliko nyingine, na mwingine anaona kuwa siku zote ni sawa. Basi kila mmoja awe na hakika na yale anayoamini. [6] Yeye anayehesabu siku moja kuwa takatifu kuliko nyingine, hufanya hivyo kwa kumheshimu Bwana. Naye alaye nyama hula kwa Bwana, kwa maana humshukuru Mungu, naye akataaye kula nyama hufanya hivyo kwa Bwana na humshukuru Mungu. [7] Kwa kuwa hakuna hata mmoja wetu anayeishi kwa ajili yake mwenyewe, wala hakuna hata mmoja wetu afaye kwa ajili yake mwenyewe. [8] Kama tunaishi, tunaishi kwa Bwana, nasi pia tukifa tunakufa kwa Bwana. Kwa hiyo basi, kama tukiishi au kama tukifa, sisi ni mali ya Bwana.

[9] Kwani kwa sababu hii hasa, Kristo alikufa na akawa hai tena kusudi apate kuwa Bwana wa wote, yaani, waliokufa na walio hai. [10] Basi kwa nini wewe wamhukumu ndugu yako? Au kwa nini wewe unamdharau ndugu yako? Kwa kuwa sote tutasimama mbele ya kiti cha Mungu cha hukumu. [11] Kwa kuwa imeandikwa:

> " 'Kama vile niishivyo,' asema Bwana,
> 'kila goti litapigwa mbele zangu,
>   na kila ulimi utakiri kwa Mungu.' "

[12] Hivyo basi kila mmoja wetu atatoa habari zake mwenyewe kwa Mungu.

Usimfanye Ndugu Yako Ajikwae

[13] Kwa hiyo tusiendelee kuhukumiana: Badala yake mtu asiweke kamwe kikwazo au kizuizi katika njia ya ndugu mwingine. [14] Ninajua tena nimehakikishwa sana katika Bwana Yesu kwamba hakuna kitu chochote ambacho ni najisi kwa asili yake. Lakini kama mtu anakiona kitu kuwa ni najisi, basi kwake huyo kitu hicho ni najisi. [15] Kama ndugu yako anahuzunishwa kwa sababu ya kile unachokula, basi huenendi tena katika upendo. Usiruhusu kile unachokula kiwe sababu ya kumwangamiza ndugu yako ambaye Kristo alikufa kwa ajili yake. [16] Usiruhusu kile ambacho unakiona kuwa chema kisemwe kuwa ni kiovu. [17] Kwa maana Ufalme wa Mungu si kula na kunywa, bali ni haki, amani na furaha katika Roho Mtakatifu. [18] Kwa sababu mtu yeyote anayemtumikia Kristo kwa jinsi hii, anampendeza Mungu na kukubaliwa na wanadamu. [19] Kwa hiyo na tufanye bidii kutafuta yale yaletayo amani na kujengana sisi kwa sisi. [20] Usiharibu kazi ya Mungu kwa ajili ya chakula. Hakika vyakula vyote ni safi, lakini ni kosa kula kitu chochote kinachomsababisha ndugu yako ajikwae. [21] Ni afadhali kutokula nyama wala kunywa divai au kufanya jambo lingine lolote litakalomsababisha ndugu yako ajikwae.

[22] Je, wewe unayo imani? Ile imani uliyo nayo, uwe nayo nafsini mwako mbele za Mungu. Heri mtu yule asiye na sababu ya kujihukumu nafsi yake kwa ajili ya kile anachokifanya. [23] Lakini kama mtu ana shaka kuhusu kile anachokula, amehukumiwa, kwa sababu hakula kwa imani. Kwa kuwa chochote kinachofanywa pasipo imani ni dhambi.

Usijipendeze Mwenyewe, Bali Wapendeze Wengine

15 Sisi tulio na nguvu, hatuna budi kuchukuliana na kushindwa kwa wale walio dhaifu wala si kujipendeza nafsi zetu wenyewe. [2] Kila mmoja wetu inampasa kumpendeza jirani yake kwa mambo mema, ili kumjenga katika imani. [3] Kwa maana hata Kristo hakujipendeza mwenyewe, bali kama ilivyoandikwa: "Matukano yao wale wanaokutukana wewe yalinipata mimi." [4] Kwa maana kila kitu kilichoandikwa zamani, kiliandikwa kutufundisha, ili kwamba kwa saburi na faraja tunayopata katika Maandiko tuwe na tumaini.

[5] Mungu atoaye saburi na faraja, awajalie ninyi roho ya umoja miongoni mwenu mnapomfuata Kristo Yesu, [6] ili kwa moyo mmoja mpate kumtukuza Mungu aliye Baba wa Bwana wetu Yesu Kristo.

Injili Sawa Kwa Wayahudi Na Kwa Watu Wa Mataifa

[7] Karibishaneni ninyi kwa ninyi kama Kristo alivyowakaribisha ninyi ili kumletea Mungu utukufu. [8] Kwa maana nawaambia kwamba, Kristo amekuwa mtumishi kwa wale waliotahiriwa ili kuonyesha kweli ya Mungu na kuthibitisha zile ahadi walizopewa baba zetu wa zamani, [9] pia ili watu wa Mataifa wamtukuze Mungu kwa rehema zake. Kama ilivyoandikwa:

> "Kwa hiyo nitakutukuza katikati ya watu
>   wa Mataifa;
> nitaliimbia sifa jina lako."

[10] Tena yasema,

> "Enyi watu wa Mataifa, furahini
>   pamoja na watu wa Mungu."

[11] Tena,

> "Msifuni Bwana, ninyi watu wa
>   Mataifa wote,
> na kumwimbia sifa, enyi watu wote."

[12] Tena Isaya anasema,

> "Shina la Yese litachipuka,
>   yeye atakayeinuka ili kutawala juu
>   ya mataifa.
> Watu wa Mataifa watamtumaini."

[13] Mungu wa tumaini awajaze ninyi furaha yote na amani katika kumwamini, ili mpate kujawa na tumaini tele kwa nguvu ya Roho Mtakatifu.

Paulo Mhudumu Wa Watu Wa Mataifa

[14] Ndugu zangu, mimi mwenyewe ninasadiki kwamba mmejaa wema na ufahamu wote, tena mnaweza kufundishana ninyi kwa ninyi. [15] Nimewaandikia kwa ujasiri vipengele kadha wa kadha katika waraka huu kama kuwakumbusha tena kwa habari ya ile neema Mungu aliyonipa, [16] ili kuwa mhudumu wa Kristo Yesu kwa watu wa Mataifa nikiwa na huduma ya kikuhani ya kutangaza Injili ya Mungu, ili watu wa Mataifa wapate kuwa dhabihu inayokubaliwa na Mungu, iliyotakaswa na Roho Mtakatifu. [17] Kwa hiyo ninajisifu katika Kristo Yesu, kwenye utumishi wangu kwa Mungu. [18] Kwa maana sitathubutu kusema kitu chochote zaidi ya kile ambacho Kristo amefanya kwa kunitumia mimi katika kuwaongoza watu wa Mataifa wamtii Mungu kwa yale niliyosema na kufanya, [19] kwa nguvu za ishara na miujiza, kwa uweza wa Roho wa Mungu, hivyo kuanzia Yerusalemu hadi maeneo yote ya kandokando yake mpaka Iliriko, nimekwisha kuihubiri Injili ya Kristo kwa ukamilifu. [20] Hivyo ni nia yangu kuhubiri Habari Njema, si pale ambapo Kristo amekwisha kujulikana, ili nisije nikajenga juu ya msingi wa mtu mwingine. [21] Lakini kama ilivyoandikwa:

"Wale ambao hawajahubiriwa habari zake wataona,
    nao wale ambao hawajazisikia watafahamu."

[22] Hii ndiyo sababu nimezuiliwa mara nyingi nisiweze kuja kwenu.

Paulo Apanga Kwenda Rumi

[23] Lakini sasa kwa kuwa hakuna nafasi zaidi kwa ajili yangu katika sehemu hii, ninatamani kuja kwenu kama ambavyo nimekuwa na shauku kwa miaka mingi. [24] Nimekusudia kufanya hivyo nitakapokuwa njiani kwenda Hispania. Natarajia kuwaona katika safari yangu na kusafirishwa nanyi mpaka huko, baada ya kufurahia ushirika wenu kwa kitambo kidogo. [25] Sasa, niko njiani kuelekea Yerusalemu kwa ajili ya kuwahudumia watakatifu huko. [26] Kwa kuwa imewapendeza watu wa Makedonia na Akaya kufanya changizo kwa ajili ya maskini walioko miongoni mwa watakatifu huko Yerusalemu. [27] Imewapendeza kufanya hivyo, naam, kwani ni wadeni wao. Kwa maana ikiwa watu wa Mataifa wameshiriki baraka za rohoni za Wayahudi, wao ni wadeni wa Wayahudi, ili Wayahudi nao washiriki baraka zao za mambo ya mwilini. [28] Kwa hiyo baada ya kukamilisha kazi hii na kuhakikisha kuwa wamepokea kila kitu kilichokusanywa, nitapitia kwenu nikiwa njiani kwenda Hispania. [29] Ninajua kwamba nitakapokuja kwenu, nitakuja na wingi wa baraka za Kristo.

[30] Basi, ndugu zangu, nawasihi kwa Jina la Bwana wetu Yesu Kristo na kwa upendo wa Roho Mtakatifu, kujiunga nami katika taabu zangu mkiniombea kwa Mungu. [31] Ombeni ili nipate kuokolewa mikononi mwa wale wasioamini walioko Uyahudi, na kwamba utumishi wangu upate kukubaliwa na watakatifu wa huko Yerusalemu, [32] ili kwa mapenzi ya Mungu niweze kuja kwenu kwa furaha, nami niburudishwe pamoja nanyi. [33] Mungu wa amani na awe pamoja nanyi nyote. Amen.

Salamu Kwa Watu Binafsi

16 Napenda kumtambulisha kwenu dada yetu Foibe, mtumishi katika kanisa la Kenkrea. [2] Naomba mpokeeni katika Bwana ipasavyo watakatifu na kumpa msaada wowote atakaohitaji kutoka kwenu, kwa maana yeye amekuwa msaada kwa watu wengi, mimi nikiwa miongoni mwao.

[3] Wasalimuni Prisila[a] na Akila, watumishi wenzangu katika Kristo Yesu. [4] Wao walihatarisha maisha yao kwa ajili yangu; wala si mimi tu ninayewashukuru bali pia makanisa yote ya watu wa Mataifa. [5] Lisalimuni pia kanisa linalokutana nyumbani mwao.

Msalimuni rafiki yangu mpendwa Epaineto, aliyekuwa mtu wa kwanza kumwamini Kristo huko Asia. [6] Msalimuni Maria, aliyefanya kazi kwa bidii kwa ajili yenu. [7] Wasalimuni Androniko na Yunia, jamaa zangu ambao wamekuwa gerezani pamoja nami. Wao ni maarufu miongoni mwa mitume, nao walikuwa katika Kristo kabla yangu. [8] Msalimuni Ampliato, yeye nimpendaye katika Bwana. [9] Msalimuni Urbano, mtendakazi mwenzetu katika Kristo, pamoja na rafiki yangu mpendwa Stakisi. [10] Msalimuni Apele aliyejaribiwa na akaithibitisha imani yake katika Kristo. Wasalimuni wote walio nyumbani mwa Aristobulo. [11] Msalimuni ndugu yangu Herodioni. Wasalimuni wote walio nyumbani mwa Narkisi walio katika Bwana. [12] Wasalimuni Trifaina na Trifosa, wale wanawake wanaofanya kazi kwa bidii katika Bwana. Msalimuni rafiki yangu mpendwa Persisi, mwanamke mwingine aliyefanya kazi kwa bidii katika Bwana. [13] Msalimuni Rufo, mteule katika Bwana, pamoja na mama yake, ambaye amekuwa mama kwangu pia. [14] Wasalimuni Asinkrito, Flegoni, Herme, Patroba, Herma na ndugu wote walio pamoja nao. [15] Wasalimuni Filologo, Yulia, Nerea na dada yake, na Olimpa na watakatifu wote walio pamoja nao. [16] Salimianeni ninyi kwa ninyi kwa busu takatifu. Makanisa yote ya Kristo yanawasalimu.

Maelekezo Ya Mwisho

17 Ndugu zangu, nawasihi mjihadhari na kujiepusha na wale watu waletao matengano na kuweka vikwazo mbele yenu dhidi ya mafundisho mliyojifunza. 18 Kwa maana watu kama hao hawamtumikii Bwana Kristo, bali wanatumikia tamaa zao wenyewe. Kwa kutumia maneno laini na ya kubembeleza, hupotosha mioyo ya watu wajinga. 19 Kila mtu amesikia juu ya utii wenu, nami nimejawa na furaha tele kwa ajili yenu. Lakini nataka mwe na hekima katika mambo mema na bila hatia katika mambo maovu. 20 Mungu wa amani atamponda Shetani chini ya miguu yenu upesi.

Neema ya Bwana wetu Yesu iwe nanyi. Amen.

21 Timotheo, mtendakazi mwenzangu anawasalimu. Vivyo hivyo Lukio, Yasoni, na Sosipatro, ndugu zangu.

22 Mimi, Tertio, niliye mwandishi wa waraka huu, nawasalimu katika Bwana. 23 Gayo, ambaye ni mwenyeji wangu na wa kanisa lote, anawasalimu. Erasto, mweka hazina wa mji huu, pamoja na Kwarto ndugu yetu pia wanawasalimu.

[24 Neema ya Bwana wetu Yesu Kristo iwe pamoja nanyi nyote. Amen.]

Maneno Ya Mwisho Ya Kumsifu Mungu

25 Sasa atukuzwe yeye awezaye kuwafanya ninyi imara kwa Injili yangu na kuhubiriwa kwa Yesu Kristo, kutokana na kufunuliwa siri zilizofichika tangu zamani za kale. 26 Lakini sasa siri hiyo imefunuliwa na kujulikana kupitia maandiko ya kinabii kutokana na amri ya Mungu wa milele, ili mataifa yote yaweze kumwamini na kumtii 27 Mungu aliye pekee, mwenye hekima, ambaye kwa njia ya Yesu Kristo utukufu ni wake milele na milele! Amen.

1 WAKORINTHO

Salamu

1 Paulo, niliyeitwa kwa mapenzi ya Mungu kuwa mtume wa Kristo Yesu, na Sosthene ndugu yetu.

[2] Kwa kanisa la Mungu lililoko Korintho, kwa wale waliotakaswa katika Kristo Yesu na walioitwa kuwa watakatifu, pamoja na wale wote ambao kila mahali wanaliitia Jina la Kristo Yesu Bwana wetu, aliye Bwana wao na wetu pia: [3] Neema na amani itokayo kwa Mungu Baba yetu na kwa Bwana Yesu Kristo iwe nanyi.

Shukrani

[4] Ninamshukuru Mungu siku zote kwa ajili yenu kwa sababu ya neema yake mliyopewa katika Kristo Yesu. [5] Kwa kuwa katika Kristo mmetajirishwa kwa kila hali, katika kusema kwenu na katika maarifa yenu yote, [6] kwa sababu ushuhuda wetu kumhusu Kristo ulithibitishwa ndani yenu. [7] Kwa hiyo hamkupungukiwa na karama yoyote ya kiroho wakati mnangoja kwa shauku kudhihirishwa kwa Bwana wetu Yesu Kristo. [8] Atawafanya imara mpaka mwisho, ili msiwe na hatia siku ile ya Bwana wetu Yesu Kristo. [9] Mungu ambaye mmeitwa naye ili mwe na ushirika na Mwanawe Yesu Kristo, Bwana wetu ni mwaminifu.

Mgawanyiko Ndani Ya Kanisa

[10] Nawasihi ndugu zangu, katika Jina la Bwana wetu Yesu Kristo, kwamba mpatane nia zenu ninyi kwa ninyi, ili pasiwepo na matengano katikati yenu na kwamba mwe na umoja kikamilifu katika nia na katika kusudi. [11] Ndugu zangu, nimepata habari kutoka kwa baadhi ya watu wa nyumbani mwa Kloe kwamba kuna magomvi katikati yenu. [12] Maana yangu ni kwamba: Mmoja wenu husema, "Mimi ni wa Paulo"; mwingine, "Mimi ni wa Apolo"; mwingine, "Mimi ni wa Kefa,"[a] na mwingine, "Mimi ni wa Kristo." [13] Je, Kristo amegawanyika? Je, Paulo ndiye alisulubishwa kwa ajili yenu? Je, mlibatizwa kwa jina la Paulo? [14] Nashukuru kwamba sikumbatiza mtu yeyote isipokuwa Krispo na Gayo. [15] Kwa hiyo hakuna mtu yeyote anayeweza kusema kwamba alibatizwa kwa jina langu. [16] (Naam, niliwabatiza pia watu wa nyumbani mwa Stefana. Lakini zaidi ya hao sijui kama nilimbatiza mtu mwingine yeyote.) [17] Kwa maana Kristo hakunituma ili kubatiza bali kuhubiri Injili; sio kwa maneno ya hekima ya kibinadamu, ili msalaba wa Kristo usije ukakosa nguvu yake.

Kristo Ni Hekima Na Nguvu Ya Mungu

[18] Kwa maana ujumbe wa msalaba kwa wale wanaopotea ni upuzi, lakini kwetu sisi tunaookolewa ni nguvu ya Mungu. [19] Kwa maana imeandikwa:

---
[a]12 Yaani Petro.

"Nitaiharibu hekima ya wenye hekima,
na kubatilisha akili ya wenye akili."

[20] Yuko wapi mwenye hekima? Yuko wapi msomi? Yuko wapi mwanafalsafa wa nyakati hizi? Je, Mungu hakufanya hekima ya ulimwengu huu kuwa upumbavu? [21] Kwa kuwa katika hekima ya Mungu, ulimwengu kwa hekima yake haukumjua yeye, ilimpendeza Mungu kuwaokoa wale walioamini kwa upuzi wa lile neno lililohubiriwa. [22] Wayahudi wanadai ishara za miujiza na Wayunani wanatafuta hekima. [23] Lakini sisi tunamhubiri Kristo aliyesulubiwa: yeye kwa Wayahudi ni kikwazo na kwa Wayunani ni upuzi. [24] Lakini kwa wale ambao Mungu amewaita, Wayahudi na pia Wayunani, Kristo ndiye nguvu ya Mungu na pia hekima ya Mungu. [25] Kwa maana upumbavu wa Mungu una hekima zaidi kuliko hekima ya wanadamu, nao udhaifu wa Mungu una nguvu kuliko nguvu za wanadamu.

[26] Ndugu zangu, kumbukeni mlivyokuwa mlipoitwa. Kwa kipimo cha kibinadamu, si wengi wenu mliokuwa na hekima. Si wengi mliokuwa na ushawishi, si wengi mliozaliwa katika jamaa zenye vyeo. [27] Lakini Mungu alivichagua vitu vipumbavu vya ulimwengu ili awaaibishe wenye hekima, Mungu alivichagua vitu dhaifu vya ulimwengu ili awaaibishe wenye nguvu. [28] Alivichagua vitu vya chini na vinavyodharauliwa vya dunia hii, vitu ambavyo haviko, ili avibatilishe vile vilivyoko, [29] ili mtu yeyote asijisifu mbele zake. [30] Bali kwa yeye ninyi mmepata kuwa katika Kristo Yesu, aliyefanyika kwetu hekima itokayo kwa Mungu, yaani haki, na utakatifu na ukombozi. [31] Hivyo, kama ilivyoandikwa: "Yeye ajisifuye na ajisifu katika Bwana."

Kumtangaza Kristo Aliyesulubiwa

2 Ndugu zangu nilipokuja kwenu, sikuja na maneno ya ushawishi wala hekima ya hali ya juu nilipowahubiria siri ya Mungu. [2] Kwa kuwa niliamua kutokujua kitu chochote wakati nikiwa nanyi isipokuwa Yesu Kristo aliyesulubiwa. [3] Mimi nilikuja kwenu nikiwa dhaifu na mwenye hofu na kwa kutetemeka sana. [4] Kuhubiri kwangu na ujumbe wangu haukuwa kwa hekima na maneno ya ushawishi bali kwa madhihirisho ya nguvu za Roho [5] ili imani yenu isiwe imejengwa katika hekima ya wanadamu bali katika nguvu za Mungu.

Hekima Ya Kweli Itokayo Kwa Mungu

[6] Lakini miongoni mwa watu waliokomaa twanena hekima, wala si hekima ya ulimwengu huu au ya watawala wa dunia hii wanaobatilika. [7] Sisi tunanena hekima ya Mungu ambayo ni siri, tena iliyofichika, ambayo Mungu aliikusudia kabla ya ulimwengu kuwepo, kwa ajili ya utukufu wetu. [8] Hakuna hata mtawala mmoja wa nyakati hizi aliyeelewa jambo hili. Kwa maana kama

wangelielewa, wasingemsulubisha Bwana wa utukufu. [9] Lakini ni kama ilivyoandikwa:

"Hakuna jicho limepata kuona,
wala sikio limepata kusikia,
wala hayakuingia moyoni wowote,
yale Mungu amewaandalia
wale wampendao":

[10] Lakini mambo haya Mungu ametufunulia kwa Roho wake.

Roho huchunguza kila kitu, hata mambo ya ndani sana ya Mungu. [11] Kwa maana ni nani anayejua mawazo ya mtu isipokuwa roho iliyo ndani ya huyo mtu? Vivyo hivyo hakuna mtu ajuaye mawazo ya Mungu isipokuwa Roho wa Mungu. [12] Basi hatukupokea roho ya dunia bali Roho atokaye kwa Mungu, ili tuweze kuelewa kile kipawa ambacho Mungu ametupatia bure. [13] Haya ndiyo tusemayo, si kwa maneno tuliyofundishwa kwa hekima ya wanadamu bali kwa maneno tuliyofundishwa na Roho, tukifafanua kweli za kiroho kwa maneno ya kiroho. [14] Mtu ambaye hana Roho hawezi kupokea mambo yatokayo kwa Roho wa Mungu, kwa kuwa ni upuzi kwake, naye hawezi kuyaelewa kwa sababu hayo yanaeleweka tu kwa upambanuzi wa rohoni. [15] Mtu wa kiroho hubainisha mambo yote, lakini yeye mwenyewe habainishwi na mtu yeyote.

[16] "Kwa maana ni nani aliyefahamu mawazo
ya Bwana
ili apate kumfundisha?"

Lakini sisi tunayo mawazo ya Kristo.

Kuhusu Mgawanyiko Katika Kanisa

3 Ndugu zangu, mimi sikuweza kusema nanyi kama watu wa kiroho, bali kama watu wa mwilini, kama watoto wachanga katika Kristo. [2] Naliwanywesha maziwa, wala si chakula kigumu, kwa kuwa hamkuwa tayari kwa hicho chakula. Naam, hata sasa hamko tayari. [3] Ninyi bado ni watu wa mwilini. Kwa kuwa bado kuna wivu na magombano miongoni mwenu, je, ninyi si watu wa mwilini? Je, si mwaendelea kama watu wa kawaida? [4] Kwa maana mmoja anaposema, "Mimi ni wa Paulo," na mwingine, "Mimi ni wa Apolo," je, ninyi si wanadamu wa kawaida? [5] Kwani, Apolo ni nani? Naye Paulo ni nani? Ni watumishi tu ambao kupitia wao mliamini, kama vile Bwana alivyompa kila mtu huduma yake. [6] Mimi nilipanda mbegu, Apolo akatia maji, lakini Mungu ndiye aliikuza. [7] Hivyo mwenye kupanda na mwenye kutia maji si kitu, bali Mungu peke yake ambaye huifanya ikue. [8] Apandaye mbegu ana lengo sawa na yule atiaye maji na kila mmoja atalipwa kulingana na kazi yake. [9] Kwa kuwa sisi tu watendakazi pamoja na Mungu. Ninyi ni shamba la Mungu, jengo la Mungu.

[10] Kwa neema Mungu aliyonipa, niliweka msingi kama mjenzi stadi na mtu mwingine anajenga juu yake. Lakini kila mmoja inampasa awe mwangalifu jinsi anavyojenga. [11] Kwa maana hakuna mtu yeyote awezaye kuweka msingi mwingine wowote isipokuwa ule uliokwisha kuwekwa, ambao ni Yesu Kristo. [12] Kama mtu yeyote akijenga juu ya msingi huu kwa kutumia dhahabu, fedha, vito vya thamani, miti, majani au nyasi, [13] kazi yake itaonekana ilivyo, kwa kuwa Siku ile itaidhihirisha. Itadhihirishwa kwa moto, nao moto utapima ubora wa kazi ya kila mtu. [14] Kama kile alichojenga kitabaki, atapokea thawabu yake. [15] Kama kazi kitateketea, atapata hasara, ila yeye mwenyewe ataokolewa, lakini ni kama mtu aliyenusurika kwenye moto. [16] Je, hamjui ya kwamba ninyi wenyewe ni hekalu la Mungu na kwamba Roho wa Mungu anakaa ndani yenu? [17] Kama mtu yeyote akiliharibu hekalu la Mungu, Mungu atamwangamiza; kwa maana hekalu la Mungu ni takatifu, na ninyi ndiyo hilo hekalu.

[18] Msijidanganye. Kama mtu yeyote miongoni mwenu akidhani kuwa ana hekima kwa viwango vya dunia hii, inampasa awe mjinga ili apate kuwa na hekima. [19] Kwa maana hekima ya ulimwengu huu ni upuzi mbele za Mungu. Kama ilivyoandikwa: "Mungu huwanasa wenye hekima katika hila yao," [20] tena, "Bwana anajua kwamba mawazo ya wenye hekima ni ubatili." [21] Hivyo basi, mtu asijivune kuhusu wanadamu! Vitu vyote ni vyenu, [22] ikiwa ni Paulo au Apolo au Kefa[a] au dunia au uzima au mauti, au wakati uliopo au wakati ujao, haya yote ni yenu [23] na ninyi ni wa Kristo, naye Kristo ni wa Mungu.

Mawakili Wa Siri Za Mungu

4 Basi, watu na watuhesabu sisi kuwa tu watumishi wa Kristo na mawakili wa siri za Mungu. [2] Tena, litakiwalo ni mawakili waonekane kuwa waaminifu. [3] Lakini kwangu mimi ni jambo dogo sana kwamba nihukumiwe na ninyi au na mahakama yoyote ya kibinadamu. Naam, hata mimi mwenyewe sijihukumu. [4] Dhamiri yangu ni safi, lakini hilo halinihesabii kuwa asiye na hatia. Bwana ndiye anihukumuye. [5] Kwa hiyo msihukumu jambo lolote kabla ya wakati wake. Ngojeni mpaka Bwana atakapokuja. Yeye atayaleta nuruni mambo yale yaliyofichwa gizani, na kuweka wazi nia za mioyo ya wanadamu. Wakati huo kila mmoja atapokea sifa anayostahili kutoka kwa Mungu.

[6] Basi ndugu zangu, mambo haya nimeyafanya kwangu binafsi na Apolo kwa faida yenu, ili mweze kujifunza kutoka kwetu maana ya ule usemi usemao, "Msivuke zaidi ya yale yaliyoandikwa." Hivyo hamtajivunia mtu fulani na kumdharau mwingine? [7] Kwa maana ni nani aliyewafanya kuwa tofauti na wengine? Ni nini mlicho nacho ambacho hamkupokea? Nanyi kama mlipokea, kwa nini mnajivuna kama vile hamkupokea?

[8] Sasa tayari mnayo yale yote mnayohitaji! Tayari mmekwisha kuwa matajiri! Mmekuwa wafalme, tena bila sisi! Laiti mngekuwa wafalme kweli ili na sisi tupate kuwa wafalme pamoja nanyi! [9] Kwa maana ninaona kwamba Mungu ametuweka sisi mitume katika nafasi ya mwisho kabisa, kama watu waliohukumiwa kufa kwenye uwanja wa tamasha, kwa sababu tumefanywa kuwa maonyesho kwa

---

[a]22 Yaani Petro.

ulimwengu wote, kwa malaika na kwa wanadamu pia. ¹⁰ Kwa ajili ya Kristo sisi ni wajinga, lakini ninyi mna hekima sana ndani ya Kristo. Sisi tu dhaifu, lakini ninyi mna nguvu. Tunadharauliwa, lakini ninyi mnaheshimiwa. ¹¹ Mpaka saa hii tuna njaa na kiu, tu uchi, tumepigwa na hatuna makao. ¹² Tunafanya kazi kwa bidii kwa mikono yetu wenyewe. Tunapolaaniwa, tunabariki, tunapoteswa, tunastahimili, ¹³ tunaposingiziwa, tunajibu kwa upole. Mpaka sasa tumekuwa kama takataka ya dunia na uchafu wa ulimwengu.

¹⁴ Siwaandikii mambo haya ili kuwaaibisha, bali ili kuwaonya, kama wanangu wapendwa. ¹⁵ Hata kama mnao walimu 10,000 katika Kristo, lakini hamna baba wengi. Mimi nilikuwa baba yenu katika Kristo Yesu kwa kuwaletea Injili. ¹⁶ Basi nawasihi igeni mfano wangu. ¹⁷ Kwa sababu hii ninamtuma Timotheo, mwanangu mpendwa na mwaminifu katika Bwana. Yeye atawakumbusha kuhusu njia za maisha yangu katika Kristo Yesu, ambayo yanakubaliana na mafundisho yangu ninayofundisha katika kila kanisa.

¹⁸ Baadhi yenu mmekuwa na jeuri mkidhani kuwa sitafika kwenu. ¹⁹ Lakini kama Bwana akipenda, nitafika kwenu mapema, nami nitapenda kujua, si tu kile wanachosema hawa watu jeuri, bali pia kujua nguvu yao. ²⁰ Kwa kuwa Ufalme wa Mungu si maneno matupu tu bali ni nguvu. ²¹ Ninyi amueni. Je, nije kwenu na fimbo, au nije kwa upendo na kwa roho ya upole?

Mwasherati Atengwe

5 Yamkini habari imeenea ya kuwa miongoni mwenu kuna uzinzi ambao haujatokea hata miongoni mwa watu wasiomjua Mungu: Kwamba mtu anaishi na mke wa baba yake. ² Nanyi mwajivuna! Je, haiwapasi kuhuzunika na kumtenga na ushirika wenu mtu huyo aliyefanya mambo hayo? ³ Hata kama siko pamoja nanyi katika mwili, niko nanyi katika roho. Nami nimekwisha kumhukumu mtu huyo aliyetenda jambo hili, kama vile ningekuwepo. ⁴ Mnapokutana katika Jina la Bwana wetu Yesu nami nikiwepo pamoja nanyi katika roho na uweza wa Bwana Yesu ukiwepo, ⁵ mkabidhini mtu huyu kwa Shetani, ili mwili wake uharibiwe, ili roho yake iokolewe katika siku ya Bwana.

⁶ Kujivuna yenu si mazuri. Je, hamjui ya kwamba chachu kidogo huchachusha donge zima la unga? ⁷ Ondoeni chachu ya kale ili mpate kuwa donge jipya lisilotiwa chachu, kama vile mlivyo. Kwa maana Kristo, Mwana-Kondoo wetu wa Pasaka amekwisha tolewa kuwa dhabihu. ⁸ Kwa hiyo, tusiiadhimishe sikukuu hii, kwa chachu ya zamani, chachu ya nia mbaya na uovu, bali kwa mkate usiotiwa chachu, ndio weupe wa moyo na kweli.

⁹ Niliwaandikia katika waraka wangu kuwa msishirikiane na wazinzi. ¹⁰ Sina maana kwamba msishirikiane na wazinzi wa ulimwengu huu, au wenye tamaa mbaya, wanyang'anyi au waabudu sanamu. Kwa kufanya hivyo ingewalazimu mtoke ulimwenguni humu. ¹¹ Lakini sasa nawaandikia kwamba msishirikiane na mtu yeyote anayejiita ndugu, hali akiwa ni mzinzi, au mwenye tamaa

mbaya, mwabudu sanamu au msingiziaji, mlevi au mdhalimu. Mtu kama huyo hata msile naye. ¹² Yanihusu nini kuwahukumu wale watu walio nje ya kanisa? Je, si mnapaswa kuwahukumu hao walio ndani? ¹³ Mungu atawahukumu hao walio nje. "Ninyi mwondoeni huyo mtu mwovu miongoni mwenu."

Kushtakiana Miongoni Mwa Waumini

6 Kama mtu yeyote wa kwenu ana ugomvi na mwenzake, anathubutuje kuupeleka kwa wasiomcha Mungu ili kuamuliwa badala ya kuupeleka kwa watakatifu? ² Je, hamjui kwamba watakatifu watauhukumu ulimwengu? Nanyi kama mtauhukumu ulimwengu, je, hamwezi kuamua mambo madogo madogo? ³ Hamjui kwamba tutawahukumu malaika? Je, si zaidi mambo ya maisha haya? ⁴ Kwa hiyo kama kuna ugomvi miongoni mwenu kuhusu mambo kama haya, chagueni kuwa waamuzi, watu ambao wanaonekana hata sio wa heshima katika kanisa. ⁵ Nasema hivi ili mwone aibu. Je, inawezekana kuwa miongoni mwenu hakuna mtu mwenye hekima wa kutosha kuamua ugomvi kati ya waaminio? ⁶ Badala yake ndugu mmoja anampeleka mwenzake mahakamani, tena mbele ya watu wasioamini!

⁷ Huko kuwa na mashtaka miongoni mwenu ina maana kwamba tayari ni kushindwa kabisa. Kwa nini msikubali kutendewa mabaya? Kwa nini msikubali kunyang'anywa? ⁸ Badala yake, ninyi wenyewe mwadanganya na kutenda mabaya, tena mwawatendea ndugu zenu.

⁹ Je, hamjui kwamba wasio haki hawataurithi Ufalme wa Mungu? Msidanganyike: Waasherati, wala waabudu sanamu, wala wazinzi, wala wahanithi, wala walawiti, ¹⁰ wala wezi, wala wenye tamaa mbaya, wala walevi, wala wanaodhihaki, wala wanyang'anyi hawatarithi Ufalme wa Mungu. ¹¹ Baadhi yenu mlikuwa kama hao. Lakini mlioshwa, mlitakaswa, mlihesabiwa haki kwa jina la Bwana Yesu Kristo na katika Roho wa Mungu wetu.

Dhambi Za Zinaa

¹² "Vitu vyote ni halali kwangu": lakini si vitu vyote vyenye faida. "Vitu vyote ni halali kwangu": lakini sitatawaliwa na kitu chochote. ¹³ "Chakula ni cha tumbo, na tumbo ni la chakula": lakini Mungu ataviangamiza vyote viwili. Mwili haukuumbwa kwa ajili ya zinaa bali kwa ajili ya Bwana na Bwana kwa ajili ya mwili. ¹⁴ Naye Mungu aliyemfufua Bwana kutoka kwa wafu atatufufua sisi pia kwa uweza wake. ¹⁵ Je, hamjui kwamba miili yenu ni viungo vya Kristo mwenyewe? Je, nichukue viungo vya mwili wa Kristo na kuviunganisha na mwili wa kahaba? La hasha! ¹⁶ Hamjui kwamba aliyeungwa na kahaba anakuwa mwili mmoja naye? Kwa kuwa imenenwa, "Hao wawili watakuwa mwili mmoja." ¹⁷ Lakini mtu aliyeungwa na Bwana anakuwa roho moja naye.

¹⁸ Ikimbieni zinaa. Dhambi zingine zote atendazo mtu ziko nje ya mwili wake, lakini yeye aziniye hutenda dhambi ndani ya mwili wake mwenyewe. ¹⁹ Je, hamjui ya kwamba miili yenu ni hekalu la Roho Mtakatifu akaaye ndani yenu,

ambaye mmepewa na Mungu? Ninyi si mali yenu wenyewe, ²⁰kwa maana mmenunuliwa kwa gharama. Kwa hiyo mtukuzeni Mungu katika miili yenu.

Kuhusu Ndoa

7 Basi kuhusu mambo yale mliyoyaandika: Ni vyema mwanaume asimguse mwanamke. ²Lakini ili kuepuka zinaa, kila mwanaume na awe na mke wake mwenyewe na kila mwanamke awe na mume wake mwenyewe. ³Mume atimize wajibu wake wa ndoa kwa mkewe, naye vivyo hivyo mke kwa mumewe. ⁴Mwanamke hana mamlaka juu ya mwili wake bali mumewe, wala mume hana mamlaka juu ya mwili wake bali mkewe. ⁵Msinyimane, isipokuwa mmekubaliana kufanya hivyo kwa muda fulani ili mweze kujitoa kwa maombi, kisha mrudiane tena ili Shetani asije akapata nafasi ya kuwajaribu kwa sababu ya kutokuwa na kiasi. ⁶Nasema haya kama ushauri na si amri. ⁷Laiti watu wangekuwa kama mimi nilivyo. Lakini kila mtu amepewa kipawa chake kutoka kwa Mungu, mmoja ana kipawa cha namna hii na mwingine ana cha namna ile. ⁸Kwa wale wasiooa na kwa wajane, nasema hivi, ingekuwa vizuri wasioe. ⁹Lakini kama hawawezi kujizuia, basi waoe na kuolewa, kwa maana ni afadhali kuoa au kuolewa kuliko kuwaka tamaa. ¹⁰Kwa wale walioona nawapa amri (si mimi ila ni Bwana): Mke asitengane na mumewe. ¹¹Lakini akitengana, ni lazima akae bila kuolewa, ama sivyo apatane tena na mumewe. Wala mume asimpe mkewe talaka. ¹²Lakini kwa wengine nasema (si Bwana ila ni mimi): Kama ndugu ana mke asiyeamini, naye huyo mke anakubali kuishi pamoja naye, basi asimwache. ¹³Naye mwanamke aaminiye kama ameolewa na mwanaume asiyeamini na huyo mume anakubali kuishi naye, basi huyo mwanamke asimwache. ¹⁴Kwa maana huyo mume asiyeamini anatakaswa kupitia mkewe, naye mke asiyeamini anatakaswa kupitia mumewe anayeamini. Kama isingalikuwa hivyo watoto wenu wangalikuwa si safi, lakini ilivyo sasa wao ni watakatifu. ¹⁵Lakini kama yule asiyeamini akijitenga, basi afanye hivyo. Katika hali kama hiyo mwanamke au mwanaume aaminiye hafungwi, kwa sababu Mungu ametuita tuishi kwa amani. ¹⁶Wewe mke, unajuaje kama utamwokoa mumeo? Au wewe mume unajuaje kama utamwokoa mkeo?

Kuishi Kama Alivyoagiza Bwana

¹⁷Lakini kila mtu na aishi maisha aliyopangiwa na Bwana, yale Mungu aliyomwitia. Hii ni sheria ninayoiweka kwa makanisa yote. ¹⁸Je, mtu alikuwa tayari ametahiriwa alipoitwa? Asijifanye asiyetahiriwa. Je, mtu alikuwa hajatahiriwa alipoitwa? Asitahiriwe. ¹⁹Kutahiriwa si kitu, na kutokutahiriwa si kitu. Lakini kuzitii amri za Mungu ndilo jambo muhimu. ²⁰Basi kila mmoja wenu na abaki katika hali aliyoitwa nayo. ²¹Je, wewe ulipoitwa ulikuwa mtumwa? Jambo hilo lisikusumbue. Ingawaje unaweza kupata uhuru, tumia nafasi uliyo nayo sasa kuliko wakati mwingine wowote. ²²Kwa maana

yeyote aliyeitwa katika Bwana akiwa mtumwa yeye ni mtu huru kwa Bwana, kama vile yeyote aliyekuwa huru alipoitwa yeye ni mtumwa wa Kristo. ²³Mlinunuliwa kwa gharama; msiwe watumwa wa wanadamu. ²⁴Ndugu zangu, kama kila mtu alivyoitwa, akae katika wito wake alioitiwa na Mungu.

Wajane Na Wasioolewa

²⁵Basi, kuhusu wale walio bikira, mimi sina amri kutoka kwa Bwana, lakini mimi natoa shauri kama mtu ambaye ni mwaminifu kwa rehema za Bwana. ²⁶Kwa sababu ya shida iliyoko kwa sasa, naona ni vyema mkibaki kama mlivyo. ²⁷Je, umeolewa? Basi usitake talaka. Je, hujaoa? Usitafute mke. ²⁸Lakini kama ukioa, hujatenda dhambi; na kama bikira akiolewa, hajatenda dhambi. Lakini wale wanaooa watakabiliana na matatizo mengi katika maisha haya, nami nataka kuwazuilia hayo. ²⁹Lakini ndugu zangu, nina maana kwamba muda uliobaki ni mfupi. Tangu sasa wale waliooa waishi kama wasio na wake; ³⁰nao wanaoombolewa, kama ambao hawaombolezi; wenye furaha kama wasiokuwa nayo; wale wananounua, kama vile vitu walivyonunua si mali yao; ³¹nao wale wanaoshughulika na vitu vya dunia hii, kama ambao hawahusiki navyo. Kwa maana dunia hii kama tunavyoiona sasa inapita. ³²Ningetaka msiwe na masumbufu. Mwanaume ambaye hajaoa anajishughulisha na mambo ya Bwana, jinsi ya kumpendeza Bwana. ³³Lakini mwanaume aliyeoa anajishughulisha na mambo ya dunia, jinsi ya kumfurahisha mkewe, ³⁴na mawazo yake yamegawanyika. Mwanamke asiyeolewa hujishughulisha na mambo ya Bwana: lengo lake ni awe mtakatifu kimwili na kiroho. Lakini yule aliyeolewa hujishughulisha na mambo ya dunia, jinsi atakavyoweza kumfurahisha mumewe. ³⁵Ninasema haya kwa faida yenu wenyewe, sio ili kuwawekea vizuizi bali mpate kuishi kwa jinsi ilivyo vyema bila kuvutwa pengine katika kujitoa kwenu kwa Bwana. ³⁶Kama mtu yeyote anadhani kwamba hamtendei ilivyo sawa mwanamwali ambaye amemposa, naye akiwa umri wake unazidi kuendelea na mtu huyo anajisikia kwamba inampasa kuoa, afanye kama atakavyo. Yeye hatendi dhambi. Yawapasa waoane. ³⁷Lakini mwanaume ambaye ameamua moyoni mwake kutooa bila kulazimishwa na mtu yeyote, bali anaweza kuzitawala tamaa zake kutomwoa huyo mwanamwali, basi anafanya ipasavyo. ³⁸Hivyo basi, mwanaume amwoaye mwanamwali afanya vyema, lakini yeye asiyemwoa afanya vyema zaidi.

³⁹Mwanamke aliyeolewa amefungwa na sheria maadamu mumewe yu hai. Lakini mumewe akifa, basi mwanamke huyo yuko huru kuolewa na mume mwingine ampendaye, lakini lazima awe katika Bwana. ⁴⁰Lakini kwa maoni yangu, angekuwa na furaha zaidi akibaki alivyo. Nami nadhani pia nina Roho wa Mungu.

Chakula Kilichotolewa Sadaka Kwa Sanamu

8 Sasa kuhusu chakula kilichotolewa sadaka kwa sanamu, tunajua kwamba "sisi sote tuna ujuzi." Lakini ujuzi hujivuna, bali upendo hujenga. ²Mtu

yeyote anayedhani kwamba anajua kitu, bado hajui kama impasavyo kujua. [3] Lakini mtu ampendaye Mungu, hujulikana naye Mungu.

[4] Hivyo basi, kuhusu kula chakula kilichotolewa sadaka kwa sanamu: Tunajua kwamba "Sanamu si kitu chochote kabisa duniani," na kwamba "Kuna Mungu mmoja tu." [5] Kwa kuwa hata kama wapo hao wanaoitwa miungu kama wakiwa mbinguni au duniani (kama ilivyo kweli wapo "miungu" wengi na "mabwana" wengi), [6] kwetu sisi yuko Mungu mmoja, aliye Baba, ambaye vitu vyote vyatoka kwake na kwa ajili yake sisi twaishi; na kuna Bwana mmoja tu, Yesu Kristo, ambaye kwa yeye vitu vyote vimekuwepo na kwa yeye tunaishi.

[7] Lakini si wote wanaojua jambo hili. Baadhi ya watu bado wamezoea sanamu, kuwa halisi hivi kwamba wanapokula chakula kama hicho wanadhani kimetolewa sadaka kwa sanamu na kwa kuwa dhamiri zao ni dhaifu, dhamiri yao inanajisika. [8] Lakini chakula hakituleti karibu na Mungu, wala hatupotezi chochote tusipokula, wala hatuongezi chochote kama tukila.

[9] Lakini angalieni jinsi mnavyotumia uhuru wenu usije ukawa kikwazo kwao walio dhaifu. [10] Kwa maana kama mtu yeyote mwenye dhamiri dhaifu akiwaona ninyi wenye ujuzi huu mkila katika hekalu la sanamu, je, si atatiwa moyo kula chakula kilichotolewa sadaka kwa sanamu? [11] Kwa njia hiyo, huyo ndugu mwenye dhamiri dhaifu, ambaye Kristo alikufa kwa ajili yake, ataangamia kwa sababu ya ujuzi wenu. [12] Mnapotenda dhambi dhidi ya ndugu zenu kwa njia hii na kujeruhi dhamiri zao zilizo dhaifu, mnamkosea Kristo. [13] Kwa hiyo, kama kile ninachokula kitamfanya ndugu yangu aanguke katika dhambi, sitakula nyama kamwe, nisije nikamfanya ndugu yangu aanguke.

Haki Za Mtume

9 Je, mimi si huru? Je, mimi si mtume? Je, mimi sikumwona Yesu, Bwana wetu? Je, ninyi si matunda ya kazi yangu katika Bwana? [2] Hata kama mimi si mtume kwa wengine, hakika mimi ni mtume kwenu, kwa maana ninyi ni mhuri wa utume wangu katika Bwana.

[3] Huu ndio utetezi wangu kwa hao wanaokaa kunihukumu. [4] Je, hatuna haki ya kula na kunywa? [5] Je, hatuna haki ya kusafiri na mke anayeamini, kama wanavyofanya mitume wengine na ndugu zake Bwana na Kefa?[a] [6] Au ni mimi na Barnaba tu inatubidi kufanya kazi ili tuweze kupata mahitaji yetu?

[7] Ni askari yupi aendaye vitani kwa gharama zake mwenyewe? Ni nani apandaye shamba la mizabibu na asile matunda yake? Ni nani achungaye kundi na asipate maziwa yake. [8] Je, nasema mambo haya katika mtazamo wa kibinadamu tu? Je, sheria haisemi vivyo hivyo? [9] Kwa maana imeandikwa katika Sheria ya Mose: "Usimfunge maksai kinywa apurapo nafaka." Je, Mungu hapa anahusika na ng'ombe? [10] Je, Mungu hasemi haya hasa kwa ajili yetu? Hakika yameandikwa kwa ajili yetu, kwa sababu mtu anapolima na mpuraji

akapura nafaka, wote wanapaswa kufanya hivyo wakiwa na tumaini la kushiriki mavuno. [11] Je, ikiwa sisi tulipanda mbegu ya kiroho miongoni mwenu, itakuwa ni jambo kubwa iwapo tutavuna vitu vya mwili kutoka kwenu? [12] Kama wengine wana haki ya kupata msaada kutoka kwenu, isingepasa tuwe na haki hiyo hata zaidi?

Lakini sisi hatukutumia haki hii. Kinyume chake, tunavumilia kila kitu ili tusije tukazuia Injili ya Kristo. [13] Je, hamjui kwamba, watu wafanyao kazi hekaluni hupata chakula chao kutoka hekaluni, nao wale wahudumiao madhabahuni hushiriki kile kitolewacho madhabahuni? [14] Vivyo hivyo, Bwana ameamuru kwamba wale wanaohubiri Injili wapate riziki yao kutokana na Injili.

[15] Lakini sijatumia hata mojawapo ya haki hizi. Nami siandiki haya nikitumaini kwamba mtanifanyia mambo hayo. Heri nife kuliko mtu yeyote kuninyima huku kujisifu kwangu. [16] Lakini ninapohubiri Injili siwezi kujisifu maana ninalazimika kuhubiri. Ole wangu nisipoihubiri Injili! [17] Nikihubiri kwa hiari, ninayo thawabu. Lakini kama si kwa hiari, basi ninachofanya ni kutekeleza tu uwakili niliowekewa. [18] Basi je, thawabu yangu ni nini? Thawabu yangu ni hii: Ya kwamba katika kuhubiri Injili niitoe bila gharama, bila kutumia kwa utimilifu uwezo wangu nilio nao katika Injili.

[19] Ingawa mimi ni huru, wala si mtumwa wa mtu yeyote, nimejifanya kuwa mtumwa wa kila mtu, ili niweze kuwavuta wengi kadri iwezekanavyo. [20] Kwa Wayahudi, nilikuwa kama Myahudi, ili niwapate Wayahudi. Kwa watu wale walio chini ya sheria, nilikuwa kama aliye chini ya sheria (ingawa mimi siko chini ya sheria), ili niweze kuwapata wale walio chini ya sheria. [21] Kwa watu wasio na sheria nilikuwa kama asiye na sheria (ingawa siko huru mbali na sheria ya Mungu, bali niko chini ya sheria ya Kristo), ili niweze kuwapata wale wasio na sheria. [22] Kwa walio dhaifu nilikuwa dhaifu, ili niweze kuwapata walio dhaifu. Nimekuwa mtu wa hali zote kwa watu wote ili kwa njia yoyote niweze kuwaokoa baadhi yao. [23] Nafanya haya yote kwa ajili ya Injili, ili nipate kushiriki baraka zake.

[24] Je, hamjui kwamba katika mashindano ya mbio wote wanaoshindana hukimbia, lakini ni mmoja wao tu apewaye tuzo? Kwa hiyo kimbieni katika mashindano kwa jinsi ambavyo mtapata tuzo. [25] Kila mmoja anayeshiriki katika mashindano hufanya mazoezi makali. Wao hufanya hivyo ili wapokee taji isiyodumu, lakini sisi tunafanya hivyo ili kupata taji idumuyo milele. [26] Kwa hiyo mimi sikimbii kama mtu akimbiaye bila lengo, sipigani kama mtu anayepiga hewa, [27] la, bali nautesa mwili wangu na kuutumikisha ili nikiisha kuwahubiria wengine, mimi nisiwe mtu wa kukataliwa.

Onyo Kutoka Historia Ya Waisraeli

10 Ndugu zangu, sitaki mkose kufahamu ukweli huu kwamba baba zetu walikuwa wote chini ya wingu na kwamba wote walipita katikati ya bahari. [2] Wote wakabatizwa kuwa wa Mose ndani ya lile wingu na ndani ya ile bahari. [3] Wote walikula chakula kile kile cha roho, [4] na wote wakanywa kile

---

[a] 5 Yaani Petro.

kile kinywaji cha roho, kwa maana walikunywa kutoka ule mwamba wa roho uliofuatana nao, nao ule mwamba ulikuwa Kristo. ⁵ Lakini Mungu hakupendezwa na wengi wao, kwa hiyo miili yao ilitapakaa jangwani.

⁶ Basi mambo haya yalitokea kama mifano ili kutuzuia tusiweke mioyo yetu katika mambo maovu kama wao walivyofanya. ⁷ Msiwe waabudu sanamu, kama baadhi yao walivyokuwa, kama ilivyoandikwa, "Watu waliketi chini kula na kunywa, kisha wakainuka kucheza na kufanya sherehe za kipagani." ⁸ Wala tusifanye uzinzi kama baadhi yao walivyofanya, wakafa watu 23,000 kwa siku moja. ⁹ Wala tusimjaribu Kristo, kama baadhi yao walivyofanya, wakafa kwa kuumwa na nyoka. ¹⁰ Msinung'unike kama baadhi yao walivyofanya, wakaangamizwa na mharabu.

¹¹ Mambo haya yote yaliwapata wao ili yawe mifano kwa wengine, nayo yaliandikwa ili yatuonye sisi ambao mwisho wa nyakati umetufikia. ¹² Hivyo, yeye ajidhaniaye amesimama, aangalie asianguke. ¹³ Hakuna jaribu lolote lililowapata ambalo si la kawaida kwa wanadamu. Naye Mungu ni mwaminifu; hataruhusu mjaribiwe kupita mnavyoweza. Lakini mnapojaribiwa atawapa njia ya kutokea ili mweze kustahimili.

Karamu Za Sanamu Na Meza Ya Bwana

¹⁴ Kwa hiyo wapenzi wangu, zikimbieni ibada za sanamu. ¹⁵ Nasema watu wenye ufahamu, amueni wenyewe kuhusu haya niyasemayo. ¹⁶ Je, kikombe cha baraka ambacho tunakibariki, si ushirika katika damu ya Kristo? Mkate tuumegao, si ushirika wa mwili wa Kristo? ¹⁷ Kwa kuwa mkate ni mmoja, sisi tulio wengi tu mwili mmoja, kwa kuwa wote twashiriki mkate mmoja.

¹⁸ Waangalieni watu wa Israeli: Je, wale wote walao dhabihu si ni wale watendao kazi madhabahuni? ¹⁹ Je, nina maana kwamba kafara iliyotolewa kwa sanamu ni kitu chenye maana yoyote? Au kwamba sanamu ni kitu chenye maana yoyote? ²⁰ La hasha! Lakini kafara za watu wasiomjua Mungu hutolewa kwa mashetani, wala si kwa Mungu. Nami sitaki ninyi mwe na ushirika na mashetani. ²¹ Hamwezi kunywa katika kikombe cha Bwana na cha mashetani pia. Hamwezi kuwa na sehemu katika meza ya Bwana na katika meza ya mashetani pia. ²² Je, tunataka kuamsha wivu wa Bwana? Je, sisi tuna nguvu kuliko yeye?

Fanyeni Yote Kwa Utukufu Wa Mungu

²³ "Vitu vyote ni halali," lakini si vitu vyote vilivyo na faida. "Vitu vyote ni halali," lakini si vyote vinavyojenga. ²⁴ Mtu yeyote asitafute yaliyo yake mwenyewe, bali kila mtu atafute yale yanayowafaa wengine.

²⁵ Kuleni chochote kinachouzwa sokoni, bila kuuliza swali lolote kwa ajili ya dhamiri. ²⁶ Kwa maana, "Dunia na vyote vilivyomo ni mali ya Bwana."

²⁷ Kama ukikaribishwa chakula na mtu asiyeamini nawe ukikubali kwenda, kula kila kitu kitakachowekwa mbele yako bila kuuliza maswali kwa ajili ya dhamiri. ²⁸ Lakini kama mtu yeyote akikuambia, "Hiki kimetolewa kafara kwa sanamu,"

basi usikile kwa ajili ya huyo aliyekuambia na kwa ajili ya dhamiri. ²⁹ Nina maana dhamiri ya huyo aliyekuambia, wala si kwa ajili ya dhamiri yako. Lakini kwa nini uhuru wangu uhukumiwe na dhamiri ya mtu mwingine? ³⁰ Kama nikila kwa shukrani, kwa nini nashutumiwa kwa kile ambacho kwa hicho ninamshukuru Mungu?

³¹ Basi, lolote mfanyalo, kama ni kula au kunywa, fanyeni yote kwa utukufu wa Mungu. ³² Msiwe kikwazo kwa mtu yeyote, wawe Wayahudi au Wayunani, au kwa kanisa la Mungu, ³³ kama hata mimi ninavyojaribu kumpendeza kila mtu kwa kila namna. Kwa maana sitafuti mema kwa ajili yangu mwenyewe bali kwa ajili ya wengi, ili waweze kuokolewa.

11 Igeni mfano wangu, kama ninavyouiga mfano wa Kristo.

Utaratibu Katika Kuabudu

² Ninawasifu kwa kuwa mnanikumbuka katika kila jambo na kwa kushika mafundisho niliyowapa.

³ Napenda mfahamu kwamba kichwa cha kila mwanamke ni Kristo, na kichwa cha mwanamke ni mwanaume, nacho kichwa cha Kristo ni Mungu. ⁴ Kila mwanaume anayeomba au kutoa unabii akiwa amefunika kichwa chake, anakiaibisha kichwa chake. ⁵ Naye kila mwanamke anayeomba au kutoa unabii pasipo kufunika kichwa chake, anakiaibisha kichwa chake, kwani ni sawa na yeye aliyenyoa nywele. ⁶ Kama mwanamke hatajifunika kichwa chake, basi inampasa kunyoa nywele zake. Lakini kama ni aibu kwa mwanamke kukata au kunyoa nywele zake, basi afunike kichwa chake. ⁷ Haimpasi mwanaume kufunika kichwa chake kwa kuwa yeye ni mfano wa Mungu na utukufu wa Mungu, lakini mwanamke ni utukufu wa mwanaume. ⁸ Kwa maana mwanaume hakutoka kwa mwanamke, bali mwanamke alitoka kwa mwanaume. ⁹ Wala mwanaume hakuumbwa kwa ajili ya mwanamke, bali mwanamke kwa ajili ya mwanaume. ¹⁰ Kwa sababu hii na kwa sababu ya malaika, inampasa mwanamke awe na ishara ya mamlaka juu yake.

¹¹ Lakini katika Bwana, mwanamke hajitegemei pasipo mwanaume na mwanaume hajitegemei pasipo mwanamke. ¹² Kama vile mwanamke alivyoumbwa kutoka kwa mwanaume, vivyo hivyo mwanaume huzaliwa na mwanamke. Lakini vitu vyote vyatoka kwa Mungu. ¹³ Hukumuni ninyi wenyewe: Je, inafaa kwa mwanamke kumwomba Mungu bila kufunika kichwa chake? ¹⁴ Je, maumbile ya asili hayatufundishi kuwa ni aibu kwa mwanaume kuwa na nywele ndefu? ¹⁵ Lakini mwanamke akiwa na nywele ndefu ni utukufu kwake? Kwa maana mwanamke amepewa nywele ndefu ili kumfunika. ¹⁶ Kama mtu anataka kubishana juu ya jambo hili, sisi wala makanisa ya Mungu hatutambui desturi nyingine.

Matumizi Mabaya Ya Meza Ya Bwana

¹⁷ Basi katika maagizo yafuatayo, siwezi kuwasifu, kwa sababu mkutanikapo si kwa ajili ya faida bali kwa hasara. ¹⁸ Kwanza, mnapokutana kama kanisa, nasikia kwamba kuna mgawanyiko

miongoni mwenu, nami kwa kiasi fulani nasadiki kuwa ndivyo ilivyo. [19] Bila shaka lazima pawe na tofauti miongoni mwenu ili kuonyesha ni nani anayekubaliwa na Mungu. [20] Mkutanikapo pamoja si chakula cha Bwana mnachokula, [21] kwa kuwa mnapokula, kila mmoja wenu anakula bila kuwangoja wengine. Mmoja hukaa njaa na mwingine analewa. [22] Je, hamna nyumbani kwenu ambako mnaweza kula na kunywa? Au mnalidharau kanisa la Mungu na kuwadhalilisha wale wasio na kitu? Niwaambie nini? Je, niwasifu juu ya jambo hili? La, hasha!

Kuanzishwa Kwa Meza Ya Bwana

[23] Kwa maana mimi nilipokea kutoka kwa Bwana yale niliyowapa ninyi, kwamba Bwana Yesu, usiku ule aliposalitiwa, alitwaa mkate, [24] naye akiisha kushukuru, akaumega, akasema, "Huu ndio mwili wangu, uliotolewa kwa ajili yenu. Fanyeni hivi kwa ukumbusho wangu." [25] Vivyo hivyo baada ya kula, akakitwaa kikombe, akisema, "Kikombe hiki ni agano jipya katika damu yangu. Fanyeni hivi kila mnywapo, kwa ukumbusho wangu." [26] Maana kila mlapo mkate huu na kunywea kikombe hiki, mnatangaza mauti ya Bwana mpaka ajapo.

Kushiriki Meza Ya Bwana Isivyostahili

[27] Kwa hiyo, mtu yeyote alaye mkate huo au kukinywea kikombe hicho cha Bwana isivyostahili, atakuwa na hatia ya dhambi juu ya mwili na damu ya Bwana. [28] Inampasa mtu ajichunguze mwenyewe, kabla ya kula mkate na kukinywea kikombe. [29] Kwa maana mtu yeyote alaye na kunywa pasipo kuutambua mwili wa Bwana, hula na kunywa hukumu juu yake mwenyewe. [30] Hii ndiyo sababu wengi miongoni mwenu ni wagonjwa na dhaifu na wengine wenu hata wamekufa. [31] Lakini kama tungejichunguza wenyewe tusingehukumiwa. [32] Tunapohukumiwa na Bwana, tunaadibishwa ili tusije tukahukumiwa pamoja na ulimwengu. [33] Kwa hiyo, ndugu zangu, mkutanikapo pamoja ili kula, mngojane. [34] Kama mtu akiwa na njaa, ale nyumbani kwake ili mkutanapo pamoja msije mkahukumiwa.

Nami nitakapokuja nitawapa maelekezo zaidi.

Karama Za Rohoni

12 Basi ndugu zangu, kuhusu karama za rohoni, sitaki mkose kufahamu. [2] Mnajua kwamba mlipokuwa watu wasiomjua Mungu, kwa njia moja au ingine mlishawishika na kupotoshwa mkielekezwa kwa sanamu zisizonena. [3] Kwa hiyo nawaambieni ya kuwa hakuna mtu anayeongozwa na Roho wa Mungu anayeweza kusema, "Yesu na alaaniwe." Pia hakuna mtu awezaye kusema, "Yesu ni Bwana," isipokuwa ameongozwa na Roho Mtakatifu. [4] Kuna aina mbalimbali za karama, lakini Roho ni yule yule. [5] Kuna huduma za aina mbalimbali, lakini Bwana ni yule yule. [6] Kisha kuna tofauti za kutenda kazi, lakini ni Mungu yule yule atendaye kazi zote kwa wale watu wote. [7] Basi kila mmoja hupewa ufunuo wa Roho kwa faida ya wote. [8] Maana mtu mmoja kwa Roho hupewa neno la hekima na mwingine neno la maarifa kwa Roho huyo huyo. [9] Mtu mwingine imani

kwa huyo Roho na mwingine karama za kuponya kwa huyo Roho mmoja. [10] Kwa mwingine matendo ya miujiza, kwa mwingine unabii kwa mwingine kupambanua roho, kwa mwingine aina mbalimbali za lugha, na kwa mwingine bado, tafsiri za lugha. [11] Haya yote hufanywa na huyo huyo Roho mmoja, Roho naye humgawia kila mtu, kama apendavyo.

Mwili Mmoja, Wenye Viungo Vingi

[12] Kama vile mwili ulivyo mmoja nao una viungo vingi, navyo viungo vyote vya mwili ingawa ni vingi, ni mwili mmoja, vivyo hivyo na Kristo. [13] Kwa maana katika Roho mmoja wote tulibatizwa katika mwili mmoja, kama ni Wayahudi au Wayunani, kama ni watumwa au watu huru, nasi sote tulinyweshwa Roho mmoja. [14] Kwa maana mwili si kiungo kimoja, bali ni viungo vingi. [15] Kama mguu ungesema, "Kwa kuwa mimi si mkono basi mimi si wa mwili," hiyo isingefanya huo mguu usiwe sehemu ya mwili. [16] Na kama sikio lingesema, "Kwa kuwa mimi si jicho, basi mimi si wa mwili," hiyo isingefanya hilo sikio lisiwe sehemu ya mwili. [17] Kama mwili wote ungelikuwa jicho, kusikia kungekuwa wapi? Au kama mwili wote ungelikuwa sikio, kunusa kungekuwa wapi? [18] Lakini kama ilivyo, Mungu ameweka viungo katika mwili, kila kimoja kama alivyopenda. [19] Kama vyote vingekuwa kiungo kimoja, mwili ungekuwa wapi? [20] Kama ulivyo, una viungo vingi, lakini mwili ni mmoja. [21] Jicho haliwezi kuuambia mkono, "Sina haja nawe!" Wala kichwa hakiwezi kuiambia miguu, "Sina haja na ninyi!" [22] Lakini badala yake, vile viungo vya mwili vinavyoonekana kuwa dhaifu, ndivyo ambavyo ni vya muhimu sana. [23] Navyo vile viungo tunavyoviona havina heshima, ndivyo tunavipa heshima maalum. Vile viungo vya mwili ambavyo havina uzuri, tunavipa heshima ya pekee; [24] wakati vile viungo vyenye uzuri havihitaji utunzaji wa pekee. Lakini Mungu ameviweka pamoja viungo vya mwili na akavipa heshima zaidi vile vilivyopungukiwa, [25] ili pasiwe na mafarakano katika mwili, bali viungo vyote vihudumiane kwa usawa kila kimoja na mwenzake. [26] Kama kiungo kimoja kikiumia, viungo vyote huumia pamoja nacho, kama kiungo kimoja kikipewa heshima, viungo vyote hufurahi pamoja nacho.

[27] Sasa ninyi ni mwili wa Kristo na kila kimoja wenu ni sehemu ya huo mwili. [28] Mungu ameweka katika kanisa, kwanza mitume, pili manabii, tatu walimu, kisha watenda miujiza, pia karama za kuponya, karama za kusaidiana, karama za uongozi, aina mbalimbali za lugha. [29] Je, wote ni mitume? Je, wote ni manabii? Je, wote ni walimu? Je, wote wanatenda miujiza? [30] Je, wote wana karama ya kuponya? Je, wote hunena kwa lugha mpya? Je, wote wanatafsiri? [31] Basi tamanini sana karama zilizo kuu.

Nami nitawaonyesha njia iliyo bora zaidi.

Karama Ya Upendo

13 Hata kama nitasema kwa lugha za wanadamu na za malaika, kama sina upendo, nimekuwa kengele inayolialia au toazi livumalo. [2] Ningekuwa

na karama ya unabii na kujua siri zote na maarifa yote, hata kama nina imani kiasi cha kuweza kuhamisha milima, kama sina upendo, mimi si kitu. [3] Kama nikitoa mali yote niliyo nayo na kama nikijitolea mwili wangu uchomwe moto, kama sina upendo, hainifaidi kitu.

[4] Upendo huvumilia, upendo hufadhili, upendo hauoni wivu, hauna majivuno, hauna kiburi. [5] Haukosi kuwa na adabu, hautafuti mambo yake, haukasiriki upesi, hauweki kumbukumbu ya mabaya. [6] Upendo haufurahii mabaya bali hufurahi pamoja na kweli. [7] Upendo huvumilia yote, huamini yote, hutumaini yote, hustahimili yote. [8] Upendo haushindwi kamwe. Lakini ukiwepo unabii, utakoma; zikiwepo lugha, zitakoma; yakiwepo maarifa, yatapita. [9] Kwa maana tunafahamu kwa sehemu na tunatoa unabii kwa sehemu. [10] Lakini ukamilifu ukija, yale yasiyo kamili hutoweka. [11] Nilipokuwa mtoto, nilisema kama mtoto, niliwaza kama mtoto, nilifikiri kama mtoto. Nilipokuwa mtu mzima niliacha mambo ya kitoto. [12] Kwa maana sasa tunaona taswira kama kwa kioo, lakini wakati huo tutaona wazi. Sasa nafahamu kwa sehemu, wakati huo nitafahamu kikamilifu, kama vile mimi ninavyofahamika kikamilifu. [13] Basi sasa, yanadumu mambo haya matatu: Imani, tumaini na upendo. Lakini lililo kuu miongoni mwa haya matatu ni upendo.

Karama Za Unabii Na Lugha

14 Fuateni upendo na kutaka sana karama za roho, hasa karama ya unabii. [2] Kwa maana mtu yeyote anayesema kwa lugha, hasemi na wanadamu bali anasema na Mungu. Kwa kuwa hakuna mtu yeyote anayemwelewa, kwani anasema mambo ya siri kwa roho. [3] Lakini anayetoa unabii anasema na watu akiwajenga, kuwatia moyo na kuwafariji. [4] Anenaye kwa lugha hujijenga mwenyewe, bali atoaye unabii hulijenga kanisa. [5] Ningependa kila mmoja wenu anene kwa lugha lakini ningependa zaidi nyote mtoe unabii. Kwa kuwa yeye atoaye unabii ni mkuu kuliko anenaye kwa lugha, isipokuwa atafsiri, ili kanisa lipate kujengwa. [6] Sasa ndugu zangu, kama nikija kwenu nikasema kwa lugha mpya nitawafaidia nini kama sikuwaletea ufunuo au neno la maarifa au unabii au mafundisho? [7] Hata vitu visivyo na uhai vitoapo sauti, kama vile filimbi au kinubi, mtu atajuaje ni wimbo gani unaoimbwa kusipokuwa na tofauti ya upigaji? [8] Tena kama tarumbeta haitoi sauti inayoeleweka, ni nani atakayejiandaa kwa ajili ya vita? [9] Vivyo hivyo na ninyi, kama mkinena maneno yasiyoeleweka katika akili, mtu atajuaje mnalosema? Kwa maana mtakuwa mnasema hewani tu. [10] Bila shaka ziko sauti nyingi ulimwenguni, wala hakuna isiyo na maana. [11] Basi kama sielewi maana ya hiyo sauti, nitakuwa mgeni kwa yule msemaji, naye atakuwa mgeni kwangu. [12] Vivyo hivyo na ninyi. Kwa kuwa mnatamani kuwa na karama za rohoni, jitahidini kuzidi sana katika karama kwa ajili ya kulijenga kanisa.

[13] Kwa sababu hii, yeye anenaye kwa lugha na aombe kwamba apate kutafsiri kile anachonena.

[14] Kwa maana nikiomba kwa lugha, roho yangu inaomba, lakini akili yangu haina matunda. [15] Nifanyeje basi? Nitaomba kwa roho, na pia nitaomba kwa akili yangu. Nitaimba kwa roho na nitaimba kwa akili yangu pia. [16] Ikiwa unabariki kwa roho, mtu mwingine atakayejikuta miongoni mwa hao wasiojua, atawezaje kusema "Amen" katika kushukuru kwako, wakati haelewi unachosema? [17] Mnaweza kuwa mnatoa shukrani kweli, sawa, lakini huyo mtu mwingine hajengeki. [18] Namshukuru Mungu kwamba mimi nanena kwa lugha kuliko ninyi nyote. [19] Lakini ndani ya kanisa ni afadhali niseme maneno matano ya kueleweka ili niwafundishe wengine kuliko kusema maneno 10,000 kwa lugha. [20] Ndugu zangu, msiwe kama watoto katika kufikiri kwenu, afadhali kuhusu uovu mwe kama watoto wachanga, lakini katika kufikiri kwenu, mwe watu wazima. [21] Katika Sheria imeandikwa kwamba:

"Kupitia kwa watu wenye lugha ng'eni
na kupitia midomo ya wageni,
nitasema na watu hawa,
lakini hata hivyo hawatanisikiliza,"
asema Bwana.

[22] Basi kunena kwa lugha ni ishara, si kwa watu waaminio, bali kwa wasioamini, wakati unabii si kwa ajili ya wasioamini, bali kwa ajili ya waaminio. [23] Kwa hiyo kama kanisa lote likikutana na kila mmoja akanena kwa lugha, kisha wakaingia wageni wasioelewa wasioamini, je, hawatasema kwamba wote mna wazimu? [24] Lakini kama mtu asiyeamini au asiyeelewa akiingia wakati kila mtu anatoa unabii, ataaminishwa na watu wote kuwa yeye ni mwenye dhambi na kuhukumiwa na wote, [25] nazo siri za moyo wake zitawekwa wazi. Kwa hiyo ataanguka chini na kumwabudu Mungu akikiri, "Kweli Mungu yuko katikati yenu!"

Kumwabudu Mungu Kwa Utaratibu

[26] Basi tuseme nini ndugu zangu? Mnapokutana pamoja, kila mmoja ana wimbo, au neno la mafundisho, au ufunuo, lugha mpya au atatafsiri. Mambo yote yatendeke kwa ajili ya kulijenga kanisa. [27] Kama mtu yeyote akinena kwa lugha, basi waseme watu wawili au watatu si zaidi, mmoja baada ya mwingine na lazima awepo mtu wa kutafsiri. [28] Lakini kama hakuna mtu wa kutafsiri, hao watu na wanyamaze kimya kanisani na wanene na nafsi zao wenyewe na Mungu. [29] Manabii wawili au watatu wanene na wengine wapime yale yasemwayo. [30] Kama mtu yeyote aliyeketi karibu, akipata ufunuo, basi yule wa kwanza na anyamaze. [31] Kwa maana wote mnaweza kutoa unabii, mmoja baada ya mwingine, ili kila mtu apate kufundishwa na kutiwa moyo. [32] Roho za manabii huwatii manabii. [33] Kwa maana Mungu si Mungu wa machafuko bali ni Mungu wa amani.

Kama ilivyo katika makusanyiko yote ya watakatifu, [34] wanawake wanapaswa kuwa kimya kanisani. Hawaruhusiwi kusema, bali wanyenyekee kama sheria isemavyo. [35] Kama wakitaka kuuliza kuhusu jambo lolote, wawaulize waume zao nyumbani. Kwa maana ni aibu kwa mwanamke kuzungumza kanisani. [36] Je, neno la Mungu lilianzia kwenu? Au ni ninyi tu ambao neno la Mungu limewafikia? [37] Kama mtu yeyote akidhani kwamba yeye ni nabii, au ana karama za rohoni, basi na akubali kwamba haya ninayoandika ni maagizo kutoka kwa Bwana. [38] Kama mtu akipuuza jambo hili yeye mwenyewe atapuuzwa. [39] Kwa hiyo ndugu zangu, takeni sana kutoa unabii na msikataze watu kusema kwa lugha. [40] Lakini kila kitu kitendeke kwa heshima na kwa utaratibu.

Kufufuka Kwa Kristo

15 Basi ndugu zangu nataka niwakumbushe kuhusu Injili niliyowahubiria, mkaipokea na ambayo katika hiyo mmesimama. [2] Kwa Injili hii mnaokolewa mkishikilia kwa uthabiti neno nililowahubiria ninyi. La sivyo, mmeamini katika ubatili.

[3] Kwa maana yale niliyopokea ndiyo niliyowapa ninyi, kama yenye umuhimu wa kwanza: Kwamba Kristo alikufa kwa ajili ya dhambi zetu, kama yasemavyo Maandiko, [4] ya kuwa alizikwa na alifufuliwa siku ya tatu, kama yasemavyo Maandiko, [5] na kwamba alimtokea Kefa,[a] kisha akawatokea wale kumi na wawili. [6] Baadaye akawatokea wale ndugu waumini zaidi ya 500 kwa pamoja, ambao wengi wao bado wako hai, ingawa wengine wamelala. [7] Ndipo akamtokea Yakobo na kisha mitume wote. [8] Mwisho wa wote, akanitokea mimi pia, ambaye ni kama aliyezaliwa si kwa wakati wake.

[9] Kwa maana mimi ndiye mdogo kuliko mitume wote, nisiyestahili kuitwa mtume, kwa sababu nililitesa kanisa la Mungu. [10] Lakini kwa neema ya Mungu nimekuwa hivi nilivyo na neema yake kwangu haikuwa kitu bure. Bali nilizidi sana kufanya kazi kuliko mitume wote, lakini haikuwa mimi, bali ni ile neema ya Mungu iliyokuwa pamoja nami. [11] Hivyo basi, kama ilikuwa mimi au wao, hili ndilo tunalohubiri, na hili ndilo mliloamini.

Ufufuo Wa Wafu

[12] Basi kama tumehubiri ya kwamba Kristo alifufuliwa kutoka kwa wafu, mbona baadhi yenu mnasema hakuna ufufuo wa wafu? [13] Lakini kama hakuna ufufuo wa wafu, basi hata Kristo hakufufuliwa. [14] Tena ikiwa Kristo hakufufuliwa kutoka kwa wafu, kuhubiri kwetu kumekuwa ni bure na imani yenu ni batili. [15] Zaidi ya hayo, twaonekana kuwa mashahidi wa uongo kuhusu Mungu, kwa sababu tumeshuhudia kumhusu Mungu kwamba alimfufua Kristo kutoka kwa wafu, lakini hilo haliwezi kuwa kweli kama wafu hawafufuliwi. [16] Kwa kuwa kama wafu hawafufuliwi, basi hata Kristo hajafufuka. [17] Tena kama Kristo hajafufuliwa, imani yenu ni batili; nanyi bado mko katika dhambi zenu. [18] Hivyo basi, wote waliolala katika Kristo wamepotea. [19] Ikiwa tumaini letu ndani ya Kristo ni kwa ajili ya maisha haya tu, sisi tunastahili kuhurumiwa kuliko watu wote.

[20] Lakini kweli Kristo amefufuliwa kutoka kwa

---

[a] 5 Yaani Petro.

wafu, tunda la kwanza la wale wote waliolala. [21] Kwa maana kama vile mauti ilivyokuja kwa njia ya mtu mmoja, vivyo hivyo, ufufuo wa wafu umekuja kwa njia ya mtu mmoja. [22] Kwa maana kama vile katika Adamu watu wote wanakufa, vivyo hivyo katika Kristo wote watafanywa hai. [23] Lakini kila mmoja kwa wakati wake: Kristo, tunda la kwanza kisha, wale walio wake, wakati atakapokuja. [24] Ndipo mwisho utafika, wakati atakapomkabidhi Mungu Baba ufalme, akiisha angamiza kila utawala na kila mamlaka na nguvu. [25] Kwa maana lazima Kristo atawale mpaka awe amewaweka adui zake wote chini ya miguu yake. [26] Adui wa mwisho atakayeangamizwa ni mauti. [27] Kwa maana Mungu "ameweka vitu vyote chini ya miguu yake." Lakini isemapo kwamba "vitu vyote" vimewekwa chini yake, ni wazi kwamba Mungu aliyetiisha vitu vyote chini ya Kristo hayumo miongoni mwa hivyo vilivyotiishwa. [28] Atakapokuwa amekwisha kuyafanya haya, ndipo Mwana mwenyewe atatiishwa chini yake yeye aliyetiisha vitu vyote, ili Mungu awe yote katika yote.

[29] Basi kama hakuna ufufuo, watafanyaje wale wabatizwao kwa ajili ya wafu? Kama wafu hawafufuliwi kamwe, mbona watu wanabatizwa kwa ajili yao? [30] Nasi kwa upande wetu kwa nini tunajihatarisha kila saa? [31] Kama majivuno yangu kwa ajili yenu katika Kristo Yesu Bwana wetu ni kweli, ndugu zangu, ninakufa kila siku. [32] Kama kwa sababu za kibinadamu tu nilipigana na wanyama wakali huko Efeso, ningekuwa nimepata faida gani? Kama wafu hawafufuliwi,

"Tuleni na kunywa,
    kwa kuwa kesho tutakufa."

[33] Msidanganyike: "Ushirika na watu wabaya huharibu tabia njema." [34] Zindukeni mwe na akili kama iwapasavyo, wala msitende dhambi tena; kwa maana watu wengine hawamjui Mungu. Nasema mambo haya ili mwone aibu.

Mwili Wa Ufufuo

[35] Lakini mtu anaweza kuuliza, "Wafu wafufuliwaje? Watakuwa na mwili wa namna gani?" [36] Ninyi wapumbavu kiasi gani? Mpandacho hakiwi hai kama hakikufa. [37] Mpandapo, hampandi mwili ule utakao kuwa, bali mwapanda mbegu tu, pengine ya ngano au ya kitu kingine. [38] Lakini Mungu huipa mbegu umbo kama alivyokusudia mwenyewe na kila aina ya mbegu huipa umbo lake. [39] Kwa maana nyama zote si za aina moja. Binadamu wana nyama ya aina moja, wanyama wana aina nyingine, kadhalika ndege na samaki wana nyama tofauti. [40] Pia kuna miili ya mbinguni na miili ya duniani, lakini fahari wa ile miili ya mbinguni ni wa aina moja na fahari wa ile miili ya duniani ni wa aina nyingine. [41] Jua lina fahari ya aina moja, mwezi nao una fahari ya nyota ya aina nyingine, kadhalika katika fahari.

[42] Hivyo ndivyo itakavyokuwa wakati wa ufufuo wa wafu. Ule mwili wa kuharibika uliopandwa, utafufuliwa usioharibika, [43] unapandwa katika aibu, unafufuliwa katika utukufu, unapandwa katika

udhaifu, unafufuliwa katika nguvu, [44] unapandwa mwili wa asili, unafufuliwa mwili wa kiroho.

Kama kuna mwili wa asili, basi kuna mwili wa kiroho pia. [45] Kwa hiyo imeandikwa, "Mtu wa kwanza Adamu alifanyika kiumbe hai"; Adamu wa mwisho, yeye ni roho iletayo uzima. [46] Lakini si ule wa kiroho uliotangulia, bali ni ule wa asili, kisha ule wa kiroho. [47] Mtu wa kwanza aliumbwa kwa mavumbi ya ardhini, mtu wa pili alitoka mbinguni. [48] Kama vile alivyokuwa yule wa ardhini, ndivyo walivyo wale walio wa ardhini; na kwa vile alivyo mtu yule aliyetoka mbinguni, ndivyo walivyo wale walio wa mbinguni. [49] Kama vile tulivyochukua mfano wa mtu wa ardhini, ndivyo tutakavyochukua mfano wa yule mtu aliyetoka mbinguni. [50] Ndugu zangu nisemalo ni hili: nyama na damu haviwezi kuurithi ufalme wa Mungu, wala kuharibika kurithi kutokuharibika. [51] Sikilizeni, nawaambia siri: Sote hatutalala, lakini sote tutabadilishwa [52] ghafula, kufumba na kufumbua, parapanda ya mwisho itakapolia. Kwa kuwa parapanda italia, nao wafu watafufuliwa na miili isiyoharibika, nasi tutabadilishwa. [53] Kwa maana mwili huu wa kuharibika lazima uvae kutokuharibika, nao huu wa kufa lazima uvae kutokufa. [54] Kwa hiyo, mwili huu wa kuharibika utakapovaa kutokuharibika, nao huu mwili wa kufa utakapovaa kutokufa, ndipo lile neno lililoandikwa litakapotimia: "Mauti imemezwa kwa kushinda."

[55] "Kuko wapi, ee mauti, kushinda kwako? Uko wapi, ee mauti, uchungu wako?"

[56] Uchungu wa mauti ni dhambi na nguvu ya dhambi ni sheria. [57] Lakini ashukuriwe Mungu, yeye atupaye ushindi kwa njia ya Bwana wetu Yesu Kristo.

[58] Kwa hiyo, ndugu zangu wapenzi, simameni imara, msitikisike, mzidi sana katika kuitenda kazi ya Bwana, kwa maana mnajua ya kuwa, kazi yenu katika Bwana si bure.

Changizo Kwa Ajili Ya Watakatifu

16 Basi kuhusu changizo kwa ajili ya watakatifu: Kama nilivyoyaagiza makanisa ya Galatia, fanyeni vivyo hivyo. [2] Siku ya kwanza ya kila juma, kila mmoja wenu atenge kiasi cha fedha, kulingana na mapato yake na fedha hizo aziweke akiba, ili nitakapokuja pasiwe na lazima ya kufanya mchango. [3] Kwa hiyo nitakapowasili, nitawapa wale mtakaowachagua barua za kuwatambulisha, ili kuwatuma wapeleke zawadi zenu huko Yerusalemu. [4] Kama ikionekana ni vyema na mimi niende, basi hao watu watafuatana nami.

Mahitaji Binafsi

[5] Baada ya kupitia Makedonia nitakuja kwenu, maana ninakusudia kupitia Makedonia. [6] Huenda nitakaa nanyi kwa muda, au hata kukaa nanyi kipindi chote cha baridi, ili mweze kunisaidia katika safari yangu, popote niendapo. [7] Kwa maana sitaki niwaone sasa na kupita tu; natarajia kuwa nanyi kwa muda wa kutosha, kama Bwana akipenda. [8] Lakini nitakaa Efeso mpaka wakati wa Pentekoste, [9] kwa maana mlango mkubwa umefunguliwa kwangu kufanya kazi yenye matunda, nako huko kuna adui wengi wanaonipinga.

[10] Ikiwa Timotheo atakuja kwenu, hakikisheni kwamba hana hofu yoyote akiwa nanyi, kwa sababu anafanya kazi ya Bwana, kama mimi nifanyavyo. [11] Basi asiwepo mtu atakayekataa kumpokea. Msafirisheni kwa amani ili aweze kunijia tena. Namtarajia pamoja na ndugu.

[12] Basi kwa habari za ndugu yetu Apolo, nimemsihi kwa bidii aje kwenu pamoja na hao ndugu. Ingawa alikuwa hapendi kabisa kuja sasa, lakini atakuja apatapo nafasi.

Maneno Ya Mwisho

[13] Kesheni, simameni imara katika imani, fanyeni kiume, kuweni mashujaa kuweni hodari. [14] Fanyeni kila kitu katika upendo. [15] Ninyi mnajua kwamba watu wa nyumbani mwa Stefana ndio waliokuwa wa kwanza kuamini katika Akaya, nao wamejitoa kwa ajili ya kuwahudumia watakatifu. Ndugu nawasihi, [16] mjitie katika kuwahudumia watu kama hawa na kila mmoja aingiaye kwenye kazi na kuifanya kwa bidii. [17] Nilifurahi wakati Stefana, Fortunato na Akaiko walipofika, kwa sababu wamenipatia yale niliyopungukiwa kutoka kwenu. [18] Kwa kuwa waliiburudisha roho yangu na zenu pia. Watu kama hawa wanastahili kutambuliwa.

Salamu Za Mwisho

[19] Makanisa ya Asia yanawasalimu. Akila na Prisila,[a] pamoja na kanisa lililoko nyumbani kwao wanawasalimu sana katika Bwana. [20] Ndugu wote walioko hapa wanawasalimu. Salimianeni kwa busu takatifu.

[21] Mimi, Paulo, naandika salamu hizi kwa mkono wangu mwenyewe.

[22] Kama mtu yeyote hampendi Bwana Yesu Kristo, na alaaniwe. Bwana wetu, njoo.[b]

[23] Neema ya Bwana Yesu iwe nanyi.

[24] Upendo wangu uwe nanyi nyote katika Kristo Yesu. Amen.

---

[a]19 Prisila kwa Kiyunani ni Priska, hivyo tafsiri nyingine zimemuita Priska.
[b]22 Kwa Kiaramu ni *Marana tha*.

2 WAKORINTHO

Salamu

1 Barua hii ni kutoka kwangu mimi Paulo, mtume wa Kristo Yesu kwa mapenzi ya Mungu, na Timotheo ndugu yetu,

Kwa kanisa la Mungu lililoko Korintho, pamoja na watakatifu wote walioko Akaya yote: [2] Neema na amani itokayo kwa Mungu Baba yetu na kwa Bwana Yesu Kristo iwe nanyi.

Mungu Wa Faraja Yote

[3] Ahimidiwe Mungu na Baba wa Bwana wetu Yesu Kristo, Baba wa huruma na Mungu wa faraja yote. [4] Yeye hutufariji katika taabu zetu, ili tuweze kuwafariji walio katika taabu yoyote kwa faraja ambayo sisi wenyewe tumepokea kutoka kwa Mungu. [5] Kama vile mateso ya Kristo yanavyozidi ndani ya maisha yetu, hivyo ndivyo faraja yetu inavyofurika kwa njia ya Kristo. [6] Kama tunataabika, ni kwa ajili ya faraja na wokovu wenu; kama tukifarijiwa, ni kwa ajili ya faraja yenu, iwaleteayo saburi ya mateso yale yale yanayotupata. [7] Nalo tumaini letu kwenu ni thabiti, kwa sababu tunajua kwamba kama vile mnavyoshiriki mateso yetu, ndivyo pia mnavyoshiriki katika faraja yetu.

[8] Ndugu wapendwa, hatutaki mkose kujua kuhusu zile taabu tulizopata huko Asia. Kwa maana tulilemewa na mizigo sana, kiasi cha kushindwa kuvumilia, hata tulikata tamaa ya kuishi. [9] Kwa kweli, mioyoni mwetu tulihisi tumekabiliwa na hukumu ya kifo, ili tusijitegemee sisi wenyewe bali tumtegemee Mungu afufuaye wafu. [10] Yeye aliyetuokoa kwenye hatari kubwa ya kifo na atatuokoa tena. Kwake yeye tumeweka tumaini letu kwamba ataendelea kutuokoa. [11] Kama vile mlivyoungana kusaidiana nasi katika maombi, hivyo wengi watatoa shukrani kwa niaba yetu kwa ajili ya baraka za neema tulizopata kwa majibu ya maombi ya wengi.

Paulo Aahirisha Ziara

[12] Basi haya ndiyo majivuno yetu: Dhamiri yetu inatushuhudia kwamba tumeenenda katika ulimwengu na hasa katika uhusiano wetu na ninyi, katika utakatifu na uaminifu utokao kwa Mungu. Hatukufanya hivyo kwa hekima ya kidunia bali kwa neema ya Mungu. [13] Kwa maana hatuwaandikii mambo ambayo hamwezi kusoma au kuyaelewa. Natumaini kwamba, [14] kama vile mlivyotuelewa kwa sehemu, mtakuja kuelewa kwa ukamilifu ili mweze kujivuna kwa ajili yetu, kama na sisi tutakavyojivuna kwa ajili yenu katika siku ya Bwana Yesu.

[15] Kwa kuwa nilikuwa na uhakika wa mambo haya, nilitaka nije kwenu kwanza, ili mpate faida mara mbili. [16] Nilipanga kuwatembelea nikiwa safarini kwenda Makedonia na kurudi tena kwenu nikitoka Makedonia, ili mnisafirishe katika safari yangu ya kwenda Uyahudi. [17] Nilipopanga jambo hili, je, nilikuwa kigeugeu? Au ninafanya mipango yangu kwa hali ya mwili, ili niseme, "Ndiyo, ndiyo" na "Siyo, siyo" wakati huo huo?

[18] Hakika kama Mungu alivyo mwaminifu, maneno yetu kwenu hayajawa "Ndiyo na Siyo." [19] Kwa kuwa Yesu Kristo, Mwana wa Mungu, ambaye tulimhubiri kwenu: Mimi, Silvano[a] na Timotheo, hakuwa "Ndiyo" na "Siyo," bali kwake yeye siku zote ni "Ndiyo." [20] Kwa maana ahadi zote za Mungu zilizo katika Kristo ni "Ndiyo." Kwa sababu hii ni kwake yeye tunasema "Amen" kwa utukufu wa Mungu. [21] Basi ni Mungu atufanyaye sisi pamoja nanyi kusimama imara katika Kristo. Ametutia mafuta [22] kwa kututia muhuri wake na kutupa Roho wake mioyoni mwetu kuwa rehani kwa ajili ya kututhibitishia kile kijacho.

[23] Mungu ni shahidi wangu kwamba ilikuwa ni kwa ajili ya kuwahurumia ninyi sikurudi Korintho. [24] Si kwamba tunatawala imani yenu, bali twatenda kazi pamoja nanyi kwa ajili ya furaha yenu, kwa sababu ni kwa imani mwasimama imara.

2 Hivyo nilikusudia moyoni mwangu nisifanye ziara nyingine yenye kuwaumiza ninyi. [2] Kwa kuwa kama nikiwahuzunisha ninyi, ni nani aliyebaki wa kunifurahisha isipokuwa ninyi ambao nimewahuzunisha? [3] Niliandika hivyo kama nilivyofanya, ili nikija nisihuzunishwe na wale watu ambao wangenifanya nifurahi. Nina uhakika na ninyi nyote, kwamba wote mngeshiriki furaha yangu. [4] Kwa maana niliwaandikia kutokana na dhiki kubwa na kutaabika sana kwa moyo wangu tena kwa machozi mengi, shabaha yangu si ili niwasababishe mhuzunike bali kuwaonyesha kina cha upendo wangu kwenu.

Msamaha Kwa Mwenye Dhambi

[5] Lakini ikiwa mtu yeyote amesababisha huzuni, kwa kiasi fulani hakunihuzunisha mimi kama vile alivyowahuzunisha ninyi nyote, ili nisiwe mkali kupita kiasi. [6] Adhabu hii aliyopewa na wengi inamtosha. [7] Basi sasa badala yake, inawapasa kumsamehe na kumfariji, ili asigubikwe na huzuni kupita kiasi. [8] Kwa hiyo, nawasihi, mpate kuuthibitisha tena upendo wenu kwa ajili yake. [9] Sababu ya kuwaandikia ni kuona kama mngeweza kushinda hilo jaribio na kutii katika kila jambo. [10] Kama ninyi mkimsamehe mtu yeyote, mimi pia nimemsamehe. Kile nilichosamehe, kama kulikuwa na kitu chochote cha kusamehe, nimekwisha kusamehe mbele ya Kristo kwa ajili yenu, [11] ili Shetani asitushinde. Kwa maana hatuachi kuzijua hila zake.

Wasiwasi Wa Paulo Huko Troa

[12] Basi nilipofika Troa kuhubiri Injili ya Kristo na kukuta kwamba Bwana alikuwa amenifungulia mlango, [13] bado nilikuwa sina utulivu akilini

---

[a] 19 Yaani Sila.

mwangu kwa sababu sikumkuta ndugu yangu Tito huko. Hivyo niliagana nao nikaenda Makedonia. [14] Lakini Mungu ashukuriwe, yeye ambaye siku zote hutufanya tuandamane kwa ushindi tukiwa ndani ya Kristo. Naye kupitia kwetu hueneza kila mahali harufu nzuri ya kumjua yeye. [15] Kwa maana sisi kwa Mungu ni harufu nzuri ya manukato ya Kristo miongoni mwa wale wanaookolewa na kwa wale wanaopotea. [16] Kwa wale wanaopotea, sisi ni harufu ya mauti iletayo mauti; lakini kwa wale wanaookolewa, sisi ni harufu nzuri iletayo uzima. Ni nani awezaye mambo hayo? [17] Tofauti na watu wengine wengi, sisi hatufanyi biashara na Neno la Mungu kwa ajili ya kupata faida. Kinyume chake, katika Kristo tunalisema Neno la Mungu kwa unyoofu, kama watu tuliotumwa kutoka kwa Mungu.

Wahudumu Wa Agano Jipya

[3] Je, tunaanza tena kujisifu wenyewe? Au tunahitaji kupata barua za utambulisho kwenu au kutoka kwenu, kama watu wengine? [2] Ninyi wenyewe ndio barua yetu iliyoandikwa katika mioyo yetu, inayojulikana na kusomwa na kila mtu. [3] Nanyi mwadhihirisha wazi kwamba ninyi ni barua itokayo kwa Kristo, matokeo ya huduma yetu, ambayo haikuandikwa kwa wino bali kwa Roho wa Mungu aliye hai, si katika vibao vya mawe, bali katika vibao ambavyo ni mioyo ya wanadamu. [4] Hili ndilo tumaini tulilo nalo mbele za Mungu kwa njia ya Kristo. [5] Si kwamba sisi tunafikiri kuwa tunaweza kufanya jambo lolote wenyewe, lakini nguvu yetu inatoka kwa Mungu. [6] Ndiye alituwezesha sisi kuwa wahudumu wa Agano Jipya: si wa andiko, bali wa Roho; kwa kuwa andiko huua bali Roho hutia uzima.

Utukufu Wa Agano Jipya

[7] Basi ikiwa ile huduma iliyoleta mauti, iliyoandikwa kwa herufi juu ya jiwe ilikuja kwa utukufu, hata Waisraeli wakawa hawawezi kuutazama uso wa Mose kwa sababu ya ule utukufu wake ingawa ulikuwa ni wa kufifia, [8] je, huduma ya Roho haitakuwa na utukufu zaidi? [9] Ikiwa huduma ile inayowahukumu wanadamu ina utukufu, je, ile huduma iletayo haki haitakuwa ya utukufu zaidi? [10] Kwa maana kile kilichokuwa na utukufu sasa hakina utukufu ukilinganisha na huu utukufu unaozidi wa Agano Jipya. [11] Ikiwa kile kilichokuwa kinafifia kilikuja kwa utukufu, je, si zaidi utukufu wa kile kinachodumu? [12] Kwa hiyo, kwa kuwa tunalo tumaini hili, tuna ujasiri sana. [13] Sisi si kama Mose, ambaye ilimpasa kuweka utaji ili kufunika uso wake ili Waisraeli wasiuone ule mng'ao uliokuwa juu ya yake hadi ulipofifia na hatimaye kutoweka. [14] Lakini akili zao zilipumbazwa, kwa maana mpaka leo utaji ule ule hufunika wakati Agano la Kale linasomwa. Huo utaji haujaondolewa, kwa maana ni katika Kristo peke yake unaondolewa. [15] Hata leo Sheria ya Mose inaposomwa, utaji hufunika mioyo yao. [16] Lakini wakati wowote mtu anapomgeukia Bwana, utaji unaondolewa. [17] Basi Bwana ndiye Roho. Mahali alipo Roho wa Bwana hapo pana uhuru. [18] Nasi sote,

tukiwa na nyuso zisizotiwa utaji tunadhihirisha utukufu wa Bwana, kama kwenye kioo. Nasi tunabadilishwa ili tufanane naye, toka utukufu hadi utukufu mkuu zaidi, utokao kwa Bwana, ambaye ndiye Roho.

Hazina Ya Mbinguni Katika Vyombo Vya Udongo

[4] Kwa hiyo, kwa kuwa tuna huduma hii kwa rehema za Mungu, hatukati tamaa. [2] Tumekataa mambo ya siri na ya aibu, wala hatufuati njia za udanganyifu, tukichanganya Neno la Mungu na uongo. Kinyume cha hayo, tunadhihirisha kweli waziwazi na kujitambulisha wenyewe kwenye dhamiri ya kila mtu mbele za Mungu. [3] Hata nayo Injili yetu kama imetiwa utaji, ni kwa wale tu wanaopotea. [4] Kwa habari yao, mungu wa dunia hii amepofusha akili za wasioamini, ili wasione nuru ya Injili ya utukufu wa Kristo, aliye sura ya Mungu. [5] Kwa maana hatujihubiri sisi wenyewe ila tunamhubiri Yesu Kristo kuwa ni Bwana na sisi ni watumishi wenu kwa ajili ya Yesu. [6] Kwa kuwa Mungu, yeye aliyesema, "Nuru na ing'ae gizani," ameifanya nuru yake ing'ae mioyoni mwetu ili kutupatia nuru ya maarifa ya utukufu wa Mungu katika uso wa Kristo.

[7] Lakini tunayo hazina hii katika vyombo vya udongo, ili ijulikane wazi kwamba uwezo huu wa ajabu unatoka kwa Mungu wala si kwetu. [8] Twataabika kila upande lakini hatuangamizwi; twaona wasiwasi lakini hatukati tamaa; [9] twateswa lakini hatuachwi; twatupwa chini lakini hatupondwi. [10] Siku zote twachukua katika mwili kufa kwake Yesu ili kwamba uzima wa Yesu uweze kudhihirika katika miili yetu. [11] Kwa maana sisi tulio hai siku zote tumetolewa tufe kwa ajili ya Yesu, ili kwamba uzima wake upate kudhihirishwa katika mwili wetu upatikanao na mauti. [12] Hivyo basi, mauti inatenda kazi ndani yetu, bali uzima unatenda kazi ndani yenu.

[13] Imeandikwa, "Niliamini, kwa hiyo nimesema." Kwa roho yule yule ya imani pia tuliamini na hivyo tunasema, [14] kwa sababu tunajua kwamba yeye aliyemfufua Bwana Yesu kutoka kwa wafu, atatufufua sisi pia pamoja na Yesu na kutuleta sisi pamoja nanyi mbele zake. [15] Haya yote ni kwa faida yenu, ili kwamba neema ile inavyowafikia watu wengi zaidi na zaidi, ipate kusababisha shukrani nyingi kwa utukufu wa Mungu.

[16] Kwa hiyo, hatukati tamaa. Ingawa utu wetu wa nje unachakaa, utu wetu wa ndani unafanywa upya siku kwa siku. [17] Kwa maana dhiki yetu nyepesi iliyo ya kitambo inatutayarisha kwa ajili ya utukufu wa milele unaozidi kuwa mwingi kupita kiasi, [18] kwa sababu hatuangalii yale yanayoweza kuonekana bali yale yasiyoweza kuonekana. Kwa maana yale yanayoweza kuonekana ni ya kitambo tu, bali yale yasiyoweza kuonekana ni ya milele.

Makao Yetu Ya Mbinguni

[5] Kwa maana twajua kama hema yetu ya dunia tunayoishi ikiharibiwa, tunalo jengo kutoka kwa Mungu, nyumba iliyo ya milele kule mbinguni, isiyojengwa kwa mikono ya wanadamu. [2] Katika hema hii twalia kwa uchungu, tukitamani kuvikwa

makao yetu ya mbinguni, ³ kwa kuwa tukiisha kuvikwa hatutaonekana tena kuwa uchi. ⁴ Kwa kuwa tukiwa bado katika hema hii twalia kwa uchungu na kulemewa, kwa sababu hatutaki kuvuliwa bali kuvikwa makao yetu ya mbinguni ili kwamba kile kipatikanacho na mauti kimezwe na uzima. ⁵ Basi Mungu ndiye alitufanya kwa ajili ya jambo lilo hilo naye ametupa Roho Mtakatifu kuwa amana, akituhakikishia ahadi ya kile kijacho.

⁶ Kwa hiyo siku zote tunalo tumaini, hata ingawa tunajua kwamba wakati tukiwa katika mwili huu, tuko mbali na Bwana, ⁷ kwa maana twaenenda kwa imani wala si kwa kuona. ⁸ Naam, tunalo tumaini na ingekuwa bora zaidi kuuacha mwili huu na kwenda kukaa na Bwana. ⁹ Kwa hiyo, kama tuko katika mwili huu au tuko mbali nao, lengo letu ni kumpendeza Bwana. ¹⁰ Kwa kuwa sisi sote tutasimama mbele ya kiti cha hukumu cha Kristo, ili kila mmoja apate kulipwa kwa ajili ya yale ambayo yametendwa katika mwili wake, yakiwa mema au mabaya.

Huduma Ya Upatanisho

¹¹ Basi, kwa kuwa tunajua kumcha Bwana, tunajitahidi kuwavuta wengine. Lakini Mungu anatufahamu dhahiri, nami natumaini kwamba tu dhahiri katika dhamiri zenu pia. ¹² Sio kwamba tunajaribu kujistahilisha kwenu tena, lakini tunataka kuwapa nafasi ili mwone fahari juu yetu mweze kuwajibu hao wanaoona fahari juu ya mambo yanayoonekana badala ya mambo yaliyo moyoni. ¹³ Kama tumerukwa na akili, ni kwa ajili ya Mungu; kama tuna akili timamu, ni kwa ajili yenu. ¹⁴ Kwa kuwa upendo wa Kristo unatutia nguvu, kwa sababu tunasadiki kuwa mmoja alikufa kwa ajili ya wote, kwa hiyo wote walikufa. ¹⁵ Naye alikufa kwa ajili ya watu wote, ili kwamba wote wanaoishi wasiishi tena kwa ajili ya nafsi zao wenyewe, bali kwa ajili yake yeye aliyekufa na kufufuliwa tena kwa ajili yao.

¹⁶ Hivyo tangu sasa hatumwangalii mtu yeyote kwa mtazamo wa kibinadamu. Ingawa wakati fulani tulimwangalia Kristo kwa namna ya kibinadamu, hatumwangalii tena hivyo. ¹⁷ Kwa hiyo kama mtu akiwa ndani ya Kristo, amekuwa kiumbe kipya; ya kale yamepita, tazama, yamekuwa mapya. ¹⁸ Haya yote yanatokana na Mungu, ambaye ametupatanisha sisi na nafsi yake kwa njia ya Yesu Kristo na kutupata sisi huduma ya upatanisho: ¹⁹ Kwamba Mungu alikuwa ndani ya Kristo akiupatanisha ulimwengu na nafsi yake mwenyewe, akiwa hawahesabii watu dhambi zao. Naye ametukabidhi sisi ujumbe huu wa upatanisho. ²⁰ Kwa hiyo sisi ni mabalozi wa Kristo, kana kwamba Mungu anawasihi kupitia kwa vinywa vyetu. Nasi twawaomba sana ninyi kwa niaba ya Kristo, mpatanishwe na Mungu. ²¹ Kwa maana Mungu alimfanya yeye asiyekuwa na dhambi kuwa dhambi kwa ajili yetu, ili sisi tupate kufanywa haki ya Mungu kwake yeye.

6 Kama watendakazi pamoja na Mungu, tunawasihi msipokee neema ya Mungu bure. ² Kwa maana asema:

"Wakati wangu uliokubalika nilikusikia,
siku ya wokovu nilikusaidia."

Tazama, wakati uliokubalika ndio huu, siku ya wokovu ndiyo sasa.

Taabu Za Paulo

³ Hatuweki kitu cha kukwaza katika njia ya mtu yeyote, ili huduma yetu isionekane kuwa na lawama. ⁴ Bali kama watumishi wa Mungu tuonyeshe kwa kila njia: katika saburi nyingi; katika dhiki, katika misiba, na katika shida; ⁵ katika kupigwa, katika kufungwa gerezani na katika ghasia; katika kazi ngumu, katika kukesha na katika kufunga; ⁶ katika utakatifu, katika ufahamu, katika uvumilivu, na katika utu wema; katika Roho Mtakatifu na upendo wa kweli; ⁷ katika maneno ya kweli na katika nguvu za Mungu, kwa silaha za haki za mkono wa kuume na za mkono wa kushoto; ⁸ katika utukufu na katika kudharauliwa; katika sifa mbaya na katika sifa nzuri; tukiwa kama wadanganyaji, lakini tukiwa wakweli; ⁹ tukiwa maarufu, lakini tukihesabiwa kama tusiojulikana; tukiwa kama wanaokufa, lakini tunaishi; tukipigwa, lakini hatuuawi; ¹⁰ tukiwa kama wenye huzuni, lakini siku zote tukifurahi; tukionekana maskini, lakini tukitajirisha wengi; tukiwa kama wasio na kitu, lakini tuna vitu vyote.

¹¹ Tumesema nanyi wazi, enyi Wakorintho na kuwafungulieni mioyo yetu wazi kabisa. ¹² Sisi hatujizuii kuwapenda, bali ninyi mmeuzuia upendo wenu kwetu. ¹³ Sasa nasema, kama na watoto wangu: Ninyi pia ifungueni mioyo yenu kabisa.

Msifungwe Nira Pamoja Na Wasioamini

¹⁴ Msifungwe nira pamoja na watu wasioamini, kwa jinsi isivyo sawasawa, kwa maana pana uhusiano gani kati ya haki na uovu? Au kuna ushirika gani kati ya nuru na giza? ¹⁵ Kuna mapatano gani kati ya Kristo na Beliari?ᵃ Yeye aaminiye ana sehemu gani na yeye asiyeamini? ¹⁶ Kuna mapatano gani kati ya Hekalu la Mungu na sanamu? Kwa kuwa sisi ni Hekalu la Mungu aliye hai. Kama Mungu alivyosema: "Nitakaa pamoja nao na kutembea katikati yao, nami nitakuwa Mungu wao, nao watakuwa watu wangu."

¹⁷ "Kwa hiyo tokeni miongoni mwao,
mkatengwe nao,
                              asema Bwana.
Msiguse kitu chochote kilicho najisi,
nami nitawakaribisha."
¹⁸ "Mimi nitakuwa Baba kwenu,
nanyi mtakuwa wanangu na binti zangu,
                              asema Bwana Mwenyezi."

7 Wapenzi, kwa kuwa tunazo ahadi hizi, basi na tujitakase nafsi zetu kutokana na kila kitu kitiacho mwili na roho unajisi, tukitimiza utakatifu kwa kumcha Mungu.

Furaha Ya Paulo

² Tupatieni nafasi mioyoni mwenu. Hatujamkosea mtu yeyote, hatujampotosha mtu yeyote, wala hatujamdhulumu mtu yeyote. ³ Sisemi haya

---
ᵃ15 Beliari hapa ina maana ya uovu, kutokumcha Mungu.

ili kuwahukumu, kwa kuwa nilisema mwanzo, kwamba ninyi mko mioyoni mwetu hata kwa kufa pamoja au kuishi pamoja. [4]Mara nyingi najivuna kwa ajili yenu; naona fahari juu yenu. Nimejawa na faraja. Nina furaha kupita kiasi katika mateso yetu yote.

[5]Kwa maana hata tulipoingia Makedonia, miili yetu haikuwa na raha. Tulisumbuliwa kila upande, kwa nje kulikuwa na mapigano na mioyoni mwetu tulikuwa na hofu. [6]Bali Mungu, yeye awafarijie wenye huzuni, alitufariji kwa kufika kwake Tito. [7]Lakini si kule kuja kwa Tito tu, bali pia kwa faraja mliyompa. Alitueleza jinsi mlivyonionea shauku, huzuni yenu kubwa na juhudi yenu kwa ajili yangu, ili kwamba furaha yangu ipate kuwa kubwa kuliko wakati wowote.

[8]Hata kama niliwahuzunisha kwa barua yangu, sijutii. Ingawa nilijuta kwa muda mfupi, kwa kuwa najua kwamba barua yangu iliwaumiza, lakini ni kwa kitambo tu, [9]lakini sasa nina furaha, si kwa sababu mlihuzunika, bali kwa kuwa huzuni hiyo iliwafanya mtubu. Kwa maana mlihuzunishwa kama Mungu alivyokusudia watu wahuzunike na hivyo sisi hatukuwadhuru kwa njia yoyote.

[10]Kwa maana huzuni ya kimungu huleta toba iletayo wokovu na wala haina majuto. Lakini huzuni ya kidunia husababisha mauti. [11]Tazameni jinsi huzuni hii ya kimungu ilivyoleta faida ndani yenu: bidii mliyo nayo, juhudi mliyoyafanya kujitetea, uchungu wenu, hofu yenu, upendo wenu, shauku yenu na jinsi mlivyokuwa tayari kutoa adhabu inayostahili. Kwa kila njia mmejithibitisha kuwa safi katika jambo hilo. [12]Hivyo ingawa niliwaandikia, haikuwa kwa sababu ya huyo aliyekosa au huyo aliyekosewa. Lakini nilitaka ninyi wenyewe mwone, mbele za Mungu, jinsi mlivyojitoa kwa ajili yetu. [13]Kwa ajili ya haya tumefarijika.

Zaidi ya kule sisi kutiwa moyo, tulifurahi sana kumwona Tito alivyo na furaha, kwa sababu roho yake imeburudishwa na ninyi nyote. [14]Nilikuwa nimewasifu ninyi kwake, nanyi hamkuniaibisha. Lakini kila kitu tulichowaambia ninyi, kilikuwa kweli, hivyo kule kujisifu kwetu kwa Tito kuwahusu ninyi kumethibitishwa kuwa kweli pia. [15]Upendo wake kwenu unaongezeka sana anapokumbuka jinsi mlivyokuwa watiifu, na kumpokea kwa hofu na kutetemeka. [16]Nafurahi kwamba ninaweza kuwatumaini ninyi kabisa.

Kutoa Kwa Ukarimu

8 Basi sasa ndugu, nataka ninyi mjue kuhusu ile neema ambayo Mungu amewapa makanisa ya Makedonia. [2]Pamoja na majaribu makali na taabu walizopata, furaha waliyokuwa nayo ilikuwa kubwa, ingawa walikuwa maskini kupindukia, kwa upande wao walifurika kwa wingi wa ukarimu. [3]Kwa maana nashuhudia kwamba wao walitoa kwa kadiri wawezavyo, hata na zaidi ya uwezo wao, kwa hiari yao wenyewe, [4]wakitusihi kwa bidii wapewe fursa ya kushiriki katika huduma hii ya kuwasaidia watakatifu. [5]Wala hawakufanya tulivyotazamia, bali walijitoa wao wenyewe kwa Bwana kwanza na ndipo wakajitoa kwa ajili yetu, kufuatana na mapenzi ya Mungu. [6]Kwa hiyo tulimsihi Tito, kwa

kuwa ndiye alianzisha jambo hili, akamilishe tendo hili la neema kwa upande wenu. [7]Lakini kama vile mlivyo mbele sana katika yote: Katika imani, katika usemi, katika maarifa, katika uaminifu wote na katika upendo wenu kwetu sisi, vivyo hivyo tunataka pia mzidi katika neema hii ya kutoa.

[8]Siwaamrishi, lakini nataka kujaribu unyofu wa upendo wenu kwa kuulinganisha na bidii ya wengine. [9]Kwa maana mnajua neema ya Bwana wetu Yesu Kristo, kwamba ingawa alikuwa tajiri, kwa ajili yenu alikubali kuwa maskini, ili kwa umaskini wake ninyi mpate kuwa matajiri.

[10]Ushauri wangu kuhusu lile lililo bora kwenu juu ya jambo hili ni huu: Mwaka uliopita ninyi mlikuwa wa kwanza si tu kutoa lakini pia mlikuwa na shauku ya kufanya hivyo. [11]Sasa ikamilisheni kazi hii kwa shauku kama mlivyoanza, kutimiza kulingana na uwezo wenu. [12]Kwa kuwa kama nia ya kutoa ipo, kitolewacho kinakubalika kulingana na kile mtu alicho nacho, wala si kwa kile ambacho hana.

[13]Nia yetu si kwamba wengine wasaidike wakati ninyi mnateseka, bali pawe na uwiano. [14]Kwa wakati huu, wingi wa vitu mlivyo navyo usaidie kutosheleza mahitaji yao, ili wakati wao watakapokuwa na wingi wa vitu, nao wapate kutosheleza mahitaji yenu. [15]Ndipo patakuwa na usawa, kama ilivyoandikwa: "Aliyekusanya zaidi hakuwa na ziada, wala aliyekusanya kidogo hakupungukiwa."

Tito Atumwa Korintho

[16]Ninamshukuru Mungu ambaye amemtia Tito moyo wa kuwajali ninyi kama mimi ninavyowajali. [17]Si kwamba Tito amekubali tu ombi letu, bali anakuja kwenu akiwa na shauku kuliko wakati mwingine, tena kwa hiari yake mwenyewe. [18]Nasi tunamtuma pamoja naye ndugu ambaye anasifiwa na makanisa yote kwa huduma yake ya kuhubiri Injili. [19]Zaidi ya hayo, alichaguliwa na makanisa ili asafiri pamoja nasi tulipokuwa tunapeleka matoleo ya ukarimu, kwa ajili ya utukufu wa Bwana mwenyewe, na ili kuonyesha hisani yetu kuwasaidia. [20]Tunataka kuepuka lawama yoyote kuhusu jinsi tunavyosimamia matoleo haya ya ukarimu. [21]Kwa kuwa tunakusudia kufanya kile kilicho haki si machoni mwa Bwana peke yake, bali pia machoni mwa watu wengine.

[22]Pamoja nao, tunamtuma ndugu yetu ambaye mara kwa mara ametuthibitishia kwa njia nyingi kwamba ana shauku, naam, zaidi sana sasa kwa sababu analo tumaini kuu kwenu. [23]Kwa habari ya Tito, yeye ni mwenzangu na mtendakazi pamoja nami miongoni mwenu. Kwa habari za ndugu zetu, wao ni wawakilishi wa makanisa, na utukufu kwa Kristo. [24]Kwa hiyo waonyesheni wazi hawa ndugu uthibitisho wa upendo wenu na sababu inayotufanya tujivune kwa ajili yenu, mbele ya makanisa, ili yapate kuona.

Wasaidieni Wakristo Wenzenu

9 Hakuna haja yangu kuwaandikia kuhusu huduma hii itolewayo kwa ajili ya watakatifu. [2]Kwa kuwa ninajua mlivyo na shauku ya kusaidia, nami nimekuwa nikijivuna kwa ajili ya jambo

hilo kwa watu wa Makedonia, nikiwaambia kuwa ninyi wa Akaya mmekuwa tayari kutoa tangu mwaka jana na shauku yenu imewachochea wengi wao katika kutoa. ³ Lakini sasa nawatuma hawa ndugu ili kujivuna kwetu kuhusu mchango wenu kusiwe maneno matupu, bali mpate kuwa tayari kama nilivyosema mngekuwa tayari. ⁴ Kwa maana kama nikija na Mmakedonia yeyote na kuwakuta hamjawa tayari, tutaona aibu kusema chochote juu yenu katika matoleo. ⁵ Kwa hivyo niliona ni muhimu niwahimize hawa ndugu watangulie kuja huko kwenu kabla yangu, wafanye mipango ya hayo matoleo ya ukarimu mliyokuwa mmeahidi, ili yawe tayari kama matoleo ya hiari wala si kama ya kutozwa kwa nguvu.

Kupanda Kwa Ukarimu

⁶ Kumbukeni kwamba: Yeyote apandaye kwa uchache pia atavuna kwa uchache, naye apandaye kwa ukarimu pia atavuna kwa ukarimu. ⁷ Kila mtu atoe kama anavyokusudia moyoni mwake, si kwa uchoyo au kwa kulazimishwa, kwa maana Mungu humpenda yeye atoaye kwa moyo mkunjufu. ⁸ Naye Mungu aweza kuwapa kila baraka kwa wingi, ili katika mambo yote kila wakati, mwe na kila kitu mnachohitaji, ili mweze kushiriki kwa wingi katika kila kazi njema. ⁹ Kama ilivyoandikwa:

"Ametawanya vipawa vyake kwa ukarimu
    akawapa maskini;
haki yake hudumu milele."

¹⁰ Yeye ampaye mpanzi mbegu kwa ajili ya kupanda na mkate kuwa chakula, atawapa na kuzizidisha mbegu zenu za kupanda na kuongeza mavuno ya haki yenu. ¹¹ Mtatajirishwa kwa kila namna ili mpate kuwa wakarimu kila wakati, na kupitia kwetu, ukarimu wenu utamletea Mungu shukrani. ¹² Huduma hii mnayofanya si tu kwa ajili ya kukidhi mahitaji ya watakatifu, bali huzidi sana kwa shukrani nyingi apewazo Mungu. ¹³ Kwa sababu ya huduma ambayo mmejithibitisha wenyewe, watu watamtukuza Mungu kwa ajili ya utiifu ufuatanao na ukiri wenu wa Injili ya Kristo, na kwa ukarimu wenu wa kushiriki pamoja nao na pia wengine wote. ¹⁴ Nao katika maombi yao kwenu mioyo yao itawaonea shauku kwa sababu ya neema ipitayo kiasi mliyopewa na Mungu. ¹⁵ Ashukuriwe Mungu kwa karama yake isiyoelezeka.

Paulo Atetea Huduma Yake

10 Basi, mimi Paulo ninawasihi kwa unyenyekevu na upole wa Kristo, mimi niliye "mwoga" ninapokuwa pamoja nanyi ana kwa ana, lakini mwenye ujasiri nikiwa mbali nanyi! ² Nawaomba nitakapokuja kwenu nisiwe na ujasiri dhidi ya watu fulani, kama ninavyotazamia kwa wale wanaodhani kwamba tunaishi kwa kufuata namna ya ulimwengu huu. ³ Ingawa tunaishi duniani, hatupigani vita kama ulimwengu ufanyavyo. ⁴ Silaha za vita vyetu si za mwili, bali zina uwezo katika Mungu hata kuangusha ngome, ⁵ tukiangusha mawazo na kila kitu kilichoinuka, kijiinuacho juu ya elimu ya Mungu, na tukiteka nyara kila fikira ipate kumtii Kristo,

⁶ tena tukiwa tayari kuadhibu kila tendo la kutotii, kutii kwenu kutakapokamilika. ⁷ Angalieni yale yaliyo machoni penu. Kama mtu yeyote anaamini kuwa yeye ni mali ya Kristo, basi kumbuka kuwa kama ulivyo wa Kristo, vivyo hivyo na sisi ndivyo tulivyo. ⁸ Basi hata kama nikijisifu zaidi kidogo kuhusu mamlaka tuliyo nayo, ambayo Bwana alitupa ili kuwajenga wala si kuwabomoa, mimi sitaionea haya. ⁹ Sitaki nionekane kama ninayejaribu kuwatisha kwa nyaraka zangu. ¹⁰ Kwa maana wanasema, "Nyaraka zake ni nzito na zenye nguvu, lakini ana kwa ana ni dhaifu na kuzungumza kwake ni kwa kudharauliwa." ¹¹ Watu kama hao wajue ya kuwa, yale tusemayo kwa barua tukiwa hatupo pamoja nanyi, ndivyo tulivyo na ndivyo tutakavyofanya tutakapokuwa pamoja nanyi.

¹² Hatuthubutu kujiweka kwenye kundi moja au kujilinganisha na hao wanaojitukuza wenyewe kuwa wao ni wa maana sana. Wanapojipima na kujilinganisha wenyewe kwa wenyewe, wanaonyesha ya kuwa hawana busara. ¹³ Lakini sisi hatujaivuna kupita kiasi, bali majivuno yetu yatakuwa katika mipaka ile Mungu aliyotuwekea, mipaka ambayo inawafikia hata ninyi. ¹⁴ Kwa maana hatukuwa tunavuka mipaka katika kujisifu kwetu, kama vile ambavyo ingekuwa kama hatukuwa tumekuja kwenu. Kwa maana sisi ndio tuliokuwa wa kwanza kuja kwenu na Injili ya Kristo. ¹⁵ Wala hatuvuki mipaka kwa kujisifu kwetu kwa ajili ya kazi iliyofanywa na watu wengine. Tumaini letu ni kwamba imani yenu inavyozidi kukua, eneo letu la utendaji miongoni mwenu litapanuka zaidi, ¹⁶ ili tuweze kuhubiri Injili sehemu zilizo mbali na maeneo yenu. Kwa maana hatutaki kujisifu kwa ajili ya kazi ambayo imekwisha kufanyika tayari katika eneo la mtu mwingine. ¹⁷ Lakini, "Yeye ajisifuye na ajisifu katika Bwana." ¹⁸ Kwa maana si yeye ajisifuye mwenyewe akubaliwaye, bali yeye ambaye Bwana humsifu.

Paulo Na Mitume Wa Uongo

11 Laiti mngenivumilia kidogo katika upumbavu wangu! Naam, nivumilieni kidogo. ² Ninawaonea wivu, wivu wa Kimungu, kwa kuwa mimi niliwaposea mume mmoja, ili niwalete kwa Kristo kama mabikira safi. ³ Lakini nina hofu kuwa, kama vile Eva alivyodanganywa kwa ujanja wa yule nyoka, mawazo yenu yasije yakapotoshwa, mkauacha unyofu na usafi wa upendo wenu kwa Kristo. ⁴ Kwa sababu kama mtu akija na kuwahubiria Yesu mwingine ambaye si yule tuliyemhubiri, au kama mkipokea roho mwingine ambaye si yule mliyempokea, au Injili tofauti na ile mliyoikubali, ninyi mnaitii kwa urahisi. ⁵ Lakini sidhani ya kuwa mimi ni dhalili sana kuliko hao "mitume wakuu." ⁶ Inawezekana mimi nikawa si mnenaji hodari, lakini ni hodari katika elimu. Jambo hili tumelifanya liwe dhahiri kwenu kwa njia zote. ⁷ Je, nilitenda dhambi kwa kujishusha ili kuwainua ninyi kwa kuwahubiria Injili ya Mungu pasipo malipo? ⁸ Niliyanyang'anya makanisa mengine kwa kupokea misaada kutoka kwao ili niweze kuwahudumia ninyi. ⁹ Nami nilipokuwa pamoja nanyi, nikipungukiwa na chochote, sikuwa mzigo kwa mtu yeyote, kwa maana ndugu waliotoka Makedonia walinipatia mahitaji yangu. Kwa hiyo nilijizuia kuwa mzigo kwenu kwa njia yoyote, nami nitaendelea kujizuia. ¹⁰ Kwa hakika kama vile kweli ya Kristo ilivyo ndani yangu, hakuna mtu yeyote katika Akaya nzima atakayenizuia kujivunia jambo hili. ¹¹ Kwa nini? Je, ni kwa sababu siwapendi? Mungu anajua ya kuwa nawapenda! ¹² Nami nitaendelea kufanya lile ninalofanya sasa ili nisiwape nafasi wale ambao wanatafuta nafasi ya kuhesabiwa kuwa sawa na sisi katika mambo wanayojisifia.

¹³ Watu kama hao ni mitume wa uongo, ni wafanyakazi wadanganyifu, wanaojigeuza waonekane kama mitume wa Kristo. ¹⁴ Wala hii si ajabu, kwa kuwa hata Shetani mwenyewe hujigeuza aonekane kama malaika wa nuru. ¹⁵ Kwa hiyo basi si ajabu, kama watumishi wa Shetani nao hujigeuza ili waonekane kama watumishi wa haki. Mwisho wao utakuwa sawa na matendo yao yanavyostahili.

Paulo Anajivunia Mateso Yake

¹⁶ Nasema tena, mtu yeyote asidhani kwamba mimi ni mjinga. Lakini hata kama mkinidhania hivyo, basi nipokeeni kama mjinga ili nipate kujisifu kidogo. ¹⁷ Ninayosema kuhusiana na huku kujisifu kwa kujiamini, sisemi kama vile ambavyo Bwana angesema, bali kama mjinga. ¹⁸ Kwa kuwa wengi wanajisifu kama vile ulimwengu ufanyavyo, mimi nami nitajisifu. ¹⁹ Ninyi mwachukuliana na wajinga kwa sababu mna hekima sana! ²⁰ Kweli ni kwamba mnachukuliana na mtu akiwatia utumwani au akiwatumia kwa ajili ya kupata faida au akiwanyang'anya au akijitukuza mwenyewe au akiwadanganya. ²¹ Kwa aibu inanipasa niseme kwamba sisi tulikuwa dhaifu sana kwa jambo hilo!

Lakini chochote ambacho mtu mwingine yeyote angethubutu kujisifia, nanena kama mjinga, nami nathubutu kujisifu juu ya hilo. ²² Je, wao ni Waebrania? Mimi pia ni Mwebrania. Je, wao ni Waisraeli? Mimi pia ni Mwisraeli. Je, wao ni wazao wa Abrahamu? Mimi pia ni mzao wa Abrahamu. ²³ Je, wao ni watumishi wa Kristo? (Nanena kiwazimu.) Mimi ni zaidi yao. Nimefanya kazi kwa bidii kuwaliko wao, nimefungwa gerezani mara kwa mara, nimechapwa mijeledi sana, na nimekabiliwa na mauti mara nyingi. ²⁴ Mara tano nimechapwa na Wayahudi viboko arobaini kasoro kimoja. ²⁵ Mara tatu nilichapwa kwa fimbo, mara moja nilipigwa kwa mawe, mara tatu nimevunjikiwa na meli, nimekaa kilindini usiku kucha na mchana kutwa, ²⁶ katika safari za mara kwa mara. Nimekabiliwa na hatari za kwenye mito, hatari za wanyang'anyi, hatari kutoka kwa watu wangu mwenyewe, hatari kutoka kwa watu wa Mataifa; hatari mijini, hatari nyikani, hatari baharini; na hatari kutoka kwa ndugu wa uongo. ²⁷ Nimekuwa katika kazi ngumu na taabu, katika kukesha mara nyingi; ninajua kukaa njaa na kuona kiu; nimefunga kula chakula mara nyingi; nimehisi baridi na kuwa uchi. ²⁸ Zaidi ya hayo yote, nakabiliwa na mzigo wa wajibu wangu kwa makanisa yote. ²⁹ Je, ni nani aliye mdhaifu, nami

nisijisikie mdhaifu? Je, nani aliyekwazwa, nami nisiudhike?

³⁰ Kama ni lazima nijisifu, basi nitajisifia yale mambo yanayoonyesha udhaifu wangu. ³¹ Mungu na Baba wa Bwana Yesu, yeye ambaye anahimidiwa milele, anajua ya kuwa mimi sisemi uongo. ³² Huko Dameski, mtawala aliyekuwa chini ya Mfalme Areta aliulinda mji wa Dameski ili kunikamata. ³³ Lakini nilishushwa kwa kapu kubwa kupitia katika dirisha ukutani, nikatoroka kutoka mikononi mwake.

Maono Ya Paulo Na Mwiba Aliokuwa Nao

12 Yanapasa nijisifu, ingawa haifaidi kitu. Nitaenda kwenye maono na ufunuo kutoka kwa Bwana. ² Namjua mtu mmoja katika Kristo ambaye miaka kumi na minne iliyopita alichukuliwa juu hadi mbingu ya tatu. Kama ni katika mwili au nje ya mwili, sijui, Mungu ajua. ³ Nami najua ya kwamba mtu huyu, kwamba ni katika mwili au nje ya mwili mimi sijui, lakini Mungu ajua, ⁴ alinyakuliwa hadi Paradiso.ᵃ Huko alisikia mambo yasiyoelezeka, mambo ambayo binadamu hana ruhusa ya kuyasimulia. ⁵ Nitajisifu kwa ajili ya mtu kama huyo, lakini sitajisifu kuhusu mimi mwenyewe ila mimi nitajisifia udhaifu wangu. ⁶ Hata kama ningependa kujisifu, sitakuwa mjinga, kwa maana nitakuwa nasema kweli. Lakini najizuia, ili mtu yeyote asije akaniona mimi kuwa bora zaidi kuliko ninavyoonekana katika yale ninayotenda na kusema.

⁷ Ili kunizuia nisijivune kwa sababu ya ufunuo huu mkuu, nilipewa mwiba katika mwili wangu, mjumbe wa Shetani, ili anitese. ⁸ Kwa habari ya jambo hili nilimsihi Bwana mara tatu aniondolee mwiba huu. ⁹ Lakini aliniambia, "Neema yangu inakutosha, kwa kuwa uweza wangu hukamilika katika udhaifu." Kwa hiyo nitajisifu kwa furaha zaidi kuhusu udhaifu wangu, ili uweza wa Kristo ukae juu yangu. ¹⁰ Hii ndiyo sababu, kwa ajili ya Kristo, nafurahia udhaifu, katika kutukanwa, katika taabu, katika mateso na katika shida, kwa maana ninapokuwa dhaifu, ndipo nina nguvu.

Wasiwasi Wa Paulo Kwa Wakorintho

¹¹ Nimekuwa mjinga, lakini ninyi mmenilazimisha niwe hivyo. Kwa kuwa ilinipasa kusifiwa na ninyi, kwa sababu mimi si dhalili kuliko wale "mitume walio bora", ingawa mimi si kitu. ¹² Mambo yanayomtambulisha mtume wa kweli, yaani, ishara, miujiza na maajabu, yalifanywa miongoni mwenu kwa saburi nyingi. ¹³ Je, ninyi ni kitu gani mlichopungukiwa kuliko makanisa mengine, ila tu kwamba mimi sikuwa mzigo kwenu? Nisameheni kwa kosa hili!

¹⁴ Sasa niko tayari kuja kwenu kwa mara hii ya tatu, nami sitawalemea, kwa sababu sitahitaji chochote chenu, ila ninawahitaji ninyi, kwa kuwa hata hivyo watoto hawaweki akiba kwa ajili ya wazazi wao, bali wazazi huweka akiba kwa ajili ya watoto wao. ¹⁵ Hivyo nitafurahi kutumia kila kitu nilicho nacho kwa ajili yenu, hata mwili wangu pia. Hata ingawa inaonekana ninavyozidi kuwapenda,

---

ᵃ4 Paradiso hapa ina maana mbinguni.

ndivyo upendo wenu kwangu unavyopungua.
[16] Iwe iwavyo, kwa vyovyote vile mimi sikuwalemea. Lakini kwa mimi kuwa mwerevu naliwapata.
[17] Je, nilijipatia faida kwa kumtumia mtu yeyote niliyemtuma kwenu? [18] Nilimshawishi Tito aje kwenu, nami nilimtuma pamoja na ndugu yetu. Je, Tito aliwatumia ninyi ili kujipatia faida? Je, hatuenendi kwa roho moja, na hatuchukui hatua zile zile?

[19] Je, mmekuwa mkifikiri kwamba sisi tunajaribu kujitetea mbele yenu? Sisi tumekuwa tukinena mbele za Mungu kama wale walio katika Kristo. Na chochote tufanyacho, ndugu wapendwa, ni kwa ajili ya kuwatia nguvu. [20] Kwa kuwa nina hofu ya kwamba nitakapokuja naweza kuwakuta nisivyotaka, nanyi mkanikuta msivyotaka. Nina hofu kwamba panaweza kuwa na ugomvi, wivu, ghadhabu, fitina, masingizio, masengenyo, majivuno na machafuko. [21] Nina hofu kwamba nitakapokuja tena kwenu, Mungu wangu atanidhili mbele yenu, nami nitasikitishwa na wengi waliotenda dhambi mbeleni, na wala hawajatubu kwa uchafu wao, uasherati, na ufisadi walioushiriki.

Maonyo Ya Mwisho

13 Hii ndiyo mara ya tatu mimi kuja kwenu. "Shtaka lolote lazima lithibitishwe na mashahidi wawili au watatu." [2] Nimekwisha kuwaonya nilipokuwa pamoja nanyi mara ya pili. Sasa narudia wakati sipo, kwamba nikija tena sitawahurumia wale waliokuwa wametenda dhambi hapo awali na wengine wote, [3] kwa kuwa mnadai uthibitisho kwamba Kristo anazungumza kwa kunitumia mimi. Yeye si dhaifu katika kushughulika nanyi, bali ana

nguvu kati yenu. [4] Kwa kuwa alisulubiwa katika udhaifu, lakini anaishi kwa nguvu za Mungu. Vivyo hivyo, sisi tu dhaifu kupitia kwake, lakini katika kuwashughulikia ninyi tutaishi pamoja naye kwa nguvu za Mungu.

[5] Jichunguzeni wenyewe mwone kama mnaishi katika imani. Jipimeni wenyewe. Je, hamtambui ya kuwa Yesu Kristo yumo ndani yenu? Kama sivyo, basi, mmeshindwa kufikia kipimo hicho! [6] Natumaini mtaona kuwa sisi hatukushindwa. [7] Lakini tunamwomba Mungu msije mkatenda kosa lolote, si ili sisi tuonekane kuwa tumeshinda hilo jaribio, bali ili ninyi mtende lililo haki, hata kama tutaonekana kuwa tumeshindwa. [8] Kwa maana hatuwezi kufanya lolote kinyume na kweli, bali kuithibitisha kweli tu. [9] Tunafurahi wakati wowote sisi tunapokuwa dhaifu, lakini ninyi mkawa na nguvu. Nayo maombi yetu ni kwamba mpate kuwa wakamilifu. [10] Hii ndiyo sababu nawaandikia mambo haya wakati sipo, ili nikija nisiwe mkali katika kutumia mamlaka yangu, mamlaka Bwana aliyonipa ya kuwajenga ninyi wala si ya kuwabomoa.

Salamu Za Mwisho

[11] Hatimaye, ndugu zangu, kwaherini. Kuweni wakamilifu, mkafarijike, kuweni wa nia moja, kaeni kwa amani. Naye Mungu wa upendo na amani atakuwa pamoja nanyi. [12] Salimianeni ninyi kwa ninyi kwa busu takatifu. [13] Watakatifu wote wanawasalimu.

[14] Neema ya Bwana Yesu Kristo, na upendo wa Mungu, na ushirika wa Roho Mtakatifu ukae nanyi nyote. Amen.

WAGALATIA

Salamu

1 Paulo mtume: si mtume wa wanadamu wala ali-
yetumwa na mwanadamu, bali na Yesu Kristo na
Mungu Baba aliyemfufua Yesu kutoka kwa wafu;
² na ndugu wote walio pamoja nami:
Kwa makanisa ya Galatia:
³ Neema iwe nanyi na amani itokayo kwa Mungu
Baba yetu na kwa Bwana wetu Yesu Kristo, ⁴ aliye-
jitoa kwa ajili ya dhambi zetu ili apate kutuokoa
katika ulimwengu huu wa sasa ulio mbaya, sawa-
sawa na mapenzi yake yeye aliye Mungu na Baba
yetu. ⁵ Utukufu una yeye milele na milele. Amen.

Hakuna Injili Nyingine

⁶ Nashangaa kwamba mnamwacha upesi hivyo
yeye aliyewaita kwa neema ya Kristo na kuifuata
Injili nyingine, ⁷ ambayo kwa kweli si Injili kamwe,
ila kwa dhahiri kuna watu wanaowachanganya
na wanaotaka kuipotosha Injili ya Kristo. ⁸ Lakini
hata ikiwa sisi au malaika atokaye mbinguni aki-
hubiri Injili nyingine tofauti na ile tuliyowahubiria
sisi, basi mtu huyo alaaniwe milele! ⁹ Kama vile
tulivyokwisha kusema kabla, sasa nasema tena,
ikiwa mtu yeyote atawahubiria Injili kinyume na
ile mliyoipokea na alaaniwe milele!
¹⁰ Je, sasa mimi ninatafuta kukubaliwa na
wanadamu au kukubaliwa na Mungu? Au nataka
kuwapendeza wanadamu? Kama ningekuwa bado
najaribu kuwapendeza wanadamu, nisingekuwa
mtumishi wa Kristo.

Paulo Ameitwa Na Mungu

¹¹ Ndugu zangu, nataka mjue kwamba Injili nili-
yowahubiria haikutokana na wanadamu. ¹² Kwa
maana mimi sikuipokea hiyo Injili kutoka kwa
mwanadamu, wala sikufundishwa na mtu, bali
niliipata kwa ufunuo kutoka kwa Yesu Kristo.
¹³ Ninyi mmekwisha kusikia juu ya maisha yangu
ya zamani nilipokuwa katika dini ya Kiyahudi,
jinsi nilivyolitesa kanisa la Mungu kwa nguvu na
kujaribu kuliangamiza. ¹⁴ Nami niliendelea sana
katika dini ya Kiyahudi kuliko Wayahudi wengi wa
rika yangu maana nilijitahidi sana katika desturi
za baba zangu. ¹⁵ Lakini ilipompendeza Mungu,
aliyenitenga tangu tumboni mwa mama yangu
na kuniita kwa neema yake, ¹⁶ alimdhihirisha
Mwanawe kwangu, ili nipate kumhubiri miongoni
mwa watu wa Mataifa. Mimi sikushauriana na
mwanadamu yeyote, ¹⁷ wala sikupanda kwenda
Yerusalemu kuwaona hao waliokuwa mitume kabla
yangu, bali nilikwenda mara moja Arabuni na kisha
nikarudi Dameski.
¹⁸ Kisha baada ya miaka mitatu nilipanda kwe-
nda Yerusalemu kuonana na Kefaᵃ na nilikaa naye
siku kumi na tano. ¹⁹ Lakini sikumwona mtume

mwingine yeyote isipokuwa Yakobo, ndugu yake
Bwana. ²⁰ Nawahakikishia mbele za Mungu kuwa
ninayowaandikia si uongo. ²¹ Baadaye nilikwenda
sehemu za Syriaᵇ na Kilikia. ²² Lakini mimi binafsi
sikujulikana kwa makanisa ya huko Uyahudi yaliyo
katika Kristo. ²³ Wao walisikia habari tu kwamba,
"Mtu yule ambaye hapo kwanza alikuwa akitutesa
sasa anahubiri imani ile ile aliyokuwa akijaribu
kuiangamiza." ²⁴ Nao wakamtukuza Mungu kwa
sababu yangu.

Paulo Akubaliwa Na Mitume

2 Kisha, baada ya miaka kumi na minne, nilipanda
tena kwenda Yerusalemu pamoja na Barnaba,
nikamchukua na Tito ili awe pamoja nami. ² Nili-
kwenda kwa sababu nilikuwa nimefunuliwa na
Mungu, ili nikawaeleze kwa faragha wale walioo-
nekana kuwa viongozi, ile Injili ninayoihubiri kwa
watu wa Mataifa. Nilifanya hivyo kwa kuhofia
kwamba nisije nikawa nilikuwa ninakimbia au
nilikimbia bure. ³ Lakini hata Tito ambaye alikuwa
Myunani, hakulazimika kutahiriwa. ⁴ Lakini kwa
sababu ya ndugu wa uongo ambao walijiingiza kwa
siri katikati yetu ili kupeleleza uhuru wetu tulio
nao katika Kristo Yesu, wapate kututia utumwani,
⁵ hatukukubaliana nao hata dakika moja, ili kwa-
mba ukweli wa Injili ubaki nanyi.
⁶ Kwa habari ya wale waliokuwa wakubaliwe
kuwa viongozi (kwangu mimi sikujali vyeo vyao,
maana Mungu hana upendeleo), wale watu hawa-
kunionngezea chochote. ⁷ Badala yake walitambua
kwamba nilikuwa nimekabidhiwa kazi ya kuhubiri
Injili kwa watu wa Mataifa, kama vile Petro ali-
vyokabidhiwa kuhubiri Injili kwa Wayahudi. ⁸ Kwa
maana, Mungu aliyekuwa akitenda kazi katika
huduma ya Petro kama mtume kwa Wayahudi,
ndiye pia aliyekuwa anatenda kazi katika huduma
yangu kama mtume kwa watu wa Mataifa. ⁹ Basi,
Yakobo, Kefaᶜ na Yohana, walioonekana kama
nguzo za kanisa, walitupa mkono wa shirika, mimi
na Barnaba walipotambua ile neema niliyopewa.
Wakakubali kwamba sisi twende kwa watu wa
Mataifa na wao waende kwa Wayahudi. ¹⁰ Wali-
chotuomba ni kwamba tuendelee kuwakumbuka
maskini, jambo ambalo ndilo nililokuwa na shauku
ya kulifanya.

Paulo Ampinga Petro Huko Antiokia

¹¹ Lakini Petro alipofika Antiokia, mimi nilimpi-
nga ana kwa ana kwa sababu alikuwa amekosea
kwa wazi. ¹² Kabla baadhi ya watu waliotoka kwa
Yakobo hawajafika, alikuwa akila pamoja na watu
wa Mataifa. Lakini hao watu walipofika alianza
kujiondoa na kujitenga na watu wa Mataifa kwa
sababu aliwaogopa wale wa kundi la tohara. ¹³ Pia

ᵃ18 Yaani Petro.
ᵇ21 Syria hapa ina maana ya Shamu.
ᶜ9 Yaani Petro, pia mstari 11, 14.

Wayahudi wengine waliungana naye katika unafiki huu, hata Barnaba naye akapotoshwa na unafiki wao.

¹⁴ Nilipoona kwamba hawatendi sawasawa na kweli ya Injili, nilimwambia Petro mbele ya wote, "Wewe ni Myahudi, nawe unaishi kama mtu wa Mataifa na wala si kama Myahudi. Imekuwaje basi, mnawalazimisha watu wa Mataifa kufuata desturi za Kiyahudi?

Wayahudi Na Watu Wa Mataifa Wanaokolewa Kwa Imani

¹⁵ "Sisi wenyewe ni Wayahudi kwa kuzaliwa na si watu wenye dhambi kama watu wa Mataifa, ¹⁶ bado tunajua ya kwamba mtu hahesabiwi haki kwa matendo ya sheria bali kwa njia ya imani katika Yesu Kristo. Hivyo sisi pia, tumemwamini Kristo Yesu ili tupate kuhesabiwa haki kwa njia ya imani katika Kristo, wala si kwa matendo ya sheria, kwa sababu kwa kushika sheria hakuna hata mtu mmoja atakayehesabiwa haki.

¹⁷ "Lakini tukitafuta kuhesabiwa haki katika Kristo, inakuwa dhahiri kwamba sisi ni wenye dhambi. Je, ina maana kwamba Kristo amekuwa mtumishi wa dhambi? La hasha! ¹⁸ Lakini ikiwa mimi ninajenga tena kile ambacho nimekwisha kukibomoa, basi ninaonyesha kwamba mimi ni mkosaji. ¹⁹ Kwa maana mimi kwa njia ya sheria, nimeifia sheria ili nipate kuishi kwa ajili ya Mungu. ²⁰ Nimesulubiwa pamoja na Kristo, wala si mimi tena ninayeishi, bali Kristo ndiye aishiye ndani yangu. Uhai nilio nao sasa katika mwili, ninaishi kwa imani ya Mwana wa Mungu, aliyenipenda na kujitoa kwa ajili yangu. ²¹ Siibatilishi neema ya Mungu, kwa maana kama haki ingeweza kupatikana kwa njia ya sheria, basi Kristo alikufa bure!"

Imani Au Kushika Sheria?

3 Ninyi Wagalatia wajinga! Ni nani aliyewaroga? Yesu Kristo aliwekwa wazi mbele yenu kwamba amesulubiwa. ² Nataka nijifunze neno moja kutoka kwenu: Je, mlipokea Roho wa Mungu kwa kushika sheria, au kwa kuyaamini yale mliyosikia? ³ Je, ninyi ni wajinga kiasi hicho? Baada ya kuanza kwa Roho, je, sasa mwataka kumalizia katika mwili? ⁴ Je, mlipata mateso kiasi hicho bure? Ni kama kweli yalikuwa bure! ⁵ Je, Mungu huwapa Roho wake na kufanya miujiza katikati yenu kwa sababu mnatii sheria, au kwa sababu mnaamini kile mlichosikia? ⁶ Kama vile "Abrahamu alimwamini Mungu na ikahesabiwa kwake kuwa haki." ⁷ Fahamuni basi kwamba wale walio na imani, hao ndio watoto wa Abrahamu. ⁸ Maandiko yakitabiri kwamba Mungu angewahesabia haki watu wa Mataifa kwa imani, alitangulia kumtangazia Abrahamu Injili akisema kwamba, "Kwa kupitia kwako mataifa yote yatabarikiwa." ⁹ Kwa sababu hii, wale wote wanaoamini wanabarikiwa pamoja na Abrahamu, mtu wa imani.

Sheria Na Laana

¹⁰ Kwa maana wote wanaotumainia matendo ya sheria wako chini ya laana, kwa kuwa imeandikwa, "Alaaniwe kila mtu asiyeshikilia kutii mambo yote yaliyoandikwa katika Kitabu cha Sheria." ¹¹ Basi ni dhahiri kwamba hakuna mtu anayehesabiwa haki mbele za Mungu kwa kushikilia sheria, kwa maana, "Mwenye haki ataishi kwa imani." ¹² Lakini sheria haitegemei imani. Kinyume chake, "Mtu atendaye matendo hayo ataishi kwa hayo." ¹³ Kristo alitukomboa kutoka laana ya sheria kwa kufanyika laana kwa ajili yetu, kwa maana imeandikwa, "Amelaaniwa yeye aangikwaye juu ya mti." ¹⁴ Alitukomboa ili kwamba baraka aliyopewa Abrahamu ipate kuwafikia watu wa Mataifa kwa njia ya Kristo Yesu, ili kwa imani tupate kupokea ile ahadi ya Roho.

Sheria Na Ahadi

¹⁵ Ndugu zangu, nataka nitoe mfano kutoka maisha ya kila siku. Kama vile hakuna mtu awezaye kutangua au kuongeza kitu katika agano la mtu ambalo limekwisha kuthibitishwa, vivyo hivyo kwa hali kama hii. ¹⁶ Ahadi zilinenwa kwa Abrahamu na kwa mzao wake. Maandiko hayasemi "kwa wazao," likimaanisha watu wengi, bali "kwa mzao wako," yaani mtu mmoja, ndiye Kristo. ¹⁷ Ninachotaka kusema ni kwamba, sheria, ambayo ilitolewa miaka 430 baadaye, haitangui Agano lililothibitishwa na Mungu ili kuibatilisha ahadi ile. ¹⁸ Kwa maana kama urithi hupatikana kwa sheria, basi hautegemei tena ahadi, lakini Mungu kwa neema yake alimpa Abrahamu urithi kwa njia ya ahadi.

Kusudi La Sheria

¹⁹ Kwa nini basi iwepo sheria? Sheria iliwekwa kwa sababu ya makosa mpaka atakapokuja yule Mzao wa Abrahamu, ambaye alitajwa katika ile ahadi. Sheria iliamriwa na malaika wa mkono wa mpatanishi. ²⁰ Basi mpatanishi huhusisha zaidi ya upande mmoja, lakini Mungu ni mmoja. ²¹ Je basi, sheria inapingana na ahadi za Mungu? La hasha! Kwa maana kama sheria iliyotolewa ingeweza kuwapa watu uzima, basi haki ingepatikana kwa njia ya sheria. ²² Lakini Maandiko yamefanya vitu vyote vifungwe chini ya nguvu ya dhambi, ili yale yaliyoahidiwa kwa njia ya imani katika Yesu Kristo yapate kupewa wale wanaoamini.

²³ Kabla imani hii haijaja tulikuwa tumewekwa chini ya sheria, tumefungwa mpaka ile imani ifunuliwe. ²⁴ Hivyo, sheria ilikuwa kiongozi kutufikisha kwa Kristo, ili tupate kuhesabiwa haki kwa imani. ²⁵ Lakini sasa kwa kuwa ile imani imekuja, hatusimamiwi tena na sheria.

Watoto Wa Mungu

²⁶ Kwa maana ninyi nyote mmekuwa watoto wa Mungu katika Kristo Yesu kwa njia ya imani. ²⁷ Kwa maana wote mliobatizwa ndani ya Kristo, mmemvaa Kristo. ²⁸ Wala hakuna tena Myahudi au Myunani, mtumwa au mtu huru, mwanaume wala mwanamke, maana nyote mmekuwa wamoja ndani ya Kristo Yesu. ²⁹ Nanyi mkiwa ni mali ya Kristo, basi ninyi ni wa uzao wa Abrahamu na warithi sawasawa na ile ahadi.

4 Lile nisemalo ni kwamba wakati wote mrithi bado ni mtoto, hana tofauti na mtumwa, ingawa ndiye mmiliki wa mali yote. ² Yeye huwa yuko chini ya uangalizi wa walezi na wadhamini mpaka ufike

wakati uliowekwa na baba yake. ³ Vivyo hivyo na sisi, tulipokuwa bado watoto wadogo, tulikuwa utumwani chini ya taratibu za kawaida za ulimwengu. ⁴ Lakini ulipowadia utimilifu wa wakati, Mungu alimtuma Mwanawe, ambaye alizaliwa na mwanamke, akazaliwa chini ya sheria, ⁵ kusudi awakomboe wale waliokuwa chini ya sheria, ili tupate kupokea zile haki kamili za kufanywa watoto wa Mungu. ⁶ Kwa sababu ninyi ni watoto wa Mungu, Mungu amemtuma Roho wa Mwanawe mioyoni mwetu, anayelia, "Abba,ᵃ Baba." ⁷ Kwa hiyo, wewe si mtumwa tena, bali ni mtoto, kwa kuwa wewe ni mtoto, Mungu amekufanya wewe pia kuwa mrithi kwa kupitia Kristo.

Paulo Awashawishi Wagalatia

⁸ Zamani, mlipokuwa hammjui Mungu, mlikuwa watumwa wa viumbe ambavyo kwa asili si Mungu. ⁹ Lakini sasa kwa kuwa mmemjua Mungu, au zaidi mmejulikana na Mungu, inakuwaje mnarejea tena katika zile kanuni za kwanza zenye udhaifu na upungufu? Mnataka ziwafanye tena watumwa? ¹⁰ Mnaadhimisha siku maalum, miezi, nyakati na miaka! ¹¹ Nina hofu juu yenu, kwamba kazi niliyofanya kwa ajili yenu inaweza kuwa nimejitaabisha bure.

¹² Ndugu zangu, nawasihi mwe kama mimi, kwa sababu mimi nimekuwa kama ninyi. Hamkunitendea jambo lolote baya. ¹³ Ninyi mwajua kwamba ni kwa ajili ya udhaifu wangu niliwahubiria Injili. ¹⁴ Ingawa hali yangu iliwatia majaribuni, hamkunidharau wala kunidhihaki, bali mlinikaribisha kama malaika wa Mungu, kama vile Kristo Yesu. ¹⁵ Ile hali ya furaha mliyokuwa nayo imekwenda wapi? Naweza kushuhudia kwamba, kama ingewezekana mngeng'oa macho yenu na kunipa mimi. ¹⁶ Je, sasa nimekuwa adui yenu kwa kuwaambia kweli? ¹⁷ Hao wana shauku ya kuwapata lakini si kwa kusudi zuri. Wanachotaka ni kuwatenga mbali nasi, ili ninyi mpate kuwaonea wao shauku. ¹⁸ Ni vizuri wakati wote kuwa na shauku kwa ajili ya kusudi zuri, si wakati nikiwa pamoja nanyi tu. ¹⁹ Watoto wangu wapendwa, ambao kwa mara nyingine ninawaonea utungu, ninatamani kwamba Kristo aumbike ndani yenu. ²⁰ Natamani kama ningekuwa pamoja nanyi sasa, pengine ningebadilisha sauti yangu. Kwa maana nina wasiwasi kwa ajili yenu.

Mfano Wa Hagari Na Sara

²¹ Niambieni, ninyi mnaotaka kuwa chini ya sheria, je, hamjui sheria inavyosema? ²² Kwa maana imeandikwa kwamba Abrahamu alikuwa na wana wawili, mmoja wa mwanamke mtumwa na wa pili wa mwanamke huru. ²³ Lakini, mtoto wa mwanamke mtumwa alizaliwa kwa mapenzi ya mwili, na yule mwingine wa mwanamke huru alizaliwa kutokana na ahadi ya Mungu. ²⁴ Mambo haya yanaweza kuchukuliwa kwa mfano. Kwa maana hao wanawake wawili ni mfano wa maagano mawili: Agano la kwanza, ni lile lililofanyika katika Mlima Sinai, lizaalo

watoto wa utumwa. Hili ndilo huyo Hagari. ²⁵ Basi Hagari anawakilisha Mlima Sinai ulioko Arabuni, na unafanana na Yerusalemu ya sasa ambayo iko utumwani pamoja na watoto wake. ²⁶ Lakini Yerusalemu wa juu ni huru, nayo ndiye mama yetu. ²⁷ Kwa maana imeandikwa:

"Furahi, ewe mwanamke tasa,
    wewe usiyezaa;
paza sauti, na kuimba kwa furaha,
    wewe usiyepatwa na utungu wa kuzaa;
kwa maana watoto wa mwanamke
    aliyeachwa ukiwa ni wengi
kuliko wa mwanamke mwenye mume."

²⁸ Basi, sisi ndugu zangu, ni kama Isaki, tu watoto wa ahadi. ²⁹ Lakini, kama vile ilivyokuwa siku zile yule aliyezaliwa kwa mwili alivyomchokoza yule aliyezaliwa kwa Roho, ndivyo ilivyo hata sasa. ³⁰ Lakini Maandiko yasemaje? "Mwondoe mwanamke mtumwa pamoja na mwanawe, kwa sababu mwana wa mwanamke mtumwa kamwe hatarithi pamoja na mwana wa aliye huru." ³¹ Kwa hiyo ndugu zangu, sisi si watoto wa mwanamke mtumwa, bali na yule aliye huru.

Uhuru Ndani Ya Kristo

5 Kristo alitupa uhuru, akataka tubaki huru. Hivyo simameni imara wala msikubali tena kulemewa na kongwa la utumwa.

² Sikilizeni! Mimi, Paulo, nawaambieni kwamba kama mkikubali kutahiriwa, basi Kristo hatawafaidia chochote. ³ Namshuhudia tena kila mtu anayekubali kutahiriwa kwamba inampasa kushika sheria yote. ⁴ Ninyi mnaotafuta kuhesabiwa haki kwa njia ya sheria mmetengwa na Kristo, mko mbali na neema ya Mungu. ⁵ Kwa maana, kwa njia ya Roho kwa imani, tunangojea kwa shauku tumaini la haki. ⁶ Kwa maana ndani ya Kristo Yesu, kutahiriwa au kutokutahiriwa hakuleti tofauti, bali lililo muhimu ni imani itendayo kazi kwa njia ya upendo.

⁷ Mlikuwa mkipiga mbio vizuri. Ni nani aliyewazuia msiitii kweli? ⁸ Ushawishi wa namna hiyo haukutokana na yule anayewaita. ⁹ "Chachu kidogo huchachua donge zima." ¹⁰ Nina hakika katika Bwana kwamba hamtakuwa na msimamo mwingine. Mtu anayewachanganya anastahili adhabu, hata awe nani. ¹¹ Lakini ndugu zangu, kama mimi bado ninahubiri kuhusu kutahiriwa, kwa nini bado ninateswa? Katika hiyo hali basi, kwazo la msalaba limeondolewa. ¹² Laiti hao wanaowavuruga wangejihasi wao wenyewe!

¹³ Ndugu zangu, ninyi mliitwa ili mwe huru, hivyo msitumie uhuru wenu kama fursa ya kufuata tamaa za mwili, bali tumikianeni ninyi kwa ninyi kwa upendo. ¹⁴ Kwa maana sheria yote hukamilika katika amri moja: "Mpende jirani yako kama nafsi yako." ¹⁵ Kama mkiumana na kutafunana, angalieni, msije mkaangamizana.

Maisha Ya Kiroho

¹⁶ Kwa hiyo nasema, enendeni kwa Roho, wala hamtazitimiza kamwe tamaa za mwili. ¹⁷ Kwa

---

ᵃ6 Abba ni neno la Kiaramu ambalo maana yake ni Baba; lingeweza kutumika tu na mtoto wa kuzaa.

maana mwili hutamani yale yaliyo kinyume na
Roho, naye Roho hutamani yale yaliyo kinyume
na mwili. Roho na mwili hupingana na kwa sababu
hiyo hamwezi kufanya mnayotaka. [18] Lakini kama
mkiongozwa na Roho, hamko chini ya sheria.

[19] Basi matendo ya mwili ni dhahiri nayo ni haya:
Uasherati, uchafu, ufisadi, [20] kuabudu sanamu,
uchawi, uadui, ugomvi, wivu, hasira, fitina,
faraka, uzushi, [21] husuda, ulevi, ulafi na mambo
mengine yanayofanana na hayo. Nawaonya,
kama nilivyokwisha kuwaonya kabla, kwamba
watu watendao mambo kama hayo, hawataurithi
Ufalme wa Mungu.

[22] Lakini tunda la Roho ni upendo, furaha, amani,
uvumilivu, utu wema, fadhili, uaminifu, [23] upole
na kiasi. Katika mambo kama haya hakuna she-
ria. [24] Wote walio wa Kristo Yesu wameusulubisha
mwili na shauku zake pamoja na tamaa zake.
[25] Kwa kuwa tunaishi kwa Roho, basi, tuenende
kwa Roho. [26] Tusijisifu bure, tukichokozana na
kuoneana wivu.

Chukulianeni Mizigo

6 Ndugu zangu, ikiwa mtu ameghafilika aka-
tenda dhambi, basi ninyi mlio wa rohoni,
mrejesheni upya mtu huyo kwa roho ya upole.
Lakini jihadharini, ili ninyi wenyewe msije mka-
jaribiwa. [2] Chukulianeni mizigo ninyi kwa ninyi,
nanyi kwa njia hii mtatimiza sheria ya Kristo.
[3] Kama mtu yeyote akijiona kuwa yeye ni bora
na kumbe sivyo, basi mtu huyo anajidanganya
mwenyewe. [4] Lakini kila mtu na aipime kazi yake
mwenyewe, ndipo aweze kujisifu, bila kujilinga-
nisha na mtu mwingine. [5] Kwa maana, kila mtu
atauchukua mzigo wake mwenyewe. [6] Basi, yeye

afundishwaye katika neno na amshirikishe mwa-
limu wake mema yote. [7] Msidanganyike, Mungu hadhihakiwi. Kwa
kuwa kile apandacho mtu ndicho atakachovuna.
[8] Apandaye kwa mwili, katika mwili wake atavuna
uharibifu, lakini yeye apandaye katika Roho, katika
Roho atavuna uzima wa milele. [9] Hivyo, tusichoke
katika kutenda mema, kwa kuwa tutavuna kwa
wakati wake tusipokata tamaa. [10] Kwa hiyo, kadiri
tupatavyo nafasi na tuwatendee watu wote mema,
hasa wale wa jamaa ya waaminio.

Si Kutahiriwa Bali Kuwa Kiumbe Kipya

[11] Angalieni herufi kubwa nitumiazo ninapowaa-
ndikia kwa mkono wangu mwenyewe!
[12] Wale wanaotaka kuonekana wazuri kwa
mambo ya mwili wanataka wawalazimishe kuta-
hiriwa. Sababu pekee ya kufanya hivyo ni kuepuka
kuteswa kwa ajili ya msalaba wa Kristo. [13] Hata wale
waliotahiriwa wenyewe hawaitii sheria, lakini
wanataka ninyi mtahiriwe ili wapate kujivuna
kwa habari ya miili yenu. [14] Mungu apishie mbali
nisije nikajivunia kitu chochote isipokuwa msa-
laba wa Bwana wetu Yesu Kristo, ambaye kwa yeye
ulimwengu umesulubiwa kwangu, nami nimesulu-
biwa kwa ulimwengu. [15] Kwa maana katika Kristo
Yesu, kutahiriwa au kutokutahiriwa si kitu, bali
kule kuwa kiumbe kipya ni kila kitu! [16] Amani na
rehema viwe na wote wanaofuata kanuni hii, na
juu ya Israeli wa Mungu.
[17] Hatimaye, tangu sasa mtu yeyote asinitaabi-
she, kwa maana nachukua katika mwili wangu
chapa zake Yesu.
[18] Ndugu zangu, neema ya Bwana wetu Yesu
Kristo iwe pamoja na roho zenu. Amen.

WAEFESO

Salamu

1 Paulo, mtume wa Kristo Yesu, kwa mapenzi ya
Mungu:
Kwa watakatifu walioko Efeso, walio waaminifu
katika Kristo Yesu:
[2] Neema na amani itokayo kwa Mungu Baba yetu
na kwa Bwana wetu Yesu Kristo iwe nanyi.

Baraka Za Kiroho Katika Kristo Yesu

[3] Ahimidiwe Mungu na Baba wa Bwana wetu
Yesu Kristo, aliyetubariki sisi kwa baraka zote za
rohoni, katika ulimwengu wa roho ndani ya Kri-
sto. [4] Kwa maana alituchagua katika yeye kabla
ya kuumbwa ulimwengu ili tuwe watakatifu na
bila lawama mbele zake. Kwa upendo [5] alitangulia
kutuchagua tuwe wanawe kwa njia ya Yesu Kristo
kwa furaha yake na mapenzi yake mwenyewe.
[6] Kwa hiyo tunamsifu Mungu kwa huruma zake kuu
alizotumiminia sisi katika Mwanawe Mpendwa.
[7] Ndani yake tunao ukombozi kwa njia ya damu
yake, yaani, msamaha wa dhambi, sawasawa na
wingi wa neema yake [8] aliyotumiminia kwa wingi,
kwa hekima yote na maarifa yote. [9] Naye alitujuli-
sha siri ya mapenzi yake sawasawa na uradhi wa
mapenzi yake, ambayo alikusudia katika Kristo,
[10] ili yapate kutimizwa wakati mkamilifu utaka-
powadia, yaani, kuvitia vitu vyote vya mbinguni
na vya duniani pamoja, chini ya kiongozi mmoja,
ndiye Kristo.
[11] Katika Kristo sisi nasi tumepata urithi, tuki-
sha kuchaguliwa sawasawa na kusudi la Mungu,
yeye ambaye hufanya mambo yote kulingana na
kusudi la mapenzi yake, [12] ili kwamba, sisi tulio-
kuwa wa kwanza kuweka tumaini katika Kristo,
tupate kuishi kwa sifa ya utukufu wake. [13] Ninyi
pia mliingia ndani ya Kristo mliposikia Neno la
kweli, Injili ya wokovu wenu. Mkiisha kuamini,
ndani yake mlitiwa muhuri, yaani, Roho Mtakatifu
mliyeahidiwa, [14] yeye ambaye ni amana yetu aki-
tuhakikishia urithi wetu hadi ukombozi wa wale
walio milki ya Mungu kwa sifa ya utukufu wake.

Shukrani Na Maombi

[15] Kwa sababu hii, tangu niliposikia juu ya imani
yenu katika Bwana Yesu na upendo wenu kwa
watakatifu wote, [16] sijaacha kumshukuru Mungu
kwa ajili yenu, nikiwakumbuka katika maombi
yangu. [17] Nazidi kumwomba Mungu wa Bwana
wetu Yesu Kristo, Baba wa utukufu, awajalieni
ninyi roho ya hekima na ya ufunuo, ili mpate
kumjua zaidi. [18] Ninaomba pia kwamba macho ya
mioyo yenu yatiwe nuru ili mpate kujua tumaini
mliloitiwa, utajiri wa urithi wa utukufu wake kwa
watakatifu [19] na uweza wake mkuu usiolingani-
shwa kwa ajili yetu sisi tuaminio. Uweza huo
unaofanya kazi ndani yetu, ni sawa na ile nguvu
kuu mno [20] aliyoitumia katika Kristo alipomfufua

kutoka kwa wafu, na akamketisha mkono wake
wa kuume huko mbinguni, [21] juu sana kuliko falme
zote na mamlaka, enzi na milki, na juu ya kila jina
litajwalo, si katika ulimwengu huu tu, bali katika
ule ujao pia. [22] Naye Mungu ameweka vitu vyote
viwe chini ya miguu yake na amemfanya yeye awe
kichwa cha vitu vyote kwa ajili ya Kanisa, [23] ambalo
ndilo mwili wake, ukamilifu wake yeye aliye yote
katika yote.

Tumefanywa Kuwa Hai Ndani Ya Kristo

2 Kwa habari zenu, mlikuwa wafu katika makosa
na dhambi zenu, [2] ambazo mlizitenda mlipofua-
tisha namna ya ulimwengu huu na za yule mtawala
wa ufalme wa anga, yule roho atendaye kazi sasa
ndani ya wale wasiotii. [3] Sisi sote pia tuliishi kati-
kati yao hapo zamani, tukitimiza tamaa za asili
yetu ya dhambi na kufuata tamaa zake na mawazo
yake. Nasi kwa asili tulikuwa wana wa ghadhabu,
kama mtu mwingine yeyote. [4] Lakini Mungu kwa
upendo wake mwingi kwetu sisi, ambaye ni mwingi
wa rehema, [5] hata tulipokuwa wafu kwa ajili ya
makosa yetu, alitufanya tuwe hai pamoja na Kristo
Yesu, yaani, mmeokolewa kwa neema. [6] Mungu
alitufufua pamoja na Kristo na kutuketisha pamoja
naye katika ulimwengu wa roho katika Kristo Yesu,
[7] ili katika ule ulimwengu ujao apate kuonyesha
wingi wa neema yake isiyopimika, iliyodhihiri-
shwa kwetu kwa wema wake ndani ya Kristo Yesu.
[8] Kwa maana mmeokolewa kwa neema, kwa njia
ya imani, wala si kwa matendo yenu mema. Hii ni
zawadi kutoka kwa Mungu, [9] si kwa matendo, ili
mtu yeyote asije akajisifu. [10] Kwa maana sisi ni kazi
ya mikono ya Mungu, tulioumbwa katika Kristo
Yesu, ili tupate kutenda matendo mema, ambayo
Mungu alitangulia kuyaandaa tupate kuishi katika
hayo.

Wamoja Katika Kristo

[11] Kwa hiyo kumbukeni kwamba ninyi ambao
hapo awali mlikuwa watu wa Mataifa kwa kuza-
liwa na kuitwa "wasiotahiriwa" na wale wanaojiita
"waliotahiriwa" (yaani tohara ifanyikayo katika
mwili kwa mikono ya wanadamu), [12] kumbukeni
kwamba wakati ule mlikuwa mbali na Kristo,
mkiwa mmetengwa kutoka jumuiya ya Israeli,
na mkiwa wageni katika yale maagano ya ahadi,
nanyi mkiwa hamna tumaini wala Mungu duniani.
[13] Lakini sasa katika Kristo Yesu, ninyi ambao hapo
kwanza mlikuwa mbali na Mungu, sasa mmeletwa
karibu kwa njia ya damu ya Kristo.
[14] Kwa maana yeye mwenyewe ndiye amani
yetu, aliyetufanya sisi tuliokuwa wawili, yaani,
Wayahudi na watu wa Mataifa, tuwe wamoja kwa
kuvunja kizuizi na kubomoa ule ukuta wa uadui
uliokuwa kati yetu, [15] kwa kuibatilisha ile sheria
pamoja na amri zake na maagizo yake alipoutoa
mwili wake, ili apate kufanya ndani yake mtu

mmoja mpya badala ya hao wawili, hivyo akifanya amani, [16] naye katika mwili huu mmoja awapatanishe wote wawili na Mungu kupitia msalaba, ili kwa huo msalaba akaangamiza uadui wao. [17] Alikuja na kuhubiri amani kwenu ninyi mliokuwa mbali na pia akahubiri amani kwao waliokuwa karibu. [18] Kwa maana kwa kupitia kwake, sisi sote tunaweza kumkaribia Baba katika Roho mmoja.

[19] Hivyo basi, ninyi sasa si wageni tena wala wapitaji, bali mmekuwa wenyeji pamoja na watakatifu na pia jamaa wa nyumbani mwake Mungu. [20] Mmejengwa juu ya msingi wa mitume na manabii, naye Kristo Yesu mwenyewe ndiye jiwe kuu la pembeni. [21] Ndani yake jengo lote limeshikamanishwa pamoja na kusimamishwa ili kuwa Hekalu takatifu katika Bwana. [22] Katika yeye ninyi nanyi mnajengwa pamoja ili mpate kuwa makao ambayo Mungu anaishi ndani yake kwa njia ya Roho wake.

Huduma Ya Paulo Kwa Watu Wa Mataifa

3 Kwa sababu hii, mimi Paulo, mfungwa wa Kristo Yesu kwa ajili yenu ninyi watu wa Mataifa: [2] Kwa hakika mmekwisha kusikia kuhusu ile huduma ya neema ya Mungu niliyopewa kwa ajili yenu, [3] yaani, ile siri iliodhihirishwa kwangu kwa njia ya ufunuo, kama nilivyotangulia kuandika kwa kifupi. [4] Kwa kusoma haya, basi mtaweza kuelewa ufahamu wangu katika siri ya Kristo. [5] Siri hii haikudhihirishwa kwa wanadamu katika vizazi vingine kama vile sasa ilivyodhihirishwa na Roho kwa mitume na manabii watakatifu wa Mungu. [6] Siri hii ni kwamba, kwa njia ya Injili, watu wa Mataifa ni warithi pamoja na Israeli, viungo vya mwili mmoja na washiriki pamoja wa ahadi katika Kristo Yesu.

[7] Nimekuwa mtumishi wa Injili hii kwa kipawa cha neema ya Mungu niliyopewa kwa nguvu yake itendayo kazi. [8] Ingawa mimi ni mdogo kuliko aliye mdogo kabisa miongoni mwa watakatifu wote, nilipewa neema hii: ili niwahubirie watu wa Mataifa kuhusu utajiri usiopimika ulio ndani ya Kristo, [9] na kuweka wazi kwa kila mtu siri hii iliyokuwa imefichwa tangu zamani katika Mungu, aliyeumba vitu vyote. [10] Ili sasa kwa njia ya Kanisa, hekima yote ya Mungu ipate kujulikana kwa watawala na wenye mamlaka katika ulimwengu wa roho, [11] sawasawa na kusudi lake la milele katika Kristo Yesu Bwana wetu. [12] Ndani yake na kwa njia ya imani katika yeye twaweza kumkaribia Mungu kwa uhuru na kwa ujasiri. [13] Kwa hiyo, nawaomba msikate tamaa kwa sababu ya mateso yangu kwa ajili yenu, hayo ni utukufu wenu.

Maombi Ya Paulo Kwa Waefeso

[14] Kwa sababu hii nampigia Baba magoti, [15] ambaye ubaba wote wa kila jamaa za mbinguni na za duniani unatokana naye. [16] Namwomba Mungu awaimarishe kwa kuwatia nguvu mioyo yenu kwa njia ya Roho wake kwa kadiri ya utajiri na utukufu wake, [17] ili kwamba, Kristo apate kukaa mioyoni mwenu kwa njia ya imani. Nami ninaomba kwamba ninyi mkiwa wenye mizizi tena imara katika msingi wa upendo, [18] mwe na uwezo wa kufahamu pamoja na watakatifu wote jinsi ulivyo upana, urefu, kimo na kina upendo wa Kristo, [19] na kujua upendo huu unaopita fahamu, ili mpate kujazwa na kufikia kipimo cha ukamilifu wote wa Mungu.

[20] Basi kwa yeye awezaye kutenda mambo ya ajabu yasiyopimika kuliko yote tuyaombayo au tuyawazayo, kwa kadiri ya uweza wake ule utendao kazi ndani yetu, [21] yeye atukuzwe katika kanisa na katika Kristo Yesu kwa vizazi vyote, milele na milele. Amen.

Umoja Katika Mwili Wa Kristo

4 Basi, mimi niliye mfungwa wa Bwana, nawasihi mwenende kama inavyostahili wito wenu mlioitiwa. [2] Kwa unyenyekevu wote na upole, mkiwa wavumilivu, mkichukuliana kwa upendo. [3] Jitahidini kudumisha umoja wa Roho katika kifungo cha amani. [4] Kuna mwili mmoja na Roho mmoja, kama vile mlivyoitwa katika tumaini moja. [5] Tena kuna Bwana mmoja, imani moja, ubatizo mmoja, [6] Mungu mmoja ambaye ni Baba wa wote, aliye juu ya yote, katika yote na ndani ya yote.

[7] Lakini kila mmoja wetu amepewa neema kwa kadiri ya kipimo cha kipawa cha Kristo. [8] Kwa hiyo husema:

> "Alipopaa juu zaidi, [a]
>   aliteka mateka,
>   akawapa wanadamu vipawa."

[9] (Asemapo "alipaa juu," maana yake nini isipokuwa ni kusema pia kwamba Kristo alishuka pande za chini sana za dunia? [b] [10] Yeye aliyeshuka ndiye alipaa juu zaidi kupita mbingu zote, ili apate kuujaza ulimwengu wote.) [11] Ndiye aliweka wengine kuwa mitume, wengine kuwa manabii, wengine kuwa wainjilisti, wengine kuwa wachungaji na walimu, [12] kwa kusudi la kuwakamilisha watakatifu kwa ajili ya kazi za huduma, ili kwamba mwili wa Kristo upate kujengwa [13] mpaka sote tutakapoufikia umoja katika imani na katika kumjua sana Mwana wa Mungu na kuwa watu wazima wa kufikia kimo cha ukamilifu wa Kristo.

[14] Ili tusiwe tena watoto wachanga, tukitupwatupwa huku na huku na kuchukuliwa na kila upepo wa mafundisho kwa hila za watu, kwa ujanja, kwa kufuata njia zao za udanganyifu. [15] Badala yake, tukiambiana kweli kwa upendo, katika mambo yote tukue, hata tumfikie yeye aliye kichwa, yaani, Kristo. [16] Kutoka kwake, mwili wote ukiwa umeungamanishwa na kushikamanishwa pamoja kwa msaada wa kila kiungo, hukua na kujijenga wenyewe katika upendo, wakati kila kiungo kinafanya kazi yake.

Maisha Ya Zamani Na Maisha Mapya

[17] Hivyo nawaambia hivi, nami nasisitiza katika Bwana kwamba, msiishi tena kama watu wa Mataifa waishivyo, katika ubatili wa mawazo yao. [18] Watu hao akili zao zimetiwa giza na wametengwa mbali na uzima wa Mungu kwa sababu ya ujinga wao kutokana na ugumu wa mioyo yao. [19] Wakiisha

---

[a]8 Juu zaidi hapa ina maana mbingu za mbinguni.
[b]9 Pande za chini sana za dunia hapa maana yake Sheol kwa Kiebrania, yaani Kuzimu.

kufa ganzi, wamejitia katika mambo ya ufisadi na kupendelea kila aina ya uchafu, wakiendelea kutamani zaidi. [20] Lakini ninyi, hivyo sivyo mlivyojifunza Kristo. [21] Kama hivyo ndivyo ilivyo, ninyi mmemsikia, tena mmefundishwa naye, vile kweli ilivyo katika Yesu. [22] Mlifundishwa kuuvua mwenendo wenu wa zamani, utu wenu wa kale, ulioharibiwa na tamaa zake za udanganyifu, [23] ili mfanywe upya roho na nia zenu, [24] mkajivike utu mpya, ulioumbwa sawasawa na mfano wa Mungu katika haki yote na utakatifu.

Kanuni Za Maisha Mapya

[25] Kwa hiyo kila mmoja wenu avue uongo na kuambiana kweli mtu na jirani yake, kwa maana sisi sote tu viungo vya mwili mmoja. [26] Mkikasirika, msitende dhambi, wala jua lisichwe mkiwa bado mmekasirika, [27] wala msimpe ibilisi nafasi. [28] Yeye ambaye amekuwa akiiba, asiibe tena, lakini lazima ajishughulishe, afanye kitu kifaacho kwa mikono yake mwenyewe, ili awe na kitu cha kuwagawia wahitaji.

[29] Maneno mabaya yasitoke vinywani mwenu, bali yale yafaayo kwa ajili ya kuwajenga wengine kulingana na mahitaji yao, ili yawafae wale wasikiao. [30] Wala msimhuzunishe Roho Mtakatifu wa Mungu, ambaye kwake mlitiwa muhuri kwa ajili ya siku ya ukombozi. [31] Ondoeni kabisa uchungu, ghadhabu, hasira, makelele na masingizio pamoja na kila aina ya uovu. [32] Kuweni wafadhili na wenye kuhurumiana ninyi kwa ninyi, mkisameheana, kama vile naye Mungu katika Kristo alivyowasamehe ninyi.

Kuenenda Nuruni

5 Kwa hiyo, mfuateni Mungu kama watoto wapendwao, [2] mkiishi maisha ya upendo, kama vile Kristo alivyotupenda sisi akajitoa kwa ajili yetu kuwa sadaka yenye harufu nzuri na dhabihu kwa Mungu.

[3] Lakini uasherati, usitajwe miongoni mwenu, wala uchafu wa aina yoyote, wala tamaa, kwa sababu mambo haya hayastahili miongoni mwa watakatifu. [4] Wala pasiwepo mazungumzo machafu ya aibu, au maneno ya upuzi au mzaha, ambayo hayafai, badala yake mshukuruni Mungu. [5] Kwa habari ya mambo haya mjue hakika kwamba: Msherati, wala mtu mwovu, wala mwenye tamaa mbaya, mtu kama huyo ni mwabudu sanamu, kamwe hatarithi Ufalme wa Kristo na wa Mungu. [6] Mtu yeyote na asiwadanganye kwa maneno matupu, kwa kuwa hasira ya Mungu huwaka kwa sababu ya mambo kama haya juu ya wale wasiomtii. [7] Kwa hiyo, msishirikiane nao.

[8] Kwa maana zamani ninyi mlikuwa giza, lakini sasa ninyi ni nuru katika Bwana. Enendeni kama watoto wa nuru [9] (kwa kuwa tunda la nuru hupatikana katika wema wote, haki na kweli), [10] nanyi tafuteni yale yanayompendeza Bwana. [11] Msishiriki matendo ya giza yasiyofaa, bali yafichueni. [12] Kwa maana ni aibu hata kutaja mambo yale ambayo wasiotii wanayafanya sirini. [13] Lakini kila kitu kilichowekwa nuruni, huonekana, [14] kwa kuwa

nuru ndiyo hufanya kila kitu kionekane. Hii ndiyo sababu imesemekana:

"Amka, wewe uliyelala,
ufufuke kutoka kwa wafu,
naye Kristo atakuangazia."

[15] Kwa hiyo angalieni sana jinsi mnavyoenenda, si kama watu wasio na hekima, bali kama wenye hekima, [16] mkiukomboa wakati, kwa sababu nyakati hizi ni za uovu. [17] Kwa hiyo msiwe wajinga, bali mpate kujua nini mapenzi ya Bwana. [18] Pia msilewe kwa mvinyo, ambamo ndani yake mna upotovu, bali mjazwe Roho. [19] Msemezane ninyi kwa ninyi kwa zaburi, nyimbo na tenzi za rohoni, mkimwimbia na kumsifu Bwana mioyoni mwenu, [20] siku zote mkimshukuru Mungu Baba kwa kila jambo katika Jina la Bwana wetu Yesu Kristo. [21] Nyenyekeaneni ninyi kwa ninyi kwa heshima kwa ajili ya Kristo.

Mafundisho Kuhusu Wake Na Waume

[22] Ninyi wake, watiini waume zenu kama kumtii Bwana. [23] Kwa maana mume ni kichwa cha mkewe kama vile Kristo alivyo kichwa cha Kanisa, ambalo ni mwili wake, naye Kristo ni Mwokozi wake. [24] Basi, kama vile Kanisa linavyomtii Kristo, vivyo hivyo na wake nao imewapasa kuwatii waume zao kwa kila jambo.

[25] Ninyi waume, wapendeni wake zenu, kama vile Kristo alivyolipenda Kanisa akajitoa kwa ajili yake [26] kusudi alifanye takatifu, akilitakasa kwa kuliosha kwa maji katika Neno lake, [27] apate kujiletea Kanisa tukufu lisilo na doa wala kunyanzi au waa lolote, bali takatifu na lisilo na hatia. [28] Vivyo hivyo imewapasa waume kuwapenda wake zao kama miili yao wenyewe. Ampendaye mkewe hujipenda mwenyewe. [29] Hakuna mtu anayeuchukia mwili wake mwenyewe, bali huulisha na kuutunza vizuri, kama Kristo anavyolitunza Kanisa lake. [30] Sisi tu viungo vya mwili wake. [31] "Kwa sababu hii, mwanaume atamwacha baba yake na mama yake, naye ataambatana na mkewe, na hao wawili watakuwa mwili mmoja." [32] Siri hii ni kubwa, bali mimi nanena kuhusu Kristo na Kanisa. [33] Hata hivyo, kila mmoja wenu ampende mkewe kama anavyoipenda nafsi yake mwenyewe, naye mke lazima amheshimu mumewe.

Mafundisho Kuhusu Watoto Na Wazazi

6 Enyi watoto, watiini wazazi wenu katika Bwana, kwa kuwa hili ni jema. [2] "Waheshimu baba yako na mama yako," hii ndio amri ya kwanza yenye ahadi, [3] "upate baraka na uishi siku nyingi duniani." [4] Ninyi akina baba, msiwachokoze watoto wenu, bali waleeni kwa nidhamu na mafundisho ya Bwana.

Mafundisho Kuhusu Watumwa Na Mabwana

[5] Ninyi watumwa, watiini hao walio mabwana zenu hapa duniani kwa heshima na kwa kuteteemeka na kwa moyo mmoja, kama vile mnavyomtii Kristo. [6] Watiini, si tu wakati wakiwaona ili mpate upendeleo wao, bali mtumike kama watumwa wa

Kristo, mkifanya mapenzi ya Mungu kwa moyo. [7] Tumikeni kwa moyo wote, kama vile mnamtumikia Bwana na si wanadamu. [8] Mkijua kwamba Bwana atampa kila mtu thawabu kwa lolote jema alilotenda, kama yeye ni mtumwa au ni mtu huru. [9] Nanyi mabwana, watendeeni watumwa wenu kwa jinsi iyo hiyo. Msiwatishe, kwa kuwa mnajua ya kwamba yeye aliye Bwana wenu na Bwana wao yuko mbinguni, naye hana upendeleo.

Silaha Za Mungu

[10] Hatimaye, mzidi kuwa hodari katika Bwana na katika uweza wa nguvu zake. [11] Vaeni silaha zote za Mungu ili kwamba mweze kuzipinga hila za ibilisi. [12] Kwa maana kushindana kwetu si juu ya nyama na damu, bali dhidi ya falme, mamlaka, dhidi ya wakuu wa giza na majeshi ya pepo wabaya katika ulimwengu wa roho. [13] Kwa hiyo vaeni silaha zote za Mungu ili mweze kushindana siku ya uovu itakapokuja nanyi mkiisha kufanya yote, simameni imara. [14] Kwa hiyo simameni imara mkiwa mmejifunga kweli kiunoni na kuvaa dirii ya haki kifuani, [15] nayo miguu yenu ifungiwe utayari tuupatao kwa Injili ya amani. [16] Zaidi ya haya yote, twaeni ngao ya imani, ambayo kwa hiyo mtaweza kuizima mishale yote yenye moto ya yule mwovu. [17] Vaeni chapeo ya wokovu na mchukue upanga wa Roho, ambao ni Neno la Mungu. [18] Mkiomba kwa Roho siku zote katika sala zote na maombi, mkikesha kila wakati mkiwaombea watakatifu wote.

[19] Niombeeni na mimi pia, ili kila nifunguapo kinywa changu, nipewe maneno ya kusema, niweze kutangaza siri ya Injili kwa ujasiri, [20] ambayo mimi ni balozi wake katika vifungo. Ombeni ili nipate kuhubiri kwa ujasiri kama inipasavyo.

Salamu Za Mwisho

[21] Tikiko, aliye ndugu mpendwa na mtumishi mwaminifu katika Bwana, atawaambia kila kitu, ili pia mpate kujua hali yangu na kile ninachofanya sasa. [22] Ninamtuma kwenu kwa ajili ya kusudi hili hasa, ili mpate kujua hali yetu, na awatie moyo. [23] Amani iwe kwa ndugu, na pendo pamoja na imani kutoka kwa Mungu Baba na Bwana Yesu Kristo. [24] Neema iwe na wote wampendao Bwana wetu Yesu Kristo kwa upendo wa dhati. Amen.

WAFILIPI

1 Waraka wa Paulo na Timotheo, watumishi wa Kristo Yesu:
Kwa watakatifu wote katika Kristo Yesu walioko Filipi, pamoja na waangalizi na mashemasi:
[2] Neema na amani itokayo kwa Mungu Baba yetu na kwa Bwana wetu Yesu Kristo iwe nanyi.

Shukrani Na Maombi

[3] Ninamshukuru Mungu wangu kila niwakumbukapo ninyi. [4] Katika maombi yangu yote daima nimekuwa nikiwaombea ninyi nyote kwa furaha, [5] kwa sababu ya kushiriki kwenu katika kueneza Injili, tangu siku ya kwanza hadi leo. [6] Nina hakika kwamba yeye aliyeianza kazi njema mioyoni mwenu, ataiendeleza na kuikamilisha hata siku ya Kristo Yesu.

[7] Ni haki na ni wajibu wangu kufikiri hivi juu yenu nyote, kwa sababu ninyi mko moyoni mwangu. Ikiwa nimefungwa au nikiwa ninaitetea na kuithibitisha Injili, ninyi nyote mnashiriki neema ya Mungu pamoja nami. [8] Mungu ni shahidi wangu jinsi ninavyowaonea shauku ninyi nyote kwa huruma ya Kristo Yesu.

[9] Haya ndiyo maombi yangu: kwamba upendo wenu uongezeke zaidi na zaidi katika maarifa na ufahamu wote, [10] ili mpate kutambua yale yaliyo mema, mkawe safi, wasio na hatia hadi siku ya Kristo, [11] mkiwa mmejawa na matunda ya haki yapatikanayo kwa njia ya Yesu Kristo, kwa utukufu na sifa za Mungu.

Kufungwa Kwa Paulo Kwaieneza Injili

[12] Basi, ndugu zangu, nataka mjue kwamba mambo yale yaliyonipata kwa kweli yamesaidia sana kueneza Injili. [13] Matokeo yake ni kwamba imejulikana wazi kwa walinzi wote wa jumba la kifalme na kwa wengine wote kuwa nimefungwa kwa ajili ya Kristo. [14] Kwa sababu ya vifungo vyangu, ndugu wengi katika Bwana wametiwa moyo kuhubiri neno la Mungu kwa ujasiri zaidi na bila woga. [15] Ni kweli kwamba wengine wanamhubiri Kristo kutokana na wivu na kwa kutaka kushindana, lakini wengine wanamhubiri Kristo kwa nia njema. [16] Hawa wa mwisho wanamhubiri Kristo kwa moyo wa upendo, wakifahamu kwamba nimo humu gerezani kwa ajili ya kuitetea Injili. [17] Hao wa kwanza wanamtangaza Kristo kutokana na tamaa zao wenyewe wala si kwa moyo mweupe, bali wanakusudia kuongeza mateso yangu katika huku kufungwa kwangu. [18] Lakini inadhuru nini? Jambo la muhimu ni kwamba kwa kila njia, ikiwa ni kwa nia mbaya au njema, Kristo anahubiriwa. Nami kwa ajili ya jambo hilo ninafurahi.

Naam, nami nitaendelea kufurahi, [19] kwa maana ninajua kwamba kwa maombi yenu na kwa msaada unaotolewa na Roho wa Yesu Kristo, yale yaliyonipata mimi yatageuka kuwa wokovu wangu. [20] Ninatarajia kwa shauku kubwa na kutumaini kwamba sitaaibika kwa njia yoyote, bali nitakuwa na ujasiri wa kutosha ili sasa kama wakati mwingine wowote, Kristo atukuzwe katika mwili wangu, ikiwa ni kwa kuishi au kwa kufa. [21] Kwa maana kwangu mimi, kuishi ni Kristo, na kufa ni faida. [22] Kama nitaendelea kuishi katika mwili, kwangu hili ni kwa ajili ya matunda ya kazi. Lakini sijui nichague lipi? Mimi sijui! [23] Ninavutwa kati ya mambo mawili: Ninatamani kuondoka nikakae pamoja na Kristo, jambo hilo ni bora zaidi. [24] Lakini kwa sababu yenu ni muhimu zaidi mimi nikiendelea kuishi katika mwili. [25] Kwa kuwa nina matumaini haya, ninajua kwamba nitaendelea kuwepo na kuwa pamoja nanyi nyote, ili mpate kukua na kuwa na furaha katika imani. [26] Ili kwamba furaha yenu iwe nyingi katika Kristo Yesu kwa ajili yangu kwa kule kuja kwangu kwenu tena.

Kuenenda Ipasavyo Injili

[27] Lakini lolote litakalotukia, mwenende kama ipasavyo Injili ya Kristo, ili kwamba nikija na kuwaona au ikiwa sipo, nipate kusikia haya juu yenu: Kuwa mnasimama imara katika roho moja, mkiishindania imani ya Injili kwa umoja, [28] wala msitishwe na wale wanaowapinga. Hii ni ishara kwao kuwa wataangamia, lakini ninyi mtaokolewa, na hii ni kazi ya Mungu. [29] Kwa maana mmepewa kwa ajili ya Kristo, si kumwamini tu, bali pia kuteswa kwa ajili yake, [30] kwa kuwa mnashiriki mashindano yale yale mliyoyaona nikiwa nayo na ambayo hata sasa mnasikia kuwa bado ninayo.

Kuiga Unyenyekevu Wa Kristo

2 Kama kukiwa na jambo lolote la kutia moyo katika kuunganishwa na Kristo, kukiwa faraja yoyote katika upendo wake, kukiwa na ushirika wowote na Roho, kukiwa na wema wowote na huruma, [2] basi ikamilisheni furaha yangu kwa kuwa na nia moja, mkiwa na upendo huo moja, mkiwa wa roho moja na kusudi moja. [3] Msitende jambo lolote kwa nia ya kujitukuza wala kujivuna, bali kwa unyenyekevu kila mtu amhesabu mwingine bora kuliko nafsi yake. [4] Kila mmoja wenu asiangalie faida yake mwenyewe tu, bali pia ajishughulishe na faida ya wengine. [5] Kuweni na nia ile ile aliyokuwa nayo Kristo Yesu:

[6] Yeye, ingawa alikuwa na asili ya
Mungu hasa,
hakuona kule kuwa sawa na Mungu
kuwa kitu cha kushikilia,
[7] bali alijifanya si kitu,
akachukua hali hasa na mtumwa,
naye akazaliwa katika umbo
la mwanadamu.

[8] Naye akiwa na umbo la mwanadamu,
alijinyenyekeza, akatii hata mauti:
naam, mauti ya msalaba!
[9] Kwa hiyo, Mungu alimtukuza juu sana,
na kumpa Jina lililo kuu kuliko kila jina,
[10] ili kwa Jina la Yesu, kila goti lipigwe,
la vitu vya mbinguni, na vya duniani,
na vya chini ya nchi,
[11] na kila ulimi ukiri ya kwamba
YESU KRISTO NI BWANA,
kwa utukufu wa Mungu Baba.

Ng'aeni Kama Mianga Katika Ulimwengu

[12] Kwa hiyo, wapenzi wangu, kama vile ambavyo mmekuwa mkitii siku zote, si tu wakati nikiwa pamoja nanyi, bali sasa zaidi sana nisipokuwepo, utimizeni wokovu wenu kwa kuogopa na kutetemeka, [13] kwa maana Mungu ndiye atendaye kazi ndani yenu, kutaka kwenu na kutenda kwenu kwa kulitimiza kusudi lake jema.

[14] Fanyeni mambo yote bila kunung'unika wala kushindana, [15] ili msiwe na lawama wala hatia, bali mwe wana wa Mungu wasio na kasoro katika kizazi chenye ukaidi na kilichopotoka, ambacho ndani yake ninyi mnang'aa kama mianga ulimwenguni. [16] Mkilishika neno la uzima, ili nipate kuona fahari siku ya Kristo kwamba sikupiga mbio wala kujitaabisha bure. [17] Lakini hata kama nikimiminwa kama sadaka ya kinywaji kwenye dhabihu na huduma itokayo katika imani yenu, mimi ninafurahi na kushangilia pamoja nanyi nyote. [18] Vivyo hivyo, ninyi nanyi imewapasa kufurahi na kushangilia pamoja nami.

Paulo Amsifu Timotheo

[19] Natumaini katika Bwana Yesu kumtuma Timotheo hivi karibuni aje kwenu, ili nipate kufarijika moyo nitakapopata habari zenu. [20] Sina mtu mwingine kama yeye, ambaye ataangalia hali yenu kwa halisi. [21] Kwa maana kila mmoja anajishughulisha zaidi na mambo yake mwenyewe wala si yale ya Yesu Kristo. [22] Lakini ninyi wenyewe mnajua jinsi Timotheo alivyojithibitisha mwenyewe, kwa maana ametumika pamoja nami kwa kazi ya Injili, kama vile mwana kwa baba yake. [23] Kwa hiyo, ninatumaini kumtuma kwenu upesi mara nitakapojua mambo yangu yatakavyokuwa. [24] Nami mwenyewe ninatumaini katika Bwana kwamba nitakuja kwenu hivi karibuni.

Paulo Amsifu Epafrodito

[25] Lakini nadhani ni muhimu kumtuma tena kwenu Epafrodito, ndugu yangu na mtendakazi pamoja nami, aliye askari mwenzangu, ambaye pia ni mjumbe wenu mliyemtuma ili ashughulike na mahitaji yangu. [26] Kwa maana amekuwa akiwaonea sana shauku ninyi nyote, akiwa na wasiwasi kwa kuwa mlisikia kwamba alikuwa mgonjwa. [27] Kweli alikuwa mgonjwa, tena karibu ya kufa. Lakini Mungu alimhurumia, wala si yeye tu, bali hata na mimi alinihurumia, nisipatwe na huzuni juu ya huzuni. [28] Kwa hiyo mimi ninafanya bidii kumtuma kwenu ili mtakapomwona kwa mara nyingine, mpate kufurahi, nami wasiwasi

wangu upungue. [29] Kwa hiyo mpokeeni katika Bwana kwa furaha kubwa, nanyi wapeni heshima watu kama hawa, [30] kwa sababu alikaribia kufa kwa ajili ya kazi ya Kristo, akihatarisha maisha yake ili aweze kunihudumia vile ninyi hamkuweza.

Hakuna Tumaini Katika Mwili

3 Hatimaye, ndugu zangu, furahini katika Bwana! Mimi kuwaandikia mambo yale yale hakuniudhi, kwa maana ni kinga kwa ajili yenu.

[2] Jihadharini na mbwa, wale watenda maovu, jihadharini na wale wajikatao miili yao, wasemao ili kuokoka ni lazima kutahiriwa. [3] Kwa maana sisi ndio tulio tohara, sisi tumwabuduo Mungu katika Roho, tunaona fahari katika Kristo Yesu, ambao hatuweki tumaini letu katika mwili, [4] ingawa mimi mwenyewe ninazo sababu za kuutumainia mwili.

Kama mtu yeyote akidhani anazo sababu za kuutumainia mwili, mimi zaidi. [5] Nilitahiriwa siku ya nane, mimi ni Mwisraeli wa kabila la Benyamini, Mwebrania wa Waebrania. Kwa habari ya sheria, ni Farisayo, [6] kwa habari ya juhudi, nilikuwa nalitesa kanisa, kuhusu haki ipatikanayo kwa sheria, mimi nilikuwa sina hatia.

[7] Lakini mambo yale yaliyokuwa faida kwangu, sasa nayahesabu kuwa hasara kwa ajili ya Kristo. [8] Zaidi ya hayo, nayahesabu mambo yote kuwa hasara tupu nikiyalinganisha na faida kubwa ipitayo kiasi cha kumjua Kristo Yesu Bwana wangu, ambaye kwa ajili yake nimepata hasara ya mambo yote, nikiyahesabu kuwa kama mavi ili nimpate Kristo. [9] Nami nionekane mbele zake bila kuwa na haki yangu mwenyewe ipatikanayo kwa sheria, bali ile ipatikanayo kwa imani katika Kristo, haki ile itokayo kwa Mungu kwa njia ya imani. [10] Nataka nimjue Kristo na uweza wa kufufuka kwake na ushirika wa mateso yake, ili nifanane naye katika mauti yake, [11] ili kwa njia yoyote niweze kufikia ufufuo wa wafu.

Kukaza Mwendo Ili Kufikia Lengo

[12] Si kwamba nimekwisha kufikia, au kwamba nimekwisha kuwa mkamilifu, la hasha! Bali nakaza mwendo ili nipate kile ambacho kwa ajili yake, nimeshikwa na Kristo Yesu. [13] Ndugu zangu, sijihesabu kuwa nimekwisha kushika. Lakini ninafanya jambo moja: Ninasahau mambo yale yaliyopita, nakaza mwendo kufikia yale yaliyo mbele. [14] Nakaza mwendo nifikie ile alama ya ushindi iliyowekwa ili nipate tuzo ya mwito mkuu wa Mungu ambao nimeitiwa huko juu mbinguni katika Kristo Yesu.

[15] Hivyo sisi sote tuliokuwa kiroho tuwaze jambo hili, hata mkiwaza mengine katika jambo lolote, Mungu ataliweka wazi hilo nalo. [16] Lakini na tushike sana lile ambalo tumekwisha kulifikia.

[17] Ndugu zangu, kwa pamoja fuateni mfano wangu na kuwatazama wale wanaofuata kielelezo tulichowawekea. [18] Kwa maana, kama nilivyokwisha kuwaambia mara nyingi kabla, nami sasa nasema tena hata kwa machozi, watu

wengi wanaishi kama adui wa msalaba wa Kristo. [19] Mwisho wa watu hao ni maangamizi, Mungu wao ni tumbo, na utukufu wao ni aibu, na mawazo yao yamo katika mambo ya dunia. [20] Lakini uenyeji wetu uko mbinguni. Nasi tunamngoja kwa shauku Mwokozi kutoka huko, yaani, Bwana Yesu Kristo, [21] atakayeubadili mwili wetu wa unyonge, ili upate kufanana na mwili wake wa utukufu, kwa uweza ule ambao kwa huo aweza hata kuvitiisha vitu vyote chini yake.

4 Kwa hiyo, ndugu zangu, ninaowapenda na ambao ninawaonea shauku, ninyi mlio furaha yangu na taji yangu, hivi ndivyo iwapasavyo kusimama imara katika Bwana, ninyi wapenzi wangu.

Mausia

[2] Nawasihi Euodia na Sintike wawe na nia moja katika Bwana. [3] Naam, nakusihi wewe pia, mwenzangu mwaminifu, uwasaidie hawa wanawake, kwa sababu walijitaabisha katika kazi ya Injili pamoja nami bega kwa bega, wakiwa pamoja na Klementi na watendakazi wenzangu ambao majina yao yameandikwa katika kitabu cha uzima. [4] Furahini katika Bwana siku zote, tena nasema furahini! [5] Upole wenu na ujulikane na watu wote. Bwana yu karibu. [6] Msijisumbue kwa jambo lolote, bali katika kila jambo kwa kuomba na kusihi pamoja na kushukuru, haja zenu na zijulikane na Mungu. [7] Nayo amani ya Mungu, inayopita fahamu zote, itailinda mioyo yenu na nia zenu katika Kristo Yesu.

[8] Hatimaye, ndugu zangu, mambo yote yaliyo ya kweli, yoyote yaliyo na sifa njema, yoyote yaliyo ya haki, yoyote yaliyo safi, yoyote ya kupendeza, yoyote yenye staha, ukiwepo uzuri wowote, pakiwepo chochote kinachostahili kusifiwa, tafakarini mambo hayo. [9] Mambo yote mliyojifunza au kuyapokea au kuyasikia kutoka kwangu, au kuyaona kwangu, yatendeni hayo. Naye Mungu wa amani atakuwa pamoja nanyi.

Shukrani Kwa Matoleo Yenu

[10] Nina furaha kubwa katika Bwana kwamba hatimaye mmeanza upya kushughulika tena na maisha yangu. Kweli mmekuwa mkinifikiria lakini mlikuwa hamjapata nafasi ya kufanya hivyo. [11] Sisemi hivyo kwa vile nina mahitaji, la! Kwa maana nimejifunza kuridhika katika hali yoyote. [12] Ninajua kupungukiwa, pia ninajua kuwa na vingi. Nimejifunza siri ya kuridhika katika kila hali, wakati wa kushiba na wakati wa kuona njaa, wakati wa kuwa na vingi na wakati wa kupungukiwa. [13] Naweza kuyafanya mambo yote katika yeye anitiaye nguvu.

[14] Lakini, mlifanya vyema kushiriki nami katika taabu zangu. [15] Zaidi ya hayo, ninyi Wafilipi mnajua kwamba siku za kwanza nilipoanza kuhubiri Injili, nilipoondoka Makedonia, hakuna kanisa jingine lililoshiriki nami katika masuala ya kutoa na kupokea isipokuwa ninyi. [16] Kwa maana hata nilipokuwa huko Thesalonike, mliniletea msaada kwa ajili ya mahitaji yangu zaidi ya mara moja. [17] Si kwamba natafuta sana yale matoleo, bali natafuta sana ile faida itakayozidi sana kwa upande wenu. [18] Nimelipwa kikamilifu hata na zaidi; nimetoshelezwa kabisa sasa, kwa kuwa nimepokea kutoka kwa Epafrodito vile vitu mlivyonitumia, sadaka yenye harufu nzuri, dhabihu inayokubalika na ya kumpendeza Mungu. [19] Naye Mungu wangu atawajaza ninyi na kila mnachohitaji kwa kadiri ya utajiri wake katika utukufu ndani ya Kristo Yesu. [20] Mungu wetu aliye Baba yetu apewe utukufu milele na milele. Amen.

Salamu Za Mwisho

[21] Msalimuni kila mtakatifu katika Kristo Yesu. Ndugu walioko pamoja nami wanawasalimu. [22] Watakatifu wote wanawasalimu, hasa wale watu wa nyumbani mwa Kaisari. [23] Neema ya Bwana Yesu Kristo iwe pamoja na roho zenu. Amen.

WAKOLOSAI

Salamu

1 Paulo, mtume wa Kristo Yesu, kwa mapenzi ya Mungu, na Timotheo ndugu yetu: [2] Kwa ndugu watakatifu na waaminifu katika Kristo, waishio Kolosai:

Neema na amani zitokazo kwa Mungu Baba yetu ziwe nanyi.

Shukrani Na Maombi

[3] Siku zote tunamshukuru Mungu, Baba wa Bwana wetu Yesu Kristo, tunapowaombea ninyi, [4] kwa sababu tumesikia kuhusu imani yenu katika Kristo Yesu, na upendo wenu mlio nao kwa watakatifu wote: [5] imani na upendo ule utokao katika tumaini mlilowekewa akiba mbinguni, na ambalo mmesikia habari zake katika neno la kweli, yaani, ile Injili [6] iliyowafikia ninyi. Duniani kote Injili hii inazaa matunda na kuenea kama ilivyokuwa kwenu tangu siku ile mlipoisikia na kuielewa neema ya Mungu katika kweli yote. [7] Mlijifunza habari zake kutoka kwa Epafra, mtumishi mwenzetu mpendwa, yeye aliye mhudumu mwaminifu wa Kristo kwa ajili yenu, [8] ambaye pia ametuambia kuhusu upendo wenu katika Roho.

[9] Kwa sababu hii, tangu siku ile tuliposikia habari zenu, hatujakoma kuomba kwa ajili yenu na kumsihi Mungu awajaze ninyi maarifa ya mapenzi yake katika hekima yote ya kiroho na ufahamu. [10] Nasi tunaomba haya ili mpate kuishi maisha yanayostahili mbele za Bwana, na mpate kumpendeza kwa kila namna: mkizaa matunda kwa kila kazi njema, mkikua katika kumjua Mungu, [11] mkiwa mmetiwa nguvu kwa uwezo wote kwa kadiri ya nguvu yake yenye utukufu, ili mpate kuwa na wingi wa saburi na uvumilivu. Nanyi kwa furaha [12] mkimshukuru Baba, ambaye amewastahilisha kushiriki katika urithi wa watakatifu katika ufalme wa nuru. [13] Kwa maana ametuokoa kutoka ufalme wa giza na kutuingiza katika ufalme wa Mwana wake mpendwa, [14] ambaye katika yeye tunao ukombozi, yaani msamaha wa dhambi.

Ukuu Wa Kristo

[15] Yeye ni mfano wa Mungu asiyeonekana, mzaliwa wa kwanza wa viumbe vyote. [16] Kwake yeye vitu vyote vilivyoko mbinguni na juu ya nchi viliumbwa: vitu vinavyoonekana na visivyoonekana, viwe ni viti vya enzi au falme, au wenye mamlaka au watawala; vitu vyote viliumbwa na yeye na kwa ajili yake. [17] Yeye alikuwepo kabla ya vitu vyote, na katika yeye vitu vyote vinashikamana pamoja. [18] Yeye ndiye kichwa cha mwili, yaani kanisa, naye ndiye mwanzo na mzaliwa wa kwanza kutoka kwa wafu, ili yeye awe mkuu katika vitu vyote. [19] Kwa kuwa ilimpendeza Mungu kwamba utimilifu wake wote ukae ndani yake, [20] na kwa njia yake aweze kuvipatanisha vitu vyote na yeye mwenyewe, viwe ni vitu vilivyo duniani au vilivyo mbinguni, kwa kufanya amani kwa damu yake, iliyomwagika msalabani.

[21] Hapo kwanza mlikuwa mmetengana na Mungu, na mlikuwa adui zake katika nia zenu kwa sababu ya mienendo yenu mibaya. [22] Lakini sasa Mungu amewapatanisha ninyi kwa njia ya mwili wa Kristo kupitia mauti, ili awalete mbele zake mkiwa watakatifu, bila dosari wala lawama, [23] ikiwa mnaendelea katika imani yenu mkiwa imara na thabiti, pasipo kuliacha tumaini lililoahidiwa katika Injili. Hii ndiyo ile Injili mliyoisikia, ambayo imehubiriwa kwa kila kiumbe chini ya mbingu, na ambayo mimi Paulo nimekuwa mtumwa wake.

Taabu Ya Paulo Kwa Ajili Ya Kanisa

[24] Sasa nafurahia kule kuteseka kwangu kwa ajili yenu, na katika mwili wangu ninatimiliza yale yaliyopungua katika mateso ya Kristo kwa ajili ya mwili wake, ambao ni kanisa. [25] Mimi nimekuwa mtumishi wa kanisa kwa wajibu alionipa Mungu ili kuwaletea ninyi Neno la Mungu kwa ukamilifu: [26] Hii ni siri iliyokuwa imefichika tangu zamani na kwa vizazi vingi, lakini sasa imefunuliwa kwa watakatifu. [27] Kwao, Mungu amechagua kujulisha miongoni mwa watu wa Mataifa utukufu wa utajiri wa siri hii, ambayo ni Kristo ndani yenu, tumaini la utukufu.

[28] Yeye ndiye tunayemtangaza, tukimwonya kila mtu na kumfundisha kila mtu kwa hekima yote ili tuweze kumleta kila mmoja akiwa amekamilika katika Kristo. [29] Kwa ajili ya jambo hili, ninajitaabisha, nikijitahidi kwa kadiri ya nguvu zake ambazo hutenda kazi ndani yangu kwa uweza mwingi.

2 Nataka mjue jinsi ninavyojitaabisha kwa ajili yenu na kwa ajili ya wale walioko Laodikia, na pia kwa ajili ya wote ambao hawajapata kuniona mimi binafsi. [2] Kusudi langu ni watiwe moyo na kuunganishwa katika upendo, ili wapate ule utajiri wa ufahamu mkamilifu, ili waijue siri ya Mungu, yaani, Kristo mwenyewe, [3] ambaye ndani yake kumefichwa hazina zote za hekima na maarifa. [4] Nawaambia mambo haya ili mtu yeyote asiwadanganye kwa maneno ya kuwashawishi. [5] Kwa kuwa ingawa mimi siko pamoja nanyi kimwili, lakini niko pamoja nanyi kiroho, nami nafurahi kuuona utaratibu wenu na jinsi uthabiti wa imani yenu katika Kristo ulivyo.

Ukamilifu Wa Maisha Katika Kristo

[6] Hivyo basi, kama vile mlivyompokea Kristo Yesu kuwa Bwana, endeleeni kukaa ndani yake, [7] mkiwa na mizizi, na mmejengwa ndani yake, mkiimarishwa katika imani kama mlivyofundishwa, na kufurika kwa wingi wa shukrani.

[8] Angalieni mtu yeyote asiwafanye ninyi mateka kwa elimu batili na madanganyo matupu yanayotegemea mapokeo ya wanadamu na mafundisho ya ulimwengu badala ya Kristo.

⁹Maana ukamilifu wote wa Uungu umo ndani ya Kristo katika umbile la mwili wa kibinadamu, ¹⁰nanyi mmepewa ukamilifu ndani ya Kristo, ambaye ndiye mkuu juu ya kila enzi na kila mamlaka. ¹¹Katika Kristo pia mlitahiriwa kwa kutengwa mbali na asili ya dhambi, si kwa tohara inayofanywa kwa mikono ya wanadamu, bali kwa ile tohara iliyofanywa na Kristo, ¹²mkiwa mmezikwa pamoja naye katika ubatizo, na kufufuliwa pamoja naye kwa njia ya imani yenu katika uweza wa Mungu, aliyemfufua kutoka kwa wafu.

¹³Mlipokuwa wafu katika dhambi zenu na kutokutahiriwa katika asili yenu ya dhambi, Mungu aliwafanya mwe hai pamoja na Kristo. Alitusamehe dhambi zetu zote, ¹⁴akiisha kuifuta ile hati yenye mashtaka yaliyokuwa yanatukabili, pamoja na maagizo yake. Aliiondoa isiwepo tena, akiigongomea kwenye msalaba wake. ¹⁵Mungu akiisha kuzivua enzi na mamlaka, alizifanya kuwa kitu cha fedheha hadharani kwa kuziburura kwa ujasiri, akizishinda katika msalaba wa Kristo.

¹⁶Kwa hiyo mtu asiwahukumu ninyi kuhusu vyakula au vinywaji, au kuhusu kuadhimisha sikukuu za dini, au Sikukuu za Mwezi Mwandamo au siku ya Sabato. ¹⁷Hizi zilikuwa kivuli cha mambo ambayo yangekuja, lakini ile iliyo halisi imo ndani ya Kristo. ¹⁸Mtu yeyote asiwaondolee thawabu yenu kwa kusisitiza kunyenyekea kwake na kuabudu malaika. Mtu kama huyo hudumu katika maono yake, akijivuna bila sababu katika mawazo ya kibinadamu. ¹⁹Yeye amepoteza ushirikiano na Kichwa, ambaye kutoka kwake mwili wote unalishwa na kushikamanishwa pamoja kwa viungo na mishipa, nao hukua kwa ukuaji utokao kwa Mungu.

Maonyo Dhidi Ya Walimu Wa Uongo

²⁰Kwa kuwa mlikufa pamoja na Kristo, mkayaacha yale mafundisho ya msingi ya ulimwengu huu, kwa nini bado mnaishi kama ninyi ni wa ulimwengu? Kwa nini mnajitia chini ya amri: ²¹"Msishike! Msionje! Msiguse!"? ²²Haya yote mwisho wake ni kuharibika yanapotumiwa, kwa sababu msingi wake ni katika maagizo na mafundisho ya wanadamu. ²³Kwa kweli amri kama hizo huonekana kama zina hekima, katika namna za ibada walizojitungia wenyewe, na unyenyekevu wa uongo na kuutawala mwili kwa ukali, lakini hayafai kitu katika kuzuia tamaa za mwili.

Kanuni Za Kuishi Maisha Matakatifu

3 Basi, kwa kuwa mmefufuliwa pamoja na Kristo, yatafuteni yaliyo juu, Kristo alikoketi mkono wa kuume wa Mungu. ²Yafikirini mambo yaliyo juu, wala si ya duniani. ³Kwa maana ninyi mlikufa, nao uhai wenu sasa umefichwa pamoja na Kristo katika Mungu. ⁴Wakati Kristo, aliye uzima wenu, atakapotokea, ndipo nanyi mtakapotokea pamoja naye katika utukufu.

⁵Kwa hiyo, ueni kabisa chochote kilicho ndani yenu cha asili ya kidunia: yaani uasherati, uchafu, tamaa mbaya, mawazo mabaya na ulafi, ambayo ndiyo ibada ya sanamu. ⁶Kwa sababu ya mambo haya, ghadhabu ya Mungu inakuja. ⁷Ninyi pia zamani mlienenda katika mambo haya mlipoishi

maisha hayo. ⁸Lakini sasa yawekeni mbali nanyi mambo kama haya yote: yaani hasira, ghadhabu, uovu, masingizio na lugha chafu kutoka midomoni mwenu. ⁹Msiambiane uongo, kwa maana mmevua kabisa utu wenu wa kale pamoja na matendo yake, ¹⁰nanyi mmevaa utu mpya, unaofanywa upya katika ufahamu sawasawa na mfano wa Muumba wake. ¹¹Hapa hakuna Myunani wala Myahudi, aliyetahiriwa wala asiyetahiriwa, asiyestaarabika wala aliyestaarabika, mtumwa wala mtu huru, bali Kristo ni yote, na ndani ya wote.

¹²Kwa hiyo, kwa kuwa ninyi mmekuwa wateule wa Mungu, watakatifu wapendwao sana, jivikeni moyo wa huruma, utu wema, unyenyekevu, upole na uvumilivu. ¹³Vumilianeni na kusameheana mtu akiwa na lalamiko lolote dhidi ya mwenzake. Sameheaneni kama vile Bwana alivyowasamehe ninyi. ¹⁴Zaidi ya maadili haya yote jivikeni upendo, ambao ndio unaofunga kila kitu pamoja katika umoja mkamilifu.

¹⁵Amani ya Kristo na itawale mioyoni mwenu, kwa kuwa ninyi kama viungo vya mwili mmoja mmeitiwa amani. Tena kuweni watu wa shukrani. ¹⁶Neno la Kristo na likae kwa wingi ndani yenu, mkifundishana na kuonyana katika hekima yote, mkimwimbia Mungu zaburi, nyimbo na tenzi za rohoni, huku mkiwa na shukrani mioyoni mwenu. ¹⁷Lolote mfanyalo, ikiwa ni kwa neno au kwa tendo, fanyeni yote katika jina la Bwana Yesu, mkimshukuru Mungu Baba katika yeye.

Kanuni Katika Madaraka Ya Nyumbani

¹⁸Ninyi wake, watiini waume zenu, kama inavyostahili katika Bwana.

¹⁹Ninyi waume, wapendeni wake zenu, wala msiwe na uchungu dhidi yao.

²⁰Enyi watoto, watiini wazazi wenu katika mambo yote, kwa maana hivi ndivyo inavyompendeza Bwana.

²¹Ninyi akina baba, msiwachokoze watoto wenu, wasije wakakata tamaa.

²²Ninyi watumwa, watiini mabwana zenu wa hapa duniani katika mambo yote. Fanyeni hivyo si wakiwepo tu, wala si kwa kutafuta upendeleo wao, bali kwa moyo mnyofu na kumcha Bwana. ²³Lolote mfanyalo, fanyeni kwa moyo kama watu wanaomtumikia Bwana, na si wanadamu, ²⁴kwa kuwa mnajua kwamba mtapokea urithi wenu kutoka kwa Bwana ukiwa thawabu yenu. Ni Bwana Yesu Kristo mnayemtumikia. ²⁵Yeyote atendaye mabaya atalipwa kwa ajili ya mabaya yake, wala hakuna upendeleo.

4 Ninyi mabwana, watendeeni watumwa wenu yaliyo haki na yanayostahili, mkitambua ya kwamba ninyi pia mnaye Bwana mbinguni.

Maagizo Zaidi

²Dumuni sana katika maombi, mkikesha katika hayo pamoja na kushukuru. ³Pia tuombeeni na sisi ili Mungu atufungulie mlango wa kunena, ili tupate kuitangaza siri ya Kristo, ambayo kwa ajili yake pia mimi nimefungwa. ⁴Ombeni ili nipate kuitangaza Injili kwa udhahiri kama ipasavyo kunena. ⁵Enendeni kwa hekima mbele yao walio

nje, mkiukomboa wakati. ⁶Maneno yenu yawe yamejaa neema siku zote, yanayofaa, ili mjue jinsi iwapasavyo na inavyofaa kumjibu kila mtu.

Salamu Za Mwisho

⁷Tikiko atawaambia habari zangu zote. Yeye ni ndugu mpendwa, mtendakazi mwaminifu na mtumishi mwenzangu katika Bwana. ⁸Nimemtuma kwenu kwa madhumuni haya ili mpate kufahamu hali yetu, na pia awatie moyo. ⁹Anakuja pamoja na Onesimo, ndugu yetu mpendwa na mwaminifu, ambaye ni mmoja wenu. Watawaambia mambo yote yanayotendeka hapa kwetu.

¹⁰Aristarko aliye mfungwa pamoja nami anawasalimu, vivyo hivyo Marko, binamu yake Barnaba. (Mmeshapata maagizo yanayomhusu; akija kwenu, mpokeeni.) ¹¹Yesu, yeye aitwaye Yusto, pia anawasalimu. Hawa peke yao ndio Wayahudi miongoni mwa watendakazi wenzangu kwa ajili ya Ufalme wa Mungu, nao wamekuwa faraja kwangu. ¹²Epafra,

ambaye ni mmoja wenu na mtumishi wa Kristo Yesu, anawasalimu. Yeye siku zote anawaombea kwa bidii kwamba msimame imara katika mapenzi yote ya Mungu, mkiwa wakamilifu na thabiti. ¹³Ninashuhudia kumhusu kwamba anafanya kazi kwa bidii kwa ajili yenu, na kwa ajili ya ndugu wa Laodikia na wale wa Hierapoli. ¹⁴Rafiki yetu mpenzi Luka yule tabibu, pamoja na Dema, wanawasalimu. ¹⁵Wasalimuni ndugu wote wa Laodikia, na pia Nimfa, pamoja na kanisa linalokutana katika nyumba yake.

¹⁶Baada ya barua hii kusomwa kwenu, hakikisheni kwamba inasomwa pia katika kanisa la Walaodikia. Nanyi pia msome barua inayotoka Laodikia.

¹⁷Mwambieni Arkipo hivi: "Hakikisha kuwa unakamilisha ile huduma uliyopokea katika Bwana."

¹⁸Mimi, Paulo, naandika salamu hizi kwa mkono wangu mwenyewe. Kumbukeni minyororo yangu. Neema iwe nanyi. Amen.

1 WATHESALONIKE

Salamu

1 Paulo, Silvano[a] na Timotheo:
Kwa kanisa la Wathesalonike, ninyi mlio ndani ya Mungu Baba yetu na ndani ya Bwana Yesu Kristo:
Neema iwe kwenu na amani.

Shukrani Kwa Ajili Ya Imani Ya Wathesalonike

[2] Siku zote tunamshukuru Mungu kwa ajili yenu ninyi nyote, tukiwataja kwenye maombi yetu daima. [3] Tunaikumbuka daima kazi yenu ya imani mbele za Mungu aliye Baba yetu, taabu yenu katika upendo na saburi yenu ya tumaini katika Bwana wetu Yesu Kristo.

[4] Ndugu zetu mpendwao na Mungu, kwa kuwa tunajua kwamba Mungu amewachagua, [5] kwa sababu ujumbe wetu wa Injili haukuja kwenu kwa maneno matupu bali pia ulidhihirishwa katika nguvu na katika Roho Mtakatifu, tena ukiwa na uthibitisho kamili, kama vile ninyi wenyewe mnavyojua jinsi tulivyoenenda katikati yenu kwa ajili yenu. [6] Nanyi mkawa wafuasi wetu na wa Bwana, ingawa mlipata mateso mengi, mlilipokea lile Neno kwa furaha katika Roho Mtakatifu. [7] Hivyo ninyi mkawa kielelezo kwa waumini wote katika Makedonia na Akaya. [8] Kwa maana kutoka kwenu neno la Bwana limesikika, si katika Makedonia na Akaya tu, bali pia imani yenu katika Mungu imejulikana kila mahali kiasi kwamba hatuna haja ya kusema lolote kwa habari yake. [9] Kwa maana watu wa maeneo hayo wenyewe wanaeleza jinsi mlivyotupokea na jinsi mlivyomgeukia Mungu mkaacha sanamu, ili kumtumikia Mungu aliye hai na wa kweli [10] na ili kumngojea Mwanawe kutoka mbinguni, ambaye Mungu alimfufua kutoka kwa wafu: yaani, Yesu, yeye aliyetuokoa kutoka ghadhabu inayokuja.

Huduma Ya Paulo Huko Thesalonike

2 Ndugu zangu, kwa kuwa ninyi wenyewe mnajua ya kwamba kuja kwetu kwenu hakukuwa bure, [2] kama vile mjuavyo, tulikuwa tumeteswa na kutukanwa huko Filipi, lakini hata hivyo, kwa msaada wa Mungu wetu, tulikuwa na ujasiri wa kuwaambia Injili ya Mungu ingawa kulikuwa na upinzani mkubwa. [3] Kwa maana himizo letu halikutokana na hila wala nia mbaya au udanganyifu. [4] Kinyume chake, tulinena kama watu tuliokubaliwa na Mungu tukakabidhiwa Injili. Sisi hatujaribu kuwapendeza wanadamu bali kumpendeza Mungu, yeye ayachunguzaye mawazo ya ndani sana ya mioyo yetu. [5] Kama mjuavyo, hatukuja kwenu kwa maneno ya kujipendekeza au maneno yasiyo ya kweli ili kuficha tamaa mbaya: Mungu ndiye shahidi yetu. [6] Wala hatukuwa tunatafuta sifa kutoka kwa wanadamu, wala kutoka kwenu au kwa mtu mwingine awaye yote.

Kama mitume wa Kristo tungaliweza kuwa mzigo kwenu, [7] lakini tulikuwa wapole katikati yenu, kama mama anayewatunza watoto wake wadogo. [8] Tuliwapenda sana kiasi kwamba tulifurahia kushirikiana nanyi, si Injili ya Mungu tu, bali hata maisha yetu, kwa sababu mlikuwa wa thamani mno kwetu. [9] Ndugu zetu, mnakumbuka juhudi yetu na taabu yetu. Tulifanya kazi usiku na mchana, ili tusimlemee mtu yeyote wa kwenu wakati tulipokuwa tunawahubiria Injili ya Mungu.

[10] Ninyi wenyewe ni mashahidi na Mungu pia, jinsi tulivyokuwa watakatifu, wenye haki na wasio na lawama miongoni mwenu ninyi mlioamini. [11] Maana mnajua kwamba tuliwatendea kila mmoja wenu kama vile baba awatendeavyo watoto wake. [12] Tuliwatia moyo, tuliwafariji na kuwahimiza kuishi maisha yampendezayo Mungu, anayewaita katika Ufalme na utukufu wake.

[13] Nasi pia tunamshukuru Mungu bila kukoma kwa sababu mlipolipokea neno la Mungu mlilosikia kutoka kwetu, hamkulipokea kama neno la wanadamu, bali mlilipokea kama lilivyo hasa, neno la Mungu, litendalo kazi ndani yenu ninyi mnaoamini. [14] Kwa maana ninyi ndugu zetu, mlifanyika wafuasi wa makanisa ya Mungu yaliyoko ndani ya Kristo Yesu katika Uyahudi. Mlipata mateso yale yale kutoka kwa watu wenu wenyewe kama vile makanisa hayo yalivyoteswa na Wayahudi, [15] wale waliomuua Bwana Yesu na manabii, nasi wakatufukuza pia. Watu hao walimchukiza Mungu na tena ni adui wa watu wote, [16] wakijitahidi kutuzuia tusizungumze na watu wa Mataifa ili kwamba wapate kuokolewa. Kwa njia hii wanazidi kujilundikia dhambi zao hadi kikomo. Lakini hatimaye ghadhabu ya Mungu imewafikia.

Paulo Atamani Kuwaona Wathesalonike

[17] Lakini ndugu zetu, tulipotenganishwa nanyi kwa kitambo kidogo (ingawa kutengana huko kulikuwa kwa mwili tu, si kwa moyo), tulizidi kuwa na shauku kubwa kuwaona uso kwa uso. [18] Maana tulitaka kuja kwenu, hasa mimi Paulo, nilitaka kuja tena na tena, lakini Shetani akatuzuia. [19] Kwa maana tumaini letu ni nini, au furaha yetu au taji yetu ya kujisifia mbele za Bwana Yesu Kristo wakati wa kuja kwake? Je, si ni ninyi? [20] Naam, ninyi ndio fahari yetu na furaha yetu.

Timotheo Atumwa Kwenda Thesalonike

3 Kwa hivyo tulipokuwa hatuwezi kuvumilia zaidi, tuliamua tubaki Athene peke yetu. [2] Tukamtuma Timotheo ambaye ni ndugu yetu na mtumishi mwenzetu wa Mungu katika kuieneza Injili ya Kristo, aje kuwaimarisha na kuwatia moyo katika imani yenu, [3] ili mtu yeyote asifadhaishwe na

---

[a]1 Yaani Sila.

mateso haya. Mnajua vyema kwamba tumewekewa hayo mateso. ⁴ Kwa kweli, tulipokuwa pamoja nanyi tuliwaambia mara kwa mara kwamba tutateswa na imekuwa hivyo kama mjuavyo. ⁵ Kwa sababu hii nilipokuwa siwezi kuvumilia zaidi, nilimtuma mtu ili nipate habari za imani yenu. Niliogopa kwamba kwa njia fulani yule mjaribu asiwe amewajaribu, nasi tukawa tumejitaabisha bure.

Taarifa Ya Timotheo Ya Kutia Moyo

⁶ Lakini sasa Timotheo ndiyo tu amerejea kwetu kutoka kwenu na ameleta habari njema kuhusu imani yenu na upendo wenu. Ametuambia kwamba siku zote mnatukumbuka kwa wema na kwamba mna shauku ya kutuona kama vile sisi tulivyo na shauku ya kuwaona ninyi. ⁷ Kwa hiyo, ndugu zetu, katika dhiki na mateso yetu yote tumefarijika kwa sababu ya imani yenu. ⁸ Sasa kwa kuwa hakika tunaishi, kwa kuwa ninyi mmesimama imara katika Bwana. ⁹ Je, tutawezaje kumshukuru Mungu kiasi cha kutosha kwa ajili yenu, kutokana na furaha tuliyo nayo mbele za Mungu wetu kwa sababu yenu? ¹⁰ Usiku na mchana tunaomba kwa bidii ili tupate kuwaona tena na kujaza kile kilichopungua katika imani yenu.

¹¹ Basi Mungu wetu na Baba yetu mwenyewe na Bwana wetu Yesu atengeneze njia ya sisi kuja kwenu. ¹² Bwana na auongeze upendo wenu na kuuzidisha kati yenu na kwa wengine wote, kama vile tulivyo na upendo mwingi kwenu. ¹³ Tunamwomba Mungu aimarishe mioyo yenu ili msiwe na lawama katika utakatifu mbele za Mungu wetu aliye Baba yetu wakati wa kuja kwake Bwana Yesu pamoja na watakatifu wote.

Maisha Yanayompendeza Mungu

4 Hatimaye, ndugu, tuliwaomba na kuwasihi katika Bwana Yesu kwamba, kama mlivyojifunza kutoka kwetu jinsi iwapasavyo kuishi ili kumpendeza Mungu, kama vile mnavyoishi, imewapasa mzidi sana kufanya hivyo. ² Kwa kuwa mnajua zaidi maagizo gani tuliyowapa kwa mamlaka ya Bwana Yesu.

³ Mapenzi ya Mungu ni kwamba ninyi mtakaswe, ili kwamba mjiepushe na zinaa, ⁴ ili kwamba kila mmoja wenu ajifunze kuutawala mwili wake mwenyewe katika utakatifu na heshima, ⁵ si kwa tamaa mbaya kama watu wa Mataifa wasiomjua Mungu. ⁶ Katika jambo hili mtu asimkosee ndugu yake wala kumlaghai. Kwa kuwa Bwana ni mlipiza kisasi katika mambo haya yote, kama vile tulivyokwisha kuwaambia mapema na kuwaonya vikali. ⁷ Kwa maana Mungu hakutuitia uchafu, bali utakatifu. ⁸ Kwa hiyo, mtu yeyote anayekataa mafundisho haya hamkatai mwanadamu, bali anamkataa Mungu anayewapa ninyi Roho wake Mtakatifu.

⁹ Sasa kuhusu upendo wa ndugu hamna haja mtu yeyote kuwaandikia, kwa maana ninyi wenyewe mmefundishwa na Mungu kupendana. ¹⁰ Nanyi kwa kweli mnawapenda ndugu wote katika Makedonia nzima. Lakini ndugu, tunawasihi mzidi sana kuwapenda.

¹¹ Jitahidini kuishi maisha ya utulivu, kila mtu akijishughulisha na mambo yake mwenyewe na kufanya kazi kwa mikono yake, kama vile tulivyowaagiza, ¹² ili maisha yenu ya kila siku yajipatie heshima kutoka kwa watu walio nje, ili msimtegemee mtu yeyote.

Kuja Kwake Bwana

¹³ Lakini ndugu, hatutaki mkose kujua kuhusu wale waliolala mauti, ili msihuzunike kama watu wengine wasiokuwa na tumaini. ¹⁴ Kwa kuwa tunaamini kwamba Yesu alikufa na kufufuka, na kwa hivyo, Mungu kwa njia ya Yesu atawafufua pamoja naye wale waliolala mautini ndani yake. ¹⁵ Kulingana na neno la Bwana mwenyewe, tunawaambia kwamba sisi ambao bado tuko hai, tuliobaki hadi kuja kwake Bwana, hakika hatutawatangulia waliolala mauti. ¹⁶ Kwa maana Bwana mwenyewe atashuka kutoka mbinguni, akitoa amri kwa sauti kuu, pamoja na sauti ya malaika mkuu, na sauti ya tarumbeta ya Mungu. Nao waliokufa wakiwa katika Kristo watafufuka kwanza. ¹⁷ Baada ya hilo sisi tulio hai, tuliosalia, tutanyakuliwa pamoja nao katika mawingu ili kumlaki Bwana hewani, hivyo tutakuwa pamoja na Bwana milele. ¹⁸ Kwa hiyo farijianeni kwa maneno haya.

Kuweni Tayari Kwa Siku Ya Bwana

5 Basi, ndugu, kwa habari ya nyakati na majira hatuna haja ya kuwaandikia, ² kwa kuwa mnajua vyema kwamba siku ya Bwana itakuja kama mwizi ajapo usiku. ³ Wakati watu wanaposema, "Kuna amani na salama," maangamizi huwajia ghafula, kama vile utungu umjiavyo mwanamke mwenye mimba; nao hakika hawatatoroka.

⁴ Bali ninyi, ndugu, hampo gizani hata siku ile iwakute ghafula kama mwizi. ⁵ Ninyi nyote ni wana wa nuru na wana wa mchana. Sisi si wana wa giza wala wa usiku. ⁶ Kwa hiyo basi, tusilale kama watu wengine walalavyo, bali tukeshe na kuwa na kiasi. ⁷ Kwa kuwa wote walalao hulala usiku na wale walewao hulewa usiku. ⁸ Lakini kwa kuwa sisi ni wana wa mchana, basi tuwe na kiasi, tukijivika imani na upendo kama dirii kifuani na tumaini letu la wokovu kama chapeo. ⁹ Kwa maana Mungu hakutuita ili tupate ghadhabu bali tupate wokovu kwa njia ya Bwana wetu Yesu Kristo. ¹⁰ Yeye alikufa kwa ajili yetu ili hata kama tuko macho au tumelala, tupate kuishi pamoja naye. ¹¹ Kwa hiyo farijianeni na kujengana, kama mnavyofanya sasa.

Maagizo Ya Mwisho, Salamu Na Kuwatakia Heri

¹² Sasa tunawaomba, ndugu, waheshimuni wale wanaofanya kazi kwa bidii miongoni mwenu, wale ambao wana mamlaka juu yenu katika Bwana na ambao wanawaonya. ¹³ Waheshimuni sana katika upendo kwa ajili ya kazi zao. Ishini kwa amani ninyi kwa ninyi. ¹⁴ Nasi twawasihi, ndugu, waonyeni walio waivu, watieni moyo waoga, wasaidieni wanyonge na kuwavumilia watu wote. ¹⁵ Angalieni kuwa mtu asimlipe mwenzake maovu kwa maovu, bali siku zote tafuteni kutendeana mema ninyi kwa ninyi na kwa watu wote.

¹⁶ Furahini siku zote; ¹⁷ ombeni bila kukoma;

¹⁸ shukuruni kwa kila jambo, kwa maana haya ndiyo mapenzi ya Mungu kwa ajili yenu katika Kristo Yesu. ¹⁹ Msiuzime moto wa Roho Mtakatifu; ²⁰ msiyadharau maneno ya unabii. ²¹ Jaribuni kila kitu. Yashikeni yaliyo mema. ²² Jiepusheni na uovu wa kila namna.

²³ Mungu mwenyewe, Mungu wa amani, awatakase ninyi kabisa. Nanyi mhifadhiwe roho zenu, nafsi zenu na miili yenu, bila kuwa na lawama katika Bwana wetu Yesu Kristo. ²⁴ Yeye aliyewaita ni mwaminifu naye atafanya hayo.

²⁵ Ndugu, tuombeeni. ²⁶ Wasalimuni ndugu wote kwa busu takatifu. ²⁷ Nawaagizeni mbele za Bwana mhakikishe kuwa ndugu wote wanasomewa barua hii.

²⁸ Neema ya Bwana wetu Yesu Kristo iwe nanyi. Amen.

2 WATHESALONIKE

1 Paulo, Silvano[a] na Timotheo:
Kwa kanisa la Wathesalonike mlio katika Mungu Baba yetu na Bwana Yesu Kristo: [2] Neema na amani itokayo kwa Mungu Baba na Bwana Yesu Kristo iwe nanyi.

Shukrani Na Maombi

[3] Ndugu, imetubidi kumshukuru Mungu kwa ajili yenu siku zote, kama ulivyo wajibu wetu, kwa sababu imani yenu inakua zaidi na zaidi na upendo wa kila mmoja wenu alio nao kwa mwenzake unazidi kuongezeka. [4] Ndiyo sababu miongoni mwa makanisa ya Mungu, tunajivuna kuhusu saburi yenu na imani mliyo nayo katika mateso yote na dhiki mnazostahimili.

[5] Haya yote ni uthibitisho kwamba hukumu ya Mungu ni ya haki, na kwa sababu hiyo ninyi mtahesabiwa kwamba mnastahili kuwa wa Ufalme wa Mungu, mnaoteswa kwa ajili wake. [6] Mungu ni mwenye haki: yeye atawalipa mateso wale wawatesao ninyi [7] na kuwapa ninyi mnaoteseka raha pamoja na sisi, wakati Bwana Yesu atakapodhihirishwa kutoka mbinguni katika mwali wa moto pamoja na malaika wake wenye nguvu. [8] Atawaadhibu wale wasiomjua Mungu na ambao hawakuitii Injili ya Bwana wetu Yesu. [9] Wataadhibiwa kwa uangamivu wa milele na kutengwa na uso wa Bwana na utukufu wa uweza wake, [10] siku hiyo atakapokuja kutukuzwa katika watakatifu wake na kustaajabiwa miongoni mwa wote walioamini. Ninyi pia mtakuwa miongoni mwa hawa kwa sababu mliamini ushuhuda wetu kwenu.

[11] Kwa sababu hii, tunawaombea ninyi bila kukoma, ili Mungu apate kuwahesabu kuwa mnastahili wito wake na kwamba kwa uwezo wake apate kutimiza kila kusudi lenu jema na kila tendo linaloongozwa na imani yenu. [12] Tunaomba hivi ili Jina la Bwana wetu Yesu lipate kutukuzwa ndani yenu, nanyi ndani yake, kulingana na neema ya Mungu wetu na Bwana Yesu Kristo.

Yule Mtu Wa Kuasi

2 Ndugu, kuhusu kuja kwake Bwana wetu Yesu Kristo na kukusanyika kwetu pamoja mbele zake, tunawasihi, [2] msiyumbishwe kwa urahisi wala msitiwe wasiwasi na roho wala neno au barua inayosemekana kuwa imetoka kwetu, isemayo kwamba siku ya Bwana imekwisha kuwako. [3] Mtu yeyote na asiwadanganye kwa namna yoyote kwa maana siku ile haitakuja mpaka uasi utokee kwanza, na yule mtu wa kuasi adhihirishwe, yule ambaye amehukumiwa kuangamizwa kabisa. [4] Yeye atapingana na kujitukuza juu ya kila kitu kiitwacho Mungu au kinachoabudiwa, ili kujiweka juu katika Hekalu la Mungu, akijitangaza mwenyewe kuwa ndiye Mungu.

[5] Je, hamkumbuki ya kwamba nilipokuwa pamoja nanyi niliwaambia mambo haya? [6] Nanyi sasa mnajua kinachomzuia, ili apate kudhihirishwa wakati wake utakapowadia. [7] Maana ile nguvu ya siri ya uasi tayari inatenda kazi, lakini yule anayeizuia ataendelea kufanya hivyo mpaka atakapoondolewa. [8] Hapo ndipo yule mwasi atafunuliwa, ambaye Bwana Yesu atamteketeza kwa pumzi ya kinywa chake na kumwangamiza kabisa kwa utukufu wa kuja kwake. [9] Kuja kwa yule mwasi kutaonekana kana kwamba ni kutenda kazi kwake Shetani ambaye hutumia nguvu zote, ishara, maajabu ya uongo, [10] na kila aina ya uovu kwa wale wanaoangamia kwa sababu walikataa kuipenda kweli wapate kuokolewa. [11] Kwa sababu hii, Mungu ameruhusu watawaliwe na nguvu ya udanganyifu, ili waendelee kuamini uongo, [12] na wahukumiwe wote ambao hawakuiamini ile kweli, bali wamefurahia uovu.

Simameni Imara

[13] Lakini imetupasa sisi kumshukuru Mungu daima kwa ajili yenu, ndugu mpendwao na Bwana, kwa sababu Mungu aliwachagua ninyi tangu mwanzo ili mwokolewe kwa kutakaswa na Roho kwa kuiamini kweli. [14] Kwa kusudi hili Mungu aliwaita kwa njia ya kuhubiri kwetu Injili, ili mpate kushiriki katika utukufu wa Bwana Yesu Kristo. [15] Hivyo basi, ndugu wapendwa, simameni imara na myashike sana yale mafundisho tuliyowapa ikiwa ni kwa maneno ya kinywa au kwa barua.

[16] Bwana wetu Yesu Kristo mwenyewe na Mungu Baba yetu, aliyetupenda na kwa neema yake alikatupatia faraja ya milele na tumaini jema, [17] awafariji mioyo yenu na kuwaimarisha katika kila neno na tendo jema.

Hitaji La Maombi

3 Hatimaye, ndugu, tuombeni ili Neno la Bwana lipate kuenea kwa haraka na kuheshimiwa kila mahali, kama vile ilivyokuwa kwenu. [2] Ombeni pia ili tupate kuokolewa kutokana na watu waovu na wabaya, kwa maana si wote wanaoamini. [3] Lakini Bwana ni mwaminifu, naye atawaimarisha ninyi na kuwalinda kutokana na yule mwovu. [4] Nasi tuna tumaini katika Bwana na kuwa mnafanya na mtaendelea kufanya yale tuliyowaagiza. [5] Bwana aiongoze mioyo yenu katika upendo wa Mungu na katika saburi ya Kristo.

Onyo Dhidi Ya Uvivu

[6] Ndugu, tunawaagiza katika Jina la Bwana Yesu Kristo, jitengeni na kila ndugu ambaye ni mvivu na ambaye haishi kufuatana na maagizo tuliyowapa. [7] Maana ninyi wenyewe mnajua jinsi iwapasavyo kufuata mfano wetu. Sisi hatukuwa wavivu tulipokuwa pamoja nanyi, [8] wala hatukula chakula cha

---

[a] 1 Yaani Sila.

mtu yeyote pasipo kukilipia. Badala yake tulifanya kazi kwa bidii usiku na mchana, ili tusimlemee mtu yeyote miongoni mwenu. ⁹Tulifanya hivi, si kwa sababu hatukuwa na haki ya kupata msaada kama huo, bali ndio sisi wenyewe tuwe kielelezo. ¹⁰Kwa maana hata tulipokuwa pamoja nanyi, tuliwapa amri kwamba: "Mtu yeyote asiyetaka kufanya kazi, hata kula asile."

¹¹Kwa kuwa tunasikia kwamba baadhi ya watu miongoni mwenu ni wavivu. Hawafanyi kazi bali hujishughulisha na mambo ya wengine. ¹²Basi watu kama hao tunawaagiza na kuwahimiza katika Bwana Yesu Kristo, kwamba wafanye kazi kwa utulivu kwa ajili ya chakula chao wenyewe. ¹³Kwa upande wenu, ndugu, ninyi kamwe msichoke katika kutenda mema.

¹⁴Ikiwa mtu yeyote hayatii maagizo yetu yaliyoko katika barua hii, mwangalieni sana mtu huyo. Msishirikiane naye, ili apate kuona aibu. ¹⁵Lakini msimhesabu kuwa adui, bali mwonyeni kama ndugu.

Salamu Za Mwisho

¹⁶Basi, Bwana wa amani mwenyewe awapeni amani nyakati zote na kwa kila njia. Bwana awe nanyi nyote.

¹⁷Mimi, Paulo, ninaandika salamu hizi kwa mkono wangu mwenyewe. Hii ndio alama ya utambulisho katika barua zangu zote. Hivi ndivyo niandikavyo.

¹⁸Neema ya Bwana wetu Yesu Kristo iwe nanyi nyote. Amen.

1 TIMOTHEO

1 Paulo, mtume wa Kristo Yesu kwa amri ya Mungu Mwokozi wetu na ya Kristo Yesu tumaini letu. [2] Kwa Timotheo, mwanangu halisi katika imani: Neema, rehema na amani itokayo kwa Mungu Baba na kwa Kristo Yesu Bwana wetu.

Maonyo Dhidi Ya Walimu Wa Uongo

[3] Kama nilivyokusihi wakati nilipokwenda Makedonia, endelea kubaki Efeso, ili kwamba upate kuwaagiza watu wasiendelee kufundisha mafundisho ya uongo [4] wala wasitoe muda wao kwa hadithi za kubuniwa na orodha za majina ya vizazi visivyo na mwisho, ambazo huchochea mabishano badala ya mpango wa Mungu utokanao na imani. [5] Kusudi la maagizo haya ni upendo utokao katika moyo safi, dhamiri njema na imani ya kweli. [6] Watu wengine wamepotoka kutoka haya na kugeukia majadiliano yasiyo na maana kwa kuwa, [7] wanataka kuwa walimu wa sheria, lakini hawajui mambo yale wanayosema wala hayo wanayoyatumainia kwa uthabiti.

[8] Tunajua kwamba sheria ni njema ikiwa inatumika kwa halali kama ilivyokusudiwa. [9] Lakini tunajua ya kuwa sheria si kwa ajili ya wenye haki, bali kwa ajili ya wavunja sheria na waasi, kwa ajili ya wasiomcha Mungu na wenye dhambi, wasio watakatifu na wanaokufuru; kwa wale wawauao baba zao au mama zao, kwa wauaji, [10] kwa wazinzi na wahanithi, kwa walee wauzao watu, na kwa waongo na waapao kwa uongo, na kwa chochote kingine kilicho kinyume na mafundisho ya kweli, [11] ambayo yanakubaliana na Injili ya utukufu wa Mungu anayehimidiwa, ambayo mimi nimewekewa amana.

Neema Ya Mungu Kwa Paulo

[12] Namshukuru Kristo Yesu Bwana wetu, aliyenitia nguvu, kwa sababu aliniona mwaminifu, akaniteua kwa kazi yake. [13] Ingawa wakati fulani nilikuwa mwenye kukufuru, mtesaji na mwenye jeuri, lakini nilipata rehema kwa sababu nilitenda hivyo kwa kutojua na kutoamini kwangu. [14] Neema ya Bwana wetu ilimiminwa juu yangu kwa wingi, ikiambatana na imani na upendo ulio katika Kristo Yesu.

[15] Msemo huu ni wa kweli na unaostahili kukubalika, usemao kwamba: Kristo Yesu alikuja ulimwenguni kuokoa wenye dhambi, ambao mimi ndiye niliye mbaya kuliko wote. [16] Lakini kwa sababu hiyo nilipata rehema, ili katika mimi, niliyekuwa mwenye dhambi kuliko wote, Kristo Yesu apate kuonyesha uvumilivu wake usio na kikomo, ili niwe kielelezo kwa wale watakaomwamini na wapate uzima wa milele. [17] Basi Mfalme wa milele, asiye na mwisho, asiyeonekana, aliye Mungu pekee, apewe heshima na utukufu milele na milele. Amen.

[18] Mwanangu Timotheo, ninakupa agizo hili, kwa kadiri ya maneno ya unabii yaliyosemwa kukuhusu, ili kwa kuyafuata upate kupigana vita vizuri, [19] ukiishikilia imani na dhamiri njema, ambazo wengine wamevikataa, na hivyo wakaangamia kwa habari ya imani yao. [20] Miongoni mwao wako Himenayo na Aleksanda, ambao nimemkabidhi Shetani ili wafundishwe wasije wakakufuru.

Maagizo Kuhusu Kuabudu

2 Awali ya yote, nasihi kwamba dua, sala, maombezi na shukrani zifanyike kwa ajili ya watu wote: [2] kwa ajili ya wafalme na wale wote wenye mamlaka, ili tupate kuishi kwa amani na utulivu, katika uchaji wote wa Mungu na utakatifu. [3] Jambo hili ni jema, tena linapendeza machoni pa Mungu Mwokozi wetu, [4] anayetaka watu wote waokolewe na wafikie kuijua kweli. [5] Kwa maana kuna Mungu mmoja na mpatanishi mmoja kati ya Mungu na wanadamu, yaani mwanadamu Kristo Yesu, [6] aliyejitoa mwenyewe kuwa fidia kwa ajili ya wanadamu wote: jambo hili lilishuhudiwa kwa wakati wake ufaao. [7] Nami kwa kusudi hili nimewekwa niwe mhubiri na mtume (nasema kweli katika Kristo wala sisemi uongo), mwalimu wa watu wa Mataifa katika imani na kweli.

[8] Nataka kila mahali wanaume wasali wakiinua mikono mitakatifu pasipo hasira wala kugombana. [9] Vivyo hivyo nataka wanawake wajipambe kwa adabu na kwa heshima katika mavazi yanayostahili, si kwa kusuka nywele, kuvalia dhahabu, lulu au mavazi ya gharama kubwa, [10] bali kwa matendo mazuri kama iwapasavyo wanawake wanaokiri kuwa wanamcha Mungu.

[11] Mwanamke na ajifunze kwa utulivu na kwa utiifu wote. [12] Simpi mwanamke ruhusa ya kufundisha au kuwa na mamlaka juu ya mwanaume. Mwanamke inampasa kukaa kimya. [13] Kwa maana Adamu aliumbwa kwanza, kisha Eva. [14] Wala si Adamu aliyedanganywa, bali ni mwanamke aliyedanganywa akawa mkosaji. [15] Lakini mwanamke ataokolewa kwa kuzaa kwake, kama wakiendelea kudumu katika imani, upendo na utakatifu, pamoja na kuwa na kiasi.

Sifa Za Waangalizi

3 Hili ni neno la kuaminiwa, kwamba mtu akitamani kazi ya uangalizi, atamani kazi nzuri. [2] Basi, imempasa mwangalizi awe mtu asiye na lawama, mume wa mke mmoja, mwenye kiasi, anayejitawala, anayeheshimika, mkarimu, ajuaye kufundisha, [3] asiwe mlevi, wala mkali bali awe mpole, asiwe mgomvi wala mpenda fedha. [4] Lazima aweze kuisimamia nyumba yake mwenyewe vizuri na kuhakikisha kwamba watoto wake wanamtii na kuwa na heshima kwa kila njia. [5] (Kwa maana kama mtu hajui jinsi ya kusimamia nyumba yake mwenyewe, atawezaje kuliangalia kanisa la Mungu?) [6] Asiwe mtu aliyeokoka karibuni asije akajivuna

na kuangukia kwenye hukumu ile ile ya ibilisi. [7] Inampasa pia awe na sifa njema kwa watu walio nje, ili asije akalaumiwa na kuanguka kwenye mtego wa ibilisi.

Sifa Za Mashemasi

[8] Vivyo hivyo, mashemasi nao wawe watu wanaostahili heshima, wasiwe wenye kauli mbili au wenye kujifurahisha kwa mvinyo, wala wanaotamani faida isiyo halali. [9] Inawapasa kushikamana sana na ile siri ya imani kwa dhamiri safi. [10] Ni lazima wapimwe kwanza; kisha kama hakuna neno dhidi yao, basi na waruhusiwe kuhudumu kama mashemasi.

[11] Vivyo hivyo, wake zao wawe wanawake wanaostahili heshima, wasio wasingiziaji, bali wawe na kiasi na waaminifu katika kila jambo.

[12] Shemasi awe mume wa mke mmoja na inampasa aweze kusimamia watoto wake na watu wa nyumbani mwake vyema. [13] Wale ambao wamehudumu vyema katika huduma ya ushemasi hujipatia msimamo bora na ujasiri mkubwa katika imani yao ndani ya Kristo Yesu.

[14] Ingawa ninatarajia kuja kwako hivi karibuni, ninakuandikia maagizo haya sasa ili kwamba, [15] kama nikikawia, utajua jinsi iwapasavyo watu kuenenda katika nyumba ya Mungu, ambayo ndiyo kanisa la Mungu aliye hai, lililo nguzo na msingi wa kweli. [16] Bila shaka yoyote, siri ya utauwa ni kubwa:

Alidhihirishwa katika mwili wa kibinadamu,
    akathibitishwa kuwa na haki katika Roho,
    akaonekana na malaika,
    akahubiriwa miongoni mwa mataifa,
    akaaminiwa ulimwenguni,
    akachukuliwa juu katika utukufu.

Maagizo Kwa Timotheo

4 Roho asema waziwazi kwamba katika siku za mwisho baadhi ya watu wataiacha imani na kufuata roho zidanganyazo na mafundisho ya mashetani. [2] Mafundisho kama hayo huja kupitia kwa waongo ambao ni wanafiki, hali dhamiri zao zikiungua kwa kuchomwa moto. [3] Wao huwakataza watu wasioe na kuwaagiza wajiepushe na vyakula fulani, ambavyo Mungu aliviumba ili vipokewe kwa shukrani na wale wanaoamini na kuijua kweli. [4] Kwa maana kila kitu alichokiumba Mungu ni chema, wala hakuna kitu chochote cha kukataliwa kama kikipokewa kwa shukrani, [5] kwa sababu kimetakaswa kwa neno la Mungu na kwa kuomba.

Mtumishi Mwema Wa Yesu Kristo

[6] Kama ukiwakumbusha ndugu mambo haya, utakuwa mtumishi mwema wa Kristo Yesu, uliyelelewa katika kweli ya imani na yale mafundisho mazuri uliyoyafuata. [7] Usijishughulishe kamwe na hadithi za kipagani na masimulizi ya uongo ya wanawake wazee; badala yake, jizoeze kuwa mtauwa. [8] Kwa maana mazoezi ya mwili yana faida kwa sehemu, lakini utauwa una faida katika mambo yote, yaani, unayo ahadi ya uzima wa sasa na ya ule ujao.

[9] Hili ni neno la kuaminiwa tena lastahili kukubaliwa kabisa, [10] (nasi kwa ajili ya hili tunajitaabisha na kujitahidi), kwamba tumeweka tumaini letu kwa Mungu aliye hai, ambaye ni Mwokozi wa watu wote, hasa wale waaminio.

[11] Mambo haya yaagize na kuyafundisha. [12] Mtu yeyote asikudharau kwa kuwa wewe ni kijana, bali uwe kielelezo kizuri kwa waumini katika usemi, mwenendo, upendo, imani na usafi. [13] Fanya bidii kusoma Maandiko hadharani, kuhubiri na kufundisha, mpaka nitakapokuja. [14] Usiache kutumia kipawa kilicho ndani yako, ambacho ulipewa kwa neno la unabii wakati wazee walikuwekea mikono.

[15] Uwe na bidii katika mambo haya; ujitolee kwa ajili ya mambo haya kikamilifu, ili kila mtu aone kuendelea kwako. [16] Jilinde sana nafsi yako na mafundisho yako. Dumu katika hayo, kwa maana kwa kufanya hivyo, utajiokoa wewe mwenyewe pamoja na wale wanaokusikia.

Maagizo Kuhusu Wajane, Wazee Na Watumwa

5 Usimkemee mzee kwa ukali bali umshawishi kama vile angekuwa ni baba yako. Uwatendee vijana kama vile ndugu zako, [2] nao wanawake wazee uwatendee kama mama zako, na wanawake vijana kama dada zako, katika usafi wote.

[3] Waheshimu wanawake wajane ambao ni wajane kweli kweli. [4] Kama mjane ana watoto ama wajukuu, hawa inawapasa awali ya yote wajifunze kutimiza wajibu wao wa kumcha Mungu katika matendo kwa kuwatunza wale wa jamaa zao wenyewe, na hivyo wawarudishie wema waliowatendea wazazi wao, kwa kuwa hivi ndivyo impendezavyo Mungu. [5] Mwanamke ambaye ni mjane kweli kweli, yaani, yeye aliyebaki peke yake huweka tumaini lake kwa Mungu naye hudumu katika maombi usiku na mchana akimwomba Mungu ili amsaidie. [6] Lakini mjane aishiye kwa anasa amekufa, ingawa anaishi. [7] Wape watu maagizo haya pia, ili asiwepo yeyote wa kulaumiwa. [8] Kama mtu hawatunzi wale wa jamaa zake, hasa wale wa nyumbani mwake mwenyewe, ameikana imani, tena ni mbaya kuliko yeye asiyeamini.

[9] Mjane yeyote asiwekwe kwenye orodha ya wajane isipokuwa awe ametimiza umri wa miaka sitini, na ambaye alikuwa mke wa mume mmoja, [10] awe ameshuhudiwa kwa matendo yake mema, aliyewalea watoto wake vizuri, aliye mkarimu, aliyewanawisha watakatifu miguu, aliyewasaidia wenye shida na aliyejitolea kwa ajili ya matendo mema ya kila namna.

[11] Lakini kwa habari za wajane vijana usiwaweke kwenye orodha hiyo, maana tamaa zao za kimaumbile zikizidi kule kujitoa kwao kwa Kristo, watataka kuolewa tena. [12] Nao kwa njia hiyo watajiletea hukumu kwa kukiuka ahadi yao ya kwanza. [13] Zaidi ya hayo, wajane kama hao huwa na tabia ya uvivu wakizurura nyumba kwa nyumba, wala hawawi wavivu tu, bali pia huwa wasengenyaji, wajiingizao katika mambo yasiyowahusu na kusema mambo yasiyowapasa kusema. [14] Hivyo nawashauri wajane vijana waolewe, wazae watoto na wasimamie nyumba zao, wasije wakampa adui nafasi ya kutushutumu. [15] Kwa maana kwa kweli

wajane wengine wamepotoka ili kumfuata She-
tani.

[16] Lakini kama mwanamke yeyote aaminiye ana wajane katika jamaa yake, inampasa awasaidie wala si kuwaacha wakililemea kanisa, ili kanisa liweze kuwasaidia wale ambao ni wajane kweli kweli.

Wazee Wa Kanisa

[17] Wazee wa kanisa wanaoongoza shughuli za kanisa vizuri wanastahili heshima mara mbili, hasa wale ambao kazi yao ni kuhubiri na kufundisha. [18] Kwa maana Maandiko husema, "Usimfunge maksai kinywa apurapo nafaka," tena, "Mfanya-kazi anastahili mshahara wake." [19] Usiendekeze mashtaka dhidi ya mzee isipokuwa yawe yame-letwa na mashahidi wawili au watatu. [20] Wale wanaodumu katika dhambi uwakemee hadharani, ili wengine wapate kuogopa.

[21] Ninakuagiza mbele za Mungu na mbele za Kristo Yesu na mbele za malaika wateule, shika maagizo haya pasipo ubaguzi wala upendeleo. [22] Usiwe na haraka kumwekea mtu mikono wala usishiriki dhambi za watu wengine. Jilinde nafsi yako uwe safi.

[23] Acha kunywa maji peke yake, tumia divai kidogo kwa sababu ya tumbo lako na maumivu yako ya mara kwa mara. [24] Dhambi za watu wengine ni dhahiri nazo zina-watangulia kwenda hukumuni; na dhambi za watu wengine zinawafuata nyuma yao. [25] Vivyo hivyo, matendo mema yako dhahiri, na hata yale ambayo si mema hayawezi kufichika.

Watumwa

6 Wale wote walio chini ya kongwa la utumwa inawapasa kuwahesabu mabwana zao kuwa wanastahili heshima yote, ili jina la Mungu lisi-tukanwe wala mafundisho yetu. [2] Wale watumwa ambao wana mabwana waaminio, haiwapasi kupunguza heshima yao kwa sababu wao ni ndugu. Badala yake, wawatumikie hata vizuri zaidi, kwa sababu wale wanaonufaika na huduma yao ni waa-minio, ambao ni wapenzi wao. Fundisha mambo haya na uwahimize kuyafuata.

Mafundisho Ya Uongo Na Utajiri Wa Kweli

[3] Ikiwa mtu yeyote atafundisha mafundisho mapotovu wala hakubaliani na mafundisho manyofu ya Bwana wetu Yesu Kristo na yale ya utauwa, [4] huyo amejivuna wala hajui kitu chochote. Yeye amejaa tamaa ya mabishano na ugomvi kuhusu maneno ambavyo matokeo yake ni wivu na mapigano, maneno ya ukorofi, shuku mbaya,

[5] na kuzozana kusikokoma kati ya watu walioha-ribika akili zao, walioikosa kweli, na ambao hudhani kwamba utauwa ni njia ya kupata faida. [6] Lakini utauwa na kuridhika ni faida kubwa. [7] Kwa kuwa hatukuja humu duniani na kitu chochote, wala hatuwezi kutoka humu na kitu. [8] Lakini kama tuna chakula na mavazi, tutaridhika navyo. [9] Lakini wale watu wanaotamani kuwa na mali kwa haraka huanguka kwenye majaribu, na wamenaswa na tamaa nyingi za kipumbavu zenye kudhuru, zinazowazamisha watu katika uharibifu na maangamizi. [10] Kwa maana kupenda fedha ndiyo shina moja la maovu ya kila namna. Baadhi ya watu wakitamani fedha, wameiacha imani na kujichoma wenyewe kwa maumivu mengi.

Vitu Vizuri Vya Imani

[11] Lakini wewe, mtu wa Mungu, yakimbie mambo haya yote. Fuata haki, utauwa, imani, upendo, saburi na upole. [12] Pigana vile vita vizuri vya imani. Shika uzima wa milele ambao ndio ulioitiwa ulipokiri ule ukiri mzuri mbele ya mashahidi wengi. [13] Nakuagiza mbele za Mungu avipaye vitu vyote uhai, na mbele za Kristo Yesu ambaye alipokuwa anashuhudia mbele ya Pontio Pilato alikiri ukiri mzuri, [14] uishike amri hii bila dosari wala lawama mpaka kuja kwake Bwana wetu Yesu Kristo, [15] ambaye Mungu atamleta kwa wakati wake mwenyewe: yeye ahimidiwaye, aliye peke yake Mtawala, Mfalme wa wafalme, na Bwana wa mabwana, [16] yeye peke yake ambaye hapatikani na mauti, na anakaa katika nuru isiyoweza kuka-ribiwa, ambaye hakuna mwanadamu aliyemwona wala awezaye kumwona. Heshima na uweza una yeye milele. Amen.

[17] Waagize wale ambao ni matajiri wa ulimwe-ngu huu waache kujivuna, wala wasiweke tumaini lao katika mali ambayo si ya hakika, bali waweke tumaini lao katika Mungu ambaye hutupatia vitu vyote kwa wingi ili tuvifurahie. [18] Waagize watende mema, wawe matajiri katika matendo mema, pia wawe wakarimu na walio tayari kushiriki mali zao na wengine. [19] Kwa njia hii watajiwekea hazina kama msingi kwa ajili ya wakati ujao na hivyo watajipatia uzima, yaani, ule uzima ambao ni wa kweli.

Maelekezo Ya Binafsi Na Maombi Ya Baraka

[20] Timotheo, linda kile kilichowekwa amana kwako. Epuka majadiliano yasiyo ya utauwa na mabishano ambayo kwa uongo huitwa elimu, [21] ambayo wengine kwa kujidai kuwa nayo wameia-cha imani.

Neema iwe nanyi. Amen.

2 TIMOTHEO

1 Paulo mtume wa Kristo Yesu kwa mapenzi ya Mungu, kulingana na ile ahadi ya uzima uliomo ndani ya Kristo Yesu.

[2] Kwa Timotheo, mwanangu mpendwa:
Neema, rehema na amani itokayo kwa Mungu Baba, na kwa Kristo Yesu Bwana wetu.

Shukrani Na Kutiwa Moyo

[3] Ninamshukuru Mungu, ninayemtumikia kwa dhamiri safi, kama walivyofanya baba zangu, ninapokukumbuka usiku na mchana katika maombi yangu. [4] Nikiyakumbuka machozi yako, ninatamani sana kukuona ili nipate kujawa na furaha. [5] Nimekuwa nikiikumbuka imani yako ya kweli, waliokuwa nayo bibi yako Loisi na mama yako Eunike na ambayo mimi ninasadiki sasa wewe pia unayo. [6] Kwa sababu hii nakukumbusha uchochee ile karama ya Mungu, iliyowekwa ndani yako nilipokuwekea mikono yangu. [7] Maana Mungu hakutupa roho ya woga, bali roho ya nguvu, ya upendo na ya moyo wa kiasi.

[8] Kwa hiyo usione haya kushuhudia kuhusu Bwana wetu, wala usinionee haya mimi niliye mfungwa kwa ajili yake. Bali uishiriki pamoja nami taabu ya Injili, kwa kadiri ya nguvu ya Mungu, [9] ambaye alituokoa na kutuita katika mwito mtakatifu: si kwa kadiri ya matendo yetu mema bali kwa sababu ya kusudi lake mwenyewe na neema yake. Neema hii tulipewa katika Kristo Yesu tangu milele. [10] Lakini sasa imefunuliwa kwa kudhihirishwa kwake Mwokozi wetu, Kristo Yesu, ambaye amebatilisha mauti na kuleta uzima na kutokufa kwa njia ya Injili. [11] Nami nimewekwa kuwa mhubiri, mtume na mwalimu wa Injili hii. [12] Hii ndiyo sababu ninateseka namna hii, lakini sioni haya kwa maana ninamjua yeye niliyemwamini, na kusadiki ya kuwa anaweza kukilinda kile nilichokiweka amana kwake hadi siku ile.

[13] Shika kwa uthabiti kielelezo cha mafundisho yenye uzima yale uliyoyasikia kwangu, pamoja na imani na upendo katika Kristo Yesu. [14] Ilinde ile amana uliyokabidhiwa kwa Roho Mtakatifu akaaye ndani yetu.

[15] Unajua ya kuwa watu wote katika Asia wameniacha, miongoni mwao wamo Filego na Hermogene.

[16] Bwana akawahurumie watu wa nyumbani mwa Onesiforo, kwa sababu aliniburudisha mara kwa mara wala hakuionea aibu minyororo yangu. [17] Badala yake, alipokuwa Rumi, alinitafuta kwa bidii mpaka akanipata. [18] Bwana na amjalie kupata rehema zake siku ile! Nawe unajua vyema jinsi alivyonisaidia huko Efeso.

Askari Mwema Wa Kristo Yesu

2 Basi, wewe mwanangu, uwe hodari katika neema iliyo ndani ya Kristo Yesu. [2] Nayo mambo yale uliyonisikia nikiyasema mbele ya mashahidi wengi, uwakabidhi watu waaminifu watakaoweza kuwafundisha watu wengine vilevile. [3] Vumilia taabu pamoja nasi kama askari mwema wa Kristo Yesu. [4] Hakuna askari yeyote ambaye akiwa vitani hujishughulisha na mambo ya kawaida ya maisha haya kwa sababu nia yake ni kumpendeza yule aliyemwandika awe askari. [5] Vivyo hivyo, yeye ashindanaye katika michezo hawezi kupewa tuzo ya ushindi asiposhindana kulingana na kanuni za mashindano. [6] Mkulima mwenye bidii ya kazi ndiye anayestahili kuwa wa kwanza kupata fungu la mavuno. [7] Fikiri sana kuhusu haya nisemayo, kwa maana Bwana atakupa ufahamu katika mambo hayo yote.

[8] Mkumbuke Yesu Kristo, aliyefufuliwa kutoka kwa wafu, yeye aliye wa uzao wa Daudi. Hii ndiyo Injili yangu, [9] ambayo kwayo ninateseka hata kufikia hatua ya kufungwa minyororo kama mhalifu. Lakini neno la Mungu halifungwi. [10] Kwa hiyo ninavumilia mambo yote kwa ajili ya wateule wa Mungu, kusudi wao nao wapate wokovu ulio katika Kristo Yesu, pamoja na utukufu wa milele.

[11] Hili ni neno la kuaminiwa:

Kwa maana kama tumekufa pamoja naye, tutaishi pia pamoja naye.
[12] Kama tukistahimili, pia tutatawala pamoja naye.
Kama tukimkana yeye, naye atatukana sisi.
[13] Kama tusipoamini, yeye hudumu kuwa mwaminifu, kwa maana hawezi kujikana mwenyewe.

Mfanyakazi Aliyekubaliwa Na Mungu

[14] Endelea kuwakumbusha mambo haya ukiwaonya mbele za Bwana waache kushindana kwa maneno ambayo hayana faida yoyote bali huwaangamiza tu wale wanaoyasikia. [15] Jitahidi kujionyesha kwa Mungu kuwa umekubaliwa naye, mtendakazi asiye na sababu ya kuona aibu, ukilitumia kwa usahihi neno la kweli. [16] Jiepushe na maneno mabaya, yasiyo na maana, yasiyo ya utauwa, kwa maana hayo huzidi kuwatosa watu katika kukosa heshima kwa Mungu. [17] Mafundisho yao yataenea kana kidonda kisichopona. Miongoni mwao wamo Himenayo na Fileto [18] ambao wameiacha kweli, wakisema kwamba ufufuo wa wafu umekwisha kuwako, nao huharibu imani ya baadhi ya watu. [19] Lakini msingi wa Mungu ulio imara umesimama, ukiwa na muhuri wenye maandishi haya: "Bwana anawajua walio wake"; tena, "Kila alitajaye jina la Bwana, na auache uovu."

[20] Katika nyumba kubwa si kwamba kuna vyombo vya dhahabu na fedha tu, bali pia vimo vyombo vya miti na vya udongo; vingine kwa matumizi maalum, na vingine kwa matumizi ya kawaida. [21] Basi ikiwa mtu amejitakasa na kujitenga

na hayo niliyoyataja, atakuwa chombo maalum, kilichotengwa na ambacho kinamfaa mwenye nyumba, kimeandaliwa tayari kwa kila kazi njema. ²² Zikimbie tamaa mbaya za ujana, ufuate haki, imani, upendo na amani pamoja na wale wamwitao Bwana kwa moyo safi. ²³ Jiepushe na mabishano ya kipumbavu na yasiyo na maana, kwa kuwa wajua ya kwamba hayo huzaa magomvi. ²⁴ Tena haimpasi mtumishi wa Bwana kuwa mgomvi, bali inampasa awe mwema kwa kila mtu, awezaye kufundisha, tena mvumilivu. ²⁵ Inampasa kuwaonya kwa upole wale wanaopingana naye, kwa matumaini kwamba Mungu atawajalia kutubu na kuijua kweli, ²⁶ ili fahamu zao ziwarudie tena, nao waponyoke katika mtego wa ibilisi ambaye amewateka wapate kufanya mapenzi yake.

Hatari Za Siku Za Mwisho

3 Lakini yakupasa ufahamu jambo hili, kwamba siku za mwisho kutakuwa na nyakati za hatari. ² Kwa maana watu watakuwa wenye kujipenda wenyewe, wenye kupenda fedha, wenye kujisifu, wenye kiburi, wenye kumkufuru Mungu, wasiotii wazazi wao, wasio na shukrani, wasio watakatifu, ³ wasio na upendo, wasiopenda kupatanishwa, wasingiziaji, wasiozuia tamaa zao, wakatili, wasiopenda mema, ⁴ wasaliti, wakaidi, waliojaa majivuno, wapendao anasa zaidi kuliko kumpenda Mungu: ⁵ wakiwa na mfano wa utauwa kwa nje, lakini wakizikana nguvu za Mungu. Jiepushe na watu wa namna hiyo. ⁶ Miongoni mwao wamo wale wajiingizao katika nyumba za watu na kuwachukua mateka wanawake wajinga, waliolemewa na dhambi zao na kuyumbishwa na aina zote za tamaa mbaya. ⁷ Wakijifunza siku zote lakini kamwe wasiweze kufikia ujuzi wa kweli. ⁸ Kama vile Yane na Yambre walivyopingana na Mose, vivyo hivyo watu hawa hupingana na ile kweli. Hawa ni watu wenye akili zilizopotoka, ambao wamekataliwa kwa mambo ya imani. ⁹ Lakini hawataendelea sana, kwa sababu upumbavu wao utakuwa dhahiri kwa watu wote, kama ulivyokuwa dhahiri upumbavu wa hao watu wawili.

Paulo Amwagiza Timotheo

¹⁰ Lakini wewe umeyajua mafundisho yangu, mwenendo, makusudi, imani, uvumilivu, upendo, ustahimilivu, ¹¹ mateso na taabu, yaani mambo yote yaliyonipata huko Antiokia, Ikonio na Listra, mateso yote niliyostahimili, lakini Bwana aliniokoa katika hayo yote. ¹² Naam, yeyote anayetaka kuishi maisha ya utauwa ndani ya Kristo Yesu atateswa. ¹³ Lakini watu waovu na wadanganyaji watazidi kuwa waovu, wakidanganya na kudanganyika. ¹⁴ Bali wewe, udumu katika yale uliyojifunza na kuyaamini kwa uthabiti, ukitambua ya kuwa ulijifunza hayo kutoka kwa nani, ¹⁵ na jinsi ambavyo tangu utoto umeyajua Maandiko matakatifu, ambayo yanaweza kukuhekimisha upate wokovu kwa njia ya imani katika Kristo Yesu. ¹⁶ Kila Andiko limevuviwa na Mungu na lafaa kwa mafundisho, kwa kuwaonya watu makosa yao, kwa kuwaongoza na kwa kuwafundisha katika haki, ¹⁷ ili mtu wa Mungu awe amekamilishwa, apate kutenda kila kazi njema.

Maagizo Ya Mwisho

4 Nakuagiza mbele za Mungu na mbele za Kristo Yesu, atakayewahukumu watu walio hai na waliokufa wakati wa kuja kwake na ufalme wake, kwamba: ² Hubiri Neno; kuwa tayari wakati ufaao na wakati usiofaa; karipia, kemea na utie moyo kwa uvumilivu wote na kwa mafundisho mazuri. ³ Maana wakati utakuja watu watakapokataa kuyakubali mafundisho yenye uzima. Badala yake, ili kutimiza tamaa zao wenyewe, watajikusanyia idadi kubwa ya walimu wapate kuwaambia yale ambayo masikio yao yanayowasha yanatamani kuyasikia. ⁴ Watakataa kusikiliza kweli na kuzigeukia hadithi za uongo. ⁵ Kwa habari yako wewe, vumilia mateso, fanya kazi ya mhubiri wa Injili, timiza wajibu wote wa huduma yako. ⁶ Kwa maana mimi sasa ni tayari kumiminwa kama sadaka ya kinywaji, nayo saa yangu ya kuondoka imetimia. ⁷ Nimevipiga vita vizuri, mashindano nimeyamaliza, imani nimeilinda. ⁸ Sasa nimewekewa taji ya haki ambayo Bwana, mwamuzi wa haki, atanitunukia siku ile: wala si mimi tu, bali pia wote ambao wamengoja kwa shauku kudhihirishwa kwake.

Maelekezo Ya Binafsi

⁹ Jitahidi kuja kwangu upesi ¹⁰ kwa sababu Dema, kwa kuupenda ulimwengu, ameniacha na amekwenda Thesalonike. Kreske amekwenda Galatia na Tito amekwenda Dalmatia. ¹¹ Ni Luka peke yake aliye hapa pamoja nami. Mtafute Marko uje naye kwa sababu ananifaa sana katika huduma yangu. ¹² Nimemtuma Tikiko huko Efeso. ¹³ Utakapokuja, niletee lile joho nililoliacha kwa Karpo huko Troa na vile vitabu vyangu, hasa vile vya ngozi. ¹⁴ Aleksanda yule mfua chuma alinitendea ubaya mkubwa. Bwana atamlipa kwa ajili ya yale aliyotenda. ¹⁵ Wewe pia ujihadhari naye kwa sababu aliyapinga sana maneno yetu. ¹⁶ Katika utetezi wangu wa mara ya kwanza, hakuna hata mmoja aliyeniunga mkono, bali kila mmoja aliniacha. Namwomba Mungu wasihesabiwe hatia kwa jambo hilo. ¹⁷ Lakini Bwana alisimama upande wangu akanitia nguvu, ili kupitia kwangu lile Neno lihubiriwe kwa ukamilifu, watu wote Mataifa wapate kulisikia. Mimi niliokolewa kutoka kinywa cha simba. ¹⁸ Bwana ataniokoa katika kila shambulio baya na kunileta salama katika Ufalme wake wa mbinguni. Atukuzwe yeye milele na milele. Amen.

Salamu Za Mwisho

¹⁹ Wasalimu Prisila^a na Akila, na wote wa nyumbani kwa Onesiforo. ²⁰ Erasto alibaki Korintho. Nami nikamwacha Trofimo huko Mileto akiwa mgonjwa. ²¹ Jitahidi ufike huku kabla ya majira ya baridi. Eubulo anakusalimu, vivyo hivyo Pude, Lino, Klaudia na ndugu wote. ²² Bwana awe pamoja na roho yako. Neema iwe pamoja nanyi. Amen.

---

^a19 Prisila kwa Kiyunani ni Priska, hivyo tafsiri nyingine zimemuita Priska.

TITO

1 Paulo, mtumishi wa Mungu na mtume wa Yesu Kristo kwa ajili ya imani ya wateule wa Mungu na kuijua kweli iletayo utauwa: ²imani na ujuzi ulioko katika tumaini la uzima wa milele, ambao Mungu, asiyesema uongo, aliahidi hata kabla ya kuwekwa misingi ya ulimwengu, ³naye kwa wakati wake aliouweka alilidhihirisha neno lake kwa njia ya mahubiri ambayo mimi nimewekewa amana kwa amri ya Mungu Mwokozi wetu: ⁴Kwa Tito, mwanangu hasa katika imani tunayoshiriki sote:

Neema iwe kwako na amani itokayo kwa Mungu Baba na kwa Kristo Yesu Mwokozi wetu.

Kazi Ya Tito Huko Krete

⁵Sababu ya mimi kukuacha huko Krete ni ili uweke utaratibu mambo yale yaliyosalia na kuwaweka wazee wa kanisa katika kila mji, kama nilivyokuagiza. ⁶Mzee wa kanisa asiwe na lawama, awe mume wa mke mmoja, mtu ambaye watoto wake ni waaminio na wala hawashtakiwi kwa ufisadi. ⁷Kwa kuwa mwangalizi, kama wakili wa Mungu, imempasa kuwa mtu asiye na lawama, asiwe mwenye majivuno au mwepesi wa hasira, wala mlevi, wala asiwe mtu mwenye tamaa ya mapato yasiyo ya halali. ⁸Bali awe mkarimu, anayependa mema, mwenye kiasi, mwenye haki, mwadilifu, mnyofu, mtakatifu na mwenye kuitawala nafsi yake. ⁹Inampasa alishike kwa uthabiti lile neno la imani kama lilivyofundishwa, kusudi aweze kuwaonya wengine kwa mafundisho manyofu na kuwakanusha wale wanaopingana nayo.

Walimu Wa Uongo

¹⁰Kwa maana wako wengi wasiotii, wenye maneno yasiyo na maana, hasa wale wa kikundi cha tohara. ¹¹Hao ni lazima wanyamazishwe, kwa sababu wanaharibu watu wa nyumba nzima wakifundisha mambo yasiyowapasa kufundisha. Wanafanya hivyo kwa ajili ya kujipatia mapato ya udanganyifu. ¹²Hata mmojawapo wa manabii wao mwenyewe amesema, "Wakrete ni waongo siku zote, wanyama wabaya, walafi, wavivu." ¹³Ushuhuda huu ni kweli. Kwa hiyo, uwakemee kwa ukali wapate kuwa wazima katika imani, ¹⁴ili wasiendelee kuangalia hadithi za Kiyahudi au maagizo ya wale watu wanaoikataa kweli. ¹⁵Kwa wale walio safi, kila kitu ni safi kwao. Lakini kwa wale waliopotoka na wasioamini, hakuna chochote kilicho safi. Kwa kweli nia zao na dhamiri zao zimepotoka. ¹⁶Wanadai kumjua Mungu, lakini kwa matendo yao wanamkana. Hao watu ni chukizo, wasiotii, wasiofaa kwa jambo lolote jema.

Fundisha Mafundisho Manyofu

2 Inakupasa kufundisha itikadi sahihi. ²Wafundishe wazee kuwa na kiasi, wastahivu, wenye busara na wanyofu katika imani, upendo na saburi.

³Vivyo hivyo, wafundishe wanawake wazee kuwa na mwenendo wa utakatifu, wala wasiwe wasingiziaji au walevi, bali wafundishe yale yaliyo mema, ⁴ili waweze kuwafundisha wanawake vijana kuwa na kiasi, wawapende waume zao na kuwapenda watoto wao, ⁵wawe waaminifu, watakatifu, wakitunza vyema nyumba zao, wema, watiifu kwa waume zao, ili mtu yeyote asije akalikufuru neno la Mungu.

⁶Vivyo hivyo, himiza vijana wawe na kiasi. ⁷Katika kila jambo uwe kielelezo kwa kutenda mema. Katika mafundisho yako uonyeshe uadilifu, utaratibu, ⁸na usemi sahihi usio na lawama, ili wanaokupinga watahayari, wakose neno lolote baya la kusema juu yetu.

⁹Wafundishe watumwa kuwatii mabwana zao katika kila jambo, wakijitahidi kuwapendeza wala wasijibizane nao, ¹⁰wala wasiwaibie, bali waonyeshe kuwa wanaweza kuaminika kabisa, ili kwa kila namna wayafanye mafundisho ya Mungu Mwokozi wetu yawe ya kuvutia.

¹¹Kwa maana neema ya Mungu ambayo inawaokoa wanadamu wote imefunuliwa. ¹²Nayo yatufundisha kukataa ubaya na tamaa za kidunia, ili tupate kuishi maisha ya kiasi, ya haki na ya utaua katika ulimwengu huu wa sasa, ¹³huku tukilitazamia tumaini lenye baraka na ufunuo wa utukufu wa Mungu wetu Mkuu, aliye Mwokozi wetu Yesu Kristo. ¹⁴Ndiye alijitoa nafsi yake kwa ajili yetu, ili atukombe kutoka uovu wote na kujisafishia watu kuwa mali yake Mwenyewe, yaani, wale walio na juhudi katika kutenda mema.

¹⁵Basi wewe fundisha mambo haya. Onya na kukaripia kwa mamlaka yote. Mtu yeyote asikudharau.

Kutenda Mema

3 Wakumbushe watu kuwanyenyekea watawala na kuwatii wenye mamlaka, wawe tayari kutenda kila lililo jema. ²Wasimnenee mtu yeyote mabaya, wasiwe wagomvi, bali wawe wapole, wakionyesha unyenyekevu kwa watu wote.

³Maana sisi wenyewe wakati fulani tulikuwa wajinga, wasiotii, tukiwa watumwa wa tamaa mbaya na anasa za kila aina. Tuliishi katika uovu na wivu, tukichukiwa na kuchukiana sisi kwa sisi. ⁴Lakini wema na upendo wa Mungu Mwokozi wetu ulipofunuliwa, ⁵alituokoa, si kwa sababu ya matendo ya haki tuliyotenda, bali kwa sababu ya rehema zake. Alituokoa kwa kutuosha kwa kuzaliwa mara ya pili na kwa kufanywa wapya kwa njia ya Roho Mtakatifu, ⁶ambaye Mungu alitumiminia kwa wingi kwa njia ya Yesu Kristo Mwokozi wetu, ⁷ili kwamba, tukiisha kuhesabiwa haki kwa neema yake, tupate kuwa warithi tukiwa na tumaini la uzima wa milele. ⁸Hili ni neno la kuaminiwa. Nami

nataka uyasisitize mambo haya, ili wale ambao wamemwamini Mungu wapate kuwa waangalifu kujitoa kwa ajili ya kutenda mema wakati wote. Mambo haya ni mazuri tena ya manufaa kwa kila mtu.

⁹ Lakini jiepushe na maswali ya kipuzi, mambo ya koo, mabishano na ugomvi kuhusu sheria, kwa sababu hayana faida, tena ni ubatili. ¹⁰ Mtu anayesababisha mafarakano, mwonye mara ya kwanza, kisha mwonye mara ya pili. Baada ya hapo, usihusike naye tena. ¹¹ Kwa kuwa unajua kwamba mtu kama huyo amepotoka na tena ni mwenye dhambi. Yeye amejihukumu mwenyewe.

Maneno Ya Mwisho Na Kumtamkia Baraka

¹² Mara nitakapomtuma Artema au Tikiko kwako, jitahidi kuja unione huko Nikopoli, kwa sababu nimeamua kukaa huko wakati wa majira ya baridi. ¹³ Fanya kila uwezalo uwasafirishe Zena yule mwanasheria na Apolo na uhakikishe kwamba wana kila kitu wanachohitaji katika safari yao. ¹⁴ Watu wetu hawana budi kujifunza kutenda mema, ili waweze kuyakimu mahitaji ya kila siku, wasije wakaishi maisha yasiyokuwa na matunda.

¹⁵ Wote walio pamoja nami wanakusalimu. Wasalimu wale wanaotupenda katika imani.

Neema iwe nanyi nyote. Amen.

FILEMONI

[1] Paulo, mfungwa wa Kristo Yesu, pamoja na Timotheo ndugu yetu:

Kwa Filemoni rafiki yetu mpendwa na mtendakazi mwenzetu, [2] kwa dada yetu mpendwa Afia, kwa Arkipo askari mwenzetu na kwa kanisa lile likutanalo nyumbani mwako: [3] Neema iwe nanyi na amani itokayo kwa Mungu Baba yetu na Bwana Yesu Kristo.

Shukrani Na Maombi

[4] Siku zote ninamshukuru Mungu ninapokukumbuka katika maombi yangu, [5] kwa sababu ninasikia juu ya imani yako katika Bwana Yesu na upendo wako kwa watakatifu wote. [6] Naomba utiwe nguvu katika kuishuhudia imani yako, ili upate kuwa na ufahamu mkamilifu juu ya kila kitu chema tulicho nacho ndani ya Kristo. [7] Upendo wako umenifurahisha mno na kunitia moyo, kwa sababu wewe ndugu, umeiburudisha mioyo ya watakatifu.

Maombi Ya Paulo Ya Kumtetea Onesimo

[8] Hata hivyo, ingawa katika Kristo ningeweza kuwa na ujasiri na kukuagiza yale yakupasayo kutenda, [9] lakini ninakuomba kwa upendo, mimi Paulo, mzee na pia sasa nikiwa mfungwa wa Kristo Yesu, [10] nakuomba kwa ajili ya mwanangu Onesimo,[a] aliyefanyika mwanangu nilipokuwa kwenye minyororo. [11] Mwanzoni alikuwa hakufai, lakini sasa anakufaa sana wewe na mimi pia. [12] Namtuma kwako, yeye aliye moyo wangu

---

[a]10 *Onesimo* maana yake ni *Wa manufaa.*

---

hasa. [13] Ningependa nikae naye ili ashike nafasi yako ya kunisaidia wakati huu nikiwa kifungoni kwa ajili ya Injili. [14] Lakini sikutaka kufanya lolote bila idhini yako, ili wema wowote uufanyao usiwe wa lazima, bali wa hiari. [15] Huenda sababu ya yeye kutengwa nawe kwa kitambo kidogo ni ili uwe naye daima. [16] Si kama mtumwa, bali bora kuliko mtumwa, kama ndugu mpendwa. Yeye ni mpendwa sana kwangu na hata kwako zaidi, yeye kama mwanadamu na kama ndugu katika Bwana.

[17] Hivyo kama unanihesabu mimi kuwa mshirika wako, mkaribishe kama vile ungenikaribisha mimi mwenyewe. [18] Kama amekukosea lolote au kama unamdai chochote, nidai mimi. [19] Ni mimi Paulo, ninayeandika waraka huu kwa mkono wangu mwenyewe. Nitakulipa. Sitaji kwamba nakudai hata nafsi yako. [20] Ndugu yangu, natamani nipate faida kwako katika Bwana, uuburudishe moyo wangu katika Kristo. [21] Nikiwa na hakika ya utii wako, nakuandikia, nikijua kwamba utafanya hata zaidi ya yale ninayokuomba.

[22] Jambo moja zaidi: Niandalie chumba cha wageni, kwa kuwa nataraji kurudishwa kwenu kama jibu la maombi yenu.

Salamu Za Mwisho Na Dua Ya Kuwatakia Heri

[23] Epafra, aliye mfungwa mwenzangu katika Kristo Yesu, anakusalimu. [24] Vivyo hivyo Marko, Aristarko, Dema na Luka, watendakazi wenzangu wanakusalimu.

[25] Neema ya Bwana Yesu Kristo iwe pamoja na roho zenu. Amen.

WAEBRANIA

1 Zamani Mungu alisema na baba zetu kwa njia ya manabii mara nyingi na kwa njia mbalimbali, [2] lakini katika siku hizi za mwisho anasema nasi kwa njia ya Mwanawe, ambaye amemweka kuwa mrithi wa vitu vyote, na ambaye kupitia kwake aliuumba ulimwengu. [3] Mwana ni mng'ao wa utukufu wa Mungu na mfano halisi wa nafsi yake, akivihifadhi vitu vyote kwa neno lake lenye uweza. Akiisha kufanya utakaso kwa ajili ya dhambi, aliketi mkono wa kuume wa Aliye Mkuu huko mbinguni. [4] Kwa hiyo alifanyika bora kuliko malaika, kama jina alilorithi lilivyo bora kuliko lao. [5] Kwa maana ni malaika yupi ambaye wakati wowote Mungu alipata kumwambia,

"Wewe ni Mwanangu;
   leo mimi nimekuzaa?"

Au tena,

"Mimi nitakuwa Baba yake,
   naye atakuwa Mwanangu?"

[6] Tena, Mungu amletapo mzaliwa wake wa kwanza ulimwenguni, anasema,

"Malaika wote wa Mungu na wamsujudu."

[7] Anenapo kuhusu malaika asema,

"Huwafanya malaika wake kuwa pepo,
   watumishi wake kuwa miali ya moto."

[8] Lakini kwa habari za Mwana asema,

"Kiti chako cha enzi, Ee Mungu,
   kitadumu milele na milele,
nayo haki itakuwa fimbo ya utawala
   ya ufalme wako.
[9] Umependa haki na kuchukia uovu;
   kwa hiyo Mungu, Mungu wako,
amekuweka juu ya wenzako
   kwa kukupaka mafuta ya furaha."

[10] Pia asema,

"Hapo mwanzo, Ee Bwana, uliweka misingi
   ya dunia,
   nazo mbingu ni kazi ya mikono yako.
[11] Hizo zitatoweka, lakini wewe utadumu;
   zote zitachakaa kama vazi.
[12] Utazikung'utakung'uta kama joho,
   nazo zitachakaa kama vazi.
Lakini wewe hubadiliki,
   nayo miaka yako haikomi kamwe."

[13] Je, ni kwa malaika yupi ambaye Mungu amepata kumwambia wakati wowote,

"Keti mkono wangu wa kuume,
   hadi nitakapowaweka adui zako
   chini ya miguu yako"?

[14] Je, malaika wote si roho watumikao, waliotumwa kuwahudumia wale watakaourithi wokovu?

2 Kwa hiyo, imetupasa kuwa waangalifu sana kuhusu kile tulichosikia, ili tusije tukakiacha. [2] Kwa kuwa kama ujumbe ulionenwa na malaika ulikuwa imara, na kila uasi na kutokutii kulipata adhabu ya haki, [3] je, sisi tutapaje kupona kama tusipojali wokovu mkuu namna hii? Wokovu huu, ambao mwanzo ulitangazwa na Bwana, ulithibitishwa kwetu na wale waliomsikia. [4] Pia Mungu aliushuhudia kwa ishara, maajabu na kwa miujiza mbalimbali, na karama za Roho Mtakatifu alizozigawa kulingana na mapenzi yake.

[5] Mungu hakuuweka ulimwengu ujao ambao tunanena habari zake chini ya malaika. [6] Lakini kuna mahali mtu fulani ameshuhudia akisema:

"Mwanadamu ni kitu gani hata unamfikiria,
   binadamu ni nani hata unamjali?
[7] Umemfanya chini kidogo kuliko malaika;
   ukamvika taji ya utukufu na heshima,
[8]   nawe umeweka vitu vyote chini
   ya miguu yake."

Kwa kuweka vitu vyote chini yake, Mungu hakuacha kitu chochote ambacho hakukiweka chini ya mwanadamu. Lakini kwa sasa, hatuoni kwamba kila kitu kiko chini yake. [9] Lakini twamwona Yesu, aliyefanywa chini kidogo kuliko malaika, sasa akiwa amevikwa taji ya utukufu na heshima kwa sababu alistahimili mauti, ili kwamba kwa neema ya Mungu apate kuonja mauti kwa ajili ya kila mtu.

[10] Ili kuwaleta wana wengi katika utukufu, ilifaa kwamba Mungu, ambaye ni kwa ajili yake na kupitia kwake kila kitu kimekuwepo, amkamilishe mwanzilishi wa wokovu wao kwa njia ya mateso. [11] Yeye awafanyaye watu kuwa watakatifu, pamoja na hao ambao hufanywa watakatifu, wote hutoka katika jamaa moja. Hivyo Yesu haoni aibu kuwaita ndugu zake. [12] Yeye husema,

"Nitalitangaza jina lako kwa ndugu zangu;
   mbele ya kusanyiko nitaimba sifa zako."

[13] Tena,

"Nitaweka tumaini langu kwake."

Tena anasema,

"Niko hapa, pamoja na watoto ambao
Mungu amenipa."

[14] Basi kwa kuwa watoto wana nyama na damu,
yeye pia alishiriki katika ubinadamu wao, ili kwa
kifo chake, apate kumwangamiza huyo mwenye
nguvu za mauti, yaani ibilisi, [15] na kuwaweka huru
wale waliokuwa utumwani maisha yao yote kwa
sababu ya kuogopa mauti. [16] Kwa kuwa ni dhahiri
kwamba hakuja kusaidia malaika, bali uzao wa
Abrahamu. [17] Kwa sababu hii ilibidi afanane na
ndugu zake kwa kila hali, ili apate kuwa Kuhani
Mkuu mwenye huruma na mwaminifu katika
kumtumikia Mungu, ili pia apate kufanya upata-
nisho kwa ajili ya dhambi za watu. [18] Kwa kuwa
yeye mwenyewe aliteswa alipojaribiwa, aweza
kuwasaidia wale wanaojaribiwa.

Yesu Ni Mkuu Kuliko Mose

3 Kwa hiyo ndugu watakatifu, mnaoshiriki mwito
wa mbinguni, mtafakarini Yesu, mtume na
Kuhani Mkuu wa ukiri wetu. [2] Alikuwa mwaminifu
kwa yeye aliyemweka, kama vile Mose alivyokuwa
mwaminifu katika nyumba yote ya Mungu. [3] Yesu
ameonekana anastahili heshima kubwa kuliko
Mose, kama vile mjenzi wa nyumba alivyo wa
heshima kubwa kuliko nyumba yenyewe. [4] Kwa
kuwa kila nyumba hujengwa na mtu fulani, lakini
Mungu ni mjenzi wa kila kitu. [5] Basi Mose kama
mtumishi alikuwa mwaminifu katika nyumba yote
ya Mungu, akishuhudia kwa yale ambayo yange-
tamkwa baadaye. [6] Lakini Kristo ni mwaminifu
kama Mwana katika nyumba ya Mungu. Sisi ndio
nyumba yake, kama tutashikilia sana ujasiri wetu
na tumaini tunalojivunia.

Onyo Dhidi Ya Kutokuamini

[7] Kwa hiyo, kama Roho Mtakatifu asemavyo:

"Leo, kama mkiisikia sauti yake,
[8]   msiifanye mioyo yenu migumu,
    kama mlivyofanya katika uasi,
        wakati ule wa kujaribiwa jangwani,
[9]   ambapo baba zenu walinijaribu
            na kunipima
        ingawa kwa miaka arobaini
        walikuwa wameyaona matendo yangu.
[10]   Hiyo ndiyo sababu nilikasirikia kizazi kile,
        nami nikasema, 'Siku zote mioyo yao
            imepotoka,
        nao hawajazijua njia zangu.'
[11]   Hivyo nikatangaza kwa kiapo katika
            hasira yangu,
        'Kamwe hawataingia rahani mwangu.' "

[12] Ndugu zangu, angalieni, asiwepo miongoni
mwenu mtu mwenye moyo mwovu usioamini,
unaojitenga na Mungu aliye hai. [13] Lakini mtiane
moyo mtu na mwenzake kila siku, maadamu
iitwapo Leo, ili asiwepo hata mmoja wenu
mwenye kufanywa mgumu kwa udanganyifu
wa dhambi. [14] Kwa kuwa tumekuwa washiriki
wa Kristo, kama tukishikamana tu kwa uthabiti
na tumaini letu la kwanza hadi mwisho. [15] Kama
ilivyonenwa:

"Leo, kama mkiisikia sauti yake,
    msiifanye mioyo yenu migumu
    kama mlivyofanya wakati wa kuasi."

[16] Basi ni nani waliosikia lakini bado wakaasi?
Je, si wale wote waliotoka Misri wakiongozwa
na Mose? [17] Lakini ni nani aliowakasirikia miaka
arobaini? Je, si wale waliofanya dhambi ambao
miili yao ilianguka jangwani? [18] Ni nani hao ambao
Mungu aliapa kuwa kamwe hawataingia rahani
mwake isipokuwa ni wale waliokataa kutii? [19] Hivyo
tunaona kwamba hawakuweza kuingia kwa sababu
ya kutokuamini kwao.

Pumziko Aliloahidi Mungu

4 Kwa hiyo, kwa kuwa bado ahadi ya kuingia
rahani iko wazi, tujihadhari ili hata mmoja
wenu asije akaikosa. [2] Kwa maana sisi pia tumesikia
Injili iliyohubiriwa kwetu, kama nao walivyo-
sikia; lakini ujumbe ule waliousikia haukuwa
na maana kwao, kwa sababu wale waliousikia
hawakuuchanganya na imani. [3] Sasa sisi ambao
tumeamini tunaingia katika ile raha, kama vile
Mungu alivyosema,

"Kwa hiyo nikaapa katika hasira yangu,
'Kamwe hawataingia rahani mwangu.' "

Lakini kazi yake ilikamilika tangu kuumbwa kwa
ulimwengu. [4] Kwa maana mahali fulani amezu-
ngumza kuhusu siku ya saba, akisema: "Katika
siku ya saba Mungu alipumzika kutoka kazi zake
zote." [5] Tena hapo juu asema, "Kamwe hawataingia
rahani mwangu."

[6] Kwa hiyo inabaki kuwa wazi kwa wengine
kuingia, nao wale wa kwanza waliopokea Injili
walishindwa kuingia kwa sababu ya kutokutii.
[7] Kwa hiyo Mungu ameweka siku nyingine, akaita
Leo, akisema kwa kinywa cha Daudi baadaye sana,
kwa maneno yaliyotangulia kunenwa:

"Leo, kama mkiisikia sauti yake,
    msiifanye mioyo yenu migumu."

[8] Kwa maana kama Yoshua alikuwa amewapa raha,
Mungu hangesema tena baadaye kuhusu siku nyi-
ngine. [9] Kwa hiyo basi, imebaki raha ya Sabato kwa
ajili ya watu wa Mungu; [10] kwa kuwa kila mmoja
aingiaye katika raha ya Mungu pia hupumzika
kutoka kazi zake mwenyewe, kama vile Mungu
alivyopumzika kutoka kazi zake. [11] Basi, na tufanye
bidii kuingia katika raha hiyo, ili kwamba asiwepo
yeyote atakayeanguka kwa kufuata mfano wao wa
kutokutii.

[12] Kwa maana Neno la Mungu li hai tena lina
nguvu. Lina makali kuliko upanga wowote wenye
makali kuwili, hivyo linachoma hata kuzigawa-
nya nafsi na roho, viungo na mafuta yaliyo ndani
yake; tena li jepesi kuyatambua mawazo na maku-
sudi ya moyo. [13] Wala hakuna kiumbe chochote

kilichofichika machoni pa Mungu. Kila kitu kime-
funuliwa na kiko wazi machoni pake yeye ambaye
kwake ni lazima tutatoa hesabu.

Yesu Kristo Kuhani Mkuu Kuliko Wote

¹⁴ Kwa kuwa tunaye Kuhani Mkuu kuliko wote
ambaye ameingia mbinguni, Yesu Mwana wa
Mungu, basi na tushikamane sana kwa uthabiti
na ule ukiri wa imani yetu. ¹⁵ Kwa kuwa hatuna
Kuhani Mkuu asiyeweza kuchukuliana na sisi
katika udhaifu wetu, lakini tunaye mmoja ambaye
alijaribiwa kwa kila namna, kama vile sisi tujari-
biwavyo: lakini yeye hakutenda dhambi. ¹⁶ Basi na
tukikaribie kiti cha rehema kwa ujasiri, ili tupewe
rehema na kupata neema ya kutusaidia wakati wa
mahitaji.

5 Kwa maana kila kuhani mkuu anayechaguliwa
  miongoni mwa wanadamu anawekwa kuwawa-
kilisha kwa mambo yanayomhusu Mungu, ili apate
kutoa matoleo na dhabihu kwa ajili ya dhambi.
² Kwa kuwa yeye mwenyewe ni dhaifu, aweza kuwa-
chukulia kwa upole wale wasiojua na kupotoka.
³ Hii ndiyo sababu inampasa kutoa dhabihu kwa
ajili ya dhambi zake mwenyewe na vivyo hivyo kwa
ajili ya dhambi za watu. ⁴ Hakuna anayejitwalia
heshima hii mwenyewe; ni lazima aitwe na Mungu,
kama vile Aroni alivyoitwa. ⁵ Pia Kristo hakujitwalia
utukufu yeye mwenyewe wa kuwa Kuhani Mkuu,
bali Mungu alimwambia,

"Wewe ni Mwanangu;
  leo mimi nimekuzaa."

⁶ Pia mahali pengine asema,

"Wewe ni kuhani milele,
  kwa mfano wa Melkizedeki."

⁷ Katika siku za maisha ya Yesu hapa duniani,
alimtolea maombi na dua pamoja na kulia sana na
machozi, yeye awezaye kumwokoa na mauti, naye
Mungu akamsikia kwa sababu ya kutii kwake kwa
unyenyekevu. ⁸ Ingawa alikuwa Mwana, alijifunza
utiifu kutokana na mateso aliyoyapata, ⁹ na akii-
sha kukamilishwa, akawa chanzo cha wokovu wa
milele kwa wote wanaomtii. ¹⁰ Naye amewekwa
na Mungu kuwa Kuhani Mkuu kwa mfano wa
Melkizedeki.

Wito Wa Kukua Kiroho

¹¹ Tunayo mengi ya kusema kuhusu habari
ya ukuhani huu, lakini ni vigumu kuyaeleza,
kwa sababu ninyi ni wazito wa kuelewa. ¹² Kwa
hakika, ingawa mpaka wakati huu ingewapasa
kuwa walimu, bado mnahitaji mtu wa kuwafu-
ndisha tena hatua za awali za kweli ya Neno la
Mungu. Mnahitaji maziwa, wala si chakula kigumu!
¹³ Kwa maana yeyote aishiye kwa kunywa maziwa
bado yeye ni mtoto mchanga, hana ujuzi katika
mafundisho kuhusu neno la haki. ¹⁴ Lakini chakula
kigumu ni kwa ajili ya watu wazima, ambao kwa
kujizoeza wamejifunza kupambanua kati ya mema
na mabaya.

Hatari Ya Kuanguka

6 Kwa hiyo, tukiachana na mafundisho yale
  ya awali kuhusu Kristo na tukisonga mbele
ili tufikie utimilifu, sio kuweka tena msingi wa
mafundisho ya kuzitubia kazi zisizo na uhai na
imani katika Mungu, ² mafundisho kuhusu aina za
ubatizo, kuwekea watu mikono, ufufuo wa wafu,
na hukumu ya milele. ³ Mungu akitujalia tutafanya
hivyo.

⁴ Kwa kuwa ni vigumu kwa wale ambao wakati
fulani walishapata nuru, ambao walishaonja
kipawa cha mbinguni, ambao wamekwisha kushi-
riki katika Roho Mtakatifu, ⁵ ambao wameonja
uzuri wa Neno la Mungu na nguvu za wakati ujao,
⁶ kisha wakianguka, kuwarejesha tena katika toba.
Kwa kuwa wanamsulubisha Mwana wa Mungu
mara ya pili na kumdhalilisha hadharani, nayo
ikawa hasara kwao.

⁷ Ardhi ile ipokeayo mvua inyeshayo juu yake
mara kwa mara hutoa mazao yanayowanufaisha
wale ambao kwa ajili yao yalimwa, nayo nchi hiyo
hupokea baraka kutoka kwa Mungu. ⁸ Lakini ardhi
ikizaa miiba na mibaruti, haina thamani na iko
hatarini ya kulaaniwa. Mwisho wake ni kuchomwa
moto.

⁹ Ingawa tunasema hivi, ndugu zangu wape-
ndwa, kwa upande wenu tuna hakika ya mambo
mema zaidi, mambo yale yahusuyo wokovu.
¹⁰ Mungu si mdhalimu: yeye hataisahau kazi yenu
na upendo ule mlioonyesha kwa ajili yake katika
kuwahudumia watakatifu na hata sasa mnaendelea
kuwahudumia. ¹¹ Nasi twataka kila mmoja wenu
aonyeshe bidii iyo hiyo ili mpate kujua uhakika
kamili wa lile tumaini mpaka mwisho, ¹² ili msije
mkawa wavivu, bali mpate kuwaiga wale ambao
kwa imani na saburi hurithi zile ahadi.

Uhakika Wa Ahadi Ya Mungu

¹³ Mungu alipompa Abrahamu ahadi yake, kwa
kuwa hakuwepo mwingine aliyekuwa mkuu kuliko
yeye ambaye angeweza kuapa kwa jina lake, aliapa
kwa nafsi yake, ¹⁴ akisema, "Hakika nitakubariki
na kukupa wazao wengi." ¹⁵ Abrahamu naye, baada
ya kungoja kwa saburi, alipokea kile kilichoahi-
diwa.

¹⁶ Wanadamu huapa kwa yeye aliye mkuu
kuwaliko, nacho kiapo hicho huthibitisha kile
kilichosemwa na hivyo humaliza mabishano
yote. ¹⁷ Mungu alipotaka kuonyesha kwa udhahiri
zaidi ile asili ya kutokubadilika kwa ahadi yake
kwa warithi wa ahadi, aliithithibisha kwa kiapo.
¹⁸ Mungu alifanya hivyo ili kwa vitu viwili visivyo-
badilika, yaani ahadi yake na kiapo chake, ambavyo
kwavyo Mungu hawezi kusema uongo, sisi ambao
tumemkimbilia ili tulishike lile tumaini lililowe-
kwa mbele yetu tuwe na faraja thabiti. ¹⁹ Tunalo
tumaini hili kama nanga ya roho iliyo imara na
thabiti. Tumaini hili huingia katika sehemu taka-
tifu iliyopo nyuma ya pazia, ²⁰ mahali ambapo
Yesu mtangulizi wetu aliingia kwa niaba yetu.
Yeye amekuwa Kuhani Mkuu milele, kwa mfano
wa Melkizedeki.

Kuhani Melkizedeki

7 Kwa kuwa huyu Melkizedeki alikuwa mfalme wa Salemu na kuhani wa Mungu Aliye Juu Sana. Alipokutana na Abrahamu akirudi kutoka kuwashinda hao wafalme, Melkizedeki alimbariki, [2] naye Abrahamu alimpa sehemu ya kumi[a] ya kila kitu. Kwanza, jina hilo Melkizedeki maana yake ni "mfalme wa haki." Na pia "mfalme wa Salemu" maana yake ni "mfalme wa amani." [3] Hana Baba wala mama, hana ukoo, hana mwanzo wala mwisho wa siku zake. Kama Mwana wa Mungu, yeye adumu akiwa kuhani milele.

[4] Tazama jinsi alivyokuwa mkuu: Hata Abrahamu, baba yetu mkuu, alimpa sehemu ya kumi ya nyara zake. [5] Basi sheria inawaagiza wana wa Lawi ambao hufanyika makuhani kupokea sehemu ya kumi kutoka kwa watu ambao ni ndugu zao, ingawa ndugu zao ni wazao wa Abrahamu. [6] Huyu Melkizedeki, ingawa hakufuatia ukoo wake kutoka kwa Lawi, lakini alipokea sehemu ya kumi kutoka kwa Abrahamu na kumbariki yeye aliyekuwa na zile ahadi. [7] Wala hakuna shaka kwamba mdogo hubarikiwa na aliye mkuu kumliko yeye. [8] Kwa upande mmoja, sehemu ya kumi hupokelewa na wale ambao hupatikana na kufa; lakini kwa upande mwingine hupokelewa na yeye ambaye hushuhudiwa kuwa yu hai. [9] Mtu anaweza hata kusema kwamba Lawi, ambaye hupokea sehemu ya kumi, alitoa hiyo sehemu ya kumi kupitia kwa Abrahamu, [10] kwa sababu Melkizedeki alipokutana na Abrahamu, Lawi alikuwa bado katika viuno vya baba yake wa zamani.[b]

Yesu Mfano Wa Melkizedeki

[11] Kama ukamilifu ungeweza kupatikana kwa njia ya ukuhani wa Walawi (kwa kuwa katika msingi huo, sheria ilitolewa kwa watu), kwa nini basi imekuwepo haja ya kuja kuhani mwingine: kuhani kwa mfano wa Melkizedeki, wala si kwa mfano wa Aroni? [12] Kwa kuwa yanapotokea mabadiliko ya ukuhani, pia lazima yawepo mabadiliko ya sheria. [13] Yeye ambaye mambo haya yanasemwa alikuwa wa kabila lingine, na hakuna mtu wa kabila hilo aliyewahi kuhudumu katika madhabahu. [14] Kwa maana ni dhahiri kwamba Bwana wetu alitoka katika uzao wa Yuda, tena kuhusu kabila hilo Mose hakusema lolote kwa habari za makuhani. [15] Tena hayo tuliyosema yako wazi zaidi kama akitokea kuhani mwingine kama Melkizedeki, [16] yeye ambaye amefanyika kuhani si kwa misingi ya sheria kama ilivyokuwa kwa baba zake, bali kwa misingi ya uwezo wa uzima usioharibika. [17] Kwa maana imeshuhudiwa kwamba:

> "Wewe ni kuhani milele,
> kwa mfano wa Melkizedeki."

[18] Kwa upande mmoja, ile amri ya mwanzo isiyofaa na dhaifu imebatilishwa [19] (kwa maana sheria haikufanya kitu chochote kuwa kikamilifu). Kwa

a2 Sehemu ya kumi mahali pengine huitwa fungu la kumi au zaka; sehemu ya kumi ya pato hutolewa kwa Mungu.
b10 Yaani, alikuwa hajazaliwa.

upande mwingine, tumeletewa tumaini lililo bora zaidi ambalo linatuleta karibu na Mungu. [20] Nalo tumaini hilo halikutolewa pasipo kiapo! Wengine walikuwa makuhani pasipo kiapo chochote, [21] lakini Yesu alifanywa kuhani kwa kiapo wakati Mungu alimwambia:

> "BWANA ameapa
> naye hatabadilisha mawazo yake:
> 'Wewe ni kuhani milele.' "

[22] Kwa ajili ya kiapo hiki, Yesu amekuwa mdhamini wa agano lililo bora zaidi. [23] Basi pamekuwepo na makuhani wengi wa aina hiyo, kwa kuwa kifo kiliwazuia kuendelea na huduma yao ya ukuhani. [24] Lakini kwa sababu Yesu anaishi milele, anao ukuhani wa kudumu. [25] Kwa hiyo anaweza kuwaokoa kabisa wale wanaomjia Mungu kupitia kwake, kwa sababu yeye adumu daima kuomba kwa ajili yao. [26] Kwa kuwa ilitupasa tuwe na Kuhani Mkuu wa namna hii, yaani, aliye mtakatifu, asiye na lawama, asiye na dosari, aliyetengwa na wenye dhambi na kuinuliwa juu ya mbingu. [27] Yeye hahitaji kutoa dhabihu siku kwa siku kwa ajili ya dhambi, kwanza kwa ajili ya dhambi zake mwenyewe, kisha kwa ajili ya dhambi za watu kama wale makuhani wakuu wengine. Yeye alitoa dhabihu kwa ajili ya dhambi zao mara moja tu, alipojitoa mwenyewe. [28] Kwa kuwa sheria huwaweka makuhani wakuu watu ambao ni dhaifu; lakini lile neno la kiapo, lililokuja baada ya sheria, lilimweka Mwana, ambaye amefanywa kuwa mkamilifu milele.

Kuhani Mkuu Wa Agano Jipya

8 Basi jambo tunalotaka kulisema ni hili: Tunaye Kuhani Mkuu ambaye ameketi mkono wa kuume wa kiti cha enzi cha Aliye Mkuu mbinguni, [2] yeye ahudumuye katika patakatifu, hema la kweli lililowekwa na Bwana, wala si na mwanadamu.

[3] Kila kuhani mkuu huwekwa ili atoe sadaka na dhabihu. Vivyo hivyo, ilikuwa jambo muhimu kwa huyu Kuhani naye awe na kitu cha kutoa. [4] Kama angekuwa duniani, hangekuwa kuhani, kwa sababu tayari wapo watu watoao sadaka kama ilivyoelekezwa na sheria. [5] Wanahudumu katika patakatifu palipo mfano na kivuli cha mambo ya mbinguni. Hii ndiyo sababu Mose alionywa alipokaribia kujenga hema, akiambiwa: "Hakikisha kuwa unavitengeneza vitu vyote kwa mfano ulioonyeshwa kule mlimani." [6] Lakini huduma aliyopewa Yesu ni bora zaidi kuliko yao, kama vile agano ambalo yeye ni mpatanishi wake lililyo bora zaidi kuliko lile la zamani, nalo limewekwa misingi wa ahadi zilizo bora zaidi.

[7] Kwa maana kama hapakuwa na kasoro katika lile agano la kwanza, pasingekuwa na haja ya kutafuta nafasi kwa ajili ya jingine. [8] Lakini Mungu aliona kosa kwa watu, naye akasema:

> "Siku zinakuja, asema Bwana,
> nitakapofanya agano jipya
> na nyumba ya Israeli
> na nyumba ya Yuda.

⁹ Agano langu halitakuwa kama lile
nililofanya na baba zao
nilipowashika mkono
kuwaongoza watoke nchi ya Misri,
kwa sababu hawakuendelea kuwa
waaminifu katika agano langu,
nami nikawaacha,
                          asema Bwana.
¹⁰ Hili ndilo agano nitakalofanya na nyumba
ya Israeli
baada ya siku zile, asema Bwana.
Nitaziweka sheria zangu katika nia zao
na kuziandika mioyoni mwao.
Nitakuwa Mungu wao,
nao watakuwa watu wangu.
¹¹ Mtu hatamfundisha tena jirani yake,
wala mtu kumfundisha ndugu yake
akisema, 'Mjue Bwana,'
kwa sababu wote watanijua mimi,
tangu aliye mdogo kabisa kwao, hadi
aliye mkuu sana.
¹² Kwa sababu nitasamehe uovu wao,
wala sitazikumbuka dhambi zao tena!"

¹³ Kwa kuliita agano hili "jipya," Mungu ame-
fanya lile agano la kwanza kuwa kuukuu; nacho
kitu kinachoanza kuchakaa na kuwa kikuukuu
kiko karibu kutoweka.

Ibada Katika Hema La Kidunia

9 Basi agano lile la kwanza lilikuwa na kanuni
zake za kuabudu na pia patakatifu pake pa
kidunia. ² Hema ilitengenezwa. Katika sehemu
yake ya kwanza kulikuwa na kinara cha taa, meza
na mikate iliyowekwa wakfu; hii sehemu iliitwa
Mahali Patakatifu. ³ Nyuma ya pazia la pili, pali-
kuwa na sehemu iliyoitwa Patakatifu pa Patakatifu,
⁴ ambapo palikuwa na yale madhabahu ya dhahabu
ya kufukizia uvumba, na lile Sanduku la Agano
lililofunikwa kwa dhahabu. Sanduku hili lilikuwa
na gudulia la dhahabu lenye mana, ile fimbo ya
Aroni iliyochipuka, na vile vibao vya mawe vya
Agano. ⁵ Juu ya lile Sanduku kulikuwa na makerubi
ya Utukufu yakitilia kivuli kile kifuniko ambacho
ndicho kiti cha rehema. Lakini hatuwezi kueleza
vitu hivi kwa undani sasa.

⁶ Basi vitu hivi vilipokuwa vimepangwa, maku-
hani waliingia daima katika sehemu ya kwanza
ya hema ili kufanya taratibu zao za ibada. ⁷ Lakini
ni kuhani mkuu peke yake aliyeingia ndani ya
sehemu ya pili ya hema. Tena hii ilikuwa mara moja
tu kwa mwaka, na hakuingia kamwe bila damu,
ambayo alitoa kwa ajili yake mwenyewe na kwa
ajili ya dhambi za watu walizotenda bila kukusudia.
⁸ Kwa njia hii, Roho Mtakatifu alikuwa anaonyesha
kwamba, maadamu ile hema ya kwanza ilikuwa
bado imesimama, njia ya kuingia Patakatifu pa
Patakafifu ilikuwa bado haijafunguliwa. ⁹ Huu
ulikuwa mfano kwa ajili ya wakati wa sasa, ku-
nyesha kwamba sadaka na dhabihu zilizokuwa
zikitolewa hazikuweza kusafisha dhamiri ya mtu
anayeabudu. ¹⁰ Lakini hizi zilishughulika tu na
vyakula na vinywaji, pamoja na taratibu mbali-
mbali za kunawa kwa nje, kanuni kwa ajili ya mwili

zilizowekwa hadi wakati utimie wa matengenezo
mapya.

Damu Ya Kristo

¹¹ Kristo alipokuja akiwa Kuhani Mkuu wa
mambo mema ambayo tayari yameshawasili,
alipitia kwenye hema iliyo kuu zaidi na bora
zaidi, ambayo haikutengenezwa kwa mikono
ya binadamu, hii ni kusema, ambayo si sehemu
ya uumbaji huu. ¹² Hakuingia kwa njia ya damu
ya mbuzi na ya ndama; lakini aliingia Pataka-
tifu pa Patakatifu mara moja tu kwa damu yake
mwenyewe, akiisha kupata ukombozi wa milele.
¹³ Damu ya mbuzi na ya mafahali, na majivu ya
mitamba walivyonyunyiziwa wale waliokuwa
najisi kwa taratibu za kiibada viliwatakasa, hata
kuwaondolea uchafu wa nje. ¹⁴ Basi ni zaidi aje
damu ya Kristo, ambaye kwa Roho wa milele
alijitoa nafsi yake kwa Mungu kuwa sadaka isiyo
na waa, itatusafisha dhamiri zetu kutokana na
matendo yaletayo mauti, ili tupate kumtumikia
Mungu aliye hai! ¹⁵ Kwa sababu hii Kristo ni mpatanishi wa agano
jipya, ili kwamba wale walioitwa waweze kupokea
ile ahadi ya urithi wa milele: kwa vile yeye alikufa
awe ukombozi wao kutoka kwa dhambi walizozi-
tenda chini ya agano la kwanza.

¹⁶ Kwa habari ya wosia,ᵃ ni muhimu kuthibitisha
kifo cha yule aliyeutoa, ¹⁷ ni kwa sababu wosia huwa
na nguvu tu wakati mtu ameshakufa; kamwe hau-
wezi kutumika wakati yule aliyeuandika bado yuko
hai. ¹⁸ Hii ndiyo sababu hata lile agano la kwanza
halikuweza kutekelezwa pasipo damu. ¹⁹ Mose
alipotangaza kila amri kwa watu wote, alichukua
damu ya ndama na ya mbuzi, pamoja na maji, sufu
nyekundu na matawi ya mti wa hisopo, akanyunyi-
zia kile kitabu na watu wote. ²⁰ Alisema, "Hii ndiyo
damu ya agano, ambalo Mungu amewaamuru
kulitii." ²¹ Vivyo hivyo alinyunyizia damu hiyo
kwenye ile hema pamoja na kila kifaa kilichotu-
mika ndani yake kwa taratibu za ibada. ²² Kwa kweli
sheria hudai kwamba, karibu kila kitu kitakaswe
kwa damu, wala pasipo kumwaga damu, hakuna
msamaha wa dhambi.

²³ Kwa hiyo, ilikuwa muhimu kwa nakala za
vitu vile vya mbinguni vitakaswe kwa dhabihu
hizi, lakini vitu halisi vya mbinguni vilihitaji
dhabihu bora kuliko hizi. ²⁴ Kwa maana Kristo
hakuingia kwenye patakatifu palipofanywa kwa
mikono ya mwanadamu, ambao ni mfano wa kile
kilicho halisi. Yeye aliingia mbinguni penyewe,
ili sasa aonekane mbele za Mungu kwa ajili yetu.
²⁵ Wala hakuingia mbinguni ili apate kujitoa mwe-
nyewe mara kwa mara, kama vile kuhani mkuu
aingiavyo Patakatifu pa Patakatifu kila mwaka
kwa damu ambayo si yake mwenyewe. ²⁶ Inge-
kuwa hivyo, ingempasa Kristo kuteswa mara
nyingi tangu kuumbwa kwa ulimwengu. Lakini
sasa ametokea mara moja tu katika mwisho wa
nyakati aiondoe dhambi kwa kujitoa mwenyewe
kuwa dhabihu. ²⁷ Kama vile mwanadamu alivyo-
wekewa kufa mara moja tu na baada ya kufa

ᵃ16 Wosia hapa kwa neno la Kiyunani ni agano.

akabili hukumu, [28] vivyo hivyo Kristo alitolewa mara moja tu kuwa dhabihu ili azichukue dhambi za watu wengi. Naye atakuja mara ya pili, sio kuchukua dhambi, bali kuwaletea wokovu wale wanaomngoja kwa shauku.

Dhabihu Ya Kristo Ni Mara Moja Tu

10 Sheria ni kivuli tu cha mambo mema yajayo, wala si uhalisi wa mambo yenyewe. Kwa sababu hii, haiwezekani kamwe kwa njia ya dhabihu zitolewazo mwaka hadi mwaka kuwakamilisha wale wanaokaribia ili kuabudu. [2] Kama dhabihu hizo zingeweza kuwakamilisha, hazingeendelea kutolewa tena. Kwa kuwa hao waabuduo wangekuwa wametakaswa mara moja tu, wala wasingejiona tena kuwa na dhambi. [3] Lakini zile dhabihu zilikuwa ukumbusho wa dhambi kila mwaka, [4] kwa sababu haiwezekani damu ya mafahali na mbuzi kuondoa dhambi. [5] Kwa hiyo, Kristo alipokuja duniani, alisema:

"Dhabihu na sadaka hukuzitaka,
bali mwili uliniandalia;
[6] sadaka za kuteketezwa na za dhambi
hukupendezwa nazo.
[7] Ndipo niliposema, 'Mimi hapa, nimekuja,
imeandikwa kunihusu katika kitabu:
Nimekuja kuyafanya mapenzi yako,
Ee Mungu.' "

[8] Kwanza alisema, "Dhabihu na sadaka, sadaka za kuteketezwa na za dhambi hukuzitaka, wala hukupendezwa nazo" (ingawa sheria iliagiza zitolewe). [9] Kisha akasema "Mimi hapa, nimekuja kuyafanya mapenzi yako." Aondoa lile Agano la kwanza ili kuimarisha la pili. [10] Katika mapenzi hayo sisi tumetakaswa na kufanywa watakatifu kwa njia ya sadaka ya mwili wa Yesu Kristo alioutoa mara moja tu. [11] Kila kuhani husimama siku kwa siku akifanya huduma yake ya ibada, na kutoa tena na tena dhabihu zile zile ambazo haziwezi kamwe kuondoa dhambi. [12] Lakini huyu kuhani akiisha kutoa dhabihu moja kwa ajili ya dhambi kwa wakati wote, aliketi mkono wa kuume wa Mungu. [13] Tangu wakati huo anangoja mpaka adui zake wawekwe chini ya miguu yake, [14] kwa sababu kwa dhabihu moja amewafanya kuwa wakamilifu milele wale wote wanaotakaswa. [15] Pia Roho Mtakatifu anatushuhudia kuhusu jambo hili. Kwanza anasema:

[16] "Hili ndilo Agano nitakalofanya nao
baada ya siku hizo, asema Bwana.
Nitaziweka sheria zangu mioyoni mwao,
na kuziandika katika nia zao."

[17] Kisha aongeza kusema:

"Dhambi zao na kutokutii kwao
sitakumbuka tena."

[18] Basi haya yakiisha kusamehewa, hakuna tena dhabihu yoyote inayotolewa kwa ajili ya dhambi.

Wito Wa Kuvumilia

[19] Kwa hiyo, ndugu zangu, kwa kuwa tunao ujasiri wa kupaingia Patakatifu pa Patakatifu kwa damu ya Yesu, [20] kwa njia mpya iliyo hai tuliyofunguliwa kwa ajili yetu kupitia kwenye lile pazia, yaani, mwili wake, [21] basi kwa kuwa tunaye Kuhani Mkuu juu ya nyumba ya Mungu, [22] sisi na tumkaribie Mungu kwa moyo mnyofu kwa imani timilifu, mioyo yetu ikiwa imenyunyizwa damu ya Kristo na kuwa safi kutokana na dhamiri mbaya nayo miili yetu ikiwa imeoshwa kwa maji safi. [23] Tushike kwa uthabiti lile tumaini la ukiri wetu bila kuyumbayumba, kwa maana yeye aliyeahidi ni mwaminifu. [24] Tuangaliane na kuhimizana sisi kwa sisi katika upendo na katika kutenda mema. [25] Wala tusiache kukutana pamoja, kama wengine walivyo na desturi, bali tuhimizane sisi kwa sisi kadiri tuonavyo Siku ile inakaribia.

[26] Kama tukiendelea kutenda dhambi kwa makusudi baada ya kupokea ufahamu wa ile kweli, haibaki tena dhabihu kwa ajili ya dhambi. [27] Lakini kinachobaki ni kungoja kwa hofu hukumu ya moto uwakao, utakaowaangamiza adui za Mungu. [28] Yeyote aliyeikataa sheria ya Mose alikufa pasipo huruma kwa ushahidi wa watu wawili au watatu. [29] Je, mnadhani ni adhabu kali kiasi gani anayostahili kupewa mtu aliyemkanyaga Mwana wa Mungu chini ya nyayo zake, yeye aliyeifanya damu ya Agano iliyomtakasa kuwa kitu najisi na kumtendea maovu Roho wa neema? [30] Kwa kuwa tunamjua yeye aliyesema, "Ni juu yangu kulipiza kisasi; nitalipiza." Tena asema, "Bwana atawahukumu watu wake." [31] Ni jambo la kutisha kuanguka mikononi mwa Mungu aliye hai.

[32] Kumbukeni siku zile za kwanza, ambazo mkiisha kutiwa nuru mlistahimili mashindano makali ya maumivu. [33] Wakati mwingine mlitukanwa na kuteswa hadharani; wakati mwingine mlikuwa radhi kuungana na wale waliofanyiwa hivyo. [34] Mliwahurumia wale waliokuwa kifungoni, mkikubali kwa furaha kunyang'anywa mali zenu kwa maana mlijua kwamba mnayo mali iliyo bora zaidi idumuyo. [35] Kwa hiyo msiutupe ujasiri wenu, kwa maana una thawabu kubwa mno. [36] Inawapasa kuvumilia ili mkiisha kufanya mapenzi ya Mungu mpate kile alichoahidi. [37] Kwa kuwa bado kitambo kidogo tu,

"Yeye ajaye atakuja wala hatakawia.
[38] Lakini mwenye haki wangu
ataishi kwa imani.
Naye kama akisitasita,
sina furaha naye."

[39] Lakini sisi hatumo miongoni mwa hao wanaositasita na kuangamia, bali tuko miongoni mwa hao wenye imani na hivyo tunaokolewa.

Maana Ya Imani

11 Basi imani ni kuwa na hakika ya mambo yatarajiwayo, na udhahiri wa mambo yasiyoonekana. [2] Maana baba zetu wa kale walipongezwa kwa haya.

[3] Kwa imani tunafahamu kwamba ulimwengu uliumbwa kwa neno la Mungu, vitu vyote vinavyoonekana havikuumbwa kutoka kwa vitu vinavyoonekana.

Mfano Wa Abeli, Enoki Na Noa

[4] Kwa imani Abeli alimtolea Mungu dhabihu bora zaidi kuliko Kaini. Kwa imani alishuhudiwa kuwa mwenye haki, Mungu mwenyewe akazishuhudia sadaka zake. Kwa imani bado ananena ingawa amekufa. [5] Kwa imani Enoki alitwaliwa kutoka maisha haya, kiasi kwamba hakuonja mauti. Hakuonekana, kwa sababu Mungu alikuwa amemchukua. Kwa kuwa kabla hajatwaliwa alikuwa ameshuhudiwa kuwa ni mtu aliyempendeza Mungu. [6] Lakini pasipo imani haiwezekani kumpendeza Mungu, kwa maana yeyote anayemjia Mungu lazima aamini kwamba yeye yuko na ya kuwa huwapa thawabu wale wamtafutao kwa bidii.

[7] Kwa imani, Noa alipoonywa na Mungu kuhusu mambo ambayo hayajaonekana bado, kwa kumcha Mungu alitengeneza safina ili ikuokoa jamaa yake. Kwa imani yake aliuhukumu ulimwengu na akawa mrithi wa haki ipatikanayo kwa imani.

Imani Ya Abrahamu

[8] Kwa imani Abrahamu, alipoitwa aende mahali ambapo Mungu angempa baadaye kuwa urithi, alitii na akaenda, ingawa hakujua anakokwenda. [9] Kwa imani alifanya maskani yake katika nchi ya ahadi kama mgeni katika nchi ya kigeni; aliishi katika mahema, kama Isaki na Yakobo walivyofanya, waliokuwa pia warithi pamoja naye wa ahadi ile ile. [10] Kwa maana alikuwa akiutazamia mji wenye misingi ya kudumu ambao mwenye kuubuni na kuujenga ni Mungu.

[11] Kwa imani Abrahamu, ingawa alikuwa mzee wa umri, naye Sara mwenyewe aliyekuwa tasa, alipokea uwezo wa kuwa baba kwa sababu alimhesabu Mungu aliyemwahidi kuwa mwaminifu na kwamba angetimiza ahadi yake. [12] Hivyo kutokana na huyu huyu ambaye alikuwa sawa na mfu, wakazaliwa wazao wengi kama nyota za mbinguni na kama mchanga wa pwani usiohesabika.

[13] Watu hawa wote wakafa katika imani bila kuzipokea zile ahadi, lakini waliziona kwa mbali na kuzishangilia. Nao walikubali kwamba walikuwa wageni na wasiokuwa na maskani hapa duniani. [14] Watu wasemao mambo kama haya, wanaonyesha wazi kwamba wanatafuta nchi yao wenyewe. [15] Kwa kweli kama wangekuwa wanafikiri kuhusu nchi waliyoiacha, wangalipata nafasi ya kurudi huko. [16] Lakini badala yake walitamani nchi iliyo bora zaidi, yaani nchi ya mbinguni. Kwa hiyo Mungu haoni aibu kuitwa Mungu wao, kwa kuwa amekwisha kuandaa mji kwa ajili yao.

[17] Kwa imani Abrahamu, alipojaribiwa na Mungu, alimtoa Isaki kuwa dhabihu. Yeye aliyekuwa amezipokea ahadi za Mungu alikuwa tayari kumtoa mwanawe, aliyekuwa mwanawe pekee awe dhabihu. [18] Ingawa Mungu alikuwa amemwambia Abrahamu, "Uzao wako utahesabiwa kupitia kwa Isaki," [19] Abrahamu alihesabu kuwa Mungu angaliweza kumfufua Isaki kutoka kwa wafu. Na kwa kusema kwa mfano, alimpata tena Isaki kutoka kwa wafu.

[20] Kwa imani Isaki alimbariki Yakobo na Esau kuhusu maisha yao ya baadaye. [21] Kwa imani Yakobo alipokuwa anakufa, alimbariki kila mmoja wa mtoto wa Yosefu, akamwabudu Mungu akiwa ameegemea juu ya kichwa cha fimbo yake. [22] Kwa imani, Yosefu alipokaribia mwisho wa maisha yake, alinena habari za kutoka kwa wana wa Israeli huko Misri na akatoa maagizo kuhusu mifupa yake.

Imani Ya Mose

[23] Kwa imani, wazazi wa Mose walimficha kwa miezi mitatu baada ya kuzaliwa, kwa sababu waliona kuwa si mtoto wa kawaida, wala hawakuiogopa amri ya mfalme. [24] Kwa imani, Mose alipokuwa mtu mzima, alikataa kuitwa mwana wa binti Farao. [25] Akachagua kupata mateso pamoja na watu wa Mungu kuliko kujifurahisha kwa anasa za dhambi kwa kitambo kidogo tu. [26] Aliona kushutumiwa kwa ajili ya Kristo ni utajiri mkubwa zaidi kuliko hazina za Misri, maana alikuwa anatazamia kupata thawabu baadaye. [27] Kwa imani Mose aliondoka Misri bila kuogopa ghadhabu ya mfalme. Alivumilia kwa sababu alimwona yeye asiyeonekana kwa macho. [28] Kwa imani akaadhimisha Pasaka na kunyunyiza damu, ili yule mwenye kuwaangamiza wazaliwa wa kwanza asiwaguse wazaliwa wa Israeli.

Imani Ya Mashujaa Wengine Wa Israeli

[29] Kwa imani, watu walivuka Bahari ya Shamu[a] kama vile juu ya nchi kavu; lakini Wamisri walipojaribu kufanya hivyo, walitoswa ndani ya maji. [30] Kwa imani kuta za Yeriko zilianguka, baada ya watu kuzizunguka kwa siku saba. [31] Kwa imani, Rahabu, yule kahaba, hakuangamizwa pamoja na wale waliomwasi Mungu, kwa kuwa aliwakaribisha wale wapelelezi.

[32] Basi niseme nini zaidi? Sina wakati wa kusema habari za Gideoni, Baraka, Samsoni, Yeftha, Daudi, Samweli na manabii, [33] ambao kwa imani walishinda milki za wafalme, walitekeleza haki, na wakapokea ahadi za Mungu; walifunga vinywa vya simba, [34] wakazima makali ya miali ya moto, na wakaepuka kuuawa kwa upanga; udhaifu wao uligeuka kuwa nguvu; pia walikuwa hodari vitani na kuyafukuza majeshi ya wageni. [35] Wanawake walipokea watu wao waliokuwa wamekufa, wakafufuliwa. Lakini wengine waliteswa, nao wakakataa kufunguliwa, ili wapate ufufuo ulio bora zaidi. [36] Wengine walidhihakiwa na kupigwa, hata walifungwa minyororo na kutiwa gerezani. [37] Walipigwa kwa mawe; walipasuliwa vipande viwili kwa msumeno; waliuawa kwa upanga. Walizungukazunguka wakiwa wamevaa ngozi za kondoo na mbuzi, wakiwa maskini, wakiteswa na kutendwa mabaya, [38] watu ambao ulimwengu haukustahili kuwa nao. Walizunguka majangwani

---

[a] 29 Yaani Bahari ya Mafunjo.

na milimani, katika mapango na katika mahandaki ardhini. [39] Hawa wote walishuhudiwa vyema kwa sababu ya imani yao, lakini hakuna hata mmoja wao aliyepokea yale yaliyoahidiwa. [40] Kwa kuwa Mungu alikuwa ametangulia kutuwekea kitu kilicho bora zaidi ili wao wasikamilishwe pasipo sisi.

Mungu Huwaadibisha Wanawe

12 Kwa sababu hii, kwa kuwa tumezungukwa na wingu kubwa namna hii la mashahidi, basi na tuweke kando kila kitu kinachotuzuia na ile dhambi inayotuzinga kwa urahisi, nasi tupige mbio kwa saburi katika yale mashindano yaliyowekwa kwa ajili yetu. [2] Basi na tumtazame sana Yesu mwanzilishi na mkamilishaji wa imani yetu, yeye ambaye kwa ajili ya furaha iliyowekwa mbele yake alistahimili msalaba, bila kujali aibu ya huo msalaba, naye ameketi mkono wa kuume wa kiti cha enzi cha Mungu. [3] Mtafakarini sana yeye aliyestahimili upinzani mkuu namna hii kutoka kwa watu wenye dhambi, ili kwamba msije mkachoka na kukata tamaa.

[4] Katika kushindana kwenu dhidi ya dhambi, bado hamjapigana kiasi cha kumwaga damu yenu. [5] Nanyi mmesahau yale maneno ya kuwaonya yanayowataja ninyi kuwa wana, yakisema:

"Mwanangu, usidharau adhabu ya Bwana,
    wala usikate tamaa akikukemea,
[6] kwa sababu Bwana huwaadibisha wale
        awapendao,
    na humwadhibu kila mmoja
        anayemkubali kuwa mwana."

[7] Vumilieni taabu kwa ajili ya kufunzwa adabu. Mungu anawatendea ninyi kama watoto wake, kwa maana ni mtoto yupi asiyeadibishwa na mzazi wake? [8] Kama hakuna kuadibishwa (ambalo ni fungu la watoto wote), basi ninyi ni watoto wa haramu wala si watoto halali. [9] Tena, sisi sote tunao baba wa kimwili, waliotuadibisha nasi tukawaheshimu kwa ajili ya hilo. Je, si inatupasa kujinyenyekeza zaidi kwa Baba wa roho zetu ili tuishi? [10] Baba zetu walituadibisha kwa kitambo kidogo kama wao wenyewe walivyoona vyema, lakini Mungu hutuadibisha kwa faida yetu ili tupate kushiriki utakatifu wake. [11] Kuadibishwa wakati wowote hakuonekani kuwa kitu cha kufurahisha bali chenye maumivu kinapotekelezwa. Lakini baadaye huzaa matunda ya haki na amani kwa wale waliofunzwa nayo.

[12] Kwa hiyo, itieni nguvu mikono yenu iliyo dhaifu na magoti yenu yaliyolegea. [13] Sawazisheni mapito ya miguu yenu, ili kitu kilicho kiwete kisidhoofishwe bali kiponywe.

Onyo Dhidi Ya Kuikataa Neema Ya Mungu

[14] Tafuteni kwa bidii kuwa na amani na watu wote na huo utakatifu, ambao bila kuwa nao hakuna mtu atakayemwona Bwana. [15] Angalieni sana mtu yeyote asiikose neema ya Mungu na kwamba shina la uchungu lisije likachipuka na kuwasumbua na watu wengi wakatiwa unajisi

kwa hilo. [16] Angalieni miongoni mwenu asiwepo mwasherati au mtu asiyemcha Mungu kama Esau, ambaye kwa ajili ya mlo mmoja aliuza haki ya uzaliwa wake wa kwanza. [17] Baadaye kama mnavyofahamu, alipotaka kurithi ile baraka, alikataliwa, maana hakupata nafasi ya kutubu, ingawa aliitafuta kwa machozi.

[18] Hamjaufikia mlima ule uwezao kuguswa na ambao unawaka moto; wala kwenye giza, utusitusi na dhoruba; [19] kwenye mlio wa tarumbeta, au kwenye sauti isemayo maneno ya kutisha kiasi ambacho wale walioisikia waliomba wasiambiwe neno jingine zaidi, [20] kwa sababu hawangeweza kustahimili neno lile lililoamriwa: "Hata kama mnyama atagusa mlima huu, atapigwa mawe." [21] Waliyoyaona yalikuwa ya kutisha kiasi kwamba Mose alisema, "Ninatetemeka kwa hofu."

[22] Lakini ninyi mmekuja Mlima Sayuni, Yerusalemu ya mbinguni, mji wa Mungu aliye hai. Mmekuja penye kusanyiko kubwa la malaika maelfu kwa maelfu wasiohesabika wanaoshangilia, [23] kwenye kanisa la wazaliwa wa kwanza wa Mungu, ambao majina yao yameandikwa mbinguni. Mmekuja kwa Mungu, mhukumu wa watu wote, kwenye roho za wenye haki waliokamilishwa, [24] kwa Yesu mpatanishi wa agano jipya, na kwa damu iliyonyunyizwa, ile inenayo mambo mema kuliko damu ya Abeli.

[25] Angalieni, msije mkamkataa yeye anenaye. Ikiwa wao hawakuepuka adhabu walipomkataa yeye aliyewaonya hapa duniani, sisi je, tutaokokaje tusipomsikiliza yeye anayetuonya kutoka mbinguni? [26] Wakati ule sauti yake ilitetemesha dunia, lakini sasa ameahidi, "Kwa mara moja tena nitatetemesha si nchi tu bali na mbingu pia." [27] Maneno haya "kwa mara moja tena" yanaonyesha kuondoshwa kwa vile vitu vinavyoweza kutetemeshwa, yaani vile vitu vilivyoumbwa, kwa kusudi vile tu visivyoweza kutetemeshwa vibaki. [28] Kwa hiyo, kwa kuwa tunapokea ufalme ambao hauwezi kutetemeshwa, basi na tuwe na shukrani, na hivyo tumwabudu Mungu kwa namna inayompendeza, kwa unyenyekevu na uchaji, [29] kwa kuwa "Mungu wetu ni moto ulao."

Huduma Inayompendeza Mungu

13 Endeleeni kupendana kama ndugu. [2] Msisahau kuwakaribisha wageni, kwa kuwa kwa kufanya hivyo, watu wengine waliwakaribisha malaika pasipo kujua. [3] Wakumbukeni wale waliofungwa gerezani kana kwamba ninyi mmefungwa pamoja nao. Pia wakumbukeni wale wanaotendewa vibaya, kana kwamba ni ninyi wenyewe mnateswa.

[4] Ndoa na iheshimiwe na watu wote, nayo malazi yawe safi, kwa kuwa Mungu atawahukumu wazinzi na waasherati wote. [5] Yalindeni maisha yenu msiwe na tabia ya kupenda fedha, bali mridhike na vile mlivyo navyo, kwa sababu Mungu amesema,

"Kamwe sitakuacha,
    wala sitakupungukia."

[6] Kwa hiyo tunaweza kusema kwa ujasiri,

"Bwana ni msaada wangu; sitaogopa. Mwanadamu anaweza kunitenda nini?"

[7] Wakumbukeni viongozi wenu, wale waliowaambia neno la Mungu. Angalieni matokeo ya mwenendo wa maisha yao mkaiige imani yao. [8] Yesu Kristo ni yeye yule jana, leo na hata milele. [9] Msichukuliwe na kila aina ya mafundisho ya kigeni. Ni vyema mioyo yenu iimarishwe kwa neema, wala si kwa sheria kuhusu utaratibu wa vyakula, ambavyo havina faida kwa wale wanaozishika hizo sheria. [10] Sisi tunayo madhabahu ambayo wale wanaohudumu katika hema hawana haki ya kula vile vitu vilivyowekwa juu yake.

[11] Kuhani mkuu huchukua damu ya wanyama na kuiingiza Patakatifu pa Patakatifu, kama sadaka ya dhambi, lakini miili ya hao wanyama huteketezwa nje ya kambi. [12] Vivyo hivyo, Yesu naye aliteswa nje ya lango la mji ili awatakase watu kwa damu yake mwenyewe. [13] Kwa hiyo, basi na tumwendee nje ya kambi, tukiichukua aibu aliyobeba. [14] Kwa kuwa hapa hatuna mji udumuo, bali tunautafuta ule ujao. [15] Basi kwa njia ya Yesu, tuzidi kumtolea Mungu dhabihu ya sifa, yaani matunda ya midomo inayolikiri Jina lake. [16] Na msiache kutenda mema na kushirikiana vile vitu mlivyo navyo, kwa kuwa dhabihu kama hizo ndizo zinazompendeza Mungu.

[17] Watiini viongozi wenu na kujinyenyekeza chini ya mamlaka yao. Kwa maana wao wanakesha kwa ajili yenu kama watu watakaopaswa kutoa hesabu. Watiini ili wafanye kazi yao kwa furaha, wala si kama mzigo, maana hiyo haitakuwa na faida kwenu. [18] Tuombeeni. Tuna hakika kuwa tunayo dhamiri safi na shauku ya kuishi kwa uadilifu kwa kila njia. [19] Ninawasihi zaidi mniombee ili nipate kurudishwa kwenu upesi.

Maombi Ya Kuwatakia Baraka

[20] Basi Mungu wa amani, ambaye kwa damu ya Agano la milele alimleta tena kutoka kwa wafu Bwana wetu Yesu, yule Mchungaji Mkuu wa kondoo, [21] awafanye ninyi wakamilifu mkiwa mmekamilishwa katika kila jambo jema ili mpate kutenda mapenzi yake, naye atende ndani yetu kile kinachompendeza machoni Pake, kwa njia ya Yesu Kristo, ambaye utukufu una yeye milele na milele. Amen.

Maneno Ya Mwisho Na Salamu

[22] Ndugu zangu, nawasihi mchukuliane na maneno yangu ya maonyo, kwa kuwa nimewaandikia waraka mfupi tu. [23] Nataka ninyi mjue kwamba ndugu yetu Timotheo amefunguliwa kutoka gerezani. Akifika mapema, nitakuja pamoja naye kuwaona. [24] Wasalimuni viongozi wenu wote na watakatifu wote. Wale wa kutoka Italia wanawasalimu. [25] Neema iwe nanyi nyote. Amen.

YAKOBO

1 Yakobo, mtumwa wa Mungu na wa Bwana Yesu Kristo:

Kwa makabila kumi na mawili yaliyotawanyika ulimwenguni:

Salamu.

Imani Na Hekima

[2] Ndugu zangu, hesabuni kuwa ni furaha tupu mnapopatwa na majaribu mbalimbali, [3] kwa sababu mnajua ya kuwa kujaribiwa kwa imani yenu huleta saburi. [4] Saburi na iwe na kazi timilifu, ili mpate kuwa wakamilifu, mmekamilishwa, bila kupungukiwa na kitu chochote. [5] Kama mtu yeyote miongoni mwenu amepungukiwa na hekima na amwombe Mungu, yeye awapaye watu wote kwa ukarimu wala hana kinyongo, naye atapewa. [6] Lakini anapoomba, lazima aamini wala asiwe na shaka, kwa sababu mtu aliye na shaka ni kama wimbi la bahari, lililochukuliwa na upepo na kutupwa huku na huku. [7] Mtu kama huyo asidhani ya kuwa atapata kitu chochote kutoka kwa Bwana. [8] Yeye ni mtu mwenye nia mbili, mwenye kusitasita katika njia zake zote.

Umaskini Na Utajiri

[9] Ndugu asiye na cheo kikubwa yampasa ajivunie hali hiyo maana ametukuzwa. [10] Lakini yeye aliye tajiri afurahi kwa kuwa ameshushwa, kwa sababu atatoweka kama ua la shambani. [11] Kwa maana jua kali lenye kuchoma huchomoza na kuliunguza, likayakausha majani, na ua lake likapukutika, nao uzuri wake huharibika. Vivyo hivyo tajiri naye atanyauka akiwa anaendelea na shughuli zake.

Kujaribiwa

[12] Heri mtu anayevumilia wakati wa majaribu, kwa sababu akiisha kushinda hilo jaribio atapewa taji la uzima Mungu alilowaahidia wale wampendao. [13] Mtu anapojaribiwa asiseme, "Ninajaribiwa na Mungu." Kwa maana Mungu hawezi kujaribiwa na maovu wala yeye hamjaribu mtu yeyote. [14] Lakini kila mtu hujaribiwa wakati anapovutwa na kudanganywa na tamaa zake mwenyewe zilizo mbaya. [15] Basi ile tamaa mbaya ikishachukua mimba, huzaa dhambi, nayo ile dhambi ikikomaa, huzaa mauti. [16] Ndugu zangu wapendwa, msidanganyike. [17] Kila kitolewacho kilicho chema na kilicho kamili, hutoka juu, na hushuka kutoka kwa Baba wa mianga, ambaye kwake hakuna kubadilika, wala kivuli cha kugeukageuka. [18] Kwa mapenzi yake mwenyewe alituzaa kwa neno la kweli, kusudi tuwe kama mazao ya kwanza katika viumbe vyake vyote.

Kusikia Na Kutenda

[19] Ndugu zangu wapendwa, fahamuni jambo hili: Kila mtu awe mwepesi wa kusikiliza, lakini asiwe mwepesi wa kusema wala wa kukasirika. [20] Kwa maana hasira ya mwanadamu haitendi haki ya Mungu. [21] Kwa hiyo, ondoleeni mbali uchafu wote na uovu ambao umezidi kuwa mwingi, mkalipokee kwa unyenyekevu lile Neno lililopandwa ndani yenu ambalo laweza kuokoa nafsi zenu. [22] Basi kuweni watendaji wa Neno wala msiwe wasikiaji tu, huku mkijidanganya nafsi zenu. [23] Kwa maana kama mtu ni msikiaji tu wa Neno wala hatendi kile linachosema, yeye ni kama mtu ajitazamaye uso wake kwenye kioo [24] na baada ya kujiona alivyo, huenda zake na mara husahau jinsi alivyo. [25] Lakini yeye anayeangalia kwa bidii katika sheria kamilifu, ile iletayo uhuru, naye akaendelea kufanya hivyo bila kusahau alichosikia, bali akalitenda, atabarikiwa katika kile anachofanya. [26] Kama mtu akidhani ya kuwa anayo dini lakini hauzuii ulimi wake kwa hatamu, hujidanganya moyoni mwake, wala dini yake mtu huyo haifai kitu. [27] Dini iliyo safi, isiyo na uchafu, inayokubalika mbele za Mungu Baba yetu, ndiyo hii: Kuwasaidia yatima na wajane katika dhiki zao na kujilinda usitiwe madoa na dunia.

Onyo Kuhusu Upendeleo

2 Ndugu zangu, kama waaminio katika imani ya Bwana wetu Yesu Kristo, Bwana wa utukufu, msiwe na upendeleo kwa watu. [2] Kwa maana kama akija mtu katika kusanyiko lenu akievaa pete ya dhahabu na mavazi mazuri, pia akaingia mtu maskini mwenye mavazi yaliyochakaa, [3] nanyi mkampa heshima yule aliyevaa mavazi mazuri na kumwambia, "Keti hapa mahali pazuri," lakini yule maskini mkamwambia, "Wewe simama pale," au "Keti hapa sakafuni karibu na miguu yangu," [4] je, hamjawabagua na kuwa mahakimu mioyoni mwenu mkihukumu kwa mawazo yenu maovu? [5] Ndugu zangu, sikilizeni: Je, Mungu hakuwachagua wale walio maskini machoni pa ulimwengu kuwa matajiri katika imani na kuurithi Ufalme aliowaahidi wale wampendao? [6] Lakini ninyi mmemdharau yule aliye maskini. Je, hao matajiri si ndio wanaowadhulumu na kuwaburuta mahakamani? [7] Je, si wao wanaolikufuru Jina lile lililo bora sana mliloitiwa? [8] Kama kweli mnaitimiza ile sheria ya kifalme inayopatikana katika Maandiko isemayo, "Mpende jirani yako kama unavyoipenda nafsi yako," mnafanya vyema. [9] Lakini kama mnakuwa na upendeleo kwa watu, mnatenda dhambi, na sheria inawahukumu kuwa ninyi ni wakosaji. [10] Kwa maana mtu yeyote anayeishika sheria yote lakini akajikwaa katika kipengele kimoja tu, ana hatia ya kuivunja sheria yote. [11] Kwa sababu yeye aliyesema, "Usizini," alisema pia, "Usiue." Basi kama huzini lakini unaua, umekuwa mvunjaji wa sheria.

[12] Hivyo semeni na kutenda kama watu watakaohukumiwa kwa sheria ile iletayo uhuru. [13] Kwa

kuwa hukumu bila huruma itatolewa kwa mtu yeyote asiyekuwa na huruma. Huruma huishinda hukumu.

Imani Na Matendo

¹⁴ Ndugu zangu, yafaa nini ikiwa mtu atadai kuwa anayo imani lakini hana matendo? Je, imani kama hiyo yaweza kumwokoa? ¹⁵ Ikiwa ndugu yako au dada hana mavazi wala chakula, ¹⁶ mmoja wenu akamwambia, "Enenda zako kwa amani, ukaote moto na kushiba," pasipo kumpatia yale mahitaji ya mwili aliyopungukiwa, yafaa nini? ¹⁷ Vivyo hivyo, imani peke yake kama haikuambatana na matendo, imekufa. ¹⁸ Lakini mtu mwingine atasema, "Wewe unayo imani; mimi ninayo matendo." Nionyeshe imani yako pasipo matendo nami nitakuonyesha imani yangu kwa matendo. ¹⁹ Unaamini kwamba kuna Mungu mmoja. Vyema! Hata mashetani yanaamini hivyo na kutetemeka. ²⁰ Ewe mpumbavu! Je, wataka kujua kwamba imani bila matendo haifai kitu? ²¹ Je, Abrahamu baba yetu hakuhesabiwa haki kwa kile alichotenda, alipomtoa mwanawe Isaki madhabahuni? ²² Unaona jinsi ambavyo imani yake na matendo yake vilikuwa vinatenda kazi pamoja, nayo imani yake ikakamilishwa na kile alichotenda. ²³ Kwa njia hiyo yakatimizwa yale Maandiko yasemayo, "Abrahamu alimwamini Mungu na ikahesabiwa kwake kuwa haki," naye akaitwa rafiki wa Mungu. ²⁴ Mnaona ya kwamba mtu huhesabiwa haki kwa yale anayotenda wala si kwa imani peke yake. ²⁵ Vivyo hivyo, hata Rahabu, yule kahaba, hakuhesabiwa haki kwa yale aliyotenda alipowapokea wale wapelelezi na kuwaambia waende njia nyingine? ²⁶ Kama vile ambavyo mwili pasipo roho umekufa, kadhalika nayo imani pasipo matendo imekufa.

Kuufuga Ulimi

3 Ndugu zangu, msiwe walimu wengi, kwa maana mnafahamu kwamba sisi tufundishao tutahukumiwa vikali zaidi. ² Sisi sote tunajikwaa katika mambo mengi. Ikiwa mtu yeyote hakosei kamwe katika yale anayosema, yeye ni mkamilifu, naye anaweza kuuzuia pia na mwili wake wote. ³ Tunapotia lijamu kwenye vinywa vya farasi ili kuwafanya watutii, tunaweza kuigeuza miili yao yote. ⁴ Au angalia pia meli, ingawa ni kubwa sana, nazo huchukuliwa na upepo mkali, lakini hugeuzwa kwa usukani mdogo sana, kokote anakotaka nahodha. ⁵ Vivyo hivyo ulimi ni kiungo kidogo sana katika mwili, lakini hujivuna majivuno makuu. Fikirini jinsi moto mdogo unavyoweza kuteketeza msitu mkubwa! ⁶ Ulimi pia ni moto, ndio ulimwengu wa uovu kati ya viungo vya mwili. Ulimi huutia mwili wote wa mtu unajisi na kuuwasha moto mfumo mzima wa maisha yake, nao wenyewe huchomwa moto wa jehanamu. ⁷ Kwa maana kila aina ya wanyama, ndege, wanyama watambaao na viumbe vya baharini vinafugika na vimefugwa na binadamu, ⁸ lakini hakuna mtu awezaye kuufuga ulimi. Ni uovu usiotulia, umejaa sumu iletayo mauti.

⁹ Kwa ulimi tunamhimidi Bwana, yaani Baba yetu, na kwa huo twawalaani watu walioumbwa kwa mfano wa Mungu. ¹⁰ Katika kinywa kile kile hutoka baraka na laana. Ndugu zangu, haistahili kuwa hivyo. ¹¹ Je, chemchemi yaweza kutoa katika tundu moja maji matamu na maji ya chumvi? ¹² Je, ndugu zangu, mtini waweza kuzaa zeituni, au mzabibu kuzaa tini? Wala chemchemi ya maji ya chumvi haiwezi kutoa maji matamu.

Aina Mbili Za Hekima

¹³ Ni nani aliye na hekima na ufahamu miongoni mwenu? Basi na aionyeshe hiyo kwa maisha yake mema na kwa matendo yake yaliyotendwa kwa unyenyekevu utokanao na hekima. ¹⁴ Lakini ikiwa mna wivu na ni wenye chuki na ugomvi mioyoni mwenu, msijisifu kwa ajili ya hayo wala msiikatae kweli. ¹⁵ Hekima ya namna hiyo haishuki kutoka mbinguni, bali ni ya kidunia, isiyo ya kiroho, na ya kishetani. ¹⁶ Kwa maana panapokuwa na wivu na ubinafsi, ndipo penye machafuko na uovu wa kila namna. ¹⁷ Lakini hekima itokayo mbinguni kwanza ni safi, kisha inapenda amani, tena ni ya upole, iliyo tayari kusikiliza wengine kwa unyenyekevu, iliyojaa huruma na matunda mema, isiyopendelea mtu, tena isiyokuwa na unafiki. ¹⁸ Mavuno ya haki hupandwa katika amani na wale wafanyao amani.

Jinyenyekezeni Kwa Mungu

4 Ni kitu gani kinachosababisha mapigano na ugomvi miongoni mwenu? Je, haya hayatokani na tamaa zenu zinazoshindana ndani yenu? ² Mnatamani lakini hampati, kwa hiyo mwaua. Mwatamani kupata lakini hampati vile mnavyotaka, kwa hiyo mnajitia katika magomvi na mapigano. Mmepungukiwa kwa sababu hammwombi Mungu. ³ Mnapoomba hampati kwa sababu mnaomba kwa nia mbaya, ili mpate kuvitumia hivyo mtakavyopata kwa tamaa zenu. ⁴ Ninyi wanaume na wanawake wazinzi, hamjui ya kwamba urafiki na dunia ni uadui na Mungu? Kwa hiyo mtu yeyote anayetaka kuwa rafiki wa dunia hufanyika adui wa Mungu. ⁵ Au mwadhani kwamba Andiko lasema bure kuwa huyo Roho ambaye Mungu amemweka ndani yetu hututamani kiasi cha kuona wivu? ⁶ Lakini yeye hutupatia neema zaidi. Hii ndiyo sababu Andiko husema:

"Mungu huwapinga wenye kiburi,
　lakini huwapa wanyenyekevu neema."

⁷ Basi mtiini Mungu. Mpingeni ibilisi, naye atawakimbia. ⁸ Mkaribieni Mungu, naye atawakaribia ninyi. Itakaseni mikono yenu ninyi wenye dhambi, na kuisafisha mioyo yenu ninyi wenye nia mbili. ⁹ Huzunikeni, ombolezeni na kulia. Kicheko chenu na kigeuzwe kuwa kuomboleza, na furaha yenu kuwa huzuni. ¹⁰ Jinyenyekezeni mbele za Bwana, naye atawainua.

Onyo Kuhusu Kuhukumu Wengine

¹¹ Ndugu, msineneane mabaya ninyi kwa ninyi. Mtu yeyote anayesema mabaya dhidi ya ndugu

yake au kumhukumu anasema dhidi ya sheria na kuihukumu. Unapoihukumu sheria, basi huishiki sheria bali umekuwa hakimu wa kuihukumu hiyo sheria. [12] Yuko Mtoa sheria mmoja tu na yeye peke yake ndiye Hakimu, ndiye awezaye kuokoa au kuangamiza. Lakini wewe ni nani hata umhukumu jirani yako?

Kujivuna Kwa Ajili Ya Kesho

[13] Basi sikilizeni ninyi msemao, "Leo au kesho tutakwenda katika mji huu ama ule tukae humo mwaka mmoja, tufanye biashara na kupata faida." [14] Lakini hamjui hata litakalotukia kesho. Maisha yenu ni nini? Ninyi ni ukungu ambao huonekana kwa kitambo kidogo kisha hutoweka. [15] Badala yake, inawapasa kusema, "Kama Bwana akipenda, tutaishi na kufanya hili ama lile." [16] Kama ilivyo sasa, mnajisifu na kujigamba. Kujisifu kwa namna hiyo ni uovu. [17] Basi mtu yeyote anayejua jema limpasalo kutenda, lakini asilitende, mtu huyo anatenda dhambi.

Onyo Kwa Matajiri

5 Basi sikilizeni, ninyi matajiri, lieni na kuomboleza kwa ajili ya hali mbaya sana inayowajia. [2] Utajiri wenu umeoza na mavazi yenu yameliwa na nondo. [3] Dhahabu yenu na fedha yenu vimeliwa na kutu. Kutu yake itashuhudia dhidi yenu nayo itaila miili yenu kama vile moto. Mmejiwekea hazina kwa ajili ya siku za mwisho. [4] Angalieni! Ule ujira wa vibarua waliolima mashamba yenu mliouzuia kwa hila unapiga kelele dhidi yenu na vilio vya wavunaji vimefika masikioni mwa Bwana Mwenye Nguvu Zote. [5] Mmeishi duniani kwa anasa na kwa starehe, mmejinenepesha tayari kwa siku ya kuchinjwa. [6] Mmewahukumu na kuwaua watu wenye haki, waliokuwa hawapingani nanyi.

Uvumilivu Katika Mateso

[7] Kwa hiyo, ndugu zangu, vumilieni hadi kuja kwake Bwana. Angalieni jinsi mkulima angojavyo ardhi itoe mavuno yake yaliyo ya thamani na jinsi anavyovumilia kwa ajili ya kupata mvua za kwanza na za mwisho. [8] Ninyi nanyi vumilieni, tena simameni imara, kwa sababu kuja kwa Bwana kumekaribia. [9] Ndugu zangu, msinung'unikiane msije mkahukumiwa. Hakimu amesimama mlangoni!

[10] Ndugu zangu, waangalieni manabii walionena kwa Jina la Bwana, ili kuwa mfano wa uvumilivu katika kukabiliana na mateso. [11] Kama mnavyojua, tunawahesabu kuwa wabarikiwa wale waliovumilia. Mmesikia habari za uvumilivu wake Ayubu na mmeona kile ambacho hatimaye Bwana alimtendea. Bwana ni mwingi wa huruma, na amejaa rehema.

[12] Zaidi ya yote, ndugu zangu, msiape, iwe kwa mbingu au kwa dunia, au kwa kitu kingine chochote. "Ndiyo" yenu na iwe ndiyo, na "Hapana" yenu iwe hapana, la sivyo mtahukumiwa.

Maombi Ya Imani

[13] Je, mtu yeyote miongoni mwenu amepatwa na taabu? Basi inampasa aombe. Je, kuna yeyote mwenye furaha? Basi na aimbe nyimbo za kusifu. [14] Je, kuna yeyote miongoni mwenu aliye mgonjwa? Basi inampasa awaite wazee wa kanisa wamwombee na kumpaka mafuta kwa Jina la Bwana. [15] Kule kuomba kwa imani kutamwokoa huyo mgonjwa, naye Bwana atamwinua na kama ametenda dhambi atasamehewa. [16] Kwa hiyo ungamianeni dhambi zenu ninyi kwa ninyi na kuombeana ili mpate kuponywa. Maombi ya mwenye haki yana nguvu tena yanafaa sana.

[17] Eliya alikuwa mwanadamu kama sisi. Akaomba kwa bidii kwamba mvua isinyeshe, nayo haikunyesha juu ya nchi kwa muda wa miaka mitatu na miezi sita. [18] Kisha akaomba tena, nazo mbingu zikatoa mvua nayo ardhi ikatoa mazao yake.

[19] Ndugu zangu, yeyote miongoni mwenu akipotoka na kuicha kweli, naye akarejezwa na mtu mwingine, [20] hamna budi kujua kwamba yeyote amrejezaye mwenye dhambi kutoka upotovu wake, ataiokoa roho ya huyo mwenye dhambi kutoka mauti na kusitiri wingi wa dhambi.

1 PETRO

Salamu

1 Petro, mtume wa Yesu Kristo:
Kwa wateule wa Mungu, wageni katika ulimwengu, waliotawanyika kote katika Ponto, Galatia, Kapadokia, Asia na Bithinia. [2] Ni ninyi ambao mlichaguliwa tangu mwanzo na Mungu Baba kulingana na alivyotangulia kuwajua, kupitia kwa kazi ya utakaso wa Roho, katika utiifu kwa Yesu Kristo na kunyunyiziwa damu yake:
Neema na amani ziwe kwenu kwa wingi.

Tumaini Lenye Uzima

[3] Ahimidiwe Mungu, Baba wa Bwana wetu Yesu Kristo! Kwa rehema zake kuu ametuzaa sisi mara ya pili katika tumaini lenye uzima kupitia kwa kufufuka kwa Yesu Kristo kutoka kwa wafu, [4] ili tuupate urithi usioharibika, usio na uchafu, ule usionyauka: uliotunzwa mbinguni kwa ajili yenu, [5] ninyi ambao mnalindwa na nguvu za Mungu kwa njia ya imani, hadi uje ule wokovu ulio tayari kufunuliwa nyakati za mwisho. [6] Katika hili mnafurahi sana, ingawa sasa kwa kitambo kidogo mmehuzunishwa kwa majaribu ya namna nyingi. [7] Haya yamewajia ili kwamba imani yenu, iliyo ya thamani kuliko dhahabu ipoteayo, ingawa hujaribiwa kwa moto, ionekane kuwa halisi na imalizie katika sifa, utukufu na heshima wakati Yesu Kristo atadhihirishwa. [8] Ingawa hamjamwona, mnampenda; tena ingawa sasa hammwoni, mnamwamini na kujawa na furaha isiyoneneka yenye utukufu usioelezeka. [9] Maana mnaupokea wokovu wa roho zenu, ambao ndio lengo la imani yenu.

[10] Kwa habari ya wokovu huu, wale manabii waliosema kuhusu neema ambayo ingewajia ninyi, walitafuta kwa bidii na kwa uangalifu mkubwa, [11] wakijaribu kujua ni wakati upi na katika mazingira gani ambayo Roho wa Kristo aliyekuwa ndani yao alionyesha, alipotabiri kuhusu mateso ya Kristo na utukufu ule ambao ungefuata. [12] Walidhihirishiwa kwamba walikuwa hawajihudumii wao wenyewe, bali waliwahudumia ninyi, waliponena kuhusu mambo hayo, ambayo sasa yamehubiriwa kwenu na wale waliowahubiria ninyi Injili kwa Roho Mtakatifu aliyetumwa kutoka mbinguni. Hata malaika wanatamani kuyafahamu mambo haya.

Mwito Wa Kuishi Maisha Matakatifu

[13] Kwa hiyo, tayarisheni nia zenu kwa kazi; mwe na kiasi, mkitumainia kikamilifu ile neema mtakayopewa Yesu Kristo atakapodhihirishwa. [14] Kama watoto watiifu, msifuate tamaa zenu mbaya wakati mlipoishi kwa ujinga. [15] Bali kama yeye aliyewaita alivyo mtakatifu, nanyi kuweni watakatifu katika mwenendo wenu wote. [16] Kwa maana imeandikwa: "Kuweni watakatifu, kwa kuwa mimi ni mtakatifu."

[17] Kwa sababu mnamwita Baba ahukumuye kila mtu kulingana na matendo yake pasipo upendeleo, enendeni kwa hofu ya kumcha Mungu wakati wenu wa kukaa hapa duniani kama wageni. [18] Kwa maana mnafahamu kwamba mlikombolewa kutoka mwenendo wenu usiofaa ambao mliurithi kutoka kwa baba zenu, si kwa vitu viharibikavyo kama fedha na dhahabu, [19] bali kwa damu ya thamani ya Kristo, yule Mwana-Kondoo asiye na dosari wala doa. [20] Yeye alichaguliwa kabla ya kuwekwa kwa misingi ya ulimwengu, lakini akadhihirishwa katika siku hizi za mwisho kwa ajili yenu. [21] Kupitia kwake mmemwamini Mungu, aliyemfufua kutoka kwa wafu na akampa utukufu, ili imani yenu na tumaini lenu ziwe kwa Mungu.

[22] Basi kwa kuwa mmejitakasa nafsi zenu kwa kuitii ile kweli hata mkawa na upendo wa ndugu usio na unafiki, basi pendaneni kwa dhati kutoka moyoni. [23] Kwa maana mmezaliwa upya, si kwa mbegu ile iharibikayo, bali kwa ile isiyoharibika, kupitia kwa neno la Mungu lililo hai na linalodumu milele. [24] Maana,

> "Wanadamu wote ni kama majani,
> nao utukufu wao ni kama maua
>   ya kondeni;
> majani hunyauka na maua huanguka,
> [25]   lakini neno la Bwana ladumu milele."

Hili ndilo neno lililohubiriwa kwenu.

Jiwe Lililo Hai Na Watu Waliochaguliwa

2 Kwa hiyo, wekeni mbali nanyi uovu wote na udanganyifu wote, unafiki, wivu na masingizio ya kila namna. [2] Kama watoto wachanga, waliozaliwa sasa, yatamanini maziwa ya kiroho yasiyochanganywa na kitu kingine chochote, ili kwa hayo mpate kukua katika wokovu, [3] ikiwa kweli mmeonja ya kwamba Bwana ni mwema. [4] Mnapokuja kwake, yeye aliye Jiwe lililo hai, lililokataliwa na wanadamu bali kwa Mungu ni teule na la thamani kwake, [5] ninyi nanyi, kama mawe yaliyo hai, mnajengwa kuwa nyumba ya kiroho, ili mpate kuwa ukuhani mtakatifu, mkitoa dhabihu za kiroho zinazokubaliwa na Mungu kwa njia ya Yesu Kristo. [6] Kwa maana imeandikwa katika Maandiko:

> "Tazama, naweka katika Sayuni,
> jiwe la pembeni teule lenye thamani,
> na yeyote atakayemwamini
> hataaibika kamwe."

[7] Kwenu ninyi mnaoamini, jiwe hili ni la thamani. Lakini kwao wasioamini,

> "Jiwe walilolikataa waashi
> limekuwa jiwe kuu la pembeni,"

[8] tena,

"Jiwe lenye kuwafanya watu wajikwae,
na mwamba wa kuwaangusha."

Wanajikwaa kwa sababu hawakulitii lile neno,
kama walivyowekewa tangu zamani.

[9] Lakini ninyi ni taifa teule, ukuhani wa kifa-
lme, taifa takatifu, watu walio milki ya Mungu,
mlioitwa ili kutangaza sifa zake yeye aliyewaita
kutoka gizani mkaingie katika nuru yake ya ajabu.
[10] Mwanzo ninyi mlikuwa si taifa, lakini sasa ninyi
ni taifa la Mungu. Mwanzo mlikuwa hamjapata
rehema, lakini sasa mmepata rehema.

[11] Wapenzi, ninawasihi, mkiwa kama wageni
na wapitaji hapa ulimwenguni, epukeni tamaa
mbaya za mwili ambazo hupigana vita na roho
zenu. [12] Kuweni na mwenendo mzuri mbele ya watu
wasiomjua Mungu, ili kama wanawasingizia kuwa
watenda mabaya, wayaone matendo yenu mema
nao wamtukuze Mungu siku atakapokuja kwetu.

Kuwatii Wenye Mamlaka

[13] Kwa ajili ya Bwana, tiini kila mamlaka iliyo-
wekwa na wanadamu: Kwa mfalme kwani ndiye
aliye na mamlaka ya juu zaidi, [14] au kwa maafisa
aliowaweka, kwa kuwa mfalme amewatuma ili
kuwaadhibu wale wanaokosa, na kuwapongeza
wale watendao mema. [15] Kwa maana ni mapenzi ya
Mungu kwamba kwa kutenda mema mnyamazishe
maneno ya kijinga ya watu wapumbavu. [16] Ishini
kama watu huru, lakini msitumie uhuru wenu
kama kisingizio cha kutenda uovu, bali ishini kama
watumishi wa Mungu. [17] Mheshimuni kila mtu
ipasavyo: Wapendeni jamaa ya ndugu waumini,
mcheni Mungu, mpeni heshima mfalme.

[18] Ninyi watumwa, watiini mabwana zenu kwa
heshima yote, si wale mabwana walio wema na
wapole peke yao, bali pia wale walio wakali. [19] Kwa
maana ni jambo la sifa kama mtu akivumilia ana-
poteswa kwa uonevu kwa ajili ya Mungu. [20] Kwani
ni faida gani kwa mtu kustahimili anapopigwa kwa
sababu ya makosa yake? Lakini kama mkiteswa
kwa sababu ya kutenda mema, nanyi mkastahimili,
hili ni jambo la kusifiwa mbele za Mungu.

Mfano Wa Mateso Ya Kristo

[21] Ninyi mliitwa kwa ajili ya haya, kwa sababu
Kristo naye aliteswa kwa ajili yenu, akiwaachia
kielelezo, ili mzifuate nyayo zake.

[22] "Yeye hakutenda dhambi,
wala hila haikuonekana kinywani
mwake."

[23] Yeye alipotukanwa, hakurudisha matukano;
alipoteswa, hakutishia, bali alijikabidhi kwa yeye
ahukumuye kwa haki. [24] Yeye mwenyewe alizichu-
kua dhambi zetu katika mwili wake juu ya mti,
ili tufe kwa mambo ya dhambi, bali tupate kuishi
katika haki. Kwa kupigwa kwake, ninyi mmepo-
nywa. [25] Kwa maana mlikuwa mmepotea kama
kondoo, lakini sasa mmerudi kwa Mchungaji na
Mwangalizi wa roho zenu.

Mafundisho Kwa Wake Na Waume

3 Kadhalika enyi wake, watiini waume zenu, ili
kama kunao wasioamini lile neno, wapate kuvu-
twa na mwenendo wa wake zao pasipo neno, [2] kwa
kuuona utakatifu na uchaji wa Mungu katika maisha
yenu. [3] Kujipamba kwenu kusiwe kwa nje tu, kama
vile kusuka nywele, kuvalia vitu vilivyofanyizwa
kwa dhahabu na kwa mavazi. [4] Badala yake, kujipa-
mba kwenu kuwe katika utu wenu wa moyoni, yaani
uzuri usioharibika wa roho ya upole na utulivu,
ambayo ni ya thamani sana machoni pa Mungu.
[5] Kwa kuwa hivi ndivyo walivyokuwa wakijipamba
wanawake watakatifu wa zamani, waliomtumaini
Mungu. Wao walikuwa ni watiifu kwa waume zao,
[6] kama Sara alivyomtii mumewe Abrahamu, hata
akamwita bwana. Ninyi ni watoto wa Sara kama
mkitenda yaliyo mema, bila kuogopa jambo lolote.

[7] Vivyo hivyo ninyi waume, kaeni na wake zenu
kwa akili, nanyi wapeni heshima mkitambua ya
kuwa wao ni wenzi walio dhaifu, na kama warithi
pamoja nanyi wa kipawa cha neema cha uzima, ili
kusiwepo na chochote cha kuzuia maombi yenu.

Kuteseka Kwa Kutenda Mema

[8] Hatimaye, ninyi nyote kuweni na nia moja,
wenye kuhurumiana, mkipendana kama ndugu,
na mwe wasikitivu na wanyenyekevu. [9] Msilipe
ovu kwa ovu, au jeuri kwa jeuri, bali barikini,
kwa maana hili ndilo mliloitiwa ili mpate kurithi
baraka. [10] Kwa maana,

"Yeyote apendaye uzima
    na kuona siku njema,
basi auzuie ulimi wake usinene mabaya,
    na midomo yake isiseme hila.
[11] Mtu huyo lazima aache uovu, akatende mema;
    lazima aitafute amani na kuifuatilia sana.
[12] Kwa maana macho ya Bwana
    huwaelekea wenye haki,
na masikio yake yako makini
    kusikiliza maombi yao.
Bali uso wa Bwana uko kinyume
    na watendao maovu."

Kuvumilia Mateso

[13] Basi, ni nani atakayewadhuru mkiwa wenye
juhudi katika kutenda mema? [14] Lakini mmeba-
rikiwa hata kama ikiwalazimu kuteseka kwa ajili
ya haki. "Msiogope vitisho vyao, wala msiwe na
wasiwasi." [15] Bali mtakaseni Kristo kuwa Bwana
mioyoni mwenu. Siku zote mwe tayari kumjibu
mtu yeyote atakayewauliza kuhusu sababu ya
tumaini lililomo ndani yenu. Lakini fanyeni hivyo
kwa upole na kwa heshima, [16] mkizitunza dhamiri
zenu ziwe safi, ili wale wasemao mabaya dhidi ya
mwenendo wenu mzuri katika Kristo waaibike kwa
ajili ya masingizio yao.

[17] Kwa maana ni afadhali kupata mateso kwa
ajili ya kutenda mema, kama kuteseka huko ndiyo
mapenzi ya Mungu, kuliko kuteseka kwa kutenda
maovu. [18] Kwa kuwa Kristo naye aliteswa mara moja
tu kwa ajili ya dhambi, mwenye haki kwa ajili ya
wasio haki, ili awalete ninyi kwa Mungu. Mwili

wake ukauawa, lakini akafanywa hai katika Roho. [19]Baada ya kufanywa hai, alikwenda na kuzihubiria roho zilizokuwa kifungoni: [20]roho hizo ambazo zamani hazikutii, wakati ule uvumilivu wa Mungu ulipokuwa ukingoja katika siku za Noa, wakati wa kujenga safina, ambamo watu wachache tu, yaani watu wanane, waliokolewa ili wasiangamie kwa gharika. [21]Nayo maji hayo ni kielelezo cha ubatizo ambao sasa unawaokoa ninyi pia: si kwa kuondoa uchafu kwenye mwili, bali kama ahadi ya dhamiri safi kwa Mungu, kwa njia ya ufufuo wa Yesu Kristo. [22]Yeye ameingia mbinguni na amekaa mkono wa kuume wa Mungu; nao malaika, mamlaka na nguvu zote wametiishwa chini yake.

Kuishi Kwa Ajili Ya Mungu

4 Kwa hiyo, kwa kuwa Kristo aliteswa katika mwili wake, ninyi nanyi jivikeni nia iyo hiyo kwa maana mtu aliyekwisha kuteswa katika mwili ameachana na dhambi. [2]Kwa hivyo, haishi maisha yake yaliyobaki ya kuishi hapa duniani kwa tamaa mbaya za wanadamu, bali anaishi kwa mapenzi ya Mungu. [3]Maana wakati uliopita mmekwisha kutumia muda wa kutosha katika maisha yenu mkifanya yale ambayo wapagani hupenda kutenda: wakiishi katika uasherati, tamaa mbaya, ulevi, karamu za ulafi, vileo, ngoma mbaya, na ibada chukizo za sanamu. [4]Wao hushangaa kwamba ninyi hamjiingizi pamoja nao katika huo wingi wa maisha ya ufisadi, nao huwatukana ninyi. [5]Lakini itawapasa wao kutoa hesabu mbele zake yeye aliye tayari kuwahukumu walio hai na waliokufa. [6]Kwa kuwa hii ndiyo sababu Injili ilihubiriwa hata kwa wale waliokufa, ili wahukumiwe sawasawa na wanadamu wengine katika mwili, lakini katika roho waishi kulingana na Mungu aishivyo. [7]Mwisho wa mambo yote umekaribia. Kwa hiyo kuweni na akili tulivu na kiasi, mkikesha katika kuomba. [8]Zaidi ya yote, dumuni katika upendo kwa maana upendo husitiri wingi wa dhambi. [9]Kuweni wakarimu kila mtu na mwenzake pasipo manung'uniko. [10]Kila mmoja na atumie kipawa chochote alichopewa kuwahudumia wengine, kama mawakili waaminifu wa neema mbalimbali za Mungu. [11]Yeyote asemaye hana budi kusema kama mtu asemaye maneno ya Mungu mwenyewe. Yeyote ahudumuye hana budi kuhudumu kwa nguvu zile anazopewa na Mungu, ili Mungu apate kutukuzwa katika mambo yote kwa njia ya Yesu Kristo. Utukufu na uweza una yeye milele na milele. Amen.

Kuteseka Kwa Kuwa Mkristo

[12]Wapenzi, msione ajabu kwa yale mateso yanayotukia miongoni mwenu, kana kwamba ni kitu kigeni kinachowapata. [13]Bali furahini kuwa mnashiriki katika mateso ya Kristo, ili mpate kufurahi zaidi wakati utukufu wake utakapofunuliwa. [14]Kama mkitukanwa kwa ajili ya jina la Kristo, mmebarikiwa, kwa sababu Roho wa utukufu na wa Mungu anakaa juu yenu. [15]Lakini asiwepo mtu yeyote miongoni mwenu anayeteswa kwa kuwa ni muuaji, au mwizi, au mhalifu wa aina yoyote, au anayejishughulisha na mambo ya watu wengine. [16]Lakini kama ukiteseka kwa kuwa Mkristo, usihesabu jambo hilo kuwa

ni aibu, bali mtukuze Mungu kwa sababu umeitwa kwa jina hilo. [17]Kwa maana wakati umewadia wa hukumu kuanzia katika nyumba ya Mungu. Basi kama ikianzia kwetu sisi, mwisho wa hao wasiotii Injili ya Mungu utakuwaje? [18]Basi,

"Ikiwa ni vigumu kwa mwenye haki kuokoka,
    itakuwaje kwa mtu asiyemcha Mungu
        na mwenye dhambi?"

[19]Kwa hiyo, wale wanaoteswa kulingana na mapenzi ya Mungu, wajikabidhi kwa Muumba wao aliye mwaminifu, huku wakizidi kutenda mema.

Kulichunga Kundi La Mungu

5 Kwa wazee waliomo miongoni mwenu, nawasihi mimi nikiwa mzee mwenzenu, shahidi wa mateso ya Kristo, na mshiriki katika utukufu utakaofunuliwa: [2]lichungeni kundi la Mungu mlilokabidhiwa, mkitumika kama waangalizi, si kwa kulazimishwa bali kwa hiari, kama Mungu anavyowataka mwe; si kwa tamaa ya fedha, bali mlio na bidii katika kutumika. [3]Msijifanye mabwana juu ya wale walio chini ya uangalizi wenu, bali kuweni vielelezo kwa hilo kundi. [4]Naye Mchungaji Mkuu atakapodhihirishwa, mtapokea taji ya utukufu isiyoharibika. [5]Vivyo hivyo, ninyi mlio vijana watiini wazee. Nanyi nyote imewapasa kujivika unyenyekevu kila mtu kwa mwenzake, kwa kuwa,

"Mungu huwapinga wenye kiburi,
    lakini huwapa wanyenyekevu neema."

[6]Basi, nyenyekeeni chini ya mkono wa Mungu ulio hodari, ili awakweze kwa wakati wake. [7]Mtwikeni yeye fadhaa zenu zote, kwa maana yeye hujishughulisha sana na mambo yenu. [8]Mwe na kiasi na kukesha, maana adui yenu ibilisi huzungukazunguka kama simba anguruamaye akitafuta mtu ili apate kummeza. [9]Mpingeni, mkiwa thabiti katika imani, mkijua ya kwamba mateso kama hayo yanawapata ndugu zenu pote duniani. [10]Nanyi mkiisha kuteswa kwa kitambo kidogo, Mungu wa neema yote, aliyewaita kuingia katika utukufu wake wa milele ndani ya Kristo, yeye mwenyewe atawarejesha na kuwatia nguvu, akiwaimarisha na kuwathibitisha. [11]Uweza una yeye milele na milele. Amen.

Salamu Za Mwisho

[12]Kwa msaada wa Silvano,[a] ambaye ninamhesabu kuwa ndugu mwaminifu, nimewaandikia waraka huu mfupi ili kuwatia moyo, na kushuhudia kwamba hii ni neema halisi ya Mungu. Simameni imara katika neema hiyo. [13]Kanisa lililoko Babeli, lililochaguliwa pamoja nanyi, wanawasalimu; vivyo hivyo mwanangu Marko anawasalimu. [14]Salimianeni kwa busu la upendo.

Amani iwe nanyi nyote mlio katika Kristo.

----

[a]12 Yaani Sila.

2 PETRO

1 Simoni Petro, mtumishi na mtume wa Yesu Kristo:

Kwa wale ambao kwa njia ya haki ya Mungu na Mwokozi wetu Yesu Kristo mmepokea imani iliyo na thamani kama yetu:

[2] Neema na amani iwe kwenu kwa wingi katika kumjua Mungu na Yesu Bwana wetu.

Wito Wa Mkristo Na Uteule

[3] Uweza wake wa uungu umetupatia mambo yote tunayohitaji kwa ajili ya uzima na uchaji wa Mungu, kwa kumjua yeye aliyetuita kwa utukufu wake na wema wake mwenyewe. [4] Kwa sababu hiyo, ametukirimia ahadi zake kuu na za thamani kupitia mambo haya, ili kupitia hayo mpate kuwa washiriki wa asili ya uungu, na kuokoka kutoka upotovu ulioko duniani unaosababishwa na tamaa mbaya.

[5] Kwa sababu hii hasa, jitahidini sana katika imani yenu kuongeza wema; na katika wema, maarifa; [6] katika maarifa, kiasi; katika kiasi, saburi; katika saburi, utauwa;[7] [7] katika utauwa, upendano wa ndugu; na katika upendano wa ndugu, upendo. [8] Kwa maana haya yakiwa ndani yenu kwa wingi na kuzidi kuongezeka, yanawasaidia msikose bidii wala kutozaa matunda katika kumjua Bwana wetu Yesu Kristo. [9] Lakini mtu yeyote asipokuwa na mambo haya haoni mbali, na ni kipofu, naye amesahau kule kutakaswa kutoka dhambi zake za zamani.

[10] Kwa hiyo, ndugu zangu, fanyeni bidii zaidi kuuthibitisha wito wenu na uteule wenu. Kwa maana mkifanya hivyo, hamtajikwaa kamwe, [11] na mtajaliwa kwa ukarimu mwingi kuingia katika ufalme wa milele wa Bwana na Mwokozi wetu Yesu Kristo.

Unabii Wa Maandiko

[12] Hivyo nitawakumbusha mambo haya siku zote, hata ingawa mnayajua na mmethibitishwa katika kweli mliyo nayo. [13] Naona ni vyema kuwakumbusha mambo haya wakati wote niwapo katika hema hili ambalo ni mwili wangu, [14] kwa sababu najua ya kwamba hivi karibuni nitaliweka kando, kama vile Bwana wetu Yesu Kristo alivyoliweka wazi kwangu. [15] Nami nitafanya kila juhudi kuona kwamba baada ya kuondoka kwangu mtaweza kuyakumbuka mambo haya siku zote.

[16] Tulipowafahamisha juu ya uweza na kuja kwa Bwana wetu Yesu Kristo, hatukufuata hadithi zilizotungwa kwa werevu, bali tulishuhudia kwa macho yetu ukuu wake. [17] Alipewa heshima na utukufu kutoka kwa Mungu Baba, sauti ilipomjia katika Utukufu Mkuu, ikisema, "Huyu ni Mwanangu mpendwa. Ninapendezwa naye sana." [18] Sisi wenyewe tuliisikia sauti hii ambayo ilitoka mbinguni, wakati tulipokuwa pamoja naye kwenye ule mlima mtakatifu.

[19] Nasi tunalo pia neno la hakika zaidi la unabii, ambalo mtafanya vyema mkiliangalia kwa bidii, kama vile nuru inavyong'aa gizani, hadi kupambazuka na nyota ya asubuhi izuke mioyoni mwenu. [20] Zaidi ya yote, yawapasa mjue kwamba hakuna unabii katika Maandiko uliofasiriwa kama alivyopenda nabii mwenyewe. [21] Kwa maana unabii haukuja kamwe kwa mapenzi ya mwanadamu, bali watu walinena yaliyotoka kwa Mungu wakiongozwa na Roho Mtakatifu.

Walimu Wa Uongo Na Uangamivu Wao

2 Lakini pia waliinuka manabii wa uongo miongoni mwa watu, kama vile watakavyokuwako walimu wa uongo miongoni mwenu. Wataingiza mafundisho yasiyopatana na kweli kwa siri, hata kumkana Bwana wa pekee aliyewanunua, na hivyo kujiletea wenyewe maangamizi ya haraka. [2] Hata hivyo, wengi watafuata njia zao za ufisadi, na kwa ajili yao njia ya kweli itatukanwa. [3] Kwa kutaka tamaa zao mbaya, walimu hawa watajipatia faida kwenu kwa hadithi walizotunga wenyewe. Lakini hukumu imekwisha kutangazwa dhidi yao tangu zamani, wala uangamivu wao haujalala usingizi.

[4] Kwa maana, kama Mungu hakuwasamehe malaika walipotenda dhambi, bali aliwatupa kuzimu[b] katika vifungo vya giza wakae humo mpaka ije hukumu; [5] kama hakuusamehe ulimwengu wa kale alipoleta gharika juu ya watu wale wasiomcha Mungu, bali akamhifadhi Noa, mhubiri wa haki, pamoja na watu wengine saba; [6] kama aliihukumu miji ya Sodoma na Gomora kwa kuiteketeza kwa moto ikawa majivu, na kuifanya kuwa kielelezo kwa yale yatakayowapata wale wasiomcha Mungu; [7] na kama alimwokoa Loti, mtu mwenye haki, ambaye alihuzunishwa na maisha machafu ya watu wapotovu [8] (kwa sababu kwa matendo mapotovu aliyoyaona na kuyasikia huyo mtu mwenye haki alipoishi miongoni mwao yalimhuzunisha siku baada ya siku): [9] ikiwa hivyo ndivyo, basi Bwana anajua jinsi ya kuwaokoa wamchao Mungu kutoka majaribu, na kuwaweka waasi katika adhabu hadi siku ya hukumu. [10] Hii ni hakika hasa kwa wale wanaofuata tamaa mbaya za mwili na kudharau mamlaka.

Kwa ushupavu na kwa kiburi, watu hawa hawaogopi kunena mabaya dhidi ya viumbe vya mbinguni. [11] Lakini hata malaika, ingawa wana nguvu na uweza zaidi, hawaleti mashtaka mabaya dhidi ya viumbe kama hao mbele za Bwana. [12] Lakini watu hawa hukufuru katika mambo wasiyoyafahamu. Wao ni kama wanyama wasio na akili, viumbe wanaotawaliwa na hisia za mwili,

---

waliozaliwa ili wakamatwe na kuchinjwa. Hawa nao kama wanyama wataangamizwa pia. [13] Watalipwa madhara kwa ajili ya madhara waliyowatendea wengine. Huhesabu kuwa ni fahari kufanya karamu za ulevi na ulafi mchana peupe. Wao ni mawaa na dosari, wakijifurahisha katika anasa zao wanaposhiriki katika karamu zenu. [14] Wakiwa na macho yaliyojaa uzinzi, kamwe hawaachi kutenda dhambi. Huwashawishi wale wasio imara. Wao ni hodari kwa kutamani; ni wana wa laana! [15] Wameiacha njia iliyonyooka, wakapotoka na kuifuata njia ya Balaamu mwana wa Beori aliyependa mshahara wa uovu. [16] Lakini kwa ajili ya uovu wake, alikemewa na punda, mnyama asiyejua kusema, akaongea akitumia sauti ya mwanadamu na kuzuia wazimu wa huyo nabii. [17] Watu hawa ni chemchemi zisizo na maji, na ukungu upeperushwao na tufani. Giza nene limewekwa tayari kwa ajili yao. [18] Kwa maana wao hunena maneno makuu mno ya kiburi cha bure, na kwa kuvutia tamaa mbaya za asili ya mwili, huwashawishi watu ambao ndipo tu wamejiondoa miongoni mwa wale wanaoishi katika ufisadi. [19] Huwaahidi uhuru hao waliowanasa, wakati wao wenyewe ni watumwa wa ufisadi: kwa maana mtu ni mtumwa wa kitu chochote kinachomtawala. [20] Kama wameukimbia upotovu wa dunia kwa kumjua Bwana wetu na Mwokozi Yesu Kristo, kisha wakanaswa tena humo na kushindwa, hali yao ya mwisho ni mbaya zaidi kuliko ile ya kwanza. [21] Ingelikuwa afadhali kwao kama wasingeliijua kamwe njia ya haki, kuliko kuijua kisha wakaiacha ile amri takatifu waliyokabidhiwa. [22] Imetukia kwao sawasawa na ile mithali ya kweli isemayo: "Mbwa huyarudia matapiko yake mwenyewe," tena, "Nguruwe aliyeoshwa hurudi kugaagaa matopeni."

Ahadi Ya Kuja Kwa Bwana

3 Wapenzi, huu ndio waraka wangu wa pili ninaowaandikia. Katika nyaraka hizi mbili ninajaribu kuziamsha nia zenu safi kwa mawazo makamilifu. [2] Nataka ninyi mkumbuke maneno yaliyosemwa zamani na manabii watakatifu na ile amri ya Bwana na Mwokozi mliyopewa kupitia kwa mitume wenu. [3] Kwanza kabisa, ni lazima mfahamu ya kwamba siku za mwisho watakuja watu wenye dhihaka, wakidhihaki na kuzifuata tamaa zao mbaya. [4] Watasema, "Iko wapi ile ahadi ya kuja kwake? Tangu baba zetu walipofariki, kila kitu kinaendelea kama kilivyokuwa tangu mwanzo wa kuumbwa." [5] Lakini wao kwa makusudi hupuuza ukweli huu, ya kwamba kwa neno la Mungu mbingu zilikuwepo tangu zamani, nayo dunia ilifanyizwa kutoka ndani ya maji na kwa maji. [6] Ulimwengu wa wakati ule uligharikishwa kwa hayo maji na kuangamizwa. [7] Lakini kwa neno lilo hilo, mbingu za sasa na dunia zimewekwa akiba kwa ajili ya moto, zikihifadhiwa hadi siku ile ya hukumu na ya kuangamizwa kwa watu wasiomcha Mungu.

[8] Lakini wapenzi, msisahau neno hili: kwamba kwa Bwana, siku moja ni kama miaka elfu, na miaka elfu ni kama siku moja. [9] Bwana hakawii kuitimiza ahadi yake, kama watu wengine wanavyokudhani kukawia. Badala yake, yeye anawavumilia ninyi, maana hataki mtu yeyote aangamie, bali kila mtu afikilie toba. [10] Lakini siku ya Bwana itakuja kama mwizi. Ndipo mbingu zitatoweka kwa kishindo kikuu; navyo vitu vya asili vitateketezwa kwa moto, nayo dunia na kila kitu kilichomo ndani yake kitaunguzwa.

[11] Kwa kuwa vitu vyote vitaharibiwa namna hii, je, ninyi imewapasa kuwa watu wa namna gani? Inawapasa kuishi maisha matakatifu na ya kumcha Mungu, [12] mkingojea na kuhimiza kuja kwa hiyo siku ya Mungu. Siku hiyo italeta mbingu kuchomwa moto na kuteketea, na vitu vya asili vitayeyuka kwa moto. [13] Lakini kufuatana na ahadi yake, sisi tunatazamia mbingu mpya na dunia mpya, ambayo haki hukaa ndani yake.

[14] Kwa sababu hii, wapenzi, kwa kuwa mnatazamia mambo haya, fanyeni bidii ili awakute katika amani, bila mawaa wala dosari. [15] Hesabuni uvumilivu wa Bwana kuwa ni wokovu, kama vile ndugu yetu mpenzi Paulo alivyowaandikia kwa hekima ile aliyopewa na Mungu. [16] Huandika vivyo hivyo katika nyaraka zake zote, akizungumzia ndani yake mambo haya. Katika nyaraka zake kuna mambo mengine ambayo ni vigumu kuyaelewa, ambayo watu wajinga na wasio thabiti huyapotosha kwa maangamizi yao wenyewe, kama wapotoshavyo pia Maandiko mengine.

[17] Basi, ninyi wapenzi, kwa kuwa mmekwisha kujua mambo haya, jilindeni msije mkachukuliwa na kosa la watu hao waasi na kuanguka kutoka kwenye uthabiti wenu. [18] Bali kueni katika neema na katika kumjua Bwana na Mwokozi wetu Yesu Kristo. Utukufu una yeye sasa na milele! Amen.

1 YOHANA

Neno La Uzima

1 Tunawajulisha lile lililokuwepo tangu mwanzo, lile tulilosikia, ambalo tumeliona kwa macho yetu, ambalo tumelitazama na kuligusa kwa mikono yetu, kuhusu Neno la uzima. [2] Uzima huo ulidhihirishwa; nasi tumeuona na kuushuhudia, nasi twawatangazia uzima wa milele, ambao ulikuwa pamoja na Baba, nao ukadhihirishwa kwetu. [3] Twawatangazia lile tuliloliona na kulisikia, ili nanyi mwe na ushirika nasi. Na ushirika wetu hasa ni pamoja na Baba na Mwanawe, Yesu Kristo. [4] Tunaandika mambo haya ili furaha yetu ipate kuwa timilifu.

Kutembea Nuruni

[5] Huu ndio ujumbe tuliosikia kutoka kwake na kuwatangazia ninyi: kwamba Mungu ni nuru na ndani yake hamna giza lolote. [6] Kama tukisema kwamba twashirikiana naye huku tukienda gizani, twasema uongo, wala hatutendi lililo kweli. [7] Lakini tukienda nuruni, kama yeye alivyo nuruni, twashirikiana sisi kwa sisi na damu yake Yesu, Mwana wake, yatusafisha dhambi yote. [8] Kama tukisema kwamba hatuna dhambi, twajidanganya wenyewe wala kweli haimo ndani yetu. [9] Kama tukiziungama dhambi zetu, yeye ni mwaminifu na wa haki, atatusamehe dhambi zetu na kutusafisha kutoka kwenye udhalimu wote. [10] Kama tukisema hatukutenda dhambi, twamfanya yeye kuwa mwongo na neno lake halimo ndani yetu.

Kristo Mwombezi Wetu

2 Watoto wangu wapendwa, nawaandikia haya ili msitende dhambi. Lakini kama mtu yeyote akitenda dhambi, tunaye Mwombezi kwa Baba: ndiye Yesu Kristo, Mwenye Haki. [2] Yeye ndiye dhabihu ya upatanisho kwa ajili ya dhambi zetu, wala si kwa ajili ya dhambi zetu tu, bali pia kwa ajili ya dhambi za ulimwengu wote. [3] Basi katika hili twajua ya kuwa tumemjua, tukizishika amri zake. [4] Mtu yeyote asemaye kuwa, "Ninamjua," lakini hazishiki amri zake, ni mwongo, wala ndani ya mtu huyo hamna kweli. [5] Lakini mtu yeyote anayelitii neno lake, upendo wa Mungu umekamilika ndani yake kweli kweli. Katika hili twajua kuwa tumo ndani yake. [6] Yeyote anayesema anakaa ndani yake hana budi kuenenda kama Yesu alivyoenenda.

Amri Mpya

[7] Wapendwa, siwaandikii ninyi amri mpya bali ile ya zamani, ambayo mmekuwa nayo tangu mwanzo. Amri hii ya zamani ni lile neno mlilosikia. [8] Lakini nawaandikia amri mpya, yaani, lile neno lililo kweli ndani yake na ndani yenu, kwa sababu giza linapita na ile nuru ya kweli tayari inang'aa.

[9] Yeyote anayesema yumo nuruni lakini anamchukia ndugu yake bado yuko gizani. [10] Yeye ampendaye ndugu yake anakaa nuruni, wala hakuna kitu chochote ndani yake cha kumkwaza. [11] Lakini yeyote amchukiaye ndugu yake, yuko gizani na anaenenda gizani, wala hajui anakokwenda, kwa sababu giza limempofusha macho.

[12] Nawaandikia ninyi, watoto wadogo,
    kwa sababu dhambi zenu
    zimesamehewa kwa ajili ya Jina lake.
[13] Nawaandikia ninyi, akina baba,
    kwa sababu mmemjua
    yeye aliye tangu mwanzo.
Nawaandikia ninyi vijana
    kwa sababu mmemshinda yule mwovu.
Nawaandikia ninyi watoto wadogo,
    kwa sababu mmemjua Baba.
[14] Nawaandikia ninyi akina baba,
    kwa sababu mmemjua
    yeye aliye tangu mwanzo.
Nawaandikia ninyi vijana,
    kwa sababu mna nguvu,
    na neno la Mungu linakaa ndani yenu,
    nanyi mmemshinda yule mwovu.

Msiupende Ulimwengu

[15] Msiupende ulimwengu wala mambo yaliyo ulimwenguni. Kama mtu yeyote akiupenda ulimwengu, upendo wa Baba haumo ndani yake. [16] Kwa maana kila kitu kilichomo ulimwenguni, yaani tamaa ya mwili, tamaa ya macho na kiburi cha uzima, havitokani na Baba bali hutokana na ulimwengu. [17] Nao ulimwengu unapita, pamoja na tamaa zake, bali yeye afanyaye mapenzi ya Mungu adumu milele.

Onyo Dhidi Ya Wapinga Kristo

[18] Watoto wadogo, huu ni wakati wa mwisho! Kama mlivyosikia kwamba mpinga Kristo anakuja, hivyo basi wapinga Kristo wengi wamekwisha kuja. Kutokana na hili twajua kwamba huu ni wakati wa mwisho. [19] Walitoka kwetu, lakini hawakuwa wa kwetu hasa. Kwa maana kama wangelikuwa wa kwetu, wangelikaa pamoja nasi, lakini kutoka kwao kulionyesha kwamba hakuna hata mmoja wao aliyekuwa wa kwetu.

[20] Lakini ninyi mmetiwa mafuta na yeye Aliye Mtakatifu, nanyi nyote mnaijua kweli. [21] Siwaandikii kwa sababu hamuijui kweli, bali kwa sababu mnaijua, nanyi mnajua hakuna uongo utokao katika kweli. [22] Je, mwongo ni nani? Mwongo ni mtu yule asemaye kwamba Yesu si Kristo. Mtu wa namna hiyo ndiye mpinga Kristo, yaani, yeye humkana Baba na Mwana. [23] Hakuna yeyote amkanaye Mwana aliye na Baba. Yeyote anayemkubali Mwana anaye na Baba pia. [24] Hakikisheni kwamba lile mlilosikia tangu

mwanzo linakaa ndani yenu. Kama lile mlilosikia tangu mwanzo linakaa ndani yenu, ninyi nanyi mtakaa ndani ya Mwana na ndani ya Baba. ²⁵ Hii ndiyo ahadi yake kwetu, yaani, uzima wa milele. ²⁶ Nawaandikia mambo haya kuhusu wale watu ambao wanajaribu kuwapotosha. ²⁷ Nanyi, upako mlioupata kutoka kwake unakaa ndani yenu, wala ninyi hamna haja ya mtu yeyote kuwafundisha. Lakini kama vile upako wake unavyowafundisha kuhusu mambo yote nayo ni kweli wala si uongo, basi kama ulivyowafundisha kaeni ndani yake.

Watoto Wa Mungu

²⁸ Sasa basi, watoto wapendwa, kaeni ndani yake, ili atakapofunuliwa, tuwe na ujasiri, wala tusiaibike mbele zake wakati wa kuja kwake.

²⁹ Kama mkijua kuwa yeye ni mwenye haki, mwajua kwamba kila atendaye haki amezaliwa naye.

3 Tazameni ni pendo kuu namna gani alilotupa Baba, kwamba sisi tuitwe wana wa Mungu! Na ndivyo tulivyo. Kwa sababu hii ulimwengu haututambui, kwa kuwa haukumtambua yeye. ² Wapendwa, sasa tu wana wa Mungu, lakini bado haijadhihirika tutakavyokuwa, lakini twajua ya kwamba yeye atakapodhihirishwa, tutafanana naye, kwa maana tutamwona kama alivyo. ³ Kila mmoja mwenye matumaini haya ndani yake hujitakasa, kama vile yeye alivyo mtakatifu. ⁴ Kila mtu atendaye dhambi afanya uasi, kwa kuwa dhambi ni uasi. ⁵ Lakini mwajua ya kuwa yeye alidhihirishwa ili aziondoe dhambi, wala ndani yake hamna dhambi. ⁶ Kila mtu akaaye ndani yake hatendi dhambi. Kila mtu atendaye dhambi hakumwona yeye wala hakumtambua. ⁷ Watoto wapendwa, mtu yeyote asiwadanganye. Kila mtu atendaye haki ana haki, kama yeye alivyo na haki. ⁸ Yeye atendaye dhambi ni wa ibilisi, kwa sababu ibilisi amekuwa akitenda dhambi tangu mwanzo. Kwa kusudi hili Mwana wa Mungu alidhihirishwa, ili aziangamize kazi za ibilisi. ⁹ Yeyote aliyezaliwa na Mungu hatendi dhambi, kwa sababu uzao wa Mungu wakaa ndani yake, wala hawezi kutenda dhambi kwa sababu amezaliwa na Mungu. ¹⁰ Kwa jinsi hii tunaweza kujua dhahiri watoto wa Mungu na pia watoto wa ibilisi. Yeyote asiyetenda haki hatokani na Mungu, wala yeye asiyempenda ndugu yake.

Mpendane Ninyi Kwa Ninyi

¹¹ Hili ndilo neno mlilolisikia tangu mwanzo: Kwamba imetupasa tupendane sisi kwa sisi. ¹² Msiwe kama Kaini aliyekuwa wa yule mwovu akamuua ndugu yake. Basi kwa nini alimuua? Ni kwa sababu matendo yake Kaini yalikuwa mabaya na ya ndugu yake yalikuwa ya haki. ¹³ Ndugu zangu, ninyi msistaajabu kama ulimwengu ukiwachukia. ¹⁴ Sisi tunajua ya kwamba tumepita mautini kuingia uzimani, kwa sababu tunawapenda ndugu. Kila asiyempenda ndugu yake akaa mautini. ¹⁵ Yeyote amchukiaye ndugu yake ni muuaji, nanyi mwajua ya kwamba muuaji hana uzima wa milele ndani yake. ¹⁶ Kwa namna hii twaweza kulijua pendo la Mungu: Kwa sababu Yesu Kristo aliutoa uhai wake kwa ajili yetu. Nasi imetupasa kuutoa uhai kwa ajili ya hao ndugu. ¹⁷ Ikiwa mtu anavyo vitu vya ulimwengu huu na akamwona ndugu yake ni mhitaji lakini asimhurumie, upendo wa Mungu wakaaje ndani ya mtu huyo? ¹⁸ Watoto wapendwa, tusipende kwa maneno au kwa ulimi bali kwa tendo na kweli. ¹⁹ Basi hivi ndivyo tutakavyoweza kujua ya kuwa sisi tu wa kweli na hivyo twaithibitisha mioyo yetu mbele za Mungu ²⁰ kila mara mioyo yetu inapotuhukumu. Kwa maana Mungu ni mkuu kuliko mioyo yetu, naye anajua kila kitu. ²¹ Wapendwa, kama mioyo yetu haituhukumu, tunao ujasiri mbele za Mungu, ²² lolote tuombalo, twalipokea kutoka kwake, kwa sababu tumezitii amri zake na kutenda yale yanayompendeza. ²³ Hii ndiyo amri yake: kwamba tuliamini Jina la Mwanawe, Yesu Kristo, na kupendana sisi kwa sisi kama yeye alivyotuamuru. ²⁴ Wale wote wanaozishika amri zake hukaa ndani yake na yeye ndani yao. Hivi ndivyo tunavyojua kwamba anakaa ndani yetu. Nasi twajua hili kwa njia ya Roho yule aliyetupa.

Zijaribuni Hizo Roho

4 Wapendwa, msiamini kila roho, bali zijaribuni hizo roho mwone kama zimetoka kwa Mungu, kwa sababu manabii wengi wa uongo wametokea ulimwenguni. ² Hivi ndivyo mnavyoweza kutambua Roho wa Mungu: Kila roho inayokubali kwamba Yesu Kristo amekuja katika mwili yatoka kwa Mungu. ³ Lakini kila roho ambayo haimkubali Yesu haitoki kwa Mungu. Hii ndiyo roho ya mpinga Kristo, ambayo mmesikia kwamba inakuja na sasa tayari iko ulimwenguni. ⁴ Watoto wapendwa, ninyi mmetokana na Mungu, nanyi mmewashinda na kwa sababu yeye aliye ndani yenu ni mkuu kuliko yeye aliye katika ulimwengu. ⁵ Wao wanatokana na ulimwengu na kwa hiyo hunena yaliyo ya ulimwengu, hivyo ulimwengu huwasikiliza. ⁶ Sisi twatokana na Mungu na yeyote anayemjua Mungu hutusikiliza, lakini asiyetokana na Mungu hatusikilizi. Hivi ndivyo tunavyoweza kutambua Roho wa Kweli na roho ya upotovu.

Mungu Ni Pendo

⁷ Wapendwa, tupendane, kwa kuwa pendo latoka kwa Mungu. Kila apendaye amezaliwa na Mungu, naye anamjua Mungu. ⁸ Yeye asiyependa hamjui Mungu, kwa sababu Mungu ni pendo. ⁹ Hivi ndivyo Mungu alivyoonyesha pendo lake kwetu: Mungu alimtuma Mwanawe wa pekee ulimwenguni, ili tupate uzima kupitia kwake. ¹⁰ Hili ndilo pendo: si kwamba tulimpenda Mungu, bali yeye alitupenda, akamtuma Mwanawe, ili yeye awe dhabihu ya upatanisho kwa ajili ya dhambi zetu. ¹¹ Marafiki wapendwa, kama Mungu alivyotupenda sisi, imetupasa na sisi kupendana. ¹² Hakuna mtu yeyote aliyemwona Mungu wakati wowote. Lakini tukipendana, Mungu anakaa ndani yetu, na pendo lake limekamilika ndani yetu. ¹³ Tunajua kwamba twakaa ndani yake na yeye ndani yetu, kwa sababu ametupa sisi sehemu ya Roho wake. ¹⁴ Nasi tumeona na kushuhudia kwamba Baba amemtuma Mwanawe ili awe Mwokozi wa ulimwengu. ¹⁵ Kila akiriye kwamba Yesu ni

Mwana wa Mungu, basi Mungu hukaa ndani yake, naye ndani ya Mungu. [16] Hivyo nasi twajua na kulitumainia pendo la Mungu alilo nalo kwa ajili yetu. Mungu ni Upendo. Kila akaaye katika upendo hukaa ndani ya Mungu na Mungu hukaa ndani yake. [17] Kwa njia hii, pendo hukamilishwa miongoni mwetu ili tupate kuwa na ujasiri katika siku ya hukumu, kwa sababu kama alivyo ndivyo tulivyo sisi katika ulimwengu huu. [18] Katika pendo hakuna hofu. Lakini pendo lililo kamili huitupa nje hofu, kwa sababu hofu inahusika na adhabu. Kila mwenye hofu hakukamilika katika pendo. [19] Twampenda yeye kwa sababu yeye alitupenda kwanza. [20] Ikiwa mtu atasema, "Nampenda Mungu," lakini anamchukia ndugu yake, yeye ni mwongo. Kwa maana kila mtu asiyempenda ndugu yake ambaye anamwona, atampendaje Mungu asiyemuona? [21] Naye ametupa amri hii: Yeyote anayempenda Mungu lazima pia ampende ndugu yake.

Imani Katika Mwana Wa Mungu Huushinda Ulimwengu

5 Kila mtu anayeamini kwamba Yesu ndiye Kristo amezaliwa na Mungu, na yeyote ampendaye Baba humpenda pia mtoto aliyezaliwa naye. [2] Hivi ndivyo tunavyojua kwamba tunawapenda watoto wa Mungu, kwa kumpenda Mungu na kuzitii amri zake. [3] Huku ndiko kumpenda Mungu, yaani, kuzitii amri zake. Nazo amri zake si nzito. [4] Kwa maana kila aliyezaliwa na Mungu huushinda ulimwengu. Huku ndiko kushinda kuushindako ulimwengu, yaani, hiyo imani yetu. [5] Ni nani yule aushindaye ulimwengu? Ni yule tu aaminiye kwamba Yesu ni Mwana wa Mungu.

Ushuhuda Kuhusu Mwana Wa Mungu

[6] Huyu ndiye alikuja kwa maji na damu, yaani, Yesu Kristo. Hakuja kwa maji peke yake, bali kwa maji na damu. Naye Roho ndiye ashuhudiaye, kwa sababu Roho ndiye kweli. [7] Kwa maana wako watatu washuhudiao[mbinguni: hao ni Baba, Neno na Roho Mtakatifu. Hawa watatu ni umoja. [8] Pia wako mashahidi watatu duniani]: Roho, Maji na Damu; hawa watatu wanakubaliana katika umoja. [9] Kama tunaukubali ushuhuda wa wanadamu, basi ushuhuda wa Mungu ni mkuu zaidi, kwa kuwa huu ndio ushuhuda wa Mungu kwamba amemshuhudia Mwanawe. [10] Kila mtu amwaminiye Mwana wa Mungu anao huu ushuhuda moyoni mwake. Kila mtu asiyemwamini Mungu amemfanya yeye kuwa mwongo, kwa sababu hakuamini ushuhuda Mungu alioutoa kuhusu Mwanawe. [11] Huu ndio ushuhuda: kwamba Mungu ametupa uzima wa milele, nao huo uzima umo katika Mwanawe. [12] Aliye naye Mwana wa Mungu anao uzima, yeye asiye na Mwana wa Mungu hana uzima.

Maneno Ya Mwisho

[13] Nawaandikia mambo haya ninyi mnaoliamini Jina la Mwana wa Mungu ili mpate kujua ya kuwa mnao uzima wa milele. [14] Huu ndio ujasiri tulio nao tunapomkaribia Mungu, kwamba kama tukiomba kitu sawasawa na mapenzi yake, atusikia. [15] Nasi kama tunajua atusikia, lolote tuombalo, tunajua ya kwamba tumekwisha kupata zile haja tulizomwomba. [16] Kama mtu akimwona ndugu yake akitenda dhambi isiyo ya mauti, inampasa aombe, naye Mungu atampa uzima mtu huyo. Ninamaanisha wale ambao dhambi yao si ya mauti. Iko dhambi ya mauti, sisemi kwamba utaomba kwa ajili ya hiyo. [17] Jambo lolote lisilo la haki ni dhambi, lakini iko dhambi isiyo ya mauti. [18] Tunajua ya kuwa yeye aliyezaliwa na Mungu hatendi dhambi, bali aliyezaliwa na Mungu hujilinda, wala yule mwovu hawezi kumdhuru. [19] Sisi twajua kuwa tu watoto wa Mungu na ya kwamba ulimwengu wote uko chini na utawala wa yule mwovu. [20] Nasi pia twajua ya kwamba Mwana wa Mungu amekuja, naye ametupa sisi ufahamu ili tupate kumjua yeye aliye Kweli. Nasi tumo ndani yake yeye aliye Kweli, yaani, ndani ya Yesu Kristo Mwanawe. Yeye ndiye Mungu wa kweli na uzima wa milele.

[21] Watoto wapendwa, jilindeni nafsi zenu kutokana na sanamu. Amen.

2 YOHANA

¹ Mzee:

Kwa bibi mteule na watoto wake, niwapendao katika kweli, wala si mimi tu, bali na wale wote waijuayo kweli: ² kwa sababu ya ile kweli ikaayo ndani yetu na ambayo itaendelea kukaa nasi milele:

³ Neema, rehema na amani itokayo kwa Mungu Baba na kwa Yesu Kristo, Mwanawe Baba, itakuwa pamoja nasi katika kweli na upendo.

Kweli Na Upendo

⁴ Imenipa furaha kuu kuona baadhi ya watoto wako wanaenenda katika kweli, kama vile Baba alivyotuagiza. ⁵ Sasa, bibi mpendwa, si kwamba ninakuandikia amri mpya, bali ile tuliyokuwa nayo tangu mwanzo.Tupendane kila mmoja na mwenzake. ⁶ Hili ndilo pendo, kwamba tuenende sawasawa na amri zake. Hii ndiyo amri yake kama vile mlivyosikia tangu mwanzo, kwamba mwenende katika upendo.

⁷ Wadanganyifu wengi, wasiokubali kwamba Yesu Kristo amekuja katika mwili, wametokea ulimwenguni. Mtu wa namna hiyo ni mdanganyifu na mpinga Kristo. ⁸ Jihadharini msije mkapoteza kile mlichokitenda, bali mpate kupewa thawabu kamilifu. ⁹ Mtu yeyote asiyedumu katika mafundisho ya Kristo, bali akayaacha, yeye hana Mungu. Yeyote anayedumu katika mafundisho ana Baba na Mwana pia. ¹⁰ Msimpokee mtu yeyote anayewajia ambaye hawaletei mafundisho haya, wala msimkaribishe nyumbani mwenu. ¹¹ Yeyote amkaribishaye mtu wa namna hiyo anashiriki katika matendo maovu ya mtu huyo.

Salamu Za Mwisho

¹² Ninayo mengi ya kuwaandikia, lakini sitaki kutumia karatasi na wino. Badala yake, nataraji kuja kwenu na kuongea nanyi ana kwa ana, ili furaha yetu ipate kuwa timilifu.

¹³ Watoto wa dada yako mteule wanakusalimu. Amen.

3 YOHANA

¹ Mzee:

Kwa Gayo rafiki yangu, nimpendaye katika kweli.

Gayo Anasifiwa Kwa Ajili Ya Ukarimu Wake

² Mpendwa, naomba ufanikiwe katika mambo yote na kuwa na afya njema kama vile roho yako ifanikiwavyo. ³ Ilinifurahisha sana baadhi ya ndugu walipokuja na kutueleza juu ya uaminifu wako katika kweli na jinsi unavyoendelea kuenenda katika hiyo kweli. ⁴ Sina furaha kubwa kuliko hii, kusikia kwamba watoto wangu wanaenenda katika kweli. ⁵ Rafiki mpendwa, wewe ni mwaminifu kwa yale unayowatendea ndugu, ingawa wao ni wageni kwako. ⁶ Wameshuhudia kuhusu upendo wako mbele ya kanisa. Utafanya vyema ukiwasafirisha kama inavyostahili kwa Mungu. ⁷ Ilikuwa ni kwa ajili ya hilo Jina waliondoka, bila kukubali kupokea msaada wowote kutoka kwa watu wasioamini. ⁸ Kwa hiyo imetupasa sisi kuonyesha ukarimu kwa watu kama hao ili tuweze kutenda kazi pamoja kwa ajili ya kweli.

Deotrefe

⁹ Nililiandikia kanisa, lakini Deotrefe, yeye apendaye kujifanya wa kwanza, hakubali mamlaka yetu. ¹⁰ Hivyo kama nikija, nitakumbuka matendo yake atendayo, akitusingizia kwa maneno ya hila. Wala hatosheki na hayo anayotusingizia, bali pia hukataa kuwakaribisha ndugu, na hata huwazuia wale walio tayari kufanya hivyo na kuwafukuza watoke kanisani.

Demetrio

¹¹ Rafiki mpendwa, usiige lile lililo baya bali lile lililo jema. Yeyote atendaye mema atoka kwa Mungu, bali atendaye mabaya hajamwona Mungu. ¹² Kila mtu ameshuhudia mema kuhusu Demetrio, vivyo hivyo hata na hiyo kweli yenyewe. Sisi pia twashuhudia mema juu yake, nanyi mwajua kwamba ushuhuda wetu ni kweli.

Salamu Za Mwisho

¹³ Ninayo mambo mengi ya kukuandikia, lakini sipendi kuandika kwa kalamu na wino. ¹⁴ Badala yake, nataraji kukuona upesi, nasi tutaongea pamoja ana kwa ana.

Amani iwe kwako. Rafiki zetu walioko hapa wanakusalimu. Wasalimu hao rafiki zetu walioko huko, kila mmoja kwa jina lake.

YUDA

Salamu

Salamu

[1] Yuda, mtumwa wa Yesu Kristo na nduguye
Yakobo:

Kwa wale walioitwa, wapendwa katika Mungu
Baba na kuhifadhiwa salama ndani ya Yesu Kristo:

[2] Rehema, amani na upendo viwe kwenu kwa
wingi.

Dhambi Na Hukumu Ya Watu Wasiomcha Mungu

[3] Wapendwa, ingawa nilikuwa ninatamani sana
kuwaandikia kuhusu wokovu ambao tunaushi-
riki sisi sote, niliona imenipasa kuwaandikia na
kuwasihi kwamba mwitetee imani iliyokabidhiwa
watakatifu kwa nafasi moja itoshayo. [4] Kwa kuwa
kuna watu waliojipenyeza kwa siri katikati yenu,
watu walioandikiwa tangu zamani hukumu hii,
waovu, wapotoshao neema ya Mungu wetu kuwa
ufisadi wakimkana yeye aliye Bwana wetu wa
pekee, Bwana Yesu Kristo.

Hukumu Kwa Walimu Wa Uongo

[5] Ingawa mmekwisha kujua haya yote, nataka
niwakumbushe kuwa Bwana akiisha kuwaokoa
watu wake kutoka nchi ya Misri, baadaye aliwaa-
ngamiza wale ambao hawakuamini. [6] Nao malaika
ambao hawakulinda nafasi zao, lakini wakayaacha
makao yao, hawa amewaweka katika giza, wakiwa
wamefungwa kwa minyororo ya milele kwa ajili
ya hukumu Siku ile kuu. [7] Vivyo hivyo, Sodoma
na Gomora na pia ile miji iliyokuwa kandokando,
ambayo kwa jinsi moja na hao, walijifurahisha kwa
uasherati na kufuata tamaa za mwili zisizo za asili,
waliwekwa wawe mfano kwa kuadhibiwa katika
moto wa milele.

[8] Vivyo hivyo, hawa waotao ndoto huutia mwili
unajisi, hukataa kuwa chini ya mamlaka na kunena
mabaya juu ya wenye mamlaka. [9] Lakini hata
malaika mkuu Mikaeli alipokuwa anashindana
na ibilisi juu ya mwili wa Mose, hakuthubutu
kumlaumu, bali alimwambia, "Bwana na akuke-
mee!" [10] Lakini watu hawa hunena mabaya dhidi
ya mambo wasiyoyafahamu. Na katika mambo
yale wanayoyafahamu kwa hisia kama wanyama
wasio na akili, hayo ndiyo hasa yanayowaharibu.
[11] Ole wao! Kwa kuwa wanaifuata njia ya Kaini,
wamekimbilia faida katika kosa la Balaamu na
kuangamia katika uasi wa Kora.

[12] Watu hawa ni dosari katika karamu zenu za
upendo, wakila pamoja nanyi bila hofu, wakijilisha
pasipo hofu. Wao ni mawingu yasiyokuwa na maji,
yakichukuliwa na upepo, miti isiyo na matunda
wakati wa mapukutiko, ambayo hunyauka, iliyo-
kufa mara mbili na kung'olewa kabisa. [13] Wao ni
mawimbi makali ya bahari, yakitoa povu la aibu
yao wenyewe, ni nyota zipoteazo, ambao weusi wa
giza ndio akiba waliowekewa milele.

[14] Enoki, mtu wa saba kuanzia Adamu alitoa
unabii kuhusu watu hawa, akisema: "Tazama,
Bwana anakuja pamoja na maelfu kwa maelfu ya
watakatifu wake, [15] ili kumhukumu kila mmoja na
kuwapatiliza wote wasiomcha Mungu kwa mate-
ndo yao yote ya uasi waliyoyatenda, pamoja na
maneno yote ya kuchukiza ambayo wenye dhambi
wamesema dhidi yake." [16] Watu hawa ni wenye
kunung'unika na wenye kutafuta makosa; wao
hufuata tamaa zao mbaya, hujisifu kwa maneno
makuu kuhusu wao wenyewe na kuwasifu mno
watu wenye vyeo kwa ajili ya kujipatia faida.

Maonyo Na Mausia

[17] Lakini ninyi wapenzi, kumbukeni yale mitume
wa Bwana Yesu Kristo waliyonena zamani. [18] Kwa
kuwa waliwaambia, "Siku za mwisho kutakuwa na
watu wenye kudhihaki, watakaofuata tamaa zao
wenyewe za upotovu." [19] Hawa ndio watu wanao-
wagawa ninyi, wafuatao tamaa zao za asili, wala
hawana Roho.

[20] Lakini ninyi wapendwa, jijengeni katika imani
yenu iliyo takatifu sana tena ombeni katika Roho
Mtakatifu. [21] Jilindeni katika upendo wa Mungu
mkitazamia kwa furaha rehema ya Bwana wetu
Yesu Kristo ili awalete katika uzima wa milele.
[22] Wahurumieni walio na mashaka; [23] wengine
waokoeni kwa kuwanyakua kutoka kwenye moto;
nao wengine wahurumieni mkiwa na hofu, mki-
chukia hata vazi lenye mawaa na kutiwa unajisi
na mwili.

Dua Ya Kutakia Heri

[24] Kwake yeye awezaye kuwalinda ninyi msia-
nguke na kuwaleta mbele za utukufu wake
mkuu bila dosari na kwa furaha ipitayo kiasi:
[25] kwake yeye Mungu pekee Mwokozi wetu, kwa
Yesu Kristo Bwana wetu, utukufu, ukuu, uweza
na mamlaka ni vyake tangu milele, sasa na hata
milele! Amen.

UFUNUO

Utangulizi Na Salamu

1 Ufunuo wa Yesu Kristo aliopewa na Mungu ili awaonyeshe watumishi wake mambo ambayo ni lazima yatukie hivi karibuni. Alijulisha mambo haya kwa kumtuma malaika wake kwa Yohana mtumishi wake, [2] ambaye anashuhudia kuhusu kila kitu alichokiona, yaani, Neno la Mungu na ushuhuda wa Yesu Kristo. [3] Amebarikiwa yeye asomaye maneno ya unabii huu, na wamebarikiwa wale wanaoyasikia na kuyatia moyoni yale yaliyoandikwa humo, kwa sababu wakati umekaribia.

Salamu Kwa Makanisa Saba

[4] Yohana, kwa makanisa saba yaliyoko Asia:

Neema na amani iwe kwenu kutoka kwake aliyeko, aliyekuwako na atakayekuja, na kutoka kwa wale roho saba walioko mbele ya kiti chake cha enzi, [5] na kutoka kwa Yesu Kristo ambaye ni yule shahidi mwaminifu, mzaliwa wa kwanza kutoka kwa wafu, mtawala wa wafalme wa dunia.

Kwake yeye anayetupenda na ambaye ametuweka huru kutoka dhambi zetu kwa damu yake, [6] akatufanya sisi kuwa ufalme na makuhani, tumtumikie Mungu wake ambaye ni Baba yake. Utukufu na uwezo ni vyake milele na milele! Amen.

[7] Tazama! Anakuja na mawingu,
na kila jicho litamwona,
hata wale waliomchoma;
na makabila yote duniani
yataomboleza kwa sababu yake.
Naam, ndivyo itakavyokuwa! Amen.

[8] "Mimi ni Alfa na Omega," asema Bwana Mungu, "aliyeko, aliyekuwako na atakayekuja, Mwenyezi."

Maono Ya Kristo

[9] Mimi, Yohana, ndugu yenu ninayeshiriki pamoja nanyi mateso katika Yesu na katika ufalme na uvumilivu katika saburi, nilikuwa katika kisiwa cha Patmo kwa ajili ya neno la Mungu na ushuhuda wa Yesu. [10] Katika siku ya Bwana, nilikuwa katika Roho na nikasikia sauti kubwa kama ya baragumu nyuma yangu [11] ikisema, "Andika kwenye kitabu haya yote unayoyaona, kisha uyapeleke kwa makanisa saba, yaani: Efeso, Smirna, Pergamo, Thiatira, Sardi, Filadelfia na Laodikia."

[12] Ndipo nikageuka ili nione ni sauti ya nani iliyokuwa ikisema nami. Nami nilipogeuka, nikaona vinara saba vya taa vya dhahabu, [13] na katikati ya vile vinara vya taa, alikuwamo mtu kama Mwana wa Adamu, akiwa amevaa joho refu, na mkanda wa dhahabu ukiwa umefungwa kifuani mwake. [14] Kichwa chake na nywele zake zilikuwa nyeupe kama sufu, nyeupe kama theluji, nayo macho yake yalikuwa kama mwali wa moto. [15] Nyayo zake zilikuwa kama shaba inayong'aa, katika tanuru ya moto, nayo sauti yake ilikuwa kama mugurumo ya maji mengi. [16] Katika mkono wake wa kuume alishika nyota saba, na kinywani mwake ulitoka upanga mkali wenye makali kuwili. Uso wake ulikuwa kama jua liking'aa kwa nguvu zake zote.

[17] Nilipomwona, nilianguka miguuni pake kama aliyekufa. Ndipo akauweka mkono wake wa kuume juu yangu na kusema: "Usiogope, Mimi ndiye wa Kwanza na wa Mwisho. [18] Mimi ni Yeye Aliye Hai, niliyekuwa nimekufa, na tazama, ni hai milele na milele! Nami ninazo funguo za mauti na kuzimu.[a]

[19] "Basi andika mambo uliyoyaona, yaliyopo na yale yatakayotukia baada ya haya. [20] Kuhusu siri ya zile nyota saba ulizoziona katika mkono wangu wa kuume na vile vinara saba vya taa vya dhahabu ni hii: Zile nyota saba ni malaika wa yale makanisa saba, navyo vile vinara saba ni hayo makanisa saba.

Kwa Kanisa Lililoko Efeso

2 "Kwa malaika wa kanisa lililoko Efeso andika:

"Haya ndiyo maneno ya yule aliyezishika zile nyota saba katika mkono wake wa kuume na ambaye hutembea kati ya vile vinara saba vya taa vya dhahabu. [2] Nayajua matendo yako, bidii yako na saburi yako. Najua kuwa huwezi kuvumiliana na watu waovu na ya kwamba umewajaribu wale wanaojifanya kuwa mitume na kumbe sio, nawe umewatambua kuwa ni waongo. [3] Umevumilia na kustahimili taabu kwa ajili ya Jina langu, wala hukuchoka. [4] "Lakini nina neno dhidi yako: Umeuacha upendo wako wa kwanza. [5] Kumbuka basi ni wapi ulikoangukia! Tubu na ukafanye matendo yale ya kwanza. Kama usipotubu, nitakuja kwako na kukiondoa kinara chako cha taa kutoka mahali pake. [6] Lakini una jambo hili kwa upande wako: Unayachukia matendo ya Wanikolai, ambayo nami pia nayachukia.

[7] "Yeye aliye na sikio na asikie yale ambayo Roho ayaambia makanisa. Yeye ashindaye, nitampa haki ya kula matunda toka kwa mti wa uzima, ambao uko katika paradiso[b] ya Mungu.

Kwa Kanisa Lililoko Smirna

[8] "Kwa malaika wa kanisa lililoko Smirna andika:

"Haya ndiyo maneno yake yeye aliye wa Kwanza na wa Mwisho, aliyekufa kisha akafufuka. [9] Naijua dhiki yako na umaskini wako, lakini wewe ni tajiri! Nayajua masingizio ya

---

[a]18 Kuzimu linalotokana na neno Hades la Kiyunani au Sheol kwa Kiebrania; maana yake ni mahali pa mateso kwa watu waliopotea.
[b]7 Paradiso hapa ina maana ya Bustani, yaani shamba dogo la miti izaayo matunda.

wale wasemao kuwa ni Wayahudi lakini sio, bali wao ni sinagogi la Shetani. [10] Usiogope mateso yatakayokupata. Nakuambia ibilisi atawatia baadhi yenu gerezani ili kuwajaribu, nanyi mtapata dhiki kwa muda wa siku kumi. Uwe mwaminifu hata kufa, nami nitakupa taji ya uzima. [11] "Yeye aliye na sikio na asikie yale ambayo Roho ayaambia makanisa. Yeye ashindaye hatadhuriwa kamwe na mauti ya pili.

Kwa Kanisa Lililoko Pergamo

[12] "Kwa malaika wa Kanisa lililoko Pergamo andika:

"Haya ndiyo maneno yake yeye aliye na upanga mkali wenye makali kuwili. [13] Ninajua unakoishi, ni kule ambako Shetani ana kiti chake cha enzi. Lakini umelishika Jina langu. Wala hukuikana imani yako kwangu hata katika siku za shahidi wangu mwaminifu Antipa, ambaye aliuawa katika mji mkuu wenu, ambako ndiko anakoishi Shetani. [14] "Hata hivyo, nina mambo machache dhidi yako: Unao watu wafuatao mafundisho ya Balaamu, yule aliyemfundisha Balaki kuwashawishi Waisraeli watende dhambi kwa kula vitu vilivyotolewa kafara kwa sanamu na kufanya uasherati. [15] Vivyo hivyo unao wale wayashikayo mafundisho ya Wanikolai. [16] Basi tubu! Ama sivyo, nitakuja kwako upesi na kupigana na watu hao kwa upanga wa kinywa changu.

[17] "Yeye aliye na sikio na asikie yale ambayo Roho ayaambia makanisa. Yeye ashindaye nitampa baadhi ya ile mana iliyofichwa. Nitampa pia jiwe jeupe ambalo juu yake limeandikwa jina jipya asilolijua mtu, isipokuwa yule anayelipokea.

Kwa Kanisa Lililoko Thiatira

[18] "Kwa malaika wa kanisa lililoko Thiatira andika:

"Haya ndiyo maneno ya Mwana wa Mungu, ambaye macho yake ni kama mwali wa moto na ambaye miguu yake ni kama shaba iliyosuguliwa sana. [19] Nayajua matendo yako, upendo wako na imani yako, huduma na saburi yako na kwamba matendo yako ya sasa yamezidi yale ya kwanza. [20] "Hata hivyo, nina neno dhidi yako: Unamvumilia yule mwanamke Yezebeli ambaye anajiita nabii, lakini anawafundisha na kuwapotosha watumishi wangu ili wafanye uasherati na kula vyakula vilivyotolewa kafara kwa sanamu. [21] Nimempa muda ili atubu kwa ajili ya uasherati wake, lakini hataki. [22] Kwa hiyo nitamtupa kwenye kitanda cha mateso, na nitawafanya hao wanaozini naye kupata mateso makali wasipotubia njia zake. [23] Nami nitawaua watoto wake. Nayo makanisa yote yatajua kwamba Mimi ndiye nichunguzaye mioyo na

nia, na kwamba nitamlipa kila mmoja wenu kwa kadiri ya matendo yake. [24] Basi nawaambia ninyi wengine mlioko Thiatira, ninyi ambao hamyafuati mafundisho ya Yezebeli, wala hamkujifunza hayo yanayoitwa mambo ya ndani sana ya Shetani (sitaweka mzigo mwingine wowote juu yenu): [25] Lakini shikeni sana mlicho nacho, mpaka nitakapokuja. [26] "Atakayeshinda na kutenda mapenzi yangu mpaka mwisho, nitampa mamlaka juu ya mataifa:

[27] " 'Atawatawala kwa fimbo ya chuma, atawavunja vipande vipande kama chombo cha udongo':

kama vile mimi nilivyopokea mamlaka kutoka kwa Baba yangu. [28] Nami nitampa pia ile nyota ya asubuhi. [29] Yeye aliye na sikio na asikie yale ambayo Roho ayaambia makanisa.

Kwa Kanisa Lililoko Sardi

3 "Kwa malaika wa kanisa lililoko Sardi andika:

"Haya ndiyo maneno ya aliye na zile Roho saba[a] za Mungu na zile nyota saba. Nayajua matendo yako, kwamba una sifa ya kuwa hai, lakini umekufa. [2] Amka! Nawe uyaimarishe yale yaliyosalia na yaliyo karibu kufa, kwa maana sikuona kwamba kazi zako zimekamilika machoni pa Mungu wangu. [3] Kumbuka basi yale uliyoyapokea na kuyasikia, yatii na ukatubu. Lakini usipoamka, nitakuja kama mwizi wala hutajua saa nitakayokuja kwako. [4] "Lakini bado una watu wachache katika Sardi ambao hawajayachafua mavazi yao. Wao wataenda pamoja nami, wakiwa wamevaa mavazi meupe, kwa maana wanastahili. [5] Yeye ashindaye atavikwa vazi jeupe kama wao. Sitafuta jina lake kutoka kitabu cha uzima, bali nitalikiri jina lake mbele za Baba yangu na mbele za malaika wake. [6] Yeye aliye na sikio na asikie yale ambayo Roho ayaambia makanisa.

Kwa Kanisa Lililoko Filadelfia

[7] "Kwa malaika wa kanisa lililoko Filadelfia andika:

"Haya ndiyo maneno yake yeye aliye mtakatifu na wa kweli, yeye aliye na ufunguo wa Daudi. Anachokifungua hakuna awezaye kukifunga, wala anachokifunga hakuna awezaye kukifungua. [8] Nayajua matendo yako. Tazama, nimeweka mbele yako mlango uliofunguliwa, wala hakuna awezaye kuufunga. Ninajua kwamba una nguvu kidogo lakini umelishika neno langu wala hukulikana Jina langu. [9] Nitawafanya wale wa sinagogi la Shetani, wale ambao husema kuwa ni Wayahudi lakini sio, bali ni waongo,

---

[a]1 Roho saba za Mungu hapa inamaanisha Roho wa Mungu katika ukamilifu wa utendaji wake.

nitawafanya waje wapige magoti miguuni pako, na wakiri ya kwamba nimekupenda. [10] Kwa kuwa umeshika amri yangu ya kuvumilia katika saburi, nitakulinda katika saa ya kujaribiwa inayokuja ulimwenguni pote, ili kuwajaribu wote wakaao duniani. [11] "Ninakuja upesi. Shika sana ulicho nacho, ili mtu asije akaichukua taji yako. [12] Yeye ashindaye nitamfanya kuwa nguzo katika hekalu la Mungu wangu, wala hatatoka humo kamwe. Nitaandika juu yake Jina la Mungu wangu na jina la mji mkubwa wa Mungu wangu, Yerusalemu mpya, ambao unashuka kutoka mbinguni kwa Mungu wangu. Nami pia nitaandika juu yake Jina langu jipya. [13] Yeye aliye na sikio na asikie yale ambayo Roho ayaambia makanisa.

Kwa Kanisa Lililoko Laodikia

[14] "Kwa malaika wa kanisa lililoko Laodikia andika:

"Haya ndiyo maneno yake yeye aliye Amen, shahidi mwaminifu na wa kweli, mtawala wa uumbaji wote wa Mungu. [15] Nayajua matendo yako, ya kwamba wewe si baridi wala si moto. Afadhali ungelikuwa moja au lingine. [16] Hivyo kwa kuwa u vuguvugu, si baridi wala moto, nitakutapika utoke kinywani mwangu. [17] Kwa maana unasema: 'Mimi ni tajiri, nimejilimbikizia mali, wala sihitaji kitu chochote.' Lakini hutambui ya kwamba wewe ni mnyonge, wa kuhurumiwa, maskini, kipofu, tena uliye uchi. [18] Nakushauri ununue kutoka kwangu dhahabu iliyosafishwa kwa moto, ili upate kuwa tajiri, na mavazi meupe ili uyavae upate kuficha aibu ya uchi wako, na mafuta ya kupaka macho yako ili upate kuona. [19] "Wale niwapendao, ninawakemea na kuwaadibisha. Hivyo uwe na bidii ukatubu. [20] Tazama! Nasimama mlangoni nabisha. Kama mtu yeyote akisikia sauti yangu na kufungua mlango, nitaingia ndani na kula pamoja naye, naye pamoja nami. [21] "Yeye ashindaye nitampa haki ya kuketi pamoja nami kwenye kiti changu cha enzi, kama vile mimi nilivyoshinda na nikaketi pamoja na Baba yangu kwenye kiti chake cha enzi. [22] Yeye aliye na sikio na asikie yale ambayo Roho ayaambia makanisa."

Kiti Cha Enzi Kilichoko Mbinguni

4 Baada ya mambo hayo nilitazama, nami nikaona mbele yangu mlango uliokuwa wazi mbinguni. Nayo ile sauti niliyokuwa nimeisikia hapo mwanzo ikisema nami kama tarumbeta ikasema, "Njoo, huku, nami nitakuonyesha yale ambayo hayana budi kutokea baada ya haya." [2] Ghafula nilikuwa katika Roho, na hapo mbele yangu kilikuwepo kiti cha enzi mbinguni, kikiwa kimekaliwa na mtu. [3] Aliyekuwa amekikalia alikuwa anaonekana kama yaspi na akiki. Kukizunguka kile kiti cha enzi palikuwa na upinde wa mvua ulioonekana kama zumaridi.

[4] Kukizunguka hicho kiti cha enzi palikuwa na viti vingine vya enzi ishirini na vinne, na juu ya hivyo viti walikuwa wameketi wazee ishirini na wanne. Walivaa mavazi meupe, na walikuwa na taji za dhahabu vichwani mwao. [5] Kwenye kile kiti cha enzi palikuwa panatoka miali ya umeme wa radi, ngurumo na sauti za radi. Mbele ya kiti cha enzi, taa saba zilikuwa zinawaka. Hizi ndizo roho saba[a] za Mungu. [6] Pia mbele ya kiti cha enzi palikuwa na kile kilichoonekana kama bahari ya kioo, iliyokuwa angavu kama bilauri.

Katikati, kukizunguka kile kiti cha enzi, kulikuwa na viumbe wanne wenye uhai, wakiwa wamejawa na macho mbele na nyuma. [7] Kiumbe wa kwanza mwenye uhai alikuwa kama simba, wa pili alikuwa kama ng'ombe dume, wa tatu alikuwa na uso kama wa mwanadamu, na wa nne alikuwa kama tai anayeruka. [8] Kila mmoja wa hawa viumbe wanne wenye uhai alikuwa na mabawa sita, na kujawa na macho pande zote hadi chini ya mabawa. Usiku na mchana hawaachi kusema:

"Mtakatifu, Mtakatifu, Mtakatifu,
ni BWANA Mungu Mwenyezi,
aliyekuwako, aliyeko na atakayekuja."

[9] Kila mara viumbe hao wanne wenye uhai wanapomtukuza, kumheshimu na kumshukuru yeye aketiye kwenye kile kiti cha enzi, tena aishiye milele na milele, [10] wale wazee ishirini na wanne huanguka mbele zake aketiye kwenye kiti cha enzi na kumwabudu yeye aliye hai milele na milele. Huziweka taji zao mbele ya kiti cha enzi, wakisema:

[11] "Bwana wetu na Mungu wetu,
wewe unastahili kupokea utukufu
na heshima na uweza,
kwa maana ndiwe uliyeviumba vitu vyote,
na kwa mapenzi yako viliumbwa
na vimekuwako."

Kitabu Na Mwana-Kondoo

5 Kisha nikaona katika mkono wake wa kuume wa yule aliyeketi kwenye kile kiti cha enzi, kitabu kilichoandikwa ndani na upande wa nje, kikiwa kimefungwa kwa lakiri saba. [2] Nami nikamwona malaika mwenye nguvu akitangaza kwa sauti kuu, akisema, "Ni nani anayestahili kuzivunja hizo lakiri na kukifungua kitabu?" [3] Lakini hapakuwa na yeyote mbinguni wala duniani au chini ya dunia aliyeweza kukifungua hicho kitabu wala hata kutazama ndani yake. [4] Nikalia sana sana kwa sababu hakuonekana yeyote anayestahili kukifungua hicho kitabu wala kutazama ndani yake. [5] Kisha, mmoja wa wale wazee akaniambia, "Usilie! Tazama, Simba wa kabila ya Yuda, wa Uzao wa Daudi, ameshinda. Yeye ndiye anayeweza kukifungua hicho kitabu na kuvunja hizo lakiri zake saba."

[6] Ndipo nikaona katikati ya kile kiti cha enzi na wale viumbe wenye uhai wanne na miongoni

---

[a]5 Roho saba za Mungu hapa inamaanisha Roho wa Mungu katika ukamilifu wa utendaji wake.

mwa wale wazee, Mwana-Kondoo amesimama, akiwa kama amechinjwa. Alikuwa na pembe saba na macho saba, ambazo ndizo zile Roho saba[a] za Mungu zilizotumwa duniani pote. [7] Huyo Mwana-Kondoo akaja na kukitwaa kile kitabu kutoka kwenye mkono wa kuume wa yule aliyeketi kwenye kile kiti cha enzi. [8] Alipokwisha kukitwaa kile kitabu, wale viumbe wenye uhai wanne pamoja na wale wazee ishirini na wanne wakaanguka mbele ya yule Mwana-Kondoo. Kila mmoja wao alikuwa na kinubi, nao walikuwa wameshika mabakuli ya dhahabu yaliyojaa uvumba, ambayo ni maombi ya watakatifu. [9] Nao wakaimba wimbo mpya, wakisema:

"Wewe unastahili kukitwaa kitabu
na kuzivunja lakiri zake,
kwa sababu ulichinjwa
na kwa damu yako ukamnunulia
Mungu watu
kutoka kila kabila, kila lugha,
kila jamaa na kila taifa.
[10] Wewe umewafanya hawa wawe ufalme
na makuhani
wa kumtumikia Mungu wetu,
nao watatawala duniani."

[11] Kisha nikatazama, nikasikia sauti za malaika wengi wakiwa wamekizunguka kile kiti cha enzi, pamoja na wale viumbe wenye uhai wanne na wale wazee ishirini na wanne. Idadi yao ilikuwa kumi elfu mara kumi elfu na maelfu ya maelfu. [12] Nao waliimba kwa sauti kuu, wakisema:

"Anastahili Mwana-Kondoo, yeye
aliyechinjwa,
kupokea uweza na utajiri na hekima
na nguvu
na heshima na utukufu na sifa!"

[13] Kisha nikasikia kila kiumbe mbinguni na duniani, chini ya nchi na baharini na vyote vilivyomo ndani yake vikiimba:

"Sifa na heshima na utukufu na uweza
ni vyake yeye aketiye juu ya hicho kiti
cha enzi
na kwa Mwana-Kondoo,
milele na milele!"

[14] Wale viumbe wenye uhai wanne wakasema, "Amen!" Nao wale wazee ishirini na wanne wakaanguka kifudifudi wakaabudu.

Mwana-Kondoo Avunja Lakiri Saba

6 Kisha nikaangalia wakati Mwana-Kondoo akivunja ile lakiri ya kwanza miongoni mwa zile saba. Ndipo nikasikia mmoja wa wale viumbe wanne wenye uhai akisema kwa sauti kama ya radi: "Njoo!" [2] Nikatazama, na hapo mbele yangu alikuwepo farasi mweupe! Yeye aliyempanda alikuwa na upinde, naye akapewa taji, akampanda akatoka akiwa kama mshindi aelekeaye katika kushinda.

[3] Alipoivunja ile lakiri ya pili, nikamsikia yule kiumbe wa pili mwenye uhai akisema, "Njoo!" [4] Ndipo akatokea farasi mwingine mwekundu sana. Yeye aliyempanda akapewa uwezo wa kuondoa amani duniani na kuwafanya watu wauane. Yeye akapewa upanga mkubwa.

[5] Mwana-kondoo alipoivunja ile lakiri ya tatu, nikamsikia yule kiumbe wa tatu mwenye uhai akisema, "Njoo!" Nikatazama, na mbele yangu alikuwepo farasi mweusi! Yeye aliyempanda alikuwa na mizani mkononi mwake. [6] Ndipo nikasikia kile kilichokuwa kama sauti katikati ya wale viumbe wanne wenye uhai ikisema, "Kipimo kimoja[b] cha ngano kwa mshahara wa kibarua wa siku moja,[c] na vipimo vitatu vya shayiri kwa mshahara wa kibarua cha siku moja. Lakini usiharibu mafuta wala divai!"

[7] Alipovunja ile lakiri ya nne, nikasikia sauti ya yule kiumbe wa nne mwenye uhai ikisema, "Njoo!" [8] Nikatazama, na hapo mbele yangu alikuwepo farasi mwenye rangi ya kijivujivu! Yeye aliyempanda aliitwa Mauti, naye Kuzimu[d] alikuwa akimfuata nyuma yake kwa karibu. Wakapewa mamlaka juu ya robo ya dunia, kuua kwa upanga, njaa, tauni na kwa wanyama wakali wa dunia.

[9] Mwana-kondoo alipoivunja ile lakiri ya tano, nikaona chini ya madhabahu, roho za wale waliochinjwa kwa ajili ya neno la Mungu na kwa ajili ya ushuhuda walioutunza. [10] Wakalia kwa sauti kuu, wakisema, "Hata lini, Ee Bwana Mwenyezi, uliye mtakatifu na mwaminifu, hutawahukumu na kulipiza kisasi juu ya watu waishio duniani kwa ajili ya damu yetu?" [11] Kisha kila mmoja wao akapewa joho jeupe na wakaambiwa wangoje kwa muda kidogo zaidi, mpaka idadi ya ndugu zao na watumishi wenzao watakaouawa kama wao walivyouawa, itakapotimia.

[12] Nikatazama akiivunja ile lakiri ya sita. Pakatokea tetemeko kuu la nchi, na jua likawa jeusi kama nguo ya gunia iliyotengenezwa kwa singa za mbuzi, na mwezi wote ukawa mwekundu kama damu. [13] Nyota zilizo angani zikaanguka ardhini kama vile matunda ya mtini yasiyokomaa yaangukavyo wakati mti wake unapotikiswa na upepo mkali. [14] Anga ikatoweka kama vile karatasi isokotwayo, na kila mlima na kila kisiwa kikaondolewa mahali pake. [15] Ndipo wafalme wa dunia, wakuu wote, majemadari, matajiri, wenye nguvu na kila mtu, mtumwa na mtu huru, wakajificha katika mapango na kwenye miamba ya milima. [16] Wakaita milima na miamba wakisema, "Tuangukieni, mkatufiche na uso wake yeye aketiye kwenye kiti cha enzi, na mkatuepushe na ghadhabu ya Mwana-Kondoo! [17] Kwa maana siku ile kuu ya ghadhabu yao imewadia. Je, ni nani awezaye kustahimili?"

---

[a]6 Roho saba za Mungu hapa inamaanisha Roho wa Mungu katika ukamilifu wa utendaji wake.

[b]6 Ni kama lita moja.
[c]6 Sawa na dinari moja.
[d]8 Kuzimu linalotokana na neno Hades la Kiyunani au Sheol kwa Kiebrania.

Waisraeli 144,000 Watiwa Muhuri

7 Baada ya hili nikaona malaika wanne wakiwa wamesimama katika pembe nne za dunia, wakizuia hizo pepo nne za dunia, ili kwamba pasiwe na upepo utakaovuma juu ya nchi au juu ya bahari au juu ya mti wowote. [2] Nikaona malaika mwingine akipanda kutoka mawio ya jua akiwa na muhuri wa Mungu aliye hai. Akawaita kwa sauti kubwa wale malaika wanne waliokuwa wamepewa mamlaka ya kuidhuru nchi na bahari, akisema, [3] "Msiidhuru nchi wala bahari, wala miti, hadi tuwe tumetia muhuri kwenye vipaji vya nyuso za watumishi wa Mungu wetu." [4] Ndipo nikasikia idadi ya wale waliotiwa muhuri: yaani 144,000 kutoka makabila yote ya Israeli.

[5] Kutoka kabila la Yuda 12,000 walitiwa muhuri,
kutoka kabila la Reubeni 12,000,
kutoka kabila la Gadi 12,000,
[6] kutoka kabila la Asheri 12,000,
kutoka kabila la Naftali 12,000,
kutoka kabila la Manase 12,000,
[7] kutoka kabila la Simeoni 12,000,
kutoka kabila la Lawi 12,000,
kutoka kabila la Isakari 12,000,
[8] kutoka kabila la Zabuloni 12,000,
kutoka kabila la Yosefu 12,000,
na kutoka kabila la Benyamini 12,000.

Umati Mkubwa Wa Watu Kutoka Mataifa Yote

[9] Baada ya hili nikatazama na hapo mbele yangu palikuwa na umati mkubwa wa watu ambao hakuna yeyote awezaye kuuhesabu, kutoka kila taifa, kila kabila, kila jamaa na kila lugha, wamesimama mbele ya kile kiti cha enzi na mbele ya Mwana-Kondoo. Walikuwa wamevaa mavazi meupe na wakiwa wameshika matawi ya mitende mikononi mwao. [10] Nao walikuwa wakipiga kelele kwa sauti kubwa wakisema:

"Wokovu una Mungu wetu,
yeye aketiye kwenye kiti cha enzi,
na Mwana-Kondoo!"

[11] Malaika wote walikuwa wamesimama kukizunguka kile kiti cha enzi na wale wazee ishirini na wanne na wale viumbe wanne wenye uhai. Wakaanguka kifudifudi mbele ya hicho kiti cha enzi na kumwabudu Mungu, [12] wakisema:

"Amen!
Sifa na utukufu
na hekima na shukrani na heshima
na uweza na nguvu
viwe kwa Mungu wetu milele na milele.
Amen!"

[13] Kisha mmoja wa wale wazee ishirini na wanne akaniuliza, "Ni nani hawa waliovaa mavazi meupe, nao wametoka wapi?"

[14] Nikamjibu, "Bwana, wewe wajua."
Naye akasema, "Hawa ni wale waliotoka katika ile dhiki kuu, nao wamefua mavazi yao katika damu ya Mwana-Kondoo na kuyafanya meupe kabisa. [15] Kwa hiyo,

"Wako mbele ya kiti cha enzi cha Mungu
na kumtumikia usiku na mchana
katika hekalu lake;
naye aketiye katika kile kiti cha enzi
atatanda hema yake juu yao.
[16] Kamwe hawataona njaa
wala kiu tena.
Jua halitawapiga
wala joto lolote liunguzalo.
[17] Kwa maana Mwana-Kondoo
aliyeko katikati ya kile kiti cha enzi
atakuwa Mchungaji wao;
naye atawaongoza kwenda
kwenye chemchemi za maji yaliyo hai.
Naye Mungu atafuta kila chozi
kutoka macho yao."

Lakiri Ya Saba Na Chetezo Cha Dhahabu

8 Mwana-Kondoo alipoivunja ile lakiri ya saba, pakawa kimya mbinguni kwa muda wa nusu saa. [2] Nami nikawaona wale malaika saba wanaosimama mbele za Mungu, nao wakapewa tarumbeta saba.

[3] Malaika mwingine aliyekuwa na chetezo cha dhahabu, akaja na kusimama mbele ya madhabahu. Akapewa uvumba mwingi ili autoe pamoja na maombi ya watakatifu wote, juu ya yale madhabahu ya dhahabu yaliyo mbele ya kile kiti cha enzi. [4] Ule moshi wa uvumba pamoja na yale maombi ya watakatifu, vikapanda juu mbele za Mungu, kutoka mkononi mwa huyo malaika. [5] Kisha yule malaika akachukua kile chetezo, akakijaza moto kutoka kwa yale madhabahu, akautupa juu ya dunia. Pakatokea sauti za radi, ngurumo, umeme wa radi na tetemeko la ardhi.

Tarumbeta Ya Kwanza

[6] Basi wale malaika saba waliokuwa na zile tarumbeta saba wakajiandaa kuzipiga.
[7] Malaika wa kwanza akaipiga tarumbeta yake, pakatokea mvua ya mawe na moto uliochanganyika na damu, navyo vikatupwa kwa nguvu juu ya nchi. Na theluthi ya dunia ikateketea, theluthi ya miti ikateketea, na nyasi yote mbichi ikateketea.

Tarumbeta Ya Pili

[8] Malaika wa pili akaipiga tarumbeta yake na kitu kama mlima mkubwa unaowaka moto kikatupwa baharini. Theluthi ya bahari ikawa damu, [9] theluthi ya viumbe vyenye uhai viishivyo baharini vikafa na theluthi ya meli zikaharibiwa.

Tarumbeta Ya Tatu

[10] Malaika wa tatu akaipiga tarumbeta yake, na nyota kubwa iliyokuwa ikiwaka kama taa ikaanguka toka angani, ikaangukia theluthi ya mito na chemchemi za maji. [11] Nyota hiyo inaitwa Uchungu. Theluthi ya maji yakawa machungu na watu wengi wakafa kutokana na maji hayo kwa maana yalikuwa machungu.

Tarumbeta Ya Nne

[12] Kisha malaika wa nne akaipiga tarumbeta yake, na theluthi ya jua, theluthi ya mwezi na theluthi ya nyota zikapigwa. Kwa hiyo theluthi moja ya mwanga ikawa giza. Theluthi ya mchana ikawa haina mwanga na pia theluthi ya usiku. [13] Nilipokuwa tena nikitazama, nikamsikia tai mmoja akipiga kelele kwa sauti kuu wakati akiruka katikati ya mbingu, akisema, "Ole! Ole! Ole wa watu waishio duniani, kwa sababu ya tarumbeta ambazo malaika hao wengine watatu wanakaribia kuzipiga!"

Tarumbeta Ya Tano

9 Malaika wa tano akaipiga tarumbeta yake, nami nikaona nyota iliyokuwa imeanguka toka angani hadi ardhini. Nyota hiyo ilipewa ufunguo wa lile Shimo.[a] [2] Alipolifungua hilo Shimo, moshi ukapanda kutoka humo kama moshi wa tanuru kubwa sana. Jua na anga vikatiwa giza na ule moshi uliotoka katika hilo Shimo. [3] Ndipo katika ule moshi wakatoka nzige wakaenda juu ya nchi, nao wakapewa nguvu kama zile za nge wa duniani. [4] Wakaambiwa wasidhuru nyasi ya nchi, wala mmea wala mti wowote, bali wawadhuru tu wale watu ambao hawana muhuri wa Mungu kwenye vipaji vya nyuso zao. [5] Wakaruhusiwa kuwatesa kwa muda wa miezi mitano, lakini wasiwaue. Uchungu wa kuuma kwao ulikuwa kama ule wa mtu aumwapo na nge. [6] Katika siku hizo watu watatafuta kifo lakini hawatakiona, watatamani kufa, lakini kifo kitawakimbia. [7] Wale nzige walikuwa na umbo kama la farasi waliotayarishwa kwa ajili ya vita. Kwenye vichwa vyao kulikuwa na kitu kama taji za dhahabu na nyuso zao zilikuwa kama za binadamu. [8] Walikuwa na nywele kama za wanawake, na meno yao yalikuwa kama ya simba. [9] Walikuwa na dirii kama za chuma, na sauti za mabawa yao zilikuwa kama ngurumo za farasi wengi na magari mengi yakikimbilia vitani. [10] Walikuwa na mikia yenye miiba ya kuuma kama nge. Nguvu yao ya kutesa watu kwa huo muda wa miezi mitano ilikuwa katika hiyo mikia yao. [11] Walikuwa na mfalme wao, ambaye ni malaika wa lile Shimo, ambaye jina lake kwa Kiebrania ni Abadoni, na kwa Kiyunani ni Apolioni.[b]

[12] Ole ya kwanza imepita, bado nyingine mbili zinakuja.

Tarumbeta Ya Sita

[13] Malaika wa sita akaipiga tarumbeta yake, nami nikasikia sauti ikitoka katika zile pembe za madhabahu ya dhahabu iliyoko mbele za Mungu. [14] Ile sauti ikamwambia yule malaika wa sita mwenye tarumbeta, "Wafungulie wale malaika wanne waliofungwa kwenye ule mto mkubwa Frati." [15] Basi wale malaika wanne, waliokuwa wamewekwa tayari kwa ajili ya saa hiyo, na siku hiyo, na mwezi huo, na mwaka huo ili wawaue theluthi ya wanadamu wakafunguliwa. [16] Idadi ya majeshi wapanda farasi ilikuwa 200,000,000. Nilisikia idadi yao.

[17] Hivi nilivyonilivyowaona hao farasi na wapanda farasi katika maono yangu: Wapanda farasi walivaa dirii vifuani zenye rangi nyekundu sana kama ya moto na yakuti samawi na kiberiti. Vichwa vya hao farasi vilikuwa kama vichwa vya simba, na moto, moshi na kiberiti vilitoka vinywani mwao. [18] Theluthi ya wanadamu wakauawa kwa mapigo hayo matatu, yaani, huo moto, moshi na kiberiti, vilivyotoka kwenye vinywa vya hao farasi. [19] Nguvu za hao farasi zilikuwa katika vinywa vyao na kwenye mikia yao, kwa sababu mikia yao ilikuwa kama nyoka, yenye vichwa ambayo waliitumia kudhuru. [20] Wanadamu waliosalia, ambao hawakuuawa katika mapigo hayo, bado walikataa kutubia kazi za mikono yao na hawakuacha kuabudu mashetani na sanamu za dhahabu, za fedha, za shaba, za mawe na za miti, ambazo haziwezi kuona, kusikia wala kutembea. [21] Wala hawakutubu na kuacha matendo yao ya uuaji, uchawi, uasherati wala wizi wao.

Malaika Mwenye Kitabu Kidogo

10 Kisha nikamwona malaika mwingine mwenye nguvu akishuka kutoka mbinguni. Alikuwa amevikwa wingu na upinde wa mvua juu ya kichwa chake. Uso wake uling'aa kama jua na miguu yake ilikuwa kama nguzo za moto. [2] Mkononi mwake alikuwa ameshika kijitabu kilichokuwa kimefunguliwa. Akauweka mguu wake wa kuume juu ya bahari na mguu wake wa kushoto akauweka juu ya nchi kavu. [3] Naye akapiga kelele kwa sauti kuu kama simba anayenguruma. Alipopiga kelele, zile radi saba zikatoa ngurumo zake. [4] Nazo zile radi saba zilipotoa ngurumo, nilitaka kuanza kuandika, lakini nikasikia sauti kutoka mbinguni ikisema, "Yatie muhuri hayo yaliyosemwa na hizo radi saba na usiyaandike." [5] Kisha yule malaika niliyekuwa nimemwona akiwa amesimama juu ya bahari na juu ya nchi akainua mkono wake wa kuume kuelekea mbinguni. [6] Naye akaapa kwa Yule aishiye milele na milele, aliyeumba mbingu na vyote vilivyomo, dunia na vyote viijazavyo, pamoja na bahari na vyote vilivyomo ndani yake, akasema, "Hakuna kungoja tena! [7] Lakini katika siku zile ambazo huyo malaika wa saba atakapokaribia kuipiga hiyo tarumbeta yake, siri ya Mungu itatimizwa, kama vile alivyowatangazia watumishi wake manabii." [8] Ndipo ile sauti niliyokuwa nimeisikia kutoka mbinguni ikasema nami tena ikaniambia, "Nenda, chukua kile kitabu kilichofunguliwa kilichoko mkononi mwa yule malaika aliyesimama juu ya bahari na juu ya nchi kavu." [9] Basi nikamwendea nikamwomba yule malaika anipe kile kitabu kidogo. Akaniambia, "Chukua na ukile. Kitakuwa kichungu tumboni mwako, lakini kinywani mwako kitakuwa kitamu kama asali." [10] Hivyo nikakichukua kile kitabu kidogo kutoka mkononi mwa yule malaika nikakila. Kilikuwa kitamu kama asali kinywani mwangu, lakini

---

[a]1 Yaani Abyss kwa Kiyunani; maana yake ni Kuzimu, yaani makao ya pepo wachafu.
[b]11 Abadoni au Apolioni maana yake ni Mharabu, yaani Yule aharibuye.

baada ya kukila, tumbo langu likatiwa uchungu. ¹¹ Kisha nikaambiwa, "Imekupasa kutoa unabii tena kuhusu makabila mengi, mataifa, lugha na wafalme."

Mashahidi Wawili

11 Ndipo nikapewa mwanzi uliokuwa kama ufito wa kupimia, nikaambiwa, "Nenda ukapime hekalu la Mungu pamoja na madhabahu, nawe uwahesabu wale waabuduo humo. ² Lakini usiupime ua wa nje wa Hekalu, uache, kwa sababu ua huo wamepewa watu wa Mataifa. Hao wataukanyagakanyaga mji mtakatifu kwa muda wa miezi arobaini na miwili. ³ Nami nitawapa mashahidi wangu wawili uwezo, nao watoe unabii kwa muda wa siku 1,260, wakiwa wamevaa nguo za gunia." ⁴ Hawa ndio ile mizeituni miwili na vile vinara viwili vya taa visimamavyo mbele za Bwana Mungu wa dunia yote. ⁵ Kama mtu yeyote akitaka kuwadhuru, moto hutoka vinywani mwao na kuwateketeza adui zao. Hivi ndivyo impasavyo kufa mtu yeyote atakayetaka kuwadhuru. ⁶ Watu hawa wanao uwezo wa kufunga anga ili mvua isinyeshe wakati wote watakapokuwa wanatoa unabii wao. Nao watakuwa na uwezo wa kuyabadili maji kuwa damu na kuipiga dunia kwa kila aina ya mapigo mara kwa mara kama watakavyo. ⁷ Basi watakapokuwa wamemaliza ushuhuda wao, yule mnyama atokaye katika lile Shimo atapigana nao vita, atawashinda na kuwaua. ⁸ Maiti zao zitabaki katika barabara ya mji mkubwa,ᵃ ambao kwa fumbo unaitwa Sodoma na Misri,ᵇ ambapo pia Bwana wao alisulubiwa. ⁹ Kwa muda wa siku tatu na nusu, watu wa kila kabila, jamaa, lugha na taifa wataziangalia hizo maiti zao na hawataruhusu wazikwe. ¹⁰ Watu waishio duniani watazitazama kwa furaha maiti za hao manabii wawili na kushangilia kwa kupeana zawadi kwa sababu hao manabii waliwatesa watu waishio duniani. ¹¹ Lakini baada ya zile siku tatu na nusu, pumzi ya uhai kutoka kwa Mungu ikawaingia, nao wakasimama kwa miguu yao na wote waliowaona wakaingiwa na hofu kuu. ¹² Kisha wale manabii wawili wakasikia sauti kuu kutoka mbinguni ikiwaambia, "Njooni huku juu!" Nao wakapaa mbinguni katika wingu, wakati adui zao wakiwa wanawatazama.

¹³ Saa iyo hiyo, kukatokea tetemeko kubwa la nchi na sehemu ya kumi ya mji ikaanguka. Watu elfu saba wakauawa katika tetemeko hilo, nao walionusurika wakaogopa sana, wakamtukuza Mungu wa mbinguni. ¹⁴ Ole ya pili imekwisha kupita, tazama ole ya tatu inakuja upesi.

Tarumbeta Ya Saba

¹⁵ Yule malaika wa saba akaipiga tarumbeta yake, pakawa na sauti kubwa mbinguni iliyosema:

ᵃ8 Mji mkubwa hapa inamaanisha Yerusalemu ambako Bwana wao alisulubiwa.
ᵇ8 Sodoma na Misri hapa inamaanisha Yerusalemu, kwa sababu mataifa watafanya uovu mwingi wa kila aina katika kipindi hicho cha miaka mitatu na nusu.

"Ufalme wa ulimwengu umekuwa ufalme
   wa Bwana wetu na wa Kristo wake,
naye atatawala milele na milele."

¹⁶ Nao wale wazee ishirini na wanne, waliokuwa wameketi mbele za Mungu, kwenye viti vyao vya enzi, wakaanguka kifudifudi, wakamwabudu Mungu, ¹⁷ wakisema:

"Tunakushukuru, Bwana Mungu
      Mwenyezi,
   uliyeko na uliyekuwako,
kwa kuwa umetwaa uweza wako mkuu
      na ukaanza kutawala.
¹⁸ Mataifa walikasirika nao
      wakati wa ghadhabu yako umewadia.
Wakati umewadia wa kuwahukumu
      waliokufa
   na kuwapa thawabu watumishi wako
      manabii
na watakatifu wako pamoja na wale wote
      wanaoliheshimu Jina lako,
   wakubwa kwa wadogo;
na kuwaangamiza wale wanaoiangamiza
      dunia."

¹⁹ Ndipo hekalu la Mungu lililoko mbinguni likafunguliwa, na sanduku la agano lake likaonekana humo ndani. Kukatokea mianga ya umeme wa radi, ngurumo, sauti za radi, tetemeko la nchi na mvua kubwa ya mawe.

Mwanamke Na Joka

12 Kukaonekana ishara kuu mbinguni: Palikuwa na mwanamke aliyevikwa jua, na mwezi ukiwa chini ya miguu yake, na taji ya nyota kumi na mbili ilikuwa kichwani mwake. ² Alikuwa na mimba naye akilia kwa uchungu kwa kuwa alikuwa anakaribia kuzaa. ³ Kisha ishara nyingine ikaonekana mbinguni: Likaonekana joka kubwa jekundu lenye vichwa saba na pembe kumi na taji saba katika vichwa vyake. ⁴ Mkia wake ukakokota theluthi ya nyota zote angani na kuziangusha katika nchi. Ndipo lile joka likasimama mbele ya yule mwanamke aliyekuwa karibu kuzaa ili lipate kumla huyo mtoto mara tu atakapozaliwa. ⁵ Yule mwanamke akazaa mtoto mwanaume, atakayeyatawala mataifa yote kwa fimbo yake ya utawala ya chuma. Lakini huyo mtoto akanyakuliwa na kupelekwa kwa Mungu kwenye kiti chake cha enzi. ⁶ Yule mwanamke akakimbilia jangwani, ambako Mungu alikuwa amemtayarishia mahali ili apate kutunzwa huko kwa muda wa siku 1,260.

Malaika Mikaeli Amshinda Yule Joka

⁷ Basi palikuwa na vita mbinguni: Mikaeli na malaika zake wakapigana na hilo joka, nalo joka pamoja na malaika zake likapigana nao. ⁸ Lakini joka na malaika zake wakashindwa, na hapakuwa tena na nafasi yao huko mbinguni. ⁹ Lile joka kuu likatupwa chini, yule nyoka wa zamani aitwaye ibilisi au Shetani, aupotoshaye ulimwengu wote. Akatupwa chini duniani, yeye pamoja na malaika zake.

Ushindi Mbinguni Watangazwa

[10] Kisha nikasikia sauti kuu mbinguni, ikisema:

"Sasa wokovu na uweza na Ufalme wa
    Mungu wetu umekuja
    na mamlaka ya Kristo wake.
Kwa kuwa ametupwa chini
    mshtaki wa ndugu zetu,
anayewashtaki mbele za Mungu
    usiku na mchana.
[11] Nao wakamshinda
    kwa damu ya Mwana-Kondoo
na kwa neno la ushuhuda wao.
Wala wao hawakuyapenda maisha yao
    hata kufa.
[12] Kwa hiyo, furahini ninyi mbingu
    na wote wakaao humo!
Lakini ole wenu nchi na bahari,
    kwa maana huyo ibilisi ameshuka kwenu,
akiwa amejaa ghadhabu,
    kwa sababu anajua ya kuwa
muda wake ni mfupi!"

[13] Lile joka lilipoona kuwa limetupwa chini duniani, lilimfuatilia yule mwanamke aliyekuwa amezaa mtoto mwanaume. [14] Lakini huyo mwanamke akapewa mabawa mawili ya tai mkubwa, kusudi aweze kuruka mpaka mahali palipotayarishwa kwa ajili yake huko jangwani, ambako atatunzwa kwa wakati na nyakati na nusu,[a] ya wakati ambako yule joka hawezi kufika. [15] Ndipo lile joka likamwaga maji kama mto kutoka kinywani mwake, ili kumfikia huyo mwanamke na kumkumba kama mafuriko. [16] Lakini nchi ikamsaidia huyo mwanamke kwa kufungua kinywa na kuumeza huo mto ambao huyo joka alikuwa ameutoa kinywani mwake. [17] Kisha lile joka likapatwa na hasira kali kwa ajili ya huyo mwanamke na likaondoka ili kupigana vita na watoto waliosalia wa huyo mwanamke, yaani, wale wanaozitii amri za Mungu na kuushika ushuhuda wa Yesu Kristo. Lile joka likasimama kwenye mchanga wa bahari.

13 Yule joka akajijita katika mchanga ulioko ufuoni mwa bahari.

Mnyama Kutoka Baharini

Nami nikamwona mnyama akitoka ndani ya bahari. Mnyama huyo alikuwa na pembe kumi na vichwa saba, akiwa na taji kumi kwenye hizo pembe zake, na juu ya kila kichwa kulikuwa na jina la kukufuru. [2] Mnyama yule niliyemwona alifanana na chui, lakini miguu yake ilikuwa kama ya dubu na kichwa chake kama cha simba. Lile joka likampa huyo mnyama nguvu zake, kiti chake cha enzi na mamlaka makubwa. [3] Kimojawapo vya vichwa vya huyo mnyama kilikuwa kama kilichokwisha kupata jeraha la mauti, lakini jeraha hilo la mauti likapona. Ulimwengu wote ukashangaa ukamfuata huyo mnyama. [4] Watu wakaliabudu lile joka kwa sababu lilikuwa limempa huyo mnyama mamlaka yake, pia wakamwabudu huyo mnyama

---
[a]14 Maana yake ni miaka mitatu na nusu.

na kuuliza, "Ni nani aliye kama huyu mnyama? Ni nani awezaye kupigana vita naye?"

[5] Huyo mnyama akapewa kusema maneno ya kiburi na kukufuru na kutumia mamlaka yake kwa muda wa miezi arobaini na miwili. [6] Akafungua kinywa chake ili kumkufuru Mungu, akilitukana Jina lake na mahali aishipo na wale wakaao mbinguni. [7] Pia akaruhusiwa kufanya vita na watakatifu na kuwashinda. Akapewa uwezo juu ya watu wa kila kabila, jamaa, lugha na taifa. [8] Nao watu wote waishio duniani watamwabudu huyo mnyama, yaani, wale wote ambao majina yao hayakuandikwa kwenye kitabu cha uzima cha Mwana-Kondoo aliyechinjwa tangu kuumbwa kwa ulimwengu. [9] Yeye aliye na sikio na asikie.

[10] Ikiwa mtu ni wa kuchukuliwa mateka,
    atachukuliwa mateka.
Ikiwa mtu ni wa kuuawa kwa upanga,
    atauawa kwa upanga.

Hapa ndipo penye wito wa subira na imani ya watakatifu.

Mnyama Kutoka Dunia

[11] Kisha nikamwona mnyama mwingine, akipanda juu kutoka dunia. Alikuwa na pembe mbili kama mwana-kondoo, lakini akanena kama joka. [12] Akatumia mamlaka yote ya yule mnyama wa kwanza kwa niaba yake, naye akawafanya wote wakaao duniani kumwabudu yule mnyama wa kwanza, ambaye jeraha lake la mauti lilipona. [13] Naye akafanya ishara kuu na za ajabu, hata kusababisha moto kushuka toka mbinguni kuja duniani watu wakiona waziwazi. [14] Kwa sababu ya zile ishara alizokuwa amepewa uwezo wa kuzifanya kwa niaba ya yule mnyama wa kwanza, akawadanganya wakaao duniani. Akawaamuru wasimamishe sanamu kwa heshima ya yule mnyama aliyekuwa amejeruhiwa kwa upanga lakini akaishi. [15] Akapewa uwezo wa kuipa pumzi ile sanamu ya yule mnyama wa kwanza, ili iweze kusema na kuwasababisha wale wote waliokataa kuiabudu hiyo sanamu kuuawa. [16] Pia alimlazimisha kila mmoja, mdogo na mkubwa, tajiri na maskini, mtu huru na mtumwa, atiwe chapa kwenye mkono wake wa kuume au kwenye kipaji chake cha uso, [17] ili kwamba mtu yeyote asiweze kununua wala kuuza isipokuwa amekuwa na hiyo chapa, ambayo ni jina la huyo mnyama au tarakimu za jina lake. [18] Hapa ndipo penye hekima. Yeye aliye na ufahamu na ahesabu tarakimu za huyo mnyama, kwa maana ni tarakimu za kibinadamu. Tarakimu zake ni 666.

Mwana-Kondoo Na Wale 144,000

14 Kisha nikatazama na hapo mbele yangu alikuwepo Mwana-Kondoo, akiwa amesimama juu ya Mlima Sayuni. Pamoja naye walikuwa wale 144,000 wenye Jina la Mwana-Kondoo na Jina la Baba yake likiwa limeandikwa kwenye vipaji vya nyuso zao. [2] Nami nikasikia sauti kutoka mbinguni kama sauti ya maji mengi yaendayo kwa kasi na

sauti kama ngurumo ya radi. Sauti hiyo niliyoisikia ilikuwa kama sauti ya wapiga vinubi wakipiga vinubi vyao. ³Nao wakaimba wimbo mpya mbele ya hicho kiti cha enzi na mbele ya wale viumbe wanne wenye uhai na wale wazee. Hakuna mtu yeyote aliyeweza kujifunza wimbo huo isipokuwa hao 144,000 waliokuwa wamekombolewa kutoka duniani. ⁴Hawa ndio wale ambao hawakujitia unajisi kwa wanawake, kwa kuwa wao ni bikira. Wao humfuata Mwana-Kondoo kila aendako. Hawa wamekombolewa kutoka miongoni mwa wanadamu wakawa malimbuko kwa Mungu na kwa Mwana-Kondoo. ⁵Vinywani mwao hapakuonekana uongo, wala hawakuwa na hatia yoyote.

Malaika Watatu

⁶Kisha nikamwona malaika mwingine akiruka juu angani, naye alikuwa na Injili ya milele ya kuwatangazia wale waishio duniani, yaani, kwa kila taifa, kabila, lugha na jamaa. ⁷Akasema kwa sauti kubwa, "Mcheni Mungu na kumpa utukufu, kwa maana saa ya hukumu yake imewadia. Mwabuduni yeye aliyeziumba mbingu, dunia, bahari na chemchemi za maji."

⁸Malaika wa pili akafuata akisema, "Umeanguka! Umeanguka Babeli Mkuu, ule uliyafanya mataifa yote kulewa kwa mvinyo wa ghadhabu ya uasherati wake."

⁹Malaika wa tatu akawafuata hao wawili akisema kwa sauti kubwa, "Kama mtu yeyote anamwabudu huyo mnyama na sanamu yake na kutiwa chapa yake kwenye kipaji chake cha uso au kwenye mkono wake, ¹⁰yeye pia atakunywa mvinyo wa hasira kali ya Mungu ambayo imemiminwa katika kikombe cha ghadhabu yake pasipo kuchanganywa na maji. Naye atateswa kwa moto uwakao na kiberiti mbele ya malaika watakatifu na mbele za Mwana-Kondoo. ¹¹Nao moshi wa mateso yao hupanda juu milele na milele. Hakuna mapumziko, mchana wala usiku, kwa wale wamwabuduo huyo mnyama na sanamu yake, au kwa yeyote anayepokea chapa ya jina lake." ¹²Hapa ndipo penye wito wa subira na uvumilivu wa watakatifu; wale wanaozishika amri za Mungu na kudumu katika uaminifu kwa Yesu.

¹³Kisha nikasikia sauti kutoka mbinguni ikisema, "Andika: Wamebarikiwa wafu wafao katika Bwana tangu sasa."

"Naam," asema Roho, "watapumzika kutoka taabu zao, kwa kuwa matendo yao yatawafuata."

Kuvuna Mavuno Ya Dunia

¹⁴Nikatazama, hapo mbele yangu palikuwa na wingu jeupe, na aliyekuwa ameketi juu ya hilo wingu alikuwa "kama Mwana wa Adamu" mwenye taji ya dhahabu kichwani mwake na mundu mkali mkononi mwake. ¹⁵Kisha malaika mwingine akaja kutoka hekaluni naye akamwita kwa sauti kubwa yule aliyekuwa ameketi juu ya lile wingu akasema, "Chukua mundu wako ukavune kwa kuwa wakati wa mavuno umewadia, kwa maana mavuno ya dunia yamekomaa." ¹⁶Hivyo yule aliyekuwa ameketi juu ya lile wingu akauzungusha mundu wake duniani, nayo dunia ikavunwa.

¹⁷Malaika mwingine akatoka katika hekalu lililoko mbinguni, naye pia alikuwa na mundu mkali. ¹⁸Kisha malaika mwingine, aliyekuwa na mamlaka juu ya moto, akatoka kwenye madhabahu, naye akamwita yule malaika mwenye mundu mkali kwa sauti kubwa, akisema, "Chukua mundu wako mkali ukakusanye vichala vya mizabibu ya dunia, maana zabibu zake zimeiva." ¹⁹Hivyo yule malaika akauzungusha mundu wake duniani na kukusanya zabibu za dunia na kuzitupa kwenye shinikizo kubwa la ghadhabu ya Mungu. ²⁰Lile shinikizo likakanyagwa nje ya mji, nayo damu ikatiririka kama mafuriko kutoka hilo shinikizo kufikia kimo cha hatamu za farasi,ᵃ kwa umbali wa maili 200.ᵇ

Malaika Saba Na Mapigo Saba

15 Ndipo nikaona ishara nyingine kubwa ya ajabu mbinguni: malaika saba wenye yale mapigo saba ya mwisho, kwa sababu kwa mapigo hayo ghadhabu ya Mungu ilikuwa imekamilika. ²Nikaona kile kilichoonekana kama bahari ya kioo iliyochanganyikana na moto. Kando ya hiyo bahari, walikuwa wamesimama wale watu waliomshinda yule mnyama na sanamu yake pamoja na tarakimu ya jina lake. Mikononi mwao walikuwa wameshika vinubi walivyopewa na Mungu. ³Nao wakaimba wimbo wa Mose, mtumishi wa Mungu, na wimbo wa Mwana-Kondoo, wakisema:

"Bwana Mungu Mwenyezi,
matendo yako ni makuu na ya ajabu.
Njia zako wewe ni za haki na za kweli,
Mfalme wa nyakati zote!
⁴Ni nani ambaye hatakuogopa wewe Bwana
na kulitukuza jina lako?
Kwa kuwa wewe peke yako ndiwe mtakatifu.
Mataifa yote yatakuja
na kuabudu mbele zako,
kwa kuwa matendo yako ya haki
yamedhihirishwa."

⁵Baada ya haya nikatazama, nalo hekalu, la hema la Ushuhuda, lilikuwa limefunguliwa mbinguni. ⁶Ndani ya lile hekalu wakatoka malaika saba wakiwa na mapigo saba. Walikuwa wamevaa nguo safi za kitani ing'aayo na kufungwa mikanda ya dhahabu vifuani mwao. ⁷Ndipo mmoja wa wale viumbe wanne wenye uhai akawapa wale malaika saba mabakuli saba ya dhahabu yaliyojaa ghadhabu ya Mungu, yeye aishiye milele na milele. ⁸Nalo lile hekalu lilijawa na moshi uliotokana na utukufu wa Mungu na uweza wake, wala hakuna yeyote aliyeweza kuingia mle hekaluni mpaka yale mapigo saba ya wale malaika saba yalipomalizika.

Mabakuli Saba Ya Ghadhabu Ya Mungu

16 Kisha nikasikia sauti kubwa kutoka mle Hekaluni ikiwaambia wale malaika saba, "Nendeni, mkayamwage duniani hayo mabakuli saba ya ghadhabu ya Mungu."

ᵃ20 Kimo cha hatamu za farasi ni kama mita moja na nusu.
ᵇ20 Maili 200 ni sawa na kilomita 320.

[2] Malaika wa kwanza akaenda akalimwaga hilo bakuli lake juu ya nchi. Majipu mabaya yenye maumivu makali yakawapata wale watu wote waliokuwa na chapa ya yule mnyama na walioabudu sanamu yake.

[3] Malaika wa pili akalimwaga bakuli lake baharini, nayo ikabadilika kuwa damu kama ya mtu aliyekufa na kila kiumbe hai kilichokuwa ndani ya bahari kikafa.

[4] Malaika wa tatu akalimwaga bakuli lake katika mito na chemchemi za maji, nazo zikawa damu. [5] Ndipo nikamsikia malaika msimamizi wa maji akisema:

"Wewe una haki katika hukumu hizi
    ulizotoa,
wewe uliyeko, uliyekuwako, Uliye
    Mtakatifu,
kwa sababu umehukumu hivyo;
[6] kwa kuwa walimwaga damu
    ya watakatifu wako
    na manabii wako,
nawe umewapa damu wanywe
    kama walivyostahili."

[7] Nikasikia madhabahu ikiitikia,

"Naam, BWANA Mungu Mwenyezi,
    hukumu zako ni kweli na haki."

[8] Malaika wa nne akamimina bakuli lake kwenye jua, nalo likapewa nguvu za kuwaunguza watu kwa moto. [9] Watu wakaunguzwa na hilo joto kali, wakalaani Jina la Mungu, aliyekuwa na uwezo juu ya mapigo haya, tena wakakataa kutubu na kumtukuza Mungu.

[10] Malaika wa tano akamimina bakuli lake kwenye kiti cha enzi cha yule mnyama, nao ufalme wake ukagubikwa na giza. Watu wakatafuna ndimi zao kwa ajili ya maumivu, [11] wakamlaani Mungu wa mbinguni kwa sababu ya maumivu na majeraha yao, wala hawakutubu kwa ajili ya matendo yao maovu.

[12] Malaika wa sita akamimina bakuli lake kwenye mto mkubwa Frati, maji yake yakakauka ili kutayarisha njia kwa ajili ya wafalme watokao Mashariki. [13] Kisha nikaona roho wachafu watatu waliofanana na vyura wakitoka katika kinywa cha lile joka na katika kinywa cha yule mnyama na katika kinywa cha yule nabii wa uongo. [14] Hizo ndizo roho za pepo wachafu zitendazo miujiza. Nazo huwaendea wafalme wa ulimwengu wote na kuwakusanya tayari kwa ajili ya vita katika siku ile kuu ya Mungu Mwenyezi.

[15] "Tazama, naja kama mwizi! Amebarikiwa yeye akeshaye na kuziweka tayari nguo zake ili asiende uchi na kuonekana aibu yake."

[16] Ndipo wakawakusanya wafalme pamoja mahali paitwapo Armagedoni[a] kwa Kiebrania.

[17] Malaika wa saba akamimina bakuli lake angani na sauti kubwa ikatoka mle hekaluni katika kile kiti cha enzi, ikisema, "Imekwisha kuwa!" [18] Kukawa na mianga ya umeme wa radi, ngurumo, radi na tetemeko kubwa la ardhi. Hapajawa kamwe na tetemeko la ardhi kama hilo tangu mwanadamu awepo duniani, hivyo lilikuwa tetemeko kubwa ajabu. [19] Ule mji mkubwa ukagawanyika katika sehemu tatu, nayo miji ya mataifa ikaanguka. Mungu akaukumbuka Babeli Mkuu na kumpa kikombe kilichojaa mvinyo wa ghadhabu ya hasira yake. [20] Kila kisiwa kikatoweka wala milima haikuonekana. [21] Mvua kubwa ya mawe yenye uzito wa talanta moja[b] ikashuka kutoka mbinguni, ikawaangukia wanadamu. Nao wanadamu wakamlaani Mungu kwa ajili ya hayo mapigo ya mvua ya mawe, kwa sababu pigo hilo lilikuwa la kutisha.

Kahaba Mkuu Na Mnyama

17 Mmoja wa wale malaika saba waliokuwa na yale mabakuli saba akaja akaniambia, "Njoo, nitakuonyesha adhabu ya yule kahaba mkuu, aketiye juu ya maji mengi. [2] Yule ambaye wafalme wa dunia walizini naye na watu wakaao duniani walilewa kwa mvinyo wa uzinzi wake."

[3] Kisha yule malaika akanichukua katika Roho akanipeleka jangwani. Huko nikamwona mwanamke mmoja ameketi juu ya mnyama mwekundu aliyejaa majina ya kumkufuru Mungu mwili mzima. Mnyama huyo alikuwa na vichwa saba na pembe kumi. [4] Huyo mwanamke alikuwa amevaa mavazi ya rangi ya zambarau na nyekundu, akimetameta kwa dhahabu, vito vya thamani na lulu. Mkononi mwake alikuwa ameshika kikombe cha dhahabu kilichojaa mambo ya machukizo na uchafu wa uzinzi wake. [5] Kwenye kipaji chake cha uso palikuwa pameandikwa jina:

"SIRI,
    BABELI MKUU,
    MAMA WA MAKAHABA
    NA WA MACHUKIZO YA DUNIA."

[6] Nikaona kuwa huyo mwanamke alikuwa amelewa kwa damu ya watakatifu, yaani, damu ya wale watu waliouawa kwa ushuhuda wa Yesu.

Nilipomwona huyo mwanamke, nilistaajabu sana. [7] Ndipo yule malaika akaniambia, "Kwa nini unastaajabu? Nitakufafanulia siri ya huyo mwanamke na huyo mnyama aliyempanda, mwenye vichwa saba na pembe kumi. [8] Huyo mnyama ambaye ulimwona, wakati fulani alikuwepo, lakini sasa hayupo, naye atapanda kutoka lile Shimo na kwenda kwenye maangamizo yake. Watu waishio duniani ambao majina yao hayakuandikwa kwenye kitabu cha uzima tangu kuumbwa kwa ulimwengu watastaajabu kumwona huyo mnyama, kwa maana alikuwepo wakati fulani, na sasa hayupo, lakini atakuwepo.

[9] "Hapa ndipo penye wito wa akili pamoja na hekima. Vile vichwa saba ni vilima saba ambavyo huyo mwanamke amevikalia. [10] Pia hivyo vichwa saba ni wafalme saba ambao miongoni mwao watano wamekwisha kuanguka, yupo mwingine

---

hajaja bado, lakini atakapokuja, atalazimika kukaa kwa muda mfupi. ¹¹ Yule mnyama aliyekuwepo wakati fulani na ambaye sasa hayupo, yeye ni mfalme wa nane. Ni miongoni mwa wale saba, naye anakwenda kwenye maangamizi yake.

¹² "Zile pembe kumi ulizoziona ni wafalme kumi ambao bado hawajapokea ufalme, lakini watapokea mamlaka kuwa wafalme kwa saa moja pamoja na yule mnyama. ¹³ Hawa wana nia moja, nao watamwachia yule mnyama nguvu zao na mamlaka yao. ¹⁴ Watafanya vita na Mwana-Kondoo, lakini Mwana-Kondoo atawashinda kwa sababu yeye ni Bwana wa mabwana na Mfalme wa wafalme. Yeye atakuwa pamoja na watu wake walioitwa ambao ni wateule wake na wafuasi wake waaminifu."

¹⁵ Kisha yule malaika akaniambia, "Yale maji uliyoyaona yule kahaba akiwa ameketi juu yake ni jamaa, makutano, mataifa na lugha. ¹⁶ Zile pembe kumi ulizoziona, pamoja na huyo mnyama, watamchukia huyo kahaba, watamfilisi na kumwacha uchi, watamla nyama yake na kumteketeza kwa moto. ¹⁷ Kwa maana Mungu ameweka mioyoni mwao kutimiza kusudi lake kwa kukubali kumpa yule mnyama mamlaka yao ya utawala mpaka maneno ya Mungu yatakapotimia. ¹⁸ Yule mwanamke uliyemwona ni ule mji mkubwa unaotawala juu ya wafalme wa dunia."

Kuanguka Kwa Babeli

18 Baada ya haya nikaona malaika mwingine akishuka kutoka mbinguni, akiwa na mamlaka makuu na dunia ikamulikiwa na mng'ao wake. ² Naye akalia kwa nguvu kwa sauti kubwa, akisema:

"Umeanguka! Umeanguka Babeli Mkuu!
Umekuwa makao ya mashetani
na makazi ya kila pepo mchafu,
    makazi ya kila ndege na kila mnyama
        achukizaye.
³ Kwa maana mataifa yote yamekunywa
    mvinyo wa ghadhabu ya uasherati wake.
Nao wafalme wa dunia wamefanya
        uzinzi nao,
    nao wafanyabiashara wa dunia
        wametajirika kutokana na wingi
        wa utajiri wake."

⁴ Kisha nikasikia sauti nyingine kutoka mbinguni ikisema:

"Tokeni katikati yake, enyi watu wangu,
    ili msije mkashiriki dhambi zake,
ili msije mkapatwa na pigo lake lolote;
⁵ kwa kuwa dhambi zake zimelundikana
        hadi mbinguni,
    naye Mungu ameukumbuka
        uhalifu wake.
⁶ Mtendee kama yeye alivyotenda;
    umlipe mara mbili kwa ajili ya yale
        aliyotenda.
Katika kikombe chake mchanganyie
    mara mbili ya kile alichochanganya.
⁷ Mpatie mateso na huzuni nyingi sawa na
    utukufu na anasa alizojipatia.

Kwa kuwa moyoni mwake hujivuna,
    akisema,
'Mimi ninatawala kama malkia;
    mimi si mjane, wala sitaona
        huzuni kamwe.'
⁸ Kwa hiyo mapigo yatampata kwa siku moja:
    mauti, maombolezo na njaa.
Naye atateketezwa kwa moto,
    kwa maana BWANA Mungu amhukumuye
        ana nguvu.

⁹ "Wafalme wa dunia waliozini naye na kushiriki anasa zake watakapoona moshi wa kuungua kwake, watamlilia na kumwombolezea. ¹⁰ Kwa hofu kubwa ya mateso yake, watasimama mbali na kulia na wakisema:

" 'Ole! Ole, ee mji mkubwa,
    ee Babeli mji wenye nguvu!
Hukumu yako imekuja katika saa moja!'

¹¹ "Wafanyabiashara wa dunia watalia na kumwomboleza kwa sababu hakuna anunuaye bidhaa zao tena: ¹² Bidhaa za dhahabu, za fedha, za vito vya thamani na vya lulu, kitani safi, nguo za rangi ya zambarau, hariri, nguo nyekundu, aina zote za miti ya udi, na vifaa vyote vya pembe za ndovu, vifaa vyote vya miti yenye thamani kuliko yote, shaba, chuma na marmar, ¹³ bidhaa za mdalasini, vikolezi, za uvumba, manemane, na uvumba wenye harufu nzuri, za divai, na mafuta ya zeituni, za unga mzuri na ngano; ng'ombe na kondoo; farasi na magari; na miili na roho za wanadamu.

¹⁴ "Watasema, 'Yale matunda ambayo roho yako iliyatamani yamekoma. Utajiri wako wote na fahari yako vimetoweka, wala haviwezi kupatikana tena kamwe!' ¹⁵ Wale wafanyabiashara waliotajirika kwa bidhaa hizo kutoka kwake watasimama mbali naye kwa hofu kubwa ya mateso yanayompata. Watalia na kuomboleza wakipiga kelele wakisema:

¹⁶ " 'Ole! Ole, ee mji mkubwa,
    uliyekuwa umevikwa mavazi
        ya kitani safi,
    ya rangi ya zambarau na nyekundu,
    ukimetameta kwa dhahabu,
        vito vya thamani na lulu!
¹⁷ Katika muda wa saa moja utajiri wote
        mkubwa
    kama huu umeangamia!'

"Kila nahodha, na wote wasafirio kwa meli, na wote wapatao kipato chao kutokana na bahari, watasimama mbali. ¹⁸ Watakapouona moshi wa kuungua kwake watalia wakisema, 'Je, kulipata kuwako mji mkubwa kama huu?' ¹⁹ Nao watajirushia mavumbi vichwani mwao, huku wakilia na kuomboleza, wakisema:

" 'Ole! Ole, ee mji mkubwa,
    mji ambao wote wenye meli baharini
        walitajirika kupitia kwa mali zake!
Katika saa moja tu ameangamizwa!

20 Furahia kwa ajili yake, ee mbingu!
Furahini watakatifu, mitume na manabii!
Mungu amemhukumu
kwa vile alivyowatendea ninyi.' "

21 Kisha malaika mmoja mwenye nguvu akainua jiwe kubwa kama la kusagia akalitupa baharini akisema:

"Hivyo ndivyo mji mkubwa Babeli
utakavyotupwa chini kwa nguvu
wala hautaonekana tena.
22 Nyimbo za wapiga vinubi na waimbaji,
wapiga filimbi na wapiga tarumbeta
kamwe hazitasikika tena ndani yako.
Ndani yako kamwe hataonekana tena fundi
mwenye ujuzi wa aina yoyote.
Wala sauti ya jiwe la kusagia
kamwe haitasikika tena.
23 Mwanga wa taa
hautaangaza ndani yako tena.
Sauti ya bwana arusi na bibi arusi
kamwe haitasikika ndani yako tena.
Wafanyabiashara wako walikuwa watu
maarufu wa dunia.
Mataifa yote yalipotoshwa kwa
uchawi wako.
24 Ndani yake ilionekana damu ya manabii
na ya watakatifu
na wote waliouawa duniani."

Shangwe Huko Mbinguni

19 Baada ya haya nikasikia sauti kama ya umati mkubwa mbinguni wakipiga kelele wakisema:

"Haleluya!
Wokovu na utukufu na uweza ni vya
Mungu wetu,
2 kwa maana hukumu zake
ni za kweli na za haki.
Amemhukumu yule kahaba mkuu
aliyeuharibu ulimwengu kwa
uzinzi wake.
Mungu amemlipiza kisasi
kwa ajili ya damu ya watumishi wake."

3 Wakasema tena kwa nguvu:

"Haleluya!
Moshi wake huyo kahaba unapanda juu
milele na milele."

4 Wale wazee ishirini na wanne pamoja na wale viumbe wanne wenye uhai wakaanguka kifudifudi, wakamwabudu Mungu, aliyekuwa ameketi kwenye kile kiti cha enzi. Wakasema kwa sauti kuu:

"Amen, Haleluya!"

5 Kisha sauti ikatoka katika kile kiti cha enzi, ikisema:

"Msifuni Mungu wetu,
ninyi watumishi wake wote,
ninyi nyote mnaomcha,
wadogo kwa wakubwa!"

6 Kisha nikasikia sauti kama ya umati mkubwa, kama sauti ya maji mengi yaendayo kasi na kama ngurumo kubwa ya radi wakipiga kelele wakisema:

"Haleluya!
Kwa maana Bwana Mungu wetu
Mwenyezi anatawala.
7 Tufurahi, tushangilie
na kumpa utukufu!
Kwa maana arusi ya Mwana-Kondoo
imewadia
na bibi arusi wake amejiweka tayari.
8 Akapewa kitani safi, nyeupe
inayong'aa, ili avae."

(Hiyo kitani safi inawakilisha matendo ya haki ya watakatifu.)

9 Ndipo malaika akaniambia, "Andika: 'Wamebarikiwa wale walioalikwa kwenye karamu ya arusi ya Mwana-Kondoo!' " Naye akaongeza kusema, "Haya ndiyo maneno ya kweli ya Mungu."

10 Ndipo nikaanguka kifudifudi miguuni pake ili kumwabudu, lakini yeye akaniambia, "Usifanye hivyo! Mimi pia ni mtumishi mwenzako pamoja na ndugu zako walio na ushuhuda wa Yesu. Mwabudu Mungu! Maana ushuhuda wa Yesu ndio roho ya unabii."

Aliyepanda Farasi Mweupe

11 Kisha nikaona mbingu imefunguka na hapo mbele yangu akiwepo farasi mweupe, ambaye yeye aliyempanda aliitwa Mwaminifu na Kweli. Yeye huhukumu kwa haki na kufanya vita. 12 Macho yake ni kama miali ya moto na juu ya kichwa chake kuna taji nyingi. Ana jina lililoandikwa ambalo hakuna mtu yeyote anayelijua isipokuwa yeye mwenyewe. 13 Amevaa joho lililochoviwa katika damu, na Jina lake ni "Neno la Mungu." 14 Majeshi ya mbinguni walikuwa wakimfuata, wakiwa wamepanda farasi weupe, hali wamevaa mavazi ya kitani safi, nyeupe na nzuri. 15 Kinywani mwake hutoka upanga mkali ambao kwa huo atayangusha mataifa. "Atayatawala kwa fimbo yake ya utawala ya chuma." Hulikanyaga shinikizo la mvinyo wa ghadhabu ya Mungu Mwenyezi. 16 Kwenye joho lake na paja lake pameandikwa jina hili:

Mfalme wa wafalme, na Bwana wa mabwana.

Mnyama Na Majeshi Yake Yashindwa

17 Nami nikamwona malaika amesimama ndani kwenye jua, akaita ndege wote warukao angani kwa sauti kuu, "Njooni, kusanyikeni kwa ajili ya karamu kubwa ya Mungu, 18 ili mpate kula nyama ya wafalme na ya majemadari, ya mashujaa, ya farasi na ya wapanda farasi, nyama ya wanadamu, wote walio huru na watumwa, wadogo na wakubwa."

19 Kisha nikamwona yule mnyama na wafalme wa dunia pamoja na majeshi yao wakiwa

wamekusanyika pamoja ili kufanya vita dhidi ya yule aliyempanda farasi pamoja na jeshi lake.

²⁰ Lakini yule mnyama akakamatwa pamoja na huyo nabii wa uongo ambaye alikuwa amefanya ishara kwa niaba ya huyo mnyama, ambaye kwa ishara hizi aliwadanganya wale waliopokea chapa ya huyo mnyama na kuiabudu sanamu yake. Hawa wawili wakatupwa wakiwa hai ndani ya ziwa la moto liwakalo kwa kiberiti. ²¹ Wale waliosalia waliuawa kwa upanga uliotoka kinywani mwa yule aliyekuwa amempanda farasi nao ndege wote wakajishibisha kwa nyama yao.

Utawala Wa Miaka Elfu Moja

20 Kisha nikaona malaika akishuka kutoka mbinguni, akiwa ameshika ufunguo wa lile Shimo na mnyororo mkubwa mkononi mwake. ² Akalishika lile joka, yule nyoka wa zamani, ambaye ndiye ibilisi au Shetani, naye akamfunga kwa muda wa miaka 1,000. ³ Akamtupa katika lile Shimo, akamfunga humo na kulitia lakiri, ili kumzuia asiendelee kudanganya mataifa mpaka hiyo miaka 1,000 itimie. Baada ya hayo lazima afunguliwe kwa muda mfupi.

⁴ Kisha nikaona viti vya enzi vilivyokuwa vimekaliwa na hao waliopewa mamlaka ya kuhukumu, na nikaona roho za wale waliokatwa vichwa kwa sababu ya ushuhuda wa Yesu na kwa sababu ya neno la Mungu. Hawakuwa wamemsujudu huyo mnyama wala sanamu yake wala hawakupokea ile chapa yake kwenye vipaji vya nyuso zao au kwenye mikono yao. Wakawa hai na kutawala pamoja na Kristo miaka 1,000. ⁵ (Wafu waliosalia hawakufufuka mpaka ilipotimia hiyo miaka 1,000.) Huu ndio ufufuo wa kwanza. ⁶ Waliobarikiwa na walio watakatifu ni wale walio na sehemu katika ufufuo wa kwanza. Hao mauti ya pili haina nguvu juu yao, bali watakuwa makuhani wa Mungu na wa Kristo, nao watatawala pamoja naye kwa muda wa miaka 1,000.

Kuhukumiwa Kwa Shetani

⁷ Hiyo miaka 1,000 itakapotimia, Shetani atafunguliwa kutoka kifungoni mwake, ⁸ naye atatoka ili kuyadanganya mataifa yaliyopo katika pembe nne za dunia, yaani, Gogu na Magogu apate kuwakusanya tayari kwa vita. Idadi yao ni kama mchanga ulioko pwani. ⁹ Nao walitembea katika eneo lote la dunia, wakaizunguka kambi ya watakatifu na ule mji unaopendwa. Lakini moto ukashuka kutoka mbinguni na kuwateketeza. ¹⁰ Naye ibilisi aliyewadanganya akatupwa katika ziwa la moto na kiberiti walikokuwa wametupwa yule mnyama na yule nabii wa uongo. Watateswa humo usiku na mchana, milele na milele.

Wafu Wanahukumiwa

¹¹ Kisha nikaona kiti kikubwa cheupe cha enzi pamoja na yeye aliyeketi juu yake. Dunia na mbingu zikaukimbia uso wake wala mahali pao hapakuonekana. ¹² Nami nikawaona wafu wakubwa na wadogo, wakiwa wamesimama mbele ya hicho kiti cha enzi na vitabu vikafunguliwa. Pia kitabu kingine kikafunguliwa ambacho ni kitabu cha uzima. Hao wafu wakahukumiwa sawasawa na matendo yao kama yalivyoandikwa ndani ya hivyo vitabu. ¹³ Bahari ikawatoa wafu waliokuwamo ndani yake, nayo mauti na Kuzimu zikawatoa wafu waliokuwamo ndani yake. Kila mtu akahukumiwa kulingana na yale aliyoyatenda. ¹⁴ Kisha mauti na Kuzimu zikatupwa katika ziwa la moto. Hii ndio mauti ya pili, yaani, hilo ziwa la moto. ¹⁵ Iwapo mtu jina lake halikuonekana katika kile kitabu cha uzima, alitupwa ndani ya lile ziwa la moto.

Mbingu Mpya Na Nchi Mpya

21 Kisha nikaona mbingu mpya na nchi mpya, kwa maana mbingu za kwanza na nchi ya kwanza vimekwisha kupita, wala hapakuwepo na bahari tena. ² Nikaona Mji Mtakatifu, Yerusalemu mpya, ukishuka kutoka mbinguni kwa Mungu, ukiwa umeandaliwa kama bibi arusi aliyepambwa kwa ajili ya mumewe. ³ Nami nikasikia sauti kubwa kutoka kile kiti cha enzi ikisema, "Sasa makao ya Mungu ni pamoja na wanadamu, naye atakaa pamoja nao. Yeye atakuwa wao nao watakuwa watu wake, naye Mungu mwenyewe atakuwa pamoja nao. ⁴ Atafuta kila chozi kutoka macho yao. Mauti haitakuwepo tena, wala maombolezo, wala kilio, wala maumivu, kwa maana mambo ya kwanza yamekwisha kupita." ⁵ Naye yule aliyeketi juu ya kile kiti cha enzi akasema, "Tazama, nayafanya mambo yote kuwa mapya!" Kisha akasema, "Andika haya, maana maneno haya ni ya kuaminika tena ni kweli." ⁶ Akaniambia, "Imekwisha kuwa. Mimi ni Alfa na Omega, Mwanzo na Mwisho. Yeye aonaye kiu nitampa kunywa kutoka chemchemi ya maji ya uzima bila gharama yoyote. ⁷ Yeye ashindaye atayarithi haya yote, nami nitakuwa Mungu wake, naye atakuwa mwanangu. ⁸ Lakini waoga, wasioamini, wachafu, wauaji, wazinzi, wachawi, waabudu sanamu, pamoja na waongo wote, mahali pao ni katika lile ziwa liwakalo moto na kiberiti. Hii ndiyo mauti ya pili."

⁹ Mmoja wa wale malaika saba waliokuwa na yale mabakuli saba ya hayo mapigo saba ya mwisho akaja akaniambia, "Njoo, nami nitakuonyesha bibi arusi, yaani, mke wa Mwana-Kondoo." ¹⁰ Naye akanichukua katika Roho hadi kwenye mlima mkubwa na mrefu, akanionyesha ule Mji Mtakatifu, Yerusalemu, ukishuka kutoka mbinguni kwa Mungu. ¹¹ Ulikuwa uking'aa kwa utukufu wa Mungu kama kito chenye thamani sana, kama yaspi, safi kama kioo. ¹² Ulikuwa na ukuta mkubwa, mrefu wenye malango kumi na mawili, pakiwa na malaika kumi na wawili kwenye hayo malango. Kwenye malango hayo yaliandikwa majina ya yale makabila kumi na mawili ya Israeli. ¹³ Kulikuwa na malango matatu upande wa mashariki, matatu upande wa kaskazini, matatu upande wa kusini na matatu upande wa magharibi. ¹⁴ Ukuta wa huo mji ulikuwa na misingi kumi na miwili, na juu yake yaliandikwa majina ya wale mitume kumi na wawili wa Mwana-Kondoo.

¹⁵ Huyo malaika aliyesema nami alikuwa na ufito wa dhahabu wa kupimia huo mji, malango yake na kuta zake. ¹⁶ Mji huo ulikuwa mraba, urefu wake

ulikuwa sawa na upana wake. Akaupima huo mji kwa huo ufito akakuta una kama kilomita 2,200;[a] urefu wake na upana wake na kwenda juu kwake vilikuwa sawa. [17] Akaupima ukuta wake, ulikuwa na unene wa dhiraa 144[b] kwa kipimo cha kibinadamu ambacho huyo malaika alikuwa akikitumia. [18] Ukuta huo ulijengwa kwa yaspi hali mji wenyewe ulijengwa kwa dhahabu safi, iking'aa kama kioo. [19] Misingi ya kuta za mji huo zilipambwa kwa kila aina ya kito cha thamani. Msingi wa kwanza ulikuwa wa yaspi, wa pili yakuti samawi, wa tatu kalkedoni, wa nne zumaridi, [20] wa tano sardoniki, wa sita akiki, wa saba krisolitho, wa nane zabarajadi, wa tisa yakuti manjano, wa kumi krisopraso, wa kumi na moja hiakintho, wa kumi na mbili amethisto. [21] Yale malango kumi na mbili yalikuwa ni lulu kumi na mbili, kila lango lilikuwa limetengenezwa kwa lulu moja. Barabara kuu ya mji huo ilikuwa ya dhahabu safi ing'aayo kama kioo.

[22] Sikuona Hekalu ndani ya huo mji kwa sababu BWANA Mungu Mwenyezi na Mwana-Kondoo ndio hekalu lake. [23] Ule mji hauhitaji jua wala mwezi kuuangazia, kwa sababu utukufu wa Mungu ndio nuru yake na Mwana-Kondoo ndiye taa yake. [24] Mataifa yatatembea yakiangaziwa na nuru yake na wafalme wa duniani wataleta fahari yao ndani yake. [25] Malango yake hayatafungwa kamwe, kwa maana hakutakuwa na usiku humo. [26] Utukufu na heshima za mataifa zitaletwa humo. [27] Lakini kitu kichafu hakitaingia humo kamwe, wala mtu yeyote atendaye mambo ya aibu au ya udanganyifu. Bali watakaoingia humo ni wale tu ambao majina yao yameandikwa katika kitabu cha uzima cha Mwana-Kondoo.

Mto Wa Maji Ya Uzima

22 Kisha yule malaika akanionyesha mto wa maji ya uzima, maangavu kama kioo yakitiririka kutoka kwenye kile kiti cha enzi cha Mungu na cha Mwana-Kondoo, [2] kupitia katikati ya barabara kuu ya huo mji. Kwenye kila upande wa huo mto kulikuwa na mti wa uzima utoao matunda ya aina kumi na mbili, ukizaa matunda yake kila mwezi. Nayo majani ya mti huo ni kwa ajili ya uponyaji wa mataifa. [3] Katika mji huo hakutakuwa tena na laana, bali kiti cha enzi cha Mungu na cha Mwana-Kondoo kitakuwamo humo na watumishi wake watamtumikia, [4] nao watamwona uso wake na Jina lake litakuwa kwenye vipaji vya nyuso zao. [5] Usiku hautakuwako tena, wala hawatahitaji mwanga wa taa au wa jua, kwa maana BWANA Mungu atakuwa nuru yao, nao watatawala milele na milele.

---

[a]16 Kilomita 2,200 hapa ni sawa na maili 1,200.
[b]17 Dhiraa 144 ni karibu mita 65.

[6] Kisha yule malaika akaniambia, "Maneno haya ni ya kuaminika na kweli. BWANA, Mungu wa roho za manabii, alimtuma malaika wake kuwaonyesha watumishi wake yale ambayo hayana budi kutukia upesi."

Bwana Yesu Anakuja

[7] "Tazama, naja upesi! Amebarikiwa yeye ayashikaye maneno ya unabii wa kitabu hiki."

[8] Mimi, Yohana, ndiye niliyesikia na kuyaona mambo haya. Nami nilipokwisha kuyasikia na kuyaona, nilianguka chini nikasujudu miguuni pa yule malaika aliyekuwa akinionyesha mambo hayo. [9] Lakini yeye akaniambia, "Usifanye hivyo! Mimi ni mtumishi pamoja nawe na ndugu zako manabii na wote wanaoyashika maneno ya kitabu hiki. Msujudie Mungu!" [10] Kisha akaniambia, "Usiyafunge maneno ya unabii yaliyomo katika kitabu hiki, kwa sababu wakati umekaribia. [11] Atendaye mabaya na aendelee kutenda mabaya, aliye mchafu na aendelee kuwa mchafu, yeye atendaye haki na aendelee kutenda haki, na yeye aliye mtakatifu na aendelee kuwa mtakatifu."

[12] "Tazama, naja upesi! Thawabu yangu i mkononi mwangu, nami nitampa kila mtu sawasawa na alivyotenda. [13] Mimi ni Alfa na Omega, wa Kwanza na wa Mwisho, Mwanzo na Mwisho.

[14] "Wamebarikiwa wale wafuao mavazi yao, ili wapate haki ya kuuendea huo mti wa uzima na kuuingia huo mji kupitia kwenye malango yake. [15] Huko nje wako mbwa, wachawi, wazinzi, wauaji, waabudu sanamu, na kila mtu apendaye udanganyifu na kuufanya.

[16] "Mimi, Yesu, nimemtuma malaika wangu kushuhudia mambo haya kwa ajili ya makanisa. Mimi ndimi Shina na Mzao wa Daudi, ile Nyota ya Asubuhi ing'aayo."

[17] Roho na bibi arusi wanasema, "Njoo!" Naye asikiaye na aseme, "Njoo!" Yeyote mwenye kiu na aje, na kila anayetaka na anywe maji ya uzima bure.

[18] Namwonya kila mtu asikiaye maneno ya unabii wa kitabu hiki: Mtu yeyote akiongeza humo chochote, Mungu atamwongezea mapigo yaliyoandikwa katika kitabu hiki. [19] Kama mtu yeyote akipunguza humo chochote katika maneno ya unabii wa kitabu hiki, Mungu atamwondolea sehemu yake katika ule mti wa uzima na katika ule mji mtakatifu, ambao habari zake zimeandikwa katika kitabu hiki.

[20] Yeye anayeshuhudia mambo haya asema, "Hakika, naja upesi!"

Amen. Njoo, Bwana Yesu.

[21] Neema ya Bwana Yesu iwe na watakatifu wote. Amen.

CPSIA information can be obtained
at www.ICGtesting.com
Printed in the USA
LVHW051159060523
746058LV00001B/1

9 780310 107224